கடைசி
வைஸ்ராயின் மனைவி

ரியனான் ஜென்கின்ஸ் ஸேங்

தமிழில்
பத்மஜா நாராயணன்

நற்றிணை பதிப்பகம்

Kadaisi Vaisirayin Manaivi, a Tamil Translation of the English Novel
The Last Vicereine by Rhiannon Jenkins Tsang

Copyright © Rhiannon Jenkins Tsang 2017

First published by Penguin Random House India, 2017

Translated into Tamil by Padmaja Narayanan

Tamil translation © Natrinai Pathippagam Pvt. Ltd.

First Edition: January 2020

Published by: Natrinai Pathippagam Pvt. Ltd.
No. 6/84, Mallan Ponnappan Street,
Triplicane, Chennai - 600 005.
Mobile: +91 94861 77208
natrinaipathippagam@gmail.com
www.natrinai.in

Printed at:
Sai Thendral Printers,
Chennai - 600 005.

ISBN: 978-81-944679-1-5

Price: Rs. 430

This is a work of fiction. All situations, incidents, dialogue and characters with the exception of some well-known historical and public figures mentioned in this novel, are products of the author's imagination and are not to be construed as real. They are not intended to depict actual events or people or to change the entirely fictional nature of the work. In all other respects, any resemblance to persons living or dead is entirely coincidental.

ரியனான் ஜென்கின்ஸ் ஸேங்

ரியனான் ஜென்கின்ஸ் ஸேங்கின் படைப்புகள் முக்கியமான வரலாற்றுப் புள்ளிகளையும் தீவிர உலக விஷயங்களையும் பேசுபவை. இவர் ஆக்ஸ்போர்டு செயின்ட் ஆன்ஸ் கல்லூரியில் கீழைத்தேயவியல் கற்றவர். வழக்கறிஞர். மாண்டரின், காண்டனிஸ் ஆகிய வட்டார மொழிகளும் அறிந்தவர்.

மூலத்துடன் ஒப்பிட்டு இப்பிரதியை மேம்படுத்திய
ஆனந்த் ஸ்ரீனிவாசன் அவர்களுக்கு
நற்றிணை தன் நன்றியைத் தெரிவித்துக்கொள்கிறது.

என் அப்பாவுக்கும், அம்மாவுக்கும்...

முக்கிய நிகழ்வுகளின் காலவரிசை

மே 8, 1944	ஐரோப்பாவில் போர் முற்றுப்பெறுகிறது.
ஜூலை 5, 1945	ஐக்கிய ராஜ்ஜியப் பொதுத் தேர்தல்; போர்க் காலத் தலைவர் வின்ஸ்டன் சர்ச்சில் தோற்கடிக்கப்பட்டார்; மாபெரும் வெற்றியைத் தொடர்ந்து கிளெமெண்ட் அட்லீ லேபர் அரசாங்கத்தின் பிரதமராகிறார்.
ஆகஸ்ட் 15, 1945	கிழக்கு எல்லையில் போர் முடிவடைகிறது.
பிப்ரவரி 1947	லூயிஸ் மௌண்ட்பேட்டன் பிரபு இந்தியாவின் வைஸ்ராயாக நியமனம்; அவரது மனைவி எட்வினா வைஸ்ரினாக ஆனார்; இங்கிலாந்து பாராளுமன்றத்தில் இந்தியச் சுதந்திர மசோதா பற்றிய விவாதம் நடந்தது.
மார்ச் 24, 1947	புது டில்லியில் வைஸ்ராய் இல்லத்தில் மௌண்ட்பேட்டன் பிரபு வைஸ்ராயாகப் பதவி ஏற்றார்; அதிகார மாற்றம் ஒப்பந்தம் குறித்து இந்தியத் தலைவர்களுடன் பேச்சுவார்த்தை தொடங்குகிறது.
மார்ச்–ஏப்ரல் 1947	தற்காலிக அரசாங்கத்தின் தலைவராக நேரு ஆசிய உறவுகள் மாநாட்டைப் புது தில்லியில் நிகழ்த்துகிறார்.
ஏப்ரல் 15, 1947	வைஸ்ராய் தன் வைஸ்ராய் இல்லத்தில் ஆளுநர் மாநாட்டை நிகழ்த்துகிறார்.
28 ஏப்ரல் – மே 1	வைஸ்ராய் மற்றும் வைஸ்ரின் இருவரும் வட மேற்கு எல்லை மாகாணத்தையும், பஞ்சாபையும் பார்வையிடச் செல்கின்றனர்; அவர்கள் கஹுதா கிராமம் உட்பட கலவரத்தால் சீரழிந்த இடங்கள் மற்றும் அகதி முகாம்களை ஆய்வு செய்கின்றனர்.

மே 3 - மே 14, 1947	வைஸ்ராயும் வைஸ்ரினும் ஓய்வுக்காக சிம்லாவுக்குச் செல்கிறார்கள்; முறைசாராப் பேச்சுவார்த்தைகள் நடக்கின்றன; பண்டிட் நேரு மற்றும் சீனத் தூதர் சியா-யுவென் லோ, ஆகியோர் விருந்தினர்களில் சில ராகக் கலந்துகொண்டனர்; அதிகார மாற்றத்துக்கான வரைவு ஒப்பந்தம் நேரு வால் நிராகரிக்கப்பட்டது.
ஜூன் 3, 1947	அதிகார மாற்றத்திற்கானப் புதிய திட்டம் குறித்த ஒப்பந்தம் பற்றி அறிவிக்கப்படு கிறது.
ஆகஸ்ட் 14, 1947	பாகிஸ்தான் புதிய தன்னாட்சி அந்தஸ் துடன் ஒரு சுதந்திர நாடாக உருவாக்கப் பட்டது; ஜின்னா அதன் கவர்னர் ஜெனர லாகப் பதவியேற்றார்.
ஆகஸ்ட் 15, 1947	இந்தியா புதிய தன்னாட்சி அந்தஸ்துடன் ஒரு சுதந்திர நாடாக உருவானது; அப் போதைய பர்மாவின் கோமானாக இருந்த மௌண்ட்பேட்டன் கவர்னர் ஜெனர லாகப் பதவி பிரமாணம் செய்து வைக்கப் படுகிறார்; நேரு தன் அமைச்சரவையோடு இந்தியப் பிரதமராகப் பதவியேற்றார்; பஞ் சாப் மற்றும் வங்காளத்திலிருந்து அகதிகள் பெருமளவில் வெளியேற்றப்பட்டனர்.
டிசம்பர் 1947	மௌண்ட்பேட்டன் குடும்பத்தினர் ஜெய்ப் பூர் மகாராஜாவின் வெள்ளிவிழாக் கொண் டாட்டங்களில் கலந்து கொள்கின்றனர்.
1948	தற்போதைய பர்மாவின் கோமாட்டியான எட்வினா மௌண்ட்பேட்டன், இந்திய கவர்னர் ஜெனரலின் மனைவி என்ற முறையில் தன் நிவாரணப் பணிகளைத் தொடர்கிறார்.
ஜனவரி 30, 1948	மகாத்மா காந்தி படுகொலை செய்யப் பட்டார்.
ஜூன் 21, 1948	மௌண்ட்பேட்டன் குடும்பத்தினர் இந்தி யாவை விட்டு வெளியேறினர்; சி.ராஜ கோபாலாச்சாரி கவர்னர் ஜெனரலாகப் பதவியேற்றார்.

ஜனவரி 26, 1950	இந்தியா ஒரு குடியரசாக மாறுகிறது; கவர்னர் ஜெனரல் பதவி முற்றிலும் நீக்கப் படுகிறது.
மார்ச் 23, 1956	பாகிஸ்தான் ஒரு குடியரசாக மாறுகிறது; கவர்னர் ஜெனரல் பதவி முற்றிலும் நீக்கப்படுகிறது.
பிப்ரவரி 21, 1960	பிரிட்டிஷ் போர்னியோவில் எட்வினா மௌண்ட்பேட்டன் மரணமடைந்தார்; அவரது உடல் போர்ட்ஸ் மௌத் கடலில் அடக்கம் செய்யப்பட்டது; எட்வினாவின் உடலுடன் கூடச்செல்வதற்கு, நேரு திரிசூல் என்ற இந்தியப் போர்க் கப்பலை அனுப்பி, சாமந்தி மலர்களைக் கடலில் இறுதி மரியாதையாகத் தூவச் செய்தார்.
மே 27, 1964	பண்டிட் நேரு மரணமடைந்தார்.

பகுதி I

இந்தியா முழுவேகத்தில்

பிப்ரவரி 1947 லிருந்து மே 1947 வரை

நான் ஒளிந்துகொண்டிருந்தேன், குளிரில் உறைந்துகொண்டிருந்தேன்.

ஆக்ஸ்ஃபோர்ட் தலைமை அஞ்சலகத்தின் மாடியில் இருந்த ஓர் அலுவலகத்தில் இருந்தேன். அனைவருக்கும் முன்பாய் வந்துவிட்டிருந்தது அபத்தமாய் இருந்தது. இந்த தேவையற்ற நேரத்தில் என் அலுவலக மேசையில் நான் இருக்க வேண்டும் என்ற எந்தக் கட்டாயமும் இல்லை. இங்கு ஏன் இருக்கிறேன் என்றும் எனக்குப் புரியவில்லை.

இல்லை, அதுவல்ல உண்மை. உங்களிடம் பொய் சொல்ல மாட்டேன். உண்மை என்னவென்றால், நான் ஊரிலிருந்து ஓடி வந்து விட்டேன். என் காதுகளைப் பொத்திக் கொண்டு, மக்கள் என்னைப் பற்றி என்ன கூறுகிறார்கள் என்று எனக்குத் தெரியாததுபோல் நடித்துக் கொண்டிருந்தேன்.

"லெட்டியைப் பற்றிக் கேள்விப்பட்டாயா? பாவம் எத்தனை அவமானம்!" என் வேலை மட்டுமே எனக்கு மிஞ்சியது. துர்சொப்பனங்களுக்கு எதிரான அரணாக இருந்தது. அதனால்தான் நான் ஒளிந்துகொண்டிருந்தேன்.

நேரம் சென்று கொண்டிருந்தது, பேரேடுகளின் மீது கவனமாக என் கருப்புப் பேனா எழுதியபடி இருந்தது. கடுங்குளிரில் விரல்களில்லாத கையுறையோடு எழுதியபோதும் என் எண்கள், திருத்தமாகவும், கச்சிதமாகவும் இருந்தன. பொருட்களை அவற்றுக்குரிய இடங்களில் சரியாக வைப்பது என் வழக்கம். "மிஸ் மெட்டிகுலஸ்" என்று அடிக்கடி அந்த அஞ்சலக அதிகாரி என்னை அழைப்பார். அது ஒரு பாராட்டுதான், ஆனால் அதை ஏன் நான் ஓர் அவமதிப்பாகக் கருதினேன்?

என் மூக்குக் கண்ணாடியைக் கழற்றி கண்களைத் தேய்த்து விட்டு பனிப்பூக்களைத் தாங்கி, வரிவரியாய் இருந்த ஜன்னல் கண்ணாடியின் மேல் வெப்பமான என் மூச்சுக் காற்றை ஊத எழுந்து நின்றேன். என் கையுறையின் பின்பக்கத்தால் துடைத்து கண் வைத்துப் பார்த்தேன். வானம் ஒரு காரீயத் தகடு போல் கிடந்தது.

எனக்கு முன்பு தேவாலயமும், கல்லூரியும் அடர்த்தியான பனியில் அமிழ்ந்து கிடந்தன. புனித அல்டேட் பனிமலையில் கார்கள் திணறியபடி மேலும் கீழும் ஓடின. இந்தப் பனிக்காலத்தை நான் வெறுத்தேன். குளிர் மக்களை வாட்டியதையும், அது என்னை பாடு படுத்தியதையும் வெறுத்தேன். வெப்பத்திற்காக ஏங்கினேன். உறக்கத் திற்காக, உண்மையான ஆழ்ந்த உறக்கத்திற்காக, மன அமைதி தேடி ஏங்கினேன்.

சாலைகளின் இருபுறமும் ஏழடி உயரத்திற்கு பனி குவித்து வைக்கப்பட்டிருந்தது. கடைகளுக்குள் நுழைய கதவுகள் போடப் பட்ட அகழிகளைப் போல் காட்சியளித்தன நடைபாதைகள். போர் முடிந்து, ஒரு வருடம் ஆகிவிட்டது. இருப்பினும் முடிவில்லாமல், பனியுடன் நாடு போராடிக்கொண்டிருந்தது. திடீரென்று நான் நின்றுகொண்டிருந்த இடத்திற்குச் சரியாக கீழே, ஓர் ஊதா நிற இறகு, வாடகை வண்டி ஒன்றிலிருந்து வெளிப்படுவதைக் கண்டேன். அசையாமல் வெறித்து நோக்கினேன். இறகை வைத்திருந்தவர் நிமிர்ந்து, அந்தச் சாலையின் உரிமையாளர்போல் பார்வையிட்டார். அவரைப் போன்ற பார்வை வேறு யாருக்கும் கிடையாது. சிறிதும் சந்தேகமில்லை. நிமிர்ந்து ஜன்னலின் ஊடாக நிஜமாகவே என்னைப் பார்த்துவிட்டது போன்ற ஒரு பார்வையை வீசினார். அவரால் என்னைக் காண முடியாது என்று எனக்குத் தெரியும், அவருக்குக் கிட்டப் பார்வை. என்னைப் பற்றியும், என் சூழலைப் பற்றியுமான அவமானத்தில் பின் நகர்ந்தேன். இருந்தும் அவர் தொப்பியில் இருந்த ஊதா நிற இறகு பனி அகழி விளிம்பில் உற்சாகத்துடன் அசைந்து கொண்டே அஞ்சலகத்தில் நுழைவதைக் கண்டு புன்னகைத்தேன்.

ஓ! எட்வினா!

குதிரையின் மேலிருந்து கீழே விழும் தருணம் போன்றது அது. உங்கள் சமநிலையை அடைய நீங்கள் போராடுவீர்கள் ஆனால் அது நிகழப்போவதை உங்களால் தடுக்க இயலாது என்பதை உணர்ந்துவிடுவீர்கள். நான் செய்யக் கூடியது எதுவுமில்லை என எனக்குத் தெரியும், அவரை இங்கு எது அழைத்து வந்ததோ, அதனு டன் என்னால் போராட இயலாது. நான் இங்கிருப்பதை அவருக்கு நான் வெளிப்படுத்தவே வேண்டும். படபடக்கும் இதயத்துடன் வேக மாகக் கீழே இறங்கினேன்.

வரிசையில் அவர் நின்றிருந்தார். நரியின் முடியால் செய்யப் பட்ட மேலங்கி அழகாக அவர் தோளைச் சுற்றி இருக்க, ஊதா நிற உடையில், பனிக்காலத்தின் நடுவே மலரும் தனித்த ஓர் ஊதா நிறப் பூ போல் அவர் காட்சியளித்தார். அவர் எங்கு சென்றாலும் அங்கு உள்ளவர்களின் நாளை பிரகாசமாக்கினார்.

"இருக்காது..." இரு வயதான பெண்கள் தங்கள் வாயை மறைத்துக் கொண்டு முணுமுணுப்பது கேட்டது.

"அவர்தான். நான் சொல்கிறேன் அது மௌண்ட்பேட்டன் சீமாட்டிதான்."

அவர் பெயரைக் கேட்டதும் ஒரு வயதானவர் திரும்பிப் பார்த் தார். முன்னே நடந்து வந்து தன் தொப்பியை மரியாதையுடன் உயர்த்தி, வரிசையில் தன்னிடத்தை அவருக்குத் தந்தார்.

"நன்றி, வேண்டாம்" என்று அவருக்கு ஓர் அழகிய புன்னகை யைப் பரிசளித்தார். என் முறை வரும் வரை நான் காத்திருக்கிறேன். ஆனால் அந்த வயதானவர் திரும்பிப் போகவில்லை. இப்படித்தான் எப்பொழுதும் அவரிடம் ஏதோ ஒரு மாயம் இருந்தது. அவர் மக்களைத் தன் பக்கம் ஈர்த்தார். சூரியன், கிரகங்களை தன்னைச் சுற்றிய ஒரு பாதையில் சுற்ற வைப்பதைப் போல, அவர்களை நிறுத்தி வைத்தார். யாரும் அதிலிருந்து தப்பமுடியாது. அம்மனிதர் தன் கைத்தடியில் சாய்ந்து நின்றார்.

"என் மகன் ஆர்தர் பர்மாவில் ஜப்பானியரின் போர்க்கைதியாக இருந்தான்" என்றார். "உங்களுக்கு நன்றி சொல்ல விரும்புகிறேன்."

எட்வினா மீண்டும் புன்னகைத்துத் தன் கையை நீட்டினார், ஆனால் அச்செய்கைக்குப் பின் பல விஷயங்கள் இருந்தன. அவரு டைய ஊதாவும் நீலமும் கலந்த கண்களின் பின் ஒரு ஒளி திரண் டது போல் இருந்தது. மேலும் எதுவும் கேட்கக் கூடாதென்று அவருக்குத் தெரியும். அந்த வயதானவர் தொடர்ந்து பேசுவதற்காகக் காத்திருந்தார்.

"மௌண்ட்பேட்டன் சீமாட்டி முகாமிற்கு வந்த நாளன்றுதான், தான் பிழைத்து விடுவோம் என்று நம்பியதாக ஆர்தர் கூறினான்" என்றார்.

"உங்கள் மகன் இப்பொழுது எப்படி உள்ளார்?" என்றார் எட் வினா, உண்மையான அக்கறையில் அவருடைய நெற்றி சுருங்கியது.

"ஆ! அவன் நன்றாக இருக்கிறான். அவனுடைய காதலி பெக்கியைச் சென்ற மாதம் மணந்து கொண்டான்" என்றபடி தன் மூக்கைத் தட்டிக்கொண்டார். "நான் விரைவில் தாத்தா ஆகி விடு வேன் என்று நம்பிக்கொண்டிருக்கிறேன்."

"அருமை! பெக்கி அவருக்காக இத்தனை நாள் காத்துக் கொண்டிருந்தாளா"?

"ஆம்!" பர்மா காடுகளில் இறந்திருக்கலாம் என கைவிடப் பட்டிருக்கக்கூடிய ஒரு ராணுவ வீரனுக்காக பல வருடங்கள் ஒரு பெண் காத்திருப்பது அப்படி ஒன்றும் பெரிய விஷயமாக அந்தப்

பெரியவருக்குத் தோன்றவில்லை போலும், ஆனால் எட்வினா வேறுவிதமாகச் சிந்தித்தார். சற்று முன்னே குனிந்து, ஒரு மின்னலைப் போல் அந்தப் பெரியவரின் கன்னத்தில் முத்தமிட்டார். "இதை நான் கொடுத்ததாக அவனிடம் தந்துவிடுங்கள்" என்றார். லண்டன் தாக்குதலின்போது செயின்ட் ஜான் ஆம்புலன்ஸில் அவருடன் பணிபுரிந்தபோது, ஒவ்வொரு இரவிலும் அவர் தன் வசீகரத்தைப் பயன்படுத்தியதை நான் கண்டிருக்கிறேன். அவருடைய வாகனத்தின் முன் இருக்கையில் நான் அமர்ந்துகொள்வேன். வழியெங்கும் உள்ள ஆபத்துகளை நான் கூறிக்கொண்டே வர, கிழக்குப் பகுதியின் முடிவில் உள்ள பதுங்கு குழிகளைப் பார்வையிட, இருட்டடைப்புக்கு ஊடே செல்வோம். வாழ்க்கையில் எப்பொழுதும் நடப்பது போலவே, மிகவும் ஏழ்மையில் இருப்பவர்கள்தான் மோசமான வற்றைப் பெறுபவர்களாக இருக்கின்றனர். கப்பல் பழுதுபார்க்கப் படும் இடத்தில் நெருக்கமாக அமைந்திருந்த வீடுகளில் வசித்தவர்கள் தான் குண்டுவீச்சின்போது அதிகம் பாதிக்கப்பட்டிருந்தனர். மேலிருந்து பொழியும் குண்டுகள், நெருப்பு, புகை இவற்றை எதிர் கொள்வதா அல்லது ஆயிரக்கணக்கானோருடன், சிறுநீரால் நனைந்த தரையும், மலம் நிரம்பிவழியும் வாளிகளும் உள்ள பதுங்கு குழியில் இருப்பதா? இவற்றில் எது மிக மோசமென்று எனக்குத் தெரியவில்லை.

வயதான பல்போன கப்பல் பணியாளர்களையும், தங்கள் மார்பில் குழந்தைகளை அணைத்துக் கொண்டு இரண்டு மடங்கு அதிக வயதானவர்களைப் போல் தோற்றமளிக்கும், இளம் பெண் களையும் நோக்கி புன்னகைத்தபடி "ஹலோ, உங்கள் பெயர் என்ன? உங்களுக்கு என்ன வேண்டும்?" என்று வினவுவார். புகை நிரம்பிய அறைகளில் ஒடுங்கியபடி இருக்கும் அவர்கள், எட்வினாவால் கவரப்பட்டு, கைவிளக்கின் ஒளியை வெறித்து நோக்குவார்கள். அவர்கள் பேசும்போது எட்வினா காது கொடுத்துக் கேட்பார். நான் எப்போதும் என் கையில் உள்ள ஏட்டில் என்னால் முடிந்த அளவு எழுதி வைத்துக் கொள்வேன். என்னைப் போலல்ல, எட்வினா அனைத்தையும் தன் மனதில் குறித்துவைத்துக்கொள்வார். சிறப்பாக வடிவமைத்த சீருடை அணிந்திருப்பார். பளிச்சென்ற உதட்டுச் சாயமும், கச்சிதமாக வெட்டப்பட்ட நகங்களுமாய்தான் இருப்பார், ஆனால் அவரைப் பொறுத்தவரை அது வெளிவேஷம் கிடையாது. அம்மக்களைப் பற்றிய கரிசனம் அவரிடம் இருந்தது. அவர்களுக்கு உதவ என்ன செய்ய வேண்டும் என்று அவருக்குத் தெரிந்திருந்தது.

"லெட்டி, இந்த விண்ணப்பத்தை மாநிலச் செயலாளரிடம் காலையில் முதல் வேலையாக அனுப்பி விடு. அவர் மறுத்தார் என்றால் இது என்னிடம் இருந்து வருகிறது என்று கூறு."

சில நாட்களிலேயே, "செயின்ட் ஜான் ஆம்புலன்ஸ் பிரிகேட்"டைச் சேர்ந்த பிரிகேடியரான லெட்டிசியா வாலஸ் என்ற நான் எட்வினா வின் வழியை பின்பற்றத் தொடங்கிவிட்டேன். ஆண்களின் உலக மான 'இன்ஸ் நீதிமன்றத்தில்' நான் வழக்கறிஞராக இல்லாமல் இருக்க லாம், ஆனால் கடவுளறிய நான் பல வேலைகளை நிகழ்த்திக் கொள்ளும் பெண்ணாக இருந்தேன் அதிகாரவர்க்கத்தை அசைத் தேன். உதட்டுச் சாயமும் நறுமணமும் அணிந்து கொண்டேன். என் இடுப்புப் பட்டையை இறுக்கி அணிந்து என் வளைவுகளை வெளிப் படுத்திக் கொண்டேன். வொய்ட் ஹாலில் நடைபெறும் கூட்டங்களில் குதிகால் உயர்ந்த செருப்புகளை அணிந்து வளைய வந்தேன். புகைத் தேன், ஆண்களுடன் உல்லாசமாக நட்பு பாராட்டினேன். கால் களை உதைத்து பேசினேன், அதிகாரம் செய்தேன், சப்தமிட்டேன், இனிய சொற்களைக் கூறி ஏமாற்றினேன், கெஞ்சி கொஞ்சினேன், இவை அனைத்தும் என் வேலையைச் செய்து முடிப்பதற்காக, மக்க ளின் வாழ்வாதாரம் சிறப்பதற்காக.

என்னால் இரக்கமற்றும் இருக்கமுடியும். எட்வினாவைப் போல் மூடர்களை என்னால் பொறுத்துக்கொள்ள முடியாது, அதே போல் பகட்டான திறமையின்மையையும், சோம்பேறித்தனத்தையும், போதும் என்ற குணத்தையும் பொறுத்துக் கொள்ளவே முடியாது. அதிகாரம், பொறுப்பைக் கொண்டுவரும் என்று எட்வினா எனக்குக் கற்றுத் தந்திருந்தார், அது சரியாக இல்லையென்றால் தலைகள் உருளும். நாங்கள் விளக்கு, கட்டுத்துணி, போர்வை, கழிப்பிடம் போன்றவற்றை அவர்களுக்கு வழங்கிய முதல் நாளிலிருந்து எட்வினா என்ன புரிந்து கொண்டாரோ அதைக் காலப்போக்கில் நானும் புரிந்து கொள்ள ஆரம்பித்தேன். நாங்கள் எங்களுடன் மனிதத்தையும், நம்பிக்கை யையும் சுமந்தலைந்தோம்.

முதலைத் தோலால் செய்யப்பட்டிருந்த தன் பையை மேசை மேல் வைத்துவிட்டு, அஞ்சல் தலைகள் வாங்க தன் இடதுகை உறை யைக் கழற்றி ஒரு ஷில்லிங் கொடுத்தார். அவருக்கான சில்லறை எண்ணப்பட்டுக்கொண்டிருந்தபோது, நான் போருக்கு முன் வாங்கிய ஒரு நைந்த கறுப்புத் தொப்பியையும் மேலங்கியையும் அணிந்து கொண்டு, அவருக்காகக் கதவருகில் காத்துக்கொண்டிருந்தேன். அவர் எதற்காக வந்திருக்கிறார் என்று எனக்குத் தெரியவில்லை. ஆனால் அவர் எனக்காகத்தான் வந்திருக்கிறார் என்பது மட்டும் எனக்குத் தெரியும்.

ஹாலிவெல் தெருவில் நான் குடியிருந்த சிறிய வீட்டிற்கு நாங்கள் நடந்து சென்றோம். ரேண்டால்ஃப் உணவு விடுதிக்கு

அவரை மதிய உணவிற்கு அழைத்துச் செல்ல நான் விரும்பினேன். ஆனால் அவர் என்னை ஒரே ஒரு பார்வை பார்த்தார். உடனே ஏதோ சரியில்லை என புரிந்துவிட்டது. அது என்ன என ஆரம்பத்தி லிருந்து தெரிந்து கொள்ள விரும்பினேன். அதற்குச் சரியான இடம் என் வீடுதான்.

முன்னறையின் திரைச்சீலைகள் நன்கு இழுத்து விடப்பட்டி ருந்தன. நெருப்புத் தட்டியில் சாம்பல் இரைபடாமல் இருந்தது. பின்பகுதியில் இருந்த சமையலறைக்கு நேராகச் சென்றார். முகப் பவுடர், சோப்பு மற்றும் வாசனை திரவியத்தின் மணம் அவரைப் பின் தொடர்ந்தது. காலை உணவிற்கு நான் பொரித்த பன்றி இறைச்சி யின் மணத்தை முகர்ந்தபடி அறை நடுவில் நின்று கழுவப்படாத பாத்திரங்களையும், கன்னாபின்னாவென்று காயவைக்கப் பட்டிருந்த துணிகளையும் வெறித்து நோக்கினார். உதடுகளை இறுக்க மூடிக் கொண்டு, தொப்பியின் ஊக்கை அகற்றி தொப்பியைக் கழற்றினார்.

“லெட்டி நீ ஏன் டிக்கியையும் என்னையும் சந்திக்க வரவில்லை? எங்களுக்கு மிகவும் வருத்தமாக உள்ளது. சார்லி இறந்து விட்டார் என்று எங்களுக்குத் தெரியாது” என்றார். எதிரே வரிசையாக வைக்கப்பட்டிருந்த என் மகன்களின் புகைப்படங்களையும், என் கணவர் சார்லஸ், அரசரின் ஆலோசகராக ஆனபோது தலையில் ‘விக்’கும், மேலங்கியும் அணிந்துகொண்டு எடுத்த உத்தியோக நிமித்த மான புகைப்படத்தையும் பார்த்தார். சார்லஸ் கையால் தன் முகத்தைத் தாங்கிக் கொண்டு புன்னகை புரிந்தபடி இருந்தார். இதற்கு அருகில் உயரமான ஜார்ஜின் உருவப் படம் இருந்தது. கப்பல் பணி யாளரின் சீருடை அணிந்தபடி அவன் புகைப்படக் கருவியை நேராகப் பார்த்தபடி நின்றிருந்தான். அதற்கு அருகில் ராபர்ட் தன் பறக்கும் உபகரணங்களுடன் நண்பர்களோடு தன் ஸ்பிட்ஃபையர் வாகனத்தின் முன் நின்றிருந்தான். அருகே, 1937ஆம் ஆண்டு சாட்டர்ஹவுஸில் நடந்த அனுபவஸ்தர்களுக்கும் முதல் பதினொரு ஆட்களுக்கும் இடையே நடந்த போட்டி முடிந்த பின் எடுத்த படத்தில் தந்தையும் இரு மகன்களும் வெள்ளை வெளேரென்ற கிரிக் கெட் உடையில், சிவந்த முடியோடும், தோலில் கோடைவெயில் ஏற்படுத்திய புள்ளிகளோடு, ஒருவர்மேல் ஒருவர் கைகளைப் போட்டுக் கொண்டு சிரித்தபடி நின்றிருந்தனர். அவர்களைப் பார்க்கக் கூடாது என முயற்சி செய்தேன் ஆனால் அதில் தோல்வி தான் அடைந்தேன்.

1940ஆம் ஆண்டு செப்டம்பர் மாதம் 7ஆம் தேதியன்று என் மூத்த மகன் ராபர்ட்டின் வாகனமான ஸ்பிட்ஃபையர் கிழக்கு ஆங்லி யாவில் சுடப்பட்டது. அவன் கொல்லப்பட்டான். 1944ஆம் ஆண்டு ஆகஸ்ட் 5ஆம் தேதி என் இரண்டாவது மகன் ஜார்ஜின் கப்பல்

ஒரு ஜெர்மானியப் படகால் மூழ்கடிக்கப்பட்டது. அனைவரும் இறந்து போனார்கள் இது சார்லஸை நிலைகுலைய வைத்துவிட்டது.

அவர்களின் இறப்பிற்குப் பிறகு சில மாதங்களே உயிரை தன் கையில் பிடித்தவாறு இருக்கமுடிந்தது. ஆக இப்படித்தான் இங்கு நான் இருக்கிறேன். தனியாக, ஆக்ஸ்ஃபோர்டில் சுத்தமில்லாத ஒரு வாடகை வீட்டில் ஒளிந்து கொண்டபடி. லெட்டிசியா வாலஸ் சீமாட்டி என்பது என் பட்டப்பெயர். ஆனால் அது என் இதயத்தில் ஒரு ஈயகுண்டைப் போல் கனத்துக் கிடந்தது.

'கவலைப் படாதீர்கள் எட்வினா' நான் நன்றாக இருக்கிறேன். பொருளாதாரத்தைப் பொறுத்த வரை எந்தப் பிரச்சனையும் இல்லை. சார்லஸ் எனக்குப் போதிய அளவு பணம் வைத்துவிட்டு சென்றிருக் கிறார். மேலும் குடும்ப அறக்கட்டளை வேறு உள்ளது.

'நான் அதைக் கேட்கவில்லை. உனக்கும் அது தெரியும்' என்று வெட்டினார் அவர்.

ஒரு கோலை எடுத்துக் கொண்டு கிளறிக்கொண்டும், கரியைச் சேர்த்தபடியும், மென்மையாக ஊதி அதற்கு உயிரூட்ட முயன்று நெருப்பை பற்றவைக்க முயற்சி செய்தார். சிறிது வெட்கத்துடன் அவர் அருகே ஊதுகுழலுடன் மண்டியிட்டு அமர்ந்தேன்.

'இந்த வானிலையில், லண்டனிலிருந்து ஆக்ஸ்ஃபோர்டுக்கு இரயிலில் என்னைப் பார்க்கவா வந்தீர்கள்?'

"நிச்சயமாக! உன்னை கட்டாயம் பார்க்க வேண்டியிருந்தது" என்று கூறியபடியே சிறிது தயங்கினார். தன் திட்டத்தைச் சிறிது ஒதுக்கிவைத்து விட்டு என் துக்கத்தில் பங்கெடுக்கிறார் என்று எனக்குத் தெரியும். "லண்டன் ஆர்கைல் தெருவில் உள்ள உன் வீட்டிற்கு நேற்று சென்றேன். உன் வீட்டைப் பராமரிப்பவள் என்ன நடந்தது எனக் கூறினாள்."

என் முழங்கால் சப்தமிட நான் எழுந்து நின்றேன், தண்ணீர் தொட்டியின் அருகே சென்று கெட்டிலில் நீர் நிரப்பினேன். திரும்ப எடுத்து வந்து நெருப்பின் மேல் உள்ள ஒரு கொக்கியில் அதை மாட்டினேன்.

"இது பரவாயில்லை" என்றார் எட்வினா. "சாப்பிட ஏதாவது உள்ளதா? எனக்குப் பசிக்கிறது." குளிரினால் அவருடைய முகம் சுருங்கி இருந்தது. முதன் முறையாக அவருக்கும் உடல்நலக் குறைவு இருக்கலாம் என்பதை உணர்ந்தேன்.

"முட்டைகள், சிறிது ரொட்டியும் பாலும்" என்றேன். "ரொட்டி யில் கொஞ்சம் பூசணம் பிடித்திருக்கலாம்."

"கவலைப்படாதே! அதை வெட்டி எடுத்து விடலாம். முட்டைப் பொரியல் இருந்தால் நன்றாக இருக்கும். உன்னிடத்தில் வார்செஸ்டர் சாஸ் இருக்குமா?"

அதன் நினைப்பில் நாக்கில் எச்சில் ஊறவில்லை எனத் தலையசைத்தேன்.

"நல்ல முயற்சி" என்றேன் சிறிது சிரிக்க முயன்றபடி. இருவருக்கும் அது ஒரு சிறந்த முயற்சி என்று தெரியும். போருக்குப் பின் இது போன்ற ஆடம்பரங்கள் எங்களுக்குக் கிடைக்கவில்லை. அவர் என்னுடன் இருக்கையில் என்னை ஊக்கப்படுத்திக் கொள்வது திடீரென்று எளிதாகத் தோன்றியது. மிகச் சாதாரண உணவைத் தயாரிக்கத் தேவையான பாத்திரங்களை சேகரிக்கத் தொடங்கினேன்.

"உன் வீட்டைப் பராமரிப்பவள், சார்லஸை வீட்டிலேயே வைத்து இறுதிவரை நீயே கவனித்துக் கொண்டாய் என்றாளே?"

"ஆமாம்"

ரொட்டி சுடும் கரண்டியில், ரொட்டித்துண்டுகளை வைத்துக் கொண்டு, நெருப்பின் அருகில் நான் நின்றேன். தன் சட்டையின் கைகளை சுருட்டிவிட்டுக்கொண்டு அதி தீவிரமாக ஒரு பாத்திரத்தில் முட்டைகளை அடித்துக் கொண்டிருந்தார்.

"மிகவும் மோசமாக இருந்தது" என்றேன், என்னை மீறி அதை நினைத்துக் கொண்டு. "நல்ல வேளை அது விரைவில் முடிவுக்கு வந்துவிட்டது. மூன்று மாதங்கள்கூட இல்லை. கேன்சர் மிகவும் முற்றி விட்டது. யாராலும் எதுவும் செய்ய முடியவில்லை."

அவர் முட்டையை ஒரு பாத்திரத்தில் எடுத்தார். வாட்டிய ரொட்டியின் மேல் நான் வெண்ணையைத் தடவினேன். எங்கள் மேலங்கியைக் கழற்றி விட்டு, நெருப்பிற்கு அருகில் இருந்த சிறிய மேசையில் அமர்ந்தோம். அவர் விரைவாகவும் அதே சமயம் நாசூக்காகவும், ஒரு பறவை உணவைக் கொத்தித் தின்பது போல் உணவருந்தினார். ஆனால் கேள்விகள் வரப்போகின்றன என எனக்குத் தெரியும்.

"வேலையில் இருக்கும்போது நன்றாகச் சமாளித்து விடுகிறேன். நிஜமாகத்தான். வீட்டில்தான், அதுவும் கடந்த சில மாதங்களாய்... குளிரும் இருட்டும், என்னால் ஒரு வழிக்கும் வர இயலவில்லை" என்றேன்.

"எது உன்னை லண்டனை விட்டு விலகி வந்து இங்கு தனியே நகர்த்தியது?"

"அப்பொழுது அது ஒரு நல்ல வழி என்றுதான் தோன்றியது. ஆர்கைல் தெருவை விட்டுவிட்டு நான் வெகு நாட்களுக்கு முன்பு

மாணவியாக இருந்த ஆக்ஸ்ஃபோர்டில் ஒரு புதிய வாழ்க்கையைத் துவங்கும் எண்ணம். நான் படித்திருந்த குற்றவியல் சட்டத்தை புதுப் பித்துக்கொள்ள போத்லைன் நூலகத்தைப் பயன்படுத்திக் கொண்டு, சொசைட்டி ஆஃப் ஆக்ஸ்ஃபோர்ட் ஹோம் ஸ்டூடண்ட்ஸில் ஒரு ஆசிரியப் பணியில் அமரலாம் என்று நினைத்தேன். உங்களுக்குத் தான் என்னைத் தெரியுமே! எப்பொழுதும் ஏதாவது செய்து கொண்டிருப்பதுதான் என் வழக்கம்”

காலப்போக்கில் குதிரைச் சவாரி செய்யலாம் என்று நினைத் ததைக் கூற விரும்பினேன். நாட்கள் செல்லச் செல்ல நற்கருணை பெற நான் தயாராகிவிடுவேன் என்று எதிர்பார்த்தேன். ஆனால் இவை இரண்டும் நடக்கவில்லை. ஒரே ஒரு முறை புசே ஹவுஸ் ஸிற்கு பூசையின் போது சென்றேன். லத்தீன் மொழி பூசையின் எளிமையும், அழகும் மீண்டும் ஒருமுறை எனக்கு பிராத்தனைக்கான கதவைத் திறக்கும் என எண்ணினேன். அவர்கள் பிரார்த்தனைப் பாடலைப் பாடிக் கொண்டிருந்தனர். ஆனால் வெள்ளியும் தங்கமு மாய் அணிந்து கடவுள் என அவர்கள் அழைக்கும் ஏமாற்றுக் காரனுக்கு சேவை புரியும் பாதிரியார்களைக் கண்டபொழுது அது என்னைக் கோபத்தின் உச்சிக்குத் தள்ளியது. வண்ணக் கண்ணாடி கள் பொருத்திய ஜன்னலின் மேல் என் பாட்டுப் புத்தகத்தைத் தூக்கி எறிந்திருப்பேன். அந்தப் பாட்டு முடிவதற்குள் நான் வெளியே நடந்து வந்துவிட்டேன்.

எட்வினா ஒரு ரொட்டித்துண்டை எடுத்தார். அதைக் கடித்து விட்டு, அவரின் ஊதா நிறக் கண்களால் என்னை ஊடுருவி நோக்கி னார்.

“இவை ஒன்றும் வேலைக்கு ஆகவில்லை இல்லையா?”

“இல்லை”

டீ பாத்திரம் சப்தமிட்டது. அதை ஊற்றுவதற்காக நான் எழுந் தேன். என்னுடையது கடுந்தேநீர். அவருக்கு பால் மற்றும் சர்க்கரை சேர்த்தது. குளிரில் விரைத்த கைகளில் அதைப் பற்றிக் கொண்டு எரியும் நெருப்பின் எதிரே மௌனமாக அமர்ந்தோம். என் அலட்சி யத்திற்கு கண்டனம் தெரிவிப்பதுபோல் நெருப்பு என்னை நோக்கிக் கோபத்துடன் சடசடத்தது.

“நம்மைப்பார்! வயதான இரு கழுகுகளைப் போல்”

‘இரண்டும் இரண்டும் உழைப்பும் சலிப்பும்’ என்று வேடிக்கை யாகக் கூறினேன். என் முகத்தில் உள்ள தசைகள் விரிந்து, நான் மறந்தே போய்விட்ட, ஒரு காலத்தில் புன்னகை என நான் அறிந்தி ருந்த ஒன்றாக மலர்வதை உணர்ந்து வியப்படைந்தேன்.

‘கிறிஸ்துமஸ்க்கு முன் என் கருப்பையில் சிறிதளவு வெட்டப் பட்டு விட்டது. உனக்குத் தெரியுமா?’ என்று கூறினார். ‘வயதாவதை

நான் வெறுக்கிறேன்' எனப் பற்களைக் கடித்துக் கொண்டார். 'இப்பொழுது சொல்கிறேன் கேள். எட்வினா மௌண்ட்பேட்டன் அவள் விதியை ஏற்றுக்கொண்டு, பெருத்த, சுருக்கங்கள் நிறைந்த வயதான ஒரு தலைவியாகச் சிதைந்து போவதை ஒப்புக்கொள்ள மாட்டாள். ஒரு குளிர்ந்த, பழைய அரண்மனையில் சக்கர நாற்காலியில் கட்டுண்டுக் கிடப்பதைவிட, ஓர் அணிவகுப்பின் போது இறப்பது மேல்." இதற்கு என் வருத்தத்தைத் தெரிவிக்க வேண்டி யிருந்தது. அவர் தலையை அசைத்துவிட்டு தேநீரை அருந்தினார். அதன்பின் அவர் கூற ஆரம்பித்தார். ஆக்ஸ்ஃபோர்ட்டிற்கு தன் இறகும், விலங்குத் தோல் மேலங்கியும் அணிந்துகொண்டு வந்ததன் நோக்கத்தைக் கூற ஆரம்பித்தார். அந்த உள்வாங்கும் மூச்சும், புருவ உயர்த்தலும் எனக்கு மிக நன்றாகத் தெரிந்தவை.

'புதிதாக ஒரு விஷயம் லெட்டி' என்று கூறி நிறுத்தினார்.

அவர் மேலும் தொடர்வதற்காக அமைதியுடன் காத்திருந்தேன், தன் நெற்றியில் விரக்தியுடன் கைகளை வைத்துக் கொண்டார். மிகவும் நாடகத் தன்மையுடன் அந்தச் செயல் இருந்தது.

அவர் மட்டும் மிகவும் மனமுடைந்து இருக்காவிட்டால் அச் செய்கை நகைப்புக்கு உரியதாய் ஆகி இருக்கும்.

"ஒரு திகிலான பணி. தனக்கு வேண்டவே வேண்டாம் என டிக்கி கூறுகிறார். ஆனால் அது மேலுக்குத்தான் என்பது எனக்குத் தெரியும். தென்கிழக்கு ஆசியாவில் தலைமையகத்தை விட்டு வந்த பிறகு அவர் இதற்குத்தான் அடிபோட்டுக் கொண்டிருந்தார் என்ப தும் எனக்குத் தெரியும். அது என்னை வெறுப்பேற்றத்தான்."

கேள்வி கேட்பதைப் போல் என் கழுத்தைச் சாய்த்தேன்.

"கிறிஸ்துமஸுக்கு சற்று முன்பு பிரதம மந்திரி அவரை டௌனிங் தெருவிற்கு அழைத்தார். அதன் பின் அவர் அரசரைக் காணச் சென்றார். அதிலிருந்து எப்படியாவது தப்பிக்க அவர் முயற்சி செய்ததாகக் கூறுகிறார்" என்று கூறியபடி உரக்கச் சிரித்தார். "உண்மை என்னவென்றால் நான் அவரிடமும் கூறிவிட்டேன், எனக்கு அங்கு செல்ல விருப்பமில்லை. இங்கு ஐரோப்பாவில் எனக்கு நிவார ணப் பணிகள் உள்ளன. ஆனால் அரசர் கூட இதற்கு ஆதரவாக இருக்கி றார். அதற்காக அவரை நான் குறைகூறவில்லை. இளவரசி எலிசபெத் ஃபிலிப்பை மணம் புரிந்ததற்காக டிக்கி பல மாதங்கள் அவரைத் தொந்தரவு செய்து கொண்டே இருந்தார். இப்பொழுது அவர் ஒழிந்தால் நல்லது என நினைக்கக் கூடும். டிக்கியை அனுப்பி விட்டால் இறுதியாக அவருக்கு கொஞ்சம் அமைதி கிடைக்கும். ஆனால் நோயல் கவார்டோ இது ஓர் ஊழல் என்றும், அட்லீயும் லேபர் கட்சியும் இவரை ஒரு பலியாடாக ஆக்குகிறார்கள் என்றும் கூறுகின்றனர்." தன் விரல்களால் முடியைக் கோதிக் கொண்டார்.

அது அவர் செய்யக் கூடிய செய்கையே இல்லை. பின் அவசரமாக மூச்சை இழுத்து விட்டார். 'லெட்டி இது நன்றாகவே இல்லை. முதுகில் குண்டடிபட்டு நாம் திரும்பி வருவோமோ என்னவோ' அவர் மிகவும் வேகமாகப் பேசினார். அவரின் ஆழ்ந்த சிவப்பு நிற உதட்டுச் சாயத்திலும், வேகமாக ஒலிக்கும் அவர் குரலின் ராகத்திலும் நான் மெய்மறந்து நின்றேன். இருந்தும் அவர் எதைப்பற்றி பேசுகிறார் என்று இதுவரை எனக்குப் புரியவே இல்லை

'என்ன விஷயம்? எட்வினா?' எனக் கேட்டேன் "இந்தியா! ஆம் இந்தியா தான்!"

எட்வினா பின் அனைத்தையும் தெளிவாக விளக்கினார். வேவல் பிரபு இந்தியாவில் பெயரளவுக்குத்தான் வைஸ்ராயாக இருந் தார். இந்தியர்களுக்கும் அவரைப் பிடிக்கவில்லை.

இந்தியத் தேசியக் காங்கிரஸோடும் முஸ்லீம் லீகோடும் நடத்திய பேச்சு வார்த்தை எந்த முடிவுக்கும் வராமல் நின்றது. அதனால் பிரதம மந்திரி அட்லீயும் ஐந்தாவது ஜார்ஜ் மன்னரும் டிக்கிதான் இந்தியாவின் அடுத்த வைஸ்ராயாக வேண்டும் என விரும்பு கிறார்கள்.

நான் திறந்த வாய் மூடாது அவரை வெறித்துப் பார்த்தேன். இந்தியாவில் எட்வினாவா? ஒரு பெட்ரோல் வண்டியினுள் பட் டாசைக் கொளுத்திப் போடுவது போன்ற செயல் அல்லவா அது?

"இப்படி அதிர்ச்சியுடன் பார்க்காதே லெட்டி. வேவல் பிரபு விற்குப் பதிலாக டிக்கி இருந்து இந்தியாவை சுதந்திரத்தை நோக்கி அழைத்துச் செல்ல வேண்டும். அதாவது, வரும் சில மாதங்களில் நான் அவரிடமிருந்து விவாகரத்து வாங்காமல் இருந்தால் நான்தான் பிரபுவின் மனைவி, வைஸ்ரின்!" அவர் நீண்ட நேரம் உரக்கச் சிரித் தார். கொஞ்சம் மனநிலைப் பிறழ்ந்தவர் போல.

ஒரு விநாடி நான் பயந்துவிட்டேன். "பத்திரிகைகளுக்கு என்ன வொரு செய்தி" எல்லோரையும் விட்டுவிட்டு, பிரிட்டிஷ் அமைப்பில் தீண்டத்தகாதவளாக இருக்கும் நான் மகாராணியின் இடத்தில் இந்தியாவின் ராணி!"

"டிக்கி ஒப்புக்கொண்டுவிட்டாரா?"

அவர் ஒப்புக்கொண்டுவிட்டதாகவும், இந்தியாவில் முஸ்லீம், ஹிந்து மற்றும் சீக்கிய மக்களிடையே உள்நாட்டுப் போருக்கான சாத்தியம் இருப்பதால் சூழல் மிகவும் குழப்பமாக இருப்பதாகவும் இந்திய ராணுவமும் கப்பல் படையும் எதிர்த்து நிற்பதால் நாடு பெருங்குழப்பத்தில் இருப்பதாகவும் கூறினார். அப்பதவியை ஏற்றுக்

கொள்வதற்கு முன் டிக்கி பல நிபந்தனைகளை விதித்திருப்பதாக உறுதிப்படுத்தினார். 1948ஆம் வருடம் ஜூன் மாதத்திற்குள் பிரிட்டன் இந்தியாவிலிருந்து வெளியேறி விடவேண்டும் என்றும், சுதந்திரத்தைப் பற்றி இந்தியர்களுடன் லண்டனைக் கலந்தலோசிக் காமல் பேச்சு வார்த்தை நடத்த உரிமையையும், தனக்கான பணி யாளர்களைத் தேர்ந்தெடுக்கும் சுதந்திரத்தையும் அவர் கோரியிருக் கிறார் என்றும் கூறினார். "ஆம் நம் அனைவரையும். அந்த விளை யாட்டு பொம்மை போன்ற வேடிக்கை விமானத்தில் பறக்க வைக்க அவர் விரும்புகிறார். அப்படியே அவரைப்போலவே!" அவர் வேக வேகமாய்க் கைகளை அசைத்தபடியும், உயர்த்தியபடியும் பேசினார். அவருடைய பரபரப்பில் நாற்காலியில் இருந்து பறந்து விடுவாரோ என நான் அஞ்சினேன்.

விஷயம் என்னவென்றால், டிக்கி மட்டும்தான் தன் பணியாளர் களைத் தேர்ந்தெடுக்கலாம் என்றில்லை. நான்கூட தெரிவு செய்து கொள்ளலாம். லெட்டி, உன் தீர்மானங்களை நான் நம்புகிறேன். நீ எதற்கும் கலங்காதவள் ஆனால் நானோ... சரி நாம் நீண்ட காலம் நண்பர்களாய் இருந்திருக்கிறோம்!" அவர் கவர்ச்சியான மயக்கும் ஒரு புன்னகையை என்னை நோக்கி வீசினார். "அதனால்தான் நீயும் சீமாட்டியின் சிறப்பு ஆலோசகராக என்னுடன் வரவேண்டும் என்று ஆசைப்படுகிறேன்."

சூழ்நிலையாலும் சூடான உணவாலும் உரையாடலினாலும் ஒரு மயக்கத்தில் நான் நிஜமாகவே சிரித்துவிட்டேன்.

"நானா? என்னைப் பாருங்கள்!" வெட்டப்படாத நகங்களையும் வெடிப்பு விழுந்த கைகளையும் உயர்த்திக் காட்டினேன் பின் சமைய லறையில் கவனிக்கப்படாத குப்பைகளோடு சுவரில் மாட்டியிருந்த கண்ணாடியில் என் உருவத்தைச் சுட்டிக் காட்டினேன். என் அடர்த் தியான கறுப்பு நிற முடி வெட்டப்பட்டு மாதங்கள் ஆகியிருந்தன. முடியைச் சுருட்டி பின் கழுத்தில் ஒரு கொண்டையாக போட்டி ருந்தேன். நரை முடி அதில் தெள்ளத் தெளிவாகத் தெரிந்தது. கொஞ் சம் கூட என்னை அலங்கரித்துக் கொள்ளவில்லை. என் பழைய உடையின் மேல் தலையணையைப் போல் ஊதியபடி அமர்ந்திருந் தது என் மேலாடை. இருந்தாலும் எனக்கு இந்தியாவைப் பற்றி எதுவும் தெரியாது. அதற்கு எனக்கு தகுதி இல்லை.

நீ நினைப்பதைவிட உனக்கு அதிக தகுதி உண்டு. நீ எப்பொழு தும் இந்தியா லீக்கிற்கு ஆதரவாக இருந்திருக்கிறாய். மேலும் உனக்கு கிருஷ்ண மேனனைத் தெரியும்.

இந்திய சுதந்திரத்திற்கான பிரச்சாரத்திற்காக லண்டனில் இந்தியன் லீக்கையும், பென்குயின் புக்ஸையும் பிறரோடு சேர்ந்து தொடங்கிய அந்தத் தந்திர மனிதனை எண்ணி பற்களைக் கடித்து காற்றை உள்ளிழுத்தேன்..

'பலமுறை அவரை கூட்டங்களில் சந்தித்து இருக்கிறேன். ஆனால் எனக்கு அவரைப் பிடிக்காது. சவில்ரோ அங்கி அணிந்த மெஃபிஸ்டோபெலிஸ் என்று அழைக்கிறார்கள்.

அவர் கொஞ்சமாக சிரித்தார்.

'போருக்கு முன்பு இருந்ததைப் பற்றிப் பேசுவதில் பொருளில்லை. வின்ஸ்டன் சர்ச்சிலும், சில பழைய இந்திய ஆட்களும் பிரிட்டிஷ் ஆட்சி முடிந்து விட்டது என்பதைப் புரிந்து கொள்ளவில்லை. காங்கிரஸையும் முஸ்லீம் லீக்கையும் நம்பினால் எந்தவொரு ஒப்பந்தத்திற்கும் நம்மால் வர முடியாது. ஜெயிக்க வேண்டுமென்றால் டிக்கியும் நானும் புதுவிதமான வைஸ்ராயாகவும், வைஸ்ரினியாகவும் இருந்து இந்தியர்களை நெருங்கி இணைக்கும் பாலமாக இருக்க வேண்டும். சுற்றி வளைக்காமல் சொல்ல வேண்டுமென்றால் இந்தியர்களுடன் அச்சமற்று கை குலுக்குபவர்கள் என்னுடைய பணியாட்களாக வேண்டும்.'

மெதுவாக ஒரு புதிய வேலையாளை அளப்பதுபோல என்னை பார்த்துக்கொண்டே அவர் டீயை அருந்தி முடித்தார். "இங்கு பார் லெட்டி கருணையோடு இருப்பதற்காக கடுமையாக நடந்து கொள்ளப் போகிறேன். எனக்குப் புரியவில்லை என்று பொருளில்லை. எனக்குப் புரிகிறது. நீ நினைப்பதற்கும் மேலாகப் புரிகிறது. பன்னிக்குத் திருமணம் முடிந்ததும் என்னால் என் காலணிக் கயிறைக் கூட கட்ட முடியவில்லை. பிராட்லேண்டில் நதிக்கரையோரம் அலைந்து திரிந்து கொண்டிருப்பேன். அதில் விழுந்து ஓஃபிலியாவைப் போல் நாணல்களின் இடையே பிணமாக ஒதுங்கி விடலாமா என்று யோசிப்பேன்."

போருக்கு முன்னால் அவருடைய நீண்ட காலக் காதலனான பன்னி ஃபிலிப்ஸைப் பற்றித் தான் பேசுகிறார் என்று எனக்குப் புரிந்தது.

பின் போரும், செயின்ட் ஜானும் ரெட் கிராஸும் வந்ததால், அப்போதிருந்த விளையாட்டுப் பெண் ஒரு வழியாக வளர்ந்து விட்டாள். என் வாழ்க்கைக்கு ஒரு புதிய அர்த்தத்தை நான் கண்டு கொண்டேன் என்றுகூட கூறலாம். ஞானிகளைப் போல் எங்களை வெறித்துக் கொண்டிருக்கும் என் மகன்களின் படங்களைப் பார்த்தவாறே அவர் தொடர்ந்தார். "மேலும் உலகத்திலேயே மிகக் கேவலமான தாய் நானாகத்தான் இருக்கவேண்டும். ஆனால் என் பாட்ரிஷியாவிற்கோ பாமிக்கோ ஏதாவது நடந்தால் நான் உடைந்து விடுவேன்." அவருடைய இயல்புக்குமாறாக, என்னுடன் தன் அந்தரங்கத்தைப் பகிர்வதை எண்ணி ஆச்சரியப்படுவதைப் போல தன் தலையை ஆட்டிக் கொண்டார். 'உனக்கு நினைவிருக்கிறதா? நாம் படிக்கும்போது மற்ற பெண்கள் எப்படி வெறுக்கத்தக்க அளவிற்கு குரூரமாக இருந்தார்கள் என்று? பள்ளி விடுமுறை

நாட்களில் உன் வீட்டிற்கு வந்து விடுவேன் என்பதும் நினைவி ருக்கிறதா?

"காபேஜ் மற்றும் பாட்ச்" என்றேன் எங்கள் சிறுவயது பட்டப் பெயரைக் கூறியபடி.

நான் சொன்னது ஒரு வயதுப்பெண்ணின் கள்ளமற்றச் சிரிப்பை வெளிக்கொண்டு வந்தது. பத்திரிகையாளர்களுக்காக அமெரிக்க மாடல்கள் வலிந்து வரவழைத்துக் கொள்ளும் புன்னகையைப் போல் அல்ல அது. "ஆம்! ஒரு முறை உன் தந்தை மரக்கொட்டை சேகரிக்க வும், மரமேறவும் அழைத்துச் சென்றாரே? அதே போல் மழைநாள் ஒன்றில் உன் அம்மா சமையல் வேலை செய்பவரை வெளியே அனுப்பிவிட்டு நம்முடன் ஆப்பிள் கிரம்பிள் செய்தாரே? இப் பொழுது நாம் உணவருந்துவது போல, அன்று மாலையும் நாமிரு வரும் கணப்பு அடுப்பிற்கு எதிரே பெரிய பாத்திரத்திலிருந்து அதை எடுத்து உண்டோமே? உண்மை என்னவென்றால், என் பெற்றோர் களாலும், அதே போல் நானும் நேசிக்கப்பட்டிருந்தால், நான் இன்னும் சிறந்தவளாக இருந்திருப்பேன் என்று நினைக்கிறேன். உன் குடும்பத்தினரோடு செலவழித்த அந்நாட்களை நான் மனதில் பொக்கிஷமாக வைத்திருக்கிறேன்." "எனக்குத் தெரியவே தெரியாது. ஆனால் மகிழ்ச்சியாக உள்ளது" என்றேன்.

அவர் தேவைக்கு அதிகமாகவே தன்னை வெளிகாட்டிக் கொண்டு விட்டார். அவரின் தகுதி மற்றும் வர்க்கத்திற்காக முகமூடி அவர் மேல் வந்து அமர்ந்தது. எழுந்து நின்றபடி தன் தொப்பியையும் மேலங்கியையும் கையில் எடுத்துக்கொண்டு நேராக என்னை நோக்கினார்.

"ஆக, பிரிகேடியர் வாலஸ் அவர்களே நீங்கள் என்ன செய்யப் போகிறீர்கள்? இங்கு இருந்துகொண்டு, உங்கள் மகன்களை நினைத்து அழுதபடி அதிவிரைவில் கல்லறைக்குச் செல்லப் போகிறீர்களா? செயின்ட் ஜானில் என்னுடன் பணிபுரிந்தவர்களில் நீதான் சிறந்த வள், சிறிதும் அஞ்சாமல் உறுதியாக முடிவுகளை எடுக்கக் கூடியவள். என் உதவியாளர்களைப் போல் இல்லாமல், இல்லை என்ற பதிலை ஏற்றுக் கொள்ளாதவள். உன்னிடம் வர்க்க உணர்வு உண்டு. மூத்த வர்களுடன் சரிசமமாக உன்னால் பழக இயலும்." தொப்பியை அலட்சியமாகத் தன் தலையில் இட்டுக் கொண்டு ஒரு ஊசியை அதில் பொருத்தினார்.

"இந்தியாவில் எனக்கு நீ தேவை" என்று சொல்லியபடி எட்வினா மௌண்ட்பேட்டன் கிளம்பினார். கவர்ச்சிகரமான தோளைத் திருப்பி என்னைப் பார்த்து, "உண்மையில் நான் என் கணவரிடமும் பிரதம மந்திரியிடமும் அரசரிடமும் வாலஸ் சீமாட்டி என்னோடு வர ஒப்புக்கொண்டால்தான் நானும் இந்தியா செல்வேன் என்று கூறப்போகிறேன்" என்றார்.

மாற்றி அமைக்கப்பட்ட 'லான்காஸ்டர் குண்டுவீசும் விமானத்தின்' என்ஜின் முடிவுறாத இருண்ட ஈரானிய பாலைவனத்தின் மேல் சத்தமிட்டபடியே பறந்தது. நேற்று காலை 'நார்த்ஹோல்ட்' விமான தளத்திலிருந்து மௌண்ட்பேட்டன் தம்பதிகள், பதினேழு வயதான அவர்களின் மகள் பமீலா மற்றும் அவர்களின் சில பணியாளர்களுடன் புறப்பட்டேன். அதிகப்படியான எரிபொருளும், மாற்று விமானப் பணியாளர்களும் இருக்க, 6500 மைல் தூரமுள்ள புதுதில்லியை 24 மணி நேரத்தில் அடைவதாக இருந்தோம். என் கால்களைப் போர்த்திக்கொண்டு, அடுத்த படுக்கையில் குறட்டை விட்டுக்கொண்டிருந்த நண்பர்களும் உறவினர்களும் டிக்கி என அழைக்கும், வைஸ்ராயாகப் போகிற லூயிஸ் மௌண்ட்பேட்டன் பிரபுவின் மேல் கால் பட்டுவிடாமல் கவனமாகப் படுத்திருந்தேன். ஆனால் என்னால் உறங்க முடியவில்லை.

சத்தம் மிகவும் அதிகமாக இருந்தது. மேலும் குளிர் என் தசைகளை இறுக்கியது. என் தலை உலோகத் தகடுகளால் செய்ததுபோல் தோன்றியது. பச்சை நிறத்திலிருந்த ராணுவப் போர்வையை என்மேல் போர்த்திக்கொண்டு, மால்டா கடற்கரையில் ஒரு வெதுவெதுப்பான பாறையில் உறங்குவதாகக் கற்பனை செய்து கொண்டேன். அங்குதான் முன்தினம் இறங்கி எரிபொருளை நிரப்பிக்கொண்டோம். ஆனால் அது நேற்றா? எத்தனை மணிக்கு முன்பென்று எனக்குத் தெரியவில்லை. 1935ஆம் ஆண்டு விடுமுறையில் ஒரே ஒரு தடவை விமானத்தில் பறந்து சென்றிருந்த, ஐரோப்பியாவை விட்டு வெளியே எங்கும் சென்றிராத ஆங்கிலேயேப் பெண்மணியான நான், விமானத்தின் ஜன்னலருகே நின்றபடி நிலவைப் போன்ற நிலப்பரப்பைப் பார்த்துக் கொண்டிருந்தேன். பசுமையை மீண்டும் காண்போமா என ஏங்கினேன். நேரம், இடம், அமைப்பு என எந்தப் பிரக்ஞையும் இல்லை. என் ஆங்கிலேயத் தன்மையும் இப்பொழுது குறைந்து கொண்டே வந்து, நான் அறிந்தேயிராத பெரிய, உயர்ந்த ஏதோ ஒன்றாய் வியாபித்தது.

திடீரென்று விமானம் நடுங்கத் தொடங்கியது. முதலில் அலமாரியில் இருக்கும் கோப்பைகள் நடுங்கும் அளவிற்கும் உறங்கிக்

கொண்டிருந்தவர்கள் அசையும் அளவிற்கும் சிறிதளவே இருந்தது. பின் திடீரென்று பெருத்த ஓசையுடனும் நடுக்கத்துடனும் விமானம் கீழே விழத் தொடங்கியது. நான் தூக்கிப் போடப்பட்ட அதிர்ச்சியில் உறங்கும் பலகையைப் பக்கவாட்டில் பற்றிக் கொண்டு தவித்தேன். பெண்கள் அலறினார்கள். ஆண்கள் உரக்க உத்திரவுகளைப் பிறப் பித்துக் கொண்டிருந்தனர்.

கொந்தளிப்பு. தைரியமாக இருங்கள்! அப்படியே இருங்கள்!

தலைக்கு மேல் மூடப்பட்டிருந்த பெட்டியிலிருந்து ஒரு பெட்டி கீழே என் தலை மேல் விழுந்து காயத்தை ஏற்படுத்தியது. மலையி லிருந்து பாறைகள் விழுவதைப் போல் மேலும் பெட்டிகள் விழத் தொடங்கின. என் ஒரு கையை உயர்த்தி என்னைப் பாதுகாத்துக் கொள்ள முயற்சி செய்தேன். பின் திடீரென ஆரம்பித்ததைப் போலவே திடீரென அது நின்றுவிட்டது. அறை எங்கும் ஜாக்கிரதை உணர்வோடு புன்னகைகள் மலர்ந்தன. மக்கள் எழுந்து நின்றனர். குப்பைகளை அகற்றிவிட்டு, மீண்டும் தங்களை வாரால் கட்டிக் கொண்டு, மீண்டும் உறங்க முயற்சி செய்தனர்.

நான் மிகவும் பதட்டப்பட்டிருக்க வேண்டும் என எனக்குத் தோன்றியது, ஏன் அவ்வாறு பதட்டப்படவில்லை என எண்ண லானேன். வாழ்வதற்கான காரணம் எதுவும் எனக்கு இல்லை என்ப தாலும் இருக்கலாம். போர்வையைத் தலையுடன் சேர்த்து போர்த்திக் கொண்டு, கீழே விழுந்த ஒரு காலணிப் பெட்டியை தாலாட்டுவது போல் ஆட்டினேன். ஏனென்று தெரியவில்லை. அச்செய்கை எனக்கு மிகவும் ஆறுதலளித்தது.

அப்பெட்டியில் என்ன இருக்கக்கூடும்? எனக்கு ஒரு சந்தேகம் இருந்தது. என் சந்தேகம் சரியென்றால் நார்த்ஹோல்டிலிருந்து நாங ்கள் புறப்படுவது இப்பெட்டியால்தான் தாமதமானது.

என் மனக்கண்ணால் அதை நன்கு காண முடிந்தது. கிளம்பு வதற்கு முன் இரு மனிதர்கள் வசந்தத்தின் சூரிய ஒளியில் குளித்த வாறு நின்றுகொண்டிருந்த காட்சி. ஒன்று பேட்டன் பெர்க்கின் இளவரசர் லூயிஸ் மற்றும் ஹெஸ்ஸின் இளவரசி விக்டோரியாவின் மகனும், மகாராணி விக்டோரியாவின் பேரனுமான லூயிஸ் மௌண்ட்பேட்டன் பிரபு, மற்றொன்று அவரின் மருமகனான இளவரசர் ஃபிலிப். உயரமான விளையாட்டு வீரரைப் போன்ற, தங்க நிற முடியுடன் காணப்பட்ட ஃபிலிப் கடற்படைத் தளபதி. அவர் கவர்ச்சியாகவும் தன்னம்பிக்கையுடனும் காணப்பட்டார். இளவரசி எலிசபெத்தின் மனதை அவர் எவ்வாறு கவர்ந்திருக்கக் கூடும் என்பதை அவரைக் கண்டாலே புரிந்தது. அவ்விரு ஆண் களுடைய நடவடிக்கைகள் ஒரே விதமாக இருந்தன. தன்னம்பிக்கை யுடன், படபடப்பின்றி, மெருகேற்றப்பட்டு பிறப்பிலேயே உதித்த குணங்கள்.

அங்கு கூடியிருந்தவர்களோடு கலந்து, அவர்களோடு புகைப் படம் எடுத்து, இங்கு ஒரு வார்த்தை அங்கு ஒரு வார்த்தை எனப் பேசி கைகுலுக்கிக் கொண்டிருந்தனர். அவ்வப்போது டிக்கி சில தோள்களைத் தட்டிக்கொடுத்துக் கொண்டிருந்தார். முதுகில் துப்பாக்கிச் சூடு நடக்குமோ என எதிர்பார்க்கும் ஒரு மனிதரைப் போல் அவர் காணப்படவில்லை. ஒருவழியாக அனைத்துப் பெட்டி களும் விமானத்திற்குள் வைக்கப்பட்டு விட்டன. ஏறக்குறைய அறு பது பெட்டிகள், இப்பொழுது நாங்கள் கிளம்பும் நேரம் வந்து விட்டது. வயதானவர்கள் இளையவர்களின் தோள்களில் இறுதி முறையாகத் தட்டிக் கொடுத்துவிட்டு விமானத்தை நோக்கி இருக்கும் படிக்கட்டுகளில் ஏற ஆரம்பித்த போதுதான் அவர் என்னைப் பார்த்தார்.

"காலை வணக்கம் பிப்பி. நீயும் வரச் சம்மதித்ததில் மிக்க மகிழ்ச்சி" என்றார்.

டிக்கி தன் கைகளை என்னை நோக்கி நீட்டினார். என்னை "பிப்பி" என்று செல்லப்பெயரிட்டு அழைப்பதற்கான காரணம் அவருக்கு மட்டும்தான் தெரியும். அப்பெயரை நான் வெறுத்தேன். அதே சமயம் அவரால் கவரப்பட்டேன். அவரால் ஒரு கழுதையின் பின்னங்கால்களைக் கூட கவர இயலும். அது டிக்கி மௌண்ட் பேட்டன் மக்களை நடத்தும் விதம். உங்களிடம் பேசும் சில நொடி களில், அவ்விஷயத்தைப் பற்றி அவருக்கு ஆர்வமே இல்லாமல் இருப்பினும், அச்சமயத்தில் தன் அழகிய நீலநிறக் கண்களால் நோக்கி, தலையைச் சாய்த்து, தன் கவனம் முழுவதையும் உங்கள் மேல் செலுத்துவார். இந்த உலகத்திலேயே நீங்கள், நீங்கள் மட்டும்தான் அதி முக்கியமானவர் என்ற உணர்வை அவர் ஏற்படுத்திவிடுவார். டிக்கி மௌண்ட்பேட்டன் எப்பொழுதும் இப்படித்தான். அவர் ஒரு கனவான், அதே சமயம் ஒரு ராஜதந்திரியும் கூட. ஒரு நடிகன் மற்றும் வசீகரன்.

"காலை வணக்கம். லூயிஸ் பிரபு!" என்னை மீறி நான் புன்ன கைத்தேன். "என்னையும் அழைத்ததற்குப் பெருமைப்படுகிறேன். உங ்களை ஏமாற்ற மாட்டேன் என்று நினைக்கிறேன்."

"நீ இல்லாமல் முடியாது பிப்பி!" என்றார் சிரித்தபடியே. எட்வி னாவைச் சம்மதிக்க வைக்க மிகவும் கஷ்டப்பட்டோம். பிப்பி அவரு டன் இருக்கிறார் என்பதில் என் மனபாரம் குறைந்து விட்டது" என்ற படியே முன் பக்கம் குனிந்து என் மேலங்கியின் காலரைச் சரிசெய்த படி என் காதில் முணுமுணுத்தார். "எட்வினா தடம்புரண்டு விடாமல் சீராக இருக்க உன்னைத்தான் நம்பி இருக்கிறேன்" என்றார். அந்தக் கணத்தில் வெயிலில் நின்றுகொண்டிருந்த நான் விமானத்தில் ஏற வேண்டியிருந்தது. தன் முகவாயால் தனக்கு முன் என்னை

ஏறுமாறு சைகை செய்துவிட்டு, இளவரசர் ஃபிலிப்புக்கும், இந்தியா பர்மாவின் மாநிலச் செயலாளருக்கும், பத்திரிக்கையாளருக்கும் கையசைத்து விட்டு, என் பின்னால் படியேறினார்.

நாங்கள் விமானத்தில் ஏறிய அந்த நேரத்திலேயே விமானத்தை விட்டு இறங்கவும் நேர்ந்தது.

'அது எங்கே?" என்று டிக்கி மௌண்ட்பேட்டன் தன் தொப்பியைக் களைந்தபடியே, தன் வேலையாளிடமும், பணிப்பெண்ணிடமும், எட்வினாவின் அந்தரங்கச் செயலாளரான எலிசபத் வார்ட்டிடமும் இறுதியாக என்னிடமும் கேட்டார். "யாராவது அதை பெட்டியில் இட்டிருக்கவேண்டும். அது இல்லாமல் கிளம்ப முடியாது" ஒருவர் மாற்றி ஒருவர் இல்லையெனத் தலையசைத்ததும் அதற்கானத் தேடல் தொடங்கி விட்டது.

இப்பொழுது, இருண்ட, குளிர்ந்த இரவில், இமயமலையின் மேல் பறக்கையில், ஆசையை அடக்கமுடியவில்லை. கவனமாகப் பெட்டி மூடியை கட்டுக்குள் வைத்திருக்கும் சிவப்பு நிறப் பட்டையை விலக்கினேன். இருட்டில் எட்வினாவின் கிரீடத்தை அலங்கரித்த வைரங்கள், ஸ்படிக பனித்துகள்களால் அலங்கரிக்கப்பட்ட ஒரு சிறிய வெள்ளி கிறிஸ்துமஸ் மரத்தைப் போல் மின்னியது. அழகும், பூர்ணத்துவமும் பொருந்திய அக்காட்சியைக் கண்களால் பருகினேன். பல வருடங்களுக்கு முந்திய முழுமையானது நிறைவானது, என நம்பிக் கொண்டிருந்த பழைய வாழ்க்கையை எனக்கு நினைவு படுத்தியது. ஃபார்டம் அண்ட் மேஸனில், இருந்த வெளி அலங்காரங்கள், நொதித்த மது, பன்றி இறைச்சி, மற்றும் கிறிஸ்துமஸ் புட்டிங்கின் மணம், கிறிஸ்துமஸ் தினத்தன்று காலைவேளையில் மெதுவாக அடியெடுத்து நடந்தபடியே முணுமுணுக்கும் என் மகன்கள். இவற்றை எல்லாம் நினைவுறுத்தியது.

ஆனால் என் மனம் ஓரிடத்தில் நிற்கவில்லை. அது மீண்டும் நார்த்ஹோல்டிற்குச் சென்றது. "இதோ இங்கிருக்கிறது! வேண்டாத ஒன்று, இதையேன் நீங்கள் எடுத்துக் கொண்டு வருகிறீர்கள் என்று எனக்குப் புரியவில்லை!" என்றார் எட்வினா. கட்டம் போட்ட மேலங்கி அணிந்து கொண்டு, கீழே அனைவரிடமும் விடைபெற்றுக் கொண்டு, படியேறி, கிரீடம் இருந்த அந்தப் பெட்டியை சாவகாசமாக மேல் பெட்டியில் வைத்தார்.

தன்னை மதிக்காததால் முகத்தைச் சுளித்தார் டிக்கி, இருவரும் சண்டைக்கு முன் மல்யுத்த வீரர்களைப் போல ஒருவரை ஒருவர்

எதிர்கொண்டு நின்றனர். டிக்கி தன் முஷ்டியை மடக்கினார். கோபத்தில் அவர் கண்கள் இருண்டன. எட்வினா தன் தோள்களை இறுக்கி, பற்களைக் கடித்தார். ஒரு நேரத்தில் இறுகி பின் நகர்ந்த அவருடைய ஈறுகளைப் பார்க்க முடிந்தது. நாங்கள் இருப்பதை உணர்ந்த அவர்கள், தன்னிலைக்கு வந்தனர். டிக்கி திரும்பி தன் உதவியாளரான ரோனி பிராக்மேனை நோக்கி "ஹே.. ஹே.. கிளம்பத் தயார்! நான் வரவேண்டாம் என்று அவர்கள் நினைக்கிறார்கள். எனக்கும் நிச்சயம் அங்கு செல்ல விருப்பமில்லை" என கடுகடுத்தார்.

இருட்டில் கிடந்தபடி அவர்கள் எப்படி இன்னும் ஒன்றாக இருக்கிறார்களோ என வியந்தேன். பல வருடங்களுக்கு முன்பே அவர்களிடையே உடலுறவு நின்று விட்டதாக எட்வினா கூறினார். தன் ஆசைநாயகியான யோலா லெட்டிலியரிடம் டிக்கி விசுவாசமாய் இருந்தார். தன் காதலர்களைப் பற்றிய விபரங்களை எட்வினா ரகசியமாக வைத்துக் கொள்வதெல்லாம் இல்லை.

ஆனால் இப்பொழுது இருபத்தைந்தாண்டுகளுக்குப் பிறகு, இருவரும் ஒருவரோடொருவர் பிணைக்கப்பட்டு இருக்கின்றனர். டிக்கியின் அரசியல் லட்சியங்களாலும், அதனுடன் வரும் கௌரவம், புகழ் இவற்றாலும் எட்வினா சிறைப்படுத்தப்பட்டுள்ளார். டிக்கியோ ஒரு காலத்தில் தான் காதலித்த, மகிழ்விக்க முயற்சி செய்த, ஆனால் புரிந்துகொள்ளவே முடியாத, திருப்திபடுத்த முடியாத, கட்டுக்குள் வைத்துக்கொள்ள முடியாத பெண்ணால் கட்டுண்டு இருந்தார்.

நான் மெதுவாக இறங்கியபோது, படுக்கை சப்தமிட்டது. என்னைச் சுற்றி அறையில் மக்கள் வெவ்வேறு விதங்களில் படுத்து உறங்கிக் கொண்டிருந்தனர். டிக்கி மௌண்ட்பேட்டனின் கால்கள் பழுப்பு நிற காலங்கியில் போர்வைக்கு வெளியே துருத்தியபடி தெரிந்தது. எலிசபத் வார்ட் குப்புறப்படுத்துக் கொண்டிருந்தார். அவர் முகம் இடதுபுறமாய் அழுந்திக் கிடந்தது. பமீலாவின் ஒரு கால் துயிலிடத்திலிருந்து வெளியே தொங்கியது. நுரைகளை ஊதுவது போல் மெதுவாக அவர் வாய் ஊதிக் கொண்டிருந்தது.

உறங்கும் அறைக்கு முன்புறம் அமர்வதற்கான இடம் இருந்தது. எட்வினாவின் வயதான பணிப்பெண் பின்னலாடை ஒன்றைப் பின்னிக் கொண்டிருந்தார். அவருடைய இரட்டை நாடி உருவம் இரண்டு இருப்பிடங்களில் பொருந்தி இருந்தது. என் பையிலிருந்து குறிப்பேடை எடுத்துக் கொண்டு, ஒரு தலையசைப்போடும் புன்னகை யோடும் அவர் எதிரே அமர்ந்தேன். அதற்கு பதிலே இல்லை. புதி தாக வருபவர்களை அவர்களுக்கு, அதாவது எட்வினாவின் பணி யாட்களுக்குப் பிடிக்காது. எட்வினாவுடன் நான் ஒன்றாகப்

படித்தேன் என்று அவர்களுக்குத் தெரியும். அதனால் நான் அவர்களுடைய தோழிகளில் ஒருத்தி ஆகிறேன். அதே சமயம் அரசரின் ஆலோசகராக இருந்த என் கணவரால் சீமாட்டி வாலஸ் ஆக ஆனவள். ஆனால் இப்பொழுதோ, இந்தியாவில் பணிபுரிவதற்காகச் சம்பளம் வாங்கும் ஒரு விதவைப் பெண். இவ்வேலை என்னை ஒரு பணியாளராகக் கீழே தள்ளியுள்ளது. இவை அனைத்தும் அவர்களுக்கு மிகவும் குழப்பமாக இருக்கக்கூடும். நான் மீனும் இல்லை, கோழியும் இல்லை. என்னுடைய இடம் என்னவென்று அறிய அவர்கள் தடுமாறிக் கொண்டிருக்கிறார்கள். நான் என் அடிகளை மிகக் கவனமாக வைக்கவேண்டும். வாசிப்பதற்காக விளக்கைப் பொருத்திக் கொண்டு கடந்த சில வாரங்களில், சந்திப்புகளிலும், கூட்டங்களிலும் நான் எடுத்த சுருக்கெழுத்துக் குறிப்புகளை எடுத்தேன்.

என் மைத்துனர் விக்டர்தான் இத்தகைய கூட்டங்கள் தேவை எனக் கூறியது. இந்தியாவிற்கு செல்வதற்காகத் தயார் செய்து கொண்டிருந்த நேரத்தில் அவருடனும் அவர் மனைவி மார்கரெட்டுடனும் தான் தங்கி இருந்தேன்.

இந்திய அரசியலைப் பற்றி உனக்குத் தெரிய வேண்டுமா? ஒரு நாள் காலை உணவின்போது விக்டர் என்னிடம் கேட்டான். அதற்கு ஏற்றவர் சர் வில்லியம் ஸ்டாஃப்ஸ்தான். அவர் இந்திய குடிமுறை அரசு பணியிலேயே, பெரும்பாலும் பஞ்சாபில் இருந்திருக்கிறார். வெல்லிங்டன் பிரபுவிடமும் லின்லித்கோ பிரபுவிடமும் அவர்கள் வைஸ்ராய் ஆக இருந்த பொழுது பணியாற்றி இருக்கிறார். நல்ல உணவும், இரண்டு பாட்டில் வைனும் அவரை இளக்கிப் பேச வைக்கும். உண்மையில் அவர் பேச்சை நிறுத்துவதுதான் கடினம்.

இப்பொழுது என் மனது சவாய் கிரிலில் கழித்த இரவிற்குச் சென்றுவிட்டது. அங்கு நடந்ததைப் புரிந்து கொள்ள முயற்சி செய்தேன். அந்தக்கடிதம். அந்தச் செய்தி என் காதிற்கு அருகே வந்து ரகசியமாகப் பேசியபோது என் முகத்தில் பரவிய அந்த வயதான வரின் வெப்பமான மூச்சுக்காற்று. நிச்சயமாக இந்தியாவில் நிலைமை அவ்வளவு மோசமாகவெல்லாம் இருக்காது. ஆனால் அதுதான் உண்மையென்றால் என்ன செய்வது? நாங்கள் தோல்வியைத்தான் சந்திக்க வேண்டும். இங்கிலாந்திற்கு உயிரோடு திரும்ப என்ன சாத்தியங்கள் உள்ளன?

"முரண் என்னவென்றால், சீக்கியர்களும், இந்துக்களும், முஸ்லீம்களும் பிரிட்டிஷ் ராஜ்ஜியத்திற்குக் கீழ் அமைதியாக வாழ முடியும்.

ஆனால் ஆட்சி அவர்களின் கைகளில் வந்துவிட்டால் அது முடியாது. அவர்கள் ஒருவரை ஒருவர் தின்றுவிடாமல் இருப்பதற்குக் காரணம் இந்துக்கள் சைவ உணவு உண்பவர்கள் என்பதுதான்! தன் பண்பற்ற நகைச்சுவைக்கு உரக்கச் சிரித்தார். அதற்கு முன் ஒரு சிப்பி மீனை உறிஞ்சி உண்டு அதற்குப் பின் வைனைப் பருகினார். பிரிட்டிஷாராகிய நாமோ ஜனநாயகத்தின் மீதும், கடமையுணர்வு மீதும், சரியான விஷயங்களைச் செய்வதிலும் மிகுந்த பற்றுள்ளவர்கள். ஜனநாயகம் இந்தியாவிற்குச் சரியானது என்று உறுதியாகக் கூறமுடியாது ஆனால் கவனமாகக் கேள்! இதை யாரும் கூறுவதற்கு அனுமதி கிடையாது. மற்றொரு சிப்பி மீன் மறைந்தது. புதைகுழியிலிருந்து இதோ மற்றொரு பொருத்தமற்ற சிந்தனை பிறந்துள்ளது. பாகிஸ்தான் இஸ்லாமியர்களுக்கான தனி நாடு. அங்கே அவர்கள் தங்களுக்காகக் குரல் கொடுக்கலாம், தங்கள் விவகாரங்களைத் தாங்களே ஆண்டு கொள்ளலாம், இந்து பெரும்பான்மையினரின் கொடுங்கோன்மையிலிருந்து தப்பி இருக்கலாம். மேலும் ஒரு சிப்பி. சர். வில்லியமின் குரல்வளை மேலும் கீழும் உற்சாகத்துடன் அசைந்தது. அவர் அத்தனை உற்சாகத்துடன் உண்டதைக் கண்டு, அவர் உண்மையாகவே உணவை முழுங்குகிறாரா இல்லை நாரையைப் போல் தன் கழுத்தின் மடிப்பிலேயே இருத்திக் கொள்கிறாரா என வியந்தேன். புருவத்தை உயர்த்தியபடி, விக்டர் கடைசி சொட்டு வைனை சர். வில்லியமின் கோப்பையில் ஊற்றினான்.

பெரும்பான்மை இந்துக்களின் ஆட்சியின் கீழ் இஸ்லாமியர்களால் வாழ இயலாது என்றால், பாகிஸ்தான் என்பது ஏன் அத்தனை கெட்ட விஷயமாகக் காணப்படுகிறது? எனக்கு ஒப்புதல் இல்லாத விஷயத்தை சாதகம் போல் பேசுகிறார் என்று எனக்குத் தெரியும்.

சர்.வில்லியம் புன்னகை புரிந்து பதிலளிக்கையில் அவருடைய விடை என்னை வியக்க வைத்தது. “பெண்ணே, 1930இல் சிம்லாவில் இதைக் கேள்விப்பட்டபோது நானும் இப்படித்தான் கூறினேன். இது எல்லா பிரச்சனைக்கும் முடிவு, 2 இஸ்லாமிய நாடுகள் ஒன்று மேற்கிலும், மற்றொன்று கிழக்கிலும் ஓரே போல் இருக்காது, ஆனால் பரவாயில்லை. எல்லா சிப்பிகளும் உண்ணப்பட்டு விட்டன. பரிமாறுபவன் பிரதான உணவை பரிமாற மேசையைத் தயார்படுத்த, ரொட்டித்துகள்களைத் திரட்டி ஒரு வெள்ளித்தட்டில் சேகரித்தான்.

பரிமாறுபவர் கவனத்துடன் ஒயினைக் குவளையில் ஊற்றினார். செழிப்பான சிவந்த திரவம் கோப்பையில் நிரம்பியது. பிரதான உணவு வந்தது. வெல்லிங்டன் மாட்டிறைச்சி எங்கள் மூவருக்கும். அதைக்கண்டதும் அதன் மணத்தில் எச்சிலூறியது. போருக்குப் பின் இதுபோல் நான் உணவருந்தியதில்லை. பிணைக் கோட்பாடு இதற்கு

பொருந்தும் அல்லவா? இந்தியாவின் மற்ற பகுதியில் இஸ்லாமியர் கள் வாழலாம். அதே போல் இந்துக்களும், ஆக இரு சமூகமும் தங்கள் சகோதர சகோதரிகளின் வாழ்க்கையைப் பணயம் வைக்கத் துணியாது இல்லையா? அவ்வயதானவர் என்னை நோக்கினார். அவருடைய, சிவந்த முகம் பெருத்திருந்தது. அவருடைய கண்களில் சோகம் அப்பிக் கொண்டது. இம்முறை அவர் மெதுவாக தன் ஒயினை உறிஞ்சினார். மிகுந்த வேதனையுடன் பேசத் தொடங்கி னார்.

"இல்லை." இந்தியா ஒரு நூல்கண்டைப் போன்றது. பல வருடங் களாக அது பிரிந்து வந்து கொண்டிருக்கிறது. 1909 ஆம் ஆண்டு இஸ்லாமியர்களுக்கு நாம் வாக்குரிமையைத் தந்திருக்கக் கூடாது." பெருமூச்சிட்டு தன் தாடையை கைக்குட்டையால் துடைத்துக் கொண்டார். "பாகிஸ்தானின் உருவாக்கம் சரி என்று ஒப்புக்கொண் டாகி விட்டால், அதை நிறுத்த முடியாது. நிலத்திற்கும் பதவிக்கும் பெரிய போட்டி இருக்கும். உண்மையில் அது ஏற்கனவே ஆரம் பித்து விட்டது. எல்லாவிதங்களிலும் அது வாரிசு உரிமைக்கான போர். ரத்த ஆறு ஓடுமென்பதும், மிகப் பெரும் பேரழிவைத் தரக் கூடிய படுகொலைகள் நடக்கும் என்பதும் என் யூகம். இந்தியர்களோ, பிரிட்டானியர்களோ எதுவும் செய்ய முடியாது."

உணவுக்குப் பின் இனிப்பு உண்ணும் நேரம். விக்டர் சாதாரண மாகத் தன் கரண்டியால் கிரீம் ப்ருலீயை வெட்டி சுவைத்தான். சர். வில்லியம் திடீரென்று தன் இயல்புக்கு மாறாக மௌனமாகி விட்டார். அந்த இடைவெளியை விக்டர் பேசி நிரப்பினான்.

"மௌண்ட்பேட்டனிடம் ஒரு விஷக் கிண்ணம் தரப்பட்டிருக் கிறது என எனக்குத் தோன்றுகிறது. நாம் போரில் ஜெயித்திருக்கலாம். ஆனால் கருவூலம் காலியாக இருக்கிறது. இந்தியாவைத் தக்க வைத்துக் கொள்ள போதிய பணமோ, அரசியல் விருப்பமோ இல்லை என்று நம் அனைவருக்கும் தெரியும். இந்துக்களும், சீக்கியர் களும், இஸ்லாமியர்களும் இதைப்பற்றி வாதிடும்போது அதற்கான காவலுக்கு யார் செலவு செய்வது? நிச்சயமாக அமெரிக்கர்கள் இல்லை. சர்ச்சில் சரியாகத்தான் கூறியிருக்கிறார். மௌண்ட் பேட்டனின் பணி திரும்ப ஓடிவரும் ஒரு திட்டம் தான்.

சர். வில்லியம் தன் ஆப்பிள் கிரம்பிளை கிளறிக் கொண்டி ருந்தார். தன் வெள்ளிக் கரண்டியால் மஞ்சள் நிற வட்டங்களை ஏற்படுத்திக் கொண்டிருந்தார். பின் என் கண்களை நேராக நோக்கி னார்.

"உண்மை என்னவென்றால் மௌண்ட்பேட்டன் ஒரு ஒப்புக்குச் சப்பாணிதான். பாவம் அது அவருக்குத் தெரியவில்லை."

"எப்படி?" என்றேன், ஏதோ ஒரு விஷயம் கசியப் போகிறது என்று உணர்ந்தேன்.

முகத்திலும் கழுத்திலும் நரம்புகள் துடிக்க சர். வில்லியம் மேசையின் முன்பு சாய்ந்து இரகசியமாகக் கூறலானார். அவர் கிருஷ்ணன் மேனனின் ஆள். நான் கூறியதாக யாரிடமும் சொல்லி விடாதீர்கள். சில காலமாக இந்தியன் நேஷனல் காங்கிரஸ் மௌண்ட்பேட்டன்தான் அடுத்த வைஸ்ராயாக வரவேண்டும் என இரகசியமாக வேண்டிக்கொண்டு இருக்கிறார்கள். நாற்காலியில் சாய்ந்து அமர்ந்தார். அவருடைய பெரிய தொப்பை அவரது நீல நிறச் சட்டையின் பித்தான்களை தெறிக்கச் செய்துவிடும் என்று தோன்றியது. கண்களைச் சுருக்கி அவர் கூறியதன் பொருள் எனக்குப் புரிந்துவிட்டதா என நோக்கினார். முஸ்லீம் லீக்கின் தலைவரான முகமது அலி ஜின்னாவிற்கு இது தெரிந்துபோனால், இந்துக்களுக்கும், இஸ்லாமியர்களுக்கும் இடையே, ஓர் ஒப்பந்தத்தை உருவாக்கி ஒன்று சேர்ந்த இந்தியாவைக் காப்பாற்றி, அதிகாரத்தை சிக்கலில்லாமல் மாற்றும் வேலை மௌண்ட்பேட்டனுக்கு எளிதாக இருக்கப் போவதில்லை.

மெதுவாக சர்.வில்லியம் தன் மேலங்கியின் பைக்குள் கையை விட்டு ஒரு பழுப்பு நிற உறையை வெளியே எடுத்தார். அதை மேசை மேல் வைத்து தன் கைகளால் அதை நீவி விட்டார். "சீமாட்டி வாலஸ் அவர்களே, எனக்கு ஓர் உதவி செய்ய இயலுமா?" என்றபடி என்னிடம் அவ்வுறையைக் கொடுத்தார். அது ஒரு ஓரத்தில் கனமாக இருந்தது. "சிம்லாவில் ஒரு தோழி இருக்கிறார், திருமதி ஜேன் ஓவிங்க்டன். இதை நான் தபாலில் அனுப்பலாம். ஆனால் சிரமமில்லை என்றால்? அவ்வுறையை நான் எடுத்துக் கொண்டேன். 'சந்தோஷமாக அதைச் சேர்த்துவிடுவேன்' எனக் கூறினேன். "ஃபீல்ட் மார்ஷல் ஆசின் லெக்கை காண நேரிட்டால் 'அந்த வேசிமகன்கள் உங்களை நசுக்க விட்டு விடாதீர்கள்' என்று நான் கூறியதாகச் சொல்லிவிடுங்கள்.

உணவு முடிந்ததும் சர். வில்லியம் என் மேலங்கியை அணிந்து கொள்ள எனக்கு உதவினார். வெற்றி உண்டாகட்டும் என வாழ்த்தினார். கடைசி நொடியில் என் கைகளைப் பிடித்துக் கொண்டு தன் முகத்தை என் முகத்தின் அருகே கொண்டு வந்தார். எனக்கு வெறுப்பாக இருந்தது. அவரின் மூச்சில் பூண்டு, ஒயின் மற்றும் புகையிலை மணத்தை என்னால் உணரமுடிந்தது. வேகமாக என் காதில் அவர் முணுமுணுத்தார்.

"இறுதியாக ஓர் அறிவுரை, இந்தியாவில் கைத்துப்பாக்கி வைத்திருக்கும் ஆசையைத் துறந்துவிடு. மக்கள் என்ன கூறினாலும் சரி. என்னை நம்பு, அது இல்லாமலேயே பாதுகாப்பாய் இருப்பாய்."

கடவுளே! இந்தியா தகித்தது. பாலம் விமான நிலைய தளத்தில் நின்றிருந்தபோது அந்த வெப்பம் என் மூச்சை நிறுத்தியது. அனைத்தும் வெள்ளை வெளேரென்று இருந்தது. வெளிச்சத்தினால் கண்கள் வலித்தன. வெளிச்சத்தை மறந்துவிடும் அளவிற்கா நான் இருளில் இருந்திருக்கிறேன்?

நான் வியர்த்து வாடி நிற்கையில் எட்வினா ஒரு வெள்ளரியைப் போலக் குளிர்ச்சியாகக் காட்சி அளித்தார். நாங்கள் எப்பொழுதோ தரை இறங்கி விட்டோம். பெட்டிகள் எல்லாம் இறக்கி வைத்தாயிற்று. வருங்கால வைஸ்ராயையும் அவர் மனைவியையும் அங்கு காத்துக் கொண்டிருந்த பெரிய மனிதர்கள் வரவேற்றனர். எப்பொழுதோ தனக்கு மரியாதை செய்வித்த வீரர்களை டிக்கி பார்வையிட்டு முடித்துவிட்டார். இருந்தாலும் எட்வினா தாமதப்படுத்தியபடி இருந்தார்.

விமானத்தின் படிக்கட்டிலிருந்து பத்தடி தள்ளி நின்றிருந்தார். உற்சாகமாக மின்னியபடி, தன் எடையை இடையில் தாங்கி ஓயிலாக நின்றுகொண்டு இரண்டு இந்திய சீமான்களுடன் பேச்சில் ஆழ்ந்திருந்தார். முஸ்லீம் லீக்கின் பொதுச் செயலாளர் லியாகத் அலி கானும் இடைக்கால அரசின் வைஸ் பிரசிடெண்டான ஜவஹர் லால் நேருவும். இருவரும் பிரபலமானவர்கள், செய்தித் தாள்கள் பத்திரிகை மற்றும் திரைச் செய்திகளிலிருந்து அவர்களை உடனடியாக அடையாளம் கண்டுகொண்டேன். கவர்ச்சியான, அழகான நேருதான் நாங்கள் வெளியேறிய பிறகு சுதந்திர இந்தியாவின் பிரதமராகப் போவது. ஆனால் அவர்களை எட்வினாவிற்கு அந்தரங்கமாய்த் தெரிந்ததுபோல் தோன்றியது. பல நாட்கள் பழகியவர்களைப் போல எட்வினா அவர்களைக் கண்டு முகமன் கூறினார். இப்பொழுது உற்சாகமாக, அவரின் இயல்பான பிரெஞ்ச் முறைப்படி கைகளையும் தோள்களையும் ஆட்டிக் கொண்டு உரையாடிக் கொண்டிருந்தார்.

மற்ற அனைவரும், விமான நிலையத்தைவிட்டுக் கிளம்புவதற்காகக் கார்களின் அருகில் காத்துக்கொண்டிருந்தோம். டிக்கியின்

முகம் எந்த உணர்ச்சியையும் பிரதிபலிக்கவில்லை. ஆனால் அவர் தன் சட்டையின் நுனியை ஏதோ கசங்கியிருப்பதைப் போல் சங்கடத் துடன் நீவியபடி நின்றிருந்தார். கொஞ்சம் சங்கடமாக ஆகிக்கொண் டிருந்தது. அனைவரையும் தான் காக்க வைத்துக்கொண்டிருப்பது எட்வினாவுக்குத் தெரியுமா? அப்படித் தெரிந்திருந்தாலும் அதைப் பற்றி அவர் கவலைப்பட்டதாகத் தெரியவில்லை.

கண்களைச் சுருக்கி, கண்ணின் மீது கையை அணைத்து சூரி யனைத் தடுத்தபடி பார்த்தபோது நேரு பேசிக் கொண்டிருந்தார். அவர் வேடிக்கையாக ஏதாவது கூறியிருக்க வேண்டும். ஏனென்றால் கான் வானத்தை நோக்கி தன் கண்களை உருட்டினார், பின் மூவரும் வெடித்துச் சிரித்தனர்.

ஒரு வழியாகக் காரில் ஏறியபோது நிம்மதியாக இருந்தது.

தில்லியை அடைந்தவுடன் ஜன்னல் கண்ணாடியை முடிந்த வரை மேலேற்றிவிடுங்கள் என்று பஞ்சாபின் 14 ஆவது படைக் கிளையைச் சேர்ந்த பிரிட்டிஷ் இளைஞன் எச்சரிக்கை விடுத்தான். பின் குழந்தைகளைப் படுக்கையில் இடும் கவனத்துடன் கார் கதவை மூடினான்.

நான் காரின் கதவுக்கும், கண்ணாடி அணிந்ததால் ஆந்தையைப் போல தோற்றமளித்த ரோனி பிராக்மேனுக்கும் இடையில் நசுங்கிகொண்டு அமர்ந்திருந்தேன். அவரோ பிதுங்கிக் கொண்டிருந்த ஒரு பெட்டிக்கும் எலிசபெத் வார்ட்டுக்கும் எதிரே தன்னை திணித்த படி அமர்ந்திருந்தார். நாங்கள் தரையிறங்கியதுமே, கிரீடமடங்கிய அப்பெட்டியைப் பாதுகாப்பிற்காக என் கையில் திணித்துவிட்டார். அதை மென்மையாக என் மடியில் வைத்துக் கொண்டிருந்தேன். புது தில்லியை நோக்கி கார் விரைந்தது.

நகரத்தின் வெளியே நாங்கள் சில நிமிடங்கள் நின்றோம். வைஸ்ராய் இல்லத்தை அடையும் இறுதிக் கட்டத்தில், எட்வினாவும் டிக்கியும், குதிரைகளால் இழுக்கப்பட்ட, சாரட் ஒன்றில் ஏற்றப் பட்டனர். இத்தகைய ஓர் ஆர்ப்பாட்டத்திற்கு என்ன தேவை என்று புரியவில்லை. ஏனெனில் புதிய வைஸ்ராயையும் அவர் மனைவி யையும் வரவேற்க எந்தக் கூட்டமும் இல்லை. திடீரென 1912ஆம் ஆண்டு, அன்றைய வைஸ்ராயாக இருந்த ஹார்டிங்கே பிரபுவும் அவர் மனைவியும் பழைய தில்லியின் சாந்தினி சௌக்கைக் கடக்கும் போது அவர் ஏறிச் சென்ற யானையின் மேல் யாரோ ஒரு வெடி

குண்டை வீசியது ஞாபகத்திற்கு வந்தது. வைஸ்ராய்க்குப் பலத்த காயம் ஏற்பட்டது. பாகன் இறந்து விட்டான். இப்பொழுது டிக்கியும் எட்வினாவும் ஒரு திறந்த சாரட் ஒன்றில் இருக்கிறார்கள். இல்லாத கூட்டத்தை நோக்கி பல்லைக் கடித்தவாறு சிரித்தனர். ஒருவரை ஒருவர் வெறுத்தனர். முழு பயணத்தின்போதும் அவர்கள் ஓரிரு வார்த்தைகள்கூட பேசிக்கொள்ளவில்லை.

காரின் இடைவெளி வழியாக அத்திறந்த காரையும், வைஸ் ராயின் பாதுகாவலனையும், இந்தியா நுழைவாயிலைத் தாண்டிக் காணப்பட்ட அதன் சக்கரங்களையும் கண்டேன். நுழைவாயிலை நோக்கியபடி உயர்ந்த கல் விதானமும் அதன் கீழ் சோவியத் பாணி யில், சதுரவடிவ நினைவுச்சின்னமாய் ஐந்தாம் ஜார்ஜின் உருவச் சிலையும் இருந்தன.

அங்கே பாருங்கள் வைஸ்ராய் மாளிகையின் குவிந்த கோபு ரத்தை என்று ரோனி சுட்டிக்காட்டினார். வெளுத்த நீல வானத் தில் ஒட்டப்பட்டு மிதப்பது போல் அது தோற்றமளித்தது. சர். எட் வின் லூட்டியன்ஸ் வடிவமைத்தது. அருமையாக இல்லை? லூயிஸ் பிரபு தென்கிழக்கு ஆசியாவின் படைத்தலைவராக இருந்தபோது, அவருடைய செயலாளராக ரோனி புது தில்லிக்கு வந்திருக்கிறார். ஆகையினால் எங்களுக்குச் சுற்றுலா வழிகாட்டியாக பொறுப்பை எடுத்துக்கொண்டார். புது தில்லி நகரம், 1911ஆம் ஆண்டு, லூட்டி யன்ஸ் மற்றும் ஹெர்பர்ட் பேக்கரால் உருவாக்கப்பட்டது. இது ஒரு தனித்தன்மை வாய்ந்த பாணியில் உருவாக்கப்பட்டது. மேற்கத்திய பண்டைய கலையும், இந்திய அலங்கார வடிவங்களும் சேர்ந்து உருவாக்கப்பட்டுள்ளதை நீங்கள் காணலாம். எலிசபெத்தும் நானும் தலையை ஆட்டினோம். இப்பொழுது வெடிகுண்டோ, கற்களோ அல்லது நாட்டு குண்டுகளோ வீசப்படும் அபாயம் குறைவு என்று யூகித்து, காரின் ஜன்னல் கண்ணாடியைக் கீழிறக்கினேன்.

காற்றே இல்லை. சிறு தென்றல் வீசும் சாத்தியம்கூட இல்லை. வைஸ்ராயின் மெய்க்காவலர்கள் கையில் வைத்திருந்த ஈட்டிகளில் கொடிகள் சிறிதுகூட அசையவில்லை. அவ்வீரர்கள் வெள்ளை கால் சட்டையும், கருப்புநிற காலணிகளும், சிவப்பு மேலங்கிகளும், தலைப் பாகைகளும் அணிந்து உயரமாகவும், அற்புதமாகவும் காட்சி அளித் தனர். ஒத்திசைவில் அவர்களின் குதிரைகள் நடந்தபோது அவற்றின் குளம்படிகள் ஒன்றாக ஒலித்தன.

“வடக்குப் பகுதி, தெற்குப் பகுதி” சிவப்புக் கற்களால் கட்டப் பட்ட நிர்வாக அலுவலகக் கட்டிடத்தின் இரண்டு பகுதிகளைச் சுட்டிக் காட்டிய போது, தன் சொந்த ஊருக்கு வந்தது போல் உணர்ந் திருக்க வேண்டும். அக்கட்டிடங்கள் சாலையின் இரு புறங்களிலும் அமைந்திருந்தன. இரண்டிலும் சிறிய குவிமாடங்கள் இருந்தன.

நாற்பது கோடி மக்களை ஆண்டுகொண்டிருக்கும் பிரிட்டிஷ் ராஜ்ஜி யத்தின் மையப் பகுதி இதுதான். இருட்டான ஜன்னல்களின் பின்னி ருந்து நம்மை யார் பார்த்துக்கொண்டிருக்கிறார்களோ என எண்ணி னேன். அக்கட்டிடங்களின் பிரம்மாண்டமும் அளவும் வொயிட் ஹாலை ஒரு விளையாட்டுப் பொருளைப் போல் தோன்றச் செய்தது. நிச்சயமாகப் பிரிட்டானியர்கள் இவர்களை ஆண்டனரா அல்லது இவர்களால் ஆளப்பட்டனரா?

வைஸ்ராய் இல்லத்தின் பளபளப்பான இரும்புக் கதவுகள் விரியத் திறந்திருந்தன. குதிரைகள், கார்களாலான வாகன வரிசை அவர்களின் திறந்த கூரையுடைய காரை, அது அம்மாளிகையின் முன் நிற்கும் வரை பின்தொடர்ந்தது.

ராயல் ஸ்காட் வீரர்கள் அடங்கிய மற்றொரு காவல் படையின் குழு விறைப்பாக நின்றது. சாதாரண மக்களாகிய நாங்கள் இறங்கும் போதே புகைப்படம் எடுப்பவர்கள் விரைந்து வந்தனர். அனை வரையும் புகைப்படம் எடுக்கும் ஆர்வம் அவர்களை உந்தித் தள்ளி யது.

“உங்கள் அனைவரது புகைப்படமும் நாளை செய்தித்தாள்களில் வரும் பாருங்கள்” என்றார் ரோனி பிராக்மேன்.

வெயிலுக்குக் கண்களைக் கைகளால் மறைத்துக் கொண்டு, அம்மாளிகையை நோக்கினேன். அதன் அளவைப் பார்த்தால் வீடு என்று அழைக்க முடியாது. அரண்மனை என்றுதான் அழைக்க வேண்டும். ஆனால் ஒரு அரண்மனை போல் நுட்பமாகவும், நுண்ணியதாகவும், அலங்காரங்களோடும் காணப்படவில்லை. சுவர் கள் நன்கு பூசப்பட்டு, தங்க ரேக்குகளால் அலங்கரிக்கப்படவில்லை. கண்ணுக்குத் தெரிந்து முற்பகுதியில் ஜன்னல்களே இல்லை. அதனால் முகமற்ற பார்வையில்லாத கட்டிடம் போல் தோன்றியது. கிரேக்க ரோமானிய பாணியில் கட்டப்பட்ட தூண்கள் சிங்கத்தின் பற்கள் நிலத்தைக் கடிப்பதைப் போல் அமைந்திருந்தன.

தங்கள் வாகனத்திலிருந்து எட்வினாவும் டிக்கியும் இறங்கினார் கள். ராஜகம்பீரத்துடன் படிகளில் விரிக்கப்பட்ட சிவப்புக் கம்பளத் தின் மேல் நடந்து வாயிலை அடைந்தனர். படிகளின் மேல் வெளிச் செல்லும் வைஸ்ராய், வைஸ்ரின் மற்றும் சீமாட்டி வேவலின் உருவங்கள் நெருப்புப்பெட்டியைப் போல் சிறிதாகத் தெரிந்தன.

இந்த நிகழ்வை நன்கு பார்த்துக்கொள்ளுங்கள் இப்படி ஒரு சந்திப்பு, அதாவது வெளியேறும் வைஸ்ராயும், பதவியேற்கும் வைஸ் ராயும், இந்திய மண்ணில் சந்திப்பது, இதுவரை இங்கு நடந்ததே இல்லை. “சாதாரணமாக ஒருவர் கப்பலில் வந்து சேரும்போது, மற்றொருவர் கப்பலில் கிளம்பி இருப்பார்” என்று இரு உள்ளங் கைகளைத் தேய்த்து, இரு வைஸ்ராய்களுக்கு இடையான தூரத்தை விளக்கிக் காட்டினார்.

ஆம் அரசரின் பிரதிநிதியாக இருவர் ஒரே இடத்தில் ஒரே சமயத்தில் இருக்கலாகாது. ஒருவர் மற்றொருவரை மீறிவிடும் அபாயம் இருக்கும் என்று நான் நினைத்தேன். ஆனால் என் எண்ணங்களை எனக்குள்ளேயே வைத்துக்கொண்டேன்.

எட்வினா வைஸ்ராய்க்கும் வைஸ்ரினுக்கும் வணக்கம், தெரிவித்தார். நன்கு பயிற்சி எடுக்கப்பட்ட ஒரு சிறிய அசைவு. வலது கையினால் தன் சுருண்ட முடியை ஒதுக்கி விட்டுக்கொண்டு, அவர் புன்னகைத்தபடியே அளவளாவினார். புகைப்படக்காரர்கள் அவரைக் கோழிகளைப் போல சுற்றிச் சுற்றி வந்து படமெடுத்தனர்.

அவசர அவசரமாகச் சிறிது நேரத்தில் எங்களைச் சுத்தப் படுத்திக் கொண்டு அணிவகுப்பைக் காண திரும்பி வந்தோம். கப்பற் படை வெள்ளை உடை அணிந்து வேவல் பிரபுவுடன் டிக்கி ராணுவ மரியாதையை ஏற்றுக் கொள்ள கீழே இறங்கி வந்தார். இசை ஒலிக்க ஆரம்பித்தது. அவருக்கும் எட்வினாவிற்கும் ஒரு நாற்காலி அளிக்க வேண்டும் என தோன்றவில்லை. ஒரு கொக்கை போல நீரூற்றின் முனையில் அணிவகுப்பு முடியும் வரை அமர்ந்திருந்தார்.

அனைத்தும் பழக்கப்பட்டவை போல் தோன்றின. அதே சமயம், அனைத்தும் அன்னியமாய்க் காட்சி அளித்தன. இச்சம்பவங்களின் போக்கிலேயே செல்ல நான் முடிவு செய்தேன். தேக்கு மரத்தால் கட்டப்பட்ட மஞ்சள் நிற அறை ஒன்றிற்குத் தேநீர் அருந்த அழைத்துச் செல்லப்பட்டோம். சூழல் அடர்த்தியாக இருந்தது. ஒரு கத்தியால் வெட்டிவிடலாம் போலிருந்தது. வேவல் பிரபுவின் பணியாளர்கள் இறுக்கமாக அறையின் ஒருபுறத்தில் நின்றிருந்தனர். அவர்கள் புன்னகைக்கவில்லை. அவசியமான அளவிற்கே மரியாதையுடன் இருந்தனர். புதியவர்களான எங்களுக்கு அங்கு வரவேற்பில்லை என்று புரிந்தது. இச்சூழலை மாற்றும் பொறுப்பு இரு வயதான பரிசாரகர்களிடம் சேர்ந்தது. வெள்ளைச் சீருடையும், சிவப்பு நிற தலைப்பாகையும், பொத்தான்களும் அணிந்துகொண்டிருந்த அவர்கள் தேநீரும் கேக்கும் பரிமாற ஆரம்பித்தனர். ரோனி பிராக்மேனைக் கண்டதும் அவர்களின் முகம் புன்னகையில் மலர்ந்தது. லூயிஸ் பிரபுவுடன் சென்ற முறை அவர் இங்கு வந்தது அவர்களின் நினைவில் இருந்தது.

என் முன் அடுக்கி வைக்கப்பட்டிருந்த உணவு வகைகளை வெறித்து நோக்கினேன். என்னை அறியாமல் இவை அனைத்தையும் தயாரிக்கப் பயன்படுத்தப்பட்ட ரேஷன் சர்க்கரை அளவை மனம் கணக்கிட்டது.

ஆரம்பியுங்கள்! உண்ணுங்கள் என ரோனி கூறினார். நான் சிறிய காரமல் கஸ்டர்டை எடுத்துக் கொண்டேன். தேநீர் கோப்பை, தட்டு மற்றும் கிரீடம் அடங்கிய பெட்டி இவற்றைக் கைகளில் வைத்துக்

கொள்ளச் சிரமமாக இருந்ததால் அறையின் ஓரத்தில் அமர எத்தனித்தேன். அங்கு கடுமையான பார்வையுடன் ஒரு ராணுவ அதிகாரி காணப்பட்டார். அவர் அருகில் யாரோ வந்து அமர்ந்தது பெரிய துண்டு விக்டோரியன் கேக்கைக் கரண்டியால் உண்டு கொண்டிருந்தவரை நிமிர்ந்து நோக்க வைத்தது.

இறுதியாக அவர் என்னை நோக்கி, நட்பாகப் புன்னகை புரிந்து தன்னை அறிமுகப்படுத்திக் கொண்டார். அவரை நான் செய்திக் காட்சிகளில் பார்த்திருந்ததால் உடனே கண்டு கொண்டேன். அவர் இந்தியாவின் முதன்மைப் படைத் தளபதி, அவரிடம் கூற என்னிடம் ஒரு செய்தி இருந்தது.

"லெட்டிசியா வாலஸ்" தேநீர்க் கோப்பையை அருகில் உள்ள மேசையில் வைத்து விட்டு என் கையை நீட்டினேன், பின் நினைவிற்கு வந்துவிட்டு "லைவஸ்ரினுக்கு சிறப்பு உதவியாளர்" என்றேன்.

"நல்வரவு" என்றபடி ஒரு துண்டு கேக்கை உண்டார். அவருடைய கை பெரியதாக இருந்தது. பின்னங்கையில் புசுபுசுவென்று முடி இருந்தது. குழந்தையைப் போல அவருடைய கரண்டியை இறுக்கமாகப் பற்றிக் கொண்டிருந்தார். "நான் கிளம்பி வருவதற்கு முன் சர்.வில்லியம் ஸ்டாஃப்ஸ்ஃடன் உணவருந்தினேன். எனக்குத் தைரியமிருந்தால் இச்செய்தியை உங்களிடம் கூறச் சொன்னார்" என்றபடி குனிந்து அவர் காதில் முணுமுணுத்தேன்.

அவருடைய நீல நிறக் கண்களில் ஓர் ஒளி ரேகை பட்டுத் தெறித்தது. சன்னமாக சிரித்தார்.

அவரைக் கண்டால் ஏறத்தாழ அறுபது வயதிருக்கலாம் எனத் தோன்றியது. செதுக்கியது போன்ற முக அமைப்பு. கத்தரிக்கப்பட்ட நரைத்த மீசையுடன் காணப்பட்டார். ஆனால் எதுவோ சரியில்லை. அவருள்ளே வெறுமை நிறைந்திருப்பதைப் போல் தோன்றியது. பதக்கங்களும், பொத்தான்களும் நிரம்பிய அவரது சீருடைதான் அவரை இழுத்துப் பிடித்துக்கொண்டிருப்பதைப் போல் தோன்றியது. என்னைப் பற்றியும், என் பணிக்கான என் தகுதிகளைப் பற்றியும் கேட்பார் என எதிர்பார்த்தேன். நான் கல்கத்தாவிலோ, லாகூரிலோ பிறந்தேன் என்றும், என் தந்தை இந்தப் படையிலோ அந்தப் படையிலோ இருந்தார் என்றும் நான் பெங்காலியோ, பஞ்சாபியோ பேசுவேன் என்றும் எதிர்பார்த்திருப்பார். ஆனால் அவர் எதுவும் கேட்கவில்லை. அதுதான் விஷயம். இங்கு என்னதான் செய்து கொண்டிருக்கிறேன்!

நான் எழுந்து அறையைவிட்டு வெளியேறத் தயாரானேன். சரியாக அக்கணத்தில் காப்பாற்றப்பட்டுவிட்டேன். முடியை வழித்து சீவிக் கொண்டு, ஒல்லியாக ஒரு கனவான், காணாமல் போன நண்பனைக் கண்டுவிட்டது போல் என்னை நோக்கி வந்தார்.

"ஹலோ, நீங்கள் தானே பிப்பி, ஹெர்.எக்ஸிற்கு எஸ்.ஏ. தானே"? என்னைவிட 10 வயது குறைவாக இருக்கலாம் அவருக்கு. புன்னகை யும் உற்சாகமுமாய் இருந்தார். அவர் நட்புடன் பேசுவதில் சிறிது மனதைத் தேற்றிக் கொண்டு, என் கையை நீட்டினேன். இன்னும் ஹெர்.எக்ஸிற்கு எஸ்.ஏ என்றால் என்னவென்று புரியவில்லை.

"ஆலன் காம்ப்பெல் ஜான்சன், ஹிஸ் எக்ஸ் இன் ஊடக தொடர்பாளன்." என் முகத்தில் காணப்பட்ட குழப்பம் அவருக்கு புரிந்திருக்கக் கூடும், எனவே விளக்கமாகப் பேசலானார். "வைஸ்ரின் அவர்களுக்குச் சிறப்பு உதவியாளர் என்று வைஸ்ராய் கூறினார். நல்வரவு" என்றார்.

"ஓ! அது நான்தான்" என்றேன். அவர் பேசுவது புரியத் தொடங்கியிருந்தது.

"விமானப் பயணத்தில் பிழைத்துவிட்டீர்கள் போலிருக்கிறதே?"

"ஏறக்குறைய" என்றேன் சிரித்தபடி.

இரண்டு யார்க் விமானங்கள் புதிய வைஸ்ராயின் பணியாட் களை ஏற்றியபடி லண்டனைவிட்டுப் புறப்பட்டன. முதலில் வந்த விமானத்தில்தான் காம்ப்பெல் ஜான்சன் வந்திருக்கவேண்டும். அது மௌண்ட்பேட்டன் விமானத்தைவிட அதிக இடங்களில் நின்று நின்று வந்திருக்க வேண்டும். அதனால் தான் அதிகப்படியான எரிபொருள் கொண்ட எங்கள் விமானம் அவர்கள் வந்து இறங்கிய சில மணிகளிலேயே புது தில்லிக்கு வந்து விட்டது.

"இஸ்மே பிரபுவிற்கு இடமளிக்க உங்களை எங்கள் விமானத்தி லிருந்து நீக்கிவிட்டார்கள். அவர் மௌண்ட்பேட்டனுடன் பிர யாணம் செய்ய மாட்டேன் என்று மறுத்து விட்டார் தெரியுமா?" அவர் தன் கையை வாயில் பொருத்தி, வைஸ்ராய் பணியாட்களின் தலைவரின் குரலில் பேச முயற்சித்தார். "சரியான நேரத்தில் எனக்கு உணவு உண்ண வேண்டும். படுக்கையில் படுத்து உறங்க வேண்டும். மௌண்ட்பேட்டனுடன் மட்டும் நான் பிரயாணம் செய்தால் நான் தீர்ந்து விடுவேன். அந்த மனிதனுக்கு வேகத்தைத் தவிர வேறு எதுவும் தெரியாது!"

வைஸ்ராய் இல்லத்தின் தாழ்வாரங்களில் என் உயரமில்லாத குதிகால் செருப்பு சத்தமிட்டது. நான் தொலைந்து போய்விட்டேன். என் கையில் இன்னும் அந்தக் கிரீடம் வைத்திருந்த பெட்டி இருந்தது. நான் எட்வினாவின் அறையைத் தேடிக் கொண்டிருந்தேன். முறையான வரவேற்பிற்குப் பிறகு, லூயிஸ் பிரபு, வேவல் பிரபுவுடன் படிப்பறைக்குள் சென்றார். கனமானத் தேக்குக் கதவுகள் உறுதியாக மூடப்பட்டன. எட்வினாவும் வேவல் சீமாட்டியுடன் காணாமல் போய்விட்டார். எங்கு தேடியும் தென்படவில்லை.

தொங்கு விளக்குகள், ஓவியங்கள், கண்ணாடிகள் மற்றும் வளைவுகள் நிரம்பிய வைஸ்ராய் இல்லத்து அறைகளினூடே நான் சுற்றி அலைந்தேன். ஆனால் அங்கெல்லாம் எவரும் இல்லை. ஏதோ மந்திரவாதி ஜாலம் புரிவதுபோல் இருந்தது. தன் மந்திரக் கோலை ஆட்டி இங்குள்ள அனைவரையும், காவலர்கள், பணியாளர்கள் அனைவரையும், மறைத்துவிட்டது போல் இருந்தது. அனைத்தும் அவனுக்குக் கட்டுப்பட்டு அசையாமல் நின்றன. திறந்த ஜன்னல்கள் கெஞ்சினாலும், முகலாயத் தோட்டங்களில் இருந்த நாய்க்குடை வடிவ மரங்களில் இருந்து சிறிது கூட காற்றே இல்லை. பறவைகளும் ஊமையாக இருந்தன. பெரிய குவிமாடத்தின் கீழிருந்த தர்பார் கூடத்தில்தான் ஒரே ஒரு உயிரினத்தைக் காண முடிந்தது.

காவலர்களை ஏமாற்றிவிட்டு, வீட்டுக்குள் புகுந்துவிட்ட ஒரு குரங்கு, வைஸ்ராயின் சிம்மாசனத்திற்கு நேர் எதிரே படிகளில் அமர்ந்திருந்தது. அதை விரட்ட எத்தனித்தேன். அதே சமயம் அது தன் பெரிய, புத்திசாலிக் கண்களால் என்னைக் கண்டது. சில விநாடிகள் கடந்தன. கண்களைச் சிமிட்டிவிட்டு, தன் சிவந்த பின் பாகங்களை எனக்குக் காட்டிய வண்ணம் ஒரு தூணில் ஏறி மேலே விதானத்திலிருந்து வெளியேறிவிட்டது. அங்கிருந்து தன் நட்புகளுடன் ஏதோ பேசுவது கேட்டது. பின் மீண்டும் அமைதி.

எங்கேயோ நீர் சொட்டும் ஓசை என்னை வெளியே அழைத்து வந்தது. அங்கு எட்டு சிங்கங்கள் கொண்ட நீரூற்று ஒன்றைக் கண்டேன். தன் தோளில் ஒரு தட்டை ஏந்திக் கொண்டு பணியாள்

மிதிவண்டியில் விரைந்து சென்றான். அவனுடன் நீல நிறத்தில் ஏதோ நகர்வது போலிருந்தது. அது ஒரு வளைவிலிருந்து மற்றொன் றிற்கு நகர்ந்தது. அது எட்வினாவின், பணிப்பெண்ணின் நீல நிற பருத்தி உடை என்பதைக் கண்டுகொண்டேன். விரைந்து சென்று அவளைக் கூவி அழைத்தேன் ஆனால் அவள் நிற்கவே இல்லை.

நான் இப்பொழுது வைஸ்ராயின் அந்தப்புரப் பகுதிக்குள் இருந் தேன். படிகள் ஏறி, சுற்றிச் சுற்றி வந்து ஆலிஸ் முயலைத் துரத்தியது போல் சுற்றிக்கொண்டிருந்தேன். காற்றில் மக்கிய வாடை வீசியது. பதினாறு வருடங்களுக்கு முன்புதான் கட்டப்பட்டிருந்த பிரிட்டிஷ் அரண்மனையில் சுவரில் அடித்த சாயம் உரியத் தொடங்கி இருந்தது. உரிந்த சாயம் சுருளாகவும் கீழே தரையிலும் ஜன்னல் விளிம்பிலும் உதிர்ந்து பாலாடைக் கட்டி துகள்களைப் போலவும் இருந்தது. படிக் கட்டுகளின் உச்சியில் பெருமூச்சு விட்டபடி நின்றேன். அந்தப் பணிப்பெண் எங்கேயோ காணாமல் போய்விட்டாள். ஆனால் எட்வினாவின் நாய் மிஸ்ஸென் என் காலைச் சுற்றியபடி அங்கிருந் தது.

“அவள் எங்கே? காண்பி!” என்று குனிந்து அதைத் தட்டிக் கொடுத்தேன். நாய் தன் தலையைத் தூக்கி எனக்கு பதிலளிப்பது போல் பார்த்துவிட்டு கீழ்ப்படிதலுடன் தாழ்வாரத்தின் வழியே நடந்து திறந்திருந்த ஒரு அறைக்குள் சென்றது.

அது ஒரு படுக்கையறை. எட்வினாவின் பல கவுன்களும், உடை களும் பரப்பி வைக்கப்பட்டிருந்த ஒரு கட்டிலுக்கு மேல் ஒரு மின் விசிறி அமைதியாகச் சுற்றிக் கொண்டிருந்தது. நாளை அதிகாலையில் நிகழவிருக்கும் வேவலின் புறப்படுதலுக்கும் திங்களன்று நிகழப் போகும் பதவிப் பிரமாணத்திற்குமான உடையை ஏற்கனவே பணிப் பெண் தயாராக வைத்திருந்ததுபோல் தோன்றியது.

மிஸ்ஸென் மூலையில் இருந்த மூடிய அறையின் வாயிலில் சென்று அதைக் கீறியவாறும் கத்தியவாறும் நின்றது. மிகவும் அமைதியாக இருந்தது. ஏதோ சரியில்லை. நெறிமுறைகளை நான் மறந்தேன்.

“எட்வினா? லெட்டி... பிரச்சனை ஒன்றுமில்லையே”? என என்னால் இயன்ற அளவு உரக்கக் கத்தினேன்.

ஒரு தட்டு கீழே விழுவது போன்றதொரு ஓசை கேட்டது.

“கேபேஜ்?” எட்வினாவின் குரல், கதவின் அடியிலிருந்து கேட்டது. அவர் என்னைப் பள்ளியின் செல்லப் பெயர் கொண்டு அழைத்தார். “நீ மட்டும்தானே? வேறு எவரும் இல்லையே?”

“ஆமாம் பாட்ச்!” என்று பதிலுரைத்தேன். இப்பொழுது எனக்குக் கவலையாக இருந்தது. இந்தக் குழந்தைத்தனமான பெயர் களைக் கொண்டு பல வருடங்கள் நாங்கள் ஒருவரை ஒருவர் அழைத்துக்கொண்டதில்லை. ஒரு கண தயக்கத்திற்குப் பிறகு, அந்தத் தேக்கு கதவு திறந்தது. தன் பொந்துக்குள் பாயும் முயலைப் போல் மிஸ்ஸென் பாய்ந்து உள்ளே சென்றது.

ஒரு துணி பொம்மையைப் போல எட்வினா அப்பளிங்குத் தரையில் படுத்துக் கிடந்தார். அவருடைய நீண்ட கால்கள் அவருக்கு முன் நீட்டப்பட்டு இருந்தன. அவருடைய காலுறையும், காலணி களும் அகற்றப்பட்டு அருகில் கிடந்தன. அவருடைய உடை முழங் காலுக்கு மேல் தூக்கப்பட்டிருந்தது. என் முதல் எண்ணம் அவர் வழுக்கி விழுந்திருக்க வேண்டும் என்பதுதான். ஆனால் அவர் தன் மடியில் இருந்த வெள்ளித் தட்டிலிருந்து கீழே விழுந்த பொரித்த கோழித் துண்டுகளைப் பொறுக்கிக் கொண்டிருப்பதைக் கண்டேன். இங்கு என்ன நடக்கிறது? குளியலறையில் ஒளிந்து கொண்டு நிச்சயம் பொரித்தகோழியை உண்டுகொண்டு இருக்கமாட்டார். ஆனால் அவர் கண்கள் சிவந்திருந்தன. அவருடைய ஒப்பனை கலைந்திருந்த இடத்தில் முகத்தில் கறைபடிந்து இருந்தது. அவர் அழுதுகொண்டு இருந்திருக்கிறார். “நான் கிரீடத்தைக் கொண்டு வந்துள்ளேன்” என்றேன், பெட்டியை அவரிடம் நீட்டியபடி.

அவர் தன் கண்களையும் எண்ணெய் படிந்த வாயையும் தன் புறங்கையால் துடைத்துக் கொண்டு, வலுக்கட்டாயமாக ஒரு புன்ன கையை வரவழைத்துக்கொண்டார். “உள்ளே வா கேபேஜ், வந்து கதவை மூடு.”

திடீரென பலம் எல்லாம் குன்றிப்போய், குளியலறைத் தரை யில் அவர் அருகில் அமர்ந்தேன். இருவரும் அலமாரியின் மேல் சாய்ந்து கொண்டிருந்தோம்.

“கோழி வேண்டுமா?” ஒரு கோழித் துண்டை என் பக்கம் நீட்டி னார். “நான் வேண்டாமென்று” தலையசைத்தேன். “மிஸ்ஸெனுக்கு சாப்பிட ஏதாவது வேண்டுமென்று கேட்டேன். அவர்கள் இதைத் தந்திருக்கிறார்கள். குற்றவுணர்வோடு பாதி உண்ணப்பட்ட வெள்ளித் தட்டில் இருந்த பொரித்தகோழியை நோக்கினார். “நாய்க்குத் தர இது மிகவும் உயர்ந்த உணவு. நீ என்ன நினைக்கிறாய்?”

நான் ஆமென்று தலையசைத்தேன். ஒரு முழு பொரித்த கோழியைக் கடைசியாக எப்பொழுது பார்த்தேன் என்றே நினைவில் இல்லை.

“நிச்சயமாக வேண்டாமா?” என கண்களை இடுக்கியபடி மீண்டும் கேட்டார்.

“இப்பொழுதுதான் தேநீர் அருந்தினேன்.” உண்மையில் தட்டில் கோழி பிய்ந்து துண்டங்களாய் இருப்பதையும், இரகசியமாக எட்வினா அதை உண்பதையும் எண்ணி எனக்கு வெறுப்பாய் இருந்தது. ஆனால் இந்த வெறுப்புடன் எட்வினாவின் மனக்கஷ்டம் பெருமளவு புரிபட்டது. அவர் வேவல் சீமாட்டியுடனான சந்திப்பை முடித்துவிட்டு, தன் அறைக்குள் ஓடிவந்து பூட்டிக்கொண்டிருக்க வேண்டும். எது வேண்டுமானாலும் நினைத்துக்கொள் எனும் பொருள்பட தன் தோள்களைக் குலுக்கிக் கொண்டார். பின் எலும்பிலிருந்து கவனமாகச் சதையைப் பிய்த்து மிஸ்ஸெனுக்குத் தரத் தொடங்கினார். அது மகிழ்ச்சியோடு முகர்ந்தது. விரைவிலேயே அதன் வயிறு நிரம்பிவிட்டது.

“கிரீடத்தைக் கொண்டு வந்துள்ளேன்” என செய்வதறியாது மீண்டும் கூறினேன். முன்னே குனிந்து தட்டை, குளியல் தொட்டியின் அருகில் இருந்த ஒரு பிரம்பு நாற்காலியில் வைத்தார். பின் கிரீடமிருந்த பெட்டியைக் கையில் பெற்றுக்கொண்டார். ஆனால் அதைத் திறப்பதற்கு எந்த முயற்சியும் மேற்கொள்ளவில்லை.

நீண்ட நேரம் நாங்களிருவரும் அமைதியாக, வைஸ்ராய் முத்திரையில் தலையுயர்த்தி இருக்கும் சிங்கங்களைப் போன்றே தங்கநிறக் கால்கள் பொருத்தப்பட்டிருந்த குளியல் தொட்டியை பார்த்தபடி அமர்ந்திருந்தோம். அடைப்பானைச் சுற்றி பாசி படர்ந்திருந்தது. கொசுவலையின் ஓரத்தில் ஒரு துண்டு பச்சை நிற துணி தைக்கப்பட்டிருந்தது. ஒரு பெரிய கண்ணாடியில் எங்கள் இருவரது பிம்பம் தெரிவதை என் ஓரக்கண்ணால் பார்க்க முடிந்தது. கண்ணாடியில் பார்க்க எட்வினா சுருங்கிப்போயும், மெலிந்தும். காணப்பட்டார். ஒரு காலத்தில் அவர் பேரழகியாகக் கருதப்பட்டார் என்பதுவும், அவருக்கும் என்னைப் போலவே 45 வயதுதான் என்பதையும் நம்ப இயலவில்லை.

நாங்களிருவரும், பள்ளி மாணவிகளாக இருந்தபோதே விசித்திரமான ஜோடிதான். அவருடைய தாத்தா எர்நெஸ்ட் காஸெல் ஒரு யூதர் என்பதால் அவர் பலவகையில் பள்ளியில் கிண்டலுக்கும் துன்புறுத்தலுக்கும் ஆளானார். நானும் சிறிது புஷ்டியாக இருந்ததால் கிண்டல்களுக்கு ஆளாகி இருந்திருக்கிறேன். எங்கள் “கேபேஜ்–பாட்ச்” கூட்டணி எங்களை நாங்கள் பாதுகாத்துக்கொள்ள ஏற்பட்டதுதான். ஆனால் இப்பொழுது எட்வினாவின் முகம் வெளுத்தும் மெலிந்தும் காணப்பட்டது, அவருடைய தோல் அதிகப்படியான சூரிய வெளிச்சத்தினாலும் பராமரிப்பு இன்மையாலும் சுருங்கியும், வரிகள் நிரம்பியும் காணப்பட்டது. ஆனால் என் கன்னங்களோ எப்பொழுதும்

அதில் விழும் குழிகளோடு சிறிது சதைப்பற்றுடன் காணப்பட்டதால், என் கண்களுக்கு கீழ் கருவளையங்கள் இருந்த போதிலும், வயது குறைந்தாற் போல் காணப்பட்டது. முதுகெலும்பின் மேற்பகுதி சிறிது வளைந்து, லேசாகக் கூனியபடி அவர் அமர்ந்திருந்தார். நானோ உயரமாகவும் நிமிர்ந்தும் இருந்தேன். இருப்பினும், குழப்பமான, எதையோ வேண்டி நிற்கும் குழந்தையைப் போன்றுதான் எட்வினா வின் முகம் எனக்குக் கண்ணாடியில் தெரிந்தது. தன் கண்ணீர் நிரம்பிய நீலநிற விழிகளால் என்னை இலக்கற்று நோக்கினார். திடீரென்று எங்கள் பள்ளி மாணவிகள் அவரைச் சித்திரவதைச் செய்வதற்காக இங்கு வந்துவிட்டதைப் போல் தோன்றியது. அவர் முகத்தை நகங்களால் கீறியபடியும், முடியை இழுத்தபடியும் யூத நாயே! யூத சூனியக் காரியே! எனக் கத்துவது போல் இருந்தது.

ஏதோ நினைவில் பெட்டியின் மேல் இருந்த எலாஸ்டிக் பட்டையை இரண்டு முறை இழுத்தார். பின் அதை நீக்கிவிட்டு, பெட்டியைத் திறந்தார். கிரீடத்தைக் கவனத்துடன் பார்த்துவிட்டு, அதை வெளியே எடுத்து, மிஸ்ஸென்னை அதன் கழுத்துப் பட்டியால் பிடித்துக் கொண்டு, கிரீடத்தை அதன் இரு காதுகளுக்கு இடையே பொருத்தினார் அதைப் பார்க்க மிகவும் விசித்திரமாக இருந்தது. நாங்கள் இருவரும் சிரித்தோம். அங்கீகாரத்தை உணர்ந்த மிஸ்ஸென் குறைத்துவிட்டு, வாலை ஆட்டிக்கொண்டே தன் பின்னங்கால்களில் அமர்ந்து தன்னைக் காட்சிப்படுத்திக் கொண்டான்.

"முடி சூடுவதற்கு முதல் நாள் அனைத்து அரசிகளும் வைஸ்ரின் களும் இப்படித்தான் உணர்ந்திருப்பார்களா?" எனக் கேட்டார். அவர் பதவிப் பிரமாண நிகழ்ச்சியைத்தான் மனதில் நினைத்துக் கொண்டிருக்கிறார், ஒரு விதத்தில் அது டிக்கியையும் எட்வினா வையும் அரசர் அரசியின் பிரதிநிதியாக முடிசூட்டும் நிகழ்வுதான்.

"எப்படி?" என்றேன். அவரின் உணர்வுகளை அவருக்குள்ளேயே புதைத்துக் கொள்ளும் அவரின் இயல்பு எனக்குத் தெரியும்.

"இப்படித்தான்" என்றார் பாதி உண்ணப்பட்டக் கோழியையும், கலைந்து போன துணி பொம்மை போன்று கண்ணாடியில் காட்சி யளிக்கும் தன்னையும் சுட்டியவாறு.

"நல்லவர்கள், தாங்கள் உண்ணும் உப்பிற்குத் தகுதியானவர்கள் எப்பொழுதும் இப்படித்தான் கட்டாயம் உணர்வார்கள்."

"உண்மை என்னவென்றால், இதில் எதிலும் எனக்கு நம்பிக்கை இல்லை கேபேஜ். ஆனால் டிக்கிக்கு இதில் அதிக விருப்பம். உடை உடுத்துவது, ஆடம்பரம் மற்றும் இச் சடங்குகள், சிறந்த பிரிட்டிஷ் ராஜ்ஜியத்தின் புகழ்மிக்க கடைசி நாட்கள். என்னவொரு பிதற்றல்? சிறிது நிமிர்ந்து அமர்ந்து, ஒரு ராணுவ அதிகாரி குதிரை ஓட்டுவது

போல் நடித்துக் காட்டினார். "திங்களன்று நான் நல்ல உடைகளை அணிந்து கொள்ள வேண்டும், இவர்கள் அனைவருக்கும் முன்பு அங்கு செல்ல வேண்டும், அரியணையில் அமர்ந்து, நான் வெறுக்கும் அனைத்திற்கும் பிரதிநிதியாகத் திகழ வேண்டும்."

உலகிலேயே பணக்காரப் பெண்மணிகளில் ஒருவரான எட்வினா மௌண்ட்பேட்டன், தன்னை ஒரு சமதர்மவாதி எனக் கூறிக் கொள்வதாலும் ஆசிய மக்களின் தேவைகளுக்காகப் போராடுவதாலும், மக்களால் கேலிக்கு உள்ளாகி இருக்கிறார். என் பின்னணியைக் கருத்தில் கொண்டால்கூட என் சமதர்ம கொள்கை விசித்திரம் போல்தான் தோன்றும். நான் எட்வினா போன்று உயர்தர வாழ்க்கை வாழ்ந்திருக்கவில்லை. அந்த எண்ணமே என்னை நடுங்க வைத்தது. இருந்தாலும் எங்கள் இருவரிடமும் அடக்க முடியாத, விளக்க இயலாத தன்மைகள் இருந்தன. அதனால்தான், அவருடைய கட்டுக்கடங்காத நடவடிக்கைகள் நிறைந்த வருடங்களில்கூட அவருக்கான மன்னிப்பு என் மனதில் இருந்தது.

"என்னால் முடியாது!" அவருடைய கண்கள் இடதும் வலதுமாய் அமைதியற்று அலைபாய்ந்தன.

கருணையைக் காட்ட தயவற்று இருக்க வேண்டிய என் தருணம் இது.

"முடியும். உங்களால் முடியும். ஏனென்றால் இதை நீங்கள் செய்தே தீரவேண்டும், ஏனென்றால் டிக்கி உங்களை நம்பி இருக்கிறார், ஏனென்றால் உங்களுக்கு வேறு வழி இல்லை." அக்கணத்தில் இப்பெண்மணியின் மேல் இருக்கும் பொறுப்பின் சுமையை உணர்ந்துகொண்டேன். என்னுடைய பங்களிப்பு இங்கு என்ன என்பது எனக்குத் தெளிவாகப் புரிந்தது. அவருக்கு நான் ஆதரவாக இருக்க வேண்டும். இருந்தாலும் அவர், அவருக்காகப் பயப்படவில்லை, துப்பாக்கி குண்டுக்கோ வெடிகுண்டுக்கோ பயப்படவில்லை. உலகம் அவரிடம் என்ன எதிர்பார்த்ததோ, அவரே தன்னிடம் என்ன எதிர்பார்த்தாரோ அதற்காகத்தான் அவர் அஞ்சினார். ஒரு வைஸ்ரினாக தான் தோல்வி அடைந்து விடுவோமோ என்று அஞ்சினார். தோற்று மட்டும் போய்விட்டால்... ஆம் எப்பொழுதுமே நலிந்த, கவர்ச்சியான மகாராணிதான் ஒரு சாம்ராஜ்ஜியம் கெடுவதற்கும், கவிழ்வதற்கும் காரணம் எனக் குற்றம் சாட்டப்படுவதுண்டு.

"சிகரெட் வேண்டுமா?" என்றார் தன் அருகில் இருந்த ஒரு பால் மால் சிகரெட் பெட்டியையும், லைட்டரையும் கையில் எடுத்தவாறு. நான் சரி எனத் தலையை ஆட்டினேன். நாங்களிவருமே புகைபிடிப்பவர்கள் இல்லை, ஆனால் சில சமயம் பற்றவைத்துக் கொள்வோம். முக்கியமாகத் தாக்குதல்களின்போது ஏற்படக்கூடிய

மன அழுத்தங்களில். நான் எழுந்து குளியல் அறையில் சிறு ஜன்னலை புகை வெளியே செல்வதற்காகத் திறந்து வைத்தேன். ஒருவருக்கொருவர் பகிர்வதும், கைகள் தொட்டுக் கொள்வதும், நெருப்பின் மினுமினுப்பும், புகைக்கும் சடங்கும்தான் முக்கியம் வாய்ந்தவை.

“நிலைமை சரியில்லை தெரியுமா?” இந்தியாவின் வரைபடம் எங்கள் முன் வைக்கப்பட்டிருப்பது போல் கைகளை ஆட்டிப் பேசினார். “அனைவரும் பயந்து நடுங்கிக் கொண்டிருக்கின்றனர், வேவல் பிரபு, ஆளுநர், படைத்தலைவர் அனைவரும். அவர்கள் மிகப்பெரிய உள்நாட்டுப் போரை எதிர்பார்க்கிறார்கள். அரசாங்க, ராணுவக் குடியிருப்புகளில் அவசர காலத்திற்கான ஏற்பாடுகள் செய்யப்பட்டுவிட்டன. மிகவும் மோசமான சூழலுக்கு அவர்கள் தயாராகிக் கொண்டு இருக்கிறார்கள். வேவல் பிரபு, டிக்கிக்கு ஒப்படைக்கப் போவதெல்லாம் பைத்தியக்காரத்தனமான நடவடிக்கையைத்தான். மாநிலம் மாநிலமாக பிரிட்டிஷ் மக்கள் வெளியேறுவதுதான் அந்நடவடிக்கை. அருமை யூஜீன் வேவல் வங்கத்துப் பஞ்சத்திற்கு உதவுவது நல்ல எண்ணத்தில்தான். ஆனால். உண்மையில் அவர் மரி அந்துவானெத் போல வெர்ஸேய்ல்ஸ்சில் அமர்ந்து கேக் உண்டு கொண்டு இருக்கிறார். சிகரெட்டை உள்ளிழுத்து, புகையை உள்ளிழுக்காது வாய் வழியே அப்புகையை வெளியே ஊதினார். திடீரென்று நிமிர்ந்து அமர்ந்து கொண்டார். தன் தோள்களைச் சிலிர்த்துக் கொண்டு, “கேபேஜ், வைஸ்ராய் இல்லத்திலிருந்து வெளியேறி தெருக்களில் செல்லவேண்டும். காங்கிரஸ், முஸ்லீம் லீக் பெண்களை நாம் சந்திக்க வேண்டும். நம் கதவுகளைத் திறந்து வைத்து அவர்களை தேநீர் விருந்துக்கு அழைக்க வேண்டும். இல்லையென்றால் அவர்கள் அனைவரும் வாருகோலுடன் நம் அரண்மனையைத் தகர்க்கும் நாள் வந்துவிடும். நம் தலைகளை அந்தக் கம்பிகளில் சொருகி விடுவார்கள்.” முகத்தைச் சுளித்துக் கொண்டு, இடுப்பைப் பிடித்துக் கொண்டே அவர் எழுந்து மிகவும் கலைந்து போன அவருடைய முடியை நீவிக்கொண்டார். நீர்த்தொட்டியின் அருகே சென்று மாத்திரை டப்பாவிலிருந்து ஒரு மாத்திரையை எடுத்தார், கண்ணாடியைப் பார்த்து தன் உதடுகளை இறுக்கிக் கொண்டே நீரருந்தாமல் அம் மாத்திரையை விழுங்கினார்.

கடவுளே! எத்தனை கேவலமாக இருக்கிறேன்! சோப்புப் பெட்டியிலிருந்து சோப்பை வெளியே எடுத்துவிட்டு, சிகரெட் துண்டை அந்தப் பெட்டியில் அணைத்தார். பழக்கமில்லாத நிக்கோட்டினின் பாதிப்பு போலிருக்கிறது. என் தலையில் ஏதோ அரை குறை உருவங்கள் வேகமாக ஓடின. பிரெஞ்சு ஓவியர் தெலாக்ராக்ஸின் திறந்த மார்பகங்களுடன் இருக்கும் லிபர்ட்டி, சிவப்பு

வெள்ளை நீல வண்ணங்கள் உள்ள மூவர்ணக் கொடியை ஒரு கையி லும், கத்திமுனை பொருந்திய மஸ்கட் துப்பாக்கியை மற்றொரு கையிலும் ஏந்திக்கொண்டு, நெருப்பிலும், புகையிலும் வீழ்ந்தவர்களின் உடல்களின் ஊடாகப் போராளிகளை அழைத்துச் சென்றுகொண்டி ருந்தது. கற்சுவரில் இரத்தம் தோய்ந்த நூற்றுக்கணக்கான கை கால் களின் அச்சு குகை ஓவியங்களைப்போல் காணப்பட்டன. ஆனால் சுற்றிலும் பார்த்தபோது எனக்குத் தெரிந்தது அந்த அச்சுகளை ஏற்படுத்திய, ஆங்கிலேயக் குழந்தைகளின் துண்டிக்கப்பட்ட, வெளுத்த கைகளும், பாதங்களும்தான். 1857ஆம் ஆண்டு பிபிகரில் நடந்த இந்திய கலகத்தில் ஆங்கிலேயப் பெண்களும் குழந்தைகளும் கொல்லப்பட்டு அவர்களின் உடல்கள் கிணற்றில் எறியப்பட்டதை நினைத்துக்கொண்டேன். அதற்கு எதிர்வினையாக இந்திய கிராமங் கள் எரிக்கப்பட்டன. தில்லியில் வாழ்ந்த மக்கள் வீட்டிலிருந்து வெளியே இழுத்துவரப்பட்டு, வெட்டிக் கொல்லப்பட்டனர். மரத்தி லிருந்து தொங்கவிடப்பட்டிருந்த அவர்களின் பழுப்பு நிற உடல் களின் புகைப்படம் எனக்கு நினைவிலிருந்தது. சிலுவையில் அறைந்த பிறகு அதைச் சுற்றி மக்கள் நின்றதுபோல், இதிலும் நின்றிருந்தனர். எட்வினா சோப்புப் பெட்டியை என்னிடம் கொடுத்தார். என் சிகரெட்டையும் அவருடைய சிகரெட்டுக்கு அருகிலேயே அணைத் தேன். பீரங்கி வாய்முனையில் சிப்பாய்கள் கட்டப்பட்டு வரிசை யாகக் கிளம்பும் ஒரு கருப்பு வெள்ளைப் படம் ஒன்று என் கற்பனை யில் உதித்தது. என்ன விசித்திரம் என்றால் அத்தகைய ஒரு படத்தை நான் பார்த்ததாக எனக்கு நினைவே இல்லை!

“இதைப் பாருங்கள்” என்றபடி டான் செய்தித்தாளை, காலை உணவு அருந்திக்கொண்டிருந்த என்முன் வைத்தார் ஆலன் காம்பெல் ஜான்சன், நேற்றைய தவறு!

என் ரொட்டியைக் கீழே வைத்துவிட்டு, வைஸ்ராய் வீட்டிற்கு வெளியே நாங்கள் இரண்டு நாட்கள் முன்பு காரில் இருந்து இறங்கிய போது, ரோனி பிராக்மேனையும், எலிசபெத் வார்ட்டையும் எடுத்த புகைப்படம் ஒன்றைப் பார்த்தேன்.

“மௌண்ட்பேட்டன் பிரபுவும் அவர் மனைவியும் வருகை” என்ற தலைப்பை வாசித்தேன்.

“நான் என்ன கூறினேன்?” ரோனி பிராக்மேன் மேசையின் அடுத்த முனையிலிருந்து கூறினார். “நீங்கள் செய்தித் தாள்களில் வருவீர்கள் என்றேன் இல்லையா?”

“ஆனால் அவர்கள் என் படத்தை வெட்டிவிட்டார்கள்” என்று என் எதிர்ப்பை மென்மையாகப் பதிவுசெய்தேன். அப்படத்திலிருந்து என்னை வெட்டி எடுத்து விட்டது எனக்கு ஒன்றும் ஆச்சரியத்தைத் தரவில்லை. புகைப்படங்களில் நான் பொருந்தி இருக்கமாட்டேன், ஏனென்றால் ஆண்களை விடவும் உயரமாக இருப்பேன். ஆனால் சிரித்து மகிழ ஏதோ ஒன்று இருப்பது நல்லதுதான். இந்தியாவிற்கு வந்து இருபத்திநான்கு மணிநேரம்தான் ஆகியிருக்கும். ஆனால் பிரிட்டானிய அரசு மண்டியிட்டுக் கிடப்பது தெளிவாகி விட்டது. நேற்று புது தில்லியில் இஸ்லாமியர்களுக்கும் சீக்கியர்களுக்கும் இடையே கலவரம் மூண்டது. உண்மை எதுவாக இருந்தாலும், பத்திரிகைகள் கூறியது என்னவென்றால், பாகிஸ்தானுக்கு ஆதரவாக இஸ்லாமியர்கள் மசூதியில் ஒரு கூட்டம் நடத்திக் கொண்டிருந்த போது, அங்கு லாரிகளிலும், ஜீப்களிலும் கூட்டமாய் வந்து இறங்கி, வாட்களைச் சுழற்றிய சீக்கியர்களின் செயல்தான் கலவரத்தைத் தூண்டக் காரணமாக இருந்தது என்பதே! இதன் விளைவு என்ன வென்றால் மாவட்ட நீதிபதி மாலை 6 மணியிலிருந்து காலை 7 மணி வரை ஊரடங்கு உத்தரவு போட்டதுதான். மேலும் 15 நாட்களுக்கு 5 நபர்களுக்கு மேல் எந்தவொரு காரணத்திற்காகவும்

குழுமக்கூடாது என்று ஊரடங்கு உத்தரவு பிறப்பித்தார். அதேபோல் நாளிதழ்கள், வர்ணனைகள், புகைப்படங்கள், மற்றும் கேலிச் சித்திரங்கள் அனைத்தும் ஒரு வாரத்திற்கு அதிகாரபூர்வமாகத் தணிக்கைக்கு உட்படுத்தப்படும் என்றும் கூறினார்.

இந்தப் பின்னணியில் நாங்கள் சுறுசுறுப்பாகக் காலையில் எழுந்து எங்களின் சிறந்த உடைகளை அணிந்து கொண்டு பளிச் சென்று இருந்தோம். காலை 10 மணிக்கு நடக்கப் போகும் வைஸ்ராயின் பதவிப் பிரமாணத்தைப் பற்றிய பதட்டத்தையும், பரபரப்பான ஏற்பாடுகளையும் எங்களுடைய உற்சாக மனப்பான்மை மறைத்தது. அது ஒரு முறைசார்ந்த நிகழ்வு. மேலும் நாங்கள் வருவதற்கு முன்பே, வாவெல் பிரபுவின் அந்தரங்கச் செயலாளராக இருந்த, மௌண்ட்பேட்டன் பிரபுவிடம் அதே பணியில் தொடரப்போகும் ஜார்ஜ் ஏபெல்லின் மேற்பார்வையில், நிகழ்வுக்கான ஆயத்தங்கள் அனைத்தும் செய்து முடிக்கப்பட்டு விட்டன. நேற்று விருந்தினர்கள் பட்டியலைப் பற்றிய சில கேள்விகளோடு அவரைச் சந்திக்க எட்வினா என்னை அனுப்பினார். விருந்தாளிகளை அமர்த்தும் திட்டத்தில் கடைசி நிமிடங்களில் பல மாறுதல்களைச் செய்ய வேண்டி இருந்தது.

வைஸ்ராய் இல்லத்தின் முதல் பாடம் "வாழ்ந்தாலும் இறந்தாலும் விதிமுறைப்படிதான்" என பட்டியலைப் பார்வையிட்டு, நாற்காலிகளைத் தர்பார் ஹாலில் மாற்றி அமைக்கும் போது ஏபெல் என்னிடம் கூறினார். "பாட்டியாலாவை போபாலுக்கு அருகில் அமர விடாவிட்டால்... (அவர் குறிப்பிட்டது மஹாராஜாவையும், நவாப்பையும்) அதிகாலைக்குள் துப்பாக்கிச் சண்டைக்கு நான் உறுதி அளிப்பேன்" என்றார். அவர் கையில் நிறுத்தக் கூடிய கடிகாரம் ஒன்றிருந்தது. கூடத்தினூடேயும், கம்பளம் விரிக்கப்பட்டிருந்த படிகளிலும், சிம்மாசனம் வரை வைஸ்ராயைப்போல் ராஜநடை நடக்கச் செய்தார். பின் நான் பதவிப் பிரமாணத்தை வாசித்தேன். அதற்கான நேரத்தை கையில் இருந்த கடிகாரத்தால் கணக்கிட்டார். அதைக் கிரிக்கெட் பந்து போல தன் கால்சட்டையில் அவ்வப்போது தேய்த்துக் கொண்டார். "மொத்த நிகழ்வும் சரியாக 15 நிமிடங்களில் நடந்து முடிக்க வேண்டும். இல்லையென்றால் என் தலையை வெட்டிவிடுவார்கள்" என அமைதியாகத் தோளைக் குலுக்கிக் கொண்டே கூறினார்.

இந்தத் தயாரிப்புகளுக்குப் பின், தர்பார் கூடத்தில் பதவிப் பிரமாணத்திற்காக வரும் விருந்தாளிகளை எண்ணியபடி ஒரு தூணுக்குப் பின் நின்று கொண்டிருந்தேன். விலையுயர்ந்த கற்கள்

பதித்த தலைப்பாகைகளும், உயர்ந்த காலணிகளும் அணிந்து சில இளவரசர்களும், மேற்கத்தியப் பாணியில் உடையணிந்த சில இளவரசர்களும் படிகளில் இறங்கிக் கூடத்திற்கு வந்தனர். பளபளப்பு ஏற்றப்பட்ட தோலாலான துப்பாக்கி வார்ப்பட்டைகளை அணிந்து இறுமாப்புடன் இருந்த பிரிட்டிஷ் தளபதிகளும், தமக்குரிய அங்கிகளும், "விக்"குகளும் அணிந்த நீதிபதிகளும் காணப்பட்டனர். பளப்பளப்பான கைப்பைகளை சுமந்த, வெள்ளை நிறக் கையுறைகளை அணிந்து தங்களது முழங்கைகளைப் பற்றிய மனைவியைத் தங்களுடன் நடத்தி அழைத்து வந்தனர். பிரகாசமாக சேலை அணிந்த இரண்டு மகாராணிகளும், கருப்பு நிறத் தொப்பிகள் அணிந்த முஸ்லீம் லீக் உறுப்பினர்களும், தங்கள் வீடுகளில் தயாரித்த வெள்ளை நிற காதி உடையணிந்த, இந்தியத் தேசியக் காங்கிரஸின் உறுப்பினர்களான ஆண்களும் பெண்களும் காணப்பட்டனர். சூழ்நிலை ஒரு தேவாலயத்தின் பூஜையின்போது காணப்படுவது போல ஆர்வத்துடனும் அமைதியுடனும் காணப்பட்டது. இருப்பினும் இந்நிகழ்ச்சி வழங்கக்கூடிய எந்தவொரு வாய்ப்புக்கும் தயாராக ஆண்கள் காணப்பட்டனர்.

அங்கு விழுந்த சூரியக் கதிர்களில் அவர்களின் கண்கள், கூர்வாள் முனை போல் பளபளத்தன. கைகளைக் குலுக்கியபடியும், அங்கும் இங்கும் காதுகளில் ஏதோ செய்தியை முணுமுணுத்தபடியும், நகர்ந்து வழிவிட்டபடியும், அருகில் இருப்பவரின் கண்களை நேருக்கு நேர் பார்ப்பதைத் தவிர்த்தபடியும் இருந்தனர். அதிமுக்கிய பாத்திரம் ஏற்றவரைத் தவிர நாடகத்தில் அனைத்து முக்கிய கதாபாத்திரங்களும் அங்கிருந்தனர். வின்ஸ்டன் சர்ச்சிலால் ஒருமுறை 'கலகக்காரர், அரை நிர்வாணப் பக்கிரி' என்றழைக்கப்பட்டவர் மட்டும் அங்கு இல்லை. மகாத்மா காந்தி அழைக்கப்பட்டிருந்தார். ஆனால், கிராமப்புறத்தில் இனக் கலவரம் வராமல் தணிப்பதற்காக, விவசாயிகளுடன் அவர் இருந்ததால் அவரால் வர இயலவில்லை. முஸ்லீம் லீக், இந்தியத் தேசியக் காங்கிரஸ் மற்றும் அரசப் பிரதிநிதிகள் போன்ற பல்வேறு தரப்பட்டவர்களை என் முன் காணும்போது இன்று வரை அதிகாரத்தைக் கைமாற்ற முடியாமல் இருப்பதன் காரணம் எனக்குப் புரிந்தது. இவ்வறையில் நடைபெறும் உரையாடல்களைப் போல, இந்தியா எவ்வாறு இருந்தது எவ்வாறு இருக்க வேண்டும் என்பதில் பல்வேறு தரப்பட்ட பார்வைகள் நிச்சயமாக இருக்க வேண்டும். பாகிஸ்தான் வேண்டுமென்று இஸ்லாமியர்கள் போராடிக்கொண்டிருந்தனர், பல இளவரசர்கள் வெள்ளையர்கள் வெளியேறும்போது தனி நாடாகவே இயங்க வேண்டும் என விரும்பினர். காங்கிரஸின் தலைவரான நேருவோ, பலமான மைய அதிகாரத்தின் கீழ் இந்தியா இணைந்து இயங்க வேண்டும் என விரும்பினார். அவர்கள் அனைவரும் இப்பொழுது ஒரே கூரையின் கீழ் இருப்பதை நம்பவே

இயலவில்லை, அதிலும் முக்கியமாக, இந்திய விடுதலைக்கான போராட்டத்தில் பல காங்கிரஸ் உறுப்பினர்கள் ஆங்கிலேயரது சிறையில் பல வருடங்கள் கழித்திருக்கின்றனர். அரசியல், வகுப்பு, மதம் போன்ற பின்னணிகள் வேறுபட்டிருப்பினும், அவர்கள் இங்கு ஒன்று கலந்து இருப்பதைக் காண்கையில், ஒவ்வொருவரும், அவரவர் நிலைப்பாட்டில், தகுதியில், தலைமைப் பண்பில் கொண்டிருந்த உறுதிப்பாட்டை என்னால் உணர முடிந்தது. ஒருவழியாக அனை வரும் அமரத் தொடங்கினர். விளக்குகளால் ஒளியேற்றப்பட்ட பிரம் மாண்ட சிவப்பு நிறப் பந்தலின் கீழ், காலியாகக் காணப்பட்ட சிவப்பும் தங்க நிறமுமாய் ஜொலித்த சிம்மாசனத்தின் எதிரே அமர்ந்தனர். ஒரு கணம் அச்சிம்மாசனத்தின் முன் அந்த ஒல்லியான குரங்கு அமர்ந்திருப்பதைப் போல் கற்பனை செய்து பார்த்தேன். மேடையில் நாயனம் வாசிக்கும் ஒருவர் தன் கன்னங்களை உப்ப விட்டுக் கொண்டு, தன் வாத்தியத்தில் கட்டப்பட்டிருந்த மணி யொன்றை தன் சட்டையின் கைப்பகுதியில் தேய்த்துப் பளபளப் பாக்கினார்.

என் கைக் கடிகாரத்தில் மணி பார்த்தேன், 9.45 ஆகியிருந்தது. ஆட்டுமந்தை ஒன்றை மந்தை நாய் ஒன்று ஒருங்கிணைப்பதைப் போல், பத்திரிகையாளர்களை ஆலன் காம்பெல் ஒருங்கிணைத்துக் கொண்டிருந்தார். ஏறக்குறைய அனைவரும் வந்துவிட்டனர் எனக் கணக்கிட்டேன். இருந்தும் இளவரசர்கள் வரிசையில் இரண்டு நாற் காலிகள் காலியாகக் காணப்பட்டன.

ஜார்ஜ் ஏபெல் "பிப்பி" என்றபடி என் தோளைத் தட்டினார். அவர் புருவங்கள் நெரிந்தபடி இருந்தன, வியர்த்து வழிந்தார். லூயிஸ் பிரபு என்னை அழைக்கும் பெயரை எத்தனை விரைவில் அவர் இயல்பாக்கிக் கொண்டார். ஆனால் என் வாழ்வில் முதல் முறையாக அதைக் கிண்டலாகக் கருதாமல் ஒரு பாராட்டாகக் கருதினேன்.

"பிக்கானிர் மற்றும் போபால்" என்று தன் முகவாயால், காலியாக இருந்த இரண்டு நாற்காலிகளைச் சுட்டிக் கூறினார். "அவர்களைக் கண்டுபிடிக்க முடியுமா? தேடிப் பாருங்களேன். இளவரசர்கள் இருவரும் லூயிஸ் பிரபுவின் நெருங்கிய நண்பர்கள். வேல்ஸ் இளவர சருடன் லூயிஸ் இங்கிருக்கும் போது, அவர்களுடன் போலோ விளையாடி இருக்கிறார். அவர்கள் வரவில்லை என்றால் நன்றாக இருக்காது."

நான் 'சரி' எனத் தலையாட்டினேன் "ஆனால் அவர்களை நான் எவ்வாறு அடையாளம் காண்பது?"

அவர் தன் புருவங்களைத் துடைத்துக் கொண்டு சுருக்கமாகப் புன்னகைத்தார். கற்பனையாக மீசையை முறுக்கி விட்டபடியே, தன்

தலைக்கு மேல் ஏதோ இருப்பதைப் போல் ஒரு செய்கை செய்தார். தலைப்பாகையில் சொருகப்பட்ட ஒரு சிறகாக இருக்கலாம் என நான் கற்பிதம் செய்து கொண்டேன். "அவர்களைப் பார்த்தால் உங்களுக்குத் தெரிந்துவிடும். நான் நூலகத்திற்குத் திரும்பிச் செல்கி றேன். நீங்கள் மற்ற அறைகளில் தேட முடியுமென்றால்..."

நான் முதலில் வீட்டு வாசலுக்குச் சென்றேன். கைகளால் வெளிச்சத்தைத் தடுத்தபடி ஜெய்ப்பூர் தூண்களின் அருகிலும், ராஜ பாதையிலும் தேடினேன். விழா முடிந்ததும் விருந்தினர்களை ஏற்றிக்கொள்ள வாகன ஓட்டிகள் தங்கள் வாகனத்தை வரிசையாக கொண்டு நிறுத்த ஆரம்பித்திருந்தனர். காணாமல் போன இளவரசர்கள் பற்றிய ஒரு தடயமும் இல்லை.

படிகளில் வேகமாக இறங்கி தர்பார் கூடத்தின் வழியே உணவுக் கூடத்திற்குச் சென்றேன். மணி 9.52. காற்று வருவதற்காக அனைத்து கதவுகளும் திறந்தே இருந்தன. கூரை உயர ஜன்னல்கள் பாளம் பாளமாக வெளிச்சத்தை உட் புகுத்தியதால் அறையெங்கும் இருளும் வெளிச்சமும் கட்டம் கட்டமாய்க் காட்சி அளித்தன. ஒரு குழந்தை கம்பிகளைத் தடவி விளையாடுவதைப் போல், நாற்காலிகளைத் தொட்ட படியே நீண்ட உணவு மேசையின் அருகே நடந்தேன்.

கூடத்தின் கோடியில் தொங்கவிடப்படிருந்த யூனியன் ஜாக் கொடியின் அருகே இருந்த கதவைத் திறந்து அவர் நடந்து வந்தார். ஒரு ஒளி பிம்பத்தில் அவர் காணப்பட்டார். ஆச்சரியத்தில் கண்கள் விரிய என்னைக் காண்பதற்காக நடையின் வேகத்தைச் சிறிதே குறைத்தார், மீண்டும் என்னை நோக்கினார். எங்கேயோ நீண்ட காலத்திற்கு முன் என்னைப் பார்த்திருப்பது போலவும், மீண்டும் என்னைக் கண்டதில் பெருமகிழ்ச்சி அடைந்தது போன்றதொரு பாவனையில் சன்னமாகப் புன்னகை செய்தார். நிழலான ஒரு கட்டத்தைத் தாண்டி என்னை நோக்கி விரைந்து வந்தார்.

முழங்காலை விறைத்து வைத்தபடி வலது கால் முன்னே நீள நடந்து வந்தார். ஆறடி உயரத்திற்கு மேல் உள்ள நல்ல ஆகிருதியுடன் காணப்பட்டார். ஒரு இந்தியரான போதும் நன்கு வெட்டி தைக்கப் பட்ட மேலங்கியும் கழுத்துப் பட்டையும் அணிந்து காணப்பட்டார். அந்த உடை அவரை மேலும் பரந்த தோள்களை உடையவரைப் போல் காட்டியது. கூடத்தில் வேறு எவரும் இல்லை. என் மேல் வைத்த பார்வையை அவர் அகற்றவே இல்லை. இப்பொழுது அவர் ஒளியால் ஏற்பட்ட கட்டம் ஒன்றில் இருந்தார். அவருடன் ஒரு

மெல்லியத் தென்றலும் சேர்ந்து வந்தது. அது என் புதிய பருத்தி உடையின் ஓரத்தை இழுத்தது, என் உடையின் கழுத்துப் பகுதியிலும், கையிலும் தைக்கப்பட்டிருந்த அலங்கார இழைப் பின்னலை அசைத் தது. இங்கிலாந்து குளிரிலிருந்து பாதுகாத்துக் கொள்ள பல மாதங்கள் அழுத்தமான கம்பளி பாவாடைகளையும், சட்டைகளை யும், மேலங்கிகளையும் அணிந்திருந்த நான், இப்பொழுது இந்தக் கோடை உடையில் திடீரென்று தன்னுணர்வு பெறலானேன். என் மார்பகங்களுக்கு இடையே உள்ள சிறு வேர்வைத் துளிகளையும், என் பட்டு காலுறையைச் சுற்றியும், தொடைகளிலும் சிலீரிட்டக் காற்றை உணரலானேன். அவர் நிழல், பின் வெளிச்சம் என்று முன்னேறிக் கொண்டிருந்தார். என் உடல் நடுங்கியது. என் உடலில் உள்ள அனைத்து முடிகளும் சிலிர்த்தன. இருந்தும் குளிரவில்லை. என் கையில் ஒரு கைப்பை இருந்தால் நன்றாக இருந்திருக்கும் எனத் தோன்றியது, பற்றிக் கொள்ள அதுவாவது இருந்திருக்கும்.

இப்பொழுது நாங்கள் சந்திக்கப் போகிறோம். அது ஒரு நிழலானக் கட்டத்தின் மேல் நிகழலாம் அல்லது ஒரு வெளிச்ச கட்டத்தின் மீதுகூட நிகழலாம். ஆனால் அதைத் தவிர்க்க வழியே இல்லை. உணவு மேசையின் நீளத்தின் பாதியில் அது நடக்கலாம், நான் நிற்குமிடத்திலிருந்து ஏறக்குறைய பாதி தொலைவில் நிகழலாம். என் மனம் கணக்கிட்டது. அவருடைய ஒவ்வொரு எட்டும் என்னு டையதைவிட நீளமாகவும் விரைவாகவும் இருந்தது. அவர் நவாப்பா அல்லது மஹாராஜாவா? எப்படிக் கூறமுடியும்? நகையும் சிறகும் அணியாத மஹாராஜாவாகத்தான் இருக்க வேண்டும். அவர் ஏறக் குறைய என் அருகில் வந்து விட்டார். அவருக்கு முன் நான் முதலில் நின்றுவிட்டேன். என்ன செய்வது என்ற முடிவை எடுத்துவிட்டேன். ஒரு நிமிடம் அவர் நிற்கப் போவதில்லையோ என நினைத்தேன். அவர் நடையின் வேகம் என்னைத் தாண்டி அழைத்துச் சென்று விடுமோ என எண்ணினேன். அப்பொழுது என் எண்ணங்கள் அனைத்தும் வீணாகிவிடும். மூச்சைப் பிடித்துக் கொண்டிருந்தேன். இன்னும் அவர் நிழல், வெளிச்சம் என முன்னேறிக் கொண்டி ருந்தார். என் குதிகால்களால் சிறிது பின்னோக்கிச் சென்றேன். நாங்கள் இப்பொழுது ஒரு வெளிச்சக் கட்டத்தின் மேல் இருந்தோம்.

"மன்னிக்கவும்" என் குரலைத் திடப்படுத்திக் கொண்டேன். நான் நினைத்ததைவிட அதிகப் பலத்துடனும், நம்பிக்கையுடனும் ஒலித்தது. "மாட்சிமை பொருந்திய...?" சரியாகத்தான் அழைக்கிறேன். இது நவாப்பிற்கும் மஹாராஜாவிற்கும் பொருத்தமானதுதான். அவருடைய பெரிய கண்களுக்குக் கீழ் இருந்த தோல் சுருங்கி மடிந் திருந்தது. வயதின் காரணமாகச் சிறிது கருமை படரத் தொடங்கி யிருந்தது. அவருடைய முடி கருப்பாகவும் சுருட்டையாகவும் இருக்க லாம். ஆனால் நரையை மறைக்க ஒட்ட வெட்டப்பட்டிருந்தது.

ஆஜானுபாகுவான மனிதர். அவர் விளையாட்டு வீரராய் இருந்திருக் கலாம், இருப்பினும் ஓர் அழகிய பெண்மணியைப் போல இதய வடிவ முகமும், உயர்ந்த கன்னத்து எலும்பும், சிறிய வாயும் அமையப் பெற்றிருந்தார். ஐம்பதுகளின் முடிவிலோ அல்லது அறுபதுகளின் ஆரம்பத்தில் இருக்கலாம். ஆனால் அவருடைய பழுப்பு நிறக் கண் களில் இன்னும் இளமையும் உயிர்ப்பும் இருந்தது. நான் என் பார்வையை விலக்கிக்கொண்டிருக்க வேண்டும். ஆனால் அவர் தன் பார்வையால் என்னைக் கட்டினார். என் மேலுதட்டின் மீது மூச்சு சூடாக விழுந்து கொண்டிருந்தது. முகச் சவரத்தின் போது, அவர் கன்னத்தில் இன்று காலையில் காயம் ஏற்பட்டு இருக்க வேண்டும். இடது கன்னத்தில் சிறிய காயம். சிறிது எட்டினால் அவருடைய கன்னத்தில் என் உள்ளங்கையைப் பதிக்கக் கூடிய தூரத்தில் நின்றிருந்தார். மிக அபத்தமான ஆங்கிலத்தனத்துடனும் மிகவும் நாணத்துடனும், அதிசயமாக மிகச் சிறியவளாகவும் உணர்ந்தேன். இந்நிகழ்ச்சிக்காக நான் அணிந்து கொண்டிருந்த “ஆர்டர் ஆஃப் செயின்ட் ஜான்” பதக்கத்தை என் விரல்கள் பதட்டத் துடன் தடவிச் சென்றன. என் ஆடையின் உட்புறம் இருந்த அதன் ஊக்கை என் தோலில் சிலீரென்று உணர்ந்தேன்.

“நீங்கள்...?” அவருடைய குரல் அழுத்தமாக இருந்தது. சொற்கள் காலியான அறையில் நீண்டு அதிர்ந்தன.

“பிப்பி வாலஸ்” என்றேன். “வைஸ்ரினுடைய சிறப்பு உதவி யாளர்.” என் பெயரை பிப்பி என்று ஏன் கூறினேன் என்று தெரிய வில்லை. வைஸ்ராயின் பணியாளர்கள் இடையே அந்தப் பெயர் பரவி வருவதால்கூட இருக்கலாம். துயரத்தை விட்டு விலகி வருவதற் கான ஒரு சந்தர்ப்பமாகக்கூட நான் கருதியிருக்கலாம். எப்படி இருந் தாலும், என் செல்லப் பெயரால் என்னை அழைத்துக் கொண்டது இதுவே முதல் முறை. கையுறை அணிந்த என் கைகளை நீட்டினேன். ஏறக்குறைய மரியாதையுடன் மண்டியிட்டு இருப்பேன், ஆனால் அவர் என் கைகளைச் சிறிது கூடுதலாகப் பற்றிக் கொண்டு பேசிய தால், நான் காப்பாற்றப் பட்டேன்.

“உங்களுக்கு ஏமாற்றமளிப்பதற்கு வருந்துகிறேன், திருமதி. வாலஸ்” அவர் புன்னகைத்தார். பிறகு தன் நாக்கினால் கன்னத்தை துருத்தி, பின் ஒரு திராட்சையை வாயில் இட்டது போல் பாவனை காட்டினார்.

“நான் வெறும் ஹரி ரதோர்.” கையை நீட்டினார். அதைப் பற்றிக் குலுக்கினார். என் கையுறையின் ஊடாக அது குளிர்ந்தும் உறுதியாக இருப்பதும் எனக்குத் தெரிந்தது. என் காது நுனி சிவந்தது.

“இந்த இல்லத்து மருத்துவர் நான்” என்றார். ஜார்ஜ் ஏபெல் கொடுத்த விருந்தினர் பட்டியலில் அழுத்தமான கருப்பு நிறத்தில்

அவசரத்திற்குத் தொடர்பு கொள்ள: மருத்துவர் ஹரி. எஸ். ரதோர் என்றிருந்த அவர் பெயர் ஞாபகத்திற்கு வந்தது.

"1911இலிருந்தே எப்போதும் ஒரு மருத்துவர் அருகில் இருக்க வேண்டும் என்பதில் கவனமாக இருக்கிறார்கள் என்று விளக்கினார். "யாராவது இந்நிகழ்ச்சிகளின்போது மயங்கி விழுந்து விடுவார்கள். வேவல் பிரபுவின் பதவி ஏற்பின்போது மூன்று நபர்கள்" என்றார்.

புன்னகை புரிய முயற்சி செய்தேன். ஆனால் தர்பார் கூடத்தில் கையில் கடிகாரத்துடன் காத்துக் கொண்டிருக்கும் ஜார்ஜ் ஏபெல்லின் நினைவு வந்தது. மணி காலை 9.56. நான் கைக்கடி காரத்தைக் காண்பதை ரதோர் கண்டார்.

"பிக்கானிரையும், போபாலையும் தேடுகிறீர்களா?"

நான் தலையை ஆட்டினேன். அது அவருக்கு எப்படித் தெரியு மென்று வியந்தேன். அதைச் சொல்ல ஏன் இத்தனை நேரம் எடுத்துக் கொண்டார் என வியந்தேன். ஆனால் நேரம் ஓடிக் கொண்டிருந்தது. நானும் தர்பார் கூடத்திற்கு திரும்பிச் செல்ல வேண்டும்.

"அவர்கள் வருவார்கள் எனத் தோன்றவில்லை. அவர்களுக் குள்ளே சண்டை போடுவதில் மும்முரமாக உள்ளார்கள்" என்றார். அவர் புருவங்கள் சுருங்கும்போது, கண்களுக்கு இடையேயான சுருக்கங்கள் நன்கு புலனாயின. "இந்த இளவரசர்கள் அதிக செல்லம் கொடுக்கப்பட்டக் குழந்தைகள்போல. அவர்கள் வளர்வதற்கான நேரம் வந்துவிட்டது. அவர்களுக்கும் இந்தியாவிற்கும் ஏதும் நடப்பதற்கு முன் அவர்கள் வளரவேண்டும்" என்றார்.

தர்பார் கூடத்திற்கு திரு.ரத்தோரை தவிர வேறு யாரையும் அழைத்து வராமல் தனியே திரும்பி வருவதை ஜார்ஜ் ஏபெல் பார்த்தார். இல்லை என நான் தலையாட்டியதற்கு, சரி என தலை யாட்டினார். அவருக்கு ரதோரை ஏற்கனவே தெரிந்திருக்கலாம் என்றும், அவரையும் இளவரசர்களைத் தேடுவதற்காக அனுப்பி இருக்கக் கூடும் என நான் யூகித்தேன். ஏனெனில் நாங்கள் இருவரும் சேர்ந்து வருவதைப் பார்த்து அவருக்கு ஏனோ எந்த ஆச்சரியமும் ஏற்படவில்லை. காலியாக இருக்கும் அவ்விருக்கைகளை அப்புறப் படுத்த ஜார்ஜ் ஏபெல்லுக்கு உதவியாக ரதோர் சென்றார். கருப்பு நிற ஷெர்வானியும், வெள்ளை நிற காதி தொப்பியும் அணிந்து கொண்டு, முன் வரிசையில் அமர்ந்திருந்த பண்டிட் நேரு கேள்விக் குறியோடு புருவத்தை உயர்த்தினார். ரத்தோரிடம் அவரது கறுப்பு நிற மருத்துவப் பையை ஏபெல் ஒப்படைத்தார். அதை அவர் வாங்கி

வைத்துக்கொண்டிருக்க வேண்டும். பின் நாங்கள் மூவரும் கூடத்தின் கடைசி வரிசையில் நெருக்கியடித்துக்கொண்டு அமர்ந்தோம். அமர்ந்த அதே சமயம் மேடையில் துந்துபி முழங்கி விழா ஆரம்பிக் கத்தொடங்கியது. நாங்கள் உடனே எழுந்து நின்றோம்.

சந்தன நிற ஜரிகை ஆடையில், மிக நேர்த்தியாகவும், பரும னற்றும் எட்வினா டிக்கியுடன் கூடத்தின் வாசலில் நின்றார். அவர் முகம் வெளுத்திருந்தது. அவருடைய தோள்கள் மன அழுத்தத் தினால் கூனி இருந்தன. அவர் வாழ்வையே பற்றியிருப்பதைப் போல் கையில் ஒரு நெருப்புக் கோழி இறகிலான விசித்திரமான விசிறி ஒன்றைப் பற்றிக் கொண்டிருந்தார். இதை நான் ஏற்கனவே கண்டி ருக்கிறேன். ஓர் உரை நிகழ்த்துவதற்கு முன்பு அவர் உடல் கட்டுப் பாடின்றி நடுங்கும். இருந்தாலும் அவர் நடுக்கத்தினால் பின் வாங்கியோ, தன் கடமையைச் செய்ய மறுத்தோ நான் பார்த்த தில்லை. இறுதியில் பார்வையாளர்கள் அவரால் வசீகரிக்கப்பட்டு விடுவார்கள். டிக்கிக்கோ சிறிதுகூட தன் மேல் எந்தச் சந்தேகமும் கிடையாது. வாளுடன் கூடிய முழுமையான, வெண்மை நிற கடற்படைச் சீருடையில், அவர் பிரமாதமாக காட்சியளித்தார். அவர் நெஞ்சில் ஆர்டர் ஆஃப் தி கார்டர், ஸ்டார் ஆஃப் இந்தியா, ஸ்டார் ஆஃப் இந்தியன் எம்பையர், ராயல் விக்டோரியா ஆகிய பதக்கங்கள் அலங்கரித்தன. இவை அனைத்தும் எனக்கு எவ்வாறு தெரியு மென்றால், இன்று காலையுணவு அருந்தும்போது மௌண்ட் பேட்டனின் சாதனைப் பதக்கங்களைப் பற்றி அவருடைய அந்த ரங்கப் பணியாள் மிகுந்த கர்வத்துடன் பெருமை அடித்துக் கொண்டி ருந்தான்.

“இன்னும் இருக்கின்றன தெரியுமா? ஆனால் சேர்ந்தபடியாக இவற்றை மட்டும்தான் அவர் அணிந்து கொள்ள அனுமதியுண்டு.”

வாத்தியங்களின் எக்காள ஒலியைக் கேட்டு எட்வினா சிறிது தயங்கியபோது டிக்கி அவரை நேராக நோக்காமல், அவரின் வலது கையைத் தட்டிக்கொடுத்து அதைத் தன் கையுடன் பொருத்திக் கொண்டார். மெதுவாக, ராஜநடை போட்டு மௌண்ட்பேட்டன் தம்பதியினர் சிம்மாசனத்தை நோக்கி நடந்தனர். என் அருகில் இருந்த ஏபெல் தன் கையிலிருந்த கடிகாரத்தை வெறித்துக்கொண்டிருந்தார். அனைவரின் கண்களும் எட்வினா மீதும், அவர் அலட்சியத்துடன் தன் நாயிற்கு அணிவித்த பளபளப்பான கிரீடத்தின் மீதே இருந்தன. ஒவ்வொரு அடி எடுத்து வைக்கும்போதும் அவருடைய உயரம் கூடுவது போலவும், தனக்குள்ளே வளர்ந்து, ஒரு கட்டத்தில் டிக்கியை விட அவருடைய இருப்பே அக்கூடத்தை ஆதிக்கம் செலுத்த ஆரம்பித்தது.

சிம்மாசனத்திற்கு முன் மௌண்ட்பேட்டன் தம்பதியர் நின்ற னர். டிக்கி தன் வலது கையை உயர்த்தினார், நீண்ட அங்கியும், தலைமுடியும் அணிந்து இருந்த முதன்மை நீதிபதி பதவிப் பிர மாணம் செய்து முடித்தார்.

லூயிஸ் ஃபிரான்ஸிஸ் ஆல்பர்ட் விக்டர் நிக்கோலஸ் மௌண்ட்பேட்டனாகிய நான்... மௌண்ட்பேட்டன் தம்பதிகளின் வலது பக்கத்தில் காங்கிரஸைச் சேர்ந்த நேருவும் வல்லபாய் படேலும், இடதுபுறத்தில் முஸ்லீம் லீக்கைச் சேர்ந்த லியாகத் அலிகானும் மற்றவர்களும் நின்றிருந்தனர். தன் முகவாயைச் சிறிது தூக்கி தன் கணவனை நோக்கினார் எட்வினா. புத்திசாலியான, மரியாதை கோரக் கூடிய, அதே சமயம் சிறிது தள்ளி நிற்கும் ஒரு மகாராணியின் மொத்த வடிவமாக அவர் விளங்கினார். கூடத்தின் பின் இருக்கையில் இருக்கும் என்னை அவரால் காணமுடியாது என்று எனக்குத் தெரியும். தனக்குக் கிட்டப் பார்வை இருப்பது ஒரு விதத்தில் சௌகரியம்தான் என்றும் கூட்டத்தில் கண்ணாடி யில்லாமல் முகங்களைக் காணமுடியாதது நல்லதுதான் என்றும் ஒருமுறை அவர் கூறியிருந்தார். முதல் நாள் மாலை நான் திணறிய படி வாசித்த பதவிப் பிரமாணத்தை, டிக்கி வழிமொழிந்து கொண்டி ருந்தபோது, மேல் விதானத்தின் வழியே உள்நுழைந்த ஒளிக்கீற்றில் பறந்துகொண்டிருந்த எண்ணிலடங்கா தூசித் துளிகளை நான் பார்த்துக்கொண்டிருந்தேன். அவை கீழே விழாமல் இலக்கற்று அலைந்து கொண்டிருந்தன. எங்களையெல்லாம் பார்த்தபடி, தன் நண்பர்களுடன் அந்தக் குரங்கு அங்கு அமர்ந்திருக்குமோ என எண்ணினேன்.

எந்தக் குறைபாடுகளுமற்று பதவிப் பிரமாணம் முடிந்தது. டிக்கி எட்வினாவை நோக்கித் திரும்பிச் சபையை நோக்கலானார். திடீரென ஒரு பெருத்த ஓசை கேட்டது. நான் அதிர்ந்து போய் துள்ளி விட்டேன். சபையோரிடம் பயம் பரவியது. அவர்கள் இறுக் கத்துடன் திரும்பி ஓடத் தயாரானர்கள். வெடிகுண்டா?

“ஒன்றுமில்லை” என்றபடி ரதோர் என் முன்கையைப் பற்றினார். சில நொடிகளே நீடித்த அவருடைய தொடுதல் மரியாதையுடனும் லேசாகவும், இருந்தது. ஒரு புகைப்படக்காரரின் விளக்கு வெடித்து விட்டது. பின் வரிசையாக மற்ற விளக்குகளும் அணைந்து, வருங்காலத்திற்காக இந்தியாவின் கடைசி வைஸ்ராய் மற்றும் வைஸ்ரினை தர்பாரில் படமெடுத்தன. இதனால் பரபரப் டையாதவர்கள் மௌண்ட்பேட்டன் தம்பதிகள் மட்டும்தான். அவர்கள் சிறிதுகூட திடுக்கிடவில்லை.

"இப்பொழுது உரை" என்றபடி நாங்கள் அமரும்போது தன் கைக்குட்டையால் நெற்றிவேர்வையைத் துடைத்துக்கொண்டே ஏபெல் கூறினார். எங்களால் முடிந்த அளவு இடித்துபிடித்துக் கொண்டு, மூவரும் அமர்ந்திருந்தோம். நடைமுறையிலிருந்து விலகிய ஓர் ஆச்சரியமான நிகழ்வுதான் பதவிப் பிரமாணத்தின்போது ஒரு வைஸ்ராய் உரை நிகழ்த்துவது. மேலும் நேற்றிரவு இதைப் பற்றி ராணுவ உதவியாளர்களின் உணவுக்கூடத்தில் சலசலப்பு இருந்திருக் கிறது. அங்கு குழுமியிருந்த பெரும்பான்மையோருக்கு அந்த உரை ஓர் ஆச்சரியத்தை ஏற்படுத்தியது. அதைக் கேட்க தங்கள் இருக்கை களில் அவர்கள் நிமிர்ந்து அமர்ந்து கொண்டனர்.

"நான் ஏற்றுக் கொள்வது சாதாரண வைஸ்ராய் பதவியல்ல."

அந்த தர்பார் பேரரசர்களுக்கும், பேரரசிகளுக்குமாகக் கட்டப் பட்டது. ஜனநாயகத்திற்கும், உரைகளுக்காகவும் கட்டப்படவில்லை. பளிங்குச் சுவர்களில் வைஸ்ராயின் சொற்கள் பட்டுத் தெறித்தன. அவ்வாறு பிரதிபலிக்காத சொற்கள் பெரிய விதானத்தினால் முழுங்கப்பட்டன.

"நாம் அனைவரும்... இதைத் தவிர்க்க வேண்டும்... வார்த் தையோ நடத்தையோ... அவை மேலும் கசப்புணர்வை மேலோங்கச் செய்து அப்பாவி மக்களைக் காவு வாங்கும்..."

எனக்கருகில், சற்று முன் நகர்ந்து, தலையை ஒருபுறமாக திருப்பியபடி ரதோர் தனது இருக்கையில் நெளிந்து கொண்டிருந்தார். அவர் ஏபெலுக்கும் எனக்கும் நடுவில் ஒடுங்கி அமர்ந்திருந்தார். எங்களின் முன் வரிசையில் உள்ள நாற்காலிக்கும், அவருடைய மருத்துவப் பைக்கும் இடையே காலை நீட்டுவதற்கான போதிய இடமில்லை. முனையில் அமர்ந்திருந்த ஏபெல், தன் கால்களை நடைபாதையில் நீட்டி எங்களுக்கு இடம் தர தன்னாலான உதவியைச் செய்திருந்தார். என் கால்களை வலது பக்கமாக நகர்த்தி வைத்தும், என் இடது தொடைகளில் ரதோரின் கால்கள் படுவது தவிர்க்க முடியவில்லை. எங்கள் இருவரிடையே ஆன தூரத்தைக் குறைக்க எங்கள் தசைகளை இறுக்கிக் கொண்டு அமர்ந்திருந்தோம். எங்கள் தலைக்கு மேல் ஒரு ஈ சுற்றியது. கூடத்தின் விசித்திர ஒலிய மைப்பு அந்தச் சத்தத்தைப் பெருக்கி வைஸ்ராயின் குரலை மூழ்கடித் தது. என் மனதில் அது ஒரு வெடிகுண்டைச் சுமந்தலையும் விமானத்தைப் போல் ஓயாமல் ரீங்காரித்தது. முன் நாற்காலியிலிருந்து என் வலது முழங்காலின் மேல் இருந்த ஆடையில் ஒரு பட்டையில் வந்து அமர்ந்தது. பின் ரதோரின் இடது தொடைக்குச் சென்றது. அந்த ஈயின் மேல் எனக்கு திடீரென்று ஆத்திரம் ஏற்பட்டது. அதை அங்கேயே அப்பொழுதே அடித்துக் கொல்ல விரும்பினேன். ஆனால்

உண்மையில் ரதோரின் மீதுதான் என் கோபமெல்லாம். ஈயின் மீது இல்லை. மடித்துவைத்திருந்த அவரின் கையருகே அது சென்று அமர்ந்தது. அவருடைய பெரிய உருவத்திற்குச் சம்பந்தமில்லாமல் அவரின் விரல்கள் நீண்டு நளினமாய் இருந்தன. அந்த ஈயைத் துரத்த ரதோர் எந்த முயற்சியும் எடுக்கவில்லை. அது அவரின் முழங் காலுக்கு மேல், அவரின் கால்சராயினால் இறுக்கமாகத் தோற்ற மளிக்கும் தசைக்கு மேல் அமர்ந்தது.

"என் வேலை எவ்வளவு கடினமானது என்பது பற்றி தெளி வாகவே இருக்கிறேன்."

கூடத்தின் முற்பகுதியில், பண்டிட் நேருவும் தலையை ஒருபுறமாகச் சாய்த்து வைத்துக்கொண்டிருந்தார். அவர் வைஸ் ராயின் உரையைக் கவனமாக கேட்டுக்கொண்டிருந்தார். ஆனால் அவர் பார்வையோ எட்வினா மீது இருந்தது. எட்வினாவின் கண்கள் அவர் கணவரின் மேல் இருந்தது. நாடகத்தின் மூன்று முக்கிய கதாபாத்திரங்களை நான் கவனித்துக்கொண்டிருந்தபோது, ரதோர் என்னைப் பார்த்துக்கொண்டிருக்கிறார் என்பதை ஒரு நடுக் கத்துடன் உணர்ந்தேன். அவரது வலது இமை, இடது கண்ணின் இமையைவிடச் சிறிது தாழ்ந்திருந்து அவர் தூங்குவதுபோல் ஒரு பாவனையைத் தந்தது. திடீரென அவர் தன் கைகளால் என்னைச் சுற்றி அணைத்துக் கொள்ள வேண்டும் என்ற அவா தோன்றியது. சில விநாடிகளாவது அவர் தோளில் தலை சாய்க்க வேண்டும் என்ற ஆசை தோன்றியது. அனைத்தும் அந்த வீணாய்ப் போன ஈயால் தான்!

"எத்தனை மக்களிடமிருந்து எவ்வளவு நல்லெண்ணம் பெற முடியுமோ அவ்வளவு வேண்டும். இன்று இந்தியாவிடம் அந்த நல்லெண்ணத்தை வேண்டுகிறேன்."

தொடர்ந்து ஒலித்த வைஸ்ராயின் உரை, அந்தத் தங்கமீன் தொட்டி போல் இருந்த கட்டிடத்தின் ஒலியமைப்பில் கேட்காமல் போனது. ஆனால் இந்த உரை லண்டனில் எந்த அளவு பீதியுடன் எதிர்கொள்ளப்படும் என்று எதிர்பார்க்கும் அளவிற்கு கேட்டு விட்டேன். அவர்களுடைய கிளப்பிலும், நீதிமன்றத்தின் உணவகங் களிலும், அவர்களை என்னால் காண முடிந்தது. நாளைய லண்டன் டைம்ஸை வைத்துக் கொண்டு அவர்கள் உச்சுக் கொட்டிக் கொண்டிருப்பார்கள். ஏனெனில் இங்கு பிரம்மாண்டமான பிரிட்டிஷ் அரசு தன் பலவீனத்தையும், பாதுகாப்பின்மையையும் ஒப்புக்கொண்டுவிட்டது. அந்த வயதான பாதுகாவலர் இதை சிறிதுகூட விரும்பப் போவதில்லை. ஜார்ஜ் ஏபெலின் கையில் இருந்த கடிகாரம் தன் இறுதிச் சுற்றை முடித்துவிட்டது. நிகழ்ச்சி நன்கு

முடிந்ததால், திருப்தியுடன் தன் உதடுகளை இறுக மூடிக் கொண்டு தன் கடிகாரத்தை அணைத்தார். சரியாக அதே சமயம், அரச குதிரைப் படையின் பீரங்கிகள் தங்கள் வேலையை ஆரம்பித்தன. முதல் துப்பாக்கி வணக்கமான முப்பத்தோரு வெடிகளுடன் வெளியே மைதானமே அதிர்ந்தது. இந்தியா முழுவதும் உள்ள அனைத்து ராணுவப் படைத் துருப்புகளைக் கற்பனை செய்து நோக்கினேன். வைஸ்ராய் இல்லத்தில் நாங்கள் அதிகாலையில் எழுந்தது போலவே அவர்களும் எழுந்திருந்திருக்கக்கூடும். இப் பொழுது தங்கள் மரியாதையைச் செலுத்த அணிவகுத்திருக் கிறார்கள். புது தில்லியில் முதல் துப்பாக்கி வெடித்த அதே கணம், பீரங்கிப் படைகள் வெடிக்கத் தொடங்கும். அவை ஏகாதிபத்திய பிரிட்டிஷ் சிங்கத்தின் கடைசி கர்ஜனையாக ஒலிக்கும்.

என் அறையில் ஜன்னலுக்கு அருகே மேசையில் அமர்ந் திருந்தேன். வானிலைக் குளிர்ச்சியாக இருந்தது. முகலாயத் தோட்டங்கள் ஓரளவு கண்ணுக்குத் தெரிந்தன. விரைவில் அந்தி சாய்ந்து விடும் என்ற எதிர்பார்ப்புடன் தோட்டக்காரர்கள் நீரூற்று களை அணைப்பதில் மும்முரமாக இருந்தனர். பளபளக்கும் இறகு களைப் போன்ற நீர்தாரைகள் வரிசையாக செயலிழந்தன. எங்கோ தொலைவில் காவலர்கள் தங்கள் பணியிலிருந்து மாறுவது கேட்டது. குதிரைகளின் மென்மையானக் குளம்பொலியும், களைத்த குரலில் ஆண்கள் தங்கள் வேலை முடிந்து புறப்பட்டபடி பேசுவதும் கேட்டது. அதன் பின் அமைதிதான், ஆழ்ந்த அமைதி. ஓர் அரவமும் இல்லாமல் ஆனது.

என் பவுண்டன் பேனாவை எடுத்துக்கொண்டு வேலையை ஆரம்பிக்க விரைந்தேன். நாட்களையும் இடத்தையும் நிரப்ப ஆரம்பித்தேன். இது பயத்தினால் ஏற்பட்ட ஒரு பழக்கம். நான் ஏதாவது ஒன்றில் என்னை ஈடுபடுத்திக்கொள்ளவில்லை என்றால், விரக்தியினால் உண்டாகும் சோர்வு என் வெறுமையை நிரப்பிவிடும். கொஞ்சம் அவசர அவசரமாகப் பேனா மூடியைக் கழற்றினேன். அது என் தந்தையால் அன்பளிக்கப்பட்டது. அதில் என் பிறந்த வீட்டுப் பெயரான லெட்டிஸியா தாமஸ் என்று பொறிக்கப்பட்டி ருக்கும். வழுவழுவென்றிருக்கும் அதை இப்பொழுது ஏந்திக்கொண்டி ருக்கையில், ஒரு காலத்தில் இளமையாக இருந்த பெண், தன் முதல் மகன் கொல்லப்பட்டபோதே இறந்துவிட்டாள் என்பதை உணர்ந் தேன். நைந்து போயிருந்த ஒரு கழுத்துப்பட்டையால் கட்டியிருந்த தோலாலான என் நோட்டுப் புத்தகத்தைத் திறந்தேன். அதனுள் என் கணவர் சார்லஸ்ஸிற்கு நான் எழுதிய கடிதங்கள் இருந்தன.

அவர் இறப்பை நான் சமாளிக்கும் விதமாக இந்தக் கடிதம் எழுதுதல் திகழ்ந்தது. லண்டனில் இரவு உணவிற்குப் பிறகு என் பேனாவை எடுத்துக் கொள்வேன். வரலாற்றில் இடைக்கால பாதிரி யார் கற்கோவில் ஒன்றில் தன்னை அடைத்துக்கொண்டு, பிரார்த்த னைகளை கடிதமாக எழுதுவதுபோல் நான் எழுதினேன். என் வார்த் தைகள் சொர்க்கத்தை நோக்கிப் பறந்து என்னையும் சார்லஸையும் கட்டுவதைப் போல் நான் கற்பனை செய்து கொள்வேன். ஆர்கைல்

தெரு வீட்டில் உள்ள உணவு மேசையில் தலைமையாக சார்லஸ் அமர்ந்திருப்பதைப் போலவும் சிவந்த சுருட்டை முடியுடனும், முகத்தில் புள்ளிகளோடும் ஒரு கடல் கொள்ளைக்காரனைப் போல் மகன்களைப் பார்த்துச் சிரித்துக்கொண்டிருப்பதைப் போலவும் கற்பனை செய்வேன்.

அவர் அப்படிப்பட்ட மனிதர்தான். என் நினைவிலும் கடின மாக உழைக்கும் ஒரு குற்றவியல் வழக்கறிஞராக, எந்தத் தயக்கமும் இல்லாமல் சவாலான, பரபரப்பான வழக்குகளை எடுத்துக்கொண்டு கையாளும் மனிதராகத்தான் நினைவில் பொருத்திக்கொள்ள விரும்புகிறேன்.

இங்கு வைஸ்ராய் இல்லத்தில் பக்கங்களைத் திருப்பி வாசிக்க ஆரம்பிக்கிறேன். என் அனைத்துக் கடிதங்களும் ஒரே விதத்தில்தான் ஆரம்பிக்கும். என் உயிரினும் அன்பானவரே, பக்கம் பக்கமாக அவருக்கு போரின் முடிவில் நடந்த பொதுத் தேர்தலைப் பற்றி கூறினேன். அப்பொழுது லேபர் கட்சி பெருவாரியாக வெற்றி பெற்று, வின்ஸ்டன் சர்ச்சிலை (டௌனிங் தெருவில்) பத்தாம் இலக்கமிட்ட வீட்டிலிருந்து வெளியேற்றினார் கிளமெண்ட் அட்லீ. நான் எத்தனை மகிழ்வுடன் இருந்தேன்! ஆனால் நாம் இதைப் பற்றிச் சண்டை போட வேண்டாம் என்று எழுதினேன். ஏனெனில் முன்பு போல் காரியங்கள் இப்பொழுது நடப்பதில்லை. செயின்ட் ஜான் ஆம்புலன்ஸில் கிழக்கு முனை வரை சென்றதை அவருக்குக் கூறினேன். மூன்று அழுக்கான ஒல்லியான குழந்தைகளும், ஒரு புதிதாகப் பிறந்த குழந்தையும் உள்ள ஒரு பெண்மணி பற்றியும், ஒரு கோப்பைத் தேநீர் தயாரிக்க தண்ணீர் கொதிக்க வைக்கக்கூட அவர்களிடம் கரி இல்லாதது பற்றியும் எழுதினேன். நிலக்கரிச் சுரங்கங்கள் தேசிய மயமாக்கப்பட்டால் உதவியாக இருக்கும் என நம்பினேன். "உண்மையில் மக்களுக்கு ஏதாவது நல்லது செய்ய வேண்டும். இல்லையென்றால் நம் தியாகங்கள் பலனற்றுப் போய் விடும்". மற்றொரு பக்கத்தைப் புரட்டினேன். "மருத்துவர் உறங்குவ தற்காக எனக்கு சில மாத்திரைகள் கொடுத்துள்ளார். அவை நாச மாகப் போக! அவற்றை நான் உண்ணப் போவதில்லை! மற்றொரு பக்கம் மற்றொரு கடிதம். நான் பெருமூச்செறிந்தேன். ஏனெனில் 1946ஆம் ஆண்டின் கோடைதான் நான் என் இடத்தை விட்டுச் செல்வதை முடிவு செய்தது. ஆர்கைல் தெரு இல்லத்தில் தனியாக இருக்கும்போது, ஒவ்வொரு மூலையில் இருந்தும் ஞாபகங்கள் குதித்தன. வீட்டை வாடகைக்கு விட்டுவிட்டு லண்டனிலிருந்து நான் வெளியேறியதை அவர் மன்னிப்பார் என நம்புகிறேன்.

இச்சமயத்தில் என் கையெழுத்துப் படிக்க முடியாத அளவிற்கு கிறுக்கலாய் இருந்தது. என் கண்ணீரால் வார்த்தைகளும், மையும் அர்த்தமில்லாத கருப்பு அலைகளாய் மாறிவிட்டிருந்தன. 1940, 1945ஆம் ஆண்டுகளின் நினைவுகள் ஏற்படுத்தும் அந்த உணர்வைக்

கட்டுப்படுத்த நான் மென்று முழுங்கினேன். அவை கோடை மலர்களின் மணத்தைப் போல என்னை மூச்சடைக்க வைத்தன. சூரியன் மறையாத நீண்ட கோடை இரவுகளில் ஓய்வெடுக்க இடமில்லாமல் கவலை மட்டும் உடனிருந்தது.. வீட்டின் அருகே மலர்ந்திருந்த மலர்கள் எந்தவொரு பயனுமற்று வீணே தென்றலில் ஆடின. முதன் முதலாகப் பறிக்கப்பட்ட ராஸ்பெர்ரி பழங்கள் கசப்பினிப் பாகவும், ரத்தச் சுவையுடனும் இருந்தன. லாவண்டர் மலர்களின் மேல் வண்டுகள் ரீங்காரமிட்டன. நான்கு வருட இடைவெளியில் என் இரண்டு மகன்களை நான் பலிகொடுத்து விட்டது அவற்றிற்குத் தெரியாதா என்ன? அவை தம் செயல்களை நிறுத்த வேண்டாமா?

ஆக்ஸ்ஃபோர்டிலிருந்து நான் எடுத்துக்கொண்டு வந்து மேசைமேல் வைத்திருந்த சார்லஸின் புகைப்படத்தை நோக்கினேன். நான் அதைக் காணும்போது இளமையான அழகான இளைஞன் என் கண்ணில் படவில்லை. திடீரெனக் கருணையற்று நோயால் வீணாகிப் போன ஒரு வயோதிகர்தான் என் கண்ணுக்குத் தெரிந்தார். அவருடைய இறுதி நாட்களில் எங்கள் பெரிய கட்டிலை பணிப் பெண்ணும் நானுமாகச் சேர்ந்து வரவேற்பறையில் போட்டிருந்தோம். இரவு நேரத்தில் பல முறை அவரருகில் படுத்து அவருடைய மெலிந்த உடலை என் கைகளால் அணைத்தபடி இருப்பேன். மார்ஃபினை விட உடல் அணைப்பு வலியைக் குறைப்பதாக அவர் கூறுவார். அவருடைய இறுதி இரவில் அவர் மெதுவாகக் கைகளை நீட்டி, என் நெற்றியில் உள்ள முடிகளை ஒதுக்கி விட்டார். அச்செயல் எனக்கு மிகவும் பிடிக்கும் என்று அவருக்குத் தெரியும். ஆனால் ஒரே ஒரு முறைதான். அதற்கு மேல் அவருக்கு தெம்பு இல்லை. “என்னையும் அழைத்துச் சென்று விடுங்கள்.” நான் முணுமுணுத்தேன். “உங்கள் அனைவரோடும் இருந்துவிட்டு என்னால் தனியாக இருக்கமுடியாது.” “முடியும். உன்னால் முடியும் நீ செய்ய வேண்டும். எனக்காக, ஜார்ஜுக்காக, ராபர்ட்டுக்காக நீ வாழ வேண்டும். ஒரு காரணத்தைக் கண்டுபிடி. ஒரு வழியைக் கண்டுபிடி.” களைத்துப் போய் மேலும் தொடரமுடியாமல் சிறிது ஓய்வெடுத்தார். “நம் மகன்கள் குழந்தைகளாய் இருந்தபோது கூறும் பிரார்த்தனையை இப்பொழுது கூறு” என்றார்.

நான் கூறினேன்.

“பரலோகத்தில் இருக்கும் எங்கள் பிதாவே, உங்கள் நாமம் அர்ச்சிக்கப்படுவதாக! உங்கள் ராஜ்ஜியம் வருக! உமது சித்தம் பரலோகத்தில் செய்யப்படுவது போல பூலோகத்திலும் செய்யப்படுவதாக! எங்கள் அனுதின உணவை எங்களுக்கு இன்று அளித்தருளும். எங்களுக்குத் தீமை செய்தவரை நாங்கள் பொறுப்பது போல எங்கள் பாவங்களைப் பொறுத்தருளும். எங்களைச் சோதனையில் விழ விடாதேயும், தீமையினின்று எங்களை ரட்சித்து அருளும். ஆமென்!”

சில மணி நேரத்திற்குப் பிறகு நான் கண்விழித்தபோது என் கைகளிலே குளிர்ந்து போய் இருந்தார் என் கணவர்.

கதவை யாரோ தட்டினார்கள்.

"உள்ளே வரவும்"

அது ஜமுரத் கான், என் பணியாள். நான் கொண்டு வரச் சொன்ன தேநீருடன் வந்திருந்தான். நாங்கள் வந்து இறங்கிய மறு நாள் அவனைப் பற்றி சார்லஸிற்கு கடிதம் ஒன்று எழுதியிருந்தேன்.

என் அன்பான அன்பருக்கு,

ஒரு விசித்திரம். வைஸ்ராய் இல்லத்தில் இருக்கும் பணியாளர்கள் அனைவரும் ஆண்கள். ஒரு பெண்கூட இங்கு வேலையில் இல்லை. அனைவரும் வெள்ளை நிறச் சீருடைகள் அணிகிறார்கள், லண்டன் டவரின் யோமேன் வார்டர்களைப் போல், வைஸ்ராயின் முதல் இரண்டு எழுத்துகள் சீருடையின் மார்புப்பகுதியில் தைக்கப்பட்டுள்ளன. பதவிப்பிரமாணத்தின் முதல் நாள் அவசர அவசரமாகப் புது எழுத்துக்களை தங்கள் உடையில் தைத்துக்கொண்டிருக்கும் அவர்களை எண்ணிப் பாருங்கள்! வேடிக்கையாக இல்லை?

அந்தரங்கப் பணியாளராக ஓர் ஆண் இருப்பதை பழகிக் கொள்ள சில நாட்களாகும். அவன், ஆம்! ஒரு இஸ்லாமியன்தான். அவனைப் பார்த்தால் கடினமாக உழைப்பவன் போலவும், நேர்மையான நடத்தை உடையவன் போலவும் தெரிகிறது. அவனுக்கு என்ன வயதாகிறது என்று நீங்கள் கேட்பீர்கள் என்று தெரியும். நம்மைவிட பலமடங்கு வயதானவன் போல்தான் தோன்றினாலும், அவனுடைய உண்மையான வயதை என்னால் கணிக்க முடியவில்லை. சுறுசுறுப்பான சிறிய உருவமுள்ள மனிதன். அவனுடைய மூட்டுகள் ஸ்பிரிங்கினால் செய்தவையோ என்ற ஆச்சரியம் தோன்றும். அவன் முக அமைப்பும், குறுகிய கண்களும், ஒரு சுருக்கம் இல்லாமல் இழுத்துப் பிடித்தாற்போல் இருக்கும் அவன் தோலும், ஒரு சைனாக்காரனைப் போல் இருக்கும். இதுவரை எல்லாம் நன்றாகவே உள்ளது. இருவரும் ஒரு கவனத்துடன்தான் நடந்து கொள்கிறோம். ஒன்றாக இருக்கும் ஒரு நாயும் பூனையும் போல. இந்தக் கணத்தில் அவனுடைய கைதான் ஓங்கி இருக்கிறது என்பதை ஒப்புக்கொள்ள வேண்டும். ஒரு வாழ்ந்து கெட்ட குடும்பத் தலைவனிடம் இருக்கும் அதிகாரம் அவனிடம் இருக்கிறது. இளைய வயது பணியாளர்கள் அவன் சொல்லுக்கு உடன் கட்டுப்படுகிறார்கள். மேலும் வைஸ்ராய் இல்லத்தில் காரியம் நடத்தும் வித்தை அவனுக்கு நன்கு தெரிகிறது.

“தேநீரைப் பரிமாறட்டுமா மேம் சாகிப்?” என்றபடி டீ தட்டின் முன் நின்ற ஜமுரத்கான் கேட்டான். சரி என்றபடி நாற்காலியில் சாய்ந்து அமர்ந்து அவனுடைய வேலையை நிறைவேற்ற வழி விட்டேன். முதல் சந்திப்பிலேயே அவனுடைய வேலையை அவன் மிகுந்த கர்வத்துடன் புரிவதைக் கண்டுகொண்டு விட்டேன். எந்த வொரு சமதர்ம நினைப்பு எனக்கு இருப்பினும் அது அவனுடைய பணியையும் நிலைமையையும் வலிமைகுன்ற வைக்கும் என்றும் அது அவனுக்கு பெருத்த அவமானத்தைத் தருமென்றும் உணர்ந்து கொண்டேன்.

தேநீர் வடிகட்டியை எடுக்க முயற்சி செய்யும்போது பீங்கான் கோப்பைகள் ஓசை எழுப்பின. கோப்பையின் மேல் அதைப் பொருத்தி தேநீரை ஊற்றினான். அதில் நான் விரும்பியவாறு, அதிக திடமற்று இருக்கச் சிறிது நீரை ஊற்றினான். ஓரக்கண்ணால் மேசைமேல் இருந்த என் கணவர் மற்றும் மகன்களுடைய புகைப் படத்தைப் பார்ப்பதைக் கண்டேன். பல நாட்கள் அதைக் காண்ப தைக் கவனிக்கிறேன். கூடிய விரைவில் அதைப் பற்றி அவன் கேட்கக் கூடும். எனக்கு லேசாக மயக்கம் வருவதுபோல் இருந்தது. தவிர்க்க முடியாத கேள்விகளை நான் எதிர்பார்த்திருக்கும்போது இப்படித் தான் ஆகும்.

இம்முறை நானே முதலடியை எடுக்கலாம் என நினைத்தேன். அவ்வாறு செய்தால் என் வலி சிறிது குறையுமோ என எதிர் பார்த்தேன். என் பெற்றோர்களின் வீட்டில், எங்களின் நிச்சயத்திற்குப் பிறகு சார்லஸும் நானும் எடுத்துக்கொண்ட புகைப்படத்தைச் சுட்டிக் காட்டினேன். அப்பொழுது வசந்தத்தின் பிற்பகுதி. நாங்கள் குதிரைச் சவாரி செய்துவிட்டு அப்பொழுதுதான் வீட்டுக்குள் நுழை கிறோம். எங்கள் சட்டை கழுத்தருகே திறந்து கிடக்கிறது. ஒருவரை ஒருவர் பார்த்துக்கொண்டு சிரித்தபடி நிற்கிறோம்.

“அது நானும் என் கணவர் சார்லஸும். அவர் கேன்சரில் இறந்து விட்டார்.” பேசி முடித்துவிட வேண்டும் என்ற அவசரத் தோடு பேசுவது போல் கூறினேன். “அவர்கள் இருவரும் என் மகன் கள் ராபர்ட் மற்றும் ஜார்ஜ். அவர்கள் இருவரும் போரில் கொல்லப் பட்டு விட்டனர்”. அப்பாடி! கூறியாகிவிட்டது.

ஆனால் ஒரு துப்பாக்கியால் அவன் வயிற்றில் சுட்டதைப் போல் ஜமுரத் கான் என்னைப் பார்த்தான். அவன் முகத்தில் குழப்ப மும் அதிர்ச்சியும் சேர்ந்து தெரிந்தது. என் உணர்வுகளைப் பாது காக்க எண்ணி அவசரப்பட்டுவிட்டேனோ என வருந்தினேன். சரியான முறையில் நான் அதைக் கூறவில்லை. அவனுடைய கை அவன் தலைப்பாகையைத் தொட்டது. கண்களை அகல விரித்து நம்ப இயலாமல் வெறித்தான். என்னுள்ளே எங்கோ நான் வீறிட்டு கதறினேன். ஏனெனில், என் குடும்பமே மொத்தமாக என்னை விட்டுப் போய்விட்டது என்பதை சிலநாட்கள் என்னாலே நம்ப முடிவதில்லை.

மன்னித்துக் கொள் ஜமுரத் கான்... என்னவென்றால்...

"அப்படியென்றால் அவர்கள் அனைவரும் இறந்துவிட்டனர், மேம் சாகிப் உலகத்தில் தனியாக இருக்கிறீர்களா?" நான் கூறியதைச் சரியாக கேட்டோமா என்று அவனுக்கு உறுதியாகத் தெரியவில்லை. ஆனால் நான் மழுப்பலாகப் பேசியதை மட்டும் புரிந்து கொண் டான்.

"ஆம். ஜமுரத் கான்" என்றபடி கோப்பையை கையில் எடுத்தேன். என் கைகள் நடுங்காமல் இருக்க பிரயத்தனப்பட்டேன்.

"இன்னா லில்லாஹி வா இன்னா இலாஹி ரஜி உன்" என்று கூறியபடி நிறுத்தினான். அவன் கூறிய வார்த்தைகளின் பொருள் புரியாவிட்டாலும், என் பின்புலத்திலும் குலத்திலும் வேறுபட்டு நிற்கும் இவன் என் வலியைத் தன் வலியைப் போல் உணர்கிறான் என்பது மட்டும் புரிந்தது.

"இது எங்கள் புனித குரானில் கூறப்பட்டுள்ளது. நாம் அனை வரும் அல்லாவிற்குச் சொந்தமானவர்கள் அவரிடமே திரும்பிச் செல்கிறோம்."

சாம்பலிலிருந்து சாம்பலுக்கு, மண்ணிலிருந்து மண்ணிற்கு.

"நன்றி ஜமுரத் கான்" என்று கூறி என் தேநீர்க் கோப்பையை வெறித்துப் பார்த்து என்னைச் சுதாரித்துக் கொண்டேன். சில வினாடிகளுக்குப் பின் நிமிர்ந்து நோக்கினேன்.

"வைஸ்ராய் இல்லத்தில் பல காலம் பணிபுரிந்து இருக்கிறீர்களா ஜமுரத் கான்?" என்று உற்சாகமாய்க் கேட்டேன். அவன் முகம் நிம்மதியிலும் ஆர்வத்திலும் ஒளி வீசியது. இது நிச்சயம் அமைதி யளிக்கக் கூடிய கேள்விதான்.

"ஆ! மேம் சாகிப். எனக்கு வேறு வாழ்க்கை இல்லை என்று மகிழ்ச்சியுடன் கூறலாம். நான் 6 வைஸ்ராய்களிடம் பணிபுரிந் துள்ளேன். எனக்கு முன் என் தந்தையின் பாட்டனும் அவரது பாட்டனும் அவருடைய பாட்டனும்... அவர்கள் அனைவரும் முகலாய மன்னர்களின் கீழ் பணிபுரிந்தனர். என் முப்பாட்டனின் முப்பாட்டன் ஷாஜகானின் தளபதியாக இருந்தார். இன்று என் மகன்கள்..." என்று கூற ஆரம்பித்தவன் நிறுத்தி தலைகுனிந்தான்.

"பரவாயில்லை ஜமுரத் கான். உங்கள் மகன்களைப் பற்றிக் கூறுங்கள். தெரிந்து கொள்ள ஆவலாக இருக்கிறேன்."

சிறிது வெட்கத்துடன் புன்னகைத்தவாறே தொடர்ந்தான்.

என் மூத்த மகன் இக்பால் இங்கு எஸ்டேட்டில் முதன்மை இயந்திர வல்லுனராக இருக்கிறான். இளையவன் மூசா வைஸ்ராயின் மெய்க்காவல் படையில் ரிசால்தாராக இருக்கிறான். வைஸ்ராயின் அலுவலகத்தில் தன் மகன் உயர்ந்த பதவியில் இருப்பது ஒரு பெரிய

விஷயம் இல்லை என்பதுபோல தோள்களைக் குலுக்கிக் கொண் டான். இக்பாலை அவன் மூன்று வயதாகும்போது குதிரை மேல் ஏற்றினோம். ஆனால் அவன் மீண்டும் அதன் மேல் ஏற மறுத்து விட்டான். ஆனால் மூசா அவன் வாழ்நாள் முழுவதும் இங்குதான் குதிரையில் பயணித்துக் கொண்டிருக்கிறான். தன் வாழ்க்கையையே படைக்காகவும் குதிரைகளுக்காகவும் அர்ப்பணித்து விட்டான். அவனைப் பற்றி எங்களுக்கு மிகவும் பெருமையாக உள்ளது. சிறிது தயக்கத்துடன் நிறுத்தினான். என்னால் புரிந்து கொள்ள முடியுமா என்று எண்ணியபடி அவன் கண்கள் என் முகத்தை ஆராய்ந்தன. “எங்கள் குடும்பப் பெருமையை அவன் மீட்டுவிட்டான்.” அவன் தன் பங்கை அளித்து முடித்துவிட்டான்.

நான் புன்னகை புரிந்தேன். இப்பொழுது என் முறையா அல்லது இதைத் தொடர்வது சரியா என யோசித்தேன்.

ஜமுரத் கான் எனக்கும் குதிரையேற்றம் மிகவும் பிடித்தமானது. நேற்றுகூட பிரபுவுடன் குதிரையேற்றம் சென்றேன். ஆனால் அது வேடிக்கை விழா போல் ஆகிவிட்டது. எத்தனை பேர் பாது காப்புக்கு! காவலர்கள், மெய்க்காப்பாளர்கள் மற்றும் பலர். பிரபு விற்குத் தன் மனைவியுடனும் மகளுடனும் அதிகாலையில் தனி யாகக் குதிரைச் சவாரி செய்ய வேண்டும் என்பதுதான் ஆசை என்று எனக்குத் தெரியும். உங்கள் மகனிடம் கேட்க முடியுமா? லாயத்தில் அவருக்கு யாரையாவது தெரியுமா? எனக்காக நல்ல குதிரை ஒன்றைத் தேர்ந்தெடுத்து அவ்வப்போது நான் சவாரி செய்யும்போது கூட வர இயலுமா?

அவன் புருவங்கள் நெரிந்தன. வைஸ்ராயின் குதிரைப் படை வீரர்களைப் போலவே, நான் முக்கியமாக ஒரு பெண், ஏன் வைஸ் ராய் இல்லத்துப் பின் பகுதியிலேயே சவாரி மேற்கொள்ளக் கூடாது என்று காரணங்களைத் தேடுகிறான் என்று புரிந்தது. மீண்டும் என் புகைப்படத்தைப் பார்த்தான். இளமையான காதலுடன், குதிரை யின் பக்கவாட்டில் கால்களைத் தொங்கவிட்டபடி, காற்றில் முடிக் கற்றைகள் பறக்க, சிரித்தபடி இருந்தேன், இரகசியம் என்றுணர்த்த தன் மூக்கின் பக்கம் தட்டிவிட்டுக் கொண்டான்.

“கவலைப் படாதீர்கள் மேம்சாகிப். நான் கேட்டுப் பார்க்கிறேன். ஜமுரத்தால் என்ன முடியும் என பார்ப்போம்” என்றான் புன்ன கைத்தபடி.

மக்கள் பெரும்பாலும் எட்வினா மௌண்ட்பேட்டனை குறைத்தே மதிப்பிட்டு வந்திருக்கின்றனர். அந்தக் கோழிக்கறி சம்பவத்தைப் பின்னால் தள்ளிவிட்டு, வைஸ்ரினாக தன் கடமையை ஆற்ற உற்சாகத்துடன் தயாராகிவிட்டார். முதல் நாளிலிருந்தே விதிகளையும் வழக்கத்தையும் தவிடுபொடி ஆக்கித் தான் நினைத்தவாறு நடக்கலானார். இதற்கு என்னுடைய உதவி அவருக்கு இருந்தது. முதலில் நாங்கள் தர்பார் சுற்றறிக்கையின் மேல் தாக்குதலை ஆரம்பித்தோம். அதை மாற்றி அதைத் தாராளமயமாக்கினோம். பலவற்றைச் சேர்த்தோம். பின் வைஸ்ராய் இல்லத்து உணவுப் பட்டியலை மாற்றி இந்திய உணவையும் சைவ உணவையும் அதில் சேர்த்தோம். சின்னச் சின்ன அடிகள்தான். ஆனால் அதுவே தேவையற்றது எனக் கருதப்பட்டு எங்களது இச்சிறு புரட்சிக்கு பலமான எதிர்ப்பு வந்தது.

"துரைசானிக்கு இங்கு நடப்பவை புரியவில்லை" என்று குற்றம் சாட்டி மேலிடத்திற்கு எடுத்துச் செல்லப் போவதாக அச்சுறுத்தினர்.

"அவர்களுக்கு எல்லாம் நன்கு புரியும்" என்று சுருக்கென்றுப் பதிலளித்தேன். "இங்கு இவ்வாறுதான் செய்யப்படும்." செய்ய வேண்டிய நேரம்தான் என எண்ணினேன். நாங்கள் இந்தியாவிலிருந்து எப்பொழுதோ சென்றிருக்க வேண்டும்.

எல்லா மாற்றங்களும் அவற்றைப்போல் எளிதாக மட்டும் இருந்துவிட்டால்! அரசியல் சூழ்நிலை மிகவும் மோசமாக இருந்தது. இந்தியத் தலைவர்களுடன் அரசியல் அதிகார மாற்றத்திற்கான ஒப்பந்தம் விரைவில் ஏற்படவில்லை என்றால் இந்தியா உடைந்து விடும் அபாயம் இருந்தது. தலைவர்கள், ஒத்திப்போடும், தள்ளிப் போடும் ஒவ்வொரு நாளும் மரண எண்ணிக்கைக் கூடியது.

பணியாளர்களாகிய நாங்கள் பழையபடி போர்க்காலத்து வழக்கத்திற்குச் சென்றோம். காலை உணவின்போது கொடுக்கப்படும் விபரங்களுக்குப் பின் பன்னிரெண்டு முதல் பதினாறு மணி நேரம் வேலை செய்தோம். செய்வதற்குப் பல வேலைகள் இருந்தன, நேரமோ ஓடிக் கொண்டிருந்தது. பஞ்சாபில் வன்முறை ஏறிக் கொண்டே இருந்தது. அம்மாநிலத்து ஆளுநர் தன் முடியை பிய்த்துக் கொண்டிருந்தார். அகில இந்திய ஆளுநர்கள் மாநாட்டில் பிரச்சனைக்கு உட்பட்ட பகுதியை சுற்றிப் பார்ப்பது மாநாட்டின் ஓர் அம்சமாக இருந்தது. அதே சமயம் எட்வினாவால் ஏற்பாடு செய்யப்படும் ஆளுநர்களின் மனைவிகளுக்கான மாநாடுக்கான ஏற்பாடுகளில் நான் மும்முரமாக இருந்தேன். அது பெண்கள் நலன் மற்றும் செவிலியர் பயிற்சி பற்றியது. இதனுடன் நேருவால் ஏற்பாடு செய்யப்பட்ட ஆசிய தொடர்பு மாநாட்டிற்கு வந்தவர்களுக்கான ஒரு வரவேற்பு ஒன்று ஒரு வாரத்தில் நிகழவிருக்கிறது. தில்லியில் உள்ள மூத்த அதிகாரிகளுக்கும், சட்டசபை உறுப்பினர்களுக்கும் அதே நாளில் தோட்டத்தில் ஒரு விருந்து நிகழ்ச்சி உள்ளது. அவ்விருந்திற்கான விருந்தினர்களின் எண்ணிக்கை எழுநூறு என்பதை அறிந்து வியப்பில் ஆழ்ந்தேன். மிகவும் மன அழுத்தத்தில் இருந்த ஜார்ஜ் ஏபெலுடன் அந்த விருந்துக்காகப் பணிபுரிந்து கொண்டிருந்தேன். என் கால்கள் தரையைத் தொடவே இல்லை எனக் கூறுவது மிகவும் பொருத்தமாக இருக்கும்.

பெரும் சிக்கலில் மாட்டிக்கொண்ட வைஸ்ராய், இந்தியாவின் எதிர்காலத்தைப் பற்றிய ஒரு ஒப்பந்தத்தை உருவாக்குவதற்கு நேர்மறையான எண்ணத்தோடு வைத்த ஒரு பெயர் "கவர்ந்திழுக்கும் திட்டம்" (ஆப்பரேஷன் செடக்ஷன்). அவர் இந்தியாவின் மூத்த தலைவர்களான நேரு, ஜின்னா என்று பலரையும் தினமும் சந்தித்துக் கொண்டிருந்தார். அவ்வாறு தனிப்பட்ட முறையில் தொடர்பு கொண்டு முட்டுக்கட்டைகளை உடைக்க வேண்டும் என்பதே அவர் நோக்கம். இதில் அவருடைய ரகசியக் கருவி எட்வினாதான். எட்வினாவும் அவர்தரப்பில் தன்னையோ தன் பணியாளர்களையோ தப்பிக்க விடுவதாக இல்லை. ஏனெனில் அவரின் கணவனின் ஒவ்வொரு சந்திப்புக்கும் அவர் மேலும் இரண்டு முக்கியமான இந்தியப் பெண்களையோ, மனைவிகளையோ, மூத்த தலைவர்களின் மகள்களையோ, அறக்கட்டளை உறுப்பினர்களையோ, அல்லது செவிலியர் துறையைச் சார்ந்தவர்களையோ சந்திக்க வேண்டியிருந்தது. ஆனால் நிச்சயமாக அவர் அதை நன்றாகவே செய்தார்.

ஒரு முறை நேருவின் தமக்கையான 'நன்' பண்டிட்டைப் புன்னகை யோடு சந்தித்தார்.

"காந்திஜி கூறுவது சரியென்று நாங்கள் நினைக்கிறோம் என்று உங்களுக்குத் தெரியுமா? அதை நடைமுறைப்படுத்த எங்களால் ஆனதை செய்யப்போகிறோம்" என்றார்.

ஒரு இறகை உபயோகித்து தள்ளி விடப்பட்டவரைப் போல் பண்டிட் திகைத்துப் போனார். ஒரு ஆங்கிலேய வைஸ்ரினின் வாயி லிருந்து இத்தகைய வார்த்தைகள் வந்து விழும் என்று யார்தான் கற்பனை செய்து பார்த்திருக்கக் கூடும்?

ஆனால் எட்வினா என்னை ஏமாற்றவில்லை. குளியலறையில் நடந்த உரையாடலுக்குப் பின் ஒரே ஒரு முறைதான் தன் முகமூடியை நழுவ விட்டார். ஆனால் அதுவே போதுமானதாக இருந்தது.

அது ஒரு மருத்துவமனைக்குச் சென்றபொழுது நிகழ்ந்தது. அனைத்து மருத்துவர்களும், செவிலியர்களும் படியில் நின்று அவர் விடைபெறும்போது கையசைத்தனர். அவரும், இயல்பாக புன்ன கைத்தபடியே கை அசைத்தார். ஆனால் வண்டி தெருவில் திரும்பிய தும், பின் இருக்கையில் தளர்வாய்ச் சாய்ந்து கொண்டு, பெருமூச்சு விட்டார்.

"லெட்டி. உனக்கு இங்கிலாந்தின் ஞாபகம் வரவில்லையா? நல்ல கணப்பு, தேவாலய மணி ஓசை?"

நான் "ஆம்" என்று தலையசைத்தேன். ஆனால் எதுவும் பதிலளிக்கவில்லை. ஏனெனில் எனக்கு இங்கிலாந்தின் நினைவு வரவே இல்லை. இங்கு இந்தியாவில் செய்வதற்குப் பல வேலைகள் இருக்கும்போது நான் என் கணவரையும், மகன்களையும் பற்றி நினைப்பது குறைவாகிக் கொண்டிருக்கிறது. இதற்குப் பொருள் என்னவென்றால் பலவருடங்கள் உறங்கியதைவிட இங்கு நன்கு உறங்குகிறேன். ஆனால் அதே சமயம் அது என்னைத் துயரத்திற்கும் உள்ளாக்கியது. ஒரு நாள் உயிர்காக்கும் படகொன்றில் நடுக்கடலில் தன்னந்தனியாக இருப்பதைப் போல கனவு கண்டேன். பதட்டத்தில் உடைந்த ஒரு கப்பலைவிட்டு வேகமாகச் சென்று கொண்டிருக் கிறேன். அவர்கள் மூவரையும் விதிவசம் ஒப்படைத்துவிட்டேன். ஒரு முறை திரும்பிப் பார்த்தபோது கப்பல் இறுதியாக மூழ்கி மறைந்துவிட்டது. சில விநாடிகள் அலை நுரைகளுக்கு மேல் அவர் களின் கைகள் தென்பட்டன. பின் காணாமல் போய்விட்டன. அனைத்தையும் துறந்து அவர்களோடு இறந்துவிடுவது மிகவும் எளிதாக இருந்திருக்கும். என் உடலில் கற்களைக் கட்டிக்கொண்டு தேம்ஸ் நதியில் ஒரு இரவில் குதித்திருக்கலாம். அப்படிச் செய்வதற்கு

பலமுறை யோசித்திருக்கிறேன். அவர்கள் அனைவரும் போன பின்பு நான் மட்டும் ஏன் பிழைத்திருக்க வேண்டும்?

இருந்தாலும் இங்கு இந்தியாவில் எனக்கு நிம்மதியான ஓர் உணர்வு ஏற்படுகிறது. ஆனால் அது குற்ற உணர்ச்சியை கூடவே அழைத்து வருகிறது. ஆரம்ப கட்டத்தில் என் கணவர், மகன்களின் நினைவிற்கும், ஒரு காலத்தில் மகிழ்ச்சியான சிறிய குடும்பமாக இருந்த நினைவிற்கும் துரோகம் புரிவதுபோல் இருந்தது. எனக்குள்ளே ஆழத்தில், என் நெஞ்சுக் கூட்டின் கீழே ஒரு இரும்புக் கரம் என்னைக் கிழித்துச் சித்திரவதைச் செய்கிறது. எத்தனை முயற்சி செய்தாலும் என்னால் பிரார்த்தனை செய்ய முடியவில்லை. இங்கிலாந்தைப் பற்றி நினைக்காமல் இருப்பதே நல்லது. எனக்கு என் இல்லத்தைப் பற்றி பயமாக இருக்கிறது. மீண்டும் உள்ளே, ஆழமாக மூழ்கிவிடுவேனோ, அந்த இருண்ட சூழியில் தொலைந்துவிடுவேனோ என அச்சமாக உள்ளது.

வைஸ்ராயின் இல்லத்தின் பின்பகுதியில் இருந்த எரிகுழியி லிருந்து மெல்லிய புகை மிதந்து வந்தது. அந்தி சாய்கையில் அவர்கள் கோப்புகளை எரிக்கத் தொடங்கிவிட்டனர். இதனால் இரவிலேயே புகை அடங்கிவிடும். ஆனால், அந்தப் புகையை பார்க்க முடியா விட்டாலும், அதை எங்கள் நாசிகளில் உணர முடிந்தது. அதன் சுவை மூக்கிலும் தொண்டையிலும் இருந்தது.

இரவு உணவிற்குப் பிறகு, அலுவலகத்தில் அமர்ந்து எட்வினா விற்காக ஓர் உரையைத் தயாரித்துக்கொண்டிருந்தேன். இளம் இந்தியப் பெண்களுக்கு பொருளாதாரம் கற்பிக்கும் லேடி எட்வின் கல்லூரியில் அவர் உரை நிகழ்த்துவதாக இருந்தது. காலையில், நீச்சல் குளத்தின் அருகே நடந்த பணியாளர்களின் சந்திப்பின்பொழுது எட்வினா, "நான் நினைப்பதைக் கூறுவதில் உறுதியாக இருக்கிறேன்" என்று குறிப்பிட்டிருந்தார். இத்தனை வருடங்கள் கழித்தும், அவர் என்ன நினைக்கிறார் என்பது எனக்குச் சரியாகத் தெரிவதில்லை. ஆனால், அவரும் நானும், பெண் கல்வியிலும் செவிலியர் பயிற்சி யிலும் மிகுந்த ஆர்வம் கொண்டிருந்தோம். அதையொட்டியே நான் உரையைத் தயாரித்தேன். ஒன்று மட்டும் உறுதி. அவர் கருத்தை ஒப்புக்கொள்ளவில்லை என்றால், உரையை மாற்ற கொஞ்சம் கூட தயங்கமாட்டார். பள்ளிச்சிறுமியுடையதைப் போன்ற அவருடைய கையெழுத்து என்னுடையதைப் போலவேதான் இருக்கும். உரையில் திருத்தங்களைத் தாளின் ஓரத்தில் சிவப்பு நிற பென்சிலால் எழுதுவார்.

"இந்தியாவின் பிரச்சனைகள், பொருளாதாரம் மற்றும் சமூக அமைப்பைச் சார்ந்ததுதான். அவை மதம் மற்றும் அரசியலைச் சார்ந்தவை அல்ல. எனவே வாழும் முறை, கல்வி, வேலைவாய்ப்பு மற்றும் சுகாதாரத்தை மேம்படுத்த அவசரமான யுக்திகள் தேவை." இளம்பெண்கள் வரிசையாக அமர்ந்திருப்பது என் கற்பனையில் தெரிந்தது. நன்கு தலை சீவி அமர்ந்திருக்கும் அவர்கள் மேடையில், இடது கையால் வலது கை நடுங்காமல் இருக்க, அதைப் பற்றிக் கொண்டு நிற்கும் எட்வினாவை வியப்புடன் பார்த்துக்கொண்டி ருப்பார்கள்.

"92 சதவிகிதம் படிப்பறிவு இல்லாமல் இருக்கிறார்கள். ஆயிரத் தில் இருபது பேர் பிரசவத்தில் இறந்து விடுகிறார்கள். 160 குழந்தை கள் பிறந்த முதல் வாரத்திலேயே இறந்துவிடுகிறார்கள். ஆயிரத்தில் நானூற்றி முப்பது குழந்தைகள் 5 வயதாவதற்கு முன் இறந்துவிடு கிறார்கள். 40 கோடி மக்கள்தொகையுள்ள இந்தியாவில், லண்டனில் இருப்பதைவிட குறைந்த அளவே செவிலியர்கள் உள்ளனர். ஆகவே, உங்களுக்கு முன் உள்ள பணி என்னவென்றால்..."

உரையை முடித்த பிறகு, தட்டச்சு இயந்திரத்தில் இருந்து அந்தத் தாளை எடுத்து, கார்பன் தாளில் இருந்து அதைப் பிரித்தெடுத்தேன். நகலைக் கோப்பில் வைத்தேன். அசலை என்ன செய்வது என்று யோசித்தேன். எட்வினாவின் அறைக்குச் சென்று, காலையில் நான் தட்டச்சு செய்த சில கடிதங்களுடன் அவரிடம் கொடுத்து விட லாமா என்று யோசித்தேன். ஜன்னல் வழியாக அவர் அறையில் விளக்குகள் எரிந்துகொண்டிருப்பது எனக்குத் தெரிந்தது. புருவங்கள் நெரிய கண்ணாடி அணிந்துகொண்டு, அவர் உரைகளை வாசித்துக் கொண்டிருப்பார் அல்லது அலுவலகக் கடிதங்களில் கையொப்பம் இட்டுக்கொண்டிருப்பார். ஆனால், முந்தைய இரவு அனுபவத்திற்குப் பிறகு, எனக்கு யோசனையாக இருந்தது. எந்தவித அனுமானமும் இன்றி, ஒரு தீவிரமான சண்டைக்கு நடுவே நான் அங்கு சென்று விட்டேன். கனமான தேக்குக் கதவுகளுக்குப் பின்னால், கஷ்டப்பட்டு அடக்கி ஒலித்த குரல்கள் கேட்டன.

"என்னுடைய பதவியை அர்த்தமில்லாமல் ஆக்குவது என்பதில் ஒரு முடிவுடன் இருக்கிறாயா?" டிக்கி, அமைதியாகப் பேச முயற்சி செய்துகொண்டிருந்தார்.

"உங்களைத் தவிர வேறு யாரைப் பற்றியும் நீங்கள் சிந்தனை செய்வதே கிடையாது" என எட்வினா கிறீச்சிட்டார். "அனைத்தும் டிக்கி மௌண்ட்பேட்டனின் புகழுக்காகத்தான். நான் என்ன செய்வது?"

"எவருக்கும் உன்னைப் போல் சிறந்த கணவர் கிடையாது. யாரும் உன்னைப் பொறுத்துக் கொண்டிருக்கமாட்டார்கள். எனக் கும் குடும்பத்திற்கும், ஏன் உனக்குமே நீ ஒரு அவமானச் சின்னம்."

காலடிச் சத்தம் கேட்டது. நாற்காலி திரும்பிக் கீழே விழுந்த ஓசை கேட்டது. அதன் பின், உரத்த பெருமூச்சுகளின் ஓசை. இரு வரும் சிறிது நேரம் காத்துக்கொண்டிருந்தனர்.

"நான் கிளம்புகிறேன்" என டிக்கியின் குரல் வெட்டென ஒலித்தது.

ஒரு கதவு வேகமாக அடித்துச் சாத்தப்பட்ட ஒலி கேட்டது. அதன் பின் அமைதி. இருளில் தேம்பும் குரல் கேட்டது.

இங்கு அலுவலகத்தில் உரையின் அசலை எடுத்து, அதை ஒரு உறையிலிட்டு, காலையில் எட்வினாவிற்கு அதைத் தருவதற்கு எடுத்து வைத்தேன். இத்துடன் வேலை முடிந்துவிட்டது. நான் என் பேனாவை எடுத்துக்கொண்டு, கையேட்டில் எழுத ஆரம்பித்தேன்.

அன்பிலும் அன்பானவரே,

வைஸ்ராயின் இல்லத்தில், இங்கு அனைத்தும் மூன்று முறை பதிவு செய்யப்படுகின்றன. என்னுடைய நிர்வாக விருப்பத்தைப் பற்றி உங்களுக்குத் தெரியும் தானே? இங்கு என்னால் அதிக பலன் உள்ளது. இது ஓர் இன்ப விடுமுறை அல்ல. இரவு வரை எங்கள் அனைவருக்கும் வேலைகள் உள்ளன. காலை 9.10க்கு லண்டனுக்கு எடுத்துச் செல்லப்படும் கடித மூட்டை செல்லும்பொழுது மிகவும் பரபரப்பாக இருக்கும். அலுவலகப் பணியாளர்கள் தங்கள் தலைப் பாகையைக் கையினால் பற்றிக்கொண்டு தாழ்வாரத்தில் அங்கு மிங்குமாக வேகமாக ஓடுவதைப் பார்ப்பது ஓர் அனு பவம்தான்.

இப்பொழுது இல்லத்தில் உள்ளவர்களில் பாதிப் பேர் அவசர அவசரமாக எழுதிக்கொண்டிருப்பார்கள். அனைவரும் நாட்குறிப்பு எழுதிக் கொண்டிருக்கின் றனர். அனைவரும் இந்திய விடுதலையென்ற பெரும் சரித்திர நிகழ்விற்கு ஆரம்ப அடிகளில் இருக்கிறோம் என்பதில் ஐயமே இல்லை. எங்கள் வேலைகளைப் பதிவு செய்வதன் மூலம் சரியானத் தகவல்களை வெளி யிட்டு, அதன் பிரதிபலனுக்கு ஏதாவது செய்யலாமென எண்ணுகிறோம். ஆனால் எனக்கு அதில் சந்தேக முண்டு. ஏனெனில் இந்த விளையாட்டில் மிகப் பெரிய ஆட்டக்காரர்கள்கூட அவர்களை மீறிய ஏதோவொரு சக்தியினால் உந்தப்பட்டு நடக்கின்றனர். அதை அவர் கள் ஒப்புக்கொள்ளாமல் இருக்கலாம். எப்பொழுதும் நேர்மறை சிந்தனையுடனும் உற்சாகத்துடனும் இருக்கும் டிக்கியை நான் மிகவும் வியந்து நோக்குகின்றேன். ஒரு புதிய ஆரம்பத்தை உருவாக்க தன்னால் இயன்றதை அவர் செய்கிறார். மேலும் இந்தியர்கள் அவரோடு இயைந்து இருக்கிறார்கள். இது வேவல் பிரபுவின் காலத்தைவிட மேம்பட்டுள்ளது. எங்கள் பார்வையில் இங்கு பிரச்சனை என்னவென்றால் உங்களின் சட்ட அறிவு அதை ஆமோதிக்கும் அதிகாரத்தை யாரிடம்

மாற்றுவது, எந்த சட்ட அமைப்பில் மாற்றுவது? இந்தி யர்கள் அரசாட்சி அந்தஸ்தை விரும்பவில்லை. ஏனெ னில் அது முழுச் சுதந்திரம் இல்லை என்று அவர்கள் நினைக்கிறார்கள். அதிகாரத்தை இணைக்கப்பட்ட இந்தியாவின் ஒரு தற்காலிக அரசாங்கத்திடம் ஒப் படைத்தால், நிச்சயம் அது காங்கிரஸிடம்தான் வர வேண்டியதாய் இருக்கும். அப்பொழுது முஸ்லீம் லீக் அதில் வராது. அதனால் உள்நாட்டுப் போர் ஏற்பட வாய்ப்புகள் உண்டு. சீக்கியர்களைப் பற்றி கூறவே வேண்டாம். டிக்கியைப் பற்றி, 'அவரொரு முட்டாள்' என்ற கருத்து உங்களுக்கு இருப்பது எனக்குத் தெரியும். ஆனால் இம்முறை அவர் மிகுந்த குழப்பத்தில் கிடத்தப் பட்டுள்ளார். அவருடைய குழப்பத்தைக் கண்டு நீங் களே பரிதாபப்படுவீர்கள்.

முஸ்லீம் லீக் மற்றும் காங்கிரஸின் நிலை உறுதி யாகவே உள்ளது. யாரும் யாரையும் நம்புவதில்லை. பதவிப் பிரமாணத்தின் போது டிக்கியின் உரைக்குக் காங்கிரஸ்தான் காரணம் என்று லியாகத் அலிகான் எண்ணினார். அது தன்னுடைய சொந்த எண்ணம் என்று வைஸ்ராய் கூறியபோது அவருக்கு மிகவும் ஆச்சரியமாக இருந்தது. வைஸ்ராயின் தலைமைப் பணியாளரான இஸ்மே பிரபு, சர்ச்சில் தன் தீய எண் ணத்தை அனைத்திலும் செலுத்துவதாக நேரு எண்ணு வதாகக் கூறுகிறார். நேற்று நான் அலுவலகத்துக்குத் திரும்பும்பொழுது, ஆலனும் கிருஷ்ண மேனனும் ஓர் ஓரத்தில் நின்றுகொண்டு இரகசியமாகப் பேசிக் கொண்டிருப்பதைக் கண்டேன். மேனன் நேருவினுடைய ஆள் என்பது உங்களுக்குத் தெரியும். இருந்தாலும் அவ்விருவரும், விஷமம் செய்யும் பொழுது பிடிபட்ட இரண்டு சிறுவர்களைப் போல, என்னைப் பார்த்ததும் முகமெல்லாம் சிவந்து போனார்கள். அதைப் பற்றி நான் இன்னும் விசாரிக்கவில்லை. மொத்தத்தில் இடைக்கால தர்பார் ஒன்றில் வாழ்வதுபோல் இருக் கிறது. எட்வினாவும் டிக்கியும் தினமும் சண்டை போட்டுக் கொள்கிறார்கள். அதைப் பற்றி எப்பொழு தும் ஏதோ ஒரு முணு முணுப்பு இருந்துகொண்டி ருக்கிறது. வதந்தியும், அதற்கு எதிரானதொரு வதந்தியும் இருந்து கொண்டே இருக்கிறது...

எழுதிக் கொண்டிருப்பதை நிறுத்தி நிமிர்ந்து பார்த்தேன். மெல்லிய புகை, கருப்பைவிட கருப்பாக இரவினில் காணாமல் போவது இப்பொழுது மிக லேசாகவே கண்ணுக்குத் தெரிந்தது. நான் ஒரு சிகரெட்டை எடுத்து பற்றவைத்துக் கொண்டேன். அமைதியாக வெள்ளை நிற பனாமா தொப்பியை அணிந்துகொண்டு கிரிக்கெட் பார்ப்பதற்கு லார்ட்ஸுக்குச் செல்லும் சார்லஸை மனக்கண்ணில் கொண்டு வந்து நோக்கினேன். என் கன்னத்தில் முத்தமிட்டுச் சென்று வருகிறேன் என்று கூறுவதுபோல், என் பின்னால் தட்டுவார்.

"டூக்லூ, நிச்சயமாக நீ வரவில்லையா?"

சாதாரணமாக அவரிடம் அனைத்தையும் கூறி விடுவேன். சொர்க்கத்தில் இருக்கும் கிரிக்கெட் மைதானத்தில் என் கையேட்டை அவர் வாசிப்பார் என்று அசையாத நம்பிக்கை எனக்குண்டு. ஆனால், இன்றிரவு நான் அவ்வாறு செய்யவில்லை. பதவிப் பிரமாணத்தின் போது சந்தித்த மருத்துவர் ரதோரைப் பற்றி எதுவும் எழுதவில்லை. நேரமாகிவிட்டது. ஒரு கொசுவை அடிப்பதுபோல பட்டென்று என் கையேட்டை மூடினேன்.

அதிகாலை நேரம். காலை நேரக்காற்றில் மிளகின் வாசம் தெரிந்தது. ஆனால் என் இளஞ்சிவப்பு முன்கைகளில் காலை நேர சூரியனின் சூட்டை உணர்ந்து கொண்டிருந்தேன். இஸ்மே பிரபுவுட னும், ரிசால்தார் மூஸா கானுடனும் குதிரைச் சவாரி செய்து முடித்திருந்தேன். குளித்து காலை உணவிற்குத் தயாராக வேண்டும். பணியாளர்களுடனான முதல் கூட்டம் இருக்கிறது. இன்றைய நாள் நீண்டதாக இருக்கப் போகிறது. ஆனால், ஜமுரத் கானும், அலு வலகப் பணியாளர் ஒருவரும் வைஸ்ராய் இல்லத்தின் மேல் படியில் எனக்காகக் காத்துக் கொண்டிருப்பதைக் கண்டதும் ஏதோ தவறாகப் பட்டது.

என் தாடையில் இருந்து கைக்குட்டையை அவிழ்த்து என் முகத்தையும் கழுத்தையும் துடைத்துக்கொண்டு நேராக வைஸ்ரி னுடைய அலுவலகத்திற்குச் சென்றேன். கையைக் கழுவிக் கொள்வ தற்காக மட்டும் நடுவில் நின்றேன். குதிரைச் சவாரிக்கான காலணி களும் மேலாடையும்தான் அணிந்து கொண்டிருந்தேன். என் மேல் குதிரை, தோல், வைக்கோல் என வெவ்வேறு வாசம் வீசியது.

அங்கு எனக்காக இரண்டு நபர்கள் காத்துக்கொண்டிருந்தனர். வெள்ளைக் காதிப் புடவையைத் தன் தலை மேல் போட்டபடி அவரும், அவர் அருகில் பிரம்மாண்ட உருவத்தில் தினசரியை வாசித்துக் கொண்டிருந்தபடி மருத்துவர் ரதோரும். நான் உள்ளே சென்ற பொழுது இருவரும் எழுந்து நின்றனர். காந்தியின் அந்தரங்கச் செயலாளரான ராஜகுமாரி அம்ரித் கௌர் ஆங்கில முறைப்படி கை குலுக்கக் கையை நீட்டினார்.

“மன்னிக்கவும்” என்றேன் சிறிது தர்ம சங்கடத்துடன். பிப்பி வாலஸ், வைஸ்ரினுடைய சிறப்பு உதவியாளர். லாயத்தில் இருந்து நேராக வருகிறேன் என்றேன்.

அவருக்கு ஐம்பது வயது இருக்கலாம். ஆனால், அதை விட இளமையாகக் காணப்பட்டார். சிறிய உருவம் உடையவராய் இருந் தார். அவர் அழுதுகொண்டிருந்தார் என்பது தெரிந்தது..

"நாங்கள்தான் மன்னிப்புக் கேட்கவேண்டும் திருமதி வாலஸ் அவர்களே! முன்னறிவிப்பு இல்லாமல் காலை நேரத்தில் வந்து விட்டோம். என்னுடைய வாகன ஓட்டுநருக்கு உடல்நிலை சரியில் லாததால் மருத்துவர் ரதோர் இங்கு என்னை அழைத்து வந்திருக் கிறார். இன்றைய வேலைகளைத் துவங்குவதற்கு முன், வைஸ்ரின் அவர்களிடம் பேசவேண்டும். மிகவும் முக்கியமான விஷயம். அவரைக் காணவேண்டும்.

என் மனம் துரிதமாகக் கணக்கிட்டது. அம்ரித் கௌரைத் திருப்பி அனுப்ப எட்வினா விரும்பமாட்டார். அவர் ஒரு முக்கிய மான ஆளுமை. இவர்கள் இருவரிடையேயான சந்திப்பு கூடிய சீக்கிரத்தில் நடக்கவிருந்தது. இந்தியாவிற்குக் கிளம்பி வரும் முன், முக்கியமான இந்தியப் பெண்மணிகளைப் பற்றிய விபரங்கள் அடங்கிய கோப்பையே என் மனம் அசைபோட்டது. அதிலிருந்து அம்ரித் கௌர் ஒரு இளவரசி என்றும், டார்செட்டில் இருக்கும் ஷெர்போன் பள்ளியிலும், பின் ஆக்ஸ்ஃபோர்ட் பல்கலைக்கழகத் திலும் பயின்றவர் என்றும், பின் இந்திய விடுதலைக்காகப் போராடு வதற்காகவும், காந்தியைப் பின்தொடர்வதற்காகவும், அவற்றை யெல்லாம் துறந்தவர் என்றும் எனக்கு நினைவுக்கு வந்தது. ஆனால், அதே சமயம் எவ்வளவு முயன்றாலும் இன்று காலை எட்வினாவால், மற்றொரு சந்திப்பை எதிர்கொள்ள முடியாது என்பது எனக்குத் தெரியும்.

"ராஜகுமாரி, மன்னித்துக் கொள்ளுங்கள். ஆசியத் தொடர்புக் கருத்தரங்கமும், அதற்குப் பின்னான தோட்ட விருந்தும் உள்ளன. வைஸ்ரின் அவர்களுக்கு இன்று முழுவதும் பணி இருக்கிறது. 'இங்கு காத்துக் கொண்டு இருங்கள்' என்று கூற எனக்கு விருப்பமில்லை. உங்களுக்கும் முக்கியமான வேலைகள் இருக்கலாம்."

அவர் இரு கைகளையும் பதற்றத்துடன் பிசைந்து கொண்டார். இத்தனை நேரமும், மருத்துவர் ரதோரின் பார்வை வியர்வையில் நனைந்த சட்டையும் ஜோத்பூர் செருப்புகளும் அணிந்திருந்த என்னை விட்டு அகலவில்லை. என்னை அவர் இனி சந்திக்கப்போவதே இல்லையென்பது போலவோ, அல்லது கலைந்த உடைகளில் என்னைச் சந்திப்போம் என்று அவர் நினைத்தே இருக்கமாட்டார் என்பது போலோ, அவர் பார்வை இருந்தது.

"காலை உணவு அருந்திவிட்டீர்களா?" என்று என் சட்டையின் பொத்தான்களை இட்டபடியே கேட்டேன். திடீரென என்னைப் பற்றிய சுய உணர்வு ஆட்கொண்டது. "என்ன அது? என்னிடம் அதைக் கூறலாம். நான் வைஸ்ரினிடம் கூறுகிறேன். அவர் உங்களைத் திருப்பி அழைக்கலாம்" என்றேன்.

அம்ரித் கௌர் தன் தலையில் இருந்த சேலையைப் பின்னால் இழுத்து விட்டுக்கொண்டார். இப்பொழுது குட்டையாக வெட்டப் பட்டிருந்த அவரது சுருட்டை முடி கண்ணுக்குத் தெரிந்தது. அவர் திரு. ரதோரைப் பார்த்தார். ரதோர் தலையை அசைத்தார்.

"நீங்கள் இருவரும் உரையாடுங்கள். நான் மருந்து சாலைக்கும், லாயத்துக்கும் சென்று வருகிறேன். சில மாதங்களுக்கு முன்பு, குடல்வால் அறுவை சிகிச்சை செய்த ஒரு இளைஞனைச் சென்று பார்க்கவேண்டும். அவனுக்கு இளம் வயதிலேயே அம்மை நோய் ஏற்பட்டிருந்தது. அவன் முகம் முழுவதும் வடுக்களாய் உள்ளது. அதைச் சரி செய்ய முடியவில்லை."

"ரவியா?" என்று கேட்டேன்.

"உங்களுக்கு அவரைத் தெரியுமா திருமதி வாலஸ்?"

இன்று காலை, எங்களுக்குக் குதிரைகளை நடத்தி வந்து கொடுத்த ஒரு இளைஞனின் புன்னகை பொருந்திய, ஆனால் வடுக்கள் நிரம்பிய முகம் நினைவுக்கு வந்தது. கண்கள் கீழே பார்த்த படி, நான் குதிரை மேல் ஏறும் வரை கடிவாளத்தைப் பிடித்துக் கொண்டு நின்று கொண்டிருந்தான். ஹிந்துஸ்தானியில் ஏதோ முணுமுணுத்தான். என்னவென்று புரிந்து கொள்ள முடியவில்லை.

'கவனமாக இருக்கும்படி கூறுகிறான்' என்று ரிசால்தார் மொழிபெயர்த்தான். 'இந்தக் குதிரை நல்ல குதிரை. திருமதி வேவல் இதன் மேல் சவாரி செய்ய விரும்பினார். ஆனால் இவள் நடையில் இருந்து ஓட்டத்திற்கு மிக விரைவாகச் சென்று விடுவாள்' என்றான்.

ஆனால் இப்பொழுதோ காலையில் சென்ற சவாரி எத்தனையோ வாரங்களுக்கு முன் சென்றது போலிருந்தது. அம்ரித் கௌர் என்ன கூறப் போகிறார் என்றும், அதை ஏன் ஒரு ஆணின் முன் கூறக்கூடா தென்றும் யோசிக்கலானேன்.

மருத்துவர் ரதோர் கிளம்புவதற்கு ஆயத்தமானார். "அம்ரித், இங்கு வேலை முடிந்தவுடன் யாரையாவது அனுப்பி என்னை அழை. செயலகத்திற்கு நான் உன்னை அழைத்துச் செல்கிறேன். அங்கிருந்து உன் வாகன ஓட்டி உன்னைத் திரும்பி அழைத்துச் செல்லட்டும்" என்றார். கதவருகே சென்று திரும்பி கடுமையான முகத்துடன், "தைரியமாக இங்கே நிகழப் போவதைப் பதிவு செய்து கொள்ளுங்கள் திருமதி வாலஸ். வரலாற்றிற்கு இது தெரியவேண்டும்" என்று கூறியபடி கதவை மிக மெதுவாகச் சாத்திவிட்டுச் சென்றார். திடீரென என் சக்தியெல்லாம் கரைந்து போனது போல் தோன்றி யது. என் நாளே அவரோடு சென்று விட்டது போலிருந்தது.

இரண்டு பேரும் அமர்ந்தோம். காப்பி மேசையின் இருபுறமுள்ள பெரிய தேக்கு நாற்காலியில் அமர்ந்து கொண்டோம். என் கையேட்டையும், பென்சிலையும் எடுத்துக் கொண்டேன். அம்ரித் கௌர் தன் சேலை நுனியைத் திருகியபடியே இருந்தார்.

'மிக மோசமான செய்தி' என்றார். 'எங்கு ஆரம்பிப்பது என்று தெரியவில்லை. நேற்று சீக்கிய, ஹிந்து மகளிரின் குழுவொன்று என்னைக் காண வந்தது. அவர்கள் ராவல் பிண்டியிலுள்ள கஹுதா விலிருந்து வந்த அகதிகள்' என்று கூறியபடி, அவர் கூறுவதைச் சுருக்கெழுத்தில் எழுதிக் கொண்டிருக்கும் என்னை, அவர் பேசுவதைப் புரிந்து கொள்கிறேனா என்று அறிவதற்கு என் கண்களை உற்று நோக்கினார். 'உண்மையில் அவை மிகவும் அச்சம் தரக்கூடிய கதைகள். நேற்று நான் உறங்கவே இல்லை.' அப்போது ஒரு பணியாள் கதவைத் தட்டி, ஒரு தட்டில் தேநீரும் ரொட்டியும் கொண்டு வந்தான். எங்களுக்குப் பரிமாறுவதற்காக அவன் நின்று கொண்டிருந்தான். ஆனால் நான் 'நாங்களே பார்த்துக் கொள்கிறோம். நீ போகலாம்' என்று கூறினேன்.

'கொடுமையான விஷயம் என்னவென்றால், இவையனைத்தும் திட்டமிடப்பட்டவை. அந்தப் பகுதியிலுள்ள சிறுபான்மையினரான ஹிந்துக்களையும், சீக்கியர்களையும் அறவே துடைத்து ஒழித்து, பாகிஸ்தான் உருவாவதற்கு வழிவகுக்கும் ராணுவ நடவடிக்கைகளில் ஒரு பகுதி.' அவர் சிறிது நிறுத்தி பெருமூச்சு விட்டார். அவர் கோப்பையில் தேநீரை ஊற்றினேன். பாலும், சர்க்கரையும் கலந்து அதை எடுத்துக்கொண்டார்.

'அந்தப் பெண்களைப் போல யாரும் எதையும் இழந்திருக்க முடியாது. அவர்கள் செல்ல இடமே இல்லை. எல்லாம் இஸ்லாமியர்களால்தான். பள்ளிவாசலில் ஜிகாத் அறிவிக்கிறார்கள். அவர்கள் பகுதியிலுள்ள சிறுபான்மையினருக்கு எதிராக ஜிகாத் அறிவிக்கிறார்கள். ஆண்கள் கையில் துப்பாக்கி, வெடிகுண்டு, தொலைநோக்கிகளோடு ஒருங்கிணைக்கப்பட்ட குழுவாக வந்து கஹுதாவை ஆக்கிரமிக்கிறார்கள்.' அவர் யோசிக்கிறார். எதையும் விட்டுவிடக் கூடாதென்றும், சரியான தகவலைத் தரவேண்டுமென்றும் முயல்கிறார் என்பது புரிந்தது. 'முஜாஹிதீன்கள் பெட்ரோல் வாங்குகிறார்கள். பூட்டை உடைக்க, பூட்டைச் சரி செய்பவனையும், தலையை மொட்டை அடிக்கவும், கட்டாயப்படுத்தி சுன்னத் செய்யவும் சவரத் தொழிலாளர்களையும் அழைத்து வருகிறார்கள். கடைசியாக கொள்ளையடித்த பொருளை எடுத்துக்கொண்டு செல்ல ஒட்டகத்துடன் ஒரு குழு வருகிறது.'

சிறிது புரிந்து கொள்ளமுடியாமல் அவரை நோக்குகிறேன். அவர் கூறியவற்றை எல்லாம் எழுதிக்கொள்வதற்கு எனக்கு நேரம் கொடுத்து நிறுத்துகிறார். நான் அவர் கோப்பையில் தேநீரை ஊற்றுகிறேன். பதற்றத்துடன் அதைக் குடிக்கிறார்.

'பெண்கள் அனைவரும் வன்புணரப்பட்டனர். பின் அவர்களு டைய பதினோரு, பன்னிரெண்டு வயது பெண் குழந்தைகள் கூட்டத்திற்கு முன்பு வன்புணர்வு செய்யப்படுவதைக் காணும்படி வற்புறுத்தப்படுகின்றனர். குழந்தைகளை உயிரோடு எரித்தனர். அவர்கள் தப்பித்து ஓட முயற்சி செய்தால், முஜாஹிதீன்கள் அவர் களைப் பிடித்து மீண்டும் நெருப்புக்குள் தள்ளிவிட்டனர். அல்லது கழுத்தை நெறித்து மரத்தில் தொங்க விட்டனர்.'

அவருடைய உதட்டசைவுக்கும் குரலுக்கும் சம்பந்தமில்லாமல் வார்த்தைகள் வந்து விழுந்தன. என் பென்சில் எழுதுவதை நிறுத்தி விட்டது. நம்பமுடியாமல் நான் அவரை வெறித்து நோக்கினேன். தேநீர்க் கோப்பையைச் சுற்றி அவர் கையை வைத்தபடி அதன் ஆவி உத்தரத்தை நோக்கிச் செல்வதைப் பார்த்தபடி அமர்ந்திருந்தார்.

வார்த்தைகளால் என்னால் கேட்கமுடியாத அந்தக் கேள்விக்கு, 'ஆம்' என்று பதிலளித்தார்.

இப்பொழுது அவர் இன்னும் வேகமாகப் பேச ஆரம்பித்தார். அவருடைய பேச்சு, இந்தியத் தொனியில் இருந்தது. வேகமாகக் கூற வந்ததை எல்லாம் கூறி முடித்து விடவேண்டும் என்பது போல் இருந்தது. 'பெண்களைத் தூக்கிச் செல்லவில்லை என்றால், அவர் களைக் கொன்றுவிட்டார்கள். ஒரு பெண்ணை இரண்டு கால்களை விரித்துக் கிழித்து, மற்றொருவளைக் கழுவில் இட்டு...'

'கொலை, கொள்ளை, கலவரம், கடத்தல், கட்டாயப்படுத்தி மதமாற்றம், வன்புணர்தல் (கொடுமையான தகவல்கள் உண்டு), சூறை யாடுதல்' என்று நான் எழுதினேன்.

ஒருவழியாக அவர் கூற வந்ததை அவர் கூறிவிட்டார். நான் என் பென்சிலைக் கீழே வைத்துவிட்டு, என் சுருக்கெழுத்துகளையும், எங்களுக்கிடையே, நாங்கள் தொடாமல் தட்டில் இருந்த ரொட்டி யையும் வெறித்து நோக்கினேன். என் வாய் கசந்தது. கையில் தேநீர்க் கோப்பையை வைத்துக்கொண்டு சிறிது நேரம் பறவைகளின் சத்தத்தைக் கேட்டபடி அமர்ந்திருந்தோம். பின் மிகவும் மென்மை யாக, மிக மிக மென்மையாக, பாதிக்கப்படக் கூடிய ஒரு சாட்சியை என் கணவர் நீதிமன்றத்தில் விசாரிப்பது போல, 'இந்தப் பெண்களை உங்களுக்குத் தெரியுமா ராஜகுமாரி?' அவர்கள் கூறுவதைச் சரி பார்க்க முடியுமா?' எனக் கேட்டேன்.

அம்ரித். 'தயவு செய்து என்னை அம்ரித் என்று அழையுங்கள்' என்று முணுமுணுத்தார்.

பிப்பி. 'என்னை அனைவரும் பிப்பி என்று அழைக்கிறார்கள்.' தன் மடியில் இருந்த கைகளை மீண்டும் மீண்டும் மூடித் திறந்து கொண்டிருந்தார். பின் திடீரெனப் புன்னகைத்தார். அமைதியாகவும் சாந்தமாகவும் அப்புன்னகை இருந்தது. உண்மையில் இச் சூழ் நிலைக்கு முரணாக எதுவுமே முக்கியமில்லை என்பது போலவும், நம்மை மீறி ஏதோ பெரியதாகவும், மிகவும் அழகோடும் ஏதோ ஒன்று இருப்பது போலவும் அது அனைத்தையும் சரி செய்துவிடுமென்பது போலவும் இருந்தது. 'பிப்பி, நீங்கள் மட்டும் அவர்களுடைய காயங் களையும் முகங்களையும் பார்த்திருந்தால் இந்தச் சந்தேகமே வந்திருக் காது' என்றார். அவர் முகத்தைப் பார்த்தபோதும், எத்தனை சிரத்தை யுடன் மருத்துவர் ரதோர் அவரை இங்கு அழைத்து வந்திருக்கிறார் என உணர்ந்தபோதும், அவரை நான் சந்தேகமே படவில்லை என் பதைப் புரிந்துகொண்டேன். என் மனதில் அது உண்மையாகத்தான் இருக்கவேண்டும் என்பது உறைத்தது.

வைஸ்ராய் இல்லம் இதுபோன்ற இரவுகளுக்காகத்தான் கட்டப்பட்டு இருக்கவேண்டும். விருந்தினர்களை முன்வாசலில் இறக்கிவிட்டபின் கார்கள், அதன் விளக்குகள் சூரியனைச் சுற்றும் நட்சத்திரங்களைப் போல மின்னியபடி பின்பக்கம் ஜெய்ப்பூர் தூண்களுக்கு இடையே சென்றன. உள்ளே ஒளி தொங்கு விளக்குகளிலும், வெள்ளித் தட்டுகளிலும் விளையாடி வானவில்லின் சரமாய் ஒளிர்ந்தது. அறைகளிலும், மாடிகளிலும், பொருத்தப்பட்டிருந்த சிறு தொடர் விளக்குக்கு நடுவில் மக்கள் குவிந்து கொண்டிருந்தனர். எத்தனை வெளிச்சம்! அது என்னை கொஞ்சம் தர்மசங்கடத்தில் ஆழ்த்தியது. இப்படிப்பட்ட சரியான இலக்கில் தவறாமல் விழப் போகும் வெடிகுண்டிலிருந்து தப்பித்து ஓடிவிட வேண்டும் என என் உள்ளுணர்வு கூறியது.

மாலை நேரத்தின் பெரும்பான்மையான பொழுதில் நான் ஒரு வழிகாட்டியாகத்தான் இருந்தேன். சிறிய குழுக்களாய் வந்த இந்தியப் பெண்மணிகளுக்கு அறைகளைச் சுற்றிக் காட்டினேன். இதுவரை வைஸ்ராய் இல்லத்திற்கு வந்ததே இல்லை என வெட்கத்துடனும் ஆர்வத்துடனும் கூறினர். அவர்களின் கணவர்களும் பல வருடங்களாக பொது வாழ்வில் ஈடுபட்டு இருந்தாலும் அவர்களும் இங்கு வந்ததில்லை. அதில் சிலர் பிரிட்டிஷ் சிறைகளில் கூட இருந்திருக்கிறார்கள். பேசிப்பேசி என் நாக்கு வறண்டுவிட்டது. எலுமிச்சைச் சாறைப் பணியாளரிடம் பெற்றுக்கொண்டேன். இசையைத் தொடர்ந்தவாறே மாடிக்குச் சென்றேன். அப்பொழுது தான் அவர்களைப் பார்த்தேன். எட்வினாவும் ஜவஹரும் மேடையில் இருந்து வந்த விளக்கின் ஒளி சூழ நடுவில் அமர்ந்திருந்தனர். அந்தச் சமயம் அங்கு நிகழும் ஒவ்வொன்றும், அவர்களிடமிருந்து புறப்பட்டு வந்தது போலவும், அவர்களால் நிகழ்வது போலவும், ஏதோ ஒரு வகையில் அவர்களோடு சம்பந்தப்பட்டு இருப்பது போலவும் தோன்றியது. இந்திய நடனத்தைப் பார்த்தபடி எட்வினா ஒரு சோபாவில் அமர்ந்திருந்தார். அவர் காலடியில் அவர் சம்மணம் இட்டு அமர்ந்திருந்தார். அவர்களின் முகத்தில் அது தெளிவாகத் தெரிந்தது. எட்வினாவின் கழுத்தசைவிலும், அவருடைய உடைக்கு

மிக அருகில் சோஃபாவில் நேரு தன் முதுகை சாய்த்திருந்த கோணத்திலும் மிகத் தெளிவாய்த் தெரிந்தது. அவர்களுக்கு அது தெரிந்ததோ இல்லையோ, நூற்றுக்கணக்கானவர்களுக்கு அது வெட்டவெளிச்சமாக்கப்பட்டது. அதிர்ச்சியுடன் இதைத்தான் அன்று ஆலன் காம்பெல் ஜான்சனும் கிருஷ்ணமேனனும் முகம் சிவக்கப் பேசிக் கொண்டிருக்க வேண்டும் என உணர்ந்தேன்.

"ஷ்ஷ் நமக்குள்ளே இருக்கட்டும். எட்வினாவும் ஜவஹரும்"

"நிச்சயமாக இருக்காது? என்றிருப்பார்கள். சங்கடத்துடன் என் பார்வையை விலக்கினேன், பின் நோக்கினேன். வைஸ்ரினும், வருங் கால இந்தியப் பிரதமரும், அவர் ஏதோ தன் தலையை உயர்த்தியபடி கூறுகிறார். எட்வினா அதற்கு பதிலளிப்பது போல் புன்னகை புரிகிறார். அவர் கண்கள் நேருவை நோக்கித் தாழ்ந்து இருக்கின்றன.

இருந்தாலும் எப்படி இது சாத்தியம்? அவர்கள் ஒருவரை ஒருவர் ஒரு வார காலம்தான் அறிந்திருக்கிறார்கள். ஒருவர் மேல் ஒருவருக்கு பிடிப்பு ஏற்பட, இந்த கால அவகாசம் போதுமா? இப்பொழுது எனக்கு கோபம் ஏற்பட்டது. எட்வினா மகிழ்ச்சியற்றும் தனிமையிலும் இருந்தார். ஜவஹர்லால் நேருவோ பல வருடங்களுக்கு முன் மனைவியை இழந்த ஓர் ஆணழகர். நிச்சயம் இருவருக்கும் கொஞ்சம் சுய சிந்தனை இருக்க வேண்டாமா? ஆனால் இவர்கள் இருவருடைய தொடர்பு ஏற்படுத்தப் போகும் அரசியல் தாக்கம்தான் என்னை மிகவும் சங்கடத்திற்கு உள்ளாக்கியது. ஏற்கனவே வைஸ்ராய் காங்கிரஸுக்கு ஆதரவாக இருப்பதாகவும், முஸ்லீம் லீக்கிற்கு எதிராக இருப்பதாகவும் கருதப்படுகிறது. இப்பொழுது அவருடைய மனைவி காங்கிரஸ் தலைவருடன் நெருக்கமாக இருப்பது தெரியவந்தால் நிலை மிகவும் மோசமாகப் போய் விடும். அவர் பதவியை ராஜினாமா செய்ய வேண்டிவரும். அதன் பின் இந்தியாவைப் பற்றி ஒரு முடிவுக்கு வர மேலும் காலதாமதம் ஆகும். மேலும் ரத்தவெள்ளம் பெருக்கெடுக்கும். திரும்பி வீட்டிற்குள் நடந்தேன். சில நடுவயது ஆங்கிலேயப் பெண்மணிகளைக் கடந்து செல்ல வேண்டியிருந்தது.

"அருவருப்பாக இருக்கிறது" என்று அங்கு ஒரு பெண்மணி கழுதை போல் கத்திக் கொண்டிருந்தாள். "மிகவும் அவமானகரமாக இருக்கிறது" என்றாள் மற்றொருத்தி. "இப்படி அருவருப்பான இந்தியர்களை வைஸ்ராய் வீட்டிற்குள் அனுமதித்து இருக்கிறார்."

என்னால் அதற்கு மேல் பொறுக்கமுடியவில்லை. அவர்கள் முன் நேராகச் சென்று நின்றேன்.

"நீங்கள் கிளம்பலாம் என்று நினைக்கிறேன்."

அவர்கள் அதிர்ச்சியில் வாய் பிளந்தது எனக்குத் திருப்தியாக இருந்தது. அவர்களின் ஒப்பனை முகங்களில் ஒரு அறை கொடுத்து அவர்கள் வாழும் குறுகிய உலகத்திலிருந்து வெளியேற்ற வேண்டும் போல் இருந்தது. அவர்கள் ஒரு நாள் வாயை மூட வேண்டும், இல்லையெனில் அவர்களது உடல்கள் மரத்திலிருந்து தொங்கிக் கொண்டிருக்கும். ஆனால் கோபம் என்னை சண்டை போட முடி யாத வண்ணம் பலவீனமாக்கியது. நேரமாகி விட்டது. என் கடமையை நான் செய்துவிட்டேன். அவர்களிடமிருந்து திரும்பி நடந்தேன்.

என் அறையை நோக்கிச் செல்லும்போது அமைதியான நூலக அறையில் ஆலனைக் கண்டேன். நீண்ட கருப்பு உடை அணிந்த சிவந்த நிறமுடைய சீனர் ஒருவருடன் அவர் இருந்தார். அவரருகில் ஒத்தல்லோ நாடகத்தின் வில்லன் இயாகோ போல கிருஷ்ண மேனன் நின்று கொண்டிருந்தார்.

“பிப்பி” என்று புன்னகையுடன் என்னை விளித்தார். அவர்கள் தங்கள் சட்டையின் பித்தான்களைக் கழற்றி விட்டுக் கொண்டு, பந்தயத்தில் ஜெயித்து வந்தவர்களைப் போல் காணப்பட்டனர். கருத்த புருவங்களுக்குக் கீழே கிருஷ்ண மேனன் கூட திருப்தியாக இருப்பது போல் தோன்றியது.

“சைனாவின் தூதர் மேதகு லோ அவர்களைச் சந்தியுங்கள். இவர் சீமாட்டி பிப்பி வாலஸ், வைஸ்ரினின் சிறப்பு உதவியாளர்” என்றார்.

லெட்டிசியா என்ற பெயர் இந்தியாவில் செல்லுபடியாகவே இல்லை. விருந்தில் அமரவைக்கும் போதும் மற்ற ஏற்பாடுகளின் போதும் அப்பெயர் உபயோகப்படுத்தப்பட்டது. ஆனால் அந்தப் பெயர் வழக்கொழிந்து போனதில் எனக்கு எதுவும் வருத்தமில்லை. “பிப்பி” என்ற பெயர் எனக்கு புதியதொரு ஆரம்பத்தைத் தந்தது. அடையாளத்தைத் தந்தது. என் வாழ்வைப் புதிதாக்க ஒரு வாய்ப் பைத் தந்தது.

“மிக்க மகிழ்ச்சி” என்று திரு. லோ என் கைகளில் முத்த மிட்டார். “மறக்க முடியாத ஆசிய உறவு மாநாட்டு முடிவில் என்ன அருமையான ஒரு நிகழ்ச்சி! வைஸ்ரினிடம் என் பாராட்டுகளைத் தெரிவியுங்கள். நானும் அவருக்கு கடிதம் எழுதுவேன்!” என்றார்.

“இப்பொழுது நீங்களும் வரவேண்டும்” என்று புலி போல இளித்துக் கொண்டு அவருக்கு இயல்பில்லாத தாராள மனப்பான் மையுடன் கைகளை விரித்தார். அது ஒரு கட்டளையைப் போல் இருந்தது. விண்ணப்பம் போலில்லை. “ஜவஹர் யார்க் சாலையில் உள்ள அவர் இல்லத்தில் ஒரு சிறிய விருந்தளிக்கிறார். நாங்கள் அனைவரும் செல்கிறோம்” என்றார்.

இலக்கம் 17, யார்க் சாலை இல்லத்தின் நிழல்களில் உற்சாகம் கொப்பளித்தது. உயரமான கொக்கு ஒன்று, படபடத்துக் கொண்டு செல்லும் அன்னங்களுக்கு நடுவே தன் கழுத்தை நீட்டியது. ஒரு மீனவன் நீரில் தன் வலையை வீசினான். நடன மாந்தர்களால் மெய்மறந்து போன நாங்கள், ஷெனாயின் வார்த்தையில்லா ஒலியில் அமிழ்ந்து போனோம். டோலக்கின் ஒலிக்கு ஏற்ப புல்வெளிகளில் நடந்தோம்.

வரவேற்கும் வரிசை எதுவும் அங்கு இல்லை. இவ்விருந்திற்கு டிக்கி வரவில்லை. விருந்தினர்களின் நடுவே எட்வினாவும் ஜவஹரும் இணைந்து விருந்தினர்களுடன் கலந்தனர். ஒரு குட்டிச் சாத்தானைப் போல் தாவி மற்றவர்களை அணைத்து கை குலுக்கிக் கொண்டிருந்த ஜவஹரை வழிநடத்தும் விசையாக எட்வினா இருந்தார்.

"வருக!" என சைனாவின் தூதர், அவர் மனைவி, ஆலன் மற்றும் நானிருந்த சிறு குழுவை இரு கைகள் கூப்பி ஜவஹர் வரவேற் றார். பாரம்பரிய முகமூடி நாட்டியம் இன்றிரவு உங்களை மகிழ்விக்க நடைபெறுகிறது. வசதியாக இருங்கள்" என்றார்.

கிருஷ்ண மேனன் ஆண்களைத் தனியாக அழைத்துச் சென் றார். பச்சை மற்றும் தங்க நிறத்தில் சீன உடை அணிந்து கவர்ச்சி கரமாகக் காட்சி அளித்த திருமதி லோ அவர்களுடன் நான் பின் தங்கினேன். அங்கு குழுமியிருந்த விருந்தினர்களின் நடுவே சென் றோம். அவர்களில் பெரும்பான்மையோர் ஆசிய நாட்டைச் சேர்ந்த பிரதிநிதிகள். அவர்கள் தங்கள் நாட்டின் பாரம்பரிய உடையிலும் பகட்டான பட்டிலும், காட்சியளித்தனர். எங்களுக்கு அருந்த பானம் அளிக்கப்பட்டது. கிளுகிளுத்து சிரித்தபடி திருமதி. லோ சிறு கண்ணாடிக் கோப்பையில் இருந்து பியரை எடுத்துக் கொண்டார். ஏன் கூடாது? மாலையின் மயக்கத்தில் மயங்கிக்கிடந்த நானும் ஒன்றை எடுத்துக்கொண்டேன். மரத்தின் கீழ் அமர இடம் கிடைத்தது. திருமதி லோ தன் கால்களை பக்கவாட்டில் மடித்து மெல்லிய தொடைகள் தெரிய லாவகமாக அமர்ந்துகொண்டார். என்னைப் பொறுத்தவரை என் பாவாடைக்குக் கீழ் இருந்த பெருத்த முழங்கால்களை நினைத்துக் கொண்டேன்.

"கான் பெய்" என்று கூறியபடி அவருடைய மெல்லிய உருவத்தை சம்பந்தப்படுத்த இயலாத வண்ணம் ஒரு பெரிய முழுங்கு எடுத்துக்கொண்டார். டோலக் வேகமாக ஒலித்தது. ஷெனாய் வாத்தியம் அதன் மேல் ஸ்தாயிக்குச் சென்றது. அன்னங்களும், கொக்குகளும் மற்ற வினோத மிருகங்களும் குதித்தன, சுழன்றன, தாவி இரவினில் மறைந்தன. வீட்டின் மேல் வானத்தில் தொங்கிக் கொண்டிருக்கும் நிலா மட்டும் மிச்சமிருந்தது.

இடையே எங்கள் அருகே தனியே அமர்ந்திருந்த சிறிது பருத்த இந்தியச் சிறுமி ஒருத்தியைக் கண்டேன். இளஞ்சிவப்பு நிறத்தில், விலை மதிப்புள்ள சேலை ஒன்றை அணிந்திருந்தாள். ஆனால் பாவம் அவளைக் காண ஸ்ட்ராபெரி மிட்டாய் போல் இருந்தது.

"ஹலோ!" என்றேன். நாம் அறிமுகமாகவில்லை நான் "பிப்பி வாலஸ்". நான் வைஸ்ரின் அலுவலகத்தில் பணிபுரிகிறேன்.

சிறிது வெட்கத்துடன் கைகளை நீட்டி புன்னகை புரிந்தார். "என் பெயர் தானியா. நான் லேடி இர்வின் கல்லூரிக்குச் செல் கிறேன்." அவள் என்னையும் திருமதி லோவையும் பார்த்தாள். சிறிது தயங்கினாள், பின் தன் தைரியமனைத்தையும் திரட்டிக்கொண்டு ஒரு பெருமூச்சு விட்டு "நான் ஒரு செவிலியாகப் போகிறேன்" என்றாள்.

"அருமையான விஷயம்" என்றேன். என் வார்த்தைகள் மீண்டும் ஒலிக்கத் தொடங்கியிருந்த டோலக்கின் ஒலியில் அடங்கி ஒலித்தது. ஆனால் தானியாவின் முகம் நான் கூறிய வார்த்தைகளால், மிகப் பெரிய மீனைப் பிடித்து அதைக் காட்சிப் படுத்துபவனைப் போல் விகசித்தது. அதே சமயம் தோட்டத்தில் தூரத்தில் தெரிந்த, பச்சையும் சிவப்புமாய் பட்டுப்புடவை அணிந்து, மிக அழகாய்த் தெரிந்த, ஹரி ரதோரின் கைகளில் தன் கைகளை வைத்துக் கொண்டிருந்த ஒரு பெண்மணியின் மேல் பிடிவாதமாக நிலைத்தது. என் இதயம் ஒரு முறைத் துடிக்க மறந்தது. அவருடைய மனைவியா அது? அப்பெண் மணி பேரழகியாக விளங்கினார். அவர் எங்கு சென்றாலும் ஆண்களின் கண்கள் அவரைத் தொடரும். அவர் சிறிய உருவமாக இல்லை. அவர் சேலை அணிந்திருந்த விதம் அவரது உடலின் வளைவுகளை அழகாக வெளிப்படுத்தியது. வெளுத்த தோலும், பெரிய கருத்த கண்களும், சிவப்புச் சாயமிட்ட உதடுகளுமாய் காணப் பட்டார். அவர் பேசிக்கொண்டிருந்தபோது ஹரியின் நெற்றி சுருங் கியவாறு இருந்தாலும் அவருடைய முழு கவனமும் அப்பெண்ணின் மேல் இருந்தது. என்னாலும் கவனிக்க முடியாமல் இருக்கமுடிய வில்லை. நானும் வெறித்து நோக்கினேன். மரபு வழி பார்த்தால் அப்பெண்மணி தானியாவின் அன்னை எனத் தெளிவாக விளங்கி யது. ஆனால் இயற்கை தன் ஆசீர்வாதம் அனைத்தையும் மகளை விட்டுவிட்டு தாயின் மேல் பொழிந்தது போலிருந்தது. ஒரு குரூரக் கடவுள் வேண்டுமென்றே தாயின் நல்ல வடிவத்தையெல்லாம் சிதைத்து அதை மகளிடம் தள்ளிவிட்டது போல் இருந்தது.

நல்ல வேளையாக இந்நேரத்தில் முகமூடி அணிந்த இரண்டு நடனக் கலைஞர்கள் வெற்றுக் கால்களுடன் மேடையில் ஆடத் தொடங்கினர். நீல நிற முகமூடி அணிந்த ஆணும், வெள்ளை முகமூடியும், சிவப்பு நிறத் திருமணச் சேலையும் அணிந்த பெண் ஒருத்தியும். ஷெனாயின் மனமுருக்கும் கீதம் அவர்களை வரவேற்று, அசைந்தாடும் நடனத்திற்கு வழிவகுத்தது. ஒருவரின் ஒவ்வொரு சிறு அசைவும் அது தலையாகட்டும், விரலாகட்டும், காலாகட்டும் மற்றொருவரால் அப்படியே சரியாகப் பிரதிபலிக்கப்பட்டது. சேர்ந் தும் தனித்தும். சேர்ந்தும் தனித்துமாய்.

"கிருஷ்ணன், ராதா கதை" என்று பெருமூச்சு விட்டபடியே தானியா கூறினாள். இந்தியக் காதல் கதைகளில் முதன்மையானது. டோலக் ஒலிக்கத் தொடங்கியது, ராதை தன் கைகளால் முகத்தைத் தாங்கிக் கொண்டு கண்ணன் காலடியில் நமஸ்கரித்தாள்.

ஏதோ பொருத்தமில்லாத ஒரு காரணத்தைக் கூறிவிட்டு வீட்டுக்குள்ளே நுழைந்து குளியலறையைத் தேடினேன். வழியில் வரவேற்பறையின் கண்ணாடியின் வழியே எட்வினாவும் ஜவஹரும் தெரிந்தனர். களைப்பும், பியரும் என் தலையைச் சுற்ற வைத்தன. உரையாடல் தணிந்த குரலில் கேட்டது. ஒரு மீன் தொட்டியில் அனைவரும் மிதந்து கொண்டிருப்பதுபோல் ஓர் விசித்திர உணர்வு ஏற்பட்டது. ஜவஹர் தன் மேலங்கியைக் கழற்றி விட்டிருந்தார். தன் சட்டையில் பொத்தான்கள் திறந்திருக்க அவர் அமர்ந்திருந்தார். அவர் மார்பின் முடிகளை என்னால் காண முடிந்தது. எட்வினா தன் காலணிகளைக் கழற்றிவிட்டு தன் கால்களைத் தன் பாவாடைக் குள் மடித்து வைத்துக் கொண்டு அவர் அருகில் அமர்ந்திருந்தார். ஆனால் அவர்கள் தனியாக இல்லை. ஒரு நீள்முகத்து சீனர் ஒருவர் பேசுவதைக் கேட்டுக் கொண்டிருந்தனர். அவர் உற்சாகமாய் இவர் களிடமும் சுற்றி ஓய்வு நாற்காலிகளில் அமர்ந்திருந்த மற்றவர் களிடமும் பேசிக்கொண்டிருந்தார். மலாய் மற்றும் இந்தோனேசி யர்கள் என்று நினைத்தேன். அதில் ஒருவர் ஒரு பாக்கெட்டிலிருந்து சிகரெட்டை எடுத்துக் கொடுத்தார். ஜவஹரும் எட்வினாவும் ஆளுக்கு ஒன்று எடுத்துக் கொண்டார்கள். எட்வினா ஜவஹரின் சிகரெட் முனையிலிருந்து தன் சிகரெட்டைப் பற்ற வைத்துக் கொண்டார். அவர்கள் இருவரது தலையும் தொட்டுக் கொண்டது. ஆனால் ஒரே ஒரு விநாடிதான்.

வெஸ்ட்மின்ஸ்டரும் ஏகாதிபத்தியத்திற்கு எதிரானப் போராளி களான, ஃபிளீட் தெருவும், ஓர் ஆசிய நாட்டுக் குழுவினருடன்

வெற்றுக் கால்களுடன் அமர்ந்து புகைப்பதைப் பற்றி என்ன கூறுமோ என நினைத்தேன். அப்பொழுது சரியாக 'நன்' பண்டிட் ஒரு தட்டு இனிப்புகளுடன் என் அருகே வந்தார். எட்வினாவையும் தன் சகோதரனையும் கண்டவுடன் ஆச்சரியத்தில் அவர் வாய் பிளந்தது. இறுகிய உதடுகளுடன் இனிப்புத் தட்டை என்முன் நீட்டினார். நான் அதிலிருந்து ஒன்றை எடுத்துக்கொள்ள வேண்டும் என்பது போல, நான் கொஞ்சம் பேச முயற்சி செய்தேன்.

"இப்பொழுதுதான் ஒரு பெண்ணிடம் பேசினேன். தானியா, லேடி இர்வின் கல்லூரியில் படிக்கிறாளாம். மிகுந்த பெருமையோடு தான் ஒரு செவிலி ஆகப் போவதாகக் கூறினாள்."

பண்டிட் மூக்கைச் சுருக்கினார். "நான் அதைப் பார்க்கும்போது அதை நம்புவேன். திருமதி. வாலஸ் அவளுடைய குடும்பத்தில் அது நடக்காது."

"ஓ!"

"அவள் ஒரு பெருங்குடும்பத்திலிருந்து வருகிறாள். அவள் தாயார் பேரழகி. இப்படிப்பட்ட கீழான உடலுழைப்பு வேலை அவர்களின் தகுதிக்குக் கீழாகக் கருதப்படும்" என்றார்.

வைஸ்ராய் இல்லத்திற்கு மேலே தென்பட்ட நிலாவில் ஒரு இந்தியமனிதன் ஒருக்களித்துப் படுத்துக்கொண்டிருந்தான். எங்கள் ஜீப் எஸ்டேட்டின் பக்கவாசலின் வழியாக நுழையும்போது எனக்கு அப்படித் தோன்றவில்லை. அனைத்தும் ஒரே குழப்பமாக இருந்தது. வைஸ்ராய் இல்லத்து குவி மண்டபத்திற்கு மேல் ஒரு பந்தைப் போல நிலவு குதித்துக் கொண்டிருந்தது. இந்தியக் கப்பற்படையைச் சேர்ந்த பணியாளர், ஓட்டுநரின் அருகே அமர்ந்து உரத்த குரலில் "ஜன கண மன" என்று பாடிக்கொண்டிருந்தான். என் அருகில் அமர்ந்திருந்த ஆலன் மெல்லிய குரலில் "ஸ்விங் லோ ஸ்வீட் சாரியட்" என பாடிக்கொண்டிருந்தார். இரண்டு பாட்டிலும் துடிப்பு இல்லை. ஆனால் இரண்டிடத்தும் ஏதோ ஒரு வினோத ஒற்றுமை இருந்து, அந்த நாளைய உணர்வை வெளிப்படுத்தியது போல் இருந்தது. ஐரோப்பாவில் நீண்ட போரின் காரணமாக நாங்கள் தொலைத்த ஏதோ ஒன்று இங்கு இந்தியாவில் இருந்தது. ஒரு கணம் அது என்னவென்று நினைத்துப் பார்த்தேன். அதுதான் நம்பிக்கை. திடீரென்று நான் மீண்டும் நிலவை நோக்கினேன். என் கைகளால் அதைப் பிடித்துக் கொண்டு, அதில் இருக்கும் இந்திய மனிதன் உண்மையிலேயே ஒரு பக்கமாகப் படுத்துக் கொண்டிருக்கிறானா

எனப் பார்க்க முயன்றேன். ஆனால் நிலவின் முகம் என் கடிகாரத் தின் முகமாக மாறிவிட்டது. அதன் முட்கள் இப்பொழுது நேரம் நள்ளிரவைத் தாண்டிவிட்டது எனக் காட்டியது. ஒருமணி நேரம் நான் நன்கு தூங்கி இருக்க வேண்டும். யாரோ மெதுவாக ஆனால் அவசரமாக என் அறைக் கதவைத் தட்டிக் கொண்டிருந்தார்கள்.

"லெட்டி, லெட்டி. இருக்கிறாயா? நான்தான் கதவைத் திற!" தாழ்வாரத்தின் இருட்டில் தன் கையில் செருப்புகளை வைத்துக் கொண்டிருந்தார். மற்றவர்களைத் தொந்தரவு செய்யாமல் இருப்பதற் காக அதை அவர் கையில் வைத்திருக்க வேண்டும். விரைவாக அவரைக் குளிர்ந்து இருக்கும் என் அறைக்குள் அழைத்து கதவை மூடினேன்.

"என்ன விஷயம்" என்றேன்.

"முட்டாள், முட்டாள் முட்டாள்!" என்றார். அவருடைய முகம் சிவந்திருந்தது, வேர்வையினால் பளபளத்தது. காலையில் சிரத்தை யாக சுருட்டப்பட்டிருந்த அவர் முடி இப்பொழுது அவர் முதுகில் பிரிந்து தொங்கியது.

"ஜவஹர் வீட்டு வரவேற்பறையில் உள்ள சோபாவில் ஒரு பொருளை விட்டுவிட்டு வந்துவிட்டேன்" என்றார்.

"என்ன?" என்றேன். நாங்கள் சுற்றிவளைக்காமல் பேசும் அளவிற்கு ஒருவரை ஒருவர் அறிவோம்.

"என் கைப்பை... அதில் முக்கியமான பொருட்கள் உள்ளன... உனக்குத் தெரியுமே"

எனக்குத் தெரியாது ஆனால் என்னவென்று யூகிக்க முடிந்தது.

"கேபேஜ் ! நல்ல பெண்தானே நீ?" கேபேஜ் என்று அழைத்ததே போதுமாய் இருந்தது. ஒரு பிரகாசமான புன்னகை புரிந்துகூட என்னைக் கவர முயற்சி செய்யவில்லை. "காலையில் குதிரைச் சவாரி செல்கிறாயா? அதற்கு முன் யார்க் சாலை சென்று அதை எடுத்துக் கொண்டு வரமுடியுமா? அப்பொழுது கடமையில் இருக்கும் பணி யாளர் ஒருவரை அழைத்துச் செல்! இதை வைத்துக் கொள் என ஓர் உறை ஒன்றை என் கையில் திணித்தபடி "நீ அந்த வழியாக வந்த தாகவும், நன்றிக் கடிதம் கொடுக்க வந்ததாகவும் சொல்" முடிவில் "இப்பொழுதுதான் என் மனது இலேசானது" என்றார்.

பணியிலிருக்கும் உதவியாளருக்கு சிரமம் ஏற்படுத்த வேண்டா மென்று எண்ணி, எஸ்டேட்டின் பின்புறமிருந்த சிறிய மணிக் கூண்டு டன் இருந்த வெள்ளை நிற அஞ்சலகத்தின் வாசலில் இருந்து ஒரு ஜீப்பை எடுத்துக்கொண்டேன். தூக்கக் கலக்கத்தில் இருந்த காவலர் கள் தங்கள் முழங்கால்களுக்கு இடையே துப்பாக்கிகளை வைத்தி ருந்தனர். நான் ஜீப்பை ஓட்டிச் செல்வதை அவர்கள் தடுக்கவில்லை. ஆனால், இத்தனை அதிகாலையில் செல்வதைப் பற்றியும், ஊரடங்கு உத்தரவு இன்னும் அமலில் இருப்பதைப் பற்றியும் கவலைப்பட்டனர். ஆனால், எனக்கு இருபது நிமிடங்கள் தனிமை வேண்டியிருந்தது. அலுவலகம், பணியாட்கள், உணவுக் கூடம் இவற்றின் மத்தியில் வைஸ்ராய் இல்லத்தில், எனக்குத் தனிமை என்ற ஒன்றே இல்லாமல் இருந்தது. என்னுடன் கூட வருவதாகக் கூறியவரை மறுத்துவிட்டு கவசம் போல் நான் அணிந்திருக்கும் செயின்ட் ஜான் ஆம்புலன் ஸின் காக்கி உடையைச் சுட்டிக் காட்டி விட்டு, வேகமாக ஜீப்பைக் கிளப்பி பின் வழியாக வெளியே சென்றேன். இந்த பின் வழிச்சாலை சரியாகப் போடப்படவில்லை. மண்சாலையின் மேடு பள்ளங்களில் சென்றேன். கிழக்கின் காலைச் சிவப்பு குறைந்து கொண்டிருந்தது. பறவைகள் மேலே பறந்து கொண்டிருந்தன. குரங்குகள் மரங்களில் கத்திக் கொண்டிருந்தன. ஒரு கையால் ஸ்டீரிங் சக்கரத்தைப் பற்றிய படி, மறு கையால் என் தலையிலுள்ள தொப்பியை எடுத்து காலை மேகத்தென்றலை என் முடிகளுடன் விளையாடவிட்டேன்.

யார்க் சாலை 17ஆம் எண் இல்லத்தில் வெளிக்கதவுகள் அகலத் திறந்திருந்தன. நான் உள்ளே சென்றேன். என்னை வரவேற்கவோ, யாரெனக் கேட்கவோ எவரும் வரவில்லை. வாசலின் ஓரத்தில் குவிக் கப்பட்டிருந்த நாற்காலிகளைத் தவிர, சென்ற இரவு அங்கு நடந்த கூட்டத்தின் அறிகுறி எதுவுமே இல்லை. நிழல் உருவங்கள் அனைத் தும் மறைந்துவிட்டன. இரண்டு மாடிக் கட்டிடத்தின் வராந்தா

வானத்து நீலத்தில் தெளிவாகத் தெரிந்தது. ஜீப்பை நிறுத்தி விட்டு வீட்டின் பின்புறத்திற்குச் சென்றேன்.

மூலையில் திரும்பியவுடன் சூரிய ஒளி என் கண்ணில் விழுந்தது. நான் அவரைப் பார்க்கவில்லை. அவர் குனிந்து பூச்செடிகளைப் பராமரித்துக் கொண்டிருந்திருக்க வேண்டும். நிமிர்ந்து, பின்புறமாக ஓர் அடியெடுத்து வைத்தார். நான் அவர் மேல் முட்டிக் கொண்டேன். மோதலின் அதிர்வு எவ்வாறு இருந்ததென்றால், ஒருவர் மேல் ஒருவர் விழாதவண்ணம் ஒருவரை ஒருவர் பற்றிக் கொண்டோம். அவர் நீண்ட காக்கி நிறச் சட்டையும், வெள்ளை நிறக் கால் சட்டையும் அணிந்து கொண்டிருந்தார். கையில் ஒரு கத்திரிக்கோலும், அப்பொழுது பறித்த ரோஜாவையும் வைத்துக் கொண்டிருந்தார். அவை இரண்டும் இப்பொழுது என் நெஞ்சின் மேல், மோதலின் பொழுது பாதுகாப்பிற்காக நான் பிடித்துக் கொண்ட ஒரு பெட்டியின் மேல் அழுந்திக் கொண்டிருந்தன. நான் பின்னகர்ந்தேன். ஆனால், அவர் என் கையைப் பிடித்துக் கொண்டு உரக்கச் சிரித்தார்.

'பண்டிட்ஜி, மன்னிக்கவும். நான் உங்களைப் பார்க்கவில்லை' என்று தடுமாறினேன்.

'நானும் உங்களைப் பார்க்கவில்லை திருமதி வாலஸ். காலையுணவு அருந்திவிட்டீர்களா?' என்று கேட்டார்.

அவர் என்னை ஞாபகம் வைத்திருப்பதையும், நான் யாரென்று தெரிந்து வைத்திருப்பதையும் அறிந்து, எனக்கு வியப்பாக இருந்தது. அவரின் இயல்பான பேச்சில் தடுமாறினேன். உண்மையாகப் பதிலளித்தேன்.

'இல்லை' என்றேன்.

'நானும் இன்னும் உண்ணவில்லை. நீங்கள் என்னுடன் உண வருந்துங்கள்.'

'என்னால் முடியாது. வைஸ்ரின் என்னை அனுப்பினார்கள்' என்றேன்.

'அப்படியா?'

அவர் தன் புருவத்தை உயர்த்தியபடி ரோஜா செடியை நோக்கித் திரும்பி, தன் புறங்கையால் இலைகளையும் கிளைகளையும், தன் கைகளில் முட்கள் படாதபடி ஒதுக்கினார். கவனமாக முதலில் தெரிந்த ஒரு மலரையும், மீண்டும் மற்றொரு மலரையும் பார்வையிட்டார். அங்கு காய்ந்து போய் அரை டஜன் மலர்களே செடியில் இருந்தன. சிறிது யோசனைக்குப் பின் ஒரே ஒரு மலரைத் தன் கையிலிருந்த கத்திரியால் வெட்டி என்னிடம் கொடுத்தார்.

'ரோஜாவின் காலம் முடிந்துவிட்டது திருமதி வாலஸ். நான் உங்களுக்குக் கொடுத்த மலர் மிகச் சாதாரணமானது' என்று கூறி

என் கையைத் தன் கைகளால் இடுக்கிக் கொண்டு தாழ்வாரத்தை நோக்கி நடந்து அங்கிருந்த பிரெஞ்ச் ஜன்னல்கள் ஊடே என்னை அழைத்துச் சென்றார்.

24 மணி நேரத்தில், இந்த ரோஜாப் பூவால் இரண்டு முறை கோபத்திற்கு ஆட்பட்டேன். இம்மனிதன் பல ஆபத்துகளை உருவாக் கக்கூடிய ஒரு நட்பை எட்வினாவுடன் வைத்திருப்பதால் வந்த கோபம். இந்த காலை 7.20 மணிக்கு, இங்கிருக்க வேண்டிய சங்கடத் தினால் வந்த கோபம்.

நாங்கள் இருவரும் உணவருந்தும் அறையில் இருந்தோம். சுவர்களில் எந்தப் படமோ, சுவர் கடிகாரமோ இல்லை. அது போல், சைனா பொருட்கள் கண்ணாடி அலமாரியில் வைக்கப்படவில்லை. நன்கு வெள்ளையடிக்கப்பட்ட சுவர் மட்டுமே இருந்தது. பல வருடங் களுக்கு முன்பு, பண்டிட்ஜியும் அவர் தந்தை மோதிலால் நேருவும் தங்கள் சொத்து முழுவதையும் இந்தியச் சுதந்திரப் போராட்டத் திற்காகக் காந்தியிடம் அளித்துவிட்டார்கள் என்பது நினைவிற்கு வந்தது.

'தேநீரும் ரொட்டியும் முட்டையும் தக்காளியும் உள்ளன. இங்கு நாங்கள் எளிமையான வாழ்க்கைதான் வாழ்கிறோம்' என்று அமைதியாகக் கூறினார்.

காலையுணவு அறையின் ஒரு மூலையில் வைக்கப்பட்டிருந்தது. பண்டிட்ஜி தலையைக் குனிந்து தன் சட்டையின் முதல் பித்தானின் ஓட்டையில் ரோஜாவைச் செருகும் பொழுது அவருடைய மூச்சொலி கேட்டது. ரோஜா சிறிது தொங்கியவாறு பொருந்தியது. என்னுடைய ரோஜாவை என்ன செய்வதென்று தெரியாமல், என் செயின்ட் ஜான்ஸ் சீருடையின் மேல் பையைத் திறந்து அதில் பொருத்திக் கொண்டேன். என் பட்டயத்தின் வலது பக்கத்தில் இருந்து அது எட்டிப் பார்த்தது. உணவின் பக்கத்தில் சென்று சிறிது தயங்கி நின்றேன். ஆனால் அவர் ஏற்கனவே அவர் தட்டை எடுத்துக் கொண்டுவிட்டார்.

'சாப்பிடுங்கள். இன்னும் சில நிமிடங்களில் ஒரு கூட்டம் வந்துவிடும்' என்றார்.

மேலங்கி இல்லாமல் சட்டை மட்டும் அணிந்துகொண்டிருந்த அவரைப் பார்க்கும்பொழுது, நேற்றிரவு பார்த்த ஒருவரில் இருந்து மிகவும் வித்தியாசமானவராய்க் காட்சியளித்தார். பகட்டும் ஆடம் பரமும் காணாமல் போயிருந்தன. அவருடைய செய்கைகள் மெது வாகவும் சாந்தமாகவும் இருந்தன. அமைதியே உருவாக இருந்தார். அது எனக்கு அம்ரித் கௌளரை நினைவுபடுத்தியது. என்னை மீறி அவரால் ஈர்க்கப்பட்டேன். ஆனால், இதையெல்லாம் தாண்டி வெட்கப்படும் ஒரு சிறுவனின் குணமும் அவரிடம் காணப்பட்டது.

அறுபது வயதை நெருங்கிக்கொண்டிருந்த அவர் வெளுத்த மேனியும் நீண்ட மூக்கும், பெரிய துயரத்தை வெளிப்படுத்தும் கண்களும் கொண்டு, அழகாகவும் இளமையாகவும் இருந்தார். அவருடைய மனைவி சில வருடங்களுக்கு முன்பு பரிதாபகரமாக இறந்துவிட்டார்.

மேசையின் தலைமை நாற்காலியில் அமர்ந்துகொண்டு என்னைத் தன் அருகில் அமருமாறு கூறினார். தேநீரை எடுத்துக் கொண்டு, ஒரு சிறுவன் வந்தான். அவனை அனுப்பிவிட்டுத் தானே தேநீரை எனக்கு ஊற்றினார்.

'உங்கள் தேநீர் எவ்வாறு இருக்கவேண்டும் திருமதி வாலஸ்?' என்று கேட்டார்.

'வெறும் தேநீர் மட்டும் பண்டிட்ஜி' என்றேன்.

'பால், சர்க்கரை வேண்டாமா?'

'வேண்டாம்' என்று தலையசைத்தேன்.

அவர் மென்மையாகப் புன்னகைத்தார். 'அப்படி என்றால் போன ஜென்மத்தில் ஓர் இந்தியனாகத்தான் இருந்திருக்க வேண்டும்' என்றார்.

கவனமாகத் தேநீரை வார்த்தார். சுடு நீர் கொதிக்கும் சத்தமும், பீங்கானின் ஒலி மட்டுமே எங்கள் இருவருக்கிடையேயான உரை யாடலாக இருந்தது. காந்திக்கு அடுத்த மூத்த தலைவரானவரும், பிரிட்டிஷ் சிறைச்சாலைகளில் வருடக்கணக்கில் இருந்த, உலகிலேயே மிகப் பிரபலமான, அரசியல் கைதிகளில் ஒருவருமான அவர் எனக்கு தேநீரைப் பரிமாறுவது மிகவும் சங்கடமாக இருந்தது. ஆனால், அவர் பசியுடன் இருந்தார். தன் உணவில் கவனத்துடன், ரொட்டி யில் வெண்ணெயைத் தடவிக் கடித்துத் தின்றார்.

'நேற்று அருமையான விருந்து. பல ஆசியப் பிரதிநிதிகளைச் சந்தித்தது மகிழ்ச்சியாக இருந்தது.'

அவருடன் பேச முயன்றேன்.

அவர் தலையை ஆட்டிக்கொண்டு முன்பைவிட வேகமாக உணவருந்திக் கொண்டு, வாயில் உணவுடன் பேசினார்.

'இந்தியா எப்படி இருக்கிறது திருமதி வாலஸ்?' என்று கேட்டார்.

'என்னால் கூற இயலவில்லை பண்டிட்ஜி. நான் சிறிது காலம் தானே இங்கிருக்கிறேன். அதுவும் மிக அசாதாரணமான சூழ்நிலை யில் வந்திருக்கிறேன். பழைய தில்லி அலுவலகம், சில பள்ளிகள், மருத்துவமனைகள் மற்றும் வீட்டின் பின்னுள்ள மாந்தோப்பைத் தவிர நான் வேறெதையும் பார்க்கவில்லை" என்றேன்.

அவர் புன்னகைத்தார். 'என்னை நம்புங்கள். இதுவே அதிகம். எங்கள் உயர் சமூகத்தைச் சேர்ந்த பகட்டான உடைகளும் பளபளப் பான கைப்பைகளையும் வைத்திருக்கும் பெண்கள், நீங்களும்

எட்வினாவும் உங்கள் சட்டைக்கையை ஏற்றி விட்டுக் கொண்டு வேலை செய்வதைப் போல் செய்வதை நினைத்துக் கூடப் பார்க்க மாட்டார்கள்' என்றார். எனக்கு ஆச்சரியமாக இருந்தது. 'நீங்களும் வைஸ்ரினும் வெளியே சென்றதெல்லாம் எனக்குத் தெரியாது என்று நினைக்காதீர்கள்' என்று கண்ணில் ஒரு மின்னலுடன் குறும்பாகக் கூறினார்.

'நாங்கள் இருவரும் பிரச்சனைகளின் பொழுது அமைதியாக இருக்கும் பெண்களல்ல' என்று கூறினேன். பின் தயக்கத்துடன், 'பண்டிட்ஜி, என்ன நடந்தாலும் இந்தியாவிற்குக் கூடுதல் நன்மை நடக்கவேண்டும் என்பதற்காகவே நாங்கள் உழைக்கிறோம். முற்றிலும் வேறுபட்டதொரு வைஸ்ரினாகத் திகழ எட்வினா விரும்புகிறார்' என்று தயக்கத்துடன் கூறினேன்.

'கடவுளே! சம்பிரதாயங்கள் நொறுங்கின. விசுவாசம் குழப்பத் தில் இருந்தது. என்னால் பேசுவதை நிறுத்த முடியவில்லை. நான் மிகவும் கவனமாக இருக்கவேண்டும். இம்மனிதனால் மிக எளிதாகக் கவரப்பட்டுவிடுவேன்.

அவர் தலையை ஆட்டிக்கொண்டே ஒரு முட்டைத் துண்டை தன் வாயில் இட்டுக் கொண்டார். பின் தன் வலது கையை ஆட்டிக் கொண்டு காற்றில் இருந்து வார்த்தைகளைப் பறித்தெடுத்துப் பேசுவது போன்ற ஒரு பாவனையில் பேசினார்.

'உங்களுக்கு நேரம் கிடைக்கும்பொழுது குதூப்மினாருக்குச் செல்லவேண்டும். நாட்டை விட்டுச் செல்லும் முன், கட்டாயம் தாஜ் மகாலைப் பார்க்கவேண்டும். தில்லி, ஏழு நகரங்களைக் கொண்டது என்பது உங்களுக்குத் தெரியுமா? அடுக்கடுக்காகச் சரித்திரம் சம வெளியைப் பாழடித்துக் கொண்டிருக்கிறது. கண்களை நன்கு திறந்து வைத்துக் கொண்டிருந்தால் அதைக் காணலாம்' என்றார்.

'வேலைச்சுமையால் சுற்றிப் பார்ப்பதற்கு அதிக நேரம் கிடைப்ப தில்லை' என்றேன். தேநீரைச் சுவைத்துக் கொண்டே சரியான சமயத்திற்குக் காத்துக் கொண்டிருந்தேன். 'நேற்று அம்ரித் கௌர் வைஸ்ரினைக் காண வந்திருந்தார். துரதிருஷ்டவசமாக அவருக்கு உடம்பு சரியில்லை. அதனால் அவர் என்னை மட்டுமே கண்டு விட்டுச் சென்றுவிட்டார்' என்றேன். ஒரு வழக்கறிஞரின் முகத்தை என் மேல் பொருத்திக் கொண்டு அவர் கண்களை நோக்கினேன். 'அவர் மிகக் கொடூரமான, பஞ்சாபில் நிகழ்ந்த சீக்கியர், ஹிந்து களுக்கு எதிரான இஸ்லாமியர்களின் வன்முறையைப் பற்றிக் கூறினார்' என்றேன்.

ஒரு போக்குவரத்துக் காவலதிகாரி போல கையை நீட்டி என் பேச்சை நிறுத்தினார்.

'இத்தகைய வன்முறைகள் தற்காலிகமானதுதான் என உங்களுக்கு உறுதியளிக்கிறேன். ஆங்கிலேயர்கள் நாட்டை விட்டுக்

கிளம்பியதும் இவையனைத்தும் நின்றுவிடும்' என்றார். தன் ரொட்டியால் மீதியிருந்த முட்டையை வழித்து உண்டார். மீண்டும் நாங்கள் மௌனமானோம். ஒரு வழக்கறிஞருடைய கடுமையான கண்களால் ஆழமாக என் கண்களைத் திரும்பி நோக்கினார். அவரும் ஒரு வழக்கறிஞர்தான். உண்மையில் நான் சந்தித்த இந்திய அரசியல்வாதிகளில் பலர் வழக்கறிஞர்கள்தான். வழக்கறிஞர்களை எனக்கு மிகவும் தெரியும் என்பதால் வைஸ்ராய் எதிர்கொள்ளும் பிரச்சனைகளில் இதுவும் ஒன்று என்பது எனக்குப் புரிந்தது. இருந்தாலும் நாங்கள் தேநீர்க் கோப்பைக்கு அருகில் தனியாக அமர்ந்திருந்தோம். எனக்கு அவரைப் பற்றி பல விஷயங்கள் தெரிந்திருப்பதும், என்னைப் பற்றி அவருக்கு சில விஷயங்களே தெரிந்திருப்பதும் சரியானதல்ல என நான் நினைத்தேன். மெல்லிய தென்றல் ஜன்னலை அசைத்தது. திடீரென எங்கள் இருவரிடையே நிலவிய மௌனம் எனக்கு பயத்தை அளித்தது. அது எங்கு செல்லப் போகிறது என அச்சமாக இருந்தது.

'இந்த அமைதியான கணத்தை நான் உபயோகித்துக் கொள் கிறேன். உபயோகித்துக் கொண்டு ஒன்று சொல்ல விரும்புகிறேன் திருமதி வாலஸ்' என்று அவர் தயங்கியவாறு கூறினார். நான் கவனத் துடன் நிமிர்ந்து அமர்ந்தேன். 'லண்டன் சேம்பரில் நான் மாணவ னாக இருந்தபொழுது உங்கள் கணவரை எனக்கு நேரடியாகத் தெரியும். அவரைப் பலமுறை நீதிமன்றத்தில் கண்டிருக்கிறேன். அவர் ஒரு அருமையான வழக்கறிஞர். அவருக்கு நிகழ்ந்தது பற்றி அறிந்து மிக வருந்துகிறேன்...' என்றார்.

என் கையிலிருந்த தேநீர் கோப்பை நடுங்கியது. கண்ணீர் வராமல் இருக்க என் உதடுகளைக் கடித்துக் கொண்டேன். மக்கள் இத்தனை கருணை உள்ளம் இருப்பவர்களாக இருக்கக் கூடாது. அவர் முகத்தில் இருந்து, என் மகன்களைப் பற்றியும் அவருக்குத் தெரியுமென்பது எனக்குப் புரிந்தது. அவர் என்னை நோக்கிக் கைகளை நீட்டினார். ஆனால் என் கைகளைத் தொடாமல் மேசை விரிப்பின் மேல் தன் கைகளால் தட்டினார்.

'தயவு செய்து என்னை எட்வினா அழைப்பது போல் ஜவஹர் என்றே அழையுங்கள்' என்றார்.

எப்படி அவருக்கு என் குடும்பம் பற்றித் தெரியும்? எட்வினா கூறியிருக்கலாம். ஆனால் அதற்கு வாய்ப்பில்லை. இந்தியத் தேசியக் காங்கிரஸ் கட்சி புதிய வைஸ்ராய், வைஸ்ரின், அவர்களுடன் வரும் பணியாளர்கள் என அனைவரையும் பற்றி, நாங்கள் செய்வதைப் போலவே ரகசியமாகத் தகவல்கள் சேகரித்து வைத்திருக்கின்றார் களோ என்னவோ? கிருஷ்ண மேனன் கூட அதைத் தயாரித்திருக் கலாம். என்னைப் பற்றி அதில் என்ன எழுதியிருப்பார்கள் என் றெண்ணி என் உடல் நடுங்கியது.

மேல் தளத்தில் காலடியோசையும் குரல்களும் தாழ்வாரத்தில் எதிரொலித்தன. நேற்றிரவு வெகு நேரம் விழித்திருந்ததற்குப் பின், வீட்டிலுள்ளோர் ஒருவழியாக எழுந்து விட்டனர் போலும். ஜவஹர் நீண்டதாக ஒரு பெருமூச்சு விட்டார்.

‘நாங்கள் – எட்வினாவும் நானும் – ஏற்கனவே சந்தித்திருக்கிறோம் தெரியுமா?’ என்றார். வழக்கத்திற்கு மாறாகத் தன் மனதிலுள்ளதை வெளியே கொட்டிவிடும் அவாவில் வேகமாகப் பேசினார். ‘சிங்கப்பூரிலுள்ள அரசாங்க விடுதியில். அவரும் டிக்கியும் என்னை மிகவும் அன்போடு வரவேற்று தேநீர் அளித்தனர். இறுதியில் செயின்ட் ஜான்ஸ் ஆம்புலன்ஸ் உணவகக் கூடத்தில், கூட்டத்தினால் ஏறக்குறைய எட்வினா நசுக்கப்பட்டார். டிக்கியும் நானும் கைகளைக் கோத்துக் கொண்டு அவரை கூட்டத்தில் இருந்து மீட்டு வந்தோம். இதை அவர் உங்களுக்குக் கூறியிருக்கிறாரா?’ எனக் கேட்டார்.

‘இல்லை. அவர் கூறியதில்லை’ என்றேன்.

‘அனைத்தும் மிகவும் வேடிக்கையாக இருந்தது. பாவம் எட்வினா... கூட்டத்தில் ஏறக்குறைய மல்லாந்து சாய்ந்துவிட்டார். நாங்கள் மட்டும் அவர் உதவிக்குச் செல்லாமல் இருந்திருந்தால், அவர் நசுங்கி இறந்திருப்பார்’ என்றார்.

திடீரென பிரெஞ்ச் ஜன்னல்கள் வெளியில் இருந்து திறந்தன.

‘அவர் எங்கே? பாரத் பூஷண்?’ என்று மருத்துவர் ரதோரின் குரல் அறையெங்கும் ஒலித்தது. அறைக்குள் நுழைவதற்கு முன், தன் காலணிகளை வெளியே கழற்றப் போனவர், என்னைக் கண்டதும் அப்படியே நின்றுவிட்டார். நீச்சல் உடை போலிருக்கும் கால் சராயுடன் கசங்கிய நீளமான ஒரு பருத்திச் சட்டையை அணிந்து கொண்டு தன் கைகளில் ஒரு துண்டை வைத்துக் கொண்டிருந்தார். அவருடைய ஈரமான தலையில் இருந்து கழுத்தில் நீர் சொட்டிக் கொண்டிருந்தது.

‘இந்தியாவின் மாணிக்கமே! ஏமாற்றும் போலி மருத்துவரே! உனக்கு நான் பாரத் பூஷண் தருகிறேன்’ என்று கூறியவாறே மின்னலைப் போல் ஜவஹர் தன் நாற்காலியில் இருந்து எழுந்தார். இருவரும் சிரித்துக் கொண்டும் அன்புடன் ஒருவரையொருவர் சிறு நாய்க்குட்டிகளைப் போல் அடித்துக் கொண்டும் விளையாடினர்.

‘உங்களுக்காகக் குளத்தில் காத்துக் கொண்டிருந்தேன். ஆனால் நீங்கள் வரவில்லை’ எனக் கூறியவாறே ஜவஹரின் பிடியிலிருந்து நெளிந்து வெளிவர மருத்துவர் ரதோர் முயற்சி செய்தார். ஆனால், ஜவஹர் அவரைத் தன் கைப்பிடிக்குள் வைத்துக் கொண்டார்.

‘இவர் மருத்துவர் ஹரி ரதோர்’ என்று ஜவஹர் கூறினார். ஹரியின் சிவந்த முகம், ஜவஹரின் கைகளுக்கிடையே எட்டிப் பார்த்தது. ‘இவர் தான் லெட்டிசியா சீமாட்டி வாலஸ். வைஸ்ரினின் சிறப்பு உதவியாளர்’ என்றார்.

‘பிப்பி, வெறும் பிப்பி என்று தயவு செய்து கூறுங்கள்’ என்றேன்.

‘ஹலோ’ என்று ஹரி புன்னகை புரிந்தார். ‘நாங்கள் இருவரும் ஏற்கனவே சந்தித்திருக்கிறோம். வைஸ்ராயின் இல்லத்தில் இருமுறை சந்தித்திருக்கிறோம்’ என்றார்.

ஜவஹர் தன் புருவத்தை ஒரு நொடி உயர்த்தினார். என் முகம் சிவந்தது. அதற்காக என் மேலே எனக்குக் கோபம் வந்தது. அவர் ஹரியைத் தன் பிடியிலிருந்து விடுவிக்க இருவரும் ஒருவரையொருவர் அணைத்துக் கொண்டனர். இருவரும் மற்றவர் முதுகில் தட்டிக் கொண்டனர்.

‘மன்னிக்கவேண்டும். ஹரியும், நானும் பல வருடங்களுக்கு முன்பு கேம்பிரிட்ஜ் பல்கலைக்கழகத்தில் ஒன்றாகப் படித்தோம். அங்கு இப்படிப்பட்ட தீய பழக்கங்களைக் கற்றுக் கொண்டு விட்டோம். என்னை விட ஹரி ஒரு நல்ல மாணவன் என்றுதான் கூறவேண்டும். உபயோகப்படும்படி படித்து வெளியே வந்து விட்டான். தில்லியிலேயே சிறந்த அறுவை சிகிச்சை நிபுணன்’ என்றார்.

என் சீருடையின் மேல் பையில் எட்டிப் பார்த்துக் கொண்டிருந்த ரோஜா மலரை ஹரி வெறித்து நோக்கினார்.

‘திருமதி வாலஸ், வைஸ்ராய் இல்லத்தில் இருந்து சில முக்கிய மான கோப்புகளைக் கொண்டு வந்து கொடுத்தார்’ என்று ஜவஹர், எனக்கருகே இருந்த நாற்காலியில் வைக்கப்பட்டிருந்த என் கைப் பெட்டியைச் சுட்டியவாறு பொய்யுரைத்தார்.

தன் முடியைத் திருத்தியவாறு ரதோர் கீழே விழுந்த துண்டை எடுத்தார். அத்துண்டினால் தன் முகத்தைத் துடைத்துக் கொண்டு, உணவு அருந்திவிட்டுச் செல்லுமாறு வற்புறுத்தும் தன் நண்பனின் மேல் தூக்கியெறிந்தார்.

வீட்டின் கதவு வேகமாகத் திறந்தது. உணவு அறையில் மக்கள் நுழைந்தனர். ‘நன்’ பண்டிட், ஜவஹரின் வளர்ந்த மகளான இந்திரா, மும்பையில் இருந்து வந்திருந்த ஒரு பருமனான தொழிலதிபர், பணியாட்கள் என பலர் உள்ளே நுழைந்தனர். வீட்டிலிருந்த பணியாளன் ஒருவன் எட்வினாவின் கைப்பையை எடுத்துக்கொண்டு வந்து என்னிடம் கொடுத்தான். அதனுடன் கருப்பு மையினால் சிறிய எழுத்தில் ‘மேதகு வைஸ்ரின்’ என்று எழுதப்பட்ட ஒரு கடிதம் இருந்தது. கிளம்புவோம் என்று எழுந்து கொண்டு சுற்றும் முற்றும் ஜவஹரைத் தேடினேன். ஆனால் அவர், தன் உடையைத் தேய்த்து விட்டுக் கொண்டிருக்கும் அந்தத் தொழிலதிபருடன் ஓர் உரை யாடலில் ஈடுபட்டிருந்தார்.

‘அவரை விட்டுவிடுங்கள். அவர் இப்பொழுது நம்மை மறந்து விட்டார்’ என்று கூறியபடி மருத்துவர் ரதோர் வேகமாக தனக்குச்

செய்து கொண்ட ஒரு முட்டை சாண்ட்விச்சை தன் கைகளில் பற்றியபடி என்னருகில் வந்தார். கூடத்தில் மக்கள் வரத் துவங்கி விட்டனர். கையிலொரு பெட்டியுடன் நன்கு சலவை செய்யப்பட்ட வெள்ளைச் சட்டை அணிந்த பருமனான மனிதன் ஒருவனும், பழுப்பு நிற வேட்டியும் சிவப்புத் தலைப்பாகையும் அணிந்த, வெயிலி னால் கருத்த முகமுடைய மெலிந்த மூன்று ஆண்களும் அங்கிருந் தனர். உணவு அறையில் இருந்து ஜவஹர் வெளியில் வந்த உடன் அங்கு பரபரப்பு ஏற்பட்டது. அழுக்கான ஆரஞ்சு வர்ண சேலை யணிந்த ஒரு விவசாயப் பெண்மணி உரக்க அழுதவாறு ஜவஹரின் காலில் விழுந்தார். இறுதியில் அவரும் சிவப்புத் தலைப்பாகை அணிந்த மனிதர்களும் அப்பெண்மணியை எழுப்பி நிறுத்தினர்.

'வாருங்கள்' என்றார் மருத்துவர் ரதோர். 'இந்திய மாணிக்கத்தின் ஒருநாள் வேலையின் ஒரு பகுதி இது' என்று கூறினார். தன் சாண்ட்விச்சை மென்று கொண்டே வாகனம் வரை என்னை அழைத்துச் சென்றார். அவருடைய கண்கள் எட்வினாவின் தங்க நிறக் கைப்பை மேலே இருந்தன. அதை என் பெட்டியில் வைத்துக் கொள்ளாதது என் முட்டாள்தனம். 'என்னுடைய வீடு இங்கிருந்து சில வீடுகள் தள்ளி இருக்கிறது. என் வீட்டில் நீச்சல் குளம் உள்ளது. மருத்துவமனைக்குச் செல்லுவதற்கு முன் நான் நீந்தவோ அல்லது குதிரைச் சவாரியோ மேற்கொள்வேன். அதுதான் என்னைச் சரி யான மனநிலையில் வைக்கிறது. ஜவஹருக்கும் நீந்துவது பிடிக்கும். 'உண்மையில் சொல்லப் போனால் அவரொரு நீர்க்குழந்தை' என்றார். ஜவஹர் தன்னைப் பற்றிக் கூறும் அதே வார்த்தையை தான் உபயோகிப்பதை நினைத்து அவருக்கு சிரிப்பு வந்திருக்க வேண்டும். 'எப்பொழுதும் என்னுடன் அரை மணி நேரமாவது நீச்சலடிக்க அவரை அழைப்பேன். இவை எல்லாவற்றையும் விட்டு விட்டு ஒரு அரை மணி நேரமாவது அவரை வெளியே அழைத்து வர முயற்சி செய்வேன்' என்று கூறியபடி அவர் முன் வாசலைச் சுட்டிக் காட்டினார். அங்கு கைகளில் கோரிக்கைகளை ஏந்தியபடி ஒரு நீண்ட வரிசை நின்று கொண்டிருந்தது. கண்களைச் சுருக்கி மீண்டும் எட்வினாவின் பையை உற்றுப் பார்த்தார். 'நீங்கள் தவறாகப் புரிந்து கொள்ளக்கூடாது திருமதி வாலஸ். அதிகாரம், புகழ் மற்றும் எதிர்பார்ப்பின் கனம் ஒருவரைத் தனியனாக ஆக்கி விடும்' என்றார்.

இரவு உணவிற்கும் வேலை நேரத்திற்கும் இடைப்பட்ட நேரம் அது. வைஸ்ராயின் மூத்த பணியாளர்கள் தங்கள் கழுத்துப் பட்டையை நாற்காலிகளின் பின் இட்டுவிட்டு, தங்கள் சட்டையின் மேல் பித்தான்களைத் தளர்த்தி, சட்டைக் கையை சுருட்டி விட்டுக்கொள்வார்கள். களைப்பாலும், நிம்மதியினாலும் பெருமூச்சு விட்டுக்கொண்டு, தோட்டத்திற்கோ, டென்னிஸ் மைதானங் களுக்கோ, அல்லது நீச்சல் குளங்களுக்கோ செல்வார்கள். வேலை மட்டும் முடியவே முடியாது. சிறிது ஓய்வெடுத்துக் கொள்ளவும், முறைமை பாராது பேசவும், கைகளில் தட்டிக் கொடுக்கவும், காது களில் கிசுகிசுக்கவும், வம்பு பேசவும், வதந்தி பரப்பவும், ஆர்வத்துடன் கதைக்கவும், இந்நேரம் உரியது.

வெளிச்சத்தையும் வெப்பத்தையும் தடுக்க கண்களைப் பாதி மூடியவாறு குளத்தின் அருகே அமர்ந்திருந்தேன். குளத்தைச் சுற்றிய ஒரு சுவரை உபயோகித்து பழைய பாராசூட் துணிகளையும், தட்டி களையும் பயன்படுத்தி யாரோ கிரிக்கெட் வலையை அமைத்திருந் தனர். அவ்வப்பொழுது குரங்குகளின், கிளிகளின் கிரீச்சிடல்களுக்கு நடுவே மட்டையால் பந்து அடிக்கப்படும் ஓசை கேட்கும். என் கால்களை நீட்டி ஆட்டியபடி கண்களைத் திறந்தேன். வெளிச்சத்தி லிருந்து தப்ப கண்களைக் கைகளால் மறைத்துக் கொண்டேன். ஜார்ஜ் ஏபெல், பாட்டியாலா மஹாராஜாவிற்கு பந்தை வீசிக் கொண்டிருந்தார். மஹாராஜாவின் நிழல் அவரை விடப் பெரிதாக பந்தை நோக்கித் தயாராக ஆடிக் கொண்டிருந்தது. நான் அமர்ந்திருந்த இடத்தில் இருந்து பந்து பால் வெளியில் ஒரு எரி நட்சத்திரம் பறப்பது போல் பறந்து சென்றது. விளையாடும் இருவரையும் வயதானவர்கள் போன்ற முக அமைப்புடன் இருந்த வெள்ளை நிற உடையணிந்த சிறுவர்கள் மேற்பார்வை பார்த்துக் கொண்டு இருந்தனர். அவர்களின் பணி சாதாரணமாக டென்னிஸ் மைதானத்தில் பந்து எடுத்துத் தருவது. அவர்கள் விளையாடிய ஆட்டத்தில் ஒரு ஒத்திசைவிருந்தது, ஆடாத கணத்தில் ஒரு கணக்கு இருந்தது. மொத்த நிகழ்வும் விசித்திரமான, மெதுவான ஒரு கடிகாரம் ஓடுவதைப் போல் இருந்தது. ஏபெல் உள்ளும் புறமுமாக நடந்து கொண்டிருந்தார். அவர் ஓடும் போது அவர் செருப்பு சன்னமாகச்

சப்தமெழுப்பியது. பந்து சுழலும் போது அமைதியும், இறுதியாக மட்டையால் அடிபடும் சத்தமும் கேட்டது. சிறிது இறுக்கமும் அங்கிருந்தது. இரு ஆண்களும் இறுக்கமான முகத்துடன் விளையாடிக் கொண்டிருந்தனர். விளையாட ஆரம்பிக்கும் முன் மகாராஜா தன் நீண்ட தலைப்பாகையைக் கவனமாக அவிழ்த்து வைத்தார். பம்பரத்தைப் போல் சுற்றிச் சுற்றி கழற்றி இறுதியாக அவர் தலையில் கறுப்பு நிறத் துணி மட்டும் எஞ்சி இருந்தது. இருவரிடையே எந்த வார்த்தைப் பரிமாற்றமும் இல்லை. அவர்கள் கவனம் முழுவதும் பந்திலேயே இருந்தது, வேக அளவு, பாய்ச்சல், பயணப் பாதை மற்றும் சுழற்சியின் சாத்தியங்களை ஆராய்ந்தனர். அவர்கள் நேரத்தைக் குறிப்பது போல எனக்குத் தோன்றவில்லை. அதை மெதுவாக ஓடச்செய்து நாளை இழுத்துப் பிடிப்பது போல் தோன்றியது. சில நிமிடங்களுக்குதான் என்றாலும், அதற்கு நான் நன்றியுடையவள். நாங்கள் இந்தியாவிற்கு வந்து இறங்கியதிலிருந்து வாழ்க்கை அதிக வேகத்தில் ஓடுவதைப் போல் இருந்தது. ஒவ்வொரு நாளும் அதிக வேலைப்பளுவுடன் இருந்தது. இதற்குள்ளாகவே என்னிடம் ஏற்பட்ட மாற்றம் பெரிய அளவில் இருந்ததால், எப்படி, எப்பொழுது இவை அனைத்தும் ஒரு முடிவிற்கு வந்து நாங்கள் திரும்பி நாட்டிற்குத் திரும்புவோம் என்று எண்ண ஆரம்பித்துவிட்டேன். அதுவும் சென்ற வாரம் வைஸ்ராயின் சுருக்கெழுத்தாளருக்கு வயிற்று நோய் வந்ததும் அவருடைய இடத்தை நான் நிரப்ப வேண்டி வந்தது. அதன் பலனாக வைஸ்ராயின் அலுவலகத்தில் நீண்ட நேரம் செலவழிக்க வேண்டி வந்தது. ஒவ்வொரு தனிப்பட்ட சந்திப்பிற்குப் பின்பும் டிக்கி கதவைத் திறந்து எங்கே பி.டபிள்யு.பி எனக் கேட்பார். எனக்கு அவர் பிப்பி வித்அவுட் போர்ட்ஃபோலியோ (PWP) என பெயர் சூட்டியிருந்தார்.

கையேடும் பேனாவுமாக நான் சென்றதும் அவர் அவருக்கும் அவரைச் சந்தித்த இந்தியத் தலைவருக்கும் நடுவே நடந்த உரையாடலைக் கூற நான் குறித்துக் கொள்வேன்.

சூரிய ஒளி படும் நாற்காலியில் அமர்ந்துகொண்டு என் மைத்துனனின் மனைவி லண்டனில் இருக்கும் மார்கரெட்டிற்கு எழுதிக் கொண்டிருந்த கடிதத்தை எடுத்தேன். அவளும் நானும் எப்பொழுதும் நல்ல நண்பர்களாகவே இருந்திருக்கிறோம். ஆனால் நான் என்ன எழுதுவது என்பதில் மிகவும் கவனமாக இருந்தேன். அனைத்து உரையாடல்களையும் அவரிடம் கூறுவதில் எனக்கு உடன்பாடில்லை. நான் கடிதத்தை வாசிக்கும் போது டிக்கியின் தெளிவான குரல் என் மனதில் ஒலித்தது.

> முன்னேற்றம் தெரிகிறது. இறுதியாக திரு. காந்தி வைஸ்ராயுடன் தேநீர் அருந்த வந்தார். உண்மையில் அவர் இரண்டு நாட்களில் இரண்டு முறை வந்து

விட்டார். அதிகாரம் மாற்றப்படவில்லை எனில் தினமும் வருவேன் என்று எச்சரிக்கை தந்திருக்கிறார். முதல் முறை வரும் பொழுது அவர் காங்கிரஸ் தலைவர் சர்தார் படேலின் மகளான மணிபென் படேலின் தோள்களில் சாய்ந்தபடி வந்தார்.

பாவம் அந்தப்பெண் பயந்து நடுங்கியபடி இருந்தாள். தன் தந்தையின் நம்பிக்கைக்கு உரிய பெண். அவர்களின் வீட்டை அவள்தான் பராமரிக்கிறாள். நான் ஒரு முறை பார்த்த கத்தோலிக்க கன்னிகாஸ்திரியின் நினைவு வருகிறது. ஏனெனில் அவள் நடக்கும் போது அவள் இடுப்பில் கட்டி வைத்திருக்கும் சாவிகள் சத்தம் போடுகின்றன. திரு. காந்தி உயரமான மனிதர், ஆனால் சதைப்பற்றே இல்லாத அளவிற்கு ஒல்லியானவர். அவருடைய தோள் எலும்புகளும் கழுத்து எலும்புகளும் துருத்திக் கொண்டு நிற்கின்றன. அவர் வயதையும், பலவீனத்தையும் மீறி அவர் ஒரு துள்ளலுடன் நடை போடுகிறார். முதன் முறையாக அவர் மாலை 5 மணி அளவில் இங்கு வந்தார். தென் ஆப்பிரிக்காவில் ஆரம்பகால வாழ்க்கைப் பற்றி டிக்கியுடன் 2 மணி நேரம் உரையாடினார். அது மிகவும் வேடிக்கையாக இருந்தது. ஏனெனில் குளிர்சாதன இயந்திரம் இயங்கிக் கொண்டிருந்தது. திரு. காந்தியோ வெற்று மார்புடன் நடுங்கியபடி அமர்ந்திருந்தார். இறுதியில் எட்வினா தான் உள்ளே சென்று, அம்மனிதரை குளிரில் தவிக்க விட்டதற்காக டிக்கியைக் கடிந்துகொண்டு குளிர்சாதன இயந்திரத்தை அணைத்தார். இரண்டாவது முறை அவர்கள் இருவரும் மேல் மாடியில் அமர்ந்து கொண்டனர். டிக்கி அவருக்கு தேநீரும் கேக்கும் வழங்கினார். ஆனால் அதை மறுத்துவிட்டு தன்னுடன் கொண்டு வந்த ஆட்டுப் பாலில் செய்யப்பட்ட தயிரை திரு.காந்தி உண்டார். பின் அங்கு நடந்த உரையாடலை டிக்கி பதிவு செய்ய, என்னிடம் கூறும்போது, அது எந்தவொரு முக்கியத்துவமும் இல்லாத, தொடர்பே இல்லாத ஓர் உரையாடல் போலத் தோன்றியது. டிக்கி முகத்தைச் சுளித்துக் கொண்டு தான் இறக்கும் வரை ஆட்டுத் தயிர் சாப்பிடாமல் இருந்தாலும் தனக்குக் கவலையில்லை எனக் கூறினார்.

மெல்லிய காற்று வீசி பாராசூட் துணியை உப்ப வைத்தது. ஜார்ஜ் ஏபெல்லின் நிழல் அதில் சரியாகப் படிந்தது. ஆனால் என் கற்பனையில் விரிந்ததோ வெளிச்சத்திலிருந்து குளிர்ந்து இருண்டு

கிடக்கும் வைஸ்ராயின் அறைக்குள் நுழையும் முஸ்லீம் லீக் தலைவ ரான முகமது அலி ஜின்னாவின் உருவம்தான். அவர் வெள்ளை நிறத்தில் மேற்கத்திய கோடையாடையும் கழுத்துப் பட்டையும் அணிந்து இருந்தார். டிக்கியைப் பார்த்து தலையசைத்து விட்டு, பெரிய நாற்காலியில் அமர்ந்தார். நீண்ட கைகளும் கால்களும் உடைய அவரின் தோல் மஞ்சள் நிறத்தில் இருந்தது. கன்னத்து எலும்பின் மேல் விரைப்பாக இழுத்துக் கட்டப்பட்ட காகிதத் தோல் போலிருந்தது. தன் வெள்ளி சிகரெட் பெட்டியின் மேல் தன் பால் மால் சிகரெட் ஒன்றைத் தட்டிக் கொண்டே புன்னகை புரிய முயற்சி செய்தார். அந்தக் காட்சி ஏன் தோன்றியது எனத் தெரியவில்லை. நான் தலையை ஆட்டியபடி நிகழ்காலத்திற்குத் திரும்பினேன்.

கிரிக்கெட் விளையாட்டு நின்றுவிட்டது. தாள ஒலி நின்று போனதால் தலை நிமிர்ந்து பார்த்தேன். வலையில் இருந்து வெளியே நீண்ட அடிகள் எடுத்து வைத்து மகாராஜா பொறுமையாக நடந்த படி தன் நெற்றியைக் கைக்குட்டையால் துடைத்துக் கொண்டி ருந்தார். தன் மட்டையை ஜார்ஜ் ஏபெலிடம் தந்துவிட்டு பந்தை வாங்கிக் கொண்டார். தங்கள் கால் பட்டைகளை மாற்றிக் கொண் டனர். ஏபெல் நாசூக்காக தன்னைத் தயார் செய்து கொண்டார். அவர்களிடையே ஒரு வார்த்தைப் பரிமாற்றமும் இல்லை. புல்வெளி யில் அமர்ந்திருந்த இரண்டு சிறுவர்களை நோக்கி அன்புடன் புன்னகைத்தவாறு அவர்களை அருகில் அழைத்தார். அவர்கள் எதிர் பார்ப்புடன் குதித்து எழுந்தனர். அவர் வேண்டுமென்றே குறுக்கி பந்தை வீசினார். ஜார்ஜ் வேகமாக அதை வலைக்கு வெளியே அடித்தார். குழந்தைகள் அதைப் பூச்செடிகளுக்கு இடையே தேட அனுமதி தந்து காத்திருந்தார். அவர்கள் இருவரும் பெரிதாய் புன்னகை செய்த வண்ணம் ஓடி வந்து சுருண்ட மீசையுடைய மஹா ராஜாவிடம் பந்தை எறிந்தனர்.

திரும்பியபொழுது, குளத்திற்கு கிளாட் ஆச்சின்லெக் வருவ தைக் கண்டு வியந்தேன். எப்பொழுதோ ஓரிரு முறை பேசியிருக் கிறேனே தவிர அவர் அதிகம் தனியே இருக்க விரும்புபவர் என்று எனக்குத் தெரியும் அல்லது தேவையற்ற உரையாடலை மேற் கொள்ளாத நண்பர்களுடன் இருப்பதை விரும்புவார். நானும் அப்படிப்பட்ட நபர்தான் என்பதால் நாங்களிருவரும் ஒருவருடைய சுதந்திரத்தில் மற்றவர் தலையிடாமல் நல்ல நண்பர்களாக இருந் தோம். இந்தியாவின் மூத்த தளபதியாக இருக்கும் அவருக்கு ஃப்ளாக் ஸ்டாஃப் இல் மிகப் பெரிய இல்லம் ஒன்றிருந்தது. வைஸ்ராய் வீட்டிற்கு அவர் அதிகம் வருவதில்லை. மேலும் நீச்சல் குளம் அவர் அடிக்கடி வரும் இடமுமில்லை. உயரமாக, விளையாட்டு வீரனைப் போல் காணப்பட்ட அவர் காக்கி நிற அரைக்கால் சட்டையும்,

காலுறை அணியாமல் காலணிகளும் அணிந்திருந்தார். வைஸ்ராய் சின்னம் பொறிக்கப்பட்டிருந்த வெள்ளை நிறத் துண்டுகளிலிருந்து ஒன்றை எடுத்துக்கொண்டு என்னை நோக்கி நடந்து வந்தார்.

“மாலை வணக்கம் பிப்பி. யாராவது இங்கு அமர்ந்து இருக்கி றார்களா?” என எனக்கு அருகே இருந்த நாற்காலியைச் சுட்டிக் காட்டினார். நான் இல்லையென தலையசைத்தேன்.

“தயவுசெய்து அமருங்கள்”

அவர் முகம் திருத்தமான கோணங்கள் கொண்டதாக அமைந் திருந்து. மெல்லிய மீசை ஒன்றை வைத்திருந்தார். அவர் புன்னகை புரிந்து நான் ஒரு முறை கூட பார்த்ததில்லை. தன் கால்சட்டை யையும், சட்டையையும் கழற்றி மடித்து ஓய்வு நாற்காலியில் வைத் தார். குளிப்பதற்கான உடை அணிந்திருந்தார். வெளியே நீரில் ஒரு முறை நீராடிவிட்டு, அதிக ஓசையுடன் குளத்தில் குதித்தார்.

ஒரு நாள் மாலை பிராந்தி பருகியபடி “பாவம் ஆக்” என்று என்னிடம் இரகசியமாக வருத்தப்பட்டிருக்கிறார் இஸ்மே பிரபு. “விவாகரத்திற்குப் பின் முன்பைப் போல எதுவுமில்லை. அவர் மனைவி, அதுவும் கிளாடின் நண்பருடனேயே அவ்வாறு நடந்து கொண்டது மிகவும் கொடுமையானது! அது நடந்தது தெற்காசியப் படை போரில் ஈடுபட்டு இருந்த போது, இறுதியில் அவர்கள் இரு வரும், எல்லா இடங்களையும் விட்டு ஒரு ஹோட்டலில், பிரைட்டன் ஹோட்டலில் கள்ளத்தனமாக சந்தித்து பிடிபட்டபோது. மௌண்ட் பேட்டன் அந்த இரு குற்றவாளிகளையும் திருப்பி இங்கிலாந்திற்கு அனுப்பி விட்டார். ஆக்கிற்குதான் பெரும் அவமானம். அவர் இன்னும் ஜெஸ்ஸியின் புகைப்படத்தைத் தன் சிறு பணப்பைக்குள் வைத்துக் கொண்டிருக்கிறார். அது ஏன் என்று கடவுளுக்கே வெளிச்சம். அது போன்ற நடத்தை தவறிய பெண் சவுக்கடி படவேண்டும் என்றார்.

நீச்சல் குளத்தில் இறுக்கமாய் நீந்திக் கொண்டிருக்கும் ஃபீல்ட் மார்ஷலைப் பார்த்தேன். அவர் தன் தலையை அசைத்து மூச்சுவிட முயற்சி செய்யவில்லை. அதற்கு மாறாக முகவாயை இறுக்கியபடி இலேசாகத் தலையைத் தூக்கியபடி இருந்தார். ஆனால் இன்று அவரை இங்கு அழைத்து வந்தது அவருடைய விவாகரத்து அல்ல, முன்நாளைய இந்தியத் தேசியப் படையைச் சேர்ந்த வீரர்கள், போர்க்கால குற்றங்களுக்காக இன்னும் சிறையில் அடைபட்டு இருப்பதுதான் என்று எனக்குத் தெரியும். அவர்கள் தேசிய காரணங் களுக்காக விடுதலை செய்யப்படக்கூடாது என்பதில் கிளாட் உறுதி யாக இருக்கிறார். அப்படி நடந்தால் ராணுவ ஒழுங்கைக் காப்பாற்ற முடியாமல் போகும் என வாதாடினார். அப்படி நடந்தால் தான் ராஜினாமா செய்து விடுவதாகப் பயமுறுத்துகிறார். இதற்கு ஒரு முடிவு எடுப்பதற்காக நேரு, லியாகத் அலிகான் மற்றும் வைஸ்ரா யுடன் ஓர் அவசரக் கூட்டமொன்று கூட்டப்பட்டது. ஒரு வயதான

கரடியைப் போல் அவர் நீந்துவதைக் காணும் போது அந்த கூடுகை நல்லபடியாக நடக்கவில்லை என்பது விளங்கியது.

இப்பொழுது மற்றவர்களும் குளத்திற்கு வரத் தொடங்கினர். ஒரு இளஞ்சிவப்பு நிறக் கைக்குட்டையால் தன் முடிகளைக் கட்டிக்கொண்டு எலிசபெத் வார்டரும் வைஸ்ராயின் அந்தரங்கப் பணியாளரான டாங்கல்ஸூம் வேறு இரு அதிகாரிகளும் வந்தனர். ஃபீல்ட் மார்ஷல், தன் உடற்பயிற்சியை முடித்துக் கொள்ளும் வரை மரியாதையுடன் அந்த இளைஞர்கள் காத்துக் கொண்டு இருந்தனர். அவர் மேலும் இரண்டு முறை நிதானமாக நீந்திவிட்டு, வெள்ளித் தூறல்களாய் நீர் சிதற என் அருகே கரை ஏறினார்.

“எலுமிச்சைச் சாறு வேண்டுமா?” என்று என்னைக் கேட்ட வாறே பணியாளரை வரப் பணித்தார்!”

“ஆம், வேண்டும்”

துண்டு ஒன்றினால் தன் முதுகைத் துடைத்துக் கொண்ட போது நீச்சலினால் ஏற்பட்ட விளைவில் அவரின் பரந்த மார்பு விம்மித் தணிந்தது. பணியாளர் ஒரு தட்டில் இரண்டு எலுமிச்சைச் சாறைக் கொண்டு வந்து அதை எங்களுக்கு இடையே இருந்த சிறிய மேசை ஒன்றில் வைத்தார். சில நிமிடங்களுக்குப் பின் கிளாட் அமர்ந்து, தன் சட்டையை அணிந்து கொண்டு கையில் இருந்த கோப்பையை என்னை நோக்கி உயர்த்தினார்.

இந்திய தேசியப் படை விவகாரத்தில், சட்டசபையில் நேரு என்னை ஆதரிக்கப் போகிறார். முஸ்லீம் லீக்கும் சிறிது கடினமான பேச்சிற்குப் பின் எங்களோடு சேர்ந்து விட்டார்கள்.

“அருமையான செய்தி” சியர்ஸ்! என்றேன். சிவந்த அலகுடைய பச்சைக் கிளிகள் அங்குமிங்குமாக நீலநிற வானத்தைக் கிழித்துக் கொண்டு பறப்பதைப் பார்த்தபடி எலுமிச்சைச் சாறை அருந்தினார்.

“ஒன்று தெரியுமா பிப்பி, எனக்குள் ஒன்று எனக்கு எதிராக முடிவு எடுக்கப்பட்டு என்னை வீட்டுக்கு மூட்டையைக் கட்டு என கூறிவிட மாட்டார்களா என எண்ணியது. இந்த நாட்டிலேயே மிகச் சிறந்த விஷயம் என்னவென்றால் அது இந்திய ராணுவம்தான். அது தான் இந்த தேசத்தை ஒன்றாக ஒரு பிணைப்பில் வைத்துள்ளது. நேரம் வரும் போது ஒரு கத்தியை எடுத்து அதை இந்தியா பாகிஸ்தான் எனக் கூறுபோடும் வேலை என் தலையில்தான் விழப் போகிறது. அந்தச் செயல் மொத்தமும் அகௌரவமானது. அதில் என் பங்கு இருப்பதை விரும்பவில்லை” என்றார்.

இந்திய வசந்தகாலம் கண்சிமிட்டும் நேரத்தில் கடந்து சென்று விட்டது. ஏப்ரல் மாதத்தில் கோடைகாலம் துவங்கி வெப்பம் 100 டிகிரி ஃபாரன்ஹீட்டைத் தொட்டது. வைஸ்ராயின் அறைக்கு அடுத்த அறையில் தொங்கிக் கொண்டிருந்த மின்விசிறி எப்பொழு தும் அதிக வேகத்திலேயே சுற்றிக் கொண்டிருந்தது. என் தட்டச்சு இயந்திரத்தில் இருந்து தினமும் நான் திரட்டி வைக்கும் காகிதங் களைப் பிடித்து இழுக்கும். மிகவும் இரகசியம் எனப்படும் ஆவணங் களை எளிதாகக் கையாண்டு விடலாம். பிற்காலத்திற்கும் அவை தேவைப்படுவதால், அவை அழுத்தமான தாள்களில் தட்டச்சு செய்யப்படும். ஆனால் மெல்லிய விமானம் மூலம் அனுப்பப்படும் கடிதங்கள் போல ஏராளமான கடிதங்கள் வந்தன. சரியான பாரம் வைக்கப்படாவிட்டாலோ அல்லது கோப்புகளில் இடப்படாமல் இருந்தாலோ, வேகமாகச் சுழலும் மின் விசிறியின் காற்றில் அவை அறையெங்கும் பறக்கும்.

வைஸ்ராயின் இறுதி சந்திப்பு நிகழ்வுகளைப் பதிந்து விட்டு கடிகாரத்தை நோக்கினேன். சீக்கியர்களின் பிரதிநிதியான மூன்று நபர்கள் வைஸ்ராயுடன் ஒரு மணிக்கு மேல் உரையாடலில் ஈடுபட்டி ருந்தனர். கடிகாரத்தின் இரண்டாவது முள் ஒலித்துக் கொண்டி ருந்தது. அவர்களின் சந்திப்பு முடிவதற்குள் ஒரு சிகரெட் பிடிக்க நேரம் கிடைக்குமா என யோசித்தேன். என் மேசை இழுப்பறையைத் திறக்கும்போது, வைஸ்ராய் அறையின் கதவு திறந்து அவர்கள் வெளியே வந்தனர். மூத்தவரான தாரா சிங்கைத் தொடர்ந்து, கியானி கர்தார் சிங்கும், பல்தேவ் சிங்கும் வந்தனர். அவர்களின் கைகளில் கோப்புகளும் தாள்களும் நிரம்பிய பெட்டிகள் இருந்தன.

“என்னைக் காண வந்ததற்கு நன்றி. தனியாக உங்கள் கருத்துக் களை கேட்பதற்கு வாய்த்த இந்தச் சந்தர்ப்பத்திற்கு மகிழ்ச்சி” என்று கூறியபடிக்கு ஒவ்வொருவருடனும் கை குலுக்கினார். ஆனால் அவர்களிடையே ஓர் ஒத்திசைவு இல்லை. அம்மூவர்களின் நீண்ட தாடிக்கும், மீசைக்கும் மேலிருந்த கண்கள் குத்தீட்டி போல் ஒளிர்ந் தன. அவர்களின் குரல் கேட்டவுடன் இஸ்மே பிரபு தன் அலுவலகத் திலிருந்து வெளியே வந்து அவர்கள் செல்வதற்கு முன் மேலும் சிறிது

சிற்றுண்டிகளை அளித்தார். அவர்கள் உண்ண மறுத்து விட்டனர். என் கையேட்டையும் பேனாவையும் எடுத்துக்கொண்டு வைஸ்ராயு டன் அவர் அறைக்குள் சென்று கதவைச் சார்த்தினேன்.

அவருடைய இயல்புக்கு மாறாக டிக்கி அமைதியற்று ஒரு கால் மாற்றி ஒரு காலில் நின்றபடி இருந்தார். அவர் எப்பொழுதும் எனக்கு தட்டச்சு செய்ய விபரங்களைக் கூறும் போது நடந்துகொண்டே பேசுவதுதான் வழக்கம். இரண்டு சந்திப்புகளுக்கு இடையே உள்ள நேரத்தில் தன் கால்களுக்கு கொஞ்சம் வேலை கொடுப்பது அவர் வழக்கம். ஆனால் இன்று அவர் பெருமூச்சு விட்டுக்கொண்டும், ஒரு பலூனிலிருந்து காற்று வெளியேறுவதைப் போல தளர்வுடன், மெதுவாகத் தன் நாற்காலியில் அமர்ந்தார்.

"கடவுளே! அவித்த முட்டை போல உணர்கிறேன்!" என்றார். அவர் முகம் களைப்பில் வெளுத்து இருந்தது. தன் கழுத்துப் பட்டையைத் தளர்த்தி விட்டுக்கொண்டு சட்டையின் மேல் பித்தானைக் கழற்றிக் கொண்டார். "இருட்டாக ஒவ்வொரு மூலை யிலும் பேய்கள் ஒளிந்து கொண்டிருக்கும் இவ்வறையில் எப்படித் தான் இதற்கு முந்திய வைஸ்ராய்கள் வேலை செய்தனரோ? தரையி லிருந்து உத்திரம் வரை பொருத்தப்பட்டிருந்த நீள்சதுரப் பலகை களைக் காட்டி இவை மன உளைச்சலையும் மனச்சோர்வையும் உண்டாக்கும் உத்திரவாதம் கொண்டவை" என்றார்.

டிக்கியை நான் இவ்வாறு பார்த்ததே இல்லை. அவர் எப்பொழு தும் திறந்த மனதோடு பழகுபவர். தன்னம்பிக்கையுடனும், புத்து ணர்ச்சியுடனும் வழி நடத்துபவர். அந்த அறையில் இருந்து அவரை முதலில் வெளியேற்றுவது நல்லது என எனக்குத் தோன்றியது. பல வாரங்களாக சந்திப்பு, கூடுகை என நாளும் பொழுதும் இந்த அறையி லேயே அடைந்து கிடக்கிறார். பணியாளர்களின் உற்சாகமும் குறைந்து கொண்டு வருவதை உணவுக் கூடத்தில் காணமுடிந்தது. நாங்கள் எதிர்கொண்டிருக்கும் வேலை அத்தனை பிரம்மாண்ட மானது. வைஸ்ராயும் மனம் தளர்ந்தால், அனைத்தையும் இழந்து விடுவோம்.

"தோட்டம் வரை சென்று சிறிது நடக்கலாமா? அங்கு குறிப் பெடுத்துக்கொள்ள எனக்கு தகவல்களைத் தரலாம்! இப்பொழுது மணி ஐந்தாகிறது. தாங்கும்படிதான் இருக்கும்" என்றேன். நான் கூறியதை ஏற்றுக்கொண்டு தன் மேலங்கியையும், கழுத்துப் பட்டை யையும் கழற்றி நாற்காலியின் மேல் எறிந்தார்.

அறையின் இருட்டிற்கு மாறாக, தோட்டத்து வெளிச்சம் இருந்தது. அனைத்து வர்ணங்களையும் சூரியன் இழுத்துக் கொண் டது. இரண்டு மெய்க்காப்பாளர்கள் எங்களோடு இணைந்து வந்து சிறிது தூரத்தில் நின்று கொண்டனர். நிழலிலே இருக்குமாறு,

நாய்குடை போல் வெட்டப்பட்டிருந்த மரங்களுக்குக் கீழாகவும், நீரூற்றின் அருகிலும், ரோஜாத் தோட்டங்களுக்கு அருகிலும் நடந்தோம். டிக்கி மெதுவாகத் தன் முழங்காலை வெளியே நீட்டி அவர் இயல்புக்கு மாறாக ஒரு கடல்வீரனைப் போல் நடந்தார். தன்னைக் கப்பலில் நடந்து கொண்டிருக்கும் ஒரு கடற்படை வீரன் என்று கற்பனை செய்து கொண்டாரோ அல்லது யோசிப்பதற்காக தன் நடையைக் கட்டுப்படுத்திக் கொண்டாரோ தெரியவில்லை. வெகு நேரத்திற்கு அவர் எதுவுமே பேசவில்லை. குளத்தை நோக்கியவாறு நிழலில் இருந்த ஒரு பெஞ்சைக் கண்டோம். வெப்பம் மிக அதிகமாக இருந்தது, பூச்செடிகள் வறண்டு, காய்ந்து இறக்கும் தறுவாயில் இருந்தன. அனைத்தும் வெட்ட வெளிச்சமாய் இருந்தன. ஒரு பழைய புகைப்படத்தைப் போல் வெள்ளையும் கருப்புமாய் வெளுத்துக் கிடந்தன.

இருக்கையில் நன்கு சாய்ந்து குளத்தைத் தாண்டித் தோட்டக் காரர்கள் காய்ந்த செடிகளை அப்புறப்படுத்துவதைப் பார்த்தபடி அமர்ந்தார். வைஸ்ராயைக் கண்டவுடன் இரு கைகளைக் கூப்பியபடி, சிறிது உடலை வளைத்து வணங்கினர். வலுக்கட்டாயமாக ஒரு புன்னகையை வரவழைத்துக் கொண்டு டிக்கியும் அவர்களுக்கு வணக்கம் கூறினார். பின் மெதுவாகத் தன் சட்டைக் கையைச் சுருட்டி விட்டுக் கொண்டார்.

இன்று, சீக்கியர்களுடனான சந்திப்பில், பிரிவினை தவிர்க்க முடியாததொன்று என்பதை முதன்முதலாக உணர்ந்து கொண்டேன். இந்தியர்களுக்கு அதுதான் தேவையென்றால், அந்த முடிவிற்கான பொறுப்பை அவர்கள்தான் ஏற்றுக் கொள்ள வேண்டும்.

தொடர்ந்து ஒலிக்கும் தொலைபேசி ஒலியையும், தட்டச்சு இயந்திரங்களின் விடாது ஒலிக்கும் ஓசையையும் விட்டுத் தூரத்தில் இருக்கும் இந்தத் தோட்டத்தின் அமைதி எங்களைச் சுற்றிச் சூழ்ந்தது.

“அது ஒரு பொருளாதார பைத்தியக்காரத்தனம்” என்றேன். “இறுதியாக கல்கத்தா இல்லாத கிழக்கு வங்கம் என்பது ஆயிரக் கணக்கான வருடங்களாக ஏற்படுத்தப்பட்ட வணிகப் பாதையை வெட்டிவிடுவது போலாகும்.”

அவர் தலையசைத்தார் “நானும் அதை ஒப்புக் கொள்கிறேன், இந்தக் கொடுமையான மதக் கலவரங்கள் மட்டும் இல்லையென்றால், இந்த உலகில் எந்தவொரு சக்தியாலும் அம்முடிவை என்னை ஏற்றுக் கொள்ளச் செய்ய முடியாது. பாதுகாப்பு நிலைமை மிகவும் மோசமாகிக் கொண்டு வருகிறது. வடமேற்கு எல்லையில் இருக்கும் ஓலாஃப்பிற்கு நரம்புத் தளர்ச்சி வந்துவிடும் போலுள்ளது. என் ஆளுநர்கள் நாம் இப்போது வெடிமருந்து மூட்டைகள் மேல் அமர்ந் திருக்கவில்லை என்கிறார்கள். ஆனால் ரத்தக்களரியாக்கும் ஆயுதக் கிடங்கொன்று எந்த நேரமும் வெடிக்கத் தயாராக இருக்கிறது.”

நான் தரையை வெறித்துக்கொண்டிருந்தேன். என் இடது காலின் அருகில் எறும்புகள் வரிசையாக நகர்ந்து கொண்டிருந்தன.

"தயாரா பிப்பி? பேனா இருக்கிறதா?" எனக் கேட்டார்.

"1947ஆம் ஆண்டு ஏப்ரல் 24ஆம் தேதி சீக்கிய பிரதிநிதிகளான தாரா சிங்கும் வேறு சிலரும் என்னைக் காண வந்தனர்." டிக்கி கையை அசைத்து மற்ற பெயர்களை என்னையே எழுதுமாறு பணித்தார். கையேட்டில் சுருக்கெழுத்தில் எழுதத் துவங்கினேன். அனைத்தையும் நன்கு அறிந்தவர்களாக இருந்தார்கள். அவர்களுடன் பாராளுமன்ற அறிக்கைகளின் நகல்களை எடுத்துக் கொண்டு வந்திருந்தனர். பேச்சு வார்த்தையின் போது அதிலிருந்து பல குறிப்பு களை எடுத்துக் காட்டினார்கள். அவர்களுக்கு பாதுகாப்பு தராத காபினட் மிஷன் திட்டத்தை அவர்கள் எதிர்த்தனர். அவர்கள் போருக்காக ஐம்பது லட்சம் ரூபாய் நிதி திரட்டுவதாகவும், கடைசி பஞ்சாபி மனிதன் உயிரோடு இருக்கும் வரை போராடுவார்களே தவிர இஸ்லாமியர்களின் ஆதிக்கத்தின் கீழ் வாழமாட்டார்கள் என்றும் கூறினார்கள். இத்தகைய முடிவு நல்லதாகத் தோன்ற வில்லை.

பேனாவை தயாராக வைத்துக் கொண்டு மேலும் அவர் கூறுவார் எனக் காத்திருந்தேன். ஆனால் அவர் மேலும் ஒன்றும் கூறவில்லை. கைநிறைய கூழாங்கற்களை எடுத்துக் கொண்டு, ஒவ்வொன்றாக அதைக் குளத்தில் எறிந்தார். அவை ஒன்றொன்றாக "பளக்" என்ற சத்தத்துடன் குளத்தினுள் அமிழ்ந்தன. "வைஸ் ராயின்" தனிப்பட்ட அறிக்கையில் சேர்க்கப்படுவதற்காக என்று எழுதி "1947ஆம் ஆண்டு ஏப்ரல் மாதம் அறிக்கை முடிந்தது என முடித்தேன். அதே சமயம் அவர் அங்கு அமர்ந்து ஒன்றன் பின் ஒன்றாகக் கற்களை வீசி, அதனால் குளத்தில் எழுந்த வளையங் களைப் பார்த்தபடி இருந்தார்.

கடவுளுக்குத் தெரியும் பிப்பி, அனைத்து பக்கங்களையும் ஒன்றாகக் கொண்டுவர முயற்சி செய்கிறேன். ஆனால் ஒரு பக்கம் மற்றொரு பக்கத்தைப் போலவே மோசமாக இருப்பதாக எனக்கு சந்தேகம் வந்துள்ளது. அவர்கள் வேண்டுமென்றே ஒரு முடிவுக்கு வருவதைத் தவிர்க்கின்றனர். அதன் மூலம் அவர்கள் அதிக சலுகைகளைப் பெற எண்ணுகின்றனர். நேருவிற்கு உறுதியான மைய அரசு வேண்டும். அதன் மூலம் அவர் தன் சோஷலிசப் பொருளா தாரத்தை நிலை நிறுத்த எண்ணுகிறார். அதே சமயம் ஜின்னாவிற்கு தன்னாட்சி கிடைத்தால் போதும் மகிழ்ந்து விடுவார். வங்காளத்தில் ஹிந்துக்களும், இஸ்லாமியர்களும் கூடி ஒருவரை ஒருவர் உயிருடன் எரித்துக் கொண்டிருக்கின்றனர். பஞ்சாபிலோ சீக்கியர்களும் ஹிந்துக்களும் ஒருவர் கழுத்தை ஒருவர் அறுத்துக் கொண்டிருக்

கின்றனர். மற்றுமொரு பெரிய கல்லை வீசினார். அது மிகுந்த சத்தத்துடன் விழுந்தது. ஒரு மலர்ச்செடி பாத்தியிலிருந்து பெயர்ந்து விழுந்தது. பெரிய செங்கல்லை எடுத்து குளத்தில் தூரமாக வீசினார். அது பெருஞ்சத்தத்துடன் நீரில் விழுந்தது. "ஜின்னா மீனைப் போல குளிர்ந்து இறுகிக் கிடக்கிறார். எத்தனை முயன்றும் அவரை இயல்பிற்குக் கொண்டு வர முடியவில்லை."

"இஸ்லாமியர்கள் கொள்கைப் பிடிப்பு உடையவர்களாக இருப்பார்கள்" என்றேன். ஆனால் லூயிஸ் சீமாட்டியுடன் நான் சந்தித்த முஸ்லீம் லீக் பெண்மணிகள், இந்தியாவில் இஸ்லாமியர்களாக இருப்பதை எங்களால் கற்பனைகூட செய்து பார்க்க முடியாது என்று கூறுகின்றனர். அவர்கள் இஸ்லாமியர்களாக இருப்பதினால் மட்டுமே, தில்லியில் அவர்களை நிறுத்தி சோதனை செய்கின்றனர் என்றும், பள்ளிகளிலும், பணியிடத்திலும் அவர்களைப் பாரபட்சமாய் நடத்துகிறார்கள் என்றும் கூறுகிறார்கள்" என்றேன்.

டிக்கி தோள்களைக் குலுக்கினார். "இருக்கலாம் ஆனால் என்னுடைய கருத்துப்படி, ஜின்னா சொற்களால் என்னைச் சித்திரவதைக்கு உட்படுத்துவதில் மகிழ்ச்சி அடைகிறார். பெருமிதமாக அனைவருக்கும் உயர்ந்தவர் போல அமர்ந்து இருக்கிறார்" என்றபடி பெருமூச்செரிந்தார். "வின்ஸ்டனைக் கூற வேண்டும். போரின்போது அவரிடம் ஏதோ வாக்குறுதி அளித்திருக்க வேண்டும் என்று நிச்சயமாகத் தோன்றுகிறது. அதனால் இந்த பரிதாபமான மனிதர் "பாகிஸ்தான் ஜிந்தாபாத்திலிருந்து இம்மி அளவுகூட அசைய மறுக்கிறார்."

டிக்கி "பாகிஸ்தான் ஜிந்தாபாத்" என்று கூறியது "பாகிஸ்தான் இன் த பாக்" (பைக்குள் பாகிஸ்தான்) என எனக்குக் கேட்டது. நான் சிரிப்பை அடக்கிக் கொண்டேன். "பிப்பி! இந்த வேலை மட்டும் 18 மாதங்களுக்கு முன் எனக்குக் கிடைத்திருந்தால், நான் நிச்சயம் ஏதாவது செய்திருப்பேன். ஆனால் இப்பொழுது பகடையை உருட்டி விட்டாயிற்று" என்றார்.

குனிந்து தன் கைகளில் உள்ள தூசியைத் தட்டி விட்டுக் கொண்டு, தன் முழங்கால்களில் கையை வைத்துக்கொண்டு தலையைக் குனிந்து எறும்புகள் கருங்கல் ஜல்லிகளிடையே விரைந்து ஊர்வதைப் பார்த்தபடி இருந்தார்.

"ஆனாலும் இதில் ஒரு நல்ல விஷயம். எட்வினா மகிழ்ச்சியாக இருக்கிறார். நேருவிடம் நன்கு நண்பராகி விட்டார். அப்படித் தானே?" என்று கேட்டார்.

நான் தடுமாறினேன். புருவம் சுருங்க அவர் தன் தலையை பக்கவாட்டில் திருப்பி, தன் கவலையுற்ற கண்களால் என்னை ஓரப்பார்வை பார்த்தார். நான் தயங்கினேன். நான் என்ன சொல்ல

முடியும்? "கேளிக்கைப் பெண்" என்ற அவருடைய புகழ் அவருக்கு முன் செல்கிறது. எனக்கு அதிகம் தெரியும். என் தலை வலியில் துடித்தது. 1932ஆம் ஆண்டு அமெரிக்காவைச் சேர்ந்த கறுப்பு பாடகரான பால் ராபெசனுடன் அவருடைய உறவு பற்றிய வதந்தி, தி பீப்பிள் நாளிதழுக்கு எதிராக ஒரு வழக்கு தொடரப்பட்டதால் அந்த வதந்தியை அது நிறுத்தியது. அது பெரிய கிசுகிசு. என் கணவரின் அலுவலகத்தில்தான் நான் அதைப் பற்றிக் கேள்விப் பட்டேன். எட்வினாவின் காதலனைப் பற்றிக் கண்டுபிடிக்க முடியாமல் நாளிதழ்கள் தடுமாறின. ஆனால் அலுவலக வதந்தியோ அது பால் ராபெசன் இல்லையென்றும் அது கறுப்பு இன காபரே பாடகர் லெஸ்லி ஹட்சின்சன் என்றும் கூறியது. ஆனால் எட்வினா மாறிவிட்டார் என நான் உறுதியாக நம்பினேன். போரின்போது மிகவும் மாறிய ஒரு பெண்மணியை வாழ்க்கையில் ஒரு நோக்கம் கொண்ட ஒரு பெண்மணியை நான் கண்டேன்.

"கவலைப்பட ஒன்றுமில்லை. இருவரும் அதிக வேலையில் பரபரப்புடன் இருக்கின்றனர். அவர்களுக்காக நேரம் கிடைக்காது என்று கூறுவதற்கு என் நாக்கின் நுனி வரை வார்த்தைகள் வந்து விட்டன. ஆனால் அதைக் கூறினால் சரியாகப் பொருள் விளங் காது என்பதால் நான் எதையும் கூறவில்லை. இவை எல்லாம் ஒரு நொடியில் என் மனதில் ஓடின. ஆனால் என் தயக்கம் அனைத் தையும் கூறி விட்டது.

நாள் முடிந்து மாலையானது, வெளிச்சம் குறைந்து வண்ணங் கள் மீண்டும் புலப்படத் தொடங்கின. தொலைவில் சிவப்பு நிறத் தலைப்பாகை அணிந்த பணியாள் ஒருவன் வேகமாக நடந்து வந்து கொண்டிருந்தான். நிச்சயம் வைஸ்ராயை வீட்டிற்குள் வருமாறு சொல்ல ஆளனுப்பி இருப்பார்கள்.

"சரி இவை அனைத்தையும் விரைவில் முடிக்க என் முயற்சி அனைத்தையும் செய்கிறேன். எட்வினாவை இங்கிலாந்திற்கு திருப்பி அழைத்துச் செல்கிறேன். அப்படித்தான் இங்கு வருவதற்கு முன் அவரிடம் உறுதி கூறியிருக்கிறேன்" என்றபடி, வைஸ்ராய் எழுந்து திரும்பி நின்று, தன் முகத்தை என்னிடமிருந்து மறைத்துக் கொண்டார். நானும் என்னை நொந்து கொண்டபடியே எழுந்து நின்றேன். என்னுடைய முடிவெடுக்கத் தயங்கிய அமைதி அவர்கள் இருவரையும் குற்றவாளிகளாக்கி விட்டது. எட்வினாவிற்கு ஆதரவாக நான் ஏதாவது கூறியிருக்க வேண்டும். அது டிக்கியின் மனதை ஆறுதல் படுத்தியிருக்கும். இப்பொழுதோ அக்கணம் கடந்து விட்டது. மிகவும் தாமதமாகி விட்டது.

கஹுதா கிராமத்தின் வெளிப்பகுதியில், வைஸ்ராய், வைஸ்ரின், அவர்களுடைய பணியாளர்கள் எல்லோரையும் ஏற்றி வந்த கார்கள் நின்று விட்டன. அதற்கு மேல் உள்ளே செல்ல வழியில்லை.

கடந்த சில நாட்களாக டிக்கியுடனும் எட்வினாவுடனும், வடமேற்கு ராஜ்ஜியங்களிலும், பஞ்சாபிலும் பயணம் மேற்கொண்டிருக்கிறேன். காலையுணவிற்குப் பின் பெஷாவருக்கு விமானத்தில் கிளம்பி, 11 மணிவாக்கில் ராவல்பிண்டியை அடைந்தோம். அங்குள்ள ஃபிளாக்ஸ்டாஃப் அலுவலகத்தை அடைவதற்கு முன்பே பஞ்சாபின் கவர்னரான சர் ஈவான் ஜென்கின்ஸ் எங்களைக் கார்களுக்குள் அடைத்துவிட்டார். கலவரப் பகுதிகளை எங்கள் கண்ணாலேயே பார்க்கவேண்டும் என்பதில் அவர் உறுதியாக இருந்தார். ராவல்பிண்டியில் இருந்து 25 கி.மீ. பயணம் மேற்கொள்வதற்கு இரண்டு மணி நேரமானது.

தொண்டை வறண்டு, புழுதியால் நிறைந்திருக்க மதிய நேரச் சூரியனின் முழு வெளிச்சத்தில் நாங்கள் காரை விட்டு இறங்கினோம். அங்கிருந்த அமைதியே, அப்பொழுது அங்கு சூழ்நிலை சரியாக இல்லை என்பதை உணர்த்தியது. குழந்தைகள் ஓடி வந்து எங்களை வரவேற்கவில்லை. பளிச்சென்ற பாவாடைகளும், மேலாடையும் அணிந்து வெட்கப் புன்னகையோடு சிறுமிகள் காணப்படவில்லை. வெயிலினால் கருத்த உடல்களுடன் எருமை மீது பயணிக்கும் இளைஞர்களையும் காணவில்லை. ஒரு காலத்தில் கிராமம் என்று அழைக்கப்பட்ட எரிந்துபோன ஒரு பகுதியின் மேல் சில காக்கைகள் மட்டுமே வட்டமிட்டுக் கொண்டிருந்தன.

எங்களுக்கு வழிகாட்டிக்கொண்டு சென்ற சர் ஈவான் எந்தவொரு விளக்கமும் அளிக்கவில்லை. பயணத்தின் பொழுதே எங்களுக்குத் தேவையான தகவல்களை அவர் கூறியிருந்தார். அம்ரித் கௌர் கூறிய அட்டூழியங்கள் நடந்த இடம்தான் இது என்பதை ஒரு திடுக்கிடலுடன் உணர்ந்துகொண்டேன். 3500 பேர் வசித்த அந்த கிராமத்தில், 2000 பேர் சீக்கியர்களும் ஹிந்துக்களும், 1500 பேர் இஸ்லாமியர்கள் என்று எங்களுக்குக் கூறப்பட்டது. ஒருநாள் இரவு

ஒரு முஸ்லீம் கூட்டமொன்று, இந்தக் கிராமத்தில், கையில் பெட்ரோல் வாளிகளுடன் நுழைந்து, ஹிந்துக்களும் சீக்கியர்களும் வாழ்ந்த இடத்தைக் கொளுத்தி இருக்கின்றனர். ஆனால், பழிவாங்குவது போல் காற்றின் திசை மாறி நெருப்பு இஸ்லாமியர்கள் வாழுமிடத்திற்குப் பரவிவிட்டது. மொத்த கிராமமும் எரிந்துவிட்டது.

ஒருவர் பின் ஒருவராக, இடிபாடுகள் நிரம்பிக் கிடந்த அந்தக் குறுகிய வழியில் நடந்து சென்றோம். வீடுகளின் மேல் மாடிகள் இடிந்துவிட்டிருந்தன. கைவிடப்பட்ட கருத்த செங்கற்களாய் எஞ்சிய கட்டிடங்களின் சுவர்கள்தான் காணப்பட்டன. யாரும் எதுவும் பேசவில்லை. ஆனால் அனைவரும் ஒன்றையே நினைத்துக் கொண்டிருந்தோம். ஒரு திடீர்த் தாக்குதலின் மிக மோசமான விளைவு போல் காணப்பட்டது. மேலிருந்து வீசப்பட்ட குண்டினால் இத்தகைய அழிவு ஏற்படவில்லை என்பதை என்னால் நம்பமுடியவில்லை. ஒரு காலத்தில் யாரோ ஒருவருடைய வீடாக இருந்திருக்கக் கூடிய எரிந்து போன தார்பாய் வழியாக நடந்து சென்றோம். அந்த வீட்டின் பிற்பகுதியில் ஒரு பெரிய மரம் இருந்தது. மக்கள் அதைச் சுற்றிச் சுற்றி கயிறு கட்டியிருந்தனர். ஏன் என்று எனக்குத் தெரியவில்லை. ஒரு வேளை மீண்டும் வந்து உரிமையாக்கிக் கொள்வதற்காக ஓர் அன்பின் அடையாளமோ என்னவோ? இளஞ்சிவப்பு நிறத்தில் துப்பட்டா ஒன்று, இரண்டு கற்களின் இடையே மாட்டிக்கொண்டிருந்தது. குனிந்து அந்தக் கல்லை எடுத்து, அதற்கு விடுதலை தந்தேன். அந்தத் துப்பட்டா முழுவதும் கருப்பும் சிவப்புமாய்ச் சாம்பலும் ரத்தமும் பரவியிருந்தது. அதை அணிந்திருக்கக் கூடிய பெண்ணோ, குழந்தையோ யாரும் அங்கு இல்லை.

நகரமன்றத்திற்கு முன்பு சீக்கிய, ஹிந்து மக்களின் பிரதிநிதிகளாக சில ஆண்கள் வைஸ்ராயைச் சந்திப்பதற்காகக் குழுமியிருந்தனர். இஸ்லாமியர்கள் தாங்கள் இரவு நடத்திய வேலையில் மிக மகிழ்ந்து, தாங்கள் சூறையாடியவற்றுடன் எப்பொழுதோ சென்றுவிட்டதாக அவர்கள் கூறினார்கள். வெள்ளை நிற லினன் துணி விரிக்கப்பட்ட ஒரு மேசை வைஸ்ராய் மற்றும் வைஸ்ரினுக்காக நிழலில் போடப்பட்டிருந்தது. டிக்கியும், எட்வினாவும் அதில் அமர்ந்தபொழுது, அதன் நுனியில் செய்யப்பட்டிருந்த தையல் வேலைப்பாடு காற்றில் அழகாக அசைந்தது. அன்று காலையில் மேற்கொண்ட விமானப் பயணத்தினால் என் காதினுள் ஓசை கேட்டுக்கொண்டே இருந்தது. அனைத்தும் மந்த கதியில் நகர்ந்து கொண்டிருந்தன. யாரோ சிறிது நீரைக் கொதிக்க வைத்து, தேநீர் கொடுக்க ஏற்பாடு செய்திருந்தனர். கோப்பைகள் ஒன்றுக்கு ஒன்று உரசும் ஓசையும், கொடுக்கும் வாங்கும் கரங்களும், ஆவி உயரப் பறப்பதும், லவங்கம், பட்டையின் வாசம் காற்றில் வீசுவதுமாக இருந்தது. இத்தகைய சிதிலங்களுக்கு

நடுவே, இந்த வெள்ளை நிற மேசை விரிப்பு எவ்வாறு இத்தனைச் சுத்தமாகவும் வெள்ளையாகவும் மேசை மேல் விரிந்திருக்கிறது என்று வியந்தேன்.

தன்னிச்சையாக என் கையேட்டையும், பேனாவையும் எடுத்து எழுதத் தயாரானேன். அங்கிருந்தவர்கள் ஒவ்வொருவராக, பொருள் புரியும் வரை காதில் இனிமையாக ஒலித்த போதோஹரி மொழியில் தங்கள் குறையைக் கூறலானார்கள். 'வைஸ்ராய் சாஹிப், வைஸ்ரின் சாஹிபா, இன்று எங்கள் வீட்டில் உணவும் இசையும் தந்து உங்களுக்கு விருந்தளிக்க இயலவில்லை என்பதற்காக எங்களை மன்னியுங்கள். அனைவராலும் கைவிடப்பட்டுத் தாங்குவதற்கு இயலாதவண்ணம் சித்திரவதைக்கு ஆட்படுத்தப்பட்ட எங்களைத் தான் இங்கு காண்கிறீர்கள். அனைத்தையும் இழந்த எங்களால், அழவும், உதவி கேட்டு உங்களிடம் மன்றாடவும்தான் முடிகிறது' என்பதாக அவர்களின் முறையீடு அமைந்தது. அவர்களின் நிலத்தில் இருந்தும், இல்லங்களில் இருந்தும், அவர்களை வெளியேற்றுவதற்காக மிகவும் சரியாகத் திட்டமிடப்பட்ட முஜாஹிதீன்களின் திட்டம் அது. ஒரே கதை மீண்டும் மீண்டும் கூறப்பட்டது. பெண்கள் வன்புணரப் பட்டனர், பெண் குழந்தைகள் தூக்கிச் செல்லப்பட்டு கட்டாயத் திருமணம் செய்து வைக்கப்பட்டனர், குடும்ப உறுப்பினர்கள் ஒன்றாகக் கட்டப்பட்டு நெருப்பில் எறியப்பட்டனர். அவர்களுடைய நஷ்டத்திற்கெல்லாம் ஈடு என்ன என்று அவர்கள் கேட்டனர். இன்னும் அறுவடை காணாத வயல்களையும், கோழிகளையும், கடை களையும், ஆடுமாடுகளையும் அரசாங்கம் என்ன செய்யப் போகிறது என்று கேட்டனர். சுருக்கெழுத்தில் அவர்கள் கூறிய அனைத்தையும் நான் எழுதினேன். நடந்த அத்தனை கொடூரமும், ஒரு பக்கத்தில் குறியீடுகளாக நீர்த்துப் போய் நின்றது. இறுதியாகக் கருப்பு மேலாடையும், தலைப்பாகையும் அணிந்து தன் சட்டைப் பையில் ஒரு ஏடு வெளியே தெரியுமாறு இருக்கும் ஒருவர் எழுந்து நின்றார். என் மனம் வருத்தத்தில் ஆழ்ந்தது. அவருடைய கோரிக்கை ஐந்து பக்கங்களில் எழுதப்பட்டு இருந்தது. அவர் மிக மெல்லியக் குரலில் பேச ஆரம்பித்தார். அதைத் தெளிவாகக் கேட்பதற்கு வைஸ்ராய் முன்னே குனிந்தார். ஆனால், அவருடைய குரல் நாடகத்தின் உச்சக்குரல் போல் ஒலிப்பதற்கு சிறிது நேரமே ஆனது.

'3199 நபர்கள் வற்புறுத்தப்பட்டு மதமாற்றம் செய்யப்பட்டிருக் கின்றனர். இஸ்லாமியர்கள், அல்லாஹு அக்பர் என்கிறார்கள். நாங்கள், கடவுளே உண்மை என்கிறோம்' என்றார்.

வானத்தை நோக்கி தன் விரல்களை நீட்டியபடி, 'போலே சோ நிகல்' என்று உரக்கக் கூச்சலிட்டார்.

'சத் ஸ்ரீ அகல்' என்ற குரல் அவரின் ஆதரவாளர்களிடம் இருந்து புறப்பட்டது. 'சத் ஸ்ரீ அகல்'.

இதனால் ஊக்குவிக்கப்பட்ட அந்த மனிதனின் பேச்சு, ஆளுநர் இஸ்லாமியர்களையும் அவர்களின் பாகிஸ்தான் கொள்கையை ஆதரிப்பதாகவும் குற்றம் சாட்டுவதாக எழுந்தது. ஆனால், நன்றாக பஞ்சாபி மொழி பேசக்கூடிய சர் ஈவான் கோபத்தில் சிவந்து போனார். கூட்டம் அடிதடியுடன் ஒரு முடிவுக்கு வந்தது. சட் டென்று டிக்கி எழுந்து நின்றார். இறுகிய, எந்தவொரு உணர்ச்சியு மற்ற முகத்துடன், தோள்கள் பின்னால் விறைத்திருக்க, அந்தக் கிராமத்தை விட்டு வெளியேறினார். இறுதிக் கணத்தில் பணியாளர் களில் ஒருவர், அந்த வெள்ளை மேசை விரிப்பைக் கையில் இழுத்து வைத்துக்கொண்டார். சரணடைந்துவிட்டதை அறிவிக்கும் கொடி போல் அது அவர் கையில் தொய்ந்து தொங்கியது.

லாகூரின் அரசாங்க இல்லத்தில் நிறைய கிராமஃபோன் தட்டுகள் சேகரித்து வைக்கப்பட்டிருந்தன. பீத்தோவனின் அனைத்து சிம்ஃபனிகளும், ஷாப்பின், ராக்மனினோவ் மற்றும் கிளென் மில்லரின் பியானோ கச்சேரிகளும் பிரபலமான பாடல்களும் குவிந்திருந்தன. அதிகமாகச் சுற்றியதால், மிகவும் களைப்பாக இருந்தது. வைஸ்ரீனுடன் பல மைல்கள், ஜீப்பிலும் நடந்தும் சென்று அகதிகள் முகாம்களைப் பார்வையிட்டோம். என் கால்கள் மிகவும் வலித்தன. என் இதயமோ, பெண் அகதிகளின் அழுகையாலும் ஒப்பாரியாலும் கனத்துக் கிடந்தது. இரவு உணவிற்கு வந்த விருந்தினர்களுடன், எட்வினாவை விட்டுவிட்டு நான் நூலகத்திற்கு வந்து அறிக்கையைத் தட்டச்சு செய்யத் தொடங்கினேன். முகாம் களுக்கு மருத்துவ உதவி வேண்டி, கடிதங்களும், அவசரக் கோரிக்கை களும் எழுதத் தொடங்கினேன். கிராமஃபோன் தட்டுகளைத் தேடி, மொசார்டின் 21ஆம் பியானோ கான்சர்டோவை எடுத்துக்கொண் டேன். உறையில் இருந்து எடுத்து அதைச் சுழலும் மேடையிலிட்டு, ஊசி அந்த முதல் கருத்த பாதையை அடைவதற்குக் காத்துக் கொண்டிருந்தேன். இருட்டில் இசைக்குழு என்னால் தர இயலாத கவனத்தைக் கோரியது. அதன் பின், பியானோவின் ஓசை ஒரு முத்தத்தைப் போல், ஒரு காதலன் கைகளில் தரும் முத்தத்தைப் போல் ஒலிக்க ஆரம்பித்தது.

பச்சை நிற ஒளிமறைப்பு கொண்ட மேசை விளக்கைப் போட்டு விட்டு, தட்டச்சு இயந்திரத்தின் முன் அமர்ந்து என் கையேடுகளை எடுத்தேன். கடந்த ஐந்து நாட்களில், மூன்று கையேடுகள் தீர்ந்து விட்டன. பக்கங்கள் வெப்பத்தினாலும், தூசியினாலும் அழுக்கடைந் திருந்தன. ஆனால், ஒவ்வொரு மருத்துவமனையையும் முகாமையும் சென்று பார்த்த பிறகு, அதன் கீழ் தெளிவான ஒரு கோடு இருந்தது. சோர்வுடன் என் சுருக்கெழுத்தை வாசித்து அதைத் தட்டச்சு செய்யத் தொடங்கினேன்.

> 30 ஆம் தேதி, புதன் கிழமை, ஏப்ரல் மாதம்.
>
> வா (Wah): ராவல்பிண்டி ஃபிளாக்ஸ்டாஃப் இல்லத்திலிருந்து காலை 06:30 மணிக்கு வைஸ்ரீனுடன் புறப்பட்டோம்.

25 மைல் தொலைவில் இருக்கும் 'வா' அகதிகள் முகாமிற்குப் பயணித்து, 07:30 மணிக்குச் சென்றடைந் தோம்.

கலவரம் நடந்த கேம்பல்பூர் மற்றும் பூண்டியைச் சேர்ந்த 8700 சீக்கிய, ஹிந்து அகதிகள் அங்கிருந்தனர். சர்தார் ராம் சிங், அதற்குப் பொறுப்பாக இருந்தார். அவர் இதற்கு முன், ஒரு சீர்திருத்த நிறுவனத்தை நடத்திக்கொண்டிருந்தார். முகாம், ராணுவ ஒத்துழைப் புடன் நடத்தப்படுகின்ற ஒன்று. அதில் பொருட்களும், பலசரக்குகளும் இருக்கும். ராணுவத்தின் பாதுகாப்பும் இருக்கும்.

இங்கு நான் எழுதுவது நின்று போய் என் ஞாபகங்களால் உந்தப்பட்டேன். சரியாக உடை அணியாத பெண்கள், தங்கள் குழந்தைகளுக்குத் தாய்ப்பால் அளித்தவாறு சிறுவர்களைப் புழுதி யின் ஊடாக இழுத்துச் சென்றுகொண்டிருந்தனர். உரக்க அழுது கொண்டே அவர்கள் என் காலில் விழுந்தனர். குழந்தையின் கண் களில், கண் திருஷ்டியைத் தவிர்ப்பதற்காக மையிடப்பட்டிருந்தது. இப்பொழுது அவர்களின் முகங்கள், கண்ணீரால் கருத்துப் போயிருந் தன. இருந்தும் அவர்கள் எந்த ஓசையும் செய்யவில்லை. என்னால் அதைத் தாங்க முடியவில்லை. என்ன செய்வதென்று எனக்குத் தெரியவில்லை. எனக்கு முன் எட்வினா, புழுதியில் மண்டி போட்டு அமர்ந்து அழுது கொண்டிருந்த ஒரு பெண்ணைத் தன் கையில் பிடித்துக் கொள்வதைப் பார்த்தேன். என் கையேட்டைப் பைக்குள் வைத்துக் கொண்டு, நானும் அவரைப் பின்பற்றினேன். என் அருகில் விறைப்பாக இருந்த பணியாளர் ஒருவரையும் அவ்வாறு செய்யுமாறு நிர்ப்பந்தித்தேன். குச்சி போன்ற கைகளில், வளையல்கள் குலுங்கப் பெண்கள் பேசினர். அவர்கள் என்னை, வைஸ்ரின் என நினைத்து விட்டனர். நான் வைஸ்ரின் இல்லை என்பது அங்கு ஒரு விஷயமே இல்லை. நானொரு சீருடை அணிந்த வெள்ளைக்காரப் பெண்மணி. அவர்கள் தங்கள் நம்பிக்கையை என் மேல் வைத்தனர்.

'வைஸ்ரின் சாஹிபா, குழந்தைகளுக்குப் பாலே இல்லை. காய்கறிகளும் இல்லை. பருப்பு தீரப் போகிறது. வைஸ்ரின் சாஹிபா, நாங்கள் ஏழைகள். இவ்வாறு எங்களுக்கு நிகழந்ததற்கு நாங்கள் என்ன தவறு செய்தோம்? அரசாங்கம் எங்கள் வீடுகளுக்குத் திரும்பச் சொல்கிறது. ஆனால், திரும்பிச் செல்ல எங்களுக்கு விருப்பமில்லை. நாங்கள் மிகவும் பயந்திருக்கிறோம். இந்த இடத்தில் இருந்து தயவு செய்து எங்களை அழைத்துச் சென்றுவிடுங்கள் வைஸ்ரின் சாஹிபா' என்று ஒருவருக்குப் பின் ஒருவராக அரற்றிக் கொண்டே இருந்தனர். பல்லில்லாத, கண்களில் புரையோடிய வயதான பெண்மணி ஒருவர்,

என் கையில் நீல நிறத்தாள் ஒன்றைக் கொடுத்தார். அதில் சீமா என்றொரு பெயர் இருந்தது. சீமா அவரின் பேத்தி. அந்தப் பெண், இஸ்லாமியர்களால் கடத்திச் செல்லப்பட்டிருந்தார். தன் கண் ணீரைத் துடைத்துக் கொண்டே, என் கைகளில் அந்தத் தாளை வைத்து விட்டு, தன் அருமை இளவரசியைக் கண்டுபிடித்துத் தருமாறு என்னிடம் கெஞ்சி, தன் முகத்தைத் துப்பட்டாவால் மூடிக் கொண்டார். எனக்கு என்ன செய்வதென்று தெரியவில்லை. நான் என் கையேட்டை எடுத்துப் புதியதொரு பக்கத்தைத் திருப்பி வைத்துக்கொண்டேன். பணியாளரின் உதவியுடன், அந்தத் தாளில் இருந்த பெயரை கையேட்டில் எழுதினேன். உடனே, இன்னும் பல பெண்கள் ஓடி வந்து காணாமல் போன, தங்களுக்குப் பிரியமானவர் களின் பெயர்களைக் கூறத் தொடங்கினர். கூட்டம் இப்பொழுது கட்டுக்கு அடங்காமல் போனதால், அதில் நான் நசுங்கிவிடுவேனோ எனப் பயந்துவிட்டேன். சர்தார் சிங்கும், பணியாளரும் கூட்டத்தை ஒரு ஒழுங்கிற்குக் கொண்டுவந்தனர், அந்தப் பெண்களைப் பின்னால் செல்லுமாறு பணித்தனர். நான் அவர்களிடம் அனைவருடைய பெயரையும் எழுதிக் கொள்கிறேன் என்றும், காணாமல் போனவர் களைப் பற்றிய பட்டியல் ஒன்றைத் தயாரிப்பேன் என உறுதி யளித்தேன். அதை நிறைவேற்ற வேண்டுமென உறுதியாக இருந் தேன். ஆனால், என் வார்த்தைகள் மொழிபெயர்க்கப்பட்ட பின் மிகவும் சாதாரணமாக ஒலித்தன. உண்மையில் அந்தப் பெண்கள், குழந்தைகள் அனைவரையும் என் கைகளால் வாரியணைத்து அந்தக் கொடுமையான இடத்தைவிட்டு என்னுடன் அழைத்துச் செல்ல வேண்டுமெனத் தோன்றியது.

முகாமில் இருந்த மருத்துவமனையில், பார்வையாளர்களிடம் கட்டுப்பாடே இல்லை. எங்கு பார்த்தாலும், பிரசவப் பிரிவு உட்பட அம்மை நோய் பரவியிருந்தது. ஜலதோஷத்தினால் நீர் வடிந்த மூக்கும், வீங்கிய கண்களும், மெலிந்த உடல் முழுவதும் அம்மை கொப்புளங்கள் நிரம்பி, ஈக்களை விரட்டக் கூடத் தெம்பில்லாமல் மிகவும் களைப்புற்று இருந்த தங்கள் தாயின் அருகில் குழந்தைகள் கிடந்தன. இப்பொழுது நான் என் மனதில் குறிப்புகளை எடுத்துக் கொண்டேன். அனைத்துப் பிரிவுகளும் புழுதியால் நிரம்பியிருந்தன. படுக்கைகளில் விரிப்புகளில்லை. சுத்தமான தண்ணீரில்லை. காயங் களுக்குக் கட்டுப் போடக் கட்டுத்துணிகள் இல்லை.

மருத்துவமனை வளாகத்தில் இருந்து சர்தார் சிங் என்னை வெளியே அழைத்துச் சென்றார். அங்கு நிழலில் அமைதியில்லாமல் கசப்புணர்வுடன், பழிவாங்கும் எண்ணம் மனதில் கொதித்துக் கொண்டிருக்கக் கூடிய சிலர் வரிசையாக அமர்ந்திருந்தனர். நாங்கள் மத்திய நிர்வாகக் கட்டிடத்திற்குள் சென்று அங்கு தாழ்வாரத்தின்

ஊடாக ஒரு சிறிய அறைக்குள் சென்றோம். வெப்பம் மூச்சை யடைத்தது. அப்பொழுதுதான் அமைத்திருந்த ஒரு திரைக்குப் பின், தாழ்வான ஒரு படுக்கையில் வெள்ளை நிறச் சுவர்களுக்கு தன் முதுகைக் காட்டியபடி வைஸ்ரின் அமர்ந்திருந்தார். அவர் தன் அருகிலிருந்த எட்டு வயது சிறுவன் ஒருவனுடன் பேசிக்கொண்டி ருந்தார். அவன் புத்திசாலித்தனம் சுடர்விட்ட முகத்துடன் மிகவும் அழகாய் இருந்தான். அவனுடைய கால்கள் ஓடுவதற்கும் மரமேறு வதற்கும் ஏற்ற வண்ணம் நீளமாக இருந்தன. அவன் நல்ல ஆரோக்கியத்துடன் காணப்பட்டான். அவனுடைய பிரச்சனை என்னவென்று புரிந்துகொள்ள எனக்குச் சில நிமிடங்களாயின.

'அவனுடைய கைகளை வெட்டிவிட்டனர்' என சர்தார் சிங் சாதாரணமாகக் கூறினார். 'இரண்டு பக்கங்களிலும், இரண்டு மதத்தி னரும் குழந்தைகளுக்கு இதைத்தான் செய்கின்றனர். கடவுள்தான் அவர்களைக் காப்பாற்றவேண்டும்' என்றார்.

அச்சிறுவனின் கைகள் இருக்கவேண்டிய இடத்தில், மருத்துவ மனையில் போடப்படும் வெள்ளை பாண்டேஜுகளால் கட்டப்பட்டி ருந்த மிச்சத்தை நான் பார்த்தேன். எட்வினா அந்தக் குழந்தையிடம் என்ன கூறுகிறார் என்பது எனக்குக் கேட்கவில்லை. அவர் பேசு வதை நலப்பணியாளரான ஒரு சிறுமி – அவளுக்கே பன்னிரெண்டு அல்லது பதின்மூன்று வயதுதான் இருக்கும் – மொழிபெயர்த்து அவனிடம் கூறிக்கொண்டிருந்தாள். அவன் தலையாட்டிக் கொண்டி ருந்தான். அருகிலிருந்த மேசைக்குக் குனிந்து அங்கிருந்து ஒரு குவளையை எடுத்து அச்சிறுவனின் உதட்டில் எட்வினா பொருத்தி னார். அப்பொழுதுதான் அச்சூழ்நிலை உண்டாக்கிய பேரச்சம் எனக்குப் புரிந்தது. அவனால் தானாகச் சாப்பிட முடியாது. சுத்தப் படுத்திக் கொள்ள முடியாது. எதுவும் சம்பாதிக்க வாய்ப்பில்லை. அவன் உயிரோடு இருந்தாலும், ஏற்கனவே இறந்து போய்விட்டான். என் மனம் உறைந்து போனது. என் வயிறு கலங்கி நான் குமுறி னேன். கதவருகில், என் குரலைக் கேட்ட அச்சிறுவன் தன் பெரிய பழுப்பு நிறக் கண்களால் என்னை நோக்கினான். இங்கு வருபவர்கள் ஏதாவது புரிந்து கொள்வார்களா என்று அவனுக்குத் தெரியாது. இருந்தாலும் சமாதானம் செய்வதைப் போல், ஒரு சிறு புன்னகை யுடன், 'கவலைப்படாதீர்கள். எல்லாம் சரியாகிவிடும்' என்பதைப் போல் என்னை நோக்கினான்.

அச்சமயத்தில் எட்வினா எங்களை வெளியே செல்லுமாறு கையசைத்தார். சர்தார் சிங்கும், நானும் தாழ்வாரத்திற்குச் சென்று விட்டோம்.

'அவன் பேச்சை நிறுத்திவிட்டான். வந்ததிலிருந்து ஒரு வார்த்தை கூட அச்சிறுவன் பேசவில்லை' என்றார்.

நானும் ஊமையாகிவிட்டேன்.

'திருமதி வாலஸ், உங்களால் செயற்கைக் கரங்கள் பெற்றுத் தரமுடியுமா?' என்று கேட்டார் சர்தார் சிங். அவர் என்னிடம்தான் பேசுகிறார் என்பது எனக்குத் தெரிந்தாலும், பழுதடைந்த தொலை பேசியின் வழியாக ஒரு குரல் ஒலிப்பதுபோல் அவர் குரல் கேட்டது.

'முடியும்' என்றேன். என் குரல் என்னுடையது போலில்லை. இயந்திரத்தனமாக என் கையேட்டை எடுத்து பின், ஜவஹர் தந்த ரோஜாவைச் செருகிய அதே பையிலிருந்து பேனாவையும் எடுத்தேன்.

'முகமது ஹுசேன்' என்றார் சர்தார் சிங்.

ஆச்சரியத்தில் சிறிது தயங்கினேன்.

'ஆம்' என்று அவர் குரலைத் தாழ்த்தினார். 'இக்கொடும்செயல் மிகவும் அவமானகரமானது. சிறுவன் இஸ்லாமியன்தான். அவன் குடும்பம் அவனைக் கைவிட்டுவிட்டது. ரத்த வெள்ளத்தில் அவனை இங்கு ஒரு கருணையுள்ள ஹிந்துக் குடும்பம் கொண்டு வந்து விட்டது' என்றார்.

மிகவும் சிறிதாக ஆகிவிட்ட என் பென்சிலினால் நான் கிறுக்கினேன். புதிய கைகள் முகமது ஹுசேன். சர்தார் ராம்சிங்கின் மேற் பார்வையில். ஒரு அம்பு குறியிட்டு, வெல்லிங்டன் மருத்துவமனையா அல்லது ரெட் கிராஸா என்று எழுதினேன்.

மிகவும் பிரயத்தனப்பட்டு அரசாங்க இல்லத்தில் இருக்கும் நூலகத்திற்கும், தட்டச்சு இயந்திரத்திற்கும், என் கவனத்தை மீட்டுக் கொண்டு வந்து, ஒரு பழியுணர்வுடன் தட்டச்சு செய்ய ஆரம்பித் தேன். வேக வேகமாக, தேவாலயங்களிலும் குருத்வாராக்களிலும் கோயில்களிலும் அமைக்கப்பட்டிருந்த அகதிகள் முகாமிற்கு வைஸ் ரின் சென்ற விபரங்களைத் தட்டச்சு செய்தேன்.

> அவை அனைத்திலும் தொற்றுநோய் பரவும் சூழ்நிலை நிலவியது. போதிய குடிநீர் இல்லாதது, கலவரத்தினால் தேவையான உணவுப் பொருள் இல்லா தது, இவையனைத்தும் காரணங்கள். நிலைமை சிறிது மேம்பட்டாலும், நிறைய பேருக்குத் தேவையான சுகா தார ஏற்பாடுகள் இல்லை. சுத்தமான துணிகள் இல்லை.

வேகமாக தட்டச்சு செய்ததால் என் விரல்கள் வலிக்கத் தொடங்கின. ஒரு சமயத்தில், இசைத்தட்டு முடிந்துவிட்டதையும், இசை நின்றுவிட்டதையும் உணர்ந்தேன். அந்த ஊசி, கடைசிச் சுற்றில் மீண்டும் மீண்டும் சுற்றிக்கொண்டே இருந்தது. என் தலையைக் கையிலேந்தி முன்னால் குனிந்து அமர்ந்தேன். சில நிமிடங்களுக்குப் பிறகு, மேசை மேலிருந்த விளக்கை அணைத்து விட்டு இசைத்தட்டை மீண்டும் சுழலவிட்டேன். பானங்கள் அடுக்கப்

பட்டிருந்த அலமாரிக்குச் சென்று சிறிது பிராந்தியை ஊற்றிக் கொண்டு அங்கிருந்த ஒரு பெட்டியில், காசுகளை இட்டேன். பாதி இருட்டில் நின்று கொண்டு, மெதுவாக ரீங்கரிக்கும் அந்த ஓசை என் மேல் தவழவிட்டபடி, மேகத்தினூடே வரும் மென்மையான சூரிய வெளிச்சத்தைப் போல் பியானோவின் ஓசை வருவதற்காகக் காத்துக் கொண்டிருந்தேன்.

அப்பொழுது கதவு திறந்தது. எட்வினா உள்ளே நுழைந்து என்னருகில் உள்ள பெரிய தோல் நாற்காலியில் அமர்ந்து கொண்டார். பெருமூச்சு விட்டபடியே தன் கண்களை மூடிக் கொண்டு, தன் உடம்பின் அயர்வையும், மனதின் வேதனையையும் வெளியேற்றுவதற்காக இசையில் ஆழ்ந்தார்.

'ஒருவழியாகத் தப்பித்துவிட்டோம். மற்றவர்கள் எல்லாம் உறங்கச் சென்றுவிட்டனர். என்னால் தூங்க முடியவில்லை' என்றார்.

'புரிகிறது' என்றேன். 'ஏதாவது அருந்துகிறீர்களா?'

எழுந்து தனக்குக் கொஞ்சம் சோடாவை ஊற்றிக்கொண்டே, தன் மாத்திரை டப்பியைப் பையிலிருந்து வெளியே எடுத்தார்.

'நாமிருவரும் உறங்காமல் விழித்துக் கொண்டு நம் சீருடையில் இருப்பதைப் பார்க்கும்பொழுது, மீண்டும் போர்க்காலம் வந்தது போல் இருக்கிறது.'

இரவுணவிற்கு நாங்கள் இருவருமே உடை மாற்றிக் கொள்ளவில்லை. இன்னும் அழுக்கும் வியர்வையும் நிரம்பிய செயின்ட் ஜான்ஸ் ஆம்புலன்ஸ் சீருடையில்தான் இருந்தோம். எட்வினாவின் சிகப்பு உதட்டுச் சாயம் கூட கலைந்துவிட்டது. அடுத்து நாங்கள் யாரைத் தொடர்பு கொள்ளவேண்டும், என்ன செய்யவேண்டும் என்று பட்டியலிடத் தொடங்குவோம். இது எங்கள் பழைய வழக்கம்.

'இது போரைவிட மோசமானதாக உள்ளது' என்றேன். 'அக்கம் பக்கத்தினரும், சமூகத்தினரும், மதத்தின் பெயரால் ஒருவரிலிருந்து ஒருவர் பிய்த்துக் கொண்டு போகின்றனர். குடும்ப உறுப்பினர்களை, ஒன்றாகக் கட்டி அவர்கள் மேல் பெட்ரோலை ஊற்றுகின்றனர். குழந்தைகளையும் விட்டுவைப்பதில்லை! ஒரு குழந்தையின் கையை எவ்வாறு ஒருவனால் வெட்ட முடியும்?'

அவர் தலையை ஆட்டினார். ஆனால் இசை முடியும்வரை அவர் எதுவும் பேசவில்லை.

'அரசியல்' என்று தன் கையால் வாயைத் துடைத்துக் கொண்டே, அந்த வார்த்தையைத் துப்புவது போல் கூறினார். 'சிறுவர்கள் பொம்மை வீரர்களுடன் விளையாடுவதைப் போல ஆண்கள் அதிகாரத்துடன் விளையாடுகிறார்கள். ஆகப் பெரிய திட்டங்களும் வழிமுறைகளும் கொண்டு. ஆனால் எப்பொழுதும் வயதானவர்களும் நோயாளிகளும் பெண்களும் குழந்தைகளும்தான்

அதற்குப் பலியாக வேண்டியுள்ளது.' என் தட்டச்சு இயந்திரத்திலிருந்து வெளியே நீட்டிக் கொண்டிருந்த அறிக்கையைச் சுட்டிக் காட்டி, 'எவ்வாறு போகிறது? லேடி ரீடிங் மருத்துவமனையில் பிளாஸ்மா தேவைப்படுகிறது. லேடி ஐட்சிசன் மருத்துவமனையில் மெத்தை தேவைப்படுகிறது. தேரா இஸ்மாயில் கானில் உள்ள மருத்துவமனையின் நிலையைப் பற்றி என்னுடைய வெறுப்பை எழுதாமல் விட்டுவிடாதே! தில்லிக்குத் திரும்பியதும், கேரோ சீமாட்டியுடன் நான் கட்டாயம் பேசுவேன். அவர் ஒருமுறை இம்மருத்துவமனைக்குச் சென்றிருக்கிறார். ஜனவரி மாதத்திலேயே அவரிடம் உதவி கேட்டிருக்கிறார்கள். ஆனால் அவர் எதுவும் செய்யவில்லை' என்றார்.

இப்பொழுது தலையை ஆட்டுவது என் முறை ஆனது. 'காணாமல் போனவர்களைப் பற்றி ஒரு பேரேடு ஆரம்பிக்க வேண்டும். தங்கள் அன்புக்கு உரியவர்களுக்கு என்னவானது என்பது தெரியாமல் மக்கள் படும்பாட்டைக் குறைவாக மதிப்பிடக்கூடாது.

திடீரென தொலைபேசி ஒலித்தது. நாங்கள் இருவரும் திடுக்கிட்டோம். எட்வினாவின் முகம் மலர்ந்தது. ஆனால், நான்தான் தொலைபேசியின் அருகில் இருந்தேன்.

'ஹலோ, பிப்பி வாலஸ்' என்றேன். என் புதுப்பெயர் நிர்வாகத் துறையில் நிலைபெற்றுவிட்டது.

'ஆ.. பிப்பி. மாலை வணக்கம். ஜவஹர் பேசுகிறேன். எட்வினாவுடன் பேச முடியுமா? அவர் உறங்கிவிட்டால் எழுப்பவேண்டாம். நான் நாள் முழுவதும் காத்துக் கொண்டிருந்தேன். அதனால்தான்..'

எட்வினா என் அருகே இப்பொழுது இருக்கிறார்...

இதற்குள் எட்வினா என் கையிலிருந்து தொலைபேசியைப் பிடுங்கிக் கொண்டுவிட்டார்.

'ஜவஹர்?' என்றார். அவர், பெயரின் இறுதியில் உள்ள 'ர்' என்ற எழுத்தை விழுங்கிவிட்டு, ஹ என்ற எழுத்தை அழுத்தி உச்சரித்ததால், அந்தப் பெயர் ஜவஹா என்று ஒலித்தது.

'ஆம். ஆம். நான் நன்றாக இருக்கிறேன். தாங்க முடியாத துயரத்தைக் கொடுத்த ஒரு பிரயாணம். நாளை நாங்கள் முல்தானிலுள்ள முகாமிற்குச் செல்கிறோம். பாவம் மக்கள். நீங்கள் நேரே வந்து பார்க்கவேண்டும்' என்றார்.

என் பானத்தை எடுத்துக் கொண்டு தாழ்வாரத்திற்குச் சென்றேன். இப்பொழுது அடங்கிய குரலில், வேகமாகப் பேசும் எட்வினாவின் குரல் கேட்டது. அங்கிருந்த ஒரு நாற்காலியில் அமர்ந்தேன். புல்வெளியில் இருந்த நாய்கள் நிலவொளியில் கருப்பும் பழுப்புமாய்த் தெரிந்தன. தூரத்தில் எங்கோ ஒரு தெருவில் ஆரஞ்சு நிற ஒளியும், அதைத் தொடர்ந்து, வெடிகுண்டின் பயங்கர ஓசையும் கேட்டது.

காலை மணி 5:30. இன்னும் இருள் விலகவில்லை. புது தில்லியில் இருந்து வெளியே தெற்கு நோக்கி பயணம் செய்து கொண்டிருந்தோம். நான் மஞ்சள் நிற வாகனத்தில், பின்னிருக்கையில் அமர்ந்திருந்தேன். வாகனத்தின் வெளிச்சத்தை உயிர்க்கோடுகளைப் போல் என் கண்கள் பற்றிக்கொண்டிருந்தன. வானத்தில் நிலா இல்லை. இருட்டிலிருந்து பூதங்களைப் போல நிழல்கள் தோன்றிக்கொண்டிருந்தன. இரண்டு இளைஞர்களும், ஒரு சிறுவனும், உலவிக் கொண்டிருக்கும் பசுக்களும், வாகன வெளிச்சத்தில் ஒரு கணம் பளிச்சென்று வேட்டியும் பற்களும் தெரிந்த, கடைத் தெருவிற்குத் தன் மாட்டு வண்டியை ஓட்டிச் செல்லும் ஒரு விவசாயியும் கண்களில் பட்டனர். நான் ஏன் இப்படி ஒரு மடத்தனமான பயணத்துக்கு ஒப்புக் கொண்டேன்?

வடமேற்கு எல்லையில் இருந்தும், பஞ்சாபில் இருந்தும், திரும்பி வந்ததும் செயற்கைக் கைகளுக்காக சில தொலைபேசி அழைப்புகளை மேற்கொண்டேன். நான் பேசியவர்களில் ஒருவர், வில்லிங்டன் மருத்துவமனையைச் சேர்ந்த மருத்துவர் ரதோர்.

‘இரண்டு கைகளுமா?’ என்று கேட்டார்.

‘ஆம். மணிக்கட்டில் முழுமையாக வெட்டப்பட்டுள்ளன’ என்றேன்.

‘அப்படியென்றால் மிகவும் கஷ்டம்’ என்று பெருமூச்சுவிட்டார். ‘இந்தியாவில் கைகள்தான் இதயத்தின் சிறகுகள் எனக் கூறுவோம். அத்தனை அழகான, சிக்கலான ஓர் ஆயுதம். தசைகளும், எலும்புகளும், அசைவிற்கான வளைவுகளும், சமதளங்களும் கொண்டவை. அதைப் போலவே வேறொன்றைச் செய்வது மிகவும் கடினம். இதுவரை நான் பார்த்திருப்பதெல்லாம் ஒரு கொக்கிதான். கைகளைப் போல் செய்யக்கூடிய திறமையானவர்கள் இங்கில்லை என்று நினைக்கிறேன்’ என்றபடி யோசிப்பதற்கு சிறிது நிறுத்தினார்.

‘ஆனால் உதவக்கூடிய சில பேர்களை எனக்குத் தெரியும். என் தோழன் சன்னி சிங் ஒரு வெற்றிகரமான தொழிலதிபர். நாங்கள்

பல வருடங்களுக்கு முன்பு லண்டனில் சந்தித்தோம். அவருடைய மனைவி செர்ரி அமெரிக்காவைச் சேர்ந்தவர். இருவரும் இந்தியாவிலும், அமெரிக்காவிலும், மனித நேயப் பணிகளில் ஈடுபட்டுள்ளனர். மிகச் சிறப்பான நவீன செயற்கைக் கைகளை அந்தப் பையனுக்காகத் தேடிக் கொண்டிருந்தால், நீங்கள் பேசவேண்டியது அவர்களிடம் தான். அதிர்ஷ்டவசமாக அவர்கள் தங்கள் கோடைகால இல்லத்தில் ஒரு சவாரி விருந்திற்கு என்னை அழைத்திருக்கிறார்கள். மெஹ்ரோலிக்கு அருகிலுள்ள தி ஹேவனில், இந்த ஞாயிறு அந்த விருந்து நடக்கிறது. சாதாரணமாக இதற்கெல்லாம் நான் செல்வதில்லை. வயதாவதால் இவை எனக்குச் சோர்வளிக்கின்றன என எண்ணுகிறேன். என்னுடன் நீங்கள் ஏன் வரக்கூடாது? நான் உங்களை அவர்களுக்கு அறிமுகம் செய்து வைக்கிறேன்' என்றார்.

நான் தயங்கினேன். அகதிகள் முகாமிற்குச் சென்ற பயணம் என் மனதில் பசுமையாக இருந்தது. கிராமத்தில் நடக்கும் விருந்திற்கு என் மனம் தயாராக இல்லை. மேலும் செய்வதற்கு பல வேலைகள் இருக்கும் சமயத்தில், என்னால் செல்லமுடியுமா என்று தெரியவில்லை.

'சிறிது தைரியத்துடன் இருக்கவேண்டும். எப்பொழுதும் பணியில் மூழ்குவது திறமையைக் குறைத்து முடிவெடுக்கும் திறனை மழுங்கவைக்கும்' என்று மருத்துவர் ரதோர் எனக்கு நம்பிக்கையூட்டினார்.

'சரி, உங்கள் மனைவியைச் சந்திப்பது மிக நன்றாக இருக்கும்' என்ற வார்த்தைகள் என் வாயிலிருந்து வெளிவந்தவுடன், அவற்றைத் திரும்பி வாய்க்குள்ளேயே திருப்பி அனுப்பிவிட முடியாதா என விரும்பினேன். ஆனால் அவை கோலிக்குண்டுகளைப் போல் உருண்டு வெளியே வந்துவிட்டன. ஜவஹர் இல்லத்தில் கண்ட தானியாவையும், அவளுடைய அழகான தாயையும் நினைத்துக்கொண்டிருந்தேன்.

அங்கு அமைதியாக இருந்தது. அவர் மூச்சு விடுவது தொலைபேசியில் கேட்டது.

'என் மனைவி பல வருடங்களுக்கு முன், என் மகனுக்கு 9 வயதும் மகளுக்கு 11 வயதும் ஆகியிருந்தபோதே இறந்துவிட்டாள். அவளுக்கு மூளையில் கட்டி இருந்தது' என்று சாதாரணமாகக் கூறினார்.

'ஓ! என்னை மன்னியுங்கள். எனக்கு மிகவும் வருத்தமாக இருக்கிறது' என்றேன்.

அவ்விடத்தில் மீண்டும் அமைதி நிலவியது.

‘அது பல வருடங்களுக்கு முன் நிகழ்ந்தது. அவர் மிகவும் கஷ்டப்பட்டார். இறுதியில் அவருக்கு விடுதலையாக இருந்திருக்கும்’ என்றார்.

திரும்ப அவர் கேட்கக்கூடிய, தவிர்க்க முடியாத கேள்விக்காக நான் காத்துக்கொண்டிருந்தேன். ஆனால் அது வரவில்லை.

மேலும் அமைதி நிலவியது. பின் அவர் மெதுவாக, ‘வருகிறேன் என்று கூறுங்கள் வாலஸ் சீமாட்டி. தி ஹேவனில் என் முகத்தைக் காட்டி பல நாட்கள் ஆகின்றன. செர்ரிக்கு இதனால் வருத்தம். நிச்சயம் நீங்கள் குதிரைகளையும், சவாரிகளையும் விரும்புவீர்கள். அவ்விடம் முழுவதுமே ஒரு தொல்லியல் சொர்க்கம். உண்மையைக் கூற வேண்டுமானால் நீங்கள்தான் எனக்கு உதவி செய்கிறீர்கள்’ என்றார். அதனால் நான் ஒப்புக் கொண்டேன்.

கருப்பு நிறம் மெதுவாக சாம்பல் நிறத்திற்கு மாறிக்கொண்டிருந்தது. ஒரு பெரிய வெள்ளை நிறக் கிராமத்து வீட்டின் முன் நின்றோம். கூட்டமாக மயில்கள், காலை நேரத்து சேர்ந்திசையை அகவியபடி எங்களை வரவேற்றன.

பாதி களைந்த இருளில், வீட்டின் மேற்படியில் கதவருகே பருத்த 50 வயதான ஓர் அமெரிக்கப் பெண்மணி, வெள்ளை நிறச் சட்டையும், ஜோத்பூர் கால்சட்டையும் அணிந்துகொண்டு நின்றிருந்தார்.

‘வருக! வருக! ஹேவனுக்கு வருக! எப்படியிருக்கிறீர்கள்? சன்னி உங்களைக் கேட்டுக் கொண்டே இருந்தார்? இத்தனை நாட்கள் எங்களை விட்டு விலகியிருப்பது சரியே இல்லை’ என்று கூறியபடி மருத்துவர் ரதோரின் அருகே சென்று அணைத்துக்கொண்டு கன்னத்தோடு கன்னம் பிரெஞ்ச் முறையில் உரசினார்.

‘ஆ! இதுதான் அழகிய வாலஸ் சீமாட்டியாக இருக்கவேண்டும். உங்களால் வர முடிந்ததில் எங்கள் அனைவருக்கும் மிகுந்த மகிழ்ச்சி’ என்று கூறியபடி என் கைகளை இரும்பைப் போல் பிடித்து வேகமாகக் குலுக்கினார். ‘ஹரி உங்களைப் பற்றி நிறைய கூறியிருக்கிறார். வைஸ்ரினுடன் நீங்கள் வடமேற்கு எல்லைக்குச் சென்றிருக்கிறீர்கள். நாங்கள் படங்களைச் செய்தித்தாள்களில் பார்த்தோம். கொடுமை. மிகவும் கொடுமை. நான் தான் செர்ரி’ என்றார். அவருடைய குரல் ஒவ்வொரு வாக்கியத்தின் இறுதியிலும் உயர்ந்து ஒரு கேள்வியைப் போல ஒலித்தது. அவர் தன் இயல்பான பழக்கத்தினாலும், தன் சுறுசுறுப்பினாலும் என் மனதைக் கவர்ந்து விட்டார்.

‘உங்கள் பைகளைப் பணியாளர்களிடம் விட்டுவிடுங்கள். உங்களுக்காக அறைகள் ஒதுக்கி இருக்கிறோம். சவாரிக்குப் பிறகு, அங்கு ஓய்வெடுத்துக் கொள்ளலாம். குளித்து, உடைமாற்றி மதிய உணவிற்கு வரலாம். அப்பொழுதுதான் மற்ற சோம்பேறியான சவாரி செய்யாத விருந்தினர்கள் வரும் நேரம்.’

அவர் கண்ணடித்துக் கையை நீட்டி எங்களைச் சாப்பாட்டு அறைக்குள் அழைத்தார். அங்கு நாங்கள், விரைவில் எழுந்ததால் தூக்கக் கலக்கத்தில் காணப்பட்ட வேறு இரு விருந்தினர்களுக்கு அறிமுகப்படுத்தப்பட்டோம். அவர்கள் கனடா நாட்டின் தூதரகத் தின் மருத்துவரான டிம் லதாமும், அவருடைய மனைவி சூசனும். இருவரும் மிக உயரமாகவும், மெலிந்தும், வெளுப்பாகவும் இருந்தனர்.

‘சவாரிக்கு முன் காலை உணவு’ என்றபடி பல உணவுவகைகள் வைக்கப்பட்டிருந்த பக்கமேசைக்கு எங்களைச் செர்ரி தள்ளிக் கொண்டு சென்றார். வானிலை குளிர்ந்திருக்கும் பொழுதே, ஆரம் பிப்பது மிகவும் நல்லது என்றார்.

ஆச்சரியத்துடன் ஆரஞ்சு வர்ணத்தில், வெள்ளிக் கோப்பை களில் இருந்த பளபளப்பான பெயர் தெரியாத பழத்தின் துண்டங் களை வெறித்துப் பார்த்தேன்.

‘இதுதான் பப்பாளி’ என்றார். ‘என் மைத்துனர் பாம்பேயில் இருந்து சென்ற வாரம் ஒரு பெட்டி அனுப்பியிருக்கிறார். எடுத்து உண்ணுங்கள்’ என்றார்.

முற்றத்தில் மருத்துவர் ரதோர் நரைமுடியுடன் இருந்த ஒரு சிறிய மனிதனை அணைத்துக்கொண்டிருந்தார். எங்களைப் போலவே அவரும் சவாரிக்கான உடைகளை அணிந்து கொண்டிருந்தார்.

‘இதுதான் என் கணவர் சன்னி’ என்று செர்ரி கூறினார். ‘ஹரியும், சன்னியும் சகோதரர்களைப் போன்றவர்கள். நமக்குள் இருக்கட்டும் ஹரி சன்னியின் ஓர் உண்மையான நண்பர் என நான் கருதுகிறேன். அவர்கள் ஒன்றாக இருக்கும்பொழுது வியாபாரத்தைப் பற்றிப் பேசுவதில்லை. அது சன்னிக்கு மிகவும் நிம்மதியைத் தருகிறது. அவருடைய வேலையின் இயல்பில் யாரை நம்புவது என்று தெரிந்து கொள்வது மிகவும் கஷ்டம்’ என்றார்.

எங்கள் குழு குதிரைகளில் ஏறும்பொழுது, என் குதிரையின் சேணத்தின் இணைப்பை அவர் சரி பார்த்தார். 60 வயதாகியிருந்த, குதித்து நடை போட்ட அடர்ந்த மீசையுடைய, வாய் நிறைய சிரிப்பு டன் காணப்பட்ட அவர், நான் கற்பனை செய்து வைத்திருந்த பருமனான தொழிலதிபருக்கு நேர் எதிராக இருந்தார்.

'டோமோ ஹாக், ஒரு கனவான். என் மகன் போலோ விளை யாட்டில் இவன் மேல் சவாரி செய்வான். இப்பொழுது இவனுக்கு வயதாவதால் செர்ரிக்காக இவனை வைத்திருக்கிறோம்' என்றார்.

'என் சிறுவயதில் நான் பள்ளங்களையும், வேலிகளையும் தாண்டியவள். அதனால் எப்படியும் அவனைப் பிடித்துக் கொண்டு விடுவேன்' என்றேன்.

அவர் புன்னகைத்தார். 'குதிரை ஏறுவது மிக இயல்பாக எனக்கு வரக்கூடியது. சேண வளையங்களைச் சரி செய்து கொள்வதற்கு அவர் உதவிய பொழுது, என் தந்தையை நினைவூட்டினார். நான் இயல்பாக இருக்கத் தொடங்கினேன். மருத்துவர் ரதோர் கூறியது சரிதான். வைசிராய் இல்லத்தின் அழுத்தத்தில் இருந்தும், வம்புப் பேச்சில் இருந்தும் சில மணி நேரமாவது வெளிவருவது எனக்குத் தேவைதான்.

'இந்தக் குதிரை என் அழகிய இந்திய மார்வாரிகளைப் போல் வேடிக்கையான வேலைகளை முயற்சி செய்யாது' என்றபடியே நான் சேணத்தின் மேல் அமர்வதைப் பார்வையிட்டார். 'அவை மிகவும் விசுவாசம் உடையவை. அவற்றில் ஒன்றின் மேல் உங்களை அமர வைத்தால் சில விநாடிகளில் உங்களைக் கீழே தள்ளிவிடும்' என்றார்.

நைந்த பழுப்பு நிறச்சட்டை அணிந்த மெலிந்த குதிரைக்காரன் ஒருவன் சாம்பல் நிறத்தில் ஒரு குதிரையை அழைத்து வந்து கொண் டிருந்தான்.

'இதுதான் அபெல்லா. என் பெருமையும், சந்தோஷமும் இவள்தான்' என்றார். குதிரைக்காரன் சன்னி மேலே ஏற உதவினான். அவர் சேணத்தின் மீது இருபது வயது சிறுவனின் உற்சாகத்துடன் அமர்ந்து கொண்டார். இந்த அருமையான ராஜ போர்க்குதிரைகளை ஒன்றுமறியாத ஆங்கிலேயர்களாகிய நீங்கள் அவற்றின் சுருண்ட காதுகளை வைத்து அவற்றை 'உள்நாட்டுக் கழுதைகள்' என அழைக்கிறீர்கள்' என்றபடி கலகலவெனச் சிரித்துக் கொண்டே, தன் மீசையின் நுனியை அக்குதிரைகளின் காதுகளைப் போல சுருட்டி விட்டுக் கொண்டார். 'ஆனால் என்னைப் பொறுத்தவரை, இவை அருமையானவை. மற்றவர்கள் இந்த இந்திய வகைக் குதிரைகளில் ஆர்வம் காட்டாமல், அவற்றை அழியவிட்டால் அது எனக்கு மாபெரும் வாய்ப்பாக அமைந்துவிடும். இவ்வகைக் குதிரைகள் ஒரு காலத்தில் மதிப்பு வாய்ந்தவைகளாக இருக்கும். என்னிடம்தான் இதை முதலில் அறிந்து கொள்கிறீர்கள்' என்றபடி அபெல்லாவைத் தன் கால்களால் நெட்டி உதைத்தார். குதிரைகள் கவனத்துடன் இருந்தன. ஏழு பேர் அடங்கிய எங்கள் குழு, இளஞ்சிவப்பான காலை நேரத்தில் மெதுவாக நடைபோட்டது. மரங்களுக்கு இடையே இருந்த பாதை மண்ணால் போடப்பட்டிருந்தது. அது ஒரு ஜீப்

செல்வதற்கோ அல்லது இரண்டு குதிரைகள் செல்வதற்கோ போதுமானதாக இருந்தது. ஆரம்பத்தில் மருத்துவர் ரதோர் என்னைப் பாதுகாப்பது போல் என் அருகிலேயே இருந்தார். சேணத்தின் மீது அவர் முற்றிலும், ஒரு மாறுபட்ட மனிதனாய்க் காணப்பட்டார். அவரின் மூட்டுகளில் இருந்து விறைப்பும் எடையும் தொலைந்து போயிருந்தது. அவருடைய அசைவு, மென்மையாகவும் மெல் லோட்டத்துடனும் இருந்தது. அவர் ஏற்கனவே குதிரையுடன் ஒன்றாகி விட்டார். நானோ என் குதிரையின் லயத்துடன் ஒன்று சேர முயற்சி செய்துகொண்டிருந்தேன். நாங்கள் எதுவும் பேச வில்லை. காற்றில் சிறிது ஈரப்பசை இருந்தது. இரவின் வாடை, தரைக்கு அருகே இருந்தது. இது இலையுதிர் காலம் அல்ல. ஆனால், சூரியனால் பிய்க்கப்பட்ட இலைகள் விழத் தொடங்கின. பாதி நிர்வாணமாய் நின்ற உயர்ந்த மரங்களின் உச்சியில் பறவைகள் எங்கள் வரவைப் பாடின. ஒரு மூலையில் திரும்பும்பொழுது, ஒரு மயிலை நாங்கள் அதிர்ச்சியடையச் செய்துவிட்டோம். எங்களிடம் இருந்து தப்பிக்க அது மனதில்லாமல், சிறிது ஓடி விசித்திரமாகப் பறக்கவும் முயற்சி செய்தது.

முதலில் பார்க்கும்பொழுது புதர்கள் எரிந்து கொண்டிருக் கின்றனவோ என எண்ணினேன். என் கண்களை நம்ப முடியாமல் மீண்டும் மீண்டும் மரங்களின் ஊடே பார்த்தேன். எங்கு பார்த் தாலும் நெருப்பின் சிவந்த நிறத்திலும், தாமிர நிறத்திலும், தங்க நிறத்தி லும், பின் செல்லும் அதிகாலை வெய்யிலில் இடிபாடுகள் காணப் பட்டன.

மதி மஸ்ஜித் என்று முன்னால் சென்று கொண்டிருந்த சன்னி உரக்கக் கூறினார். அவர் அபெல்லாவை இடது புறமாக, ஒரு குறுகிய பாதைக்கு நகர்த்திச் சென்றார். எங்களுக்கு முன் இடிந்த ஒரு கோட்டையும் ஒரு கதவும் இருந்தது. சிறிது முன் சென்றவுடன் நாங்கள் ஒரு பாழடைந்த மசூதியின் முற்றத்தில் நின்றிருந்தோம்.

இந்த இடம் முழுவதும், பதினோறாம் நூற்றாண்டைச் சார்ந்தது. தில்லி சுல்தான் ஆட்சியில் மத்திய காலத்தியது என்று டிம், பிரார்த்தனைக் கூடத்தின் வளைவுகளில் கத்திக் கொண்டே ஏறும் குரங்குக் கூட்டங்களைக் கண்டுகொள்ளாமல் மரியாதையுடன் என்னிடம் முணுமுணுத்தார்.

ஆரம்பகால ராஜபுத்திர எல்லைகளில், ஆஃப்கானிலிருந்தும், வடமேற்கிலிருந்தும், இஸ்லாமிய, துருக்கியப் படையெடுப்பாளர்கள் வந்து கட்டியது. அதன் பின்னர் நீங்கள் குதூப்மினாரைக் காணலாம். அது வெற்றியைக் கொண்டாடுவதற்காக அடிமைப் படைத் தலைவரான குத்புதின் ஐபக்கால் கட்டப்பட்ட வெற்றி கோபுரம் என்றார்.

நாங்கள் எங்கள் குதிரைகளை நடத்தியே அழைத்துச் சென்றோம். ஏனெனில் நிழல்களில் இருந்து ஒன்றன் பின் ஒன்றாக, புது புது பொக்கிஷங்கள் வெளிவந்து கொண்டே இருந்தன. இஸ்லாமிய முறைப்படி நீலமும் சிவப்புமான கற்களால் அலங்கரிக்கப்பட்ட அரசவைக் கவிஞர் ஜமேலியின் கல்லறையையும், உடைந்த சுவர்களுக்கிடையே கைவிடப்பட்டிருந்த குத்புதினின் வாரிசான, பல்பானின் சதுரக் கல்லறையையும் கண்டோம்.

'அங்கு பாருங்கள். குதூப்மினார்' என்று சூசன் சுட்டிக் காட்டினார்.

மாபெரும் சிவப்புக் கல்லால் ஆன ஒரு கோபுரம் மரங்களுக்கு மேல் தெரிந்தது.

குதூப் மினார் இருந்த சதுக்கத்தின் முற்றத்தில், நாங்கள் குதிரையில் இருந்து இறங்கினோம். பெரிய இஸ்லாமியப் பள்ளி வாசலுக்கு அவற்றை நடத்திச் செல்லும்பொழுது, எங்கள் குதிரைகள் கனைத்தபடி தங்கள் கழுத்துகளை நீட்டின. என் கழுத்துத் துண்டை அவிழ்த்தபடி, அந்த அழகான வேலைப்பாடுகளை தலையைத் தூக்கி வெறித்துப் பார்த்தேன். மனிதன், மலர்கள், மாலைகள், குரானில் இருந்து அரேபிய எழுத்தில் வாசகங்கள் என பலவும் தென்பட்டன. இங்கு செதுக்கப்பட்டவை சதுரமாக, எனக்குத் தெரிந்த இஸ்லாமிய கலை வடிவம் போல இல்லாமல் மிகவும் ஆரம்ப காலத்தைச் சேர்ந்தது போல தோற்றமளித்தன.

'இந்த வேலைப்பாடுகள், ஹிந்து கல் கொத்தனார்களின் வேலை என்று பார்த்தால் தெரியும்' என்று சூசன் விளக்கினார். அவரும், அவர் கணவரும் இவ்விடத்தின் வரலாற்றினால் கவரப்பட்டிருந்தனர்.

'இதைப் பாருங்கள். காமசூத்ரச் சிற்பங்கள்' என்று சிறிதும் கூச்சப்படாமல், நிர்வாணமாய் ஆணும் பெண்ணும் இருந்த ஒரு சிற்பத்தைச் சுட்டிக் காட்டினார்.

'எல்லா 64 நிலைகளும்' என்று சன்னி தன் மீசையை முறுக்கி விட்டுக்கொண்டு சிரித்தார். 'படையெடுத்தவர்கள் தங்கள் பள்ளி வாசலை, ஹிந்து, ஜெயின் கோயில்களுக்கு மேல் கட்டியிருந்தார்கள். உங்கள் ஆங்கிலேயத் தொல்லியல் வல்லுநர்கள் வந்து மேலிருந்த பூச்சை உடைத்ததும் அவர்கள் கண்டுபிடித்ததைப் பாருங்கள்' என்றார்.

'இதுதான் இந்தியா' என்றபடி டிம் தன் மூக்குக்கண்ணாடியை கைக்குட்டையால் துடைத்தபடி கூறினார். ஓர் அடுக்கின் மேல் கட்டப்பட்ட மற்றொரு அடுக்கு.. இங்கே பாருங்கள்' என்றார்.

நான் என் கண்களைச் சூரியனுக்கு எதிராய் கைகளால் மறைத்துக் கொண்டு நிமிர்ந்து, அந்த முற்றத்தின் நடுவிலிருந்த இரும்புத் தூணை நிமிர்ந்து நோக்கினேன்.

'இது ஒரு விஷ்ணு கோவிலின் முன்னால் நின்று கொண்டிருந் திருக்கக்கூடும். இதன் காலம், கி.பி. 4 ஆம் நூற்றாண்டு. இருந்தாலும் இதில் துரு ஏறவே இல்லை. இதற்கு மேல் ஒரு கருடனின் சிலை யோடு கற்பனை செய்து பார்க்கவேண்டும். கருடன்தான் விஷ்ணு வின் வாகனம்' என்று எனக்குப் புரிவதற்காக விளக்கிக் கூறினார்.

'மேலே ஏற விருப்பமா?' என்று மினாரைப் பார்த்தவாறே சன்னி கேட்டார். 'இதில் 375 படிகள் உள்ளன. நீங்கள் களைத்துவிடலாம். ஆனால் அங்கிருந்து காட்சிகள் அருமையாக இருக்கும்' என்றார்.

'நீங்கள் செல்ல விரும்பினால், நான் அழைத்துச் செல்கிறேன்' என்றார் மருத்துவர் ரதோர், சேணத்திலிருந்து தன் தண்ணீர் பாட்டிலை எடுத்தபடியே.

'அப்படியென்றால் மெட்காஃப்பில் காப்பி அருந்தும்போது சந்திப் போம்' என்றபடி மற்றொரு முழு பாட்டில் தண்ணீரை என்னிடம் கொடுத்தார். 'குதிரைகளை சுனிலிடம் விட்டுவிடுங்கள்' என்றபடி எங்களுடன் தொடர்ந்து வந்த குதிரைக்காரனைச் சுட்டிக் காட்டி னார். 'அவன் உங்களுக்காக இங்கு காத்துக்கொண்டிருப்பான். கீழே இறங்கியதும் உங்களால் வேறெங்கும் நடக்கமுடியாது என்பது உறுதி' என்றார்.

இறுதியில் நாங்கள் இருவர் மட்டுமே அந்த குளிர்ந்த, இருண்ட கோபுரத்தில் ஏறத் துணிந்தோம். அந்த இருட்டில் எங்கள் கண்கள் பழகுவதற்குச் சிறிது நேரமானது. அதன் பின் சுற்றிச் சுற்றி, அந்தப் படிகளில் ஏறத் தொடங்கினோம். என் காலணி சமதளமில்லாத கற்களில் உரசியபடி வந்தன. என் இதயம் படபடவென அடிக்கத் தொடங்கியது. மூச்சு விடுவது சிரமமாகிவிட்டது. சுவரில் சாய்ந்து கொண்டு, மூச்சு வாங்கிக் கொண்டு, நீரை அருந்திக் கொண்டு நின்றோம்.

'உங்களுக்குப் பிரச்சனை ஏதுமில்லையே!' என்று மருத்துவர் ரதோர் கேட்டார்.

நான் இல்லையெனத் தலையசைத்துப் புன்னகைத்தேன். என் கால்கள் நடுங்கின. 'ஆனால், முன்பிருந்ததைப் போல இளம்பெண் ணாகவே இப்பொழுது இல்லை' என்றேன்.

'விளையாடாதீர்கள். நீங்கள் இத்தகைய சிரமங்களுக்குப் பழக்கப்படாதவர். என்னைப் பாருங்கள். எனக்கு ஏறக்குறைய 60 வயதாகிறது' என்றார்.

மீண்டும் சுற்றிச் சுற்றித் தடுமாறி, சுவரில் இருந்த பள்ளங்களை எட்டிப் பிடித்துப் பற்றிக் கொண்டு, நாங்கள் பாதிவழியில் ஒரு சிறிய உப்பரிகையை அடைந்தோம். அங்கிருந்து எங்களுடன் வந்தவர்கள் வெள்ளை நிறத்தில், ஒரு இஸ்லாமியக் கோபுரத்துடன் இருந்த சிதிலங்களுக்கு அருகில் குதிரையைவிட்டு இறங்குவதைக் கண்டோம்.

'மெட்காஃப் என்றால் என்ன?' என்று நான் மூச்சடைத்தபடி கேட்டேன். 'இத்தனை சிதிலங்களுக்கு இடையே ஒரு காப்பிக் கடையை என்னால் கற்பனை செய்து பார்க்க முடியவில்லை.'

'அது ஒரு கல்லறை. அங்கிருக்கிறது பாருங்கள். கடைசி முகலாய மன்னரான பகதூர் ஷாவின் அரசவையில் இருந்த ஆங்கிலேயரான சர் தாமஸ் மெட்காஃப், இவ்விடத்தை தன் தில் குஷாவாக மாற்றிக் கொண்டார். அப்படியென்றால் இதயத்தின் மகிழ்ச்சி என்று பெயர். இது அவருடைய கோடைகால இல்லம். அவர் வயதான மன்னரின் மேல் ஒரு கண்ணை வைத்துக் கொள்வதற்காகவும் இந்த வீட்டைக் கட்டினார் என்று கூறுவார்கள்' என்று கூறியபடி தன் தோள்களைக் குலுக்கினார்.

'விரைவில் சன்னி அந்தக் கோபுரத்தின் நிழலில், மெட்காஃபின் வரவேற்பறையாக விளங்கிய இடத்தில், ஒரு ஜமுக்காளத்தை விரித்துக் கொண்டு ஓய்வெடுப்பார். ஹேவனில் இருந்து எடுத்துக் கொண்டு வந்த காப்பியை அவர்கள் அனைவரும் அருந்துவர். நாம் இருவரோ இங்கு துயரப்பட்டுக் கொண்டிருக்கிறோம்' என்றார்.

நான் சிரித்தேன். 'கடைசி முகலாய மன்னருக்கு என்னவானது?' எனக் கேட்டேன்.

'அவர் 1857 போராட்டத்தில் பங்கு பெற்றதால், ஆங்கிலேயர்களால் பர்மாவிற்கு நாடு கடத்தப்பட்டார். அங்கு அவர் இறந்து போனார். உண்மையில் அவர் ஒரு கவிஞர். அவர் உருது மொழியில் கவிதைகள் இயற்றினார்.'

'என்ன ஒரு முரண்! ஆங்கிலேயரின் ராஜ்ஜியத்தில்? எங்கள் நாடு சுதந்திர ஜனநாயக நாடாக இருக்கிறது. ஆனால் இந்தியாவில் இப்படியெல்லாம் ஆட்சி செய்திருக்கிறோம். எனக்கு வருத்தமாக இருக்கிறது' என்றேன்.

மருத்துவர் ரதோர் தன் தோள்களைக் குலுக்கிக் கொண்டார். அவர் உதட்டின் ஓரத்தில் பாதி புன்னகை தெரிந்தது.

'நாம் அனைவருமே முரண்கள் நிறைந்தவர்கள்தான். இந்தியாவும் கூடத்தான். நானே இங்கிலாந்தின் மேல் மிகவும் பிரியம் கொண்ட இந்தியர்களுக்கு ஒரு உதாரணம்.' அந்நாளில் முதல் முறையாக என்னை நேராகப் பார்த்தார். என் முகத்தில் இருக்கும் சுருக்கங்களையும், கோடுகளையும் கருணையுடன் தன் எண்ணங்களால்

அளைந்தார். இளவயதில் இங்கிலாந்தில் நான் மிகவும் மகிழ்ச்சியாக இருந்திருக்கிறேன். அங்கு மக்கள் கருணையுடனும், தாராள மனப் பான்மையுடனும் இருந்தனர். என் நினைவில் இருக்கும் இங்கிலாந்து மிகவும் கனிவானது. கேம்மில் படகோட்டுதலும், வெதுவெதுப்பான பியரும், மென்மையான காற்றும், இரவே வராத நீண்ட கோடை நாட்களும், மழையில் தனியாக நடப்பதும், ஹனி ஸக்கிள் மலரின் வாசமும்' என்று கூறியபடி என்னைப் பார்க்காமல் வேறெங்கோ பார்த்தார். நடந்தது நடந்தாயிற்று. அதைப் பற்றிப் புலம்புவதில் அர்த்தமில்லை. விரைவில் நாங்கள் எங்கள் சொந்த வீட்டின் எஜமானர்கள் ஆகிவிடுவோம். அப்பொழுதுதான் உண்மையான பிரச்சனைகள் ஆரம்பிக்கும்' என்றார்.

நாங்கள் மீண்டும் மேலே ஏறத் தொடங்கினோம். அடிக்கடி நின்று மூச்சு விட்டுக் கொண்டோம். மேலே மேலே ஏறினோம்.

'ஏறக்குறைய வந்தாகிவிட்டது' என்று மருத்துவர் ரதோர் மேலிருந்து ஒரு தூண் போல் விழும் சூரிய வெளிச்சத்தைக் காட்டிக் கூறினார். 'இன்னும் சில படிகள்தான்' என்றபடி திரும்பி, அவர் தன் கையை என்னிடம் நீட்டினார். நானும் என் கையை நீட்டிய பொழுது அதைப் பற்றிக் கொண்டார். 'கவனம்! மேலே மிகவும் குறுகலாக உள்ளது' என்றார். ஒரு குறுகிய இடத்திற்குள் எனக்கு வழிகாட்டினார். நாங்கள் அங்கு அமர்ந்தோம். நாங்கள் மட்டும் பெரிய இறக்கை இல்லாத இரண்டு பறவைகள் அமர்ந்திருப்பது போல.

வானத்திற்கும், பூமிக்கும் இடையே உள்ள மௌனத்தினால் விழுங்கப்பட்டபடியே, நாங்கள் நீரருந்தினோம். தண்ணீரின் அளவு குறைந்த பொழுது, தலையைப் பின்னால் சாய்த்து, கடைசிச் சொட்டு நீரை எங்களின் நாக்கினால் ஆவலோடு பிடித்து அருந்தினோம்.

'தாங்கள்தான் உயர்ந்தவர்கள் எனக் கருதிய அந்த மன்னர்களும், படைத் தலைவர்களும், கவிஞர்களும் இப்பொழுது எங்கே? அவர்களின் பெயர்களைக்கூடக் கேட்டறியாமல் ஊர் சுற்ற வருபவர் களுக்கு ஒரு வியப்பளிக்கும் பொருளாகத்தான் இருக்கிறார்கள்' என்றபடி ரதோர் தன் உள்ளங்கையைத் திறந்து, கையிலிருந்து தானியங்களைக் கீழே சிதற வைப்பது போல அந்த சிதிலங்களின் மேல் சைகை செய்தார்.

எங்களுக்கு முன் விரிந்திருந்த சமவெளியின் மேல் என் கண்கள் படர்ந்தன. தூரத்தே மிகவும் தெளிவில்லாமல் வைஸ்ராய் இல்லத் தின் கோபுரமும், முகலாயப் பேரரசர் ஹுமாயுனின் கல்லறையும், ஜாமி மஸ்ஜிதின் கோபுரங்களும் தெரிந்தன. இவை அனைத்திற்கும் பின்னால் வெள்ளிப் பாம்பைப் போல யமுனா நதி தெரிந்தது.

அதற்கு முன் மெஹ்ரொலியின் ஏரிகளும், குளங்களும், தொலைந்து போன முத்துகளைப் போல, சிதிலங்களின் நடுவே தென்பட்டன.

‘பார்க்க மிகவும் அழகாக இருக்கிறது’ என்றேன்.

அவர் தன் பாட்டிலைக் கீழே இறக்கி, தன் ஓரக் கண்ணால் என்னை நோக்கினார்.

‘உங்கள் குடும்பத்திற்கு என்னவானது என்று ஜவஹர் என்னிடம் கூறினார்’ என்றார். பரிதாபப்படவோ, வருத்தம் தெரிவிக்கவோ அவர் முயலவில்லை. என்னருகில் அமைதியாக அவர் அமர்ந்திருப்பதே எனக்குப் பெரிய ஆறுதலாக இருந்தது.

‘எப்பொழுதும் என் மனைவியை இங்கு அழைத்து வரவேண்டுமென விரும்பியிருக்கிறேன். ஆனால் அவள் இங்கு வரவே மாட்டாள்’ என்று நேராக மேகங்களைப் பார்த்தபடியே சிறிது நேரம் கழித்து அவர் கூறலானார். நீல வான்பரப்பில் மிகச் சில மேகங்களே இருந்தன. ‘அதற்குக் காரணம் நான்தான். பல வருடங்கள் அவருக்கு நரம்பு வியாதியோ, அல்லது சித்த பிரமையோ என நினைத்திருந்தேன். உண்மையாகவே ஏதோ சரியில்லை என்று எனக்குப் புரிந்த பொழுது, காலம் கடந்துவிட்டது’ என்றார்.

இதற்கு வார்த்தைகளில் பதில் கூறுவது சரியாகாது என்று எனக்குத் தெரியும். அதனால் நான் ஏதும் கூறாமல் அவர் தொடர்ந்து பேசுவதற்காகக் காத்துக் கொண்டிருந்தேன்.

‘நான் ராஜ்புதனத்தில் பிறந்தேன். என் குடும்பத்திற்கு நிலமும், சொத்துகளும் இருந்தன. ஆனால் கிராமத்து வாழ்க்கையில் எனக்கு எப்பொழுதுமே விருப்பமில்லை. அங்கு எனக்கு மூச்சடைப்பது போலிருக்கும். அந்த விதத்தில் நான் என் தந்தைக்கு மாபெரும் ஏமாற்றத்தைக் கொடுத்தேன். இறுதியில் ஓர் ஒப்பந்தம் ஏற்பட்டது. நான் கேம்ப்ரிட்ஜுக்கு மருத்துவம் படிக்கச் சென்றேன். என் தமையனுக்கு ஏறக்குறைய அனைத்துச் சொத்துகளும் சென்றன. பரம்பரைச் சொத்தில் ஒரு பாகம்தான் எனக்கு அளிக்கப்பட்டது. ஆனால் அவர்களால் நிச்சயிக்கப்பட்ட திருமணம், அந்த ஒப்பந்தத்தின் ஒரு பகுதி. லண்டனில் படிப்பு முடிந்ததும், நாங்கள் திருமணம் செய்துகொண்டோம். அப்பொழுது எனக்கு 26 வயது. அவளுக்கு 17 வயது. அரச குலத்தில் இருந்து வந்த மிக அழகான பெண் அவள். மிகவும் சிறியவளாக, மென்மையானவளாக இடுப்பு வரை நீண்டிருக்கும் கருங்கூந்தல் உடையவளாக இருந்தாள்’ என்றபடி அவர் நிறுத்தினார். ‘இதையெல்லாம் உங்களிடம் ஏன் சொல்கிறேன் என்று தெரியவில்லை’ என்றார்.

‘பரவாயில்லை’ என்றேன். ‘கூறவேண்டும் போல் தோன்றினால் தொடருங்கள்’ என்றேன்.

‘சரி. ஆரம்பத்திலிருந்தே அது ஒரு பேரிடராகத்தான் இருந்தது. எங்களிருவருக்கும் பொதுவாக எதுவுமில்லை. அவள் தன் சொந்த ஊரிலிருந்து வெளியே எங்குமே சென்றதில்லை. நானோ பள்ளிக் காலங்களிலும், பல்கலைக்கழகங்களிலும், விடுதிகளில் சிறுவர்களும், ஆண்களும் சூழ வளர்ந்தவன். ஒரு பெண்ணிடம் எவ்வாறு நடந்து கொள்ளவேண்டும் என்று எனக்குத் தெரியவில்லை. எனக்கு எப்பொழுதும் விஞ்ஞானமும் விளையாட்டும்தான். அவளுக்கோ மத நம்பிக்கை. நான் மக்களின் வாழ்வை மேம்படுத்தக்கூடிய நவீன விஞ்ஞான முன்னேற்றங்களை, மருத்துவ, விஞ்ஞான ஏடுகளில் வாசிப்பதில் ஆர்வமுள்ளவன். அவள் எங்கள் வீட்டு வாசலில் மிளகாயும், எலுமிச்சைப் பழமும் கட்டி துராத்மா வராது தடுப்பவள். செவ்வாய்க்கிழமைகளில் முட்டை உண்ணக் கூடாது என்று தடுப்பவள். இதற்காக விரதம் இருக்கவேண்டும் என்றும், அதற்காக விரதம் இருக்கவேண்டும் என்றும் வற்புறுத்துபவள். நேரம் சரியில்லை என்பதாலும், நல்ல நேரம் இல்லை என்பதாலும், வெளியே செல்ல மறுப்பவள். உஃப்..’ என்றபடி அவர் அலுப்புடன் தன் தொடைகளைத் தட்டிக் கொண்டு, சிறிது நிறுத்தி நேராக என்னிடம், ‘உங்கள் திருமணம் மகிழ்ச்சியாக இருந்ததா வாலஸ் சீமாட்டி?’ என்று கேட்டார்.

பிப்பி. ‘என்னை பிப்பி என்றழையுங்கள்’ என்றேன்.

‘அப்படியென்றால் என்னை ஹரி என்றழைக்கவேண்டும்’ என்றார்.

‘ஆம். சார்லஸ் என்னைவிட மிகப் பெரியவராக இருந்தாலும், எங்களுடையது மகிழ்ச்சியான வாழ்க்கைதான். குழந்தைகள் பிறந்த தும், என் கனவுகளை விட்டுக் கொடுத்ததற்கு நான் வருந்தினேன். அதனால் எங்கள் இருவரிடையே ஒரு சிறிய கருத்து வேறுபாடு இருந்துகொண்டே இருந்தது. நான் அவருக்கு ஒத்து ஊதிக் கொண்டே இருந்ததால், திருமண வாழ்க்கை வெற்றிகரமாக இருந்தது என நினைக்கிறேன். ஆனால் அவர் ஒரு நல்ல மனிதர். கருணை யானவர். கடுமையாக உழைத்தார். மகன்களின் மேல் அளவு கடந்த பிரியம் வைத்திருந்தார். நான் அவரை நேசித்தேன்’ என்றபடி அவர் முகத்தை நேராகப் பார்த்தேன். அவருடைய அடர்ந்த கருமையான புருவங்களையும், இன்று காலை அவர் சவரம் செய்து கொள்ள வில்லை என்று உணர்த்திய தாடியையும் பார்த்தேன். அது அவரை மேலும் வயதானவராகக் காட்டியது.

தன் பாட்டிலில் இருந்து, மேலும் சிறிது நீரைப் பருகியபடி அவர் தன் கதையைத் தொடர்ந்தார். அவர் என்னிடம் தன் இரகசியங்களைப் பகிர்ந்து கொள்ளவில்லை என்று நான் நினைத்தேன். அவர் பரந்த வானத்திற்கும் நிலத்திற்கும், தன் கதையைக் கூறுவதாக எனக்குத் தோன்றியது.

'வருடம் செல்லச் செல்ல என் மனைவி மேலும் விசித்திரமாகவும், தனிமைப்பட்டும் போனார். தொடர்ந்து தலைவலி என்று கூறிக்கொண்டே இருப்பார். நான் வீட்டிற்குச் செல்லாமல், என் வேலையிலோ விளையாட்டிலோ என் பொழுதைக் கழித்தேன். மருத்துவமனையில் இல்லாத நேரத்தில் போலோவோ, கோல்ஃபோ விளையாடியபடியோ, இல்லையென்றால் குதிரைச் சவாரி செய்து கொண்டோ இருப்பேன். இறுதியில் ஒருநாள் அவர் காலையில் எழுந்த பொழுது கால்களை அசைக்க முடியவில்லை. அப்பொழுது தான் மூளையில் கட்டி இருப்பது தெரியவந்தது. நான் மிகவும் அமைதியற்றுப் போனேன். இப்பொழுது நினைத்துப் பார்த்தால், நான் அந்தக் கட்டியைக் கண்டுபிடித்திருக்கவேண்டும். அதற்கான அத்தனை அறிகுறிகளும் அங்கிருந்தன. நான் சிறந்த மருத்துவர்களைக் கொண்டு, நவீன மருத்துவ ஆலோசனைகள் பெற்று லண்டனிலும் நியூயார்க்கிலும் சிகிச்சையளித்தேன். நாங்கள் பலவற்றை முயற்சி செய்து பார்த்தோம்' என்ற பொழுது அவருடைய குரல் உடைந்தது. அவர் மென்று முழுங்கினார்.

'வாலஸ் சீமாட்டி இல்லை பிப்பி நாங்கள் எங்களை மருத்துவர்கள் என்று அழைத்துக் கொள்கிறோம். ஆனால் எங்களுடைய அறிவு மிகவும் குறுகிய எல்லைக்கு உட்பட்டது. கோடரிகளை வைத்துக்கொண்டிருந்த கற்கால மனிதர்களைவிட நாம் சிறிதளவே வளர்ந்திருக்கிறோம்' என்றார்.

பட்டங்கள் மேலே ஏறுவதையும், அவ்வப்போது சடாரென பல்டி அடித்துக் கீழே விழுவதையும் பார்த்துக்கொண்டிருந்தோம்.

'பின் ஒருநாள் என் மனைவி தன் கையை என் கையிலிட்டு, "போதும் ஜான். என் நேரம் வந்துவிட்டது" என்றார். அது வந்து விட்டதுதான். சில நாட்கள் கழித்து அவர் இறந்துவிட்டார்."

வெப்பம் ஏறிக்கொண்டே இருந்தது. கீழிருந்து குரல்கள் எதிரொலித்தன. செர்ரியும் சூசனும், மெட்காஃபின் முன்னே நின்று கையை ஆட்டியபடி எங்களை அழைத்தனர்.

'கூ.. கூ.. ஹலோ.. ஹலோ..'

இன்னும் சில நிமிடங்கள். செல்வதற்கு நேரம் வந்துவிடும்.

'கதையின் முடிவு வரை உங்களால் கேட்க முடியும் என்று நினைக்கிறேன். என் மிகப் பெரிய ஆதங்கம் என்னவென்றால், நான்

என் மகனுடனும் மகளுடனும் செலவழிக்கவில்லை. என் மகன் அமெரிக்காவிற்குச் சென்றுவிட்டான். நாங்கள் இருவரும் சண்டை யிட்டோம். அது ஒருநாள் காலை உணவு உண்ணும்போது நடந்தது. அன்றிலிருந்து இன்று வரை நான் அவனை இன்னும் காணவில்லை. "இந்தியா ஒரு மூழ்கும் நாடு. ஆங்கிலேயர்கள் சென்றவுடன் நம்மால் ஏதாவது செய்யமுடியும் என்பது நம்மையே ஏமாற்றிக்கொள்வது போல்தான். நான் இங்கு தங்கி என்னாகப் போகிறது என்று பார்க்கப் போவதில்லை" என்றான்' என்றபடி தன் தோள்களைக் குலுக்கிக் கொண்டார். 'நான் அவனைப் படிப்பதற்காக இங்கிலாந்திற்கு அனுப்பினேன். என் பணம் எனக்கு இதைத்தான் திருப்பித் தந்தது' என்று கூறியபடி நீண்ட நேரம் சிரித்தார். அவர் தோள்கள் குலுங் கின. ஆனால், அவருடைய முகவாயின் கீழிருந்த தோள் திடீரென தொங்கியது போலிருந்தது. ஆக, இவ்வளவுதான் என்னைப் பற்றிய கதை' என்றார்.

'உங்கள் மகள்?' என்று கேட்டேன்.

'அவளுக்குத் திருமணமாகிவிட்டது. இரண்டு குழந்தைகள் உள்ளனர். அவள் லாகூரில் வசிக்கிறாள். அது அவள் விருப்பப் பட்ட திருமணம். நான் அதற்கு எதிர்ப்பு தெரிவிக்கவில்லை. என் திருமணமே ஒரு சிறையாக இருந்தபொழுது, நான் எப்படி அதை மறுக்கமுடியும்?' என்று கூறியவாறு நிறுத்தி, மேற்கே தெரிந்த நிலத்தைப் பார்க்கலானார். 'மறுக்கப்பட்ட காதலர்கள், மினார்களின் உச்சியில் இருந்து விழுந்து விடுகிறார்கள் தெரியுமா?' என்று கேட்டார்.

'அப்படியா?' என்றேன்.

'ஆம். இந்தியாவில் பொருத்தம் பார்க்க பல தடைகள் உள்ளன. தவறான ஜாதி, தவறான மதம், கருத்த தோள், சீரில்லாத பல்வரிசை, நல்லவேளை என் பெண் மகிழ்ச்சியாக இருக்கிறாள்' என்றார்.

'நீங்கள் அவளைப் பார்ப்பதுண்டா?' என்று கேட்டேன்.

'வருடத்தில் இருமுறை அவளைச் சென்று பார்ப்பேன். சில சமயம் அவள் தில்லிக்கு வருவாள். நாங்கள் சகஜமாக இருக்க அனைத்து முயற்சிகளையும் செய்வோம். இருந்தாலும் எங்களிடையே ஏதோ ஒன்று குறைவாக இருக்கும். அவள் தன் தாயாரின் கதிக்கு என்னைக் குற்றம் சாட்டுகிறாள் என்று எண்ணுகிறேன்' என்றபடி தன் சட்டைப்பையில் இருந்து ஒரு சிறிய பர்ஸை எடுத்து, ஒரு புகைப்படத்தை வெளியில் எடுத்தார். உயரமான மெல்லிய அழகான இளம்பெண் ஒருத்தி மலர் படுக்கைகளுக்கு முன்னால் குனிந்தபடி கேமிராவை நோக்கிச் சிரித்துக் கொண்டிருந்தாள். அவள் அரைக் கால் சட்டையும், வெள்ளை மேல்சட்டையும் அணிந்து, கண்களைச் சுருக்கியபடி நின்ற இரு சிறுவர்களை அணைத்தபடி நின்றிருந்தாள்.

'லாகூரில் அவள் இருப்பது உங்களுக்குக் கவலையாக இருக்கும்' என்றேன். 'அங்கு பாதுகாப்பு நிலைமை...' அம்ரித்சரில் எரிந்து போன வீடுகளும், எட்வினாவுடன் பஞ்சாப்பில் நான் கண்ட கலவரத்தி னால் சாலையின் பக்கங்களில் குவிந்துகிடந்த குப்பைகளும், சர் ஈவன் ஜென்கின்ஸ் முகத்தில் தெரிந்த மன அழுத்தமும் நினைவிற்கு வந்தது. ஆனால் ஏதும் கூறாமல் நான் நிறுத்தி விட்டேன். ஏனெனில் தில்லி உணவு விடுதிகளிலும், தேநீர்க் கடை களிலும் சுற்றி வரும் வதந்திகளும், எதிர் வதந்திகளும் என் நினைவுக்கு வந்தன. ஆனால், உண்மைகளை அறியும் வசதி எனக்கு உண்டு.

அவர் கீழே பார்த்தார். அவருடைய இடது இமை, வலது கண் இமையை விட மேலும் தாழ்ந்திருந்தது. அதைப் பார்க்க, அவர் பாதி பார்வையிழந்தவர் போலோ, அல்லது தூங்கிவிட்டவரைப் போலவோ தெரிந்தார். பெருமூச்சு விட்டவாறு, மீண்டும் தோள்களைக் குலுக்கிச் சுழற்றிக் கொண்டார். அது அவருடைய வழக்கம் என நான் புரிந்து கொண்டேன்.

'ஆங்கிலேயர்கள் சென்ற பிறகு, ஓரளவு சரியாகிவிடும். இந்தக் கணம்தான் நிலையில்லாமல் இருக்கிறது. பாகிஸ்தானோ ஒரே குழப்பம். அது ஹிந்துக்களிடமிருந்து அதிகபட்ச சலுகைகளைப் பெற்றுக் கொள்வதற்காக ஜின்னாவின் பேரம் பேசும் வெற்று யுக்தி. அவருக்கு உண்மையாகவே, பிரிவினை தேவை என்று நான் நம்ப வில்லை. அதே போல் ஜவஹரும் அதை நம்பவில்லை. என்னைப் போலவே புதிய இந்தியா ஒரு குடியரசாக, ஜாதி மதமற்ற அஸ்தி வாரத்தில் இருக்கவேண்டும் என நம்புகிறார். இருந்தாலும் காங்கிரஸில் பலர் இந்தியா ஓர் ஹிந்து தேசமாக இருக்கவேண்டும் என எண்ணுகிறார்கள்தான். அது மிக அர்த்தமில்லாத எண்ணம்.'

நீர் அருந்த முயற்சி செய்தார். ஆனால் அவருடைய பாட்டில் காலியாகிவிட்டது. நான் என்னுடையதை அவரிடம் கொடுத்தேன். அவர் ஒரு வாய் நீர் அருந்தினார். அதன் மூடி பாட்டிலின் மேல் பட்டு, ஒலி ஏற்படுத்தியது. சிறிது நீர் வெளியே வழிந்து அவருடைய உதட்டையும், முகவாயையும் ஈரமாக்கியது. என்னைப் பார்க்காமல் பாட்டிலை என்னிடம் திருப்பித் தந்தார். நானும் அதிலிருந்து சிறிது நீர் அருந்தினேன். நீர் என் வாயில் வெதுவெதுப்பாக இருந்தது. அந்த அமைதியில் நாங்கள் இருவரும், எங்கள் முகத்தைச் சூரியன் சூடேற்றும்படி அமர்ந்திருந்தோம்.

தி ஹேவனில் என்னுடைய அறையில் குளித்தேன். தண்ணீர் ஐஸ் கட்டியைப் போல் குளிராக இருந்தது. மூச்சை அடைத்தது. ஆனால், அந்தக் குளிரை நான் விரும்பினேன். என் தலையை அங்குமிங்கும் ஆட்டி விசையோடு பொழிந்த நீர் என் தலையை நன்றாக நனைத்து என் முகத்தில் வழியும்படி நின்றேன். வேகமாக சோப்புக்கட்டியால் உடலைத் தேய்த்துக் கொண்டேன். என்னுடைய முன்னங்கைகள், கழுத்து, மேல் மார்பு, கைகள் எல்லாம் கருத்துப் போயிருந்தன. உடலின் மற்ற பாகங்கள், ஒரு வெள்ளை லில்லி மலரைப் போல, நான் இங்கிலாந்தை விட்டுக் கிளம்பிய பொழுது எப்படி இருந்தனவோ இப்பொழுதும் அப்படியே இருந்தன. நீர் வரத்தை அதிகரித்தேன். ஊசியாக என் மேல் பொழிந்த நீர், என் மூச்சை நிறுத்திவிடும் போலிருந்தது.

பற்கள் கிடுகிடுத்தபடி, உடலெல்லாம் மயிர்க்கூச்செரிந்தது. நான் வெளியே வந்து ஒரு துண்டினால் போர்த்திக் கொண்டேன். உடலைத் துவட்டிய பின், என் தலையைத் துண்டினால் கட்டிக் கொண்டு உள்ளாடைகளை அணிந்து கொண்டேன். அப்பொழுது தான் களைப்பு என்னை ஆட்கொண்டது. மின்விசிறியை அணைத்து விட்டு கட்டையைப் போல் படுக்கையில் வீழ்ந்தேன். செர்ரி எனக்குக் கொடுத்தது அவ்வீட்டின் பின்புறத்தில் உள்ள ஒரு பெரிய அறை. தோட்டத்தில் இருந்த நீச்சல் குளத்தில் இருந்து ஆண்கள் பேசுவது முணுமுணுப்பாகக் கேட்டது. அவ்வப்போது உரக்க ஒரு சத்தமோ அல்லது நீரில் குதிக்கும் சத்தமோ கேட்டது. என் கண்கள் கனத்தன. நீலமும் வெள்ளையுமாக பூக்களிட்ட திரைச்சீலைகள் மெதுவாக ஆடி சூடானக் காற்றை அறைக்குள் புக வைத்தது. ஆரம்பத்தில் உடலைத் தழுவிச் சென்ற அக்காற்று என் கால்களையும் கைகளை யும் சுற்றிக் கொண்டது. குதிரை ஓட்டத்தின் அந்த அதிர்வு, கடலில் ஆடும் ஒரு சிறிய படகு போல் இன்னும் என் உடலில் இருந்தது. கால்களை நீட்டிக் கொண்டு பெருமூச்சு விட்டேன். என் மனதோ நீலம், பச்சை, கருநீலம் என வண்ணங்களால் நிறைந்திருந்தது.

கதவை வேகமாகத் தட்டி சூசன் என்னை எழுப்பினார். 'திருமதி வாலஸ் நீங்கள் தயாரா? மதிய உணவிற்கு நேரமாகிவிட்டது.'

அந்தப் பெரிய உணவறையில் மதிய உணவு பரப்பப்பட்டு இருந்தது. மக்கள் தங்களுக்கு வேண்டியதை எடுத்துக்கொண்டு பரபரப்பின்றி நகர்ந்தனர். விருந்தினர்களில் அறிமுகமான பல முகங்கள் தென்பட்டன. அதில் மேதகு திரு. லோவும் அவருடைய மனைவியும் கூட. இருந்தாலும் ஜவஹரின் வீட்டில் அன்று நான் கண்ட, ஹரியின் மனைவி என்று நான் தவறாக நினைத்த அழகிய பெண்ணைக் கண்டவுடன் ஆச்சரியமடைந்தேன்.

செயற்கைக் கைகளுக்காக நான் தேடிக் கொண்டிருப்பதை அறிந்த செர்ரி, என்னை அமெரிக்கத் தூதருக்கு அருகில் அமருமாறு ஏற்பாடு செய்திருந்தார். செயற்கைக் கைகளைப் பற்றிச் சிறந்ததொரு உரையாடல் ஆரம்பித்து, அதை வாங்குவதற்கான வாய்ப்புகளைப் பற்றிச் சென்றது.

'எங்களுடைய பணியாட்களில் சில பேர் போரின்பொழுது, ஒரு கையை இழந்திருக்கிறார்கள்' என்றபடி தன் முகவாயைத் தடவியபடியே அமெரிக்கத் தூதர் பேசினார். 'இதில் துயரம் என்னவென்றால், ஜப்பானியர்கள் சரணடைந்த பின்னரும் போரின் கடைசி வாரங்களில், இவ்வாறு கைகால்களை இழந்த சம்பவங்கள் பல நிகழ்ந்தன. ஜப்பானியர்களுக்குப் புதிய புகைப்படக் கருவிகள் போன்றவற்றைப் பொறிகளாக அங்கங்கு வைத்துவிடும் பழக்க முண்டு. நம் ஆட்கள் அதை எடுக்கச் சென்றால் "பூம்"...' என்று கூறியபடி அவர் தன் ஷாம்பெயின் கோப்பையை உத்தரத்தை நோக்கி உயர்த்தினார்.

உணவு அருந்தியபின் விருந்தினர்கள் மீண்டும் அங்குமிங்கும் உலவத் தொடங்கினர். ஆண்கள் தங்கள் நாற்காலிகளில் இருந்து எழுந்து சிகரெட்டும் சிகாரும் புகைக்கத் தொடங்கினர். பெண்கள் காப்பி, தேநீரோடு இனிப்புகள் உண்ண செர்ரியைப் பின்தொடர்ந்து மற்றொரு அறைக்குச் சென்றனர்.

நான் சோஃபாவில் அமர்ந்த பொழுது என்னருகில் அந்த அழகிய பெண்மணி இருப்பதைக் கண்டேன். நானாகவே இந்திய முறைப்படி இரண்டு கைகளையும் குவித்து அவரை வணங்கினேன்.

'நமஸ்தே. நாம் சந்தித்தில்லை. என் பெயர் பிப்பி வாலஸ்' என்றேன்.

'கோல்டி' என்று அவர் தன்னுடைய பெயரின் பிற்பகுதியைக் கூறாமல், தன் பெயரை மட்டும் கூறினார். அவர் புன்னகைக்கவோ பதில் வணக்கம் கூறவோ இல்லை. ஆனால், நான் தொடர்ந்து பேசினேன்.

'உங்கள் அழகிய பெண்ணை பண்டிட்ஜியின் இல்லத்தில் கண்டேன் என்று நினைக்கிறேன். அவள் தானொரு செவிலியாக வேண்டுமென்று என்னிடம் கூறினாள்.'

கோல்டி என்னைப் பார்த்து தன் மூக்கை உறிஞ்சினார்.

'அப்படியா? சரி உங்களுக்குத் தேவையில்லாத சங்கதிகளில் நீங்கள் தலையிடவேண்டாம் திருமதி வாலஸ்' என்றார். என் பெயரை அவர் கூறிய தொனி, எனக்கு உன்னைப் பற்றி எல்லாம் தெரியும் என்பது போலிருந்தது.

"என் மகள் நிச்சயம் ஒரு செவிலியாகப் போவதில்லை."

"சரி. அவள் ஒரு மருத்துவராக வேண்டுமானால் முயற்சி செய்ய லாமே? பெண்கள் தங்கள் லட்சியத்தைக் குறைவாக வைத்துக் கொள்ளக்கூடாது" என்றேன்.

இதைக் கேட்டவுடன் கோல்டி தன் தேநீர்க் கோப்பையைக் கீழே வைத்துவிட்டு எழுந்து நின்றார். நானும் அவ்வாறே செய்தேன். அவருடைய அழகிய பழுப்பு நிறக் கண்கள் வெறுப்பை உமிழ்ந்தன. என் மேல் பாய்ந்து தன் நீள விரல்களால் என் கண்களைக் கீறி விடுவாரோ என்று கூட நினைத்தேன்.

'அவளை ஊக்குவித்து அவளுக்கு பக்கபலமாக இருக்கலாம் என்றுதான் நினைத்தேன். மருத்துவமும், பொதுசேவையும் இளம் பெண்களுக்கு மிகவும் மகத்தான பணி. நன்கு பயிற்சி பெற்ற செவிலி யருக்காக இந்தியா காத்துக்கொண்டிருக்கிறது' என்றேன்.

'திருமதி வாலஸ், உங்களைப் போலவும், வைஸ்ரினைப் போலவும் இந்தியாவைப் பற்றி எதுவுமே தெரியாமல் மக்கள் இங்கு வந்துவிடுகிறார்கள். இருந்தாலும் எங்கள் பெண்களுக்கு என்ன செய்யவேண்டுமென்றும், என்ன செய்யக்கூடாதென்றும் கூறுவது, உங்களுடைய கடமை என்று நினைக்கிறீர்கள். எத்தனை சீக்கிரம் நீங்கள் அனைவரும் கிளம்பிச் செல்கிறீர்களோ அத்தனை நன்மை எங்களுக்கு' என்றார்.

'திருமதி கோல்டி, அதைத்தான் நாங்களும் செய்ய முயன்று கொண்டிருக்கிறோம். வைஸ்ராயும் வைஸ்ரினும் நன்மையை நாடும் பலரும் அதிகாரத்தை வேகமாகவும் அமைதியாகவும் நியாயமாகவும் மாற்றி விடுவதற்குப் போராடிக் கொண்டிருக்கிறோம். மன்னியுங்கள். நான் கிளம்புகிறேன்' எனக் கூறியபடி நான் வேகமாக அறையை விட்டு அகன்றேன்.

கூடத்தை அடைந்த பொழுது என் உடல் நடுங்கிக் கொண்டி ருப்பதைக் கண்டு எனக்கு வியப்பாக இருந்தது. நான் பரபரப்பின்றி தான் இருந்தேன். ஆனால் கோல்டி நான் தயாராக இல்லாத

நிலையில், நிராயுதபாணியான என்னைத் தாக்கிவிட்டார். சூசன் என்னைத் தொடர்ந்து வெளியே வந்தார். என் கையைப் பற்றி அருகில் இருந்த தாழ்வாரத்திற்கு அழைத்துச் சென்று ஒரு சிகரெட்டைக் கொடுத்தார். நான் வேண்டாம் என மறுத்தேன்.

'அந்தப் பெண்மணியின் பேச்சைக் காதில் போட்டுக் கொள்ளா தீர்கள். அவருக்குப் பொறாமை' என்றாள்.

'பொறாமையா? எதற்காக?'

'உங்களையும் ஹரியையும் பற்றித்தான் பொறாமை. நம் குதிரைச் சவாரியிலிருந்து நாம் திரும்பி வரும்போது அவர் வந்திறங்கினார். உங்கள் இருவரையும் அவர் கண்டுவிட்டார்.'

'இது போன்ற அபத்தத்தை நான் கேள்விப்பட்டதே இல்லை. நாங்கள் இருவரும் சேர்ந்து இல்லை. எங்களுடன் அவரும் சவாரிக்கு வந்திருக்கலாமே? நிறைய பேர் இருந்தால் மகிழ்ச்சியாகத்தானே இருக்கும்? செர்ரியையும் சன்னியையும் அப்படித்தான் நினைத்தேன்' என்றேன்.

'எனக்குத் தெரியும். ஆனால் அவர்களுக்கு அது பிடிக்காது. இந்திய ஆண்களுடன் சரி சமமாக நாம் பழகுவது அவர்களுக்குப் பிடிக்காது. கனடா நாட்டைச் சேர்ந்த நாங்கள் மக்களோடு கலக்கவே முயற்சி செய்கிறோம். ஆனால் பலவகை சமூகத்தினர் கலந்து கொள்ளும் நிகழ்ச்சிகளில் இப்படிப்பட்ட அவமானங்களும், முதுகில் குத்தும் செயல்களும் நடக்கின்றன. உண்மையில் சில சமயங்களில் பெண்கள் மிகக் கொடூரமானவர்களாக இருக்கிறார்கள்' என்றபடி சூசன் தன் சிகரெட்டை இழுத்தார். 'உங்களுடைய தோல் பழுப்பு நிறமாக இருந்தாலும் நீங்கள் ஒரு வெள்ளைக்காரிதான். உங்களுக்கு மிக அழகிய பச்சை நிறக் கண்கள் உள்ளன. அவை இந்திய ஆண் களை மிகவும் கவரக் கூடியவை. அது சந்தேகமில்லாமல் கோல்டியை இன்னும் பாதிக்கிறது.'

தோட்டத்தின் மேல் நலுங்கிக் கொண்டிருந்த வெப்பத்தை வெறித்து நோக்கினேன். மீண்டும் ஒருமுறை அவரிடமிருந்து விடை பெற்றுக் கொண்டு வெளியே வந்துவிட்டேன். முதிர்ச்சியில்லாத பெண்ணுலக அரசியலில் ஈடுபட எனக்கு நேரமோ, சக்தியோ இல்லை.

லாயத்தின் வெப்பத்தினால் அனைத்தும் வெண்மையாக ஒளிர்ந்தன. ஈக்கள் கூட அமைதியாக இருந்தன. குதிரை பராமரிப்ப வனைத் தேடினேன். அவன் ஒரு பந்தலின் கீழ் நிழலில் உறங்கிக்

கொண்டிருப்பதைக் கண்டேன். வெற்றிலையினால் சிவந்த வாய் திறந்தவாறு அவன் மெதுவாகக் குறட்டை விட்டுக் கொண்டு உறங்கிக்கொண்டிருந்தான். ஓசை எழுப்பாமல் அவனைக் கடந்து டோமா ஹாக்கிடம் சென்றேன். அவன் தன் தலையை வைக்கோலில் புதைத்துக் கொண்டிருந்தான். கதவைத் திறந்து நான் உள்ளே சென்றேன்.

'பையா! எப்படி இருக்கிறாய்?'

குரல் கேட்டுத் திரும்பிய அவன் என்னருகில் வந்து உரசியபடி நின்றான். அவன் மூக்கு மென்மையாகவும் ஈரமாகவும் என் கையில் இருந்தது. தாய் தன் குழந்தையைக் கொஞ்சுவதைப் போல், அவன் முகத்தின் இரு பக்கத்தையும் தடவிக் கொஞ்சினேன். அவன் என்னைக் கண்டுகொண்டது எனக்குப் பெருமிதமாக இருந்தது. என் கன்னத்தை அவன் கழுத்தில் வைத்துக் கொண்டேன்.

அப்பொழுது டோமா ஹாக் தன் காதுகளை விறைப்பாக வைத்துக்கொண்டான். யாரோ வருகிறார்கள் போலும். நான் என் தலையை நிமிர்த்தி, இங்கு வந்ததற்கான காரணங்களையும் மனதில் உருவாக்க ஆரம்பித்தேன்.

'உயர்ந்த உள்ளங்கள்!' என்ற குரல் கேட்டது.

கண்களைச் சுருக்கிப் பார்த்ததில் லாயத்தின் கதவருகே ஹரி நிற்பது தெரிந்தது. அவரைப் பொறுத்தவரையில் அனைத்தும் சதுரமாக இருந்தன. அவர் நெற்றியின் மேல் குறுக்காக விழுந்துகிடந்த முடியின் வரி, வெளிச்சத்தைச் செவ்வகமாகவும் முக்கோணமாகவும் வெட்டிக் கொண்டிருந்த அவருடைய பரந்த தோள்கள் என அனைத்தும் கச்சிதமாக இருந்தன.

'நீங்கள் இங்குதான் இருப்பீர்கள் என்று நினைத்தேன். உங்களை அழைத்து வருவதற்கு செர்ரி என்னை அனுப்பியிருக்கிறார்' என்றார்.

'குதிரைகளும் லாயங்களும் காலத்திற்கு அப்பாற்பட்டவை' என்றேன்.

வீட்டுக்குத் தெரியாமல் வெளியே சுற்றும் ஒரு குழந்தையைப் போல தர்மசங்கடமாக உணர்ந்தேன். ஆனால் அவர் புன்னகைத்த வாறே குதிரையுடன் இருக்கும் என்னைப் பார்த்தவாறு இருந்தார். 'என்னால் முடியாது ஹரி. நானொரு காலியான ஓடு. உயிர் இருப்பதால் வாழ்ந்து கொண்டிருக்கிறேன். வாழவேண்டும் என்ற விருப்பத்தால் அல்ல. அது அப்படியே இருக்கட்டும். தயவு செய்து அன்பு காட்டுவதற்கோ, அக்கறை கொள்வதற்கோ எனக்கு எதையும் கொடுத்துவிடாதீர்கள்' என்று எனக்குக் கூறவேண்டும் போலிருந்தது. ஆனால் நான் எதையும் கூறவில்லை. டோமா ஹாக், தன் வாலை அசைத்துக் கொண்டிருந்தான். இருந்தும் ஹரி தன் முகவாயைத்

தடவிக்கொண்டே பார்த்துக் கொண்டிருந்தார். நானும் காத்துக் கொண்டிருந்தேன். ஆனால் அந்த அழகிய பெண்மணியுடனான, அவருடைய உறவைப் பற்றிய விளக்கம் மட்டும் வரவேயில்லை.

'நான் சிறுவனாய் இருந்தபொழுதும் லாயங்கள்தான் எனக்கு அடைக்கலம். ஒருமுறை காலுடைந்த புறா ஒன்றைக் கண்டெடுத்தேன். அதன் காலுக்குக் கட்டு இட்டு அதை லாயத்தில் ஒளித்து வைத்து அதற்கு உணவும் சிகிச்சையும் அளித்தேன். என் தந்தை அதைக் கண்டுபிடித்தபொழுது அவர் அப்பறவையின் கழுத்தைத் திருகிவிட்டு என்னை அடித்தார்' என்றார்.

'ஓ! ஏன் அவர் அவ்வாறு செய்யவேண்டும்?' எனக் கூறியவாறே டோமா ஹாக்கை இறுதி முறையாகத் தட்டிக் கொடுத்தேன்.

எங்களிடையே வார்த்தைகள் அடர்த்தியாகவும் மெதுவாகவும் வந்து விழுந்தன. அவற்றிற்கு இடையேயான வெளி, வெப்பத்தினால் கலங்கியிருந்தது.

'என்னிடமிருந்த கருணையை அழிக்கும் உபாயம் அது. உலகம் ஒரு கழுத்தறுக்கும் இடம். அதில் பலமானவர்கள் மட்டுமே பிழைக்கமுடியும். கருணை என்பது ஞானிகளுக்கும் பெண்களுக்கும் உரியது. ஆண்களாகப் போகும் சிறுவர்களுக்கு உரியது அல்ல என்று என் தந்தை கூறினார்.'

ஹரி எனக்கு வழிவிட்டு நின்றார். நான் வெளியே சென்றதும் கதவின் கீழ்ப்பக்கத்தை மூடித் தாழிட்டார். உலோகத்தின் மேல் உலோகம் உராயும் சத்தம் தெளிவாகவும், உரக்கவும் ஒலித்தது. தண்ணீரை வைனாக மாற்றிவிடும் தேவாலயத்தின் மணி ஒலிக்கும் சத்தத்தைப் போல!

'அனைத்தையும் மனதில் போட்டுக்கொள்ளாதீர்கள் பிப்பி. அது உங்களைப் பைத்தியமாக்கிவிடும். முதன்முதலில் என் நோயாளி ஒருவர் இறந்தபொழுது அதை நான் கற்றுக் கொண்டேன்' என்றபடி அவர் என் தோளிலிருந்து மணிக்கட்டு வரை என் கையைத் தடவிக் கொடுத்தார். 'நம்மால் செய்ய முடிவதை நாம் அனைவரும் செய்கிறோம். ஆனால், இந்தியா பிரம்மாண்டமானது. வறுமையும் அறியாமையும் அதிகமுள்ளது. கடலை சல்லடையில் வடிகட்ட முடியாது. நம் யாராலும் முடியாது' என்றார்.

வைஸ்ராய் இல்லம்
சிம்லா
சனிக்கிழமை, மே 10, 1947

அன்புள்ள மார்கரெட்,

இறுதியாக அதிகார மாற்றத்திற்கு ஒரு திட்டத் தைக் கண்டடைந்து விட்டோம். இந்தக் கடிதம் உனக்குக் கிடைக்கும்பொழுது அது பழைய செய்தியாக இருக்கும். மேலோட்டமாகக் கூறப் போனால் ராஜ்ஜி யங்கள் தங்களுடைய எதிர்காலத்தைத் தீர்மானிக்கும் உரிமையைப் பெற்றிருக்கும். அவற்றை இந்தியாவுடன் கட்டாயப்படுத்தி இணைக்கப் போவதில்லை. இதைப் பற்றி அதிகம் கூறி உனக்குச் சலிப்பு ஏற்படுத்தப் போவ தில்லை. இவை அனைத்தும் விரைவில் அனைவருக்கும் அறிவிக்கப்படும். இஸ்மே பிரபு, இதைப் பற்றி விவாதிக்க ஏற்கனவே லண்டனுக்குப் புறப்பட்டுச் சென்று விட்டார். மே 17ஆம் தேதி அன்று, வைஸ்ராய்க்கும் அனைத்து இந்தியத் தலைவர்களுக்குமான ஒரு கூடுகை பற்றிய ஒரு பெரிய அறிவிப்பு திட்டமிடப்பட்டிருக்கிறது. அதில் மேதகு அரசருடைய அதிகார மாற்றுத் திட்டத்தை வைஸ்ராய் அவர்கள் வெளியிடப் போகிறார்கள். இந்த இடத்தை அடைவதற்கு பேய் போல் வேலை செய்ய வேண்டியிருந்தது. மருத்துவரின் ஆணைப்படி வைஸ் ராய் அவர்கள் ஓய்விற்காக சிம்லாவிற்கு வந்திருக்கிறார். அவருடன் அவர் பணியாளர்கள் பெரும்பாலானோர் வந்திருக்கிறோம். நாங்கள் அனைவரும் மிகவும் களைத்துப் போயிருக்கிறோம். முக்கியமாக எட்வினா. அவர் அடிக்கடி தலை வலியினாலும், நரம்புத் தளர்ச்சி யினாலும் பாதிக்கப்படுகிறார்.

வைஸ்ராய் இல்லத்தில், என் அறையில் அமர்ந்துகொண்டு, லண்டனில் இருக்கும் மார்கரெட்டிற்கு நான் எழுதிக் கொண்டிருந்த

கடிதத்தில் இருந்து நிமிர்ந்து இமயமலையைச் சூழ்ந்திருக்கும் பனியையும், மழையையும் வெறித்து நோக்குகிறேன். மலையின் உச்சி அவ்வப்போதுதான் கண்ணுக்குத் தெரிகிறது. பருவநிலைக்கு ஏற்றபடி தெரிந்தும் மறைந்தும் ஆபத்தான கடலுக்குக் கீழ் உள்ள பாறை முனை போல் தோன்றுகிறது. இங்கு நான் வந்து ஒரு வாரம் ஆகிறது. என் கடினமான வேலைகள் அனைத்தும் முடிந்துவிட்டன. ஆனால் சும்மா இருக்க எனக்குப் பிடிக்கவில்லை. பனி சூழ்ந்த மலையின் மௌனத்தில் என் தலைக்குள்ளே நினைவுகள் நிறைந்து அழுத்தின. வைஸ்ராயின் இல்லத்தின் புல்வெளிகளில் ஓடிக் கொண்டிருப்பது ஆலனின் குழந்தைகள் அல்ல. என் மனப்பேய்கள்தான்.

தலையை உலுக்கிக்கொண்டு கடிகாரத்தை நோக்கினேன். வெளியே செல்வதற்கு இன்னும் சில நிமிடங்களே இருந்தன. நான் இன்று வெளியே செல்லவேண்டும். கையில் ஒன்றரைப் பக்கத் தாள் காலியாக இருந்தது. களைப்புடன் பேனாவை எடுத்து மீண்டும் எழுதத் தொடங்கினேன்.

> *உனக்குத் தெரியும், பிரிட்டிஷ் ராஜ்ஜியத்தின் கோடைகால தலைநகர்தான் சிம்லா. இமயமலையின் உச்சியில் இருக்கும் அது, சமவெளி கோடையின் தகிப்பில் இருந்து நிவாரணம் தருகிறது. நமக்குள்ளே இருக்கட்டும். இங்கு வைஸ்ராயின் இல்லம் மிகவும் அருவருப்பாய் இருக்கிறது. சுவரில் உச்சி வரை தேக்கு மரக் கட்டை பதிக்கப்பட்டு மிகவும், மூச்சுத்திணறலை ஏற்படுத்துகிறது. எந்தவொரு கணத்திலாவது எங்கிருந்தாவது டிராகுலா வந்துவிடுமோ என்ற எண்ணத்தை என்னால் தவிர்க்க முடியவில்லை. நாங்கள் இங்கு தங்கியிருக்கும்பொழுது, பல விருந்தினர்களை, சீனத் தூதர், நேரு உட்பட பலரை அழைத்திருந்தோம். பின்னவர் மிக மோசமான மனநிலையில் வந்து சேர்ந்தார். அங்கு வருவதற்குச் சிறிதும் விருப்பமில்லை என்று அவர் கூறினார். ஏனெனில் ஆங்கில அரசாங்கத்தின் மிக மோசமான குறியீடாகச் சிம்லா விளங்குவதால் அதை அவர் வெறுத்தார். காந்தி அதை '500ஆவது மாடியில் இருந்து அரசாங்கம்' என்று அழைக்கிறார். நேரு முழு மனதுடன் அதை ஒப்புக் கொள்கிறார். வெறுங்காலுடன் கூலிகள் ரிக்ஷாவை இழுத்துச் செல்ல, அதில் அமர்ந்து பிரயாணம் செய்வதை அவர் வெறுக்கிறார். கார்களை இங்கு பயன்படுத்த முடியாது. நாங்கள் இங்கு வந்து சேர்ந்த பொழுது, மால் என்றழைக்கப்படும் சிம்லாவின் முக்கிய வீதியில் அவ்வாறு பிரயாணம்*

செய்யும் தர்மசங்கடமான சூழல் எனக்குக் கிட்டியது. ஊர் முழுவதும் போலித்தனமான ட்யுடர் வகை வீடு களும், கௌன்ட்டி வகை வீடுகளும் நிரம்பியிருக் கின்றன. பார்ப்பதற்குச் சிறிதுகூட நம்ப முடியாத ஹாலிவுட்டின் படத் தளத்தைப் போலிருக்கிறது. இவையனைத்தும் மலையின் கூர்மையான முனையில் கட்டப்பட்டு இருக்கின்றன. போக்குவரத்து சாலையின் நடுவில் மட்டுமே அனுமதிக்கப்படாவிட்டால், அங்கு ஏற்படக் கூடிய குழப்பமும் போக்குவரத்து நெரிசலை யும் கற்பனை கூடச் செய்து பார்க்க முடியாது. ஆகவே, வைஸ்ராய், ஆளுநர், படைத் தளபதி இவர்களுடைய கார்கள் மட்டுமே சாலையில் அனுமதிக்கப்படுகின்றன. நத்தை ஊர்வதைப் போல கார்கள் நகர்கின்றன. அனை வரும் மிருகக்காட்சி சாலையில், ஒரு குரங்கினைக் காண்பது போல காருக்குள் உற்று நோக்குகின்றனர். அது மிகவும் சங்கடமாக இருக்கிறது. கட்டிடங்களை யும், தட்பவெப்பத்தையும் பார்க்கும்பொழுது ஒருவர் வீட்டுக்குள் அடைந்து கொண்டு, இது இந்தியா இல்லையென்று கற்பனை செய்து கொள்ளும் சாத்தியம் இருக்கிறது. அதுதான் இவ்விடத்தின் முக்கியத்துவமே! இருந்தாலும் ஒருவர் இங்கிலாந்திற்குப் போய்விட முடியாது. இது எங்குமே இல்லாத ஓரிடம். உண்மை யில் நான் தொலைந்து போயிருக்கிறேன்.

மீண்டும் கடிகாரத்தை நோக்கினேன். ஏறக்குறைய மூன்று மணி ஆகிவிட்டது. செல்லும் நேரம் வந்துவிட்டது. தொப்பியைத் தலை யில் பொருத்திக் கொண்டு, பழுப்பு நிற உறையில் இருந்த மற்றொரு கடிதத்தைக் கைப்பையிலிட்டேன். டெல்லியில் இருக்கும் ஆங்கில ஆடைத் தயாரிப்பாளரான திருமதி பிரிச்சாட் தந்த மாத இதழ்கள் நிரம்பிய பையொன்றையும் எடுத்துக் கொண்டேன். நான் திருமதி ஜேன் ஓவிங்க்டன்னைச் சந்தித்து, திரு.வில்லியம் ஸ்டாஃப்ஸ் பல மாதங்களுக்கு முன்பு சவாய் ஹோட்டலில் என்னிடம் கொடுத்த கடிதம் ஒன்றை அவரிடம் சேர்ப்பிக்கப் போகிறேன். நான் படிகளில் இறங்கும்போது, கூடத்தில் இருந்த கடிகாரம் உரக்க மணியடித்தது. கீழே யாரையும் காணவில்லை. வைஸ்ராயும், வைஸ்ரினும் காலை யிலேயே மாஷோப்ராவிற்கு ஒரு சிறிய விருந்திற்கும், பின் நடைக்கு மாக சீனத் தூதருடனும், ஜவஹருடனும் சென்றுவிட்டனர்.

ஊரின் விளிம்பில் என்னை என் ஓட்டுநர் இறக்கி விட்டபோது லேசாக மழைத் தூறல் இருந்தது. அங்கிருந்து நான் ஒரு ரிக்ஷாவை

அமர்த்திக்கொண்டு, அவலானில் உள்ள ஜேன் ஓவிங்க்டன் வீட்டிற்குச் சென்றேன். சராசரிப்பெண்களைப் போல், நான் இல்லையென்பது எனக்குத் தெரியுமாதலால், இரண்டு நபர்களை என்னை இழுத்துச் செல்வதற்காக அமர்த்தினேன். ஏறக்குறைய இரண்டு மடங்கு கூலி கொடுத்தேன். இருந்தாலும், அவ்விரு மனிதர்களும் என்னை இழுத்துச் செல்லத் தயார் செய்து கொண்ட பொழுது இருக்கையில் அமர்ந்த எனக்கு மிகவும் தர்மசங்கடமாக இருந்தது. அதில் ஒருவன் உயரமாகவும், தலைப்பாகை அணிந்தும் இருந்தான். மற்றொருவன் குள்ளமாகத் தலையில் எதுவும் அணியாமல் இருந்தான். விரைவில் அவர்கள் சீரான நடைக்கு வந்துவிட்டனர். ஈரமான சாலையில் அவர்களுடைய செருப்பு ஒரு தாளலயத்துடன் ஒலித்து, வெள்ளி நிற நீரைத் தெளித்தது. வேகமாக மூச்சு விட்டுக் கொண்டு அவர்களின் மார்பு முன்னோக்கியும், தோள்கள் விசித்திரமான கோணத்தில் பின்னோக்கியும் இருந்தன. காற்று பலமாக வீசத் தொடங்கியது. நாங்கள் மழையின் ஊடே சென்றதால் என் முகம் ஈரமானது. சமவெளியின் வெப்பத்திற்கும் புழுதிக்கும் பின் எத்தனையொரு விசித்திரமான உணர்வு! திடீரென பைன், செடார் மரங்களின் மணத்தினால் என் மூச்சுத் திணறியது. என்னால் மூச்சுவிட முடியவில்லை. தவிப்புடன் என்னுள் எழுந்த சோகத்தையும் இருளையும் அடக்க முயன்றேன். ஏன் அது என்னிடம் திரும்பி வருகிறது?

'இன்னும் சிறிது தூரம்தான் மேம் சாஹிப்' என்றபடி ரிக்ஷாவை இழுத்தவர்களில் இளையவன் திரும்பி பழுப்பு நிறப் பற்கள் தெரியும்படி தன் கவர்ச்சியான ஒரு புன்னகையை வீச முயற்சித்தான். 'டிப்ஸ் மேம் சாஹிப். மறந்து விடமாட்டீர்களே? இது மிகவும் கடினமான வேலை.' அவன் பேசும்போது, மெல்லிய பருத்திச் சட்டையின் ஊடே மார்பெலும்பு மேலும் கீழும் அசைவது எனக்குத் தெரிந்தது.

'நல்லது' என்றேன் ஹிந்தி மொழியில். அந்தப் பிரயாணம் விரைவில் முடிந்து விடவேண்டுமென விரும்பினேன்.

'மறந்து விடமாட்டீர்களே!' என கண்களை இடுக்கிக் கொண்டு கேட்டான்.

எட்வினா போல ஒரு புன்னகையைப் புரிந்தேன். 'மேம் சாஹிப் மறக்க மாட்டேன்' என்றேன்.

திருப்தியுடன் அவன் தலையைத் திருப்பிக் கொண்டான். மழையில் காக்கை போல் கருத்த அவன் தலை மேலும் கீழும் அசைவதைப் பார்த்தேன்.

சிறிது நேரம் கழித்து சாலை, இரண்டாகப் பிரிந்தது. ஒரே ஒரு வெள்ளை நிறப் பலகை மட்டும் ஒரு திசையைச் சுட்டியது. அதில்

திபெத் என்று எழுதப்பட்டிருந்தது. அத்திசையில் சென்று திரும்பியே வரக்கூடாது என எனக்குத் தோன்றியது. ஆனால், அவ்விருவரும் திரும்பி மற்றொரு பாதையில் சென்றனர்.

ஒரு பாறையின் விளிம்பில் அவலான் இருந்தது. ரிக்ஷா ஓட்டுநர்களிடம் இருந்து விடைபெற்று அவர்கள் விரும்பியவாறு டிப்சும் அளித்தேன். அங்கிருந்த சிறிய வெள்ளைக் கதவு, என் சிறு பிராயத்துப் பண்ணை வீடுகளின் கதவுகள் சத்தம் எழுப்புவதைப் போலவே ஒலித்தது. விஸ்டேரியா கொடிகளாலான வளைவின் ஊடாகச் சென்றேன். ஊதா நிற இதழ்களில் இருந்து மழைத் துளிகள் என் தலையில் விழுந்தன. அவ்வீடு, பூச்செடிகளுக்கும் மரங்களுக்கும் பின்னிருந்த புல்வெளிக்கு மேலாக இருந்தது. வெள்ளை நிறப் பின்னணியில் இருந்த போலி டூடர் மரத்துண்டுகள் நீல நிறத்தில் வர்ணமடிக்கப்பட்டிருந்தன. புல்வெளி மிகுந்த ஏற்றத்தில் இருந்ததால் அந்த வீட்டைக் காணும்பொழுது யாருக்குமே எந்தச் சமயத்திலும் அது கீழே உருண்டு மேகங்கள் கவிழ்ந்திழுக்கும் பள்ளத்தாக்கிற்குள் விழுந்துவிடுமோ என்ற எண்ணம் தோன்றும். ஒரு காகம் கரைந்தது. நாய் குரைப்பது கேட்டது. கைக்குட்டையால் முகத்தைத் துடைத்துக் கொண்டு, நீண்ட பெருமூச்சு ஒன்றை விட்டுவிட்டு தோள்களைப் பின்னகர்த்தி தோட்டத்தின் வழியே நகர்ந்தேன். எனக்கு ஏன் இத்தனை அச்சம்? உண்மை என்னவென்றால் பணியால் மன அழுத்தம் அதிகமில்லை. அங்கு எவரும் என்னைப் பற்றி எதுவும் கேட்கவில்லை. ஆனால், தேநீர் விருந்துகளும் உரையாடலும் மிகவும் பயமுறுத்தின. இந்தச் சந்திப்பை ஒரு கடமையாகத்தான் மேற்கொள் கிறேன். ஏனெனில் வயதான ஒருவருக்கு நான் வார்த்தை அளித்து விட்டேன்.

தாழ்வாரத்தில் இருந்து சுமார் *75* வயது மதிக்கத்தக்க குட்டை யான வெண்மை கலந்த முடியுடன் ஒரு சிறிய பெண்மணி என்னை நோக்கிக் கையசைத்தார். பின் அவர் படிகளில் இறங்கி என்னை வரவேற்க ஓடி வந்தார். அவருடைய வலது புற இடையில் ஏதோ தவறிருந்தது. அவர் உடலே முறுக்கிக் கொண்டிருந்தது. அவர் எடுத்த ஒவ்வொரு அடியும் மொத்த உடலையும், தோளில் இருந்து முன்னே அனுப்பி பின் வலது காலை பிரயத்தனத்துடன் முன்னே எடுத்து வைப்பதாக இருந்தது. சிரித்த முகத்துடன் வந்த அவருக்கு முன்பாக ஒரு காக்கர் ஸ்பேனியல் நாய் ஓடி வந்தது. மனதை அமைதிப் படுத்தும் இந்தக் கவனச்சிதறலுக்கு நன்றி கூறிக் கொண்டு, குனிந்து என் கையை அதனிடம் நக்குவதற்காகக் கொடுத்தேன். வரவேற்கும்

விதமாக அது சிறிது குரைத்தது. என் அருகில் குதித்துக் கொண்டு நின்றது. பின் நான் நிமிர்ந்து வேகமாக நடந்தேன். ஆனால், அந்தப் பெண்மணியோ மிகவும் உறுதியானவராக இருந்தார். அவரின் உடல் குறைபாட்டை மீறி அதிக தொலைவு வந்து விட்டார். பாதையின் மூன்றில் இரண்டு பாகத்தை நான் கடந்திருந்தபோது நாங்கள் சந்தித்தோம்.

'வாலஸ் சீமாட்டி, உங்களைப் பார்ப்பது மிக்க மகிழ்ச்சி. நான் ஜேன் ஓவிங்க்டன். இன்றைய வானிலை இவ்வாறு இருக்கிறதே! நாம் இருவரும் வெளியே தேநீர் அருந்தலாம் எனத் திட்டமிட்டிருந்தேன்' எனக் கூறியபடி புல்வெளியில் இருந்த ஒரு பெரிய செடார் மரத்தின் நிழலைச் சுட்டிக் காட்டினார். 'அங்கிருந்து பார்க்கக் காட்சிகள் அருமையாக இருக்கும். பரவாயில்லை. சிறிது நேரத்தில் வானம் வெளுத்துவிடலாம்.'

'ஆம். வெளுக்கலாம்' என்றேன்.

வரவேற்பறை முழுவதும் பொருட்கள் நிரம்பியிருந்தன. மிகப் பெரிய கையுடைய நாற்காலிகளில், லேஸ் வைத்த துணிகள் கட்டப்பட்டிருந்தன. மிகக் கவனமாகத் தேய்க்கப்பட்டுப் பளபளத்த வெள்ளிப் புகைப்படச் சட்டகத்திற்குள் குடும்பப் புகைப்படங்கள், பியானோவின் மேலும், பக்கவாட்டு மேடைகள் மீதும், ஜன்னல் மேடைகள் மீதும் இருந்தன. அனைத்து விதமான அலங்காரப் பொருட்களும் சின்னஞ்சிறு பொருட்களும் நிரம்பிக் கிடந்தன. ஒரு மர கணேசர் சிலையில் இருந்து பார்வையைத் திருப்பினால், பியானோவின் மீது இரண்டு கருப்பு வெள்ளை நாய் பொம்மைகள் இருந்தன. கார்டிஃபில் என் தாத்தா வீட்டிலிருந்த பொம்மைகள் போலவே அவை இருந்தன.

'உட்காருங்கள். பாவம், நன்றாக நனைந்து விட்டீர்களா? துண்டு ஏதாவது வேண்டுமா?' என திருமதி ஓவிங்க்டன் உபசரித்தார்.

'நன்றி. வேண்டாம், பரவாயில்லை. உண்மையில் டெல்லிக்குப் பிறகு, இந்தப் பனியும் மழையும் மிகவும் புத்துணர்ச்சி அளிக்கிறது' என்று என்னைச் சமாதானம் செய்து கொள்ளப் பொய் சொன்னேன்.

'அசாம் தேநீரா அல்லது டார்ஜ்லிங் தேநீரா?' என்று கேட்டார்.

'அருமை. நீங்கள் விரும்பியவாறே! எனக்கென்று தனி விருப்பமில்லை' என்றேன்.

எளிமையான வேலையை முதலில் செய்துவிடலாம் என்று எண்ணி என் பையிலிருந்து உடைகள் பற்றிய அரை டஜன் மாத இதழ்களை வெளியில் எடுத்தேன்.

'டெல்லியில் உள்ள பிரிச்சாட் குத்தூரின் உரிமையாளர் திருமதி பிரிச்சாட் உங்களுக்கு அனுப்பிய அன்பளிப்பு. அவரிடம் நான் சிம்லா செல்வதாகக் கூறிய பொழுது, நீங்கள் அவருடைய சிறந்த வாடிக்கையாளர்களில் ஒருவர் என்று கூறினார்.'

திருமதி ஓவிங்க்டனின் உருண்டை முகம் மலர்ந்தது. அவருடைய பழுப்பு நிறக் கண்கள் ஒளிர்ந்தன. என்னிடமிருந்த அம்மாத இதழ்களை வாங்குவதற்குக் கையை நீட்டிய பொழுது அவருடைய விரல்கள் முடக்குவாதத்தினால் உருக்குலைந்து போயிருப்பதைக் கண்டேன்.

'ஆ! திருமதி பெப்பர்மின்ட் என்னவொரு மாதிரியான பெண்மணி?' என சிலாகித்தார். திருமதி பிரிச்சாட்டிற்கு அவர் வைத்திருக்கும் செல்லப்பெயரைக் கேட்டுச் சிரித்தேன். ஏனெனில் அவருக்கு உரையாடல்களுக்கு நடுவே, பெப்பர்மின்ட்களை வாயில் போட்டுக் கொண்டே டட்.. டட்.. என்று ஓசை எழுப்பிக்கொண்டே அதை முழுங்கும் வழக்கம் இருந்தது. சரியாகப் பொருத்தப்படாமல் இருந்த பொய்ப் பற்களினால் அந்தப் பழக்கம் அவருக்கு வந்திருக்குமென்று நான் யூகித்தேன்.

'ஆம்' என்று பதிலுரைத்தேன். அறுபது வயதான பொழுதும், பளிச் நிறங்களான ஆரஞ்ச், மஞ்சள், ஊதா நிறங்களில் உடையணியவும், சிவப்பு நிற உதட்டுச் சாயம் அணியவும் விரும்பும் ஒரு பெண்மணி என் நினைவிற்கு வந்தார். அவர் மிகக் கவனமாக உடையணிந்து கொண்டாலும் அவரைக் காணும் பொழுது யாரோ டாஃபொடில், சாமந்தி, ரோஜா மலர்களை ஒரே கிண்ணத்தில் வைத்திருப்பது போல் தோன்றும்.

'அருமையான பெண்ணல்லவா அவர்? சிறந்த தொழிலதிபரும், இதுவரை நான் பார்த்ததிலேயே சிறந்த தையற்கலைஞரும் கூட' என்று திருமதி ஓவிங்க்டன் கூறிக் கொண்டே சென்றார். தற்கால நாகரீகத்தை உடனே கண்டுபிடித்து, அதை இந்தியச் சூழ்நிலைக்கு மாற்றி அமைக்கும் ஆற்றல் கொண்டவர். துணிகளைத் தேர்ந்தெடுப்பதில் வித்தகி. நான் வேறெங்குமே செல்லமாட்டேன். பல வருடங்களாக அவருடைய வாடிக்கையாளர் நான்' என்று கூறியபடி கைமணியை ஒலித்தார். பதினெட்டு வயதில் இருந்து முப்பது வயதிற்குள் இருக்கக்கூடிய ஒரு பணியாள் ஒரு தட்டில், தேநீர், சாண்ட்விச், சிறிய பிஸ்கட்களை எடுத்துக்கொண்டு வந்தார்.

வெஜ் வுட் தேநீர்ப் பாத்திரத்தில் கைப்பிடியைச் சுற்றி திருமதி ஓவிங்க்டன் தேநீரை ஊற்றினார். அவர் விரல்கள் புலி நகங்களைப் போலிருந்தன.

'திரு. வில்லியம் ஸ்டாஃப்ஸ் இதை அனுப்பியிருக்கார்' என்று கூறியபடி அந்தக் கடிதத்தை மாத இதழ்கள் மேல் வைத்தேன். என்னிடம் கோப்பையைத் தரும்பொழுது அவர் கைகள் நடுங்கின. பின், தன் நாற்காலியில் முன்னும் பின்னும் ஆடியவாறே சிறிது நேரம் ஆடிவிட்டு, நாற்காலிகளின் கைப்பிடிகளில் கையை ஊன்றி எழுந்து, பக்கத்தில் இருந்த அலமாரியிடம் சென்றார். அங்கிருந்து ஒரு புகைப்படத்தை எடுத்தார்.

'அன்பான வில்லியம்' என்றவாறு அப்புகைப்படத்தை ஆதுரத்துடன் பார்த்தபடி மெதுவாகப் புன்னகைத்தார். 'அவர் முதன் முதலில் பஞ்சாபில் பணியில் சேர்ந்தபோது எடுத்த படம்.'

புகைப்படத்தை என்னிடம் கொடுத்தபடி, கடிதத்தைப் பிரித்தார். புகைப்படத்தில் குதிரையுடன் சுருண்ட முடியுடன் உயரமானதொரு இளைஞன் நின்று கொண்டிருந்தான். ஒரு வேளை உணவிற்கும் வைனுக்கும் எவருடனும் பேசிக் கழிக்கும் பருத்த வயதான சர் வில்லியம் ஸ்டாஃப்ஸின் ஒரு புதிய உருவத்தை இங்கு கண்டேன். இந்தியக் குடிமைப் பணிக்காகத் தன் வாழ்க்கையையே அர்ப்பணித்த வின்செஸ்டர் மற்றும் பலிலோலில் இருந்து வந்த துடிப்பான, புத்திசாலியான இளைஞன் ஒருவனைக் கண்டேன். சூரிய ஒளியால் பழுப்படைந்து, ஆரோக்கியமாய் தன் தனிமையான வருடங்களில், ஒரு கிராமத்திலிருந்து மற்றொரு கிராமத்திற்கும், ஒரு நகரத்திலிருந்து மற்றொரு நகரத்திற்கும், கள்ளியைத் தவிர வேறெதுவும் விளையாதிருக்கும் பாலைவனங்களிலும் பயணம் செய்து, வரைபடங்கள் உருவாக்கிக் கொண்டும், நீர்வரத்தைத் திட்டமிட்டுக் கொண்டும், சிறிய பிரச்சனைகளுக்குத் தீர்வளித்துக் கொண்டும் பஞ்சாப்பை அவர் நிர்வகித்துக் கொண்டிருந்திருக்க வேண்டும்.

இப்பொழுது சூரியன் வெளியே வந்துவிட்டது. அதன் ஒளிக் கற்றைகள் ஜன்னலின் ஊடே உள்ளே நுழைந்தன. உள்ளே நுழைந்து கடிதத்தை வாசிக்கும் திருமதி ஓவிங்க்டனின் முகத்தை வெளிச்சமிட்டுக் காண்பித்தன. அவர் முகத்தின் சுருக்கங்களும் கோடுகளும், ஒரு கணம் மறைந்து போய் எந்த அழுத்தமும் இல்லாத ஓர் இளமையான முகம் தென்பட்டது. கடிதத்துடன் வந்திருந்த ஒரு சிறிய பொட்டலத்தை அவருடைய மடங்கிய விரல்கள் பிரித்ததைப் பார்த்தேன். அதிலிருந்து மூன்று வைரங்கள் பொதித்த ஒரு மோதிரத்தை எடுத்து அவர் உயர்த்திக் காட்டினார்.

'நாங்கள் இருவரும் வில்லியமும் நானும் சிறு வயதிலிருந்தே காதலர்கள் தெரியுமா?' எனக் கேட்டபடியே தன் வாசிக்கும் கண்ணாடியைக் கழற்றினார். 'இங்கு சிம்லாவில், பல வருடங்களுக்கு முன்பு இந்த மோதிரத்தைக் கொடுத்து தன்னை மணந்து கொள்ளுமாறு கேட்டார்' என்றபடி பெருமூச்சு விட்டார். 'நான் மாட்டேன்' என்று கூறிவிட்டேன். அவ்வாறு ஏன் கூறினேன் என்று உறுதியாகத் தெரியவில்லை. என் பெற்றோர்களுக்கு அதில் ஆர்வ மில்லை. மேலும் எனக்குப் பதினெட்டு வயதுதான் ஆகியிருந்தது. பெற்றோர்களின் விருப்பம் என்னை அவ்வாறு கூறியிருக்கச் செய்திருக்கலாம். பின் நான் ஆர்தரை மணந்தேன். அவர் ஒரு வழக்கறிஞர். வங்காளத்தில் உயர்நீதிமன்ற நீதிபதியானார். அவ்வாழ்க்கையும் ஓரளவு பரவாயில்லை. அவர் ஓய்வு பெற்றதும் இங்கு வந்துவிட்டோம். ஆனால் கடந்த 10 வருடங்களாக, அவர் இல்லாமல் இங்கு வாழ்ந்து வருகிறேன்' என்றபடி கடிதத்தை மடித்து தன் பைக்குள் போட்டுக் கொண்டார். பிறகு வலது கையிலுள்ள தன் கோணலான விரல்களைத் தடவியவாறு மோதிரத்தை அதில் போட்டுக் கொள்ள முயற்சி செய்தார்.

'தோட்டத்தில் கொஞ்சம் நடக்கலாமா? மழை நின்றுவிட்டது போலிருக்கிறது' என்று கேட்டார்.

நடை என்ற வார்த்தையைக் கேட்டவுடன், அந்தச் சிறிய நாய் குதித்துக் கொண்டு அங்குமிங்கும் ஓடி வாலை ஆட்டிக் கொண்டே கதவை நோக்கி ஓடியது.

வெளியே செல்லும்பொழுது, சிறிய வயதில் திருமதி ஓவிங்க்டன் ஒரு சிறுமியுடன் இருக்கும் புகைப்படம் என் கண்ணில் பட்டது. அவர்கள் இருவரும் குதிரை மேல் இருந்தனர். இதுபோல் எப்போ தாவது சவாரி செய்யும்பொழுது, கீழே விழுந்து இடையில் அடி பட்டுக் கொண்டிருக்கவேண்டும் என்று நினைத்தேன்.

'என் மகள் லூசி' என்றார் திருமதி ஓவிங்க்டன். 'இப்பொழுது நன்றாக வளர்ந்துவிட்டாள். திருமணமாகி சிங்கப்பூரில் வசிக்கிறாள். போர்க்காலத்தில், ஜப்பானியர் முகாமில் மிகவும் கடினமான சூழ்நிலையில் இருந்தார்கள், நல்லவேளை அவர்கள் அனைவரும் உயிர் பிழைத்துவிட்டனர். அடுத்த மாதம் அவர்கள் அனைவரும் ஆஸ்திரேலியாவிற்குச் செல்கின்றனர்' என்றார்.

கருப்புச் சட்டகமிட்ட மற்றொரு புகைப்படத்தைச் சுட்டிக் காட்டி, 'அதுதான் என் மகன் ஃபிரெடி' என்றார். 'பர்மாவின் சிண்டிட் படையுடன் பணியாற்றினான்' என்றார். அவர் அதற்கு மேல் எதுவும் கூறவில்லை. நானும் எதுவும் கேட்கவில்லை. கேட்கத் தேவையும் இருக்கவில்லை.

நாங்கள் இருவரும் தோட்டத்தில் நடந்தோம். இப்பொழுது அது சூரியனின் கீழ் மஞ்சள் ரோஜாக்களின், சிவப்பு, இளஞ்சிவப்பு, ஆரஞ்சு நிற மலர்களின் கலவையாக விளங்கியது. ஒரு பந்தை எடுத்து நாய்க்குட்டிக்காகத் தூர எறிந்தார். மலையின் முனையில் இருந்து கீழே விழுந்துவிடுமோ என்று தோன்றிய தோட்டத்தின் முனைக்குச் சென்றோம். அங்கு செல்வதற்குச் சிறிது நேரம் பிடித்தது. அது ஓவிங்க்டனின் நடையினால் அல்ல. ஆனால் அவர் அடிக்கடி நின்று ஒரு காய்ந்த ரோஜாவைப் பிய்த்துப் போட்டுக் கொண்டோ, அல்லது களையெடுத்துக் கொண்டோ வந்தார். இறுதியாக மரத்தினடியில் இருந்த சிறு மரப்பெஞ்சிற்கு வந்து சேர்ந்தோம். இப்பொழுது திருமதி ஓவிங்க்டனால், தனது வலியை மறைத்துக் கொள்ளமுடியவில்லை. முகம் இறுகி அவர் முனகினார். என் கையைப் பற்றிக் கொண்டு அமர்ந்தார். மேகங்கள் விரைவாக ஓடி ஒரு மலையுச்சியை அடுத்து வேறொரு மலையுச்சியையும், பசுமை யாகத் தூரத்தே தெரிந்த கிராமங்களையும், சிறிய உருவில் வயல்களில் வேலை செய்யும் மக்களையும், பனியில் பளபளக்கும் உயரமான மலையுச்சியையும் வெளிப்படுத்திக் கொண்டே சென்றன.

'மிகவும் அழகாக இருக்கிறது' என்றேன். கொலம்பஸ் மலையின் மீது அமர்ந்து கொண்டிருக்கும் கிரேக்கக் கடவுள்கள், இப்படிப் பட்டக் காட்சிகளைத்தான் கண்டுகொண்டிருப்பார்கள் என்று எண்ணிக்கொண்டேன்.

'அதனால்தான் எனக்கு சிம்லா மிகவும் பிடிக்கும். ஒரே மாதிரி யாக இல்லாமல் மாறிக் கொண்டே இருக்கும் இயற்கைக் காட்சி களுக்காக. எனக்கு வரையத் தெரியவில்லையே என்று மிகவும் வருத்தமாக இருக்கிறது' என்றார் திருமதி ஓவிங்க்டன். சிறிது நேரம் அப்படியே அமர்ந்திருந்தோம்.

'சுதந்திரத்திற்குப் பின் நீங்கள் என்ன செய்யப் போகிறீர்கள்?' என்று கேட்டேன்.

'என்ன செய்வதா?' என்று கேட்டபடி கண்களைக் கைகளால் மறைத்து என்னை நோக்கினார். அவர் புருவங்கள் சுருங்கின. திடீ ரென்று அவர் குழப்பமடைந்தது போல் இருந்தது.

'அதாவது நீங்கள் எங்கு செல்வீர்கள் என்று கேட்டேன்' என்றேன்.

'ஏன்? இங்குதான் தங்கப் போகிறேன். வேறெங்காவது வசிக்க வேண்டுமென்று எனக்குத் தோன்றியதே இல்லை. இந்தியாதான் என் வீடு' என்றார்.

அவன் மூழ்கிக்கொண்டிருந்தான். அவனுடைய இளமையான முகம் வெள்ளையாக ஊதிப்போய், இளநீல நிறத்தில் மாறிப்போய், நீர்மூழ்கிக் கப்பல் ஒன்றின் ஜன்னலின் பின்னால் சிறைப்பட்டு இருந்தது.

"மம்மி மம்மி" என்று வாயசைப்பது தெரிந்தது. குரல் மட்டும் கேட்கவில்லை.

"இதோ வருகிறேன்" என்றபடி, மிக வேகமாக என் கைகள் கழன்று விடும்படி, வேகமாய் அவனை அடைவதற்கு நீந்தி நீந்திச் சென்றேன். கண்ணாடியின் வழியே அவன் கைகள் தெரிந்தன. அவன் விரல்களின் நுனி தெரிந்தது. ஆனால் அட்லாண்டிக் கடலின் மத்தியில் இருந்த நீர், இறப்பைப் போல் மிகக் குளிர்ந்தும் கருத்தும் இருந்தது.

"மம்மி!" மற்றொரு இளங்குரல் கேட்டது. என் மற்றொரு மகனுடைய குரல். அவன் தோட்டத்தின் முனையில் நின்று அழைத்துக்கொண்டிருந்தான். அவன் ஊஞ்சலிலிருந்து கீழே விழுந்து தன் முழங்காலில் அடிபட்டுக் கொண்டு விட்டான். புகை என் கண்களை எரித்தது. என் தொண்டையை எரித்தது.

விமான எஞ்சின்களின் ஓசை கேட்டது, கடலின் கருத்த படுக்கையில் நான் மூழ்கினேன். மூச்சுத் திணறி மீண்டும் மீண்டும் உரக்கக் கத்தினேன். என் கையில் இறந்து போன ஒரு பசுவின் கொம்புடைய முகம் இருந்தது. அது எலும்புகள் வெளியே தெரியும் வரை வெட்டப்பட்டு இருந்தது. இருப்பினும், அதிலிருந்து ரத்தம் வடிந்தது. என் வலதுகையை ரத்தம் வடிந்து கொண்டிருந்த அதன் கழுத்தினுள் விட்டேன். அது எங்கே? என்னால் அதைக் கண்டு பிடிக்க முடியவில்லை. என் கை இளஞ்சூடான அந்த இடத்தில் தேடி மேலும் உள்ளே சென்றது. ஏறக்குறைய என் முழங்கை வரை. அந்தத் தமனியைக் கண்டுபிடித்து இரத்தம் வழிவதைத் தடுக்க முயன்றது.

"எங்கிருக்கிறாய்? சீக்கிரம்!" என்றேன். ஆனால் மிகவும் தாமதமாகி விட்டது.

நான் கத்திக்கொண்டிருந்தேன். என் குரல் என்னை எழுப்பி விட்டது. அது ஒரு பழைய கனவு, இந்தியாவிற்கு வந்ததிலிருந்து அந்தக் கனவு எனக்கு வரவில்லை. ஆனால் இப்பொழுது முடிவு மட்டும் மாறியுள்ளது. படுக்கையில் நிமிர்ந்து அமர்ந்தேன். உடல் வியர்வையிலும், குளிரிலும் நடுங்கிக் கொண்டிருந்தது. நான் சிறிது தன்னிலை அடைந்ததும் எழுந்தேன். காலணியையும், மேலங்கி யையும் அணிந்துகொண்டு கடைத்தெருவில் நான் வாங்கியிருந்த கம்பளியைப் போர்த்திக்கொண்டு, கீழே சென்றேன்.

ஆரம்பத்தில் அவரை நான் பார்க்கவில்லை. நூலகத்தின் ஓரத்தில் இருந்த பெரிய நாற்காலி ஒன்றில் சீனத் தூதர் அமர்ந்தி ருந்தார். அவருடைய நீண்ட சீன கருப்பு நிற அங்கியின் மேல் பித் தான் கழன்று வலதுபுறமாகத் தொங்கி, அவருடைய சட்டை தெரிந்தது. நான் அவரைக் கடக்கும்போது அவர் கையிலிருந்த நூலிலிருந்து தன் பார்வையை என் மேல் வீசினார். பிரெஞ்ச் ஜன்ன லின் வழியாக இருட்டினுள் சென்றதை அவர் மட்டுமே பார்த்தார். காற்று ஈரமாகவும் குளிர்ந்தும் இருந்தது. நீளமாக மூச்சு விட்டபடி வராந்தாவில் வேகமாகப் புல்வெளியை நோக்கி நடந்தேன். பாதி நிலவு மேகத்திலும், வானிலுமாக தொத்தி நின்று சிறு ஒளியை பரப்பிக்கொண்டிருந்தது. வானில் நட்சத்திரங்கள் ஏதும் இல்லை. செடார் மரங்கள் நான் அவற்றைக் கடந்தபோது சன்னமாக பெரு மூச்செறிந்தன. காட்டின் வழியே சாலைக்குச் செல்லும் பாதையைத் தேர்ந்தெடுத்தேன். அங்கு நிலவிய அமைதியில் நின்றபடி, இருட்டின் மாறும் வடிவங்களைப் பார்த்துக் கொண்டிருந்தேன். பனிப் பொதிகள் மலையை முக்கோணங்களாக வெட்டிக்கொண்டிருப் பதைக் கண்டேன். பின், இல்லங்களிலிருந்து வந்த வெளிச்சத்தின் உதவியால் திரும்பி நடந்தேன். மரங்களின் ஊடே அவை தீவட்டி போல் எரிந்தன. ஒரு ஆந்தை அலறியது. மிக மெல்லிய வவ்வால் ஒன்று என் முகத்தை உரசியது.

திடீரென்று ஒரு கனத்த மரக்கதவு அடித்து சாத்தப்படும் ஓசை கேட்டது. பாதி ஓடியபடி ஒருவர் மாடியில் இருந்து இறங்கி புல்வெளியை நோக்கி வந்தார். அவர் வெள்ளை நிற உடையணிந்தி ருந்தார். கறுப்பு நிற மேலங்கி அணிந்த அவரின் மேல் பாகம் இருட்டில் தெரியவில்லை. நான் எங்கிருக்கிறேன் என்று சரியாகத் தெரிந்துகொண்டு நேராக என்னை நோக்கி வருவதுபோல் தோன்றியது. என் மேல்பட்டியை இரவுடையின் மேல் இறுக்கியபடி உள்ளே செல்ல வேறு வழி உள்ளதா எனத் தேடினேன். 10 அடி உயரமுள்ள சுவரை ஏறிக் குதிக்க முடிந்தால் ஒழிய வேறு பாதை ஏதும் இல்லை. அம்மனிதர் ஏறக்குறைய என் மேல் விழுவதைப் போல் அருகில் வந்து விட்டார். இருந்தும் அவர் முகத்தை என்னால்

காண இயலவில்லை. திடீரென அவர் நின்று தோட்டத்து நாற்காலி ஒன்றினை எடுத்து, உயர்த்தி ஒரு மரத்தின் மேல் பலங்கொண்ட அளவு அடித்தார். நாற்காலியின் கை ஒன்று உடைந்தது. அதை எடுத்து, கோபத்தில் உறுமியபடி மீண்டும் மீண்டும் மரத்தின் மேல் வெறித்தனமாக அடித்தார். நான் பின்னே நகர்ந்து காட்டினுள் சென்று ஒளிந்து கொள்ளப் பார்த்தேன். ஆனால் அவர் ஓரக் கண்ணால் என்னைப் பார்த்து விட்டார்.

"யாரது?" என்றார் மூச்சு வாங்கியபடி. அவர் கை தாழ்ந்தது.

"பண்டிட் ஜி நான்தான். பிப்பி வாலஸ்" என்றேன்.

ஜவஹரின் கண்கள் பிதுங்கின. இறுகக் கடித்த அவர் பற்கள் வெளியே தென்பட்டன. அவரை என்னால் அடையாளம் காண முடியவில்லை.

வேறு வழி இல்லாமல், இருட்டிலிருந்து அவர் பார்வைக்கு வந்தேன். அவரும் படுக்கைக்குச் சென்று பின் எழுந்து வந்திருக்க வேண்டும். ஏனெனில் அவர் இந்திய முறைப்படி லேஸ் பைஜாமா அணிந்துகொண்டிருந்தார். அவருடைய மேலாடை மேலே திறந்து கிடந்தது.

"எல்லாம் முடிந்து விட்டது" என்றபடி ஆத்திரத்துடன் உடைந்த நாற்காலியின் கையை புற்களின் மேல் வீசி எறிந்தார். அது விழுந்த சத்தத்தில் சில பறவைகள் கிரீச்சிட்டன.

"கடவுளே! இந்த சிம்லாவை நான் வெறுக்கிறேன்" என்று வேகமாக உமிழ்ந்து புறங்கையால் தன் வாயைத் துடைத்துக் கொண் டார். "திருமதி வாலஸ் நல்லவிதமாக வைஸ்ராய்க்கும் வைஸ்ரி னுக்கும் என் வாழ்த்துகளைத் தெரிவித்துவிடுங்கள். நான் தில்லிக்குச் செல்கிறேன். இங்கு இனி ஒரு கணம் கூட இருக்க முடியாது" என்றார்.

தன் குதிகால்களால் திரும்பினார். ஆனால் தன் கையைப் பார்ப்பதற்கு நின்றார். அவர் உள்ளங்கையிலிருந்து இரத்தம் வழிந்து கொண்டிருந்தது. உடைந்த மரத்தினால் அவர் கையை வெட்டிக் கொண்டிருக்க வேண்டும்.

"கொஞ்சம் பொறுங்கள்" என்றேன் அவர் வழியை அடைத்த படி. கையை நீட்டி அவர் சட்டைக் கையை ஏறக்குறைய தொட்டேன். இப்பொழுது இரவு ஒரு மணி. "இப்பொழுது நீங்கள் தில்லிக்குத் திரும்பிச் செல்ல முடியாது. இப்பொழுது ரயில்கள் ஏதும் கிடையாது. அவ்வாறு செல்லும் அளவிற்கு மோசமாக எதுவும் நடக்கவில்லை" என்று அமைதிப்படுத்த உறுதியற்று, சாதாரணமாகக் கூறினேன். அதே சமயம் சிம்லாவிற்கும் கல்காவிற்கும் நடுவே

இருக்கும் நூற்றுக்கணக்கான மரணத்திற்கு சவால் விடும் கொண்டை ஊசி வளைவுகள் என் நினைவிற்கு வந்து சங்கடத்தை ஏற்படுத்தியது.

தன் கையை நோக்கியபடி, தன் கையில் இருந்த சிராய்த் துண்டை, இந்தியில் வைதபடி வெளியில் எடுத்தார்.

"என்ன ஆயிற்று?" என்றேன் கூடியவரை அவரிடம் ஒரு தொலைவைக் கவனமாக ஏற்படுத்திக் கொண்டு. வேறு விதமாக அணுகினேன்.

"அதிகார மாற்றத்திற்கான திட்டத்தை வைஸ்ராய் என்னிடம் காண்பித்தார். அதற்கு நான் ஒப்பவில்லை. அதுதான் காரணம்."

சுதந்திரத்தைப் பற்றியும், கூட்டாட்சியை விட்டு விலகுவது பற்றியும், வங்காளத்திலும் மற்ற மாகாணங்களிலும் ஒரு வாக்கெடுப்பு நடத்தப்பட்டது. அதன் விளைவு பேரழிவுதான். இந்தியாவைப் பிரித் தாளும் சூழ்ச்சி இது. மன்னியுங்கள் திருமதி வாலஸ், உங்களை அதிர்ச்சியடைய வைத்துவிட்டேன். நான் வந்தேயிருக்கக் கூடாது. மாஷோப்ரா பழத்தோப்பில் நடைப்பயிற்சியும், தேநீர் விருந்தும், மகிழ்ச்சியான குடும்பங்களும். காலையில் எட்வினாவிடம் நான் மன்னிப்புக் கோரியதாகக் கூறிவிடுங்கள். தில்லியிலிருந்து அவருக்கு கடிதம் எழுதுகிறேன். அவர் புரிந்துகொள்வார்.

"இல்லை அவர் புரிந்து கொள்ள மாட்டார். உங்களை அவர் மன்னிக்கவே மாட்டார்" என்றேன். இப்பொழுது அவர் கவனம் முழுவதும் என் மேல் இருந்தது. கொஞ்சம் தைரியம் பெற்று அவரு டைய சட்டைக் கையைப் பிடித்து அவரைப் பாதைக்கு இழுத்து வீட்டின் பார்வையிலிருந்து வெளிக்கொண்டு வந்தேன்.

"யோசனை செய்து பாருங்கள்! இஸ்மே பிரபு ஏற்கனவே திட்டத்துடன் லண்டனிற்குச் சென்று விட்டார். இப்பொழுது நீங்கள் வெளியேறினால், டிக்கிக்கு வேறு வழி இருக்காது. அவர் ராஜினாமா செய்யத்தான் வேண்டும். கடந்த மாதங்களின் அத்தனை கடின உழைப்பும், நல்லிணக்கங்களும் தொலைந்து போய்விடும். மீண்டும் ஆரம்பித்த இடத்திற்கே வந்துவிடுவோம். அடுத்து டிக்கியின் இடத்தில் லண்டன் யாரை அனுப்புமோ கடவுளுக்கே வெளிச்சம்" என்றேன்.

இப்பொழுது அவர் அமைதியாகி விட்டார். தலையை ஆட்டி, யோசித்தபடி அமைதியானார். நாங்களிருவரும் ஒன்றாக வெளியே செல்லும் பாதையில், சாலைக்கு நடந்தோம். ஒரு சிறு வெளியை அடைந்ததும், அவர் சிகரெட்டை பற்ற வைக்க நின்றார், எனக்கும் ஒன்றைத் தந்தார். நட்புக்காக நான் அதைப் பெற்றுக் கொண்டேன். பின் குறும்புக்காரக் குழந்தைகளைப் போல புதர்களுக்குப் பின்னிருந்த ஒரு விழுந்த மரத்தின் மேலமர்ந்து ஒளிந்து கொண் டோம்.

"வைஸ்ரினுடன் பஞ்சாப்பிற்கு சென்றபொழுது ஒரு சிறு வனைச் சந்தித்தேன். அவனுக்கு ஏழு வயது. அவன் பெயர் முகமது ஹுசேன். ஜாதிச் சண்டையில் அவனுடைய இரண்டு கைகளையும் வெட்டி விட்டனர்" என்றேன். நான் ஜவஹருடைய முகத்தையே பார்த்திருந்தேன். அவரும் என் முகத்தைப் பார்த்தபடி கவனமாகக் கேட்டுக்கொண்டிருந்தார். "டிக்கிக்கு உங்களைப் பிடிக்கும், உங்கள் மேல் மரியாதை உண்டு. உண்டென்பது எனக்குத் தெரியும். இத்திட்டத்தை நீங்கள் இருவரும் சேர்ந்து நடைமுறைப்படுத்த வேண்டும். இல்லையென்றால் இந்தியா முழுவதும் நூற்றுக்கணக்கில் ஆயிரக்கணக்கில் முஹமது ஹுசேன் இருப்பார்கள்!" என்றேன்.

"டிக்கி நல்ல மனிதர். எனக்கும் அவரைப் பிடிக்கும். இதற்கு முன் இருந்த "திணிக்கப்பட்டச் சட்டைகளாய்" இருந்த வைஸ்ராய் களைப் போலில்லாமல் இவர் ஒரு மனிதராகவாவது இருக்கிறார். வேவல் பிரபுவின் வாயிலிருந்து ஒரு வார்த்தைகூட நான் வாங்க முடியாது" என்றார்.

எங்கள் சிகரெட்டிலிருந்து மேலே எழுந்து, வட்டமிட்டு, இரவின் ஈரக் காற்றில் மறையும் புகையைப் பார்த்தபடி அமர்ந்திருந்தோம்.

"எங்களுக்கு எல்லாம் முடிந்துவிட்டது தெரியுமா?" என்று கூறியபடி சிறிது தயங்கினேன். காற்று மரத்தின் உச்சியில் முணு முணுத்தது. எங்கள் பின்னால் புதரில் ஏதோ ஒரு சிறு மிருகம் சலசலத்தது. "நாங்கள் போரில் வென்றிருக்கலாம். ஆனால் நாங்கள் அனைத்தையும் இழந்துவிட்டோம். திவாலாகி விட்டோம். நீங்கள் லண்டனைப் பார்த்தால் தெரியும். தெருக்கள், கட்டிடங்கள் அனைத்தும் குண்டு வீச்சில் நாசமாகப் போய்விட்டது. மக்களும் அவர்கள் வாழ்க்கையும் அனைத்தும் போய்விட்டன!" என்றேன்.

"என்னால் கற்பனை செய்து பார்க்க முடிகிறது. குண்டு வெடிப் பின் போது ஒரு முறை என் மகள் அங்கிருந்திருக்கிறாள். இப் பொழுதுகூட அந்தத் தகரத் தொப்பியை வைத்துக் கொண்டி ருக்கிறாள்" என்றபடி வறண்ட புன்னகை ஒன்றை உதித்தார்.

"ஜவஹர் உங்களுக்குத் தெரியவில்லை. இங்கு இந்தியாவை நாங்கள் நகங்களால் பற்றியபடி தொங்கிக் கொண்டிருக்கிறோம். பிரிட்டிஷ் சாம்ராஜ்ஜியமோ ஒரு மாயை, ஒரு பொய் முகம். தோரணங்களாலும், ரிப்பன்களாலும் அலங்கரிக்கப்பட்ட ஒரு பெரிய மைதானம், அவ்வளவுதான்!" என்று கூறியபடி பிரிட்டிஷ் அதி காரத்தைக் குறிக்கும் வைஸ்ராய் இல்லத்தைச் சுட்டிக் காட்டினேன். "ஓர் உடன்பாட்டிற்கு நீங்கள் விரைவில் வராவிட்டால் முற்றிலுமாக மைய அதிகாரம் சரிந்துவிடும் சாத்தியம் இருக்கிறது. இதை நான் மிக இரகசியமாகக் கூறுகிறேன். ஆனால் காங்கிரசும், முஸ்லீம் லீக்கும் சச்சரவில் ஈடுபட்டுக் கொண்டிருந்தால் மாற்றம் செய்வதற்கு

அதிகாரம் எதுவும் இருக்காது” என்றபடி ஒரு நீண்ட மூச்சை இழுத்து விட்டேன். “என்னைப் போலவே உங்களுக்கும் தெரியும். இப்பொழுது இல்லையென்றால் எப்பொழுதும் இல்லை என்று. அவ்வளவுதான்.” நான் அதிகம் பேசிவிட்டேன். என் எல்லையை மீறி விட்டேன். அவருக்கும் அது தெரிந்துவிட்டது.

“நன்றி பிப்பி. இத்தனை வெளிப்படையாகப் பேசியதற்கு நான் நன்றியுள்ளவனாகிறேன்” என்றார். அருகில் இருந்த மலையிலிருந்து ஒரு நாய் ஊளையிட்டது. ஜவஹர் தன் சிகரெட்டைக் கீழே போட்டுத் தன் செருப்பால் அதன் நெருப்பைத் தேய்த்து அணைத் தார். பின் தன் கைகளை முழங்கால்களில் வைத்துக் கொண்டு தன் கால்விரல்களை வெறித்துப் பார்க்கலானார்.

“பிப்பி, நான் பாபுவைச் சந்தித்து 30 வருட காலம் ஆகியி ருக்கும். அவரைப் பார்த்து நான் மிகவும் ஈர்க்கப்பட்டேன். அதே சமயம் குழப்பமும் அடைந்தேன். இப்பொழுது நான் மிகவும் களைப் பான மனிதனாக ஆகிவிட்டேன். எனக்கு நினைவு தெரிந்த நாள் முதல் சுதந்திரத்திற்காகப் போராடிக் கொண்டிருக்கிறேன். என் மனைவியை நெருப்பிற்குக் கொடுத்துவிட்டேன். என் இளமைக் காலத்தின் பெரும் பகுதியான ஒன்பது ஆண்டுகளைப் பிரிட்டிஷ் சிறைச்சாலையில் கழித்துவிட்டேன். எனக்கு வயதாகிக் கொண்டு போகிறது.”

“எனக்குத் தெரியும்” என்று மெதுவாகக் கூறினேன். “எங்களுக் கும் அது நீண்டதொரு போர்தான். நாங்களனைவரும் மிகவும் களைத்து, மிக மிகக் களைத்துப் போயிருக்கிறோம் ஜவஹர். உங் களைக் கெஞ்சி கேட்டுக் கொள்கிறேன். காலை வரை இங்கு தங்குங் கள். எட்வினாவிடம் பேசுங்கள். உடன்பாட்டிற்கு ஒரு வாய்ப்பைத் தாருங்கள்” என்றேன்.

எங்கள் உரையாடல் வீட்டிலிருந்து கேட்ட உரத்தச் சத்தத்தி னாலும், மாடியில் தெரிந்த டார்ச் வெளிச்சங்களினாலும் தடை பட்டது.

“அவர்கள் என்னைத் தேடி வருகிறார்கள்!” என்று கூறியபடி பெருமூச்சு விட்டார். “இந்த கிருஷ்ண மேனன் ஒரு பயங்கரவாதி!” என்றார். “நீங்கள் முன்னால் செல்லுங்கள் திருமதி வாலஸ். உங்கள் பெயரைக் காப்பாற்றிக் கொள்ளுங்கள்” என்று கூறினார். மத்திய வயதில், கவலையுடன் இரவு உடையில் நடுங்கியபடி இருக்கும் எங்களை ஒருவரை ஒருவர் பார்த்துக்கொண்டு உரக்கச் சிரித்தோம்.

மறுநாள் பிரகாசமாக தெள்ளத் தெளிவாக விடிந்தது. சிம்லா விற்கு வந்த பிறகு, அப்போதுதான் முதன்முதலாக மேகங்கள் இல் லாத வானின் கீழ் அரும்பெரும் இமயமலை விரிந்து கிடந்ததைப் பார்த்தோம்.

காலையுணவிற்கு நான் தாமதமாகச் சென்றேன். உணவுக் கூடத்தில் சீனத் தூதரைத் தவிர வேறு யாருமில்லை. பதக்கங்கள், பட்டங்கள் மற்றும் தரையைத் தொடும் அங்கி என முழு வைஸ்ராய் உடையணிந்த முந்தைய வைஸ்ராய் கர்ஸன் பிரபுவின் முழு உருவ ஓவியத்திற்கு முன் தன் கையில் தேநீர்க் கோப்பையுடன் ஆழ்ந்த சிந்தனையில் வீற்றிருந்தார். ஒரு பணியாள், உண்ட பாத்திரங்களை அப்புறப்படுத்த ஆரம்பித்திருந்தான். அவன் கொண்டு வந்திருந்த தேநீர் அடர்த்தியாகவும் கருப்பாகவும் இருந்தது.

'வணக்கம். மேதகு தூதர் அவர்களே! உங்களுடன் அமரலாமா?'

'நிச்சயம் திருமதி வாலஸ்' என்றார்.

'இன்று காலை பண்டிட்ஜியைப் பார்த்தீர்களா?' என்று என் தேநீரை அருந்தி, ரொட்டியில் வெண்ணெயைத் தடவினேன்.

'அவர் சிறிது நேரத்திற்கு முன் இங்கு இருந்தார். நமக்குள் இருக்கட்டும். மேதகு பண்டிட்ஜி, நேற்றிரவு முழுவதும் பேயுடன் குத்துச் சண்டை போட்டவர் போல் காணப்பட்டார். அவர் கண் களுக்குக் கீழ் பை போல் வீங்கியிருந்தது. கையில் கட்டு போட்டி ருந்தார்' என்ற தூதர் தன் உருண்டையான கண்ணாடிக்கு மேல் தெரிந்த புருவங்களைக் கேள்விக்குறியுடன் உயர்த்தினார். 'அங்கே பாருங்கள். இப்பொழுது அவர் வைஸ்ரினுடன் இருக்கிறார்' என்றார்.

நீண்ட ஜன்னல்களின் வழியே வீட்டிலிருந்து அவர் எட்வினா வுடன் வெளியே வருவதை நாங்கள் கண்டோம். எட்வினா சிவப்பும் வெள்ளையுமான பூக்கள் நிறைந்த ஒரு உடையை அணிந்திருந்தார். சூரிய ஒளியில், அந்நிறங்கள் பளிச்சென்று இருந்தன. அமைதியாக, அனைத்தும் மிக மெதுவாக நகர்ந்தன. தூதரும் நானும் அவர்களின் சின்னஞ்சிறு அசைவுகளைக் கூட மிகத் தெளிவாகக் காண முடிந் தது. ஜவஹர் தலையைக் குனிந்து கொண்டு, வழக்கத்திற்கு மாறாக

கைகளைப் பின்னால் கட்டிக் கொண்டிருந்தார். எட்வினாவின் கையில் வெள்ளை நிற பஞ்சுப் பொதி போல் மிஸ்ஸென் இருந்தது. மிகவும் கவனமாக மூன்று அல்லது நான்கு அடி இடைவெளியில் அவர்கள் புல்வெளியில் நடந்து கொண்டிருந்தனர். எட்வினா குனிந்து மிஸ்ஸெனைத் தரையில் விட்டார். அவருடைய புருவங்கள் சுருங்க, தலையை ஒரு பக்கமாகச் சாய்த்து அவர் பண்டிட்ஜியைப் பார்த்தபடி, அவர் சொல்வதைக் கேட்டுத் தலையாட்டிக் கொண்டிருந்தார். அவர்கள் இருவரும் ஒருவரையொருவர் பார்த்தபடி இருந்தனர். அவர்களின் பக்கவாட்டுத் தோற்றத்தை எங்களால் காண முடிந்தது. எட்வினாவுடைய வாய் வேகமாக அசைந்தது. அவருடைய கைகள் ஏதோ வேண்டுவதைப் போல் குவிந்திருந்தன. நேரு தன் தோள்களைக் குலுக்கிக் கொண்டார். பின் அவர்கள் திரும்பி நடந்து சென்றனர். பண்டிட்ஜியிடம் எட்வினா ஒரு பந்தைத் தந்திருக்கவேண்டும். ஏனெனில் அவர் கையைச் சுழற்றி, அதை வீசியெறிந்தார். அந்த நாய் குரைத்துக் கொண்டே அதைத் தொடர்ந்து ஓடியது.

வைஸ்ராய் இல்லத்திற்கு நான் திரும்பிச் சென்றபோது, ஆலன் தொலைபேசியில் அழைத்தார்.

'பிப்பி, அங்கு என்னதான் நடந்து கொண்டிருக்கிறது? மாஷோப்ராவிலுள்ள வைஸ்ராய் இல்லத்தில் இருந்து தொலைபேசியில் அவருடைய குரல் உயிரில்லாமல் ஒலித்தது. மேதகு வைஸ்ராய், இப்பொழுதுதான் அழைத்தார். மே 17ஆம் தேதி, இந்தியத் தலைவர்களுடனான சந்திப்பு ரத்து செய்யப்பட்டது என்று கூறினார். நான் அதை மிகவும் களிப்புடன் அறிவித்திருந்தேன். இப்பொழுது அவர் அதை ரத்து செய்கிறார். என்னால் அப்படி செய்ய இயலாது. இங்கு பெரிய குழப்பம் ஏற்படும்' என்றார்.

'எங்கு பார்த்தாலும் பதற்றம்தான்' என்று குரலைத் தாழ்த்தியபடி கூறினேன். 'நேற்றிரவு மேதகு வைஸ்ராய் திட்டத்தை பண்டிட்ஜியிடம் காட்டினார். உடனேயே இங்கு பதற்றம் ஆரம்பித்துவிட்டது. ஜவஹர், அதிலுள்ள எதையும் ஒப்புக் கொள்ளவில்லை' என்றேன்.

'சீ" என ஆலன் தொலைபேசியில் சத்தமிட்டார். குழப்பத்தில் அவர் நெற்றியிலிருந்து முடியை பின்னே தள்ளி விட்டுக் கொண்டிருப்பதை என்னால் கற்பனை செய்து கொள்ள முடிந்தது. 'நான் என்னதான் சொல்வது? டில்லியிலும் லண்டனிலும், பல தரப்பட்ட கேள்விகள் எழும்' என்றார்.

‘பாராளுமன்ற நேரத்தைப் பற்றி ஏதாவது புனைந்து காரணம் கூற முடியுமா? விட்சன் பண்டிகை அல்லது யாருக்காவது ஃப்ளூவோ, டைஃபஸோ, அல்லது டெல்லிபெல்லியோ வந்து விட்டது எனக் கூற இயலுமா?’ என்று சொல்லும்பொழுதே அவை சாத்தியமில்லை என்பதால் என் குரல் அமுங்கிவிட்டது.

‘எனக்குத் தெரியாது. நான் இப்போதே சிம்லாவிற்கு வருகிறேன். சீக்கிரம் நாம் சந்திக்கலாம்’ என்றார். அவருடைய குழந்தை ஒன்று பின்னணியில், ‘டாடி, டாடி, விளையாட வாருங்கள்’ என அழைத்தது கேட்டது. பின் தொலைபேசி வைக்கப்பட்ட ஓசையும், இணைப்பின் ஓசையும் மட்டுமே கேட்டது.

‘அங்கு யாருடன் குரலைத் தாழ்த்திப் பேசிக் கொண்டிருந்தாய்?’ எனக் கேட்ட படியே எட்வினா அலுவலகத்திற்குள் வந்தார்.

‘ஆலனுடந்தான். அவர் மாஷோப்ராவிலிருந்து வருகிறார்’ என்றேன்.

எட்வினா தன் உதடுகளை இறுக்கிக் கொண்டு, ஆபத்தாக ஒளிரும் கண்களுடன், என்னைப் பார்த்தார். ‘லெட்டி, நீ ஏன் நேற்றிரவு என்னை எழுப்பவில்லை?’

‘உங்களைத் தொந்தரவு செய்ய விரும்பவில்லை. உங்களுக்குத் தலைவலி இருந்தது என்றும், நீங்கள் உறங்கச் சென்றுவிட்டீர்கள் என்றும் எனக்குத் தெரியும்’ என்றேன்.

அவர் கோபத்துடன் முனகிவிட்டு தன் முடியைக் கட்டி வைத்திருந்த கைக்குட்டையைச் சரி செய்துகொண்டார்.

‘நல்லது. இப்பொழுது அனைத்தும் சரி செய்தாகிவிட்டன. நல்லவேளையாகத் தீமையாக எதுவும் நிகழவில்லை என்று நினைக்கிறேன். திட்டங்களை ஒரு ஒழுங்குக்குக் கொண்டு வர ஜவஹர் இன்னும் சில மணி நேரங்கள் இங்கு இருக்கப்போகிறார். கடவுளுக்கு நன்றி’ என்றவாறு என் மேசையின் முனையில் அவர் அமர்ந்து கொண்டு, இடது காலை ஆட்டத் தொடங்கினார். அவர் பேசும் பொழுது, அவருடைய ஆடும் கால் இரண்டுக்கு நான்கு முறை மேசையில் அடித்துக் கொண்டிருந்தது.

‘நான் ஜவஹரை, அரசாட்சி முறையை ஒப்புக்கொள்ளும்படி வற்புறுத்தினேன். டிக்கியால் இந்தியாவைக் குடியரசு நாடுகளில் ஒன்றாகத் தக்கவைக்க முடியும் என்றால் அது அவருக்கு மிகப் பெரும் உதவியாக இருக்கும். கடும் போட்டிதான். என்னுடைய திறமையான கணவர் தன் சொந்த பொறி ஒன்றையும் வைத்திருக்கிறார்’ என்று கூறியபடிச் சிரித்தார். ‘அரசாட்சி முறையைப் பற்றி ஜவஹருக்கு சந்தேகம் உள்ளது. இது முழு சுதந்திரம் அல்ல என்று

அவர் நினைக்கிறார்.' ஒன்று இரண்டு ஒன்று இரண்டு என அவர் கால்கள் மாறி மாறி அடித்தன.

'இது ஒரு சட்டப் பிரச்சனை' என்று மிகவும் கவனத்துடன் பதில் கூறினேன். 'கூறப் போனால், இந்தியா ஒரு காலனி அல்ல. அது ஒரு ஊர்திதான். கிருஷ்ணமேனன், சில காலமாக அதிகார மாற்றத்தை துரிதப்படுத்த வேண்டும் என மிக ஆவலாக இருக்கிறார்' என்றபடி சமாதானமாக ஒரு சிகரெட்டை நீட்டினேன். அதை அவர் மறுத்தார். அதை மீண்டும் மேசைக்குள் வைத்து விட்டேன்.

'அப்படி இருக்கலாம். ஆனால், அரசாட்சி அமைப்பு ஜவ ஹருக்கு முற்றிலும் ஒரு திருப்புமுனை. காங்கிரஸ் அதை ஒப்புக் கொள்ளும்படி செய்யவேண்டும். அப்படியென்றால்...' என்று கூறிய படியே அவர் சிறிது தயங்கினார். அவர் கண்கள் சிந்தனையில் கவிழ்ந்தன. 'இப்பொழுது அவர் கிருஷ்ணாவுடனும், வி.பி.யுடனும் இங்கு இருக்கிறார்' என்றார். வி.பி. என அவர் குறிப்பிட்டது வைஸ்ராயின் சீர்திருத்த ஆணையரான வி.பி.மேனனை. 'உண்மை யில் அவர் உன்னையும் அவர்களுடன் சேர்ந்து கொள்ள அழைக் கிறார்' என்று கூறியபடி, தான் அதைப் பற்றிக் கவலைப்படவில்லை என்பது போல் என்னைத் தாண்டி ஜன்னல் வழியே வெளியே வெறித்தார். சிறிது நேரத்திற்குப் பிறகு தொடர்ந்து பேசினார்.

'புதிய திட்டத்தை உருவாக்குவதற்கு வி.பி.க்கு உதவியாக நீ இருக்கவேண்டும் என்று ஜவஹர் விரும்புகிறார். லண்டனில் இருந்து வரும் எதையும் அவரால் நம்பமுடியாது என அவர் கூறுகிறார். ஆகவே, அனைத்தையும் இங்குதான் செய்யவேண்டும். உன் மேல் அவருக்கு நம்பிக்கை இருக்கிறது என்று தெரிகிறது. பாராட்டுகள். இத்தனை நாட்களும் நீ என்னுடைய பணியாளர்களில் ஒருவர் இல்லை என்று யாராவது நினைத்தால் அதை மன்னித்து விட வேண்டியதுதான். எந்த ஒரு சிறிய வேலைக்கும் உன்னை உப யோகித்துக் கொள்ளலாம் என்று எல்லோரும் நினைத்துக் கொள் கின்றனர்' என்றார்.

எழுந்துகொண்டு தன் பாவாடையில் இருந்த சிவப்பு மலர்களை நீவி விட்டுக் கொண்டே இரையை நோக்கும் பருந்தின் பார்வை யுடன் என்னைப் பார்த்தார்.

'இன்று நீ பார்க்க அழகாக இருக்கிறாய். இது புதிய உடையா?' என்று கேட்டார்.

'இல்லை. நாம் வருவதற்கு முன் லண்டனில் தைத்தது இது. இங்கு வெப்பத்தில் ஆடைகள் வீணாகிப் போகின்றன. இல்லையா?' என்று கேட்டேன். சமாதானமாகப் பேச முயலும் என் முயற்சியை அவர் கண்டுகொள்ளவில்லை.

'சரி. எனக்குத் தெரியாமல் இனி எதுவும் செய்யாதே! அடுத்த முறை ஜவஹர் என்னைக் கேட்டால் ஒழுங்காக நான் எங்கிருக்கிறேன் என்று தேடி வா!' என்றார். அவர் கூற வந்ததைக் கூறிவிட்டு, அறையில் இருந்து வேகமாக நடந்து கதவை அடித்துச் சார்த்திவிட்டு வெளியே சென்றார்.

நீண்ட பெருமூச்சோடு நான் நாற்காலியைப் பின்னால் தள்ளி விட்டு அமர்ந்தேன். எங்கள் இருவரிடையே ஒரு பள்ளம் விழுந்து விட்டது. ஏன் எட்வினா என்னுடன் போட்டி போட வேண்டும்? இப்படித்தான்... எப்பொழுதும். அவரால் இதைத் தவிர்க்கவே முடிய வில்லை. அவருக்கு தான்தான் ராணித் தேனீயாக இருக்கவேண்டும். அவர் மற்றவர்களுடன் மட்டும் போட்டி போடவில்லை. தன்னுடனு னேயே வேலை, உடை, ஆண்கள், அதிகாரம், செல்வாக்கு இதன் காரணமாகப் போட்டி போட்டுக் கொள்கிறார். அவரை விட அழ கான, அவரை விட நளினமான, அல்லது அவரை விட நன்கு உடை யணிந்த ஒரு பெண், அவரைத் தாண்டிவிட்டால் அந்தப் பெண் மணிக்குக் கேடுகாலம்தான்.

திரு வி.பி.மேனன் பணிபுரிந்து கொண்டிருந்த அறையில் ஒரு வெடிகுண்டு வெடித்தது போலிருந்தது. வைஸ்ராய் இல்லத்தின் மாடியில் இருந்த அலுவலகத்தின் நடுவே இருந்த மாநாட்டு மேசையில் இருந்து குப்பைகள் பரவிக் கிடந்தன. ஆவணங்கள், கூடுகை பற்றிய தகவல் அறிக்கைகள், தேநீர்க் கோப்பைகள், வெண்ணெய், ஜாம், முட்டை, காய்ந்து போயிருந்த காலை உணவு தட்டுகள், விஸ்கிக் கோப்பைகள், மதுவைக் கலக்கும் பாத்திரம், நிரம்பி வழிந்த சாம்பல் கிண்ணங்கள், தாள்கள் எல்லாம் தரை முழுவதும் சிதறிக் கிடந்தன. அந்த அறையில், ஆணுடலின் மணமும், அழுகிய முட்டை மணமும், விசித்திரமாக ஆரஞ்சுப் பழ மணமும் வீசியது. ஜன்னல்களைத் திறந்து கோப்பைகளையும் தட்டுகளையும் பொறுக்கி எடுத்து சரி செய்யும் எண்ணத்தை அடக்கிக்கொண்டேன். ஒரு கூடுகையின் ஆரம்பத்தில் தேநீர்க் கோப்பைகளை எடுத்து வைப்பதோ அல்லது பிஸ்கெட்களைப் பரிமாறுவதோ ஒருவருடைய தகுதியைக் குறைக்கும் செயல் என்பதை ஒரு பெண்ணாய் நான் நன்கு உணர்ந்திருக்கிறேன்.

அவர் தட்டச்சில் வேகமாகத் தட்டிக் கொண்டிருந்தார். தலை நிமிர்ந்து உடனே பார்க்கவில்லை. நாங்கள் இருவரும் அவ்வப்போது பார்த்திருக்கிறோமே தவிர அறிமுகமாகவில்லை. வி.பி.மேனன் எப்பொழுதும் எங்கும் இருப்பார், இல்லாமல் இருப்பார். அவர் மூலைகளில், நிழல்களில் இயங்கிக் கொண்டிருந்தார். ஒரு கணம் ஜவஹருடன் மற்றொரு கணம் வைஸ்ராயுடனும் சில நேரம் சர்தார் படேலின் தோள்களில் தொங்கியபடி இருப்பார். நேர்மையானவர். அமைதியானவர். அவருடைய கண்கள் உருண்டையான மூக்குக் கண்ணாடிகளின் வழியே பெரிதாக வெளியே தெரியும். இந்தியக் குடிமை அதிகாரிகளிலேயே பணியில் மூத்தவர். கேரளாவில் ஒரு ஆசிரியரின் மகனாகப் பிறந்தவர். புகைவண்டியில் நெருப்பை கவனித்துக் கொள்பவராகவும், பிறகு நிலக்கரிச் சுரங்கத்தில் வேலை செய்பவராகவும் இருந்து பின் குடிமை அதிகாரியாக மாறி, இந்த அளவு உயர்ந்திருக்கிறார்.

தட்டச்சு இயந்திரத்தை மீண்டும், ஆரம்ப இடத்திற்குப் பொருத்திவிட்டு தன் நாற்காலியைப் பின்னே தள்ளி நிமிர்ந்து பார்த்தார். அவர் சட்டையில் காலருக்கு அருகே உள்ள பித்தான் திறந்திருந்தது. அவர் கழுத்துப் பட்டை எதுவும் அணியவில்லை. முகம் ஒருநாள் தாடியால் இருண்டு போயிருந்தது.

'பண்டிட்ஜி இப்பொழுதுதான் சென்றார்' என்று கூறியபடி மலையில் இருந்து யாரோ கீழே இறங்குவது போன்ற ஒரு சைகையைக் கைகளினால் செய்தார். கிருஷ்ண மேனன் அவரை இப்பொழுது தான் புகைவண்டி நிலையத்திற்கு அழைத்துச் செல்கிறார் என்றார்.

'மேதகு வைஸ்ரின் என்னை அனுப்பினார். உங்களுக்கு உதவுவதற்காக அனுப்பினார்' என்றேன்.

அவர் தன் கண்ணாடிகளைக் கழட்டி, அதை ஊதிப் பின் தன் சட்டையின் நுனியால் துடைத்தார்.

'இதைப் பாருங்கள்' என்று கூறியபடியே ஓரத்தில் பச்சை நிற நூலால் கட்டப்பட்டிருந்த சில ஆவணங்களை என்முன் மேசையில் வைத்தார். 'இதுதான் அதிகார மாற்றத்திற்கான திட்டம். இது இஸ்மே பிரபு லண்டனுக்கு எடுத்துச் சென்ற பழைய திட்டம்' என்றார்.

அதன் முதல் பக்கத்தில் யாரோ சிவப்பு நிற மையினால் இல்லை என எழுதி, அதன் கீழ் மூன்று கோடுகள் போட்டிருந்தனர். நான் பக்கங்களைத் திருப்பினேன். அங்கும் பல பத்திகள் சிவப்பு மையினால் அடிக்கப்பட்டு இருந்தன. வங்காளத்தின் சுதந்திரத்தைப் பற்றி எழுதப்பட்டிருந்த பகுதியில் அந்த சிவப்பு மையை உபயோகித்தவர் மிகவும் உறுதியாக இருந்திருக்க வேண்டும். அப்பக்கங்களின் விளிம்பில் சிவப்பு மையில் நிறைய எழுதப்பட்டிருந்தன. அச்சிறிய எழுத்துக்களை ஜவஹருடைய கையெழுத்தெனக் கண்டுகொண்டேன்.

'இரண்டாவது வட்ட மேசை மாநாடு? மிஷன் திட்டம் 1946? சிம்லா திட்டம் 1945? இதில் உங்களுக்கு வேண்டியதை எடுத்துக் கொள்ளுங்கள்' எனக் கூறியபடி மேலும் கோப்புகளை என்னிடம் கொடுத்தார். வருடக்கணக்கில் மிகவும் சிரமப்பட்டு போடப்பட்ட ஒப்பந்தங்கள் அனைத்தும் வீணாகிப் போயின. இவை அனைத்தையும் குப்பைத் தொட்டியில் போட்டுவிடலாம். நாம் மீண்டும் ஆரம்பித்த இடத்திற்கே சென்றுவிட்டோம். நான் இப்பொழுது புதிய திட்டத்தை வகுத்துக் கொண்டிருக்கிறேன்' எனக் கூறியபடி தட்டச்சு இயந்திரத்தில் இருந்து அவர் ஒரு தாளை எடுத்து என்னிடம் ஏறக்குறைய தூக்கி எறிந்தார்.

அந்தப் பக்கத்தில் அவர் எட்டு விஷயங்களைக் குறிப்பிட உடுக்குறிகள் இட்டு வைத்திருந்தார். அனைத்தும் நிரப்பப்பட்டிருக்க வில்லை.

இந்தியச் சட்டம் 1935இன் படி, சிறு மாறுதல்களோடும் ஓரிரண்டு மன்னராட்சி மாநிலங்களைக் கணக்கில் கொண்டும் இடைக்கால நடவடிக்கையாக இந்தியாவிற்கு அரசாட்சி முறை வழங்கப்படும். அதிகாரம் அந்த மைய அரசுக்கு மாற்றப்பட வேண்டும். நான் மேலும் படித்தேன். ஆறாவது விஷயம், இரண்டு நாட்டிற்கும் பொதுவாக ஒரே தலைமை ஆளுநர் இருக்கவேண்டும் என்பதை உறுதிப்படுத்தியது.

படைகளின் பிரிவும், எல்லைக்கோடும் எனக்கு இன்னும் கிட்டவில்லை என்று கூறியபடி ஒரு சிகரெட்டைப் பற்றவைத்துக் கொண்டு, எனக்கும் ஒன்றை நீட்டினார். நான் வேண்டாமெனத் தலையாட்டினேன். என் மனம் அவர் கூறிய வார்த்தைகளை நிஜத்திற்கு மொழிபெயர்க்கத் திணறியது.

'அப்படியென்றால் பிரிவினைதானா?'

'அனைத்து மாகாணங்களும் இந்தியாவுடனோ, அல்லது பாகிஸ்தானுடனோ சேரவேண்டுமா?' என்று கேட்டேன்.

அவர் தலையை அசைத்தார். "இதிலிருந்து எதுவும் தப்பிக்க முடியாதா? வங்காளத்தில் கூடவா?' என்று கேட்டேன்.

'முடியாது. பாகிஸ்தான் அல்லது இந்தியா என்றுதான் மாகாணங்கள் வாக்களிக்க வேண்டும். இளவரசர்கள் தேர்ந்தெடுக்க வேண்டும்' என்றார்.

'அப்படியென்றால் இரு நாடுகளுக்கும் ஒரே தலைமை ஆளுநரா? யார் அது?' என்று கேட்டேன்.

'ஏறக்குறைய இடைப்பட்டக் காலத்திற்கு வைஸ்ராயாகத்தான் இருக்கும்' என்றார்.

நான் நீண்ட பெருமூச்சு விட்டேன். அதைக் கண்டு வி.பி. எதிர்பாராது நகைத்தார். ஆக, இதைத்தான் எட்வினா கூறாமல் மறைத்திருக்கிறார். அரசுரிமைக்கு நிச்சயம் ஒரு தலைமை ஆளுநர் தேவைப்படும். அது டிக்கியாக இருந்துவிட்டால், இந்தியாவில் எட்வினா இன்னும் அதிக நாட்கள் தங்க வேண்டி வரும். அப்படியென்றால் நானும் கூடத்தான்.

சிகரெட்டைப் பற்ற வைத்தபடி சிங்கம் போல உறுமி பணியாட்களை அறையைச் சுத்தம் செய்வதற்காக அழைத்தார் வி.பி.

பணியாளர்கள் சுத்தம் செய்து கொண்டிருக்கும் பொழுது, ஜன்னலின் அருகில் நின்று கொண்டிருந்த அவர் தன் கைகளை நீட்டினார்.

'மன்னிக்கவும் திருமதி வாலஸ். நான் சிடுசிடுத்தேன். என் கோபம் சிறிது எல்லை மீறி விட்டது. பைத்தியக்காரர்களைப் போல, திரும்பித் திரும்பிப் பேசிக் கொண்டும் புலம்பிக் கொண்டுமிருந்த கிருஷ்ணனோடும், பண்டிட்ஜியுடன் இரவு முழுவதும் பணியாற்றிக் கொண்டிருந்தேன். உண்மையில் ஒரு புது முகம் இங்கு வரவேற்கப் படுகிறது' என்றார்.

எட்வினாவின் சிறப்புப் புன்னகை போலவே, நானும் புன்னகைத்தேன். எட்வினாவே கர்வப்பட்டிருக்கக்கூடிய ஒரு புன்னகை.

'இப்பொழுது நாம் செய்யவேண்டியது எல்லாம் கால்களில் சக்கரத்தைக் கட்டிக் கொள்வதுதான். அதிகார மாற்றத்திற்கான புதிய தேதி ஆகஸ்ட் 15.'

'ஆகஸ்ட் 15ஆ?' என்று ஆச்சரியத்துடன் கேட்டேன். முன்பு திட்டமிட்டத் தேதியை விட இது மிகவும் தள்ளியிருக்கிறது என்பதே என் மனதில் முதன் முதலில் தோன்றியது. வி.பி. என் மனதில் ஓடும் எண்ணத்தைக் கண்டுபிடித்துவிட்டார்.

'ஆகஸ்ட் 15, 1947 தானே தவிர ஆகஸ்ட் 15, 1948 இல்லை' என்றார்.

நான் வாய் பிளந்தேன்.

'உங்களுக்கு யார் கூறியது?'

'இன்று காலை வைஸ்ராய்தான் கூறினார்.'

'ஆனால், அதற்கு மூன்று மாதங்களே உள்ளன. நம்மால் நிச்சயம் முடியாது...'

1947ஆம் ஆண்டு. பிப்ரவரி 20ஆம் தேதி, மேதகு மன்னரின் அரசாங்கம் பிரிட்டிஷ் இந்தியாவின் அதிகாரத்தை 1948ஆம் ஆண்டு, ஜூன் மாதம் இந்தியர்களிடமே ஒப்படைத்துவிடும் தன் எண்ணத்தை அறிவித்தது. 1946ஆம் ஆண்டு, மே 16ஆம் தேதியின், கேபினட் மிஷன் திட்டத்தின்படி முக்கிய கட்சிகள் ஒத்துழைப்பை அளித்தால் அனைவராலும் ஏற்றுக்கொள்ளப்படக்கூடிய அரசியலமைப்பை ஏற்படுத்திவிடலாமென மேதகு மன்னரின் அரசு எதிர்பார்த்தது. ஆனால் அந்த நம்பிக்கை நிறைவேறவில்லை. அதே சமயம், இந்தியாவின் அரசியல் கட்சிகள் தங்கள் சொந்த மாற்றுத் திட்டத்தைப் பற்றியும் ஒரு ஒப்பந்தத்திற்கு வரவில்லை. இந்திய மக்களின் சொந்த விருப்பை ஒட்டியே அதிகார மாற்றம் இருக்கவேண்டும் என்பது எப்பொழுதும் மேதகு மன்னரின் அரசின் எண்ணமாக இருந்திருக்கிறது. அரசியல் கட்சிகளுக்கு இடையே மட்டும் ஓர் ஒற்றுமை இருந்திருந்தால், இது எளிதாக நடந்திருக்கும். அவ்வாறு இல்லாத பொழுது, இந்திய மக்களின் விருப்பத்தின்படி ஒரு வரைமுறையை வகுக்கும் பொறுப்பு மேதகு மன்னரின் அரசு வசம் வந்துவிட்டது.

முழுமையான கலந்தாலோசனைக்குப் பிறகும், இந்தியாவின் அரசியல் தலைவர்களின் ஒப்புதலுக்குப் பிறகும் கீழ் வருமாறு ஒரு திட்டத்தை மேதகு மன்னரின் அரசு நடைமுறைப்படுத்தலாம் என்று எண்ணுகிறது.

நான் துரிதமாக இந்த புது அறிவிப்பைத் தட்டச்சுச் செய்து கொண்டிருந்தபொழுது, கதவு மென்மையாகத் தட்டப்படும் ஓசை கேட்டது. ஆலனின் தலை தெரிந்தது. சாதாரணமாக ஒழுங்குடன் காணப்படும் அவருடைய முடி கலைந்திருந்தது. மாடிப்படிகள் ஏறி வந்ததில் அவர் சிறிது மூச்சு வாங்கிக்கொண்டிருந்தார்.

'கடைசியாக உங்களைக் கண்டுபிடித்துவிட்டேன். தனியாக இருக்கிறீர்களா?' என்றார்.

'ஆம்' என்றேன். 'வி.பி. சவரம் செய்து குளித்துவிட்டு வரச் சென்றிருக்கிறார். கிருஷ்ணா இங்கு வந்து சிறிது நேரம் பேசிவிட்டு, பின் எங்கோ சென்றுவிட்டார்' என்றேன்.

மாலை நேரம் நெருங்கியபொழுது, ஆலனும் நானும் புல்வெளியில் சிறிது நடந்து செல்லலாம் என்று முடிவு செய்தோம். நாள் முடிவை கொண்டாடிக்கொண்டிருந்த பறவைகளின் சேர்ந்திசை எங்களை வரவேற்றது.

'அதிகாரபூர்வமான அறிக்கைகளை வகைப்படுத்திவிட்டீர்களா?' என்று கேட்டேன்.

'இப்பொழுதுதான் மேதகு வைஸ்ராய் அவர்களைப் பார்த்து விட்டு வருகிறேன். இச்சூழ்நிலையை அவர் நன்கு சமாளிக்கிறார். அவருடைய பணியாளர்கள் ஆலோசனை அளித்ததற்கு மாறாக நடந்து, இந்தத் திட்டத்தை நேருவைத் தாண்டி அமல்படுத்த முடிந்தது நல்ல விஷயம் என்கிறார். இருந்தாலும் நாங்கள் செய்திப் பத்திரிகைகளுக்காகப் புது அறிக்கை ஒன்றைத் தயாரித்திருக்கிறோம். லண்டன் சட்டசபையில் விடுமுறையைச் சாக்காகக் காரணம் கூறி யிருக்கிறோம். தொழில்முறையாக இந்த அறிக்கையைத் தயார் செய்திருக்கலாம். ஆனால் பரவாயில்லை. நாங்கள் உண்மையைக் கூறியிருக்கிறோம். ஆனால், அது முற்றிலும் உண்மையில்லை. தில்லியில் இருக்கும் எவரும் மே 17ஆம் தேதி கூடுகையைத் தள்ளிப் போட்டதற்கு லண்டன் காரணம் என்பதை நம்பப்போவதில்லை. அது இத்தனை மாதங்களாக நாங்கள் வளர்த்து வந்த நல்லெண் ணத்தை வலுவிழக்கச் செய்து அவநம்பிக்கையை ஏற்படுத்தும். அது போகட்டும். நீங்கள் ஒரு செய்தியைக் கேள்விப்பட்டீர்களா?' என்று கேட்டார்.

'என்ன?' என்றேன்.

'ஆகஸ்ட் 15 அதிகார மாற்றத்திற்கான நாள் என்பதை.'

'ஆம். மேதகு வைஸ்ரின் அவர்கள் என்னிடம் கூறாமல் மறைத்து விட்டார்கள். ஆனால் வி.பி. கூறிவிட்டார். ஏன் ஆகஸ்ட் 15?'

'நாம் ஜப்பானில் வெற்றி பெற்ற நாள். மேதகு வைஸ்ராய் அந்த நாள் மற்ற நாட்களைவிட நல்ல நாள் என்று கூறிவிட்டார்' என்றார்.

'ஆனால் அது மிகவும் சீக்கிரம்' என்று நான் என் எதிர்ப்பைக் கூறினேன். 'சரியான பைத்தியக்காரத்தனம். சட்ட நோக்கில் பார்த்தால், இயற்றிய சட்டத்தைச் சரியான நேரத்திற்குச் சட்டசபைக்குள் கொண்டு வரமுடியாது. பிரிவினையினால் ஏற்படப் போகும் நடைமுறைச் சிக்கல்களை இன்னும் அது கவனத்தில் கொண்டு வரவில்லை. அதைப் பற்றி யாரும் நினைப்பதுபோல் தெரியவில்லை. இன்னும் எல்லைகள் வரையப்படவில்லை. படையும், குடிமைப் பணியும், இவ்விரு நாடுகளுக்கு இடையே எவ்வாறு பிரிக்கப்பட வேண்டும் என்று தீர்மானிக்கப்படவில்லை. பல விஷயங்கள் உள்ளன' என்றேன். நான் வி.பி. மேற்கோள் காட்டும் வார்த்தைகளை எண்ணிப் பார்த்தேன். முக்கியமாக அவர் திட்டத்தின் ஏழாவது, எட்டாவது செய்திக்கூறுகளை எண்ணினேன். 'இந்த ஒப்பந்தம் பிரிட்டிஷ் இந்தியாவை மட்டுமே குறித்துப் பேசுகிறது. மன்னராட்சி மாகாணங்களைப் பற்றி எதுவும் கூறவில்லை. மொத்தத்தில் அத்தகைய மாகாணங்கள் 562 உள்ளன. இந்த ஒப்பந்தத்தின் மூலம் நாம் வெளியேறும்போது அவர்களும் சுதந்திரம் அடைந்து விடுவார்கள். ஆனால் அவர்களுக்காக நம்மிடம் எந்தத் தீர்வும் இல்லை. வைஸ்ராய் ஏன் இவ்வாறு நடந்து கொள்கிறார்? அவருக்கு என்ன வாயிற்று? எனக்குப் புரியவில்லை' என்றேன். ஆனால் சட்டென எனக்குப் புரிந்துவிட்டது.

என் மனதைப் படித்தாற்போல், 'கஹுதா' என்று ஆலன் கூறினார். 'மேதகு வைஸ்ராய் அவர்கள் அந்தக் கொடுமையான கிராமத்தில், சீக்கிய விவசாயிகளைக் கண்ணோடு கண் பார்த்துப் பேசிய பொழுதுதான், தன் மனதில் ஒரு தீர்மானத்திற்கு வந்திருக்க வேண்டும். எவ்வளவு சீக்கிரம் முடிகிறதோ அத்தனை நல்லது என்று அவருக்குத் தோன்றியிருக்க வேண்டும். இந்த நிச்சயமற்றத் தன்மை மக்களுக்கு அவ்வளவு நல்லதல்ல. நாம் இருவரும் அகதிகளைக் கண்டிருக்கிறோம். ஒரு முடிவு வரும் வரை அவர்கள் எங்கும் முன்னேறிச் செல்லவும் முடியாது. அதே சமயம், திரும்பிச் செல்லவும் இயலாது. ஆகஸ்ட் 15, இந்தப் பூர்வாங்க வேலைகளை எல்லாம் கவர்ந்துவிட்டது. மிகவும் கவனத்துடன் பணிபுரியும் மனங்கள் இந்த வேலையில் உள்ளது என்பது ஓர் ஆறுதல். நேருவும் ஜின்னாவும் ஓர் ஒப்பந்தத்திற்கு வருவதற்காகக் காத்துக் கொண்டிருந்தோம்

என்றால் நாம் இவ்வுலகின் இறுதி நாள் வரை காத்துக் கொண்டிருக்க வேண்டும் என்பது உங்களுக்கும் தெரியும்' என்றார்.

நான் தலையை ஆட்டினேன். கஹுூதாவில் எரிந்து போன வீடுகளும், அந்த அமைதியும் ஓர் உணர்ச்சியும் பிரதிபலிக்காத டிக்கியின் முகமும் என் நினைவுக்கு வந்தன. எத்தனை அவசரமாக அவர் தன் நாற்காலியைப் பின்னே தள்ளி, எழுந்து நின்று கூட்டத்தை ஒரு முடிவுக்குக் கொண்டு வந்தார். பின் எத்தனை வேகமாகத் தலைகுனிந்தபடி கைகளைப் பின்னால் கட்டியபடி அவர் காரை நோக்கி நடந்தார். ஆம் எனக்கு உறுதியாகத் தெரிகிறது. தன் முடிவை அப்பொழுதுதான் அவர் எடுத்திருக்கவேண்டும்.

'முதலில் விருந்து, பின்பு வேட்டை என்பது சரியான கொள்கை இல்லை' என்று பற்களைக் கடித்தபடியே முனகினேன்.

பள்ளி, கல்லூரி, சட்டசபை, அரசவை என அனைத்தின் வலிமையையும் ஒரு சேர வைத்திருக்கும் ஒரு ஸ்தாபனப் பார்வையை ஆலன் என் மேல் வீசினார். அப்பார்வையை, 'நீ ஒரு பெண் தானே! உனக்கு என்ன தெரியும்? வாயை மூடு. திடமாக இரு. ஏதாவது பேசி நம் தரப்பைக் கவிழ்த்துவிடாதே!' என்று மொழிபெயர்த்துக் கொள்ளலாம்.

'எங்கு மனம் இருக்கிறதோ அங்கு மார்க்கம் உண்டு. அதைத் தான் இந்தியர்கள் விரும்புகிறார்கள். சுதந்திரம். நாளை நம்மை காந்தி வெளியே அனுப்பிவிடுவார். அவர் என்ன கூறினார்? ஞாபகம் இருக்கிறதா? இந்தியா அக்னிப்பரீட்சையை எதிர்கொள்ள வேண்டும் என்று கூறினார்' என்றார் ஆலன்.

'நாசமாய்ப் போக!' என்றேன். அவர் ஆச்சரியத்தில் திகைத்து நின்றார். நான் எப்பொழுதும் கெட்டவார்த்தைகளைப் பேசுவதில்லை. 'நான் மிஷன் திட்டத்தில் இருந்தும், பழைய திட்டங்களில் கிருஷ்ணனும் ஜவஹரும் கிறுக்கி வைத்திருக்கும் குப்பைகளில் இருந்தும் ஒரு திட்டத்தை உருவாக்க வி.பி.க்கு உதவிக்கொண்டிருக்கிறேன். இந்தியா சபை பிரிவினைக்கு ஆதரவாக ஓட்டளித்தால், மூன்று மாதங்களுக்குள், முற்றிலும் புதியதாக இரண்டு நாடுகளை உருவாக்கவேண்டும். அப்பொழுது இந்தியா ஒரு இரும்புத் தகட்டிலான குடிசையின் கீழும், பாகிஸ்தான் ஒரு முகாமிலும் இருக்கும்' என்றேன்.

பகுதி II

ஞானிகள், பாவிகள், காதலர்கள் மற்றும் துரோகிகள்
ஜூன் 1947 இலிருந்து 15 ஆகஸ்ட் 1947 வரை

பாங்கித் துப்புரவுத் தொழிலாளர்கள் காலனிக்கு அருகே இருந்த காந்திஜியின் குடிலுக்கு இன்று எட்வினாவுடன் தேநீர் அருந்தச் சென்றேன். பெரிய புகழ்பெற்ற மனிதர்களிடம் நாம் ஏன் அதிகம் எதிர்பார்க்கிறோம்? அவர்களுடைய எண்ணங்களையும் சாதனைகளையும் மனதில் வைத்துக்கொண்டு அவர்கள் நம்மைவிட உருவத்தில் பெரியவர்களாக இருக்கவேண்டுமென எதிர்பார்க்கிறோம். அப்படியில்லாதபொழுது ஏமாற்றமடைகிறோம். காந்தியைப் பொறுத்தவரை இப்படித்தான் ஆனது. அலுவலகமாகவும் படுக்கையறையாகவும் உபயோகப்படும், வெள்ளை நிறச் சுவர்கள் இருந்த அறை ஒன்றில் காந்தி சம்மணமிட்டு அமர்ந்து கொண்டிருந்தார். என் கையை நீட்டினால் அவரைத் தொட்டுவிடலாம் என்ற அளவு அவரருகே அமர்ந்திருந்தேன். அவரைப் பார்த்ததும், மெலிந்து சுருங்கிப் போன ஒரு குழந்தையின் உடலில் வாழும் ஒரு மனிதனென எனக்குத் தோன்றியது. இந்தப் பாங்கி காலனி, தில்லியைச் சுற்றியிருக்கும் எதுவும் விளையாத புழுதி சூழ் புறம்போக்கு நிலத்தில் இருந்தது. அது தீண்டத்தகாத ஜாதியினரின் இருப்பிடமாக விளங்கியது. அவர்களுக்கு காந்தி ஹரிஜன், அதாவது கடவுளின் குழந்தைகள் எனப் பெயரிட்டிருந்தார். உண்மையில் இம்மனிதர்கள், சமூகத்தில் இருந்து ஒதுக்கி வைக்கப்பட்டு மிகுந்த ஏழ்மையில் வாழ்பவர்கள். இருந்தாலும், ஏசுவைப் போல காந்தியும் அவர்களிடையே வாழ முடிவு செய்தார். அப்படித்தான் எனக்குக் கூறப்பட்டது. ஆம், ஹரிஜன்கள் காடுகளின் விளிம்பில் மிருகங்களைப் போல்தான் வாழ்ந்துகொண்டிருந்தனர். காரில் செல்லும் பொழுது அவர்களைக் கடந்து வந்தோம். உடையணியாத குழந்தைகள், கந்தலாக உடையணிந்த அழுக்கானக் குழந்தைகளை தங்கள் இடையில் வைத்துக் கொண்டு, மிகச் சிறிய குடிசையின் அருகில் நின்றுகொண்டிருந்த பெண்கள். அக்குடிசைக்குள் சென்றால் நேராக நிற்கக்கூட முடியாது. விரிந்த கண்களோடு மீன்களைப்போல் கண் சிமிட்டாது அவர்கள் எங்களை வெறித்து நோக்கினார்கள். வேறு ஏதோ உலகத்தில் இருந்து வந்தவர்களைப் போல, நாங்கள் அங்கு இருந்தோம், அதே சமயம் அங்கு இல்லாமலும் இருந்தோம். ஆனால்,

நாங்கள் சென்றடைந்தபோது காந்தி உண்மையாக ஹரிஜனங்களுக்கு நடுவில் வாழவில்லை என்பதைத் தெரிந்துகொண்டேன். அவர்களின் சேரிக்கு அருகே ஓரிடத்தில் அவருடைய ஆசிரமத்தைக் கட்டிக் கொண்டிருந்தார். பகட்டாக இல்லாவிட்டாலும், அந்த ஆசிரமத்தில் வரிசையாக சுத்தமான, வெட்டிவேர் தட்டிகளாலான ஜன்னல்களும் கதவுகளும் கொண்ட வெள்ளை நிறக் குடிசைகள் இருந்தன. சிறுவர்கள் வெற்றுக் காலுடன் ஆட்டுத்தோல் பையில் நிரப்பிய நீரை அத்தட்டிகளில் தெளித்து அறையைக் குளிர்விக்கச் செய்தனர். அங்கு தொலைபேசி இணைப்புகளும் காணப்பட்டன.

எங்களைக் காந்தியின் குடிலுக்கு அழைத்துச் செல்லும்பொழுது, 'பாபு இங்கு வந்து அவர்களுடன் வசிப்பதற்காகச் சென்ற வருடம் இங்கிருந்த மக்களை அகற்றினோம்' என்று சிறிய உருவிலிருந்த மணிபென் படேல் பெருமையுடன் மேதகு வைஸ்ரினுக்கு விளக்கிக் கொண்டிருந்தார்.

'அவர்கள் எங்கு சென்றார்கள்?' என்று புன்னகைத்தபடியே வைஸ்ரின் கேட்டார்.

'அவர்களுக்கு இது மிகவும் நல்லது. இவ்வழியில் பாபு அவர்களுக்கு நம் வாழும் முறையைக் கற்பிக்க முடியும்' என்றார். ஆசிரமத்தில் இருந்த மற்றவர்களைப் போலவே அவரும் கைத்தறி ஆடை அணிந்திருந்தார். அவர் இடுப்பில் அணிந்திருந்த அவரின் தந்தை இல்லத்துச் சாவி, அவர் ஒவ்வொரு அடி எடுத்து வைக்கும் பொழுதும் ஒலித்தது. இப்பொழுது அது எனக்கு கன்னியா ஸ்திரிகளை நினைவுப்படுத்தவில்லை. தொழுநோய்க்காரர்களைத் தான் நினைவுப் படுத்தியது.

காந்தியின் குடிசை இருண்டு கிடந்தது. அவர் சுழற்றிக் கொண்டிருந்த ராட்டையில் அவர் நூற்ற நூலைச் சுற்றி முடிக்கும் வரை எங்களை நிமிர்ந்துகூட பார்க்கவில்லை. எட்வினா சிறிது தயங்கினார். பின், சமயோசிதமாக அவர் தோளைத் தட்டி எழுந்திருக்கவேண்டாம் எனக் கூறினார். அவர் எட்வினாவை நோக்கிப் புன்னகை புரிந்து தன் கைகளை இணைத்து வணங்கி தலையை ஆட்டி தன் ஒரு விரலை உதட்டில் வைத்தார்.

'இன்று பாபு மௌனவிரதம். நீங்கள் அவரிடம் பேசலாம். ஆனால், அவர் பதிலளிக்கமாட்டார்' என்று மணிபென் மெதுவாகக் கூறியபடியே தன் முக்காடை இழுத்து விட்டுக்கொண்டார். அப்பொழுது மெலிந்த வெளுத்த அவருடைய முடி வெளியே தெரிந்தது. அவர் ஏறக்குறைய எங்கள் வயதுடையவர்தான். ஆனால், சிறையில் பல வருடங்கள் இருந்ததாலும், ஆசிரமத்தில் கடுமையான ஒரு வாழ்க்கையை வாழ்வதாலும், சரியான சிகை அலங்காரம், முகப்பூச்சு, உதட்டுச்சாயம் ஏதும் இல்லாததாலும், அவர் வயதான

பெண்மணி போல் தோற்றமளித்தார். ஆனால், அவர் சிரிக்கும் பொழுது மட்டும் அவருடைய முழு முகமும் மலர்ந்தது. அப்பொழுது அவர் உண்மையாகவே இளமையாகவும் அழகாகவும் தோற்றமளித்தார்.

பாபுவின் கண்கள் என் மேல் விழுந்தன. அதாவது கண்களை உயர்த்தி என்னைப் பார்த்தார். நான் அவர் அருகில் மிக உயரமாக நின்று கொண்டிருந்தேன். என் தலை கூரையில் இடித்து விடுமோ என பயந்தேன்.

'பாபு, இது வாலஸ் சீமோட்டி. வைஸ்ரினுடைய உதவியாளர்.'

அவர் தன் தலையைக் குனிந்து, நான் கூறிய வணக்கத்தை ஏற்றுக்கொண்டார். அந்த ஒரு வினாடியில் அவருக்குத் தெரியும், அவர் பார்த்துவிட்டார், அதை உணர்ந்துவிட்டார் என்று எனக்குத் தெரிந்துவிட்டது. அப்பொழுதுதான் அந்த அமைதி கண்டுணர முடியாத ஏதோ ஓர் உயர்ந்த ஒன்றின் மேல் அம்ரித் கௌரும், ஜவஹரும் கொண்டிருந்த நம்பிக்கை எங்கிருந்து வருகிறது என்று கண்டுகொண்டேன். அவர்கள் அதைக் காந்தியிடம் இருந்து பெற்றிருக்கிறார்கள்.

இரண்டு ராட்டைகள், பெட்டியில் கொண்டு வரப்பட்டன. நூல் நூற்கும் பாடம் ஆரம்பித்தது. நாங்கள் எங்கள் செருப்புகளைக் கழற்றிவிட்டுத் தரையில் அமர்ந்தோம். அறையில் காந்தியினுடைய படுக்கை, சிறிய எழுதும் மேசை, சுவரில் ஒட்டிக் கொண்டிருந்த சில தாள்களைத் தவிர வேறெதுவுமில்லை. காந்தியையும் எட்வினாவையும் காண ஒரு வினோதமான காட்சியாகத் தெரிந்தது. வெறும் வேட்டியை மட்டும் கட்டிக் கொண்டு, ஒரு வெள்ளை நிறத் திண்டின் மேல் சாய்ந்து கொண்டிருந்த அவரும், மிகவும் கவனமாக இஸ்திரி செய்யப்பட்ட உடையில் இருந்த டெய்ஸி மலர்கள் தரையில் சிந்திய படி எட்வினாவும் அமர்ந்திருந்தனர். அவர் செய்து காட்டியபடி எங்களுக்கு விளக்கினார். இரண்டு சக்கரங்கள், பெரிதாய் ஒன்றும் சிறிதாய் ஒன்றும் அமர்ந்திருந்த தண்டிற்கு எவ்வாறு எண்ணெயிட வேண்டுமென்று காண்பித்தார். அடுத்து அவர் முன் செல்லும் நூலைச் சக்கரத்தின் மேலே சுழற்றி, அதை ஓரிடத்தில் பொருத்தினார். இவ்வகை ராட்டைகள் காந்தியாலேயே தயாரிக்கப்பட்டவை என மணிபென் கூறினார். அதிக உற்பத்தி செயல்திறன் கொண்ட அவை மலிவாகக் கிடைக்கக்கூடியவை.

'நூற்பதில் ஆரம்பித்து நாங்கள் சுயராஜ்ஜியத்தை அடைவோம். நூற்பதும் காதியும் சமூக சுதந்திரம், ஜனநாயகம் மற்றும் சமத்துவத்தின் ஆரம்பமெனப் பாபு கற்பிக்கிறார். உண்மையான சுதேச உணர்வென்பது வாழ்க்கையின் அத்தனை தேவைகளையும், இந்தியாவிலேயே உழைப்பாலும், இந்திய மூளையாலும் இந்தியர்களால்

கண்டு எடுப்பது. அது தற்சார்பை, அகிம்சை முறையில் கற்றுக் கொடுக்கிறது' என்றார் மணிபென்.

ஒரு சிறிய பஞ்சுப் பொதியை எடுத்துக் கொண்டு காந்தி செய்வதைப் பார்த்துக் கொண்டே, பாபினில் இருந்த சிறிய நூலில் அதைப் பொருத்தினேன். எட்வினா நூற்கும் போது அவருக்கு உதவும் பொருட்டு அவரின் இடதுபக்கத்தில் அமர்ந்திருந்தார். காந்தியின் இடது கை எட்வினா நூலை இழுக்கும் பொழுது அவரது இடது கையின் மேலும், எட்வினா சக்கரத்தைச் சுழற்றும் பொழுது, காந்தியின் வலது கை அதன் மேலும் இருந்தது. அமைதியாக, மெதுவாக, மென்மையாக சக்கரம் சுழன்றது.

'கிள்ளு, இழு, சிறிது திருப்பு, கிள்ளு, இழு, சிறிது திருப்பு' என மணிபென் அவரின் குருவிற்குப் பதிலாகக் கூறினார். 'இப்படித்தான் ஆரம்பிக்கவேண்டும். சிறிது பயிற்சி பெற்ற பிறகு ஒரே சமயத்தில் இழுத்துக் கொண்டே சுழற்றலாம்' என்றார். மெதுவாக நானும் பஞ்சை இழுக்கத் தொடங்கினேன். ஆனால் அது பாதியில் அறுந்து விட்டது.

'நீங்கள் இழுக்கும்பொழுது நாற்பத்தைந்து பாகை கோணத்தில் வைத்திருங்கள்' என்றார். ஈக்கள் சுற்றி வந்தன. வெப்பம் அழுத்தியது. ஆனால் என் லயத்தை நான் அடையத் தொடங்கினேன். 'கிள்ளு, இழு, திருப்பு. பாபினில் பஞ்சை மீண்டும் சுற்று.'

காந்தி பொக்கை வாயில் சிரித்தார். சிறிய உருண்டையான மூக்குக் கண்ணாடியின் வழியே அவருடைய கண்கள் ஒளிர்ந்தன.

'ஆ, சரியாக இல்லை' என மணிபென் தாழ்ந்த குரலில் கூறினார். 'நீங்கள் அதிகம் சுழற்றிவிட்டீர்கள். கிள்ளி இழுங்கள். இதோ சரியாகிவிட்டது பாருங்கள்' என்றார்.

'இழு, சுற்று, இழு, சுற்று, மீண்டும் மீண்டும் பஞ்சை சேர்' என வேகமாக எங்கள் கைகள் நடனமாடியபடி இருக்க, நானும் எட்வினாவும் சிறப்பாக நூற்றோம். எங்கள் ஆசிரியர்கள் அவர்களுடைய ராட்டைக்குத் தங்கள் கவனத்தைத் திருப்பிவிட்டாலும், அவ்வப்போது எங்கள் மேல் குழந்தைகளைக் கண்காணிப்பதைப் போல் பார்வையைச் செலுத்தினர். தூரத்தில் ஒரு நாய் குரைத்தது. ஒரு குழந்தை அழுதது. ஜன்னல் தட்டியின் மேல் மழைத்துளிகள் விழுந்தன. ஆட்டுத்தோல் பைகளுடன் சிறுவர்கள் சத்தமில்லாமல் நடந்து சென்றனர். தேநீர் எடுத்து வரப்பட்டது. ஆனால், நாங்கள் குடிக்கவில்லை. வெப்பத்தையும் மனத்தையும் ஏன் ஈக்களையும்கூட நான் மறந்துவிட்டேன். 'கிள்ளு, இழு, திருப்பு, கிள்ளு, இழு, திருப்பு' என எங்கள் கரங்கள் சுழன்று சுவரில் இறக்கைகள் போல் நிழல்களை ஏற்படுத்தி அறைக்குள்ளே புறாக்களைக் கொண்டு வந்தன.

திடீரென என் மனம் முழுவதும் வெண்மை நிறம் பரவியது. மணி பென்னின் புடவை, காந்தியின் தலைக்கு மேலிருந்த ஜன்னலில் இருந்து வந்த வெளிச்சத்தில் விடாது நூற்றுக்கொண்டிருந்த நீண்ட பருத்தி இழைகள், சொரசொரப்பான வெள்ளை நிறச் சுவர்கள், இவையனைத்தும் வெளிப்புறமாகச் சரிவது போலிருந்தன. நான் நூலை இழுத்துக் கொண்டே பஞ்சைப் பிய்த்தேன். ஒரு பாம்பைப் போல என்னுள் சுருண்டு கிடந்த ஒரு பெரிய முடிச்சு அவிழ்ந்தது. அது சிக்கலில் இருந்து விடுபட்டுக் கரைந்து மறைந்தது. இங்கிலாந்தில் எங்கோ தூரத்தில் ஒரு கோடைகாலத் தோட்டத்தில் ஒரு இலையின் நுனியில் இருந்து முத்து போல ஒரு துளி நீர் குளத்தில் விழுந்து அனைத்தும் அசைவற்று நின்றது.

என் கண்களில் நீர் நிரம்பியது. என்னால் பார்க்க முடியவில்லை. என்னைத் தொடுவதற்குக் கைகள் நீண்டன. என்னைச் சுற்றி மக்கள் தாழ்ந்த குரலில் பேசிக் கொண்டிருந்தனர். ஆனால் என்னால் கேட்க முடியவில்லை. மென்மையாக மணிபென் என்னிடமிருந்து நூலை வாங்கி அதைச் சுற்றினார். நான் நூற்பது பாதியிலேயே நின்றிருக்கவேண்டும். பின் எதுவும் கூறாமல் சாதாரணமாக பாபு என் கையில் ஒரு கோப்பைத் தேநீரைக் கொடுத்தார்.

இறுதியாக வெள்ளை உடையணிந்த இளம்பெண்கள் வந்தனர். உணர்ச்சியில்லாத முகத்துடன் அவர்கள் பாபுவை மதிய பிரார்த்தனைக்காக அழைத்தனர். வைஸ்ரின் விடைபெறும் நேரம் வந்துவிட்டது. காந்தியின் பொதுக்கூட்டத்தில் அவருடன் வைஸ்ரின் இருக்கக்கூடாது. ஏனெனில் அப்பொழுது எட்வினா அங்கிருந்தால், முஸ்லீம் லீகைவிட காங்கிரஸிற்கு அவர் ஆதரவாக இருப்பதாக எடுத்துக் கொள்ளப்பட்டுவிடும்.

‘ஆனால் லெட்டி, நீ என்னுடன் வரவேண்டும் என்று அவசியமில்லை. நீ ஏன் போகக்கூடாது. பின் அதைப் பற்றி என்னிடம் கூறு’ என்று கூறியபடி என் கையைத் தட்டி, என் கன்னத்தில் முத்தமிட்டு, ஒரு கூட்டம் மஞ்சள் டெய்ஸி மலர்கள் மறைவது போல் மறைந்துவிட்டார் எட்வினா.

இந்தியத் தொழிலதிபர் சேத் பிர்லாவின் பளபளக்கும் பால் வெள்ளை பக்கார்ட் காரின் பின் இருக்கையில் அமர்ந்து கொண்டேன். நான் காந்திக்கும், அவருடைய இளம் மருத்துவரான சுசீலா நய்யாருக்கும் இடையே அமர்ந்துகொண்டிருந்தேன். அவர்கள் இருவரையும் நசுக்கிவிடுவோமோ என பயந்தேன். நாங்கள்

ஆல்பூகெர்க் சாலையில் உள்ள பிர்லாவின் இல்லத்திற்குச் சென்றோம். அது ஒரு அரண்மனை போன்ற வீடு. அதில் மிக அழகாகப் பராமரிக்கப்பட்டத் தோட்டமும் மலர்களின் பாத்தியும், தேவதைக் கதைகளில் வருவது போல ஓர் ஓடையும் உண்டு. இந்தப் பயணம் எனக்கு அதிகம் நினைவில் இல்லை. மாறாக காந்தி, வெளியே வெக்கையில் செல்லும்பொழுது தலைப்பாகை போல கட்டிக் கொள்ளும் ஒரு ஈரத்துண்டில் இருந்து சொட்டிக் கொண்டிருந்த நீரின் சத்தம்தான் எனக்கு நினைவில் இருந்தது. சொத்.. சொத்.. சொத்.. என என் உடையிலும், இருக்கையின் சிவப்புத் தோல் இருக்கையிலும் சொட்டிக் கொண்டே இருந்தது. காரில் இருந்து வெளியே இறங்கும்போது காந்திஜி மென்மையாக என் தோளின் மேல் தன் கையை வைத்தார். ஒரு கணம் அந்தச் சுமையை என்னால் தாங்கமுடியாது என நினைத்தேன். பின் நாங்கள் சூரிய வெளிச்சத்திற்குள் இறங்கினோம். அப்பொழுது நான் முற்றிலும் மாறிவிட்டேன் என்று எனக்குத் தெரிந்துவிட்டது.

காலைக் குதிரைச் சவாரிக்கு, ஹரி வருவதற்குத் தாமதமானது. என்னால் காத்திருக்க முடியவில்லை. நேற்று காந்தியைச் சந்தித் ததைப் பற்றி அவரிடம் கூற விரும்பினேன். அதே போல், பல வருடங்களுக்குப் பிறகு நேற்றைய இரவில்தான் முதன்முறையாக என்னால் பிரார்த்தனை செய்ய முடிந்ததையும் கூற விரும்பினேன்.

குதிரைகள் தங்கள் வால்களினால் ஈக்களை விரட்டிக்கொண்டி ருந்தன. என் அருகில் இருந்த சிறுவன் ரவி மூக்கை உறிஞ்சி, தன் பின்னங்கையினால் அதைத் துடைத்துக்கொண்டான். பாறையின் முனையில் மரங்களின் நிழலில் நாங்கள் காத்துக் கொண்டிருந்தோம். ரவியின் குதிரை வயதில் குறைவானதும், சவாரி செய்யக் கடினமான தாகவும் இருந்தது. தற்போதைக்கு அது தன்னைப் பராமரிக்கும் ரவியை மட்டுமே தன் மேல் ஏற்றிக் கொள்ளும். இப்பொழுது ஒரு சேணத்தைத் தன் மேல் அணிவிப்பதற்கு அனுமதி கொடுத்ததே, சென்ற வாரத்தை விட மிகப் பெரிய முன்னேற்றமாக இருக்கிறது. எங்களிடம் உள்ள குதிரைகளைப் பராமரிப்பவர்களில் ரவி மிகச் சிறந்தவன் என்றும், அவனுக்கு மட்டும் அம்மை நோய் பாதித்த முகம் இல்லாதிருந்தால் அவன் இன்னும் அதிகம் சாதித்திருப்பான் என்றும் ஹரி கூறுவார்.

நேற்று வானிலை 113 டிகிரி வரை ஏறிவிட்டது. இப்பொழுது மணி 06:30 தான் ஆகிறது. இருப்பினும் இப்பொழுதே லேசாக மரங்களின் மேல் வெப்ப ரேகைகள் தெரிந்தன. துணியின் ஓரத்தில் கறை போல, வரிசையாக நிற்கும் மரங்கள் மேல் கானல் உலைந்தது, சிறிது கூடக் காற்று வரவில்லை. நேற்றைய அனுபவத்திற்குப் பிறகு அனைத்தையும் வித்தியாசமாக உணர்ந்தேன். என்னுடைய குதிரை ஜூனோ காற்றில் முகர்ந்து பார்த்தது. நான் மீண்டும் என் கைக்கடி காரத்தை நோக்கினேன். ஹரி வருவதில் 5 நிமிடம் தாமதமாகி விட்டது. மனம் உடைந்தேன். அவர் வராமல் இருந்து விடுவாரோ?

திடீரென அவர் நாகெல்லா மேல் அமர்ந்து, போலோ கிளப் இருந்த திசையிலிருந்து தூசியைக் கிளப்பியவாறு தோன்றினார்.

'தாமதத்திற்கு மன்னிக்கவும்' என்றார். அவர் பழுப்பு நிற பருத்தித் தொப்பி ஒன்றை அணிந்திருந்தார். தன் கழுத்துப் பட்டையால் தன் புருவங்களுக்கு மேலிருந்த வியர்வையைத் துடைத்தார். இன்று அவர் இன்னும் சவரம் செய்து கொள்ளவில்லை. பார்ப்பதற்கு மிகவும் மன அழுத்தத்தில் இருப்பது போலவும், களைப்பாக இருப்பது போலவும் தெரிந்தது. 'நேற்றிரவு சீக்கியக் குழுவொன்று கத்திகளையும், கிரிக்கெட் மட்டைகளையும் கொண்டு முஸ்லீம் சிறுவர்களை அடித்திருக்கிறது. கடை முழுவதும் ரத்தச்சேறு. இந்தப் போர் ஒழிக!'

நாகெல்லாவைத் திருப்பி என் கையைக் குலுக்கினார்.

'நீங்கள் என்னைத் தொலைபேசியில் அழைத்திருக்கலாம். அல்லது யாரிடமாவது சொல்லி அனுப்பியிருக்கலாம். நான் பொருட்படுத்தியிருக்கமாட்டேன்' என்றேன்.

'எனக்கு உன்னைப் பார்க்கவேண்டும். அது என்னை உற்சாகப் படுத்துகிறது' என்றபடி அவர் என் கண்ணை நேராகப் பார்த்து என் பார்வையை அங்குமிங்கும் திருப்ப முடியாதபடி பற்றிக் கொண்டார். என்னை பயம் சூழ்ந்தது. நான் தர இயலாத பதில்களை அவர் எதிர்பார்க்கிறார். வேகமாக என் கடிவாளத்தை இறுக்கி ஜூனோவை முன்னகர்த்தினேன்.

ஹரி அமைதியாக இருந்தார். அவரைப் பேச நான் கட்டாயப் படுத்தவில்லை. ஏனெனில் நேற்றைய இரவின் அவசரகால அறுவை சிகிச்சைத் தவிர அவர் லாகூரில் இருக்கும் மகள், பேரக் குழந்தைகள் பற்றி கவலைப்படுகிறார் என்பது எனக்குத் தெரியும். கலவரங்கள் நடந்த பொழுதிலும், பஞ்சாப்பில் இருக்கும் தங்களுடைய குடும்பத் தொழிலை விட்டு வருவதற்கு அவருடைய மருமகனும் சம்பந்தியும் விருப்பப்படவில்லை. ஹரி பலமுறை கெஞ்சிக் கேட்டுக் கொண்ட பின்பும் கூட குழந்தைகளையும் பெண்களையும் பாதுகாப்பிற்காகத் தில்லிக்கு அனுப்ப அவர்கள் மறுத்துவிட்டனர். நாங்கள் குதிரைகளை மெதுவாக நடக்க விட்டோம். அவற்றைத் துரிதப்படுத்துவதற்கு வெப்பச்சூழல் ஏற்றதாக இல்லை.

நான் காந்தியைப் பற்றியும், அவருடனான சந்திப்பைப் பற்றியும் பேசத் தொடங்கினேன். அனைத்தையும் வார்த்தைகளில் கொட்டி விட முயன்றேன். பாபு எனக்கு எதையோ தந்துவிட்டார் அல்லது அவர் எதையோ என்னிடமிருந்து எடுத்து விட்டார் என்பதை வார்த்தைகளால் விவரிக்க எண்ணினேன். மேலும் நேற்றைய இரவில் தான் என்னால் பல வருடங்களுக்குப் பிறகு கடவுளின் பிரார்த்தனையை கூற இயன்றது என்பதையும் பகிர்ந்துகொள்ள விரும்பினேன். ஆனால் நான் மிகவும் சிரமப்பட்டேன். என் வார்த்தைகள்

அலங்கோலமாக ஒழுங்கில்லாமல் வந்து விழுந்தன. நான் என் மேலேயே கவனமாக இருந்ததால் ஹரியின் முகத்தை இறுதி வரைப் பார்க்கவில்லை.

'நிறுத்து! அந்த மனிதனைப் பற்றி இனி நான் கேட்கப் போவதில்லை' என்றார். அவருடைய கருத்த புருவங்கள் கண்களின் மேல் நெறிந்தன. அவருடைய கைகள் கடிவாளத்தின் மேல் இறுகியது. என்னை வெறித்து நோக்கினார். அழுத்தத்தை உணர்ந்த குதிரை ஓடுவதற்குத் தயாராகியது. அதை நிறுத்தி தன் குரலை மென்மையாக்கிப் பேச முயன்றார். ஆனால் பற்களைக் கடித்துக் கொண்டே பேசினார்.

'அந்தப் பெரிய மனிதரின் தரிசனம் உங்களுக்குக் கிடைத்தது குறித்து எனக்கு மிகவும் மகிழ்ச்சி. உண்மையைக் கூறப் போனால், அம்மனிதன், அவர் மட்டும் இல்லை என்றிருந்தால் அரசியலில் மதம் இல்லாமல் இருந்திருக்கும். அவரை நாம் பின் தொடர்ந்தால் இந்தியா இருண்ட காலத்திற்குச் சென்றுவிடும். வீரியமற்று, நூல் நூற்றுக் கொண்டும், புற்றுநோயை மண் சிகிச்சையாலும், பிரார்த் தனையாலும் குணமாக்க முயற்சி செய்துகொண்டும், நாங்கள் வீட்டில் அமரவேண்டுமா?'

'விஞ்ஞானமும் மருத்துவமும் இயந்திரங்களும் மக்களின் வாழ்க்கைத் தரத்தை உயர்த்திவிட்டால் பொதுமக்கள் பாவச் செயல் களில் மூழ்கிவிடும் அபாயம் இருக்கிறது. அதனால் அவற்றையெல் லாம் புறக்கணிக்கவேண்டும். இம்மனிதன் வறுமையை உயர்த்திப் பிடிக்கிறார். எனக்கு அதற்கு நேரமில்லை' என்றார்.

நான் நீண்டதாகப் பெருமூச்செறிந்தேன்.

'நம் அனைவரிடமும் நல்லதும் கெட்டதும் உண்டு. காந்தியும் அதற்கு விதிவிலக்கல்ல. ஆனால் நேற்று உண்மையாக நான் நம்பிக்கை வடிவான மனிதனைத் தரிசித்தேன். அவரிடம் ஏதோ ஒரு மகத்துவம் உள்ளது. ஏதோ அழகிய உள் மனவளம் இருப்பது போல் அவர் முகத்திலிருந்து ஒளி வீசுகிறது. மீண்டும் நான் சொல்ல வருவதைக் கூற வார்த்தைகள் கிடைக்காமல் தடுமாறி எரிச்சலடைந் தேன். 'நன்மையும் உண்மையும் கொண்ட தரிசனம் ஒன்று அவரிடம் உள்ளது. வன்முறையற்ற, விமானங்களிலும் கப்பல்களிலும் பீரங்கி களிலும் அடைக்கப்பட்ட இளைஞர்கள் பிற தாய்மாரின் அருமை யான மகன்களைக் கொல்லாத ஓர் உலகை அவர் உருவாக்க விரும்பு கிறார்.' என் குரல் என்னுடைய சொந்த உணர்வுகளாலும், ஹரியின் கழுத்து நரம்புகள் புடைப்பதைப் பார்த்தும் அடங்கிப் போனது.

'வளர்ந்த பெண்மணியான உன்னிடமிருந்து நான் அதிகம் எதிர்பார்த்தேன். ஆனால் நீ அவரின் சிஷ்யையாகி, அவர் உன்னை

அடிமையாக்க அனுமதிப்பாயானால், நான் எதுவும் செய்ய முடி யாது என்று கூறியபடி அவரது சாட்டையை இடது கையிலிருந்து வலது கைக்கு மாற்றினார்.

'என்னைப் பார் பிப்பி' என்றார். நானும் பார்த்தேன். கோபம் அவர் முகத்தை இடி போல் இருள வைத்திருந்தது. 'நான் கைத்தறி ஆடை அணிந்து, முட்டாள்தனமாய் ஒரு தொப்பியும் அணிந்து கொண்டு நடை போடுவதில்லை. இருப்பினும் நான் இந்தியாவை அவர்களை விடக் குறைவாக நேசிக்கவில்லை. நான் பிறப்பால் இந்துதான். மதங்களின் மேல் எனக்கு நம்பிக்கை இல்லை. நான் இறைச்சி சாப்பிடுபவன்தான். இருந்தாலும் ஒன்று சொல்கிறேன். மற்றவர்களைப் போலவே நானும் இந்தியன்தான், நம்பிக்கை யுள்ளவன்தான். சேவை மனப்பான்மை உள்ளவன்தான். நேற்றிரவு... என் அக்குள் அளவு ரத்தம் தோய 14 வயதான முஸ்லிம் குழந்தை ஒருவனின் வயிற்றைச் சரி செய்ய முயற்சி செய்தேன். எதற்காக? இந்தியாவின் மீதுள்ள நேசத்தினால்தான்' என்றார்.

இம்முறை அவர் சாட்டையால் குதிரையை அடித்து வேகமாக புழுதி பறக்க விரைந்து சென்றுவிட்டார். நான் அப்புழுதியில் மூச்சுத் திணறி நின்றேன்.

அன்புள்ள மார்கரெட்,

இங்கு எவ்வளவு வெப்பமாக இருக்கிறது தெரியுமா? உன்னால் கற்பனை கூடச் செய்து பார்க்க முடியாத அளவுக்கு வெப்பம். மூச்சு திணறுமளவிற்குச் சூடாக உள்ளது. யோசிக்க முடியவில்லை. நகர முடியவில்லை. மழைக்காலம் வரும் வரை இதிலிருந்து தப்பிக்க வழி யில்லை. இது ஒரு பைத்தியக்காரத்தனம், ஒரு காய்ச்சல், நம் ஒவ்வொருவரின் தனிப்பட்ட போர் போல. நாம் இல்லாத ஒரு நிழலைத் தேடுகிறோம். ஜன்னல்களைச் சாத்திவிட்டு மின் விசிறியை முழு வேகத்தில் ஓடச் செய்கிறோம். அப்படியும், காலையில் இருந்து மாலை வரை வியர்த்து வழிகிறோம். இரவில் வராத உறக்கத் திற்காகக் காத்துக்கொண்டிருக்கிறோம். உறக்கம் வராத பொழுது நாம் சிந்தனையில் ஆழ்கிறோம். வெட்டிப் பேச்சுப் பேசுகிறோம். எதற்கு எதிராகவாவது திட்ட மிடுகிறோம். இரவுவரை பணிபுரிகிறோம். கேளிக்கை விருந்துகள் இருக்கின்றன. மது அருந்துகிறோம். வைஸ் ராய் இல்லத்தில் உருளைக்கிழங்கும், முட்டைக்கோஸ் நீரும் அருந்தி வாழலாம். ஆனால், விஸ்கியும் சோடா வும்தான் நம்மை வாழ வைக்கின்றன. இங்குள்ள இளைய ஏடிசிக்கள் அதைச் சிறப்பாகச் செய்கின்றனர். ஒவ்வொரு இரவும் எங்கேயோ ஒரு விருந்து இருந்து விடுகிறது. இசைத்தட்டுகளும் நடனமும், சில அழகிய பெண்களுமாக. அவர்களை நாம் குற்றம் கூற இயலாது. இது போன்று நாம் ஏற்படுத்திக் கொள்ளும் சின்னஞ் சிறு நட்புகளும், நகைச்சுவைப் பரிமாற்றமும், சிறிது கருணையும், விருந்தோம்பலும் இல்லையென்றால் ஒருவன் பைத்தியமாகிவிடுவான்.

நான் எழுதுவதை நிறுத்தினேன். காந்தியைப் பற்றிய கருத்து வேறுபாடு ஏற்பட்ட பிறகு நான் இதுவரை ஹரியைச் சந்திக்க

வில்லை. அவர் தொலைபேசியில் அழைக்கவோ, வேறு செய்தி அனுப்பவோ இல்லை. நானும்தான். நாங்களிருவரும், எங்கள் கடமைகளிலும், பணியிலும், அதைவிட முக்கியமானவற்றிலும் மூழ்கியிருக்கிறோம் எனச் சமாதானம் செய்துகொண்டேன். மீண்டும் எழுதத் தொடங்கினேன்.

நல்ல செய்தி என்னவென்றால், இறுதியாக ஒரு முடிவுக்கு வந்துவிட்டோம். அதிகார மாற்றத்திற்கான ஒப்பந்தத்தின் அதிகாரபூர்வமான அறிக்கை ஜூன் 3ஆம் தேதி வெளியிடப்பட்டது. ஆல் இந்தியா ரேடியோவில் நேருவும், ஜின்னாவும் ஆற்றிய உரைகளினால், மதக் கலவரங்களின் தீவிரம் குறைந்தது. இருப்பினும் எங்கும் ஒரு அழுத்தம் நிலவிக்கொண்டு வருகிறது. இடைக்கால அரசில், காங்கிரஸைச் சேர்ந்த பெருந் தலைவர்களான நேருவும், சர்தார் படேலும் பாகிஸ் தானை ஜின்னாவிற்கு அளித்த பின், அவரிடமிருந்து எந்தத் தொடர்பும் இருக்கக் கூடாதென்ற நிபந்தனையின் அடிப்படையில் பிரிவை ஒப்புக் கொண்டுள்ளனர். 'தலையை வெட்டுவதால், நாம் தலைவலியை விரட்டி விடப் போகிறோம்' என்று எட்வினாவிடம் நேரு ஒருமுறை இரகசியமாகக் கூறினார்.

பஞ்சாப் சட்டசபை, பிரிவினையை அதிகாரபூர்வமாகத் தேர்ந்தெடுத்துள்ளது. வங்காளமும் அதேபோல் மூன்று நாட்களுக்கு முன் செய்துள்ளது. வங்காளத்தின் இஸ்லாமியப் பிரதமரான சுஹ்ரவார்டியும் வங்காளத்தின் பிரிட்டிஷ் ஆளுநரும், இணைந்த இந்தியாவிற்கு வெளியே தன்னாட்சியைப் பெறுவதற்கு முயன்றனர். ஆனால் இரண்டு பெரிய கட்சிகளின் எதிர்ப்பால் பெரிய தோல்வியைச் சந்தித்தனர். ஒரு சக்கரம் முழுச் சுற்று வந்துவிட்டது. முன்பு, இந்தியக் குடிமைகள் கர்ஸன் பிரபு வங்காளத்தைப் பிரித்ததை எதிர்த்தனர். இப்பொழுது 40 வருடங்களுக்குப் பிறகு, அதே கொள்கையை அவர்கள் ஆதரிக்கின்றனர். இது மிகவும் சோகமான விஷயம். திரு. வி.பி. மேனனுடன் சேர்ந்து நான் தயாரித்த வாக்களிக்கும் சட்டக்கூறுகள் நடை முறைக்கு வருவதைக் கண்டு என் மனம் கனக்கிறது. இது மிகவும் துயரமானது. சிறுபான்மையிரான இஸ்லாமியர்கள் மீது ஒரு முடிவை திணிப்பதுதான் என்னைப் பொறுத்த வரை இதைவிட பெரிய சோகம்.

ஆகவே, என் அன்பு மார்கரெட், வைஸ்ராயின் சிறந்த முயற்சிகளை மீறி பிரிவினைதான் நிகழப் போகிறது. எங்களைச் சுற்றி எல்லோரும் குஸ்திக்குத் தயாராகிவிட்டார்கள். எவற்றையும் பிணைத்து வைக்க எந்த போலித்தனமான விசுவாசம் எதுவும் இப்போது இங்கு இல்லை. அன்றொரு நாள் காந்தி நேருவை, ‘எங்கள் அரசன்’ என்று அழைத்தார். அதாவது தவறு களுக்கு அவரைத்தான் விமர்சிக்க வேண்டும் என்ற அர்த்தத்தில். இங்கு தவறு என்று அவர் கூறுவது பிரி வினையைத்தான். மணிபென் படேல், அந்த வயதான ஆத்மா உடைந்து கிடக்கிறது என்று என்னிடம் கூறி னார்.

அதே சமயத்தில், பாதுகாப்பு நிலைமை மோசமாகிக்கொண்டே இருக்கிறது. நாங்கள் 24 மணி நேரமும் ஆயுதமேந்திய நபர்களின் இடையில் இருக்கி றோம். எந்தச் சமயத்திலும் முற்றுகையை எதிர்பார்த்துக் கொண்டிருக்கிறோம். நான் இதை எழுதும்போது, தோட்டத்தைச் சுற்றி ஆயிரக்கணக்கான இஸ்லாமிய முகாம்கள் அமைக்கப்படுகின்றன. வைஸ்ராயும் வைஸ் ரினும் இஸ்லாமியர்களைப் பாதுகாக்க இங்கேயே அழைத்து வந்துவிட்டனர். முகங்களை மட்டும் நம்மால் படிக்க முடியுமானால் அவை சிறிதும் உணர்வற்று மாலை நேரத்தில் பேய்களைப் போல உலவுகின்றன. அவர்களில் பலர் இங்கு பணியாற்றுபவர்கள். தில்லி யில், கும்பலினால் அவர்கள் வீடுகளில் இருந்து வெளி யேற்றப்பட்டவர்கள். ஏற்கனவே அவர்களில் சிலர் பாகிஸ்தானுக்குச் செல்ல ஆரம்பித்துவிட்டனர்.

‘நீங்கள் பாகிஸ்தான் வேண்டும் என்று கேட்டீர் கள். அதனால் மூட்டைக் கட்டிக் கொண்டு அங்கு சென்று விடுங்கள்’ என்பதே தில்லி வாழ் இந்துக்களின் மனோபாவமாக இருக்கிறது. சர்தார் பட்டேல் கூட, இஸ்லாமியர்களை நம்ப முடியாது என்று கூறுகிறார்.

இருந்தாலும், பஞ்சாப்பில் உள்ள சீக்கியர்கள்தான் இந்த ஒப்பந்தத்தினால் பாதிக்கப்பட்டவர்கள். இஸ்லாமி யர்களின் லட்சியம், இந்துக்களின் சந்தர்ப்பவாதம் என்ற இரண்டு பக்கங்களினால் இவர்கள் பழிவாங்கப்பட்ட னர் என்றுதான் தோன்றுகிறது. அவர்கள் மொத்தம் 60 லட்சம் பேர் இருக்கலாம். பஞ்சாப்பின் மொத்த

மக்கள்தொகையில் அவர்கள் 20 சதவிகிதம் இருப்பார்கள். இருந்தாலும் இணைக்கப்பட்ட பஞ்சாப்பின் ஒரு கணிசமான அதிகாரத்தைப் பெறுவதில் அவர்கள் வெற்றி பெற்றுவிட்டனர். பிரிவினை, அவர்கள் நிலத்தையும் எல்லையையும் பிரிக்கும். பஞ்சாப்பிலும், வங்காளத்திலும் எல்லைகள் வரையப்பட வேண்டும். அக்கோட்டை எப்படி மாற்றி மாற்றி வரைந்தாலும், அவர்கள் சமூகத்தை இரண்டாகப் பிரிப்பதைத் தடுக்க முடியாது. அதற்கு ஏற்றபடி சீக்கியர்கள் பதில்வினை புரிகின்றனர். தங்கள் நிலத்தையும், சொத்துகளையும் காத்துக் கொள்ள மிகவும் ஆதிகால வழிமுறைகளைக் கடைப்பிடிக்கின்றனர். அங்கு அமைதி குலைந்து கொண்டே வருகிறது. அதிகாரம் தாரா சிங் போன்ற தீவிரமான ஆட்களிடமும், இந்தியத் தேசியப்படையைச் சேர்ந்த அதிகாரிகளிடமும் மாறிச் செல்கிறது. பொதுவாகப் பார்க்கும்பொழுது மிகவும் மோசமாக உள்ளது. ஆனால் உடன்பிறந்தாரிடையே ஏற்பட்டுள்ள இந்த அமைதியின்மையால் எப்பொழுதையும் விட ஆங்கிலேயர்கள் மிகவும் செல்வாக்குடன் இருக்கின்றனர் என்பது விநோதமான விஷயம். ஏனெனில் அமைதியை நம்மால் மட்டுமே காக்க முடியும். அதோடு நாம் இங்கிருந்து வெளியேறிக்கொண்டிருக்கிறோம்.

சென்ற கடிதத்தில், வைஸ்ரினுக்கும் எனக்கும் இடையே உறவு எப்படியுள்ளது என்று கேட்டிருந்தாய்.

இங்கு நான் சிறிது தயங்கினேன். எட்வினா சிறிதும் கணிக்க முடியாத, அடிக்கடி மனநிலை மாறக்கூடிய, நிலையற்ற எஜமானி என்றும், அவரை யாராவது மீறினால் மிகவும் கடினமானவராக மாறிவிடுவார் என்பதையும் என்னால் கூற முடியாது. ஒரு நிமிடம் இனிமை பொருந்தியவராகவும், அடுத்த நிமிடம் அனைவரின் தலையைக் கடித்து விடுபவராகவும் அவரால் மாறிவிட முடியும். அவருடைய திருமண வாழ்க்கை முடிந்துவிடும் அபாயத்திற்கு அருகில் உள்ளது என்றும், அரசியல் அபாயம், அவதூறுகள் இவற்றுக்கெல்லாம் அஞ்சாமல் அவர் எப்பொழுதெல்லாம் முடியுமோ அப்பொழுதெல்லாம் ஜவஹருடன் யார்க் சாலையில் இரவுணவு அருந்தச் செல்கிறார் என்பதையும் என்னால் கூற முடியாது. அதே போல், எட்வினாவும் டிக்கியும் ஒவ்வொரு இரவும் பலத்த சண்டையிட்டுக் கொள்கிறார்கள் என்றும் அதில் சிக்கிக் கொள்ளாமல் இருக்க நாங்கள் அனைவரும் பிரயத்தனப்படுகிறோம் என்பதையும் கூறமுடியாது.

உனக்கு எட்வினாவைத் தெரியும்தானே? என்று உற்சாகமாக எழுதினேன். அவர் வேலையில் தன்னை மூழ்கடித்துக் கொள்பவர். அகதிகளுக்காக ஏதாவது ஒன்றென்றால் சிறிதும் விட்டுக் கொடுக்க மாட்டார். நேற்றிரவு அவரும் நானும் வெகு நேரம் விழித்து சில சீக்கியப் பெண்மணிகளைக் கண்டுபிடிக்க முயற்சி செய்தோம். அவர்கள் பஞ்சாப்பில், சில இஸ்லாமியர்களால் கடத்திச் செல்லப்பட்டிருந்தனர். அவர்களைக் கண்டுபிடிப்பதற்கு என்னைப் பல நாட்கள் உந்திக் கொண்டே இருந்தார். சில சமயம் அது தேவையில்லை என்று கூட நான் நினைத்தேன். ஆனால் நான் நினைத்ததற்கு மாறாக இறுதியில் மூன்று பெண்களைக் கண்டுபிடித்து அவர்களின் குடும்பத்தில் சேர்த்தோம். எட்வினா வேலை வாங்குவதில் மிகவும் கடுமையானவர். உன்னிடம் சொல்வதற்கு என்ன? சில இளம் பணியாளர்கள் எட்வினாவின் கீழ், வேலை செய்வதைத் தவிர்க்கவே விரும்புகின்றனர். ஆனால் மொத்தத்தில் அவர் மிகவும் தைரியமானவர். தன்னுடைய பாதுகாப்பைப் பற்றிக் கூடச் சிறிதும் கவலைப்படாதவர். அன்றொரு நாள், இம்பீரியல் ஹோட்டலில் நாங்கள் உணவருந்தச் சென்றிருந்தோம். காஸ்கர்கள் ஜின்னாவைக் கொலை செய்ய முயற்சி செய்தபின் அங்கு சென்றோம். அந்தப் பயங்கரவாதக் குழு, கராச்சியில் இருந்து கல்கத்தா வரை பிரிவினையில்லாத பாகிஸ்தானைக் கோரியது. அவர்களைப் பொறுத்தவரை, வலதுசாரி இந்துக்களுக்கு எவ்வாறு காந்தி துரோகம் இழைக்கிறாரோ, அதே போல் ஜின்னாவும் இஸ்லாமியர்களை ஏமாற்றுகிறார். பக்கவழியாக அவர்கள் தோட்டத்தில் நுழைந்து தாழ்வாரத்தின் ஊடே, தங்களின் கத்திகளையும், கூராக்கப்பட்ட மண்வெட்டிகளையும் காட்டியவாறே வரவேற்பறைக்குள் நுழைந்திருக்கின்றனர். அங்கிருந்து அவர்கள் படிகளிலேறி அகில இந்திய முஸ்லீம் லீக் மாநாடு மும்முரமாக நடந்து கொண்டிருக்கும் அறைக்குச் செல்ல முயன்று இருக்கின்றனர். நல்லவேளையாக அவர்களால் அது முடியவில்லை. ஆனால் கண்ணீர்ப்புகை உபயோகித்த பிறகே இந்த நிகழ்வை ஒரு முடிவுக்குக் கொண்டுவரக் காவலர்களால் முடிந்தது. அன்றிரவு அங்கு இரவு உணவுக்குச் சென்ற பொழுது, அந்த இடமே அழிவின் உதாரணமாகத் திகழ்ந்தது. எங்கும் உடைந்த மேசை

நாற்காலிகளும், குண்டுகள் துளைத்த சுவர்களும், புகையால் கருத்தச் சுவர்களும் காணப்பட்டன. அது எட்வினாவாகவும் இருந்திருக்கக் கூடும். எந்தச் சமயத்திலும் அவர் தலையிலும் ஒரு துப்பாக்கிக் குண்டு விழும் சாத்தியம் உண்டு. ஆனால் அவரோ உதட்டுச் சாயத்தையும், ஒரு புன்னகையையும் தன் ஆயுதமாகக் கொண்டு செல்கிறார்.

என்னையும் விக்டரையும் மகிழ்விப்பதற்காகச் சில இளவரசர்கள் அன்று எவ்வாறு வேடிக்கையாக நடந்து கொண்டனர் என்று கூறுகிறேன். சூழ்நிலை மிகவும் குழப்பமாக உள்ள காஷ்மீர் மற்றும் ஹைதராபாத்தைத் தவிர்த்து, மற்ற இந்திய அரசர்களை இந்தியாவுடனோ, பாகிஸ்தானுடனோ சேர்ந்து விடும்படி வைஸ்ராய் நிர்ப்பந்தித்துக் கொண்டிருந்தார். அவர் தன்னையே ஒரு உதாரணமாக, அதாவது இளவரசனான தான் மாலுமியாக மாறி, பின் அரசியல் நிபுணராக ஆனதைச் சுட்டிக் காட்டினார். அது தோல்வியடைந்து விட்டால், தன் கழுத்தை வெட்டி விடுமாறு தன் நெற்றியில் இருக்கும் முடியை ஒதுக்கி விட்டுக்கொண்டு புன்னகைத்தபடியே சைகை புரிவார். அதன் பின் எந்த இளவரசர், துப்பாக்கியை நோக்கி இருக்கிறாரோ, அவருக்கு ஜார் நிக்கோலஸ், அவர் மனைவி மற்றும் குழந்தைகள் ஆகியோருக்கு ஏற்பட்ட விதிதான் என்று கூறுவார்.

இளவரசர்களை மெதுவாக அப்புறப்படுத்துவது மிகவும் அமைதியான ஆச்சரியப்படத்தக்க புரட்சி. இதில் வைஸ்ராய்க்கு வி.பி.மேனனும், சர்தார் படேலும் மிகவும் உறுதுணையாக இருந்தனர். முழு கடற்படை சீருடையில் வைஸ்ராய் ரோமானிய அரசரைப் போல் காணப்படும் சர்தார் படேலுடன் போருக்குக் கடலில் செல்வதைக் கற்பனை செய்து பார். இதற்கான பாராட்டுகள், முக்கியமாக வி.பி.மேனனுக்குச் சென்று சேராது. சுதந்திரத்திற்குப் பிறகு அவரை நரிகளிடம் விட்டுவிடுவார்கள்.

இளவரசர்களுக்காக ஒரு விருந்தை வைஸ்ராய் ஏற்பாடு செய்தது மிகவும் வேடிக்கையாக இருந்தது. அவர்களில் சிலர் இன்னும் இந்தியாவிலோ, பாகிஸ்தானிலோ சேருவதற்கு எதிர்ப்பு தெரிவித்துக்கொண்டே

இருந்தனர். பணியாளர்களாகிய நாங்கள் ஒரு கவர்ச்சிக் காக முன் வரிசையில் நின்றோம். ஒவ்வொருவருடைய மனநிலையைப் பொறுத்து வேண்டுமென்றோ, வேண் டாமென்றோ தீர்மானத்திற்குக் கொண்டு வர முயற்சித் தோம். நான் மிகவும் சிறப்பாக உடையணிந்த பிக்கானிர் மகாராஜாவைத் தனியாக அழைத்துச் சென்று எனக்கு உத்தரவிட்டபடி அவருக்கு கோன்யாக் மதுவைக் கொடுத்தேன். அவரும் என்னிடம், முதலாம் சார்ல ஸைப் பற்றியும், பின் அரசர்களின் உரிமையைப் பற்றி யும் கேலி செய்தார். பின் அவர் என்னிடம் புதிய ஜன நாயக இந்தியாவைப் பற்றி தனக்குப் பெரிதாக நம்பிக்கை இல்லை என்பதை என்னிடம் அந்தரங்கமாகப் பகிர்ந்து கொண்டார்.

10 வருடங்களில் உச்சமடைவோம் என்று அங் கிருந்தவர்களிடம் கூறினார். அப்பொழுது அவரும் பாட்டியாலாவின் மகாராஜாவும் எனது இரு கைகளைப் பற்றிக் கொண்டு, அதிர்ந்து சிரித்தபடி, வேண்டாம் என எதிர்த்தவர்கள் குழுமியிருக்கும் கூட்டத்தின் ஊடே நடத்திச் சென்றனர்.

சரி நான் நிறைய எழுதிவிட்டேன் என்று நினைக் கிறேன். நான் இப்போது கட்டாயம் வெளியே செல்ல வேண்டும். என் உடையை தயாரிப்பவரான திருமதி பிரிச்சாட் இங்கு வந்திருக்கிறார், லண்டனில் நான் தைத்த உடைகள் எல்லாம் வெப்பத்தில் இங்கு பாழாகி விட்டன. நீயும் என் கூட இருந்தால் நன்றாக இருக்கும். இந்த துணி அமைப்பு, ஃபேஷன் எல்லாம் எனக்கு வெகுதூரம்.

அனைவருக்கும் என் அன்பு.
உன் செய்திகளுடன் விரைவில் எழுது.
எப்பொழுதும் போல் உன் அன்புள்ள லெட்டி.

'ஆ, லெட்டி? எங்கு போகிறாய்? நகரத்திற்கா?'

மறுப்பதற்கு வழியே இல்லை. நான் மார்கரெட்டின் கடிதத்தை உணவகத்தில் உள்ள தபால் பெட்டியில் சேர்த்துவிட்டு இங்கு உதட்டுச்சாயம் பூசிக் கொண்டிருந்தபோது என்னை எட்வினா கண்டு விட்டார். நான் என் தொப்பியை அணிந்து கொண்டு கைப் பெட்டியை வைத்துக் கொண்டிருந்தேன். இந்தியாவில் என் கைப்பையாக விளங்கிக் கொண்டிருக்கும் சார்லஸின் பழைய பெட்டி அது. விரைவாக அவர் கதவைச் சாத்தினார். பின் நாங்கள் இருவர் மட்டுமே இருக்கிறோமா என்று சுற்றுமுற்றும் பார்த்து உறுதி செய்துகொண்டார். திடீரெனப் பல வருடங்களுக்கு முன், பள்ளியில் சிவப்பு நிற முடியும் கையில் பிரம்புமாக அலையும் மேகி ரெனால்ட் ஸிடம் இருந்து ஒளிந்து கொள்ளும் பள்ளிச் சிறுமிகள் போல ஆகிவிட்டோம். இப்பொழுது வைஸ்ராய் இல்லத்தின் ஆடம்பரப் பொருட்கள்தான் எங்களைச் சுற்றியிருந்தன. அழகாக மடித்து வைக்கப்பட்டிருந்த வைஸ்ராய் சின்னம் பொதித்த கைத்துண்டுகளும், வைஸ்ராய் இல்லம் என அச்சிட்ட வெள்ளை நிறத் தாளில் பொதிந்து வைக்கப்பட்டச் சோப்புகளும், ஊதா மற்றும் தங்க நிறத்தில் வெள்ளித் தட்டில் நின்று கொண்டிருந்த யார்ட்லி வாசனைத் திரவியமும்தான் இருந்தன. இந்தியாவின் வைஸ்ரின் நீர்த்தொட்டியின் அருகே தன் கைப்பையை வைத்து அதைத் திறந்து உதட்டுச்சாயத்தை வெளியே எடுத்தார். நான் என்னுடையதை பைக்குள் வைத்தேன். உதட்டைக் குவித்துக் கொண்டு கண்களைச் சிமிட்டியபடி எட்வினா அந்த இளஞ்சிவப்புச் சாயத்தை உதட்டில் இட்டுக் கொண்டு பின் தன் விரல்களால் ஓரங்களைச் சரி செய்து கொண்டார்.

சமீபமாக என்னைப் பார்த்ததேயில்லாதது போல, ஓரக் கண்ணால் கண்ணாடியில் தெரிந்த என் உருவத்தைப் பரிசீலித்தார். அதிசயமாகப் பார்த்தார். நானும் என்னைப் புதிதாகப் பார்ப்பது போல் பார்த்தேன். என்னை நோக்கும் பொழுது, இதைத்தான் ஹரி காண்கிறாரா என்று எண்ணினேன். உயரமான, பளபளக்கும் பச்சை

நிறக் கண்களை உடைய கவர்ச்சியான ஒரு பெண்மணியை, ஆங்காங்கே நரைத்துக் குட்டையாக வெட்டப்பட்ட கருப்பு நிற முடியுடன், திரண்ட மார்பின் மேல் சரியாகப் பொருந்திய உடையுடன், சூரிய வெளிச்சத்தால் பழுப்பாகியிருந்த முன் கையின் தோல் பளபளத்துக் கொண்டிருந்த ஒரு பெண்ணைத்தான் அவர் காண்பாரோ?

'லெட்டி நீ போகும்பொழுது வழியில் இதைச் சேர்த்துவிடுவாயா? நாங்கள் இருவரும் வேலையில் மிகவும் ஆழ்ந்துவிட்டோம். எங்களுக்காக ஒரு நொடி கூடக் கிடைப்பதில்லை... மேலும் இப்பொழுதிருக்கும் நிலையில் இதை வேறு பணியாளர்களிடம் கொடுத்தனுப்ப நான் விரும்பவில்லை' என்று ஏறக்குறைய வேண்டிக் கொண்டபடி அவர் தன் கைப்பையில் இருந்து இரண்டு கடிதங்களை எடுத்து என்னிடம் நீட்டினார். நான் தயங்கினேன். யாரிடம் எடுத்துச் செல்லவேண்டும் என்றோ அவை என்னவென்றோ எனக்குத் தெரியாமல் இல்லை.

ஹேவனில் இருந்து சில நாட்களுக்கு முன்பு செர்ரி என்னைத் தொலைபேசியில் அழைத்து, அமெரிக்காவில் இருந்து செயற்கைக் கரங்கள் வந்துவிட்டன என்று கூறினார். அத்துடன் மேலும் சில விஷயங்களை அவர் இரகசியமாகக் கூறினார். 'தில்லி முழுவதும் ஒரே பேச்சாக இருக்கிறது. ஆம், தில்லியிலுள்ள அனைவரும் இதைத் தான் பேசிக் கொண்டிருக்கின்றனர்' என்றார். லெட்டி பதிலெதுவும் கூறவில்லை. ஆனால் எட்வினா லெட்டியின் மௌனத்தைப் புரிந்து கொள்ளாமல் மேலும் பேசியபடியே சென்றார்.

இப்பொழுது, எட்வினாவின் கிறுக்கிய கையெழுத்தில் இருந்த, மேதகு பண்டிட் நேரு, 17, யார்க் சாலை என்ற விலாசமிட்ட இரண்டு கடிதங்களை நான் வெறித்து நோக்கினேன்.

'என்னை அப்படிப் பார்க்காதே!' என்று சீறினார்.

'எப்படி?'

'இப்படித்தான்.'

நான் ஆழமாக மூச்சிழுத்தேன். 'டிக்கிக்கு இது பிடிப்பதில்லை. இது அவரைத் துயரப்படுத்துகிறது.'

'அவரா? துயரமா? உனக்கு ஒன்றும் தெரியாது. என் மகிழ்ச்சியைப் பற்றி நினைத்தாயா?' என்று நடுங்கியவாறு கூறினார். அவரின் குரல் உயர்ந்து கிறீச்சிட்டது. கைகள் நடுங்கியபடி தன் உதட்டுச் சாயத்தைக் கைப்பைக்குள் வைத்தார். ஆனால், கடிதங்களை உள்ளே வைக்கவில்லை. 'லெட்டி?' என்று கெஞ்சியபடியே இடது கையை வலது கையால் பற்றிக் கொண்டு, என்னை வற்புறுத்தும் விதமாகப்

பேசத் தொடங்கினார். 'நீ மிகவும் அருமையான திருமண வாழ்வை வாழ்ந்திருக்கிறாய். உனக்கு அதைப் பற்றித் தெரியாது. பல வருடங்களாக, பல நாட்களாக, நான் டிக்கியுடன் செத்துக் கொண்டிருக்கிறேன். அது என்னை மூச்சுத் திணற வைக்கிறது. இந்த பந்தத்தைத் தக்க வைத்துக் கொள்ள அனைத்து முயற்சிகளையும் செய்தேன் என்பது கடவுளுக்கே வெளிச்சம். அதனால்தானே இந்தியாவிற்குக் கூட வந்திருக்கிறேன்' என்று கூறியபடி என்னைக் கூர்மையாக நோக்கினார். அந்தப் பார்வையில் இருந்து என்னால் தப்பிக்க முடியவில்லை.

'பிராட்லேண்ட்ஸில் இருக்கும் பொழுது, சில மாலைப் பொழுதுகளில் பூங்காவில் சூரியன் மறைவதை அமர்ந்து பார்க்க எனக்கு மிகவும் விருப்பம். பீத்தோவன், ராக்மனினவ் அல்லது சாப்பின், இவர்களது இசைத்தட்டுகளை ஒலிக்கவிட்டுக் கொண்டு இறுதி வெளிச்சம் மறைந்த பின் அந்த அமைதியையும் நிழலையும் அமர்ந்து கொண்டு ரசிப்பேன். ஆனால் எப்பொழுதும் டிக்கி அதி வேகமாக வந்து டக்கென்று விளக்கைப் போடுவார்.

இருட்டில் அமர்ந்து என்னதான் செய்கிறாய் என்பார். இது தான் பிரச்சனை. பிரச்சனையின் சாராம்சமே இதுதான். நான் வெறும் இருட்டில் மட்டும் அமர்ந்து கொண்டிருக்கிறேன் என்பதை டிக்கியால் புரிந்து கொள்ள முடியாது. ஆனால், அதே சமயம் ஜவஹரால் அப்பொழுது நான் வெளிச்சத்தை உணர்கிறேன் என்பதைப் புரிந்துகொள்ள முடிகிறது' என்று கூறியபடி தோள்களைக் குலுக்கினார். 'இப்பொழுது மேதகு வைஸ்ராய் அவர்கள் என்ன செய்து கொண்டிருப்பார் என்று உன்னால் கற்பனைச் செய்ய இயலுமா? யூகித்துச் சொல்' என்றார்.

நான் தலையாட்டினேன். 'எனக்கு எதுவும் தோன்றவில்லை' என்றேன்.

'அவர் இப்பொழுது ஆளுநருக்காக புதுக் கொடிகளை வடிவமைத்துக் கொண்டும், சுதந்திரத் தினக் கொண்டாட்டத்தில் அமரும் வழிமுறைகளைத் திட்டமிட்டுக் கொண்டுமிருக்கிறார்' என்று கூறியபடி அவர் தன் கழுத்தில் கையை வைத்து தன்னை நெறித்துக் கொள்ள ஆரம்பித்தார். தன் நகங்களை ஆழமாகப் பதித்து, மேலும் இறுக்கமாகக் கழுத்தை நெறித்துக் கொண்டார். அவர் முகம் ரத்தச்சிவப்பாக மாறியது. அவருடைய கண்கள் வெளியே பிதுங்கின. தாங்கிக் கொள்ள இயலாத பொழுது தன் கைகளை நகங்களால் பிறாண்டிக் கொண்டு, தன்னைச் சுற்றிக் கைகளால் கட்டிக் கொண்டு தன்னையே கெட்ட வார்த்தைகளால் திட்டிக் கொண்டார்.

'கடவுளே! எட்வினா நிறுத்து என்றபடி அவர் கையைப் பிடித் திழுத்தேன். அவர் கழுத்து சிவந்திருந்தது. அவருடைய இரண்டு கைகளிலும் ஆத்திரத்தினால் ஏற்பட்ட ரத்தக்கீறல்கள் இருந்தன.

'இந்தப் பொழுதில் என்னைச் சமநிலையில் வைத்திருப்பது ஜவஹர் மட்டுமே! அது இல்லை என்று நீ மறுக்காதே!' என்று ஏறக்குறையப் பைத்தியம் பிடித்தவர் போல் கத்தினார். ஆனால், வெளிப்படையாகப் பேசியது அவரை சிறிது ஆசுவாசப்படுத்தியது. கண்ணாடியை நோக்கித் திரும்பியபடி, தன் முகப்பூச்சை எடுத்து தன் கழுத்திலும் கையிலும் ஏற்பட்டிருக்கும் கீறல்களை மறைக்கத் தொடங்கினார். சிறிது நேரம் கழித்து, 'இந்தியாவில் இருந்து திரும்பிச் சென்ற பின், நம் பழைய வாழ்க்கைக்கு எப்படித் திரும்பிச் செல் வோம் என்று நீ எப்போதாவது யோசித்திருக்கிறாயா? என்னால் அதை நினைத்துப் பார்க்கவே முடியவில்லை. தொடர்ந்து நான் விருந்துகளை அளித்திருக்கிறேன். படப்பிடிப்புகளுக்குச் சென்றிருக் கிறேன். இரவு உணவு மற்றும் மதிய உணவுகள் ஏற்பாடு செய்திருக் கிறேன். வொயிட் ஹாலிலும், பால்மொராலிலும், அதே முதிர்ந்த குறுகிய மனம் உள்ள சுயநலமான, பழைய விஷயங்களையே திரும்பித் திரும்பிக் கிளி போல் பேசிக் கொண்டிருக்கும் கூட்டம்' என்று கூறியபடி மதுவருந்திய ஒரு பெண்ணைப் போல் சிறு நடன அசைவைச் செய்தார். 'மீண்டும் அங்கு சென்று என்னை எப்படிப் பொருத்திக் கொள்வது சொல்? புனித ட்ரோபெஸ்ஸின் காலத்திற்கு எவ்வாறு கீழிறங்கிச் செல்வது?' என்று பிரெஞ்சு மொழியில் கூறியவாறே ஒரு பிரெஞ்சு சீமாட்டியைப் போல் தோள்களைக் குலுக்கிக் கொண்டார். பின் மலையில் இருந்து கீழே இறங்குவது போலத் தன் விரல்களை நடனமாடிக் காட்டினார். என்னால் சிரிக் காமல் இருக்க முடியவில்லை. 'இவையனைத்தும் அர்த்தமில்லா தவை' என்றார்.

மென்மையாக ஒரு பாட்டில் வாசனைத் திரவியத்தை எடுத்து, அதன் மூடியைத் திறந்து, அதைத் தன் மணிக்கட்டில் இட்டுக் கொண்டு பின் வாசம் பரவுவதற்காகத் தன் கைகளால் தேய்த்து விட்டுக் கொண்டார். நானும் அவரைப் பார்த்தபடி, நான் பலமுறை எண்ணிக் கொண்டிருந்தபடி இந்தியாவில் இருந்து திரும்பி என்ன செய்யப் போகிறேன் என்று யோசித்தேன். ஹாங்காங்கில் ஏதாவது வேலைக்குச் சேரலாம் என்று யோசித்தேன்.

இந்தியாவின் வைஸ்ரின் இறுதியாகத் தன் மூக்கின் மேல் முகப்பூச்சை இட்டுக் கொண்டு, பெருமூச்சு விட்டபடி தன் தோளைக் குலுக்கிக் கொண்டார்.

யார்ட்லி வாசனைத் திரவிய பாட்டிலின் பக்கத்தில் நேர்த்தி யாக, அப்பாவித்தனமாய், நல்லவிதமாய்த் தோற்றமளித்தபடி கிடக்கும், மேதகு பண்டிட் நேரு, 17 யார்க் சாலை என்ற விலாச மிட்ட கடிதங்களைப் பார்த்தேன். அவை உண்மையில் வெடி குண்டுகள்.

'சரி. நான் எடுத்துச் செல்கிறேன்.'

'ஓ, லெட்டி. நீ மிகவும் அன்பானவள்.'

'ஆனால், தயவு செய்து மீண்டும் என்னை இவ்வாறு செய்யக் கேட்காதீர்கள். இது என்னை மிகவும் தர்மசங்கடத்திற்கு உட்படுத்து கிறது' என்றேன்.

'கவலைப்படாதே! அவ்வாறு செய்யமாட்டேன்' என்று கூறி னார். அவர் கண்கள் குறுகின. தாடைகளை இறுக்கிக் கொண்டார். கடிதங்களை, என் கையில் கொடுத்தார். நான் வேகமாக அந்த இடத்தை விட்டு நகர்ந்தேன். கதவை அடித்துச் சாத்துவதைக் கவன மாகத் தவிர்த்தபடி வெளியே சென்றேன்.

என் உடல் முழுவதும் கைகள் தடவி உணர்ந்தும், என் ஆடையின் மேல் பொத்தான்களை அவிழ்த்தும், என் இடுப்புப் பட்டையைத் தளர்த்தியவாறும் இருந்தன. யாருடைய சூடான மூச்சோ என் முகத்தின் மேல் பட்டது. பெப்பர்மிண்ட்டின் மணம் அதில் வீசியது. பல குரல்கள் கலவையாகக் கேட்டன. கூரான ஒளிக் கற்றையொன்று என் கண்ணை வெட்டியது. அபாயச் சங்கின் ஓசை கேட்டது. அதன்பின் மீண்டும் அமைதியும் இருளும்தான். ஒரு சிறிய ஒளி. தொலைநோக்கியின் எதிர்ப் பக்கத்தில் தூரத்தில் இருந்து ஓர் ஒளிக்கீற்றுப் பெரிதாகிக் கொண்டே வந்தது. ஒரு மிகப்பெரிய டேஃபோடில் மலரின் மஞ்சள் நிறமும் அதன் நடுவே இளஞ் சிவப்பான, சிவந்த உதட்டுச் சாயமிட்ட ஒரு முகமும் தெரிந்தன.

திருமதி வாலஸ்! கடவுளுக்கு நன்றி. நான் ஐரா பிரிட்சாட் என்ற குரல் கேட்டது. எச்சில் முழுங்கினேன். டட் டட் டட் என் தலை துடித்துக் கொண்டிருந்தது. நான் எதையோ பிடித்து என்னைக் காப்பாற்றிக் கொள்ள முயற்சிசெய்தபடியே எங்கோ விழுந்து கொண்டிருந்தேன். மற்றொரு உப்பிய இந்திய முகம் என் அருகில் வந்தது. ஓடிகோலேனின் வாசம் வீசியது. மீண்டும் மயக்கம்.

"மெதுவாக... அவருக்கு சுய நினைவு வருகிறது" என்ற குரல் ஒலித்தது. திருமதி பிரிட்சாட்டின் கவலை தோய்ந்த குரல் கேட்டது.

என் கண்கள் திறந்தபோது நிழலில் இருந்தேன். ஒரு பருத்த காக்கி உடை அணிந்த காவலர் ஒருவர் தன் லத்தியை இடுக்கிக் கொண்டு குனிந்து என்னை எழுப்பி அமரச் செய்ய உதவி செய்து கொண்டிருந்தார்.

"நான் எங்கு இருக்கிறேன்?" என்று கேட்டேன்.

"சீமாட்டி வாலஸ். நீங்கள் என் கடைக்கு வெளியே இருக்கி றீர்கள். "பச் பச்" என்று குழப்பத்தில் அதிகமாக மென்று முழுங்கிக் கொண்டிருந்தார். "இப்பொழுது தான் உங்கள் உடையை வாங்கிக் கொண்டு கிளம்பினீர்கள்."

"என் புது உடையையா? சாம்பல் நிறத்தில் மெல்லிய கோடு களும், கைகள் மணியைப் போன்று வடிவமைக்கப்பட்டதுமா? சுதந்திர தினத்திற்காக நான் தைக்கச் சொன்னதா?

இப்பொழுது அவர்கள் என்னை மெதுவாகத் தூக்கிக் கொண்டிருந்தனர்.

ஒரு பக்கம் ஆரஞ்சு நிறக் கேச சாயம் பூசியிருந்த ஒரு இந்தியரும், மற்றொரு புறம் காவல்காரருமாக இருந்தனர். அவர்கள் என்னை கடைக்குள் அழைத்துச் சென்று நாற்காலியில் அமர்த்தினர். மழை பெய்து கொண்டு இருந்ததா என்ன? என் தலை ஈரமாக இருப்பது போல் இருந்தது. என் கையால் பின் தலையைத் தடவிப் பார்த்த பொழுது கையில் பிசுபிசுப்புடன் ரத்தம் ஒட்டிக் கொண்டு வந்தது.

நீங்கள் கடையை விட்டு வெளியே வந்தவுடன் அவர்கள் உங்களைக் கடுமையாகத் தாக்கி இருக்கிறார்கள் சீமாட்டி வாலஸ். இந்த மனிதர் உங்களுக்கு உதவ வந்திருக்கிறார். ஆனால் அதற்குள் காலம் கடந்துவிட்டது. கடவுள் நம்மை காப்பாற்றட்டும் என்று கூறியபடி திருமதி பிரிட்சாட் தன் கைகளைக் கன்னத்தில் வைத்துக் கொண்டார்.

ஆரஞ்சு வர்ண முடியுடன் இருந்தவர் "ஆம்புலன்ஸை அழையுங்கள்" என உத்திரவிட்டார். "ஆம்புலன்ஸ் எல்லாம் வேண்டாம்" என்றேன். "வைஸ்ராய் இல்லத்திற்குத் தொலைபேசியில் அழைத்துக் கூறுங்கள்" என்றேன். பேசுவதற்கு நான் மிகவும் பிரயத்தனப்பட வேண்டி இருந்தது. ஆரஞ்சு நிறத் தோல் செருப்புகளை அணிந்து கொண்டிருந்த திருமதி. பிரிட்சாட் வேகமாக நகரும் பழக்கமில்லாதவர் போலும். அவர் நகரும் முன்பே அவருடைய பாவாடையிலும் பின் குப்பைக் கூடையிலும் வாந்தி எடுத்து விட்டேன்.

"கக்ஸார்கள்தான். அந்த வேசி மகன்கள்தான்" திருட்டு நாய்கள் என்னை ஏமாத்த முடியாது. காக்கி கால்சட்டை போட்டுக்கொண்டு தாடி வைத்த இரண்டு பேர்கள்" என ஆரஞ்சு முடிக்காரர் உரக்க, காவல்துறை அதிகாரியிடம் கூறிக்கொண்டிருந்தார். அவர் சம்பவ இடத்திற்கு அப்பொழுதுதான் வந்திருந்தார். தன் கையேட்டையும் பென்சிலையும் தயாராக வைத்துக் கொண்டிருந்தார்.

மெதுவாக எனக்கு அனைத்தும் நினைவுக்கு வந்தன. கடையின் கதவு மணிச்சத்தத்துடன் மூடியதும் ஒரு மனிதன் வேகமாக ஓடி வந்தான். முதலில் அவர்கள் மரியாதையில்லாமல் முரட்டுத்தனமாய் என்மீது மோத வருகிறார்களோ என நினைத்து கவனமாகச் செல்லும்படி உரக்கக் கத்தினேன். சிறியவனாக இருந்த ஒரு மனிதனைத் தள்ளிவிட்டேன். இருப்பினும் அவர்களில் பெரிதாய்த் தோற்றமளித்த ஒருவன் என் கைப்பெட்டியை பற்றிக்கொண்டு விட மறுத்தான். அவன் உருது மொழியில் கத்திக் கொண்டே என் வயிற்றில் குத்தினான். இருவரும் என்னையும் இழுத்துக் கொண்டே ஓடத் தொடங்கினர். இன்னும் பெட்டியைப் பற்றிக்கொண்டிருந்த நான்

தடுக்கி விழுந்து வழியில் இருந்த கல்தூண் ஒன்றில் என் தலையை மோதிக் கொண்டேன்.

"என் கைப் பெட்டி! யாராவது என் பெட்டியைப் பார்த்தீர் களா?"

அவர்கள் இல்லையென தலையை ஆட்டினார்கள். "ஆ! கைப்பெட்டி. அதுதான் இலக்கு. சிறு திருட்டு என்று காரணத்தைக் கண்டுபிடித்த அந்த காவலரின் கண்கள் அவரின் ஆங்கில மொழி உபயோகத்தினால் பெருமையில் விரிந்தன.

"ஆம்" என்றேன் கடிதங்கள் தொலைந்து போனதில் என் வயிறு கலங்கியது. என் உடையை வாங்கிவிட்டு, வங்கி வேலையை முடித்த பின் யார்க் சாலைக்குச் செல்லலாம் என்று நினைத்திருந்தேன். என்னவொரு "சிறு திருட்டு"!

எட்வினா இளஞ்சிவப்பிலும் வெள்ளையிலும் மலர்கள் அச்சிட்ட நீண்ட உடையில் இரவு உணவிற்குத் தயாராக இருந்தார். சூரிய வெளிச்சத்தால் பழுப்பாகியிருந்த அவருடைய கழுத்தைச் சிறிய வைரங்களாலான நெக்லெஸ் அலங்கரித்தது. வைஸ்ராய் இல்லத்தில் என் படுக்கை விளிம்பில் எனக்குப் பின் அமர்ந்து என் பின் தலையில் இருந்த காயத்தைச் சுத்தம் செய்த பொழுது என் முகத்தைச் சுழித்தேன். வெளியே தோட்டத்தில் மயில்கள் அகவின. சில சமயங்களில் எரிச்சலையும், சில சமயங்களில் ஆறுதலாகவும் ஒலிக்கும் அவற்றின் குரல் என் மண்டையோட்டில் கத்தியைப் போல் வெட்டியது.

"நீ அதிர்ச்சியில் இருக்கிறாய் லெட்டி. சரியாகிவிடும்" என்று கூறியபடி இரத்தம் தோய்ந்த துணியை ஜமுரத் கானிடம் கொடுத்தார். "ஜவஹர் மருத்துவர் ரதோரை அனுப்புகிறார். அவர் விரைவில் இங்கிருப்பார்" என்றார்.

என் மனம் துவண்டது.

"நீங்கள் பண்டிட்ஜியை அழைத்துப் பேசினீர்களா? அவருக்குத் தெரியுமா?" என்று கேட்டேன்.

"உண்மையில் அவர்தான் என்னை அழைத்தார். செய்தி நெருப்பைப் போல் புது தில்லியில் பரவும்" என்றார்.

"என்னை மன்னித்து விடுங்கள்" என்றேன். திரு. நேருவிற்கும், வைஸ்ரினிற்கும் நடுவே நடந்த கடிதப் பரிமாற்றம் வெளியே கசிந்தால் அதனால் ஏற்படும் அரசியல் பாதிப்பு எப்படி இருக்கும் என்று எங்கள் இருவருக்கும் நன்கு தெரியும்.

மன்னிப்பெல்லாம் வேண்டாம். நீ எதிர்த்து நின்றாய் என திருமதி பிரிட்சாட் கூறினார். "நீ அவ்வாறு செய்திருக்க வேண்டாம் லெட்டி. அந்தக் கடிதங்களை அவர்கள் எடுத்துக்கொள்ள விட்டிருக்க வேண்டும்" என்று தோள்களைக் குலுக்கியபடியே கூறிவிட்டு, தன் தலையில் இருந்து ஊக்கு ஒன்றை விடுவித்து ஒரு சுருட்டையான முடியை நேராக்கி பின் அதைத் தன் காதிற்குப் பின் சொருகிக் கொண்டார்.

"நான் அவரை உண்மையிலேயே விரும்புகிறேன் தெரியுமா? இந்த உலகத்திலேயே என் நெருங்கிய தோழன் அவர்தான் தெரியுமா?" என்றார்.

அவர் கூறுவது ஜவஹரைத்தான். அவரின் இந்த வாக்கு மூலத்தில் இரத்தம் என் காதுகளை நோக்கிப் பாய, வலியுடன் தலையசைத்தேன்.

"ஜின்னாவோ, முஸ்லீம் லீக்கோ அக்கடிதங்களைக் கைப்பற்றினால் என்ன ஆவது? லூயிஸ் பிரபு இந்தியா மற்றும் பாகிஸ்தானின் துணை கவர்னர் ஜெனரலாக இருப்பதை அது ஒரு முடிவுக்குக் கொண்டு வந்துவிடும்" என்றேன்.

"அதைப் பற்றிக் கவலைப்படத் தேவையில்லை. அன்று நான் என்ன கூறினேன்? ஜின்னா மூன்று கிரீடங்களைத் தன் வயப்படுத்துவதைத் தவிர வேறு எதற்கும் ஒப்புக் கொள்ள மாட்டார் என்றேனா?" ஒரே சமயத்தில் அவர் பாகிஸ்தானின் பிரதம மந்திரியாகவும், கவர்னர் ஜெனரலாகவும், முஸ்லீம் லீக் இன் தலைவராகவும் இருப்பார் என்பதை என்னால் நிச்சயமாக சொல்ல முடியும்" என்றார்.

"அது அரசியலமைப்புக்கு விரோதமானது" என்று விரைந்து கூறினேன். "இதில் அவர் தன்னை ஒரு வழக்கறிஞர் என்று வேறு கூறிக் கொள்கிறார்" என்றேன்.

"ஓ! அவர் அதைப் பற்றி எல்லாம் கவலைப்படுவார் என்று தோன்றவில்லை" என்று கூறியபடி கலகலவென்று சிரித்தார். இச்சம்பவத்தினால் சிறிதும் அமைதி குலையாமல் இருப்பதைக் கண்டு எனக்கு அதிர்ச்சியாக இருந்தது. "சரி. கவலைப்படாதே லெட்டி. மிகவும் பயத்தால் வெளுத்துப்போயிருக்கிறாய். உனக்கு சரியாகட்டும்" என்றபடி அவருக்காக ஜமுரத் கான் கொண்டு வந்த நீரில் கைகளைக் கழுவிக்கொண்டார். அந்நீரில் இரத்தம் இருந்தது, என்னுடைய இரத்தம். அவர் எழுந்து நின்று தன் கைக்கடிகாரத்தை நோக்கினார். ஏறக்குறைய இரவு உணவு எடுத்துக் கொள்ளும் நேரம் வந்து விட்டது. அவருக்கு ஒரு வரவேற்பு விருந்து இருந்தது. "கடிதங்கள் விரைவில் திரும்ப வந்துவிடும். அதைப்பற்றி எனக்குச் சந்தேகமே இல்லை. ஜின்னா ஒரு வழக்கறிஞராகவும், தன்னை மிக உயர்வாகக் கருதிக் கொள்பவராகவும் இருக்கலாம். ஆனால் அவர் ஒரு பண்பான மனிதர்" என்றார்.

முகலாயத் தோட்டங்களுக்கு மேல் சூரியன் மறைந்து கொண்டிருந்தது. அத்துடன் அகதிகளின் சமையலின் நறுமணமும் சேர்ந்து வந்தது. ஜன்னலின் வழியாகப் புகை மேலே சுருண்டு செல்வதைக் கண்டேன். ஒவ்வொரு சுருளும் தனித்துவமான பிரார்த்தனை. கதவு மெல்லத் தட்டப்பட்டது. அதைத் திறந்தபடி ஹரி உள்ளே வந்தார்.

"மாலை வணக்கம் சீமாட்டி வாலஸ். எப்படி இருக்கிறீர்கள்?" என்று மிகவும் உத்தியோகபூர்வமாக என்னை விசாரித்தார். ஆனால் அவர் சட்டையில் மேல் பொத்தான்கள் அவிழ்ந்திருந்தன. அவரு டைய கழுத்துப் பட்டை நெகிழ்ந்திருந்தது. அவருடைய உடை கசங்கி யிருந்தது. அவருடைய புருவங்கள் வேலைப் பளுவாலும் கவலை யாலும் நெரிந்திருந்தன. அவர் மெதுவாக நகர்ந்தார். அவரைச் சுற்றி அனைத்தும் களைப்பினால் களையிழந்து இருந்தன.

"டாக்டர் ரதோர் உங்களை அவர்கள் இங்கு இழுத்து வர வழைத்ததற்கு மன்னியுங்கள். உண்மையில் நான் நன்றாக இருக்கி றேன்" என்றேன்.

"அதை நான்தான் கூறவேண்டும்" என்றபடி இறுகிய உதடு களுடனும், உணர்ச்சி இல்லாத முகத்துடனும் அவர் தன் மேலங் கியைக் கழற்றிவிட்டு தன் பையை என் படுக்கைக்கு அருகில் வைத் தார். கையை வீசி, நிலைகொள்ளாமல் தவித்துக் கொண்டிருந்த ஜமுரத் கானை வெளியே செல்லுமாறு பணித்தார்.

"பாரத் பூஷண் ஒரு உத்தரவு கொடுத்தால் அதை ஓடி வந்து நிறைவேற்ற வேண்டும்" என்றபடி புருவங்களை உயர்த்தி எங்களி டையே இருந்த தீராத வாக்குவாதத்தின் அழுத்தத்தைக் குறைக்க முயற்சி செய்தார். நான் மெலிதாகச் சிரித்தேன். ஆனால் அதைத் தொடர்ந்து வலியினால் முனக வேண்டி இருந்தது.

அவர் என் இதயத் துடிப்பை தன் கைக்கடிகாரத்தை நோக்கிய படி கணக்கிட்டார். நாள் முழுவதும் இருந்த அழுத்தத்தினாலும், இங்கு வேகமாக வண்டியோட்டிக் கொண்டு வந்ததாலும், படபடத்த அவருடைய இதயத் துடிப்பை என்னால் உணர முடிந்தது. கொஞ் சம் வேகம் குறைந்து, மெதுவாக இப்பொழுது சீராக இருந்தது. ஒன்று, இரண்டு, மூன்று என நான் மேலே மின் விசிறியின் சுழற் சியை எண்ணத் தொடங்கினேன். ஒன்று, இரண்டு மூன்று.... தோட்டத்தில் மக்கள் சிறிது குளிர்ந்த மாலைவேளையில் உலவத் தொடங்கி இருந்தனர். தூரத்தே ஆண்களின் கரகரத்தக் குரலும் விளையாட முயற்சி செய்யும் குழந்தைகளின் ஓசையும் கேட்டன.

என் பின் தலையில் உள்ள காயத்தை டாக்டர் ரதோர் பார்க்க ஏற்றவாறு விரைப்பாக என் தலையைக் குனிந்தேன். எட்வினா பொருத்தியிருந்த கொண்டை ஊசிகளை மிக மென்மையாக அவர் கழற்றினார். மென்மையாக, இதமாக, மண்டை ஓட்டைச் சுற்றியுள்ள இடங்களை விரல்களால் சோதனை செய்தார்.

"சரியான அடிதான். சில நாட்களுக்கு உங்களுக்கு நல்ல தலை வலி இருக்கப் போகிறது. ஆனால் எதுவும் உடையவில்லை. என்

விரல்களைப் பாருங்கள். கண்களில் மின்னல் அடிப்பதைப் போலி ருக்கிறதா? இரட்டையாகத் தெரிகிறதா அல்லது பார்வையை மறைக் கிறதா?

“எனக்கு நினைவு திரும்பியபோது சிறிது இருந்தது. ஆனால் இப்பொழுது இல்லை. ஆனால் வாந்தி எடுத்தேன்...” என்றேன்.

“தலையில் அடிபட்டால் அப்படித் தான் நடக்கும். எத்தனை நேரம் சுயநினைவு அற்று இருந்தீர்கள்?”

“எனக்குத் தெரியவில்லை. அதிக நேரம் இல்லை என நினைக் கிறேன்.” அவர் ஒரு டார்ச் லைட்டை எடுத்து என் இமையை உயர்த்தி என் வலது கண்ணின் பின் பகுதியைச் சோதித்துப் பார்த்தார். அவர் மூச்சு என் காதருகே குறுகுறுத்தது. நான் வேர்வையால் பள பளத்துக் கொண்டிருந்த அவரின் நெற்றியின் ஓரத்தையும், நரைத்த முடிக் கற்றையையும் தாண்டி மேல் கூரையை வெறித்தேன். மேலே உச்சியில் ஓரிடத்தில் சுண்ணாம்பு ஒரு சுருளாக உரிந்திருந்தது, அவ்விடத்தில் உடலில் வரிகளுடன் ஒரு பல்லி நகர்ந்து கொண்டு இருந்தது.

“மேலே பாருங்கள். இடதுபுறம், வலதுபுறம், கீழே பாருங்கள்!” அவரிடம் வீசிய மருந்து, சிகரெட் மற்றும் நாளின் முடிவில் சேர்ந்த அழுக்கு இவை அனைத்தும் கலந்தவொரு மணம், அதிசயமாக மனதிற்கு இதமாக இருந்தது. என் இடது இமையை உயர்த்தி, தன் தலையையும், டார்ச் விளக்கையும் நகர்த்தினார். அவருடைய சூடான கன்னம் என் கன்னத்திற்கு அருகில் இருந்தது. அவருடைய வயிறு சத்தமிட்டது. அதை நாங்களிருவரும் கேட்டபொழுதும், அதைப் பற்றி எதுவும் கூறிக்கொள்ளவில்லை.

நல்ல செய்தி என்னவென்றால் உங்கள் விழித்திரை எப்படி இருக்க வேண்டுமோ அப்படி இருக்கிறது என்றவாறு எழுந்தபடி தன் முதுகை நிமிர்த்திக் கொண்டார். அதற்குப் பின், இரத்த அழுத்தத்தைச் சோதிக்கும் மானி வெளியே வந்தது. அவர் அதை அழுத்துகையில் பாதரசம் மேலே எழும்பியதையும் பின் கீழிறங்கியதையும் இருவரும் பார்த்தோம்.

“நல்லது சீமாட்டி... வாலஸ்... உங்களுக்கு அதிர்ச்சி ஏற்பட்டு உள்ளது. சிறிய வீக்கமும் தலையின் பின்புறம் நல்ல காயமும் ஏற்பட்டு உள்ளது. உங்களை ஓரிரவு மருத்துவமனையில் கண்காணிப் பில் வைக்க வேண்டும். ஆனால் இப்பொழுது நிலவும் சூழலில் நான் அதைப் பரிந்துரைக்க மாட்டேன்” என்றவாறு வாயை உறிஞ்சிக் கொண்டே, என்னைப் பார்த்தவாறு மேலே என்ன செய்வது என்று யோசிக்கலானார். “சில மணிநேரம் உங்களை உறங்காமல் பார்த்துக் கொள்ள யாராவது வேண்டும். பின் நடுவில் உங்களை எழுப்பி,

நீங்கள் சரியாக இருக்கிறீர்களா எனச் சோதிக்க வேண்டும். என்னு டன் என் வீட்டிற்கு வரலாம். ஆனால் அங்கு நீங்கள் சௌகரியமாக இருக்க முடியாது. மருத்துவமனையில் இருந்து சில இஸ்லாமிய நோயாளிகளைப் பாதுகாப்பிற்காக என் வீட்டில் தங்க வைத் துள்ளேன். அவர்களும் அவர்களின் உறவினர்களுமாக வீடு முழுவ தும் கூடத்திலும், தோட்டத்தில் முகாம்களிலும், எங்கும் படுக்கைகள் நிரம்பி இருக்கின்றன. கோல்டியின் மகள் தானியா எப்பொழுது அவளுக்கு இயலுகிறதோ அப்பொழுது உதவிக்கு வருகிறாள். நல்ல திறமையான பெண். ஒரு நாள் அவள் நல்ல மருத்துவராகக் கூடும்" என்றபடி அவர் குரல் ஒலித்துக் கொண்டே போனது. அவரை அறி யாமலே அவருடைய அந்தரங்க எல்லைக்குள் நுழைந்து விட்டார்.

"அவளின் அம்மாவிற்கு இது தெரியுமா?" என்று கவனத்துடன் விசாரித்தேன். இது பல கண்ணிவெடிகள் நிரம்பிய எல்லை. கவனத்துடன் கால் வைக்க வேண்டும் என்று எனக்குத் தெரியும்.

அவர் தலையை இல்லையென ஆட்டிவிட்டு இரத்த அழுத்த மானிப் பெட்டியை மூடினார்.

இங்கு நம்பிக்கைக்கு உரியவர்கள் யாராவது இருக்கிறார்களா? இரவில் உங்களை எழுப்பிவிடுவதற்கு?" என்று கேட்டார்.

"என் உதவியாளர் ஜமுரத் கான்" என்றேன். அவர் முகத்தைச் சுருக்கினார்.

"அவனை நம்புகிறீர்களா?" என்று கேட்டார்.

"இப்பொழுது என் வாழ்க்கையையே நம்பி அவரிடம் ஒப் படைத்து இருக்கிறேன். சில வாரங்களுக்கு முன் அவருடைய பள்ளித் தோழன் ஒருவன் ஒரு சீக்கிய கும்பலால் கொலை செய்யப் பட்டு விட்டான். அப்பொழுதிலிருந்தே ஜமுரத் கான் என் படுக்கை அறைக் கதவிற்கு வெளியேதான் உறங்குகிறார். என் பாதுகாப்பிற்காக எனக் கூறுகிறார். அவரை எஸ்டேட்டில் உள்ள தன் குடும்பத்தின ரோடு சென்று தங்குமாறு கூறினேன். ஆனால் அவர் செல்வ தில்லை" என்றேன்.

"வைஸ்ராயும், வைஸ்ரினும் மிகுந்த கருணையுடன் எஸ்டேட்டி னுள் அகதிகளுக்கு இடம் அளித்துள்ளனர். ஆனால் பலவகைப் பட்ட தேவையற்றோரும் உள்ளே வந்து விடுகின்றனர் என்று ஜமுரத் உறுதியாகக் கூறிவிட்டார். யாராவது போக்கிரி ஜன்னல் வழியே குதித்து வந்துவிட்டான் என்றால் அவன் ஜமுரத் கானையும், ஷாஜ கானின் வாளையும் எதிர்கொள்ள நேரிடும் என்கிறார் அவர்" என்றேன்.

"ஷாஜகானின் வாளா?" என்றபடி மீண்டும் தன் புருவங்களை மருத்துவர் ரதோர் உயர்த்தினார்.

“ஆமாம். டமாஸ்கஸின் உருக்காலைகளில் வடிக்கப்பட்டது. அது அவருடைய பரம்பரைச் சொத்து. அவருடைய தலையணைக்கு அடியில் வைத்துக் கொண்டு உறங்குகிறார்” என்று கூறியபடி என்னால் முடிந்த அளவு புருவங்களை இப்பொழுது நான் உயர்த்தினேன்.

சொல்லி வைத்தாற் போல் ஜமுரத் கான் இரவு உணவுத் தட்டை ஏந்திக் கொண்டு அறைக்குள் நுழைந்தார். என் அறையில் அமரும் இடத்தில் இருந்த சிறிய மேசையின் மேல் அதை வைத்தார். சுடச் சுடச் சோறு, சப்பாத்தி மற்றும் பருப்புக் கூட்டு. மீண்டும் நான் முனகினேன். இப்பொழுது அது பலவீனத்தாலும், பசியைத் திடீரென உணர்ந்ததாலும் ஏற்பட்ட முனகல்.

“மேம் சாகிப் கொஞ்சம் உணவருந்துங்கள். மேதகு வைஸ்ராய் கூறச் சொன்னார்” என்றார்.

“சரி ஜமுரத் கான்” என்றபடி அவருக்கு விளையாட்டாகச் சல்யூட் வைத்தேன். அவர் பதிலுக்குச் சிறிது புன்னகைத்தார். “ஹரி” என்றேன். மருத்துவர் ரதோரை திரும்பி நோக்கியபடி “நீங்களும் இருந்து உணவருந்தி விட்டுச் செல்லுங்கள். உங்களுக்கும் பசிக்கிறது என எனக்குத் தெரியும். மறுக்காதீர்கள்” என்றேன்.

அவர் மறுக்கவில்லை. களைப்புடன் தன் கழுத்துப் பட்டையைக் கழற்றினார். அதைப் பற்றி ஏதும் சிந்திக்காமல், இயல்பாக எதிர் எதிரே மேசைக்கருகில் அமர்ந்தோம். நான் ஒரு நாற்காலியில் அமர்ந்தேன். ஹரி தரையில் சம்மணமிட்டு அமர்ந்து கொண்டார். நான் அமர்ந்த இடத்திலிருந்து காணும் பொழுது அவர் முடி கொட்டிக்கொண்டிருப்பது தெரிந்தது. இருப்பினும் ஒரு நாளின் முடிவில் களைப்பாகவும், அழுக்காகவும் தோற்றமளிக்கும் ஒரு பள்ளிச் சிறுவனைப் போல்தான் தோற்றமளித்தார். திடீரென்று அவர் உடை சிறிதாக ஆனது போல் தெரிந்தது. அவரின் கால் சட்டையின் பின்புறத்தில் அவருடைய சட்டை தொங்கிக் கொண்டிருந்தது. ஒரு கணம் ஒரு வளர்ந்த மனிதனின் முகத்தில், அவருடைய தாய் அறிந்திருக்கும் ஒரு சிறுவனின் சாயலைக் கண்டேன். ஜமுரத் கான் எனக்கு முதுகில் வைத்துக் கொள்ள சில தலையணைகளும் மேலும் சிறிது உணவும், கைகழுவக் கோப்பையில் நீரும் துடைத்துக் கொள்ளத் துண்டுகளும் கொண்டு வந்தார். பின் உணவகத்திற்குச் சென்று ஹரிக்காக விஸ்கியும் சோடாவும் என் கணக்கில் வாங்கச் சென்றார்.

ஹரியைப் பரிமாற அனுமதித்தேன். சப்பாத்திகளைப் பிய்த்துப் போட்டு, பருப்பைக் கரண்டியால் பரிமாறினார்.

“அதிகம் உண்ணாமல் இருப்பது நல்லது” என்றார். “எனக்குத் தெரியும்” என்றேன்.

சில நிமிடங்களுக்கு நாங்களிருவரும் எதுவும் பேசவில்லை. அங்கு நிலவிய மௌனத்திற்கு, எங்களுக்கு மேல் சுழன்று கொண்டிருந்த மின் விசிறியின் ஓசை சரியான பக்கவாத்தியம் போல் ஒலித்தது. ஒவ்வொரு சுழற்சியின் போதும், கைதுடைக்கும் தாள்களின் ஓரத்தை இழுத்துவிட்டு, காற்று வீசுவதைப் போல் எங்களைக் கேலி செய்தது. நாங்கள் உணவருந்தினோம். ஆனால் ஹரி மிகவும் களைப்படைந்துள்ளார் என்பது தெளிவாகத் தெரிந்தது. தலையைக் குனிந்தபடி தன் வயிற்றை நிரப்புவதில் கவனமாக இருந்தார். அப்பொழுதுதான் மருத்துவமனையிலும், அறுவை சிகிச்சை அறையிலும் தன் போராட்டத்தை மறுநாள் தொடர முடியும். கவனமாகச் சில கவளங்கள் உட்கொண்டதும் என் சக்தி மீள்வது போல் உணர்ந்தேன். என் கன்னங்களில் இரத்தம் பாயத் தொடங்கியது.

சிறிது நேரம் கழித்து அவர் "ஜவஹரும் நானும் இளவயதிலிருந்து ஒன்றாக இருக்கிறோம். எல்லா ஆண்களைப் போலவே அழகிய முகத்தை அவருக்குப் பிடிக்கும் என்பது அனைவருக்கும் தெரியும். ஆனால், அவரும் வைஸ்ரீனும் இப்பொழுது என்ன நினைத்துக் கொண்டு விளையாடிக் கொண்டிருக்கிறார்கள்?" எனக் கேட்டார்.

காணாமல் போன கடிதங்களைப் பற்றி அவருக்குத் தெரிந்துவிட்டதோ என ஒரு கணம் நினைத்தேன்.

"முழுக் கதையையும் ஜவஹரிடம் இருந்து கறந்து விட்டேன். அவர் என்னிடம் சொல்லித்தான் ஆக வேண்டும்... இல்லையென்றால் உங்களை ஏன் குறி வைக்க வேண்டும்? நாசமாகப் போக, அந்தக் கயவர்களிடம் கத்தியோ துப்பாக்கியோ மட்டும் இருந்திருந்தால் நீங்கள் கொல்லப்பட்டு இருப்பீர்கள் பிப்பி. அவர்கள் இருக்கும் நிலையில் இதைத் தொடரக் கூடாது. இது சுத்தமான சுயநலம். இந்தியாவின் எதிர்காலம், கோடிக்கணக்கான மக்கள் எவற்றையெல்லாம் பணயம் வைப்பது?" என்று சீறினார்.

"அது போன்ற பதவியில் இருப்பதால்தான் இப்படிப்பட்டக் காரியங்களைச் செய்கிறார்கள்" என்று நான் கூறியபொழுது என் வார்த்தைகளின் கசப்பை எண்ணி நானே வியந்தேன். அதே சமயம் கடிதங்கள் தொலைந்து போனதற்காக எட்வினாவிடம் நான் மன்னிப்புக் கேட்டபொழுதும், அந்தக் காரியத்தை என்னைச் செய்ய சொன்னதற்காகச் சிறிது கூட தன் மன உளைச்சலை என்னிடம் வெளிப்படுத்தவில்லை. அவர் கூறியதற்கு மாறாக அக்கடிதங்களை யாராவது பணியாளர்களிடம் கொடுத்து விட்டு இருக்கலாம் அல்லது கொடுக்காமலே இருந்திருக்கலாம்.

ஹரி தலையசைத்தவாறே ஒரு துண்டுச் சப்பாத்தியை எனக்குக் கொடுத்தார். வேண்டாமென நான் தலையசைத்த பொழுது எனக்கு வலித்தது. ஹரி கிண்டலாகச் சிரித்தார்..

நாங்கள் சாய்ந்து அமர்ந்தோம். உணவு முழுவதும் தீர்ந்து போன பின் எங்களின் கவனத்தைச் சிதறச் செய்ய மின்விசிறியைத் தவிர வேறு எதுவும் இல்லை. ஹரி தன் விஸ்கியை உறிஞ்சினார். நான் என் தேநீரை அருந்தினேன். இருவரும் மற்றவரைப் பற்றிய பிரக்ஞையோடு, கண்களைத் தாழ்த்தியபடி இருந்தோம்.

“சுதந்திரத்திற்குப் பிறகு படுகொலைகள் நடக்கப் போகின்றன. மோசமான நிகழ்வுகளை நாம் இன்னும் பார்க்கவில்லை” என்றபடி விஸ்கியை விழுங்கினார். இன்று ஒரு காலை வெட்டி, அறுவைச் சிகிச்சை செய்ய வேண்டியிருந்தது என்றார். அதன் பின் நீண்ட அமைதி நிலவியது. “பிப்பி போர் கால அறுவை சிகிச்சை நிபுணராக நான் பயிற்சி பெறவில்லை. ஆனால் வேகமாக கற்றுக் கொண்டு இருக்கிறேன். சன்னியின் வீட்டில் நீங்கள் சந்தித்த டிம் லத்தாம், ஜீனோ கடற்கரையில் வந்து இறங்கிய மூன்றாவது கனடியப் படையில் இருந்தவர். அவர் இப்பொழுது இங்கிருப்பது மிகுந்த நிம்மதியாக இருக்கிறது. அவர் அதிக எண்ணிக்கையில் அறுவை சிகிச்சைகளை செய்து இருக்கிறார். பல புது யுக்திகளை அவர் எனக்கு கற்றுக் கொடுத்திருக்கிறார்.

“லாகூரில் இருக்கும் உங்கள் மகளிடமிருந்து ஏதாவது செய்தி வந்ததா?” எனக் கேட்டேன்.

“ஆம்! அவர்கள் தில்லிக்கு வர இன்னும் மறுக்கிறார்கள். அவளுடைய கணவனுடைய குடும்பம் சரியான வர்த்தகக் குடும்பம். அங்கு நிலம், தொழிற்சாலை என பல சொத்துக்களைச் சேர்ப்பதில் மும்முரமாக உள்ளனர். மிகவும் பிடிவாதக்காரர்கள். எல்லைக் கோடு போட்ட பிறகு இவை அனைத்தும் சிறிது அடங்கும்” என்றார்.

“லாகூர் இந்தியாவுடன் சேரும் என்பதற்கு எந்த உத்தரவாதமும் இல்லையே. அது பாகிஸ்தானுடன் கூட சேர்ந்து விடலாம்” என்றேன்.

விஸ்கியின் சுழற்சியால் எதிர்காலத்தைப் படித்துவிடலாம் என்பதைப் போல் கையிலுள்ள விஸ்கியைச் சுழற்றினார். பின் உடனே பேச்சை மாற்றினார்.

“நாம் காலை நேர குதிரைச் சவாரி செய்யாமல் இருப்பது எனக்குக் குறையாக உள்ளது” என்றார், வரவழைத்துக் கொண்ட உற்சாகத் துடன். “இருப்பினும் உங்களுக்குச் சரியாகும் வரை சவாரிக்குச் செல்வதில் எனக்கு ஒப்புதல் இல்லை. சில நாட்களுக்கு நீங்கள் ஓய்வில் இருக்கவேண்டும்” என்றார்.

"எனக்கும் குறையாகத்தான் உள்ளது" என்றேன்.

"மகாத்மாவைப் பற்றிய விளக்கம் ஒன்றை உங்களிடம் கூறக் கடமைப்பட்டுள்ளேன்" என்றார். அவர் இப்பொழுது என் கண்களை நேராகப் பார்த்தார். அவர் கண்கள் மென்மையாகவும், கருணை யுடனும் சமாதானத்தை உறுதியளிப்பதைப் போல் இருந்தன.

"இல்லை ஹரி. என்னிடம் நீங்கள் அவ்வாறெல்லாம் கடமைப் படவில்லை. இந்தியாவில் ஆங்கிலேயர்களான நாங்கள் குருடர் களைப் போல் வாழ்ந்திருக்கிறோம். உங்களின் தொன்மையான அழகிய நாட்டைப் புரிந்துகொள்ளவும், காணவும் தவறிவிட்டோம்."

வெள்ளை நிற விளக்குத் திரையின் அடியில் அந்துப் பூச்சிகள் வந்தமரத் தொடங்கின. அவற்றின் இறக்கைகளின் நிழல்கள் வௌவால் இறக்கைகளைப் போல் நிழலில் பிரம்மாண்டமாய்த் தெரிந்தன. ஹரி மிகவும் களைப்புடன் காணப்பட்டார். அவரை நெருங்கி என் கைகளில் ஏந்திக் கொள்ள வேண்டும் போல் தோன்றியது. ஆனால் அவர் தன் கால்களை வேறு திக்கில் மாற்றி அமர்ந்து கொண்டு பேசத் தொடங்கினார்.

"1944ஆம் ஆண்டு ஜனவரி மாதத்தின் பிற்பகுதியில் பூனேயில் உள்ள ஆகா கான் அரண்மனைக்கு நான் சென்றிருந்தேன். அங்கு காந்தி தன் மனைவி, கவிதாயினி சரோஜினி நாயுடு, புகழ்பெற்ற மிராபென் ஆகியோரோடு சிறையில் இருந்தார். அவரை உங் களுக்குத் தெரியுமா? அவர் ஆங்கிலேய அதிகாரி ஒருவரின் மகள். பின் அவர் காந்தியின் சீடராகி விட்டார்" என்று கேட்டார்.

"மேதகு வைஸ்ரின் சரோஜினி நாயுடுவுடன் நன்கு பழக்கம் உள்ளவர். ஆனால் திருமதி ஸ்டேட் அதாவது மிராபென் எல்லா அழைப்புகளையும் நிராகரித்து விட்டார். அவர் ஒரு துறவி போல், ஹிமாலய அடிவாரத்தில் ஒரு பண்ணையை ஏற்படுத்திக் கொண்டு வாழ்கிறார் எனக் கூறுகிறார்கள்" என்றேன்.

"சரி. பாவின் அதாவது திருமதி காந்தியின் உடல் நிலை மோச மாகிக் கொண்டு வந்தது; வேறெங்கோ சிறையில் இருந்த ஜவஹர் அதிகாரிகளிடம் என்னை அவரைப் பரிசோதிப்பதற்கு அனுமதி வாங்கியிருந்தார். அவருக்குச் சில நுண்ணுயிர்க்கொல்லிகளை அளிக்குமாறு வேண்டிக்கொண்டிருந்தார். நான் மிகவும் கஷ்டப் பட்டு, எங்கெங்கோ போராடி, யாராரிடமோ கெஞ்சி இறுதியில் அமெரிக்கர்களிடமிருந்து வெற்றிகரமாகச் சில நுண்ணுயிர்க்கொல்லி களைக் கையகப்படுத்தியிருந்தேன். அவர்களைக் கடவுள் காப்பாற்றட் டும். பின் ஒரு நாள் விடியற்காலையில், பனி விலகும் வேளையில், கம்பி வேலிகளைத் தாண்டிச் சென்றேன். அந்த அரண்மனைத்

தேவதைகள் கதையில் வருவதைப் போல் இருந்தது. அதன் அழகிய கோபுரங்கள் வெள்ளை வெளேரென்று இருந்தன. இதுதான் சிறை யென்றால் நானும் அங்கு சிறிது காலம் தங்கியிருப்பதை வர வேற்பேன் என்று நினைத்தேன். தோட்டத்தில் மலர்கள் நிறைந்து அருமையாக இருந்தது. புல்வெளியில் ஒரு மட்டைப் பந்து வலை கூட ஆசையைக் கிளர்த்தியபடி நீண்டு கிடந்தது. நான் அருகில் சென்றபொழுது என்னை வரவேற்க யாரும் வரவில்லை. என் அருகில் இருந்த சிப்பாய் அங்கிருந்த கைதிகளை காவல்புரியும் இரு வரில் ஒருவன்.

"இந்த இடமே சபிக்கப்பட்டது டாக்டர் சாகிப். ஒரு நாள் மகாத்மாவின் செயலாளர் அப்படியே விழுந்து இறந்துவிட்டார் என துர்தேவதைகளுக்குக் கேட்டுவிடப் போகிறதோ எனத் தாழ்ந்த குரலில் கூறினான். திரு. மகாதேவ் தேசாய் அவர்களை எரியூட்டி, இப்பொழுது கற்களாலும் மண்ணாலும் மேடாக இருந்த ஓரிடத்திற்கு அழைத்துச் சென்றான். மேற்பகுதியில் ஹிந்துக்களின் சின்னமான ஓம் என்ற எழுத்தும் கீழே கிறிஸ்துவர்களின் சிலுவையும், மற்றும் நான்கு முனைகளிலும் இஸ்லாமின் பிறையும் நட்சத்திரமும் இருந் தன.

அதன் பிறகு நாங்கள் பின் தாழ்வாரத்திற்குச் சென்றோம். அங்கு இரண்டு முதிர்ந்த கிழவிகளைப் போல் அவர்களிருந்தனர். மிராபென் ஆடுகளில் பால் கறந்து கொண்டிருந்தார். சரோஜினி நாயுடு முடிகளை விரித்து விட்டுக்கொண்டு இளஞ்சிவப்பு உடையில், ஒரு கரி அடுப்பைக் கிளறி விட்டுக் கொண்டு இருந்தார். அவர்களை இப்படிக் கண்டபோது அவர்கள் உயர்குடியில் பிறந்து வளர்ந்த பெண்கள் என்று நம்ப இயலாமல் இருந்தது. ஆனால் அவர்கள் இருவரின் தோலின் நிறத்தைக் கண்டபோது அவர்கள் இருவருக்கும் மலேரியா காய்ச்சல் இருப்பது புலனாயிற்று.

"ஜவஹரும் மற்றவர்களும், என்னைப் போல் மருத்துவர்கள் ஓரிரண்டுப் பேரை நல்ல உடல்நலத்துடன், வெளியில் வைத்திருப்பது நல்லது என்றும், அப்பொழுதுதான் அவர்கள் நோய்வாய்ப்பட்டால் எங்களால் சிகிச்சை அளிக்க இயலும் என்றும் கேலி செய்வதுண்டு."

"அவ்விருப் பெண்களும் நம்பிக்கையற்று என்னை வெறித்து நோக்கினார்கள். பின் அங்கு நான் என்ன செய்து கொண்டிருக் கிறேன் என்றும் அவர்களைக் காப்பாற்ற வந்துள்ளேனா எனவும் கேட்டனர். மிராபென் குழப்பத்தில் இருந்தார். கண்களைக் கை களால் சூரியனுக்கு எதிராக மறைத்துக் கொண்டார்.

"ஜவஹர் என்னை 'பா' வைக் காண அனுப்பி வைத்ததாகக் கூறினேன்."

நீண்டகாலம் சிறையிலிருப்பவர்களுக்கு ஒரு நம்பிக்கை எப்படி மலர்ச்சித் தருமோ, அவ்வாறு அவர்களின் முகம் மலர்ந்தது.

“சில நுண்ணுயிர்க்கொல்லிகளைத் தேவை இருந்தால் உபயோகப்படும்” என எடுத்துக் கொண்டு வந்திருப்பதாகக் கூறினேன்.

ஓ! பிப்பி நீங்கள் அவர்களுடைய முகத்தைப் பார்த்திருக்க வேண்டும். நுண்ணியிர்க் கொல்லிகளா? என்றபடி தங்கள் வாயில் கைவைத்து அதிர்ச்சியில் என்னை ஏதோ ஒரு துர்தேவதையின் அவதாரம் போல நினைத்து பின்னகர்ந்தனர்.

“அது ஒன்றும் நல்லதில்லை” என்றார் மிராபென். “பாபு அதை அனுமதிக்கவே மாட்டார்” என்றார்.

“நான் அவரிடம் அனுமதி கேட்கிறேன், செல்லலாமா?” என்றேன்.

“மிக நீண்ட நேரத்திற்குப் பிறகு காந்தி ‘பா’ வைக் காண அனுமதி அளித்தார்.’

“சரி, ஜவஹர் உங்களை அனுப்பி இருந்தால் நீங்கள் ‘பா’ வைக் காணத்தான் வேண்டும் என்றார்.

“பின் தன் கைத்தடியை ஊன்றியபடி, திரும்பி தோட்டத்திற்குச் சென்று விட்டார்.

“தாழ்வாரத்தைத் தாண்டி இருந்த ‘பா’ வின் அறைக்கு மிராபென்னுடன் சென்றேன். படுக்கைக்கு அருகே இருந்த மேசை ஒன்றில் மலர்களால் கோலம் வரையப்பட்டிருந்தது. அவரை உற்சாகப்படுத்த ஒவ்வொரு நாளும் ஒவ்வொரு அறையில் இவ்வாறு கோலமிடுவதாகக் கூறினார். கஸ்தூரி பாவின் மன உளைச்சல்தான் எல்லாவற்றையும் விட மோசமானது என அவர் நினைத்தார். அதுதான் அவருடைய உடல்நிலை மேலும் மோசமாகக் காரணம் என்றார். சில சமயங்களில் கேரம் ஆட்டத்தினாலோ வலையின் ஒரு புறத்திலிருந்து மறுபுறம் இருக்கும் காந்தியிடம் இறகுப் பந்தைச் செலுத்த வைப்பதினாலோ அவரை மனமாற்றம் அடையச் செய்ய லாம் என அவர் கூறினார். அதைத் தொடர்ந்து கட்டாயமாக எழும் நகைச்சுவை உணர்வு அவருக்கு வாழ்க்கையை மேலும் தொடங்கு வதற்கான நம்பிக்கையையும், சக்தியையும் தரும் என அவர் நினைத் தார்.

“ஓ பிப்பி! மகாத்மாவின் மனைவியை ஓர் எட்டு வயதுச் சிறுமி போலப் படுக்கையில் படுத்திருப்பதைக் காண எனக்கு மிகவும் அதிர்ச்சியாக இருந்தது. இதுவரை நான் பார்த்த எவரையும்விட மிகச் சோகமான கண்கள் அவருடையவை. அவை இயந்திரக் கல்லைப் போல் கடினமாகவும் ஊடுருவ முடியாமலும் இருந்தன.”

தன் விஸ்கியை மேலும் சிறிது உறிஞ்சினார். இப்பொழுது விளக்கின் அடியில் சிறைப்பட்டிருந்த அந்துப்பூச்சிகளைப் பார்த்தார். மனதளவில் தயாரானதும் மீண்டும் தொடர்ந்தார்.

"நான் முன்பு ஒரு முறை 'பா' விற்குச் சிகிச்சை அளித்திருக்கிறேன். அவர் எப்பொழுதும் என்மேல் சந்தேகத்துடனேயே இருப்பார். அவர் இதைவிட ஆயுர்வேத மருத்துவ முறையை விரும்பினார். இருப்பினும் அவரைச் சோதிக்க என்னை அனுமதித்தார். குழந்தையிலிருந்தே அவருடைய நெஞ்சு பலவீனமானது.

சிறையிலும், ஆஸ்ரமத்திலும் வாழ்ந்த கடினமான வாழ்க்கை அவருக்கு உதவவில்லை. என்ன நோயெனக் கண்டுபிடிப்பது கடினமாக இருந்தது. அவருக்கு லேசான மாரடைப்பு வந்திருக்குமோ எனச் சந்தேகப்பட்டேன். ஆனால் நிச்சயமாக அவருக்கு நிமோனியா காய்ச்சல் இருந்தது. அது அவரைக் கொன்றுவிடும் போல் இருந்தது. நுண்ணுயிர்க் கொல்லி ஊசி போட வேண்டும் என்று கூறினேன். அது அவரின் நாட்களை நீட்டும், மேலும் உடல்நிலையைக் காரணமாகக் கூறி அவரை முன்னதாகவே சிறையிலிருந்து வெளியே அழைத்துச் சென்று விடலாம் என்று நம்பினேன். நல்ல சத்தான உணவு கிடைக்கக் கூடிய ஒரு இடத்திற்கு அழைத்துச் சென்றால் அவரின் உடல் நிலையைத் தேற்றிவிடலாம் என நினைத்தேன்."

"போர் ஏறக்குறைய முடிந்துவிட்டது" என்றேன். அவருடைய சிறிய கையை என் கையால் பற்றியபடி "இந்தியா விரைவில் விடுதலையாகிவிடும். அந்த அருமையான நாளைக் காண விருப்பமில்லையா?" என்றேன்.

"நாங்கள் கெஞ்சினோம். குழந்தையைப் போலக் கொஞ்சினோம். விவாதித்தோம். வேத காலங்களில் மருத்துவர்கள் பசுவின் காம்பால் மருந்தை உடலில் செலுத்தி இருக்கிறார்கள் என்றுகூட மிராபென் கூறினார். மலேரியாவிற்காகத் தானே குனைன் ஊசி போட்டுக் கொண்டதைக் கூட ஒப்புக்கொண்டார். அது அகிம்சைக்கு எதிரானது என்ற போதிலும், அது ஜுரத்தை மட்டுப்படுத்தியது என்றார். இறுதியாகத் தன் கணவர் ஒப்புதல் அளித்தால் தான் ஊசி போட்டுக் கொள்ளச் சம்மதிப்பதாக கஸ்தூரி பா கூறினார்.

ஹரி பெருமூச்சு விட்டபடி தன் கழுத்தையும், தோளையும் தடவிக் கொண்டார். வைஸ்ராய் இல்லத்தில் இரவு ஒரு கூண்டைப் போல எங்களைச் சூழ்ந்தது. தோட்டத்தில் யாரோ புல்லாங்குழலை வாசித்துக் கொண்டு இருந்தனர். அதன் ஸ்வரங்கள் வெப்பமான காற்றில் ஒட்டிக்கொண்டு புலம்பலை நீட்டிக்கச் செய்தது.

ஒரு மடக்கில் மீதி இருந்த விஸ்கியைக் குடித்துவிட்டு, மூலையில் திரிந்துகொண்டிருந்த பல்லியை நிமிர்ந்து பார்த்தார். அதுவும் இமைக்காமல் அவரைப் பார்த்தது.

"பிப்பி. நீங்கள் மகாத்மாவை சந்தித்தபொழுது உங்களுக்கு அமைதி ஏற்பட்டிருக்கலாம் என்பதை நான் புரிந்து கொள்கிறேன். அதற்கு மகிழ்ச்சியும் அடைகிறேன்! என்று கையில் கோப்பையை ஆட்டிக் கொண்டே மென்மையாகச் சிரித்தார். "வரலாறும் உலகமும் அவரை மகாத்மா எனக் கருத்தில் வைத்திருக்கும். அதைப் பற்றி எனக்கு எந்தச் சந்தேகமும் இல்லை. உண்மையில் அவர் உயர்ந்த மனிதர்தான். அவர் எங்களுக்குச் சுயராஜ்ஜியத்தைத் தந்தார். மெத்தனமான, பலவீனமான மனிதர்களை எதிர்க்கவும், களத்தில் இறங்கவும் உந்துதல் தந்தார். ஆனால் மகாத்மா என அவர்கள் அனைவரும் கூறும் அந்த மனிதர், ஊசி போடுவது வன்முறை என்றும், அது சத்தியாகிரக விதிகளுக்கு எதிரானது என்றும் நம்புகிறார். என்ன விதமான உண்மை அது?" என்று கோபத்தில் கண்கள் சிவக்க மீண்டும் ஒரு முறை என்னால் பதில் கூற இயலாத படி ஒரு கேள்வியை எழுப்பினார்.

"அது சுத்தமான, வடிகட்டிய அறியாமை. தன் மனைவியைக் காப்பாற்ற அத்தனை நவீன வசதிகளை உபயோகித்துக் கொள்ளும் அதிகாரம் அனைத்தும் அவரிடம் இருந்தன. ஆனால் அவ்வாறு செய்ய அவர் மறுத்துவிட்டார்" என்றார்.

எட்வினாவின் யூகம் மிகச் சரியாக இருந்தது என்னை மிகவும் ஆச்சரியப்படுத்தியது. அவர் ஜவஹருக்கு எழுதிய கடிதங்கள் திருப்பி அனுப்பப்பட்டுவிட்டன. ஒருநாள் காலை, எனக்கு வரும் கடிதங் களை வைக்கும் இடத்தில் அவை ஒரு பழுப்பு நிறப்பையில் நன்கு ஒட்டப்பட்டு இருந்தன. திரு. ஜின்னா புதிய நாடான பாகிஸ்தானின் தலைமை ஆளுநராகத் தானே பதவி ஏற்றுக் கொண்டார். அதனு டைய பாதிப்பு, அதிகார மாற்றத்திற்குப் பிறகு விருப்பமில்லாமல் கவர்னர் ஜெனரலாக டிக்கி பதவி ஏற்றுக் கொள்ள வேண்டிய தாயிற்று. சில முக்கியமான சில முக்கியமில்லாத அவருடைய பணி யாளர்கள் அனைவரும் இப்பொழுது கவர்னர் ஜெனரலின் குழுவில் 1948 வரை இந்தியாவில் இருக்க வேண்டி வரும். 1948 கோடைகாலம் வரை நாங்கள் வைஸ்ராயின் இல்லத்தில் இருப்போம். சுதந்திரத் திற்குப் பிறகு, வைஸ்ராயின் இல்லம் அரசாங்க இல்லம் என பெயர் மாற்றப்பட்டிருந்தது.

தாக்குதலுக்குப் பிறகு பல வாரங்களுக்கு மற்ற பணியாளர்கள் என்னை மிகவும் கவனமுடன் பார்த்துக்கொண்டனர். அதிகார மாற்றத்திற்கான நாள் நெருங்கிக் கொண்டிருந்த போதும், அதன் காரணமாக அனைத்துத் துறைகளிலும் வேலை பளு அபத்தமான அளவு அதிகரித்திருந்த போதும், நான் எட்வினாவிடம் அதிக உரிமை எடுத்துகொள்வதை வெறுத்த அவருடைய இரண்டு பெண் செய லாளர்கள்கூட என் நலனில் மிகுந்த அக்கறையோடிருந்தனர்.

‘சாதாரணமாக இருங்கள். மிகவும் அலட்டிக் கொள்ளாதீர்கள். நீங்கள் ஏன் நேரத்தோடு உறங்கக்கூடாது?’ என்று கேட்டனர்.

உண்மை என்னவென்றால் மேலும் மேலும் நிவாரணப் பணிகள் என்னிடம் வரத் துவங்கின. அம்ரித் கௌர் என்னிடம் ஒருமுறை, ‘இவையனைத்தும் பெண்களின் வேலை. ஆண்கள் தூர நின்றுகொண்டு ஒரு கோலால் கூட இவ்வேலைகளைத் தொட்டுப் பார்க்கமாட்டார்கள்’ என்று கூறினார்.

சூழ்நிலை மிகவும் நம்பிக்கையற்றதாக மாறிக் கொண்டிருந்தது. பஞ்சாப்பில் இருந்து ஆயிரக்கணக்கான அகதிகள் டெல்லியில்

குவிந்தனர். பலர் முகாம்களில் தங்க வைக்கப்பட்டனர். எத்தனை தான் முயற்சி செய்தாலும் அது எனக்குச் செய்யமுடியாத பணி யாகத் தோன்றியது. பலவகைப்பட்ட நிறுவனங்களுக்கு இடையே ஒற்றுமை இல்லை. அதிகார மாற்றத்தின் காரணமாக வளங்களை அபகரித்தனர். யாராவது உதவலாம் என்று வைஸ்ரினோ, அம்ரித் கௌரோ அல்லது நானோ கருதினால், அவர்களுடன் தொலை பேசியில் கெஞ்சியோ, இனிமையாகப் பேசியோ, மிரட்டியோ அல்லது பயமுறுத்தியோ காரியம் சாதிக்க முயன்றோம். எங்களுக்குப் போர்வைகள், உடைகள், உணவு, முகாம், பால் பவுடர், மருந்து ஆகியவை மிகவும் தேவையாக இருந்தன. இவை இல்லாமல் மக்கள் இறந்து கொண்டிருந்தனர். அவர்கள் இந்தியாவைச் சேர்ந்தவர்களோ அல்லது பாகிஸ்தானைச் சேர்ந்தவர்களோ, யாராக இருந்தாலும் எனக்குக் கவலையில்லை. காலம் கடந்துவிடும் முன் இந்தப் பொருட்கள் அனைத்தும் வந்து சேரவேண்டும்.

'நாம் ஏதாவது செய்தே ஆகவேண்டும்' என்று எட்வினா மிகுந்த ஆத்திரத்துடன், நீச்சல் குளத்தின் மரத்தின் கீழ் எப்பொழுதும் நடக்கும் பணியாளர்கள் கூடுகையில் தன் தேநீர்க் கோப்பையை வைத்துக் கொண்டு கூறினார். மருந்துகள் கிடைப்பதற்காக ராணு வத்தின் உதவியைப் பெறுவதில் உள்ள தடைகளை நான் அவரிடம் கூறிக் கொண்டிருந்தேன். அவர் தன் மூக்குக் கண்ணாடியைக் கையிலெடுத்துக் கொண்டு கண்களைச் சுருக்கியபடி தன் உடையால் அதைச் சுத்தம் செய்துவிட்டு பின் அதை மீண்டும் கண்களில் மாட்டிக் கொண்டார்.

'அகதிகளுக்காக ஓர் ஒருங்கிணைக்கப்பட்ட நிறுவனம் நமக்குத் தேவை. அந்த முறையில் நம்மால் நிதி திரட்டமுடியும். அனை வருக்கும் தேவையான நிதி சென்று அடைகிறதா என்பதை உறுதிப் படுத்திக் கொள்ள முடியும். அதே போல் எங்கெல்லாம் உதவி தேவைப்படுகிறதோ, அங்கெல்லாம் விரைவில் உதவமுடியும்' என்றார்.

இப்படிப்பட்ட ஓர் ஒருங்கிணைக்கப்பட்ட நிறுவனம் ஒரு சாதாரண நிர்வாக முறைதான். அதை எளிதாக வடிவமைத்து வழிமுறை செய்ய இயலும். ஆனால் இந்தக் குழப்பத்திலும் உதவி செய்யவேண்டுமென்ற அவசரத்திலும், நாங்கள் யாரும் அதை எண்ணிப் பார்த்திருக்கவில்லை. இருந்தாலும் நிதி எங்கிருந்து வரும் என்பது மட்டும் எனக்குப் புரியவில்லை.

'சுதந்திரத்திற்குப் பிறகு நான் ஜவஹரிடம் பேசி ஏதாவது வழி செய்யப் பார்க்கிறேன்' என்றார் எட்வினா.

இளங்காலை வெளிச்சத்தில் எந்த முகப்பூச்சும் அணியாமல், வயதான சொரசொரப்பானத் தோலுடன் இருக்கும் அவரைப் பார்த்தேன். நம் கண்களுக்கு நேராகத் தெரிவதை விட அவரிடம் பல விஷயங்கள் இருந்தன.

> அன்று யார் வந்தார்கள் என்று உங்களால் யூகிக்கவே முடியாது. ஏடிசி உணவகத்தில் அவரைப் பார்த்தேன். வீட்டின் பணியாளர்கள் அவருடைய பெட்டிகளை எடுத்துச் சென்றுவிட்டனர். அவர் தனியாக வரவேற்க யாரும் இல்லாமல் நின்றிருந்தார். வேடிக்கை என்னவென்றால் லண்டனில் இருந்து நேராக வெள்ளை வெளேரென்று ஆங்கிலப் பனி போல் நின்றிருக்கும் அவரைப் பார்க்கத்தான் வெளிநாட்டவரைப் போல் இருந்தது. அவருடைய மூக்குக் கண்ணாடிகள் அழுக்காக இருந்தன. அவர் தன் தொப்பியைக் கையில் சுழற்றியபடி, ஒரு பேருந்துக்குக் காத்துக் கொண்டிருப்பதைப் போல் நின்று கொண்டிருந்தார். அவர் மிக உயர்ந்த வகையைச் சார்ந்தவரென நீங்கள் அடிக்கடி கூறியிருக்கிறீர்கள். மேலும் அவர் அதிகபட்ச திறமையுள்ளவர் என்றும் கூறியிருக்கிறீர்கள். ஆனால் எதனால் என்று தெரியவில்லை. ஆனால் அவரைப் பார்த்தால் எனக்கு ஒரு கரடியைப் போல்தான் தோன்றுகிறது.

இப்பொழுதெல்லாம் நாட்குறிப்பில் 'அன்பிலும் அன்பான' என்றெல்லாம் நான் எழுதுவதில்லை. வேண்டுமென்று நான் அதை நிறுத்தவில்லை. அது தானாகவே நிகழ்ந்துவிட்டது. இழப்பின் வலி இருந்ததுதான். ஆம், எப்பொழுதும் அது இருக்கும். ஆனால், இப்பொழுது அது எங்கும் நுழையும் ஆழமானத் துக்கமாக இல்லாமல், தப்ப முடியாத ஒரு சித்திரவதையாக இல்லாமல் ஒரு மந்தமான வலியாக இருந்தது. இந்தியா எங்களிடையே ஒரு தூரத்தை உருவாக்கி விட்டது. சார்லஸ் ஒரேயடியாகச் சென்றுவிடவில்லை. ஆனால் அவர் மெதுவாக மறையத் தொடங்கிவிட்டார். ஆர்கைல் தெருவில் கோடுகள் போட்ட மேலங்கி அணிந்து கொண்டு அவர் நடப்பது இன்னும் கண்ணில் தெரிகிறது. தெருவில் திரும்பும் பொழுது, அவர் திரும்பிப் பார்த்துத் தொப்பியைக் கையிலெடுத்து என்னைப் பார்த்துக் கையசைத்துச் சிரிப்பது தெரிந்தது.

இருப்பினும் சிறில் ராட்கிளிஃப்பைப் பற்றி எழுதும்போது அது சார்லஸுக்கான கடிதமாகத்தான் இருக்கிறது. ஆக்ஸ்ஃபோர்டில் சிரிலும் என்னுடன் கல்வி கற்றவர். என் கணவரின் முன்னாள் மாணவர். மிகவும் புத்திசாலி. அதிமுக்கியமான பணிகளை ஆற்ற

எப்பொழுதும் தேர்ந்தெடுக்கப்படுபவர். ஒரு வக்கீலாகவும், 'ஆல் சோல்ஸில்' உறுப்பினராகவும் இருந்த அவர், தகவல் துறை அமைச்சகத்தில், போர்க்காலத்தின்போது தலைமை இயக்குநராகப் பணியாற்றி இருக்கிறார்.

வைஸ்ராயின் இல்லத்தில் நான் அவரைச் சந்தித்த பொழுது, இந்திய வெளிச்சத்திற்கு இன்னும் பழக்கப்படாதவர் போல் ஆச்சரியத்தில் கண்களைச் சிமிட்டினார். என் தந்தையைப் போலவே அவரும் வட வேல்ஸைச் சேர்ந்தவர் என்பதால் வெல்ஷ் மொழியில் என்னிடம் முகமன் கூறினார். மாணவர் காலத்தில் இருந்தே, எங்கள் இருவரிடையே அது ஒரு விளையாட்டாக இருந்தது.

'ஹலோ லெட்டி, சுட் வைட் டி?'

'டா இயவான், டியால்ச்' என்றேன்.

அவர் என் கைகளைப் பற்றி மரியாதையாக என் இரு கன்னங்களிலும் முத்தமிட்டார்.

சார்லஸின் இறுதிச் சடங்குகளுக்குப் பிறகு, அவரை நான் பார்க்கவில்லை. ஏதாவது கேட்டுவிடுவாரோ அல்லது தன் அனுதாபத்தைக் கூறுவாரோ என்று எண்ணி தர்மசங்கடத்துடன் நின்றேன். ஆனால், அந்தத் தருணத்தில் இருந்து நாங்கள் வெகு தூரம் வந்துவிட்டோம். அதனால் அந்தக் கணம் அப்படியே கடந்து விட்டது.

'மேதகு வைஸ்ரினின் எஸ்.ஏ.' என்று இங்கு வழங்கப்படும் வார்த்தைகளை வேடிக்கையாகக் கூறினேன். 'வைஸ்ரினின் சிறப்பு உதவியாளர். அவரும் நானும் ஒன்றாகப் பள்ளியில் படித்தோம். தெரியுமா?' என்று அவரிடம் விளக்கிக் கூறினேன்.

அவரின் வாய் திறந்து மூடியது. தண்ணீரில் இருந்து வெளியே வந்துவிட்ட ஒரு தங்க மீனைப் போல என் கண்ணுக்குத் தெரிந்தார். ஆனால் அதன் கழுத்தும், அக்குளும் வியர்வையில் நனைந்திருந்தன. இந்திய வெப்பத்திற்கு அவருடைய உடை பொருத்தமாகவே இல்லை.

'இங்கு என்ன செய்து கொண்டிருக்கிறீர்கள்?' என்று கேட்டேன்.

அவர் மெலிதாகப் புன்னகைத்தார். எப்பொழுதும் வேலையிலேயே கவனமாக இருக்கும் அவர் புன்னகைப்பது ஒரு அபூர்வமானச் செயல்.

'என் பாவங்களுக்காகப் பஞ்சாப்பிற்கும், வங்காளத்திற்கும் எல்லை நிர்ணயிக்கும் குழுவின் தலைவராக நான் நியமிக்கப்பட்டிருக்கிறேன். ஆனால் இங்கு உன்னைப் பார்ப்பது எத்தனை மகிழ்ச்சியாக இருக்கிறது தெரியுமா லெட்டி? உன்னோடு இருப்பதற்கு ஆண்டோனியோ மிகவும் சந்தோஷப்படுவாள். எந்தச் சமயத்திலும்

அவள் கப்பலில் வந்து இறங்கலாம்' என்று அவர் தன் மனைவியைப் பற்றிக் கூறினார்.

'ஆண்டோனியா வருகிறாளா! அதற்கு நேரமிருக்காதே?' என்று கேட்டேன். என் மனதில் விரைவாகக் கணக்கிட்டேன். இப்பொழுது ஜூலை மாதம் 8ஆம் தேதி ஆகிவிட்டது. சுதந்திர தினம் ஆகஸ்ட் 15ஆம் தேதி என்று முடிவாகிவிட்டது.

'என்ன சொல்கிறாய்?' என்று கண்களைச் சுருக்கிக் கொண்டு தன் கையிலுள்ள தொப்பியைச் சுழற்றிக் கொண்டே என்னைக் கேட்டார்.

'அதிகார மாற்றத்திற்கு இன்னும் ஆறு வாரங்களே உள்ளன. அதற்கு முன் எல்லைக் கோடுகளை வரைந்து விடவேண்டும். ஆண்டோனியோ கப்பலில் வருவது என்றால் அவர் வந்தவுடனேயே திரும்பிச் செல்ல வேண்டியதாய் இருக்கும்' என்றேன்.

'ஆறு வாரங்களா? இந்த வேலையை முடிக்க ஆறு மாதங்களாவது இருக்கும் என்றல்லவா நினைத்தேன்' என்றார்.

நான் தயங்கினேன். குரலைத் தாழ்த்தியபடி அவரைத் தோட்டத்திற்கு அழைத்துச் சென்றேன். அங்கு நாங்கள் பேசுவதை மற்றவர்கள் கேட்கும் வாய்ப்புகள் குறைவு. 'நான் கூறுவது தவறாகவும் இருக்கலாம். ஆனால், எல்லைகள் பற்றிய அறிக்கை 15ஆம் தேதிக்கு முன் வந்துவிடவேண்டும். நீங்கள் இன்னும் வைஸ்ராயைப் பார்க்கவில்லையா?' என்று கேட்டேன்.

அவர் கண்களைச் சிமிட்டியபடி வியர்வையில் நனைந்த சட்டையின் காலரை உயர்த்தி விட்டுக் கொண்டு, கையிலிருந்த தொப்பியை மீண்டும் ஒருமுறை சுழற்றினார். அவர் முகம் வெளுத்தது.

கடந்த 70 ஆண்டுகளில், இந்த வருடம்தான் கடுமையான கோடை என்றும், மழை வருவதற்குத் தாமதம் ஆகலாம் என்றும் ஜமுரத் கான் என்னிடம் கூறியிருந்தார். அதிகார மாற்றத்திற்கான நேரம் நெருங்குவதைக் குறித்து கவனமாக இருப்பதற்காக வைஸ்ராய் நாட்குறிப்பேடு ஒன்றை அச்சடித்து, வைஸ்ராய் இல்லத்தில் உள்ள அலுவலகத்தில் விநியோகித்திருந்தார். அதில் ஆகஸ்ட் 1 அன்று அதிகார மாற்றத்திற்கு பதினான்கு நாட்களே உள்ளன என்றும், ஆகஸ்ட் 3 அன்று 12 நாட்களே உள்ளன என்றும் அச்சடிக்கப்பட்டிருந்தது. கோடை நாட்கள் ஒவ்வொன்றாக மற்றொரு நாளுக்குச் செல்லச் செல்ல நாங்கள் அந்தத் தாள்களை ஒவ்வொன்றாகப் பிரித்தோம். முரியல் ஸ்பார்க் தன்னுடைய தாளைச் சிறியப் பெட்டிகளாக ஜப்பானிய முறைப்படி செய்து அதில் சிறியப் பொருட்களை வைத்துக் கொண்டார். ஆலனும், டாங்கிள்ஸும் ஏன் இஸ்மே பிரபு

கூட தாள்களால் விமானங்கள் செய்து அதைப் பறக்கவிட்டுச் சூழ் நிலையை இலகுவாக முயற்சி செய்தனர். நான் என் தாள்களைப் பந்துகளாகக் கசக்கி அதைத் தூர இருந்த குப்பைத் தொட்டி ஒன்றில் தூக்கி எறிவதற்கு முயற்சி செய்வேன்.

ஹரியை நான் பார்க்கவே இல்லை. கோடைகாலமும், என்னு டைய காயமும் குதிரைச் சவாரியை நிறுத்திவிட்டது. மேலும் நான் சிறிது காலமே ஆனாலும் அவரிடம் சிகிச்சை பெறும் நோயாளியாக ஆகிவிட்டேன். என் காயங்கள் விரைவாக ஆறின. இரண்டு முறை அவற்றைப் பரிசோதிக்க அவர் வந்தார். இது எங்களிடையே, தொழில்பூர்வமாக ஒரு தடையை ஏற்படுத்தி இருந்தது. எப்பொழு தாவது நாங்கள் தொலைபேசியில் பேசிக் கொள்வோம். அது நிவாரணப் பணிகளைப் பற்றியதாகத்தான் இருக்கும். நாங்கள் இருவரும் மிகவும் களைத்துப் போய், வேலையில் மூழ்கி முடிவில் லாதச் சுழலில் சிக்கிப் போராடிக் கொண்டிருந்தோம். மரியாதை யுடன் கூடிய பேச்சு வார்த்தைகளுக்குப் பின் பேசாத ஏதோ ஒன்று எப்பொழுதும் மறைந்து இருந்தது. ஒருவர் மற்றவருடைய குரலி லேயோ அல்லது பாவனைகளிலோ ஏதோ ஒன்றை, ஒரு குறி யீட்டைக் கண்டுபிடிக்க முயற்சியில் ஈடுபட்டிருந்தோம். அதே சமயம், நாங்கள் தோற்றுப் போகக்கூடிய ஒரு போர் ஒன்றைத்தான் அனைத்து திசைகளிலிருந்தும் புரிந்துகொண்டிருந்தோம் என்பது எங்களுக்குத் தெரிந்திருந்தது.

ஜூலை மாதத்திலும், ஆகஸ்ட் மாதத்தின் முதல் வாரத்திலும், பணி இல்லாத நேரத்தில் எல்லாம் நான் சிரிலுடன் பொழுதைக் கழித்தேன். சிறிது குளிர்ந்த மாலைப் பொழுதுகளில் சாதாரணமாகச் சாலைகளில் நடைப்பயிற்சி செய்தோம். இரண்டு அனாதைகள் ஒருவருக்கு ஒருவர் உதவிக் கொள்வது போல நாங்கள் இருவரும் இருந்தோம். சிறு வயதில், ஒன்றாக வளர்ந்து இப்பொழுது வயதாகி விட்டிருக்கும் இருவரிடையே காணப்படும் பரஸ்பர நம்பிக்கை எங்களிடையே இருந்தது.

நான் மீண்டும் சார்லஸுக்கு எழுதினேன்.

> எல்லைகள் வகுக்கும் திட்டத்தின் சட்டங்கள் சிரி லைச் சமூகத்தில் இருந்து ஒதுங்கி இருக்கச் செய்கிறது என்பது உங்களுக்குப் புரியும். அவர் உணவு அருந்தச் செல்லும்பொழுது, சீக்கியர்களும் இஸ்லாமியர்களும் ஹிந்துக்களும் தங்களுக்காக அவரிடம் பரிந்துரைக்க அவரைச் சூழ்ந்து கொள்கிறார்கள். அவர் வறண்ட மன நிலை உள்ள மனிதர் என்பது உங்களுக்குத் தெரியும். அவரிடம் ஒரே ஒரு நகைச்சுவைதான் இருக்கும். அதை

வாரத்தில் ஒன்று அல்லது இரண்டு முறை கூறியவாறு இருப்பார். அவரும் அவருடன் சேர்ந்து ஆக்ஸ்ஃபோர் டில் பணியாற்றிய ஆசிரியரும், டாரோ மீனியமின் அரிஸ்டோமீன்ஸ் என்ற ஒரு கிரேக்கக் கற்பனைப் பாத்திரத்தை உருவாக்கி, அதைப் பற்றி ஒரு வயதான ஆசிரியரிடம் பெருமை பேசுவார்கள். அந்த வயதான ஆசிரியரும் அப்பாத்திரத்தை தான் மறந்து விட்டதாக ஒப்புக் கொள்வார். இதை மீண்டும் மீண்டும் சிரில் என் னிடம் கூறுகிறார். இதை இரண்டொரு நாட்களுக்கு முன்புதான் என்னிடம் ஒருமுறை கூறினார் என்பதை மறந்தது போல் நடித்து நான் மீண்டும் சிரித்து வைக்கி றேன். அது அவரைச் சிறிது உற்சாகப்படுத்தட்டும் என நினைக்கிறேன்.

பாவம் அவர் மிகக் கடுமையானச் சிக்கலான இடத்தில் மாட்டிக் கொண்டுள்ளார். அவருடைய மாயைகள் எல்லாம் உதிர்ந்து விழுகின்றன. உங்களு டைய பயிற்சியினால் அவர் அனைத்துப் பணிகளை யும் மிகத் திருத்தமாகச் செய்கிறார். எல்லாச் சிக்கல் களிலும் இருந்து மீறி வந்து திட்டத்திற்கு உண்மையான தொரு மரியாதையை அவர் பெற்றுத் தருகிறார். ஜின்னாவுடனும், நேருவுடனும் நடந்த அவருடையச் சந்திப்பிற்கு ஒரு சாட்சியாக என்னை அழைத்துச் சென்றார். அவர்களிடம் பேசுவதற்கு முன், இருவரிட மும் எந்த முஸ்தீப்பும் இன்றி நேரடியாக இந்தியாவிற் கும் பாகிஸ்தானிற்கும் நடுவே கட்டாயமாக ஒரு எல்லை தேவையா என்று கேட்டார். அவருடைய எதிர் பார்ப்பு என்னவென்றால் புதிதாக மலரப் போகும் இரண்டு நாடுகளும், அமெரிக்கா மற்றும் கனடா போல அமைதியாக இருக்கவேண்டும் என்பதே. இந்தக் கேள்வி யினால் அவ்விருவரும் திகைத்துப் போய் நிச்சயமாக முறைமைசார்ந்த எல்லை தேவையென வற்புறுத்தினர்.

சிரிலைத் தலைவராகக் கொண்டிருக்கும் இத் திட்டத்தில் மேலும் முஸ்லீம் லீக்கில் இருந்தும் காங்கிரஸில் இருந்தும் தலா இரண்டு உறுப்பினர்கள் உள்ளனர். அவர்கள் தங்களுடைய கட்சிகளைச் சார்ந்தே கருத்துகளை வைப்பதால், உண்மையில் சிரில் தன் தீர்மானங்களைத் தனியாகவே எடுக்கிறார் என்பது தெளிவாகிறது.

உங்களுக்குச் சிரிலைப் பற்றித் தெரியும். இறுதி வரை அவர் எந்த வெறுப்பும் அற்றவர். உண்மையில் நான் இதுவரை சந்தித்ததில் மிகவும் மகிழ்ச்சியற்ற மனிதர் அவர். அவரிடம் சிறிது கூட மகிழ்ச்சியோ, குதூகலமோ இருக்காது. உண்மையில் மகிழ்ச்சி அவருக்கு ஒரு பொருட்டே இல்லை. தீவிரமான சூழ் நிலையில் தைரியத்தோடு, எந்தவொரு சந்தர்ப்பத்திலும் தன் சகாக்களைக் கைவிடாமல் தன்னால் செய்யக் கூடிய பணியை அருமையாகச் செய்து முடிப்பதே முக்கியம் என்று கருதுபவர். இது, மிகப் பெரிய போரி னால் உருவான உங்கள் தலைமுறையின் தைரியம்.

எப்பொழுதாவது நடைப்பயிற்சிகளின்போது அவர் தன்னை அறியாது ஏதாவது கூறிவிடுகிறார். ஒரு சமயம் ஓர் இஸ்லாமிய உறுப்பினர் அவரிடம், தான் சிரிலின் எண்ணங்களோடு ஒத்துப் போகத்தான் விரும்புவதாகவும் ஆனால் தன் உயிர் மேலுள்ள பயத்தி னால் அவ்வாறு செய்ய இயலவில்லை என்றும் கூறிய தாக என்னிடம் சிரில் கூறினார். மேலும், வரைபடம் போதுமான அளவு இல்லையென்றும், போர்க் காலத் தில் கணக்கெடுப்புகள் நிறுத்தப்பட்டு விட்டதாகவும் அதனால் அவருடைய குழு, அளவில் மிகப் பெரிய தாகவும், பழையதாகவும் இருக்கும் ஆவணங்களைப் பயன்படுத்திப் பணியாற்றவேண்டும் என்றும் கூறினார். மேலும் மக்கள் தொகைக் கணக்கெடுப்பு மிகவும் முக்கியம் என்றும், அது ஒவ்வொரு மாவட்டத்திலும் உள்ள மதச்சார்பை நிர்ணயிக்க உதவும் என்றும், ஆனால் இப்பொழுது அவற்றை நம்பமுடியவில்லை என்றும் கூறினார். தங்களுடைய பெரும்பான்மையை நிரூபிக்க ஒவ்வொரு மாவட்டமும் எண்ணிக்கையை அதிகரித்துக் கொண்டு இருக்கின்றனர் என்பதைக் கூறவும் வேண்டுமா?

சில சமயங்களில் சிரிலின் பங்களாவில் நாங்கள் இரவுணவிற்காகச் சந்திப்போம். அங்கு அவருடைய செயலாளரான கிறிஸ் போமாண்டும், இளைஞனான இந்தியப் பணியாளர் ஒருவர் போன்ற வேறு சிலரும் அங்கு இருப்பர். எங்கள் அனைவருக்கும் பொதுவாக ஆக்ஸ்ஃபோர்ட் இருந்தது. அதனால் எங்களுக்குப் பொதுவான நண்பர்களைப் பற்றியும் செர்வலில் படகு ஓட்டுவதைப் பற்றியும் பேசுவோம். அந்தப் பேச்சு ஒரு

கல்லூரியில் இருந்து மற்றொரு கல்லூரிக்கும், ஒரு மது விடுதியில் இருந்து மற்றொரு மது விடுதிக்குமாய் நீளும். எந்த மது விடுதியில் அருமையான மது கிடைக்கும் என்று ஆண்கள் விவாதிப்பதைக் கற்பனை செய்து பாருங்கள். இறுதியில் சிரில், "ஈகில் அண்ட் சைல்ட்' மது விடுதியின் ஆதரவாளர் என்பது தெளிவானது.

நான் டிக்கியின் நாட்காட்டியைப் பார்த்தேன். ஆகஸ்ட் 9, அதிகார மாற்றத்திற்கு ஐந்து நாட்களே உள்ளன என்று இருந்தது. கீழே முகலாயத் தோட்டத்தில் நீரூற்றுகள் பளபளத்தன. மாலை நேரம் நெருங்க நிறங்கள் அடர்த்தியாயின. நான் நாட்காட்டியில் இருந்து மற்றொரு நாளைக் கிழித்தேன். வருடத்தில் இருந்து ஒருநாளை எடுத்தேன். ஆத்திரத்துடன் அந்தத் தாளை சுக்குநூறாகக் கிழித்தேன். அதன் பின் கிழிந்த தாள்களை எல்லாம் பொறுக்கி எடுத்து ஒரு பந்தாகச் சுருட்டினேன். எழுந்து நின்று குப்பைத் தொட்டிக்குள் அதை வீசினேன். பந்து அதில் சென்று விழவில்லை.

என் மனதுக்குள் திட்டிக்கொண்டேன். சமீப சில மாதங்களாக வைஸ்ராயின் இல்லத்தில் நிறைய கெட்டவார்த்தைகள் உபயோகப் பட்டுக் கொண்டிருக்கின்றன. அந்தப் பழக்கம் என்னையும் பற்றிக் கொண்டுவிட்டது. நானும் அதற்கு அப்பாற்பட்டவள் இல்லை என்பதை நிறுவிவிட்டேன். ஆனால், நான் ஏன் கோபமாக இருக்கி றேன் என்பது எனக்குப் புரியவில்லை. என்னை அமைதிப்படுத்திக் கொள்ள மீண்டும் எழுதத் தொடங்கினேன். வார்த்தைகள் அனைத்தையும் சரி செய்துவிடுமோ என்று வெறுமனே நம்பினேன்.

எல்லைக்கோடு எங்கு எல்லாம் செல்லப்போகிறது என்று டெல்லி முழுவதும் வதந்தியும், எதிர்வதந்தியும் நிலவுகின்றன. இந்துக்கள் லாகூர் தங்களுக்கு வழங்கப் படும் என்று உறுதியாக இருந்தனர். அதே சமயம் இஸ்லாமியர்கள் அது பாகிஸ்தானுக்குச் செல்லும் என்று உறுதியாக நம்பினர். இச்சமயத்தில் லட்சக் கணக்கானவர்களின் விதி ஒரு தராசில் தொங்கிக் கொண்டிருந்தது. அதனுடைய அழுத்தம் சிரிலிடம் வெளிப்பட்டது. ஒரு நடைப் பயிற்சிக்குக் கூட வர முடியாத அளவிற்கு அவர் களைத்துப் போயிருந்தார். திட்டக் குழு எப்பொழுது வேண்டுமானாலும் தன் அறிக்கையை வெளியிடலாம். மேலும் இச்செயற்பாடு ஒரு போலித்தனமான அறிவியல் வழிமுறையைப் பின்பற்றுவது போல் தோற்றமளிக்கிறது. இரு பக்கங் களும் சரியானதொரு விடை உள்ளது என உறுதியாக

நம்பினர். அதே போல், திட்டத் தலைவர் தங்களுக்குச் சாதகமாகவே அதை அறிவிப்பார் என நம்பினார்கள். அனைத்தும் அபத்தமாக இருந்தன. நம்ப வைத்துக் கெடுப்பது போலிருந்தன. சிரிலின் வேலையை நான் சென்ற வாரம் பார்த்த பொழுது முடிவு பெரும்பான்மையான இடங்களை நியாயத்துடன் பிரிப்பதாகவே இருந்தது. உண்மையை மறைக்கவும், தாங்கள் சொல்வதே சிறந்தது என்று தோன்றுவதற்கும் ஆண்கள் ஏன் நாசூக்கான வார்த்தைகளை உபயோகப்படுத்துகிறார்கள் என்று கூறுங்கள். இங்கு அது மதக் கோடுகளைப் பிரிப்பது என்று பேசப்படுகிறது. தவிர்க்க முடியாத இச் செயல் சமூகக் கட்டமைப்பு மற்றும் இயற்கைக் கட்டமைப்புகளான ஆறுகளையும் அணைகளையும் மனதில் நிறுத்தியே சமமாகச் செய்யப்பட வேண்டும். உண்மையில் ஒரு அதிசய சூத்திரம் இங்கு கிடையாது. சரியான பதிலும் இதற்குக் கிடையாது. எத்தனை புத்திசாலித்தனமாகவும், நேர்மையாகவும் சிந்தித்து சிரில் ஒரு முடிவுக்கு வந்தாலும், சில சமூகங்கள் தொலைந்துதான் போகும். ஒரு பலியாடு தேவைப்படத்தான் போகிறது. அவரை அனைவரும் கரித்துக்கொட்டத்தான் போகிறார்கள்.

எஸ்டேட்டில் இருந்த வெள்ளை நிறப் பங்களாவில் சிரில் தங்கியிருந்து தன் பணிகளையும் அங்கேயே மேற்கொண்டு வந்தார். ஜன்னலுக்கு வெளியே இருந்த நீண்ட பச்சை நிறத் திரைகள், ஜன்னலைப் பாதி மூடியிருந்தன. இடது பக்கத்தில் இருப்பவை, வடது பக்கத்தில் இருப்பவைகளை விடக் கீழே இருந்ததால் வெளியில் இருந்து பார்க்கும்பொழுது அந்தக் கட்டிடம், ஒரு சோம்பேறியான மிருகம் மதியத்தில் தூங்கிக் கொண்டிருப்பது போல் இருந்தது. வைஸ்ராய் இல்லத்தில் இருந்து சைக்கிளில் நான் இரவு உணவிற்கு முன்பான சிரிலுடனான நடைப்பயிற்சியை மேற்கொள்வதற்கு அங்கு வந்திருந்தேன். வெப்பம் சற்றுக் குறைந்திருந்தது. இச்சமயத்தில் மொத்த எஸ்டேட்டும் உயிர்ப்புடன் இருக்கும். பணியாளர்கள் செய்திகளை ஓரிடத்தில் இருந்து மற்றொரு இடத்திற்கு எடுத்துச் சென்று கொண்டும், காவலாளிகள் பணிமாறிக் கொண்டும் இருப்பார்கள். சமையலறையில் இருந்து புகை மேலேறிக் கொண்டிருக்கும், தோட்டக்காரர்கள் நீரூற்றும் குழாய்களைத் திறந்து விட்டுக் கொண்டிருப்பார்கள். ஆனால், இன்று மேலிருந்து அனைத்தையும் அமுக்கியவாறு ஒரு திரை விழுந்தது போல் இருந்தது. ஒரு மௌனத் திரைப்படத்தில் சிறிய வேடமேற்று நடிப்பவரைப் போல் என்னை உணரவைத்தது.

சிரில் பங்களாவின் வராந்தாவில் கதவை அடைத்தவாறு, கிரிஸ் போமாண்ட் நின்று கொண்டிருந்தார். அவரை நோக்கி நான் நடக்கும்பொழுது, கைகளை மார்பில் இறுகக் கட்டிக் கொண்டிருந்த கிரிஸ் போமாண்ட், என்னைப் பார்த்துத் தலையை ஆட்டினார். அவர் கோபத்தில் இருப்பது தெளிவாகத் தெரிந்தது. ஸ்க்வாஷ் விளையாட்டிற்குத் தயாராக உடையணிந்து கொண்டு மட்டையைத் தன் கையிடுக்கில் வைத்துக் கொண்டிருந்த வி.பி.மேனனுடன் அவர் உரையாடிக் கொண்டிருந்தார். இருவரும் தலைகளை ஆட்டிய படியும், தோள்களைக் குலுக்கியபடியும் இருந்தனர். வி.பி. வாசலை நோக்கி ஓர் அடி வைத்தார். கிரிஸ் நகர்ந்து கொடுக்கவில்லை. வி.பி. சிறிது தயங்கிவிட்டு, இறுதியாகத் தன் கைகளை நீட்டினார். அவர் கைகள் ஏற்றுக் கொள்ளப்பட்டன. வி.பி. விரைவாகத் திரும்பி, அவ்விடத்தை விட்டு நகர்ந்தார்.

நாங்கள் இருவரும் தோட்டப் பாதையில் ஒருவரையொருவர் கடந்தோம். நான் என் சைக்கிளைத் தள்ளிக் கொண்டும், வி.பி. தன் முகவாய் மார்பில் பட நடந்தபடியும் இருவரும் முகமன்களை முணு முணுத்தோம்.

'திருமதி வாலஸ்.'

'திரு. மேனன்.'

'யாராவது கேட்டால், நீங்கள் என்னைப் பார்க்கவில்லை என்று கூறுங்கள். நான் இங்கு வரவில்லை' என்று கூறியபடி நடைப் பாதையில் அவருடைய காலடி ஓசை எழுப்ப, தன் மட்டையைச் சுழற்றியபடியே அவர் சென்றுவிட்டார்.

கிரிஸ் என்னை உள்ளேவிட்டு கதவைச் சாத்தினார். கூடத்தில் உள்ள இருட்டிற்கு, என் கண்கள் பழக சில விநாடிகள் ஆயின.

'இதெல்லாம் என்ன?' என்று கேட்டேன்.

'ஒன்றுமில்லை. வி.பி. தனக்கு அதிர்ஷ்டம் இருக்கிறதா என்று முயற்சி செய்து பார்த்தார். நேரு அவரை இங்கு அனுப்பியிருக்கிறார். ஆனால் வி.பி.யும் முட்டாளல்ல. அவரால் சிரிலுடன் பேச முடியாது என்பது தெளிவாகத் தெரியும். ஃபெரோஸ்பூரைப் பற்றி பிக்கானிர் அரசர் கவலைப்படுகிறார் போல தெரிகிறது' என்றார் கிரிஸ்.

பிக்கானிர் மகாராஜா, தன் மாநிலத்தின் ஆறுகளையும், நீரோடைகளையும், எல்லைக்கோடு எவ்வாறு பாதிக்கப் போகிறதோ என்று மிகவும் பதற்றத்தில் இருக்கிறார் என்பது எனக்குத் தெரியும். கிரிஸ் தும்மலிட்டு, தன் வழியும் மூக்கைக் கைக்குட்டையால் துடைத்துக் கொண்டார். அவருக்கு ஜலதோஷம் இருந்தது. பல வாரங்களாக மன அழுத்தத்துடன் பணி புரிந்ததால் அவர் மிகவும் களைத்திருந்தார்.

நான் பேச்சை மாற்றினேன்.

'அப்படியென்றால் அவர் எங்கே?'

'பெரும்பான்மையான பொழுதில் தன் படிப்பறையின் கதவுகளைத் திறந்து வைத்துக் கொண்டு சிரில் காத்துக் கொண்டி ருப்பார். என்னைக் கண்டதும் அதைப் பூட்டிவிட்டு வெளியே வருவார். எல்லைக்கோடு திட்டம் தயாரிக்கும் சமயம், இத்தகைய இரகசிய ஏற்பாடுகள் தேவையாக இருந்தன. அந்த அறைக்குள் என்னை அவர் அழைத்ததேயில்லை. ஆனால், ஒரு குழந்தையின் மாதிரி நகரத்தில் இருக்கும் உயரமான கட்டிடங்களைப் போல், அவர் அறையில் வரைபடங்களும் தாள்களும் அறிக்கைகளும் அடுக்கி வைக்கப்பட்டிருக்கின்றன என்பது எனக்குத் தெரியும்.

அவர் பின்னால் இருக்கிறார். நான் போய் அவரை அழைத்து வருகிறேன். நீங்கள் அந்தப் படிப்பறையில் அமர்ந்து கொள்ளுங்கள் என்றார் கிரிஸ்.

இன்று அந்த அறை சுத்தமாக இருந்தது. அவருடைய வேலை சம்பந்தப்பட்டத் தாள்களும், குப்பைகளும் எங்கோ மறைந்து அடுத்த விருந்தாளிக்குத் தயாராக இருக்கும், ஒரு விடுதியின் அறை போல் சுத்தமாக இருந்தது. சிரிலின் பெட்டி ஒரு மூலையில் இருந்தது. அதன் மேல் சி.ஜே.ஆர். என்ற எழுத்துகள் காணப்பட்டன. அது அவரின் பள்ளிநாட்களில் இருந்து பயன்படுத்திய பெட்டியைப் போல் நசுங்கிப் போயிருந்தது. அதன் மேல், சிகப்பு, பச்சை மற்றும் ஊதா நிறத்திலான பெர்ஷியக் கம்பளம் ஒன்று சதுரமாக மடிக்கப் பட்டு ஒரு பழுப்பு நிறத் தாளில் பொதிந்து கயிற்றால் கட்டப் பட்டிருந்தது.

எல்லைத் திட்டத்தின் தலைவர் மூச்சு வாங்கியபடி அறைக்குள் நுழைந்தார். நெற்றியில் இருந்த வியர்வையைத் தன் கைக்குட்டை யால் துடைத்துக் கொண்டார். அவர் முகம் புகைக்கரியால் இருண் டிருந்தது. அவரைப் பார்க்க, ஒரு கரி இன்ஜின் ஓட்டுநரைப் போல் இருந்தது.

'மன்னிக்கவும் லெட்டி. இறுதியாக இருந்த தாள்களை எரித்துக் கொண்டிருந்தேன். இப்பொழுது இருக்கும் சூழ்நிலையில், அதை நானே செய்வதுதானே உசிதம்? நீ என்ன நினைக்கிறாய்?' என்று கேட்டார்.

'எல்லாம் முடிந்துவிட்டதா?' என்றேன்.

'அனைத்தும் முடிந்து தூசி தட்டியாயிற்று' என்றார். தன் மேசையிலிருந்த நன்கு கட்டப்பட்டிருந்த திட்டத்தைக் கையிலெடுத்து ஒரு கணம் தயங்கி பின் அதை என் கையில் கொடுத்தார்.

'இதோ இங்கிருக்கிறது. லாகூரை நான் பாகிஸ்தானுக்குத் தர வேண்டியாகிவிட்டது. இந்தியா கல்கத்தாவைத் தக்கவைத்துக் கொள்கிறது. இரண்டும் இந்தியாவில் இருப்பது நியாயமாகப்பட வில்லை' என்றார்.

என் கையிலிருந்த கோப்பை நடுங்கியது. அதைத் தடுக்கும் முயற்சியிலும், திட்டப்பிரதியைக் கையில் பிடித்துக் கொள்ளும் முயற்சியிலும், கம்பளத்தில் சிறிது எலுமிச்சைச் சாறு சிதறியது. மூச்சு விடுவது எனக்கு சிரமமாய்ப் போனது. என் முழங்கால்களை ஒன்றன் மேல் ஒன்றாக வைத்துக் கொண்டு பதற்றத்தில் பலமிழந்து போன கால்களைச் சமநிலைப்படுத்த முயற்சி செய்தேன்.

'ஆம்' என்று பதற்றமில்லாமலும், அதில் ஆர்வமில்லாதவள் போலும் பதிலளிக்க முயற்சி செய்தேன். ஆனால், என் மனம்

ஹரியிடமும், அவர் தன் நெஞ்சுக்கருகே பர்ஸில் வைத்துக் கொண்டிருக்கும் தன் மகள் மற்றும் இரண்டு பேரக்குழந்தைகளின் படத்திடமும் ஓடியது.

'நல்லது. அப்படியென்றால் ஆகஸ்ட் 15ஆம் தேதிக்கு முன்பே இத்திட்டம் வெளியிடப்படும் அல்லவா?' என்று கேட்டேன்.

'அப்படித்தான் நினைக்கிறேன். கலவரங்களைத் தடுக்கப் போதிய ஏற்பாடுகளைச் செய்யவேண்டும் என்பதற்காகப் பஞ்சாப்பில் இருக்கும் ஈவான்ஜென்கின்ஸ், இதற்காகக் காத்துக் கொண்டிருக்கிறார். வாரிசுப் போர் என்று இதை அவர் குறிப்பிடுகிறார். கேம்ப்பல் ஜான்சனும் அவருக்கு ஆதரவாக இருக்கிறார். ஆனால், மேதகு வைஸ்ராய் முறையான அதிகார மாற்றம் செய்து முடிக்கும் வரை இதை சிறிது காலம் தாழ்த்தி வெளியிடலாம் என நினைக்கிறார் என்று கேள்விப்பட்டேன்' என்றார்.

அவர் தன் மூக்கின் பக்கவாட்டில் தட்டிக் கொண்டே குரலைத் தாழ்த்தினார். 'இது உனக்கும் எனக்கும், இந்த நான்கு சுவர்களுக்கும் மட்டுந்தான். உனக்குப் புரியும்..' என்றபடி தன் கையிலிருந்த புகைக்கரியைத் தட்டிவிட்டுக் கொண்டார். 'ஆனால் என்னுடைய பிரச்சனை அதுவல்ல? நான் அலாவுதீனின் பறக்கும் கம்பளத்துடன் தயாராகிவிட்டேன். அதில் நிஜமாகவே பறக்கமுடியாது என்பது வருத்தம்தான்' என்றார். நாங்கள் இருவரும் பழுப்பு நிறத்தாளில் பொதிக்கப்பட்டிருந்த அந்தக் கம்பளத்தை நோக்கினோம். பழைய தில்லியில் அதைத் தேர்ந்தெடுக்க நான்தான் அவருக்கு உதவினேன். அந்தக் கடைக்காரரின் விற்பனைக் குரல் நினைவுக்கு வந்ததும் எனக்குச் சிரிப்பு வந்தது.

'ஆலன் இதே கடையில் இருந்து வேறு நிறத்திலும் வடிவத்திலும் ஒரு கம்பளத்தை வாங்கியிருக்கிறார். அவருடையதும் அலாவுதீனின் உண்மையான கம்பளம்தான்' என்றேன்.

இவ்வாறு சிறிது வேடிக்கையாகப் பேசி என்னை அமைதிப்படுத்திக் கொள்ளவும், யோசிப்பதற்குச் சிறிது நேரம் எடுத்துக் கொள்ளவும் சிறிது முயற்சி செய்தேன்.

'சரி, நான் பாலம் விமானத்தளத்திற்குச் சென்று, முதல் விமானத்தில் இந்தக் கடவுள் கைவிட்ட நாட்டிலிருந்து வெளியே சென்றுவிட உத்தேசித்துள்ளேன். டிம்பக்டுக்குச் செல்லவேண்டுமானாலும் கூட நான் தயாராக உள்ளேன்' என்றார்.

'பதினைந்தாம் தேதி வரை இருந்து விழாவைக் காணப் போவதில்லையா?' என்று கேட்டபடி அவரிடம் அறிக்கையைக் கொடுத்தேன். அவர் அதைச் சாதாரணமாக வாங்கி வழுவழுப்பான மகோகனி மேசையின் மேல் வீசியெறிந்ததும், அது நழுவிச் சென்று ஏறக்குறைய கீழே விழப் போனதை அதிர்ச்சியுடன் பார்த்தேன்.

'இல்லை. மிக்க நன்றி லெட்டி. கடவுளுக்குத் தெரியும், நான் என்னால் முடிந்த அனைத்தையும் செய்துவிட்டேன். ஆனால், இந்தத் திட்டம் வெளிப்படும் பொழுது, எனக்கு எதிராக எட்டு கோடி மக்கள் இருப்பார்கள். அவர்களால் கண்டுபிடிக்கப்பட நான் விருப்பப்படவில்லை' என்றார்.

இரவு உணவின் பொழுது என்னால் மனதை ஒருநிலைப்படுத்த முடியவில்லை. தட்டுகள் கலகலத்தன. முகங்கள் மசமசப்பாய்த் தெரிந்தன. அங்கு பேசப்பட்டவை அரேபிய அல்லது ரஷ்ய மொழி போல் இருந்தது. அப்படித்தான் எனக்கு அது கேட்டது. எல்லைத் திட்டம் உச்சக்கட்ட இரகசியம். என்னால் என்ன செய்யமுடியும் அல்லது நான் என்ன செய்வது? தன் குடும்பத்தைக் காப்பாற்றுவ தற்காக ஹரியிடம் இதை நான் கூறினால், அப்பொழுது என் நாட்டையும் என் நண்பனான சிரிலையும் காட்டிக் கொடுத்தவளாக ஆகிவிடுவேன். என்னைப் பொறுத்தவரை ஹரி எனக்கு யார்? நான் ஏன் துணிந்து இக்காரியத்தைச் செய்ய வேண்டும்? ஹரியின் மகள் தில்லிக்கு வந்து கூட இருக்கலாம். ஆனால், அதற்குச் சாத்தியமல்ல என்று நினைத்தேன். சென்ற வாரம் அவளின் மாமனார் தங்கள் வீட்டின் வாசலில், இந்துக்கள், இஸ்லாமியர்கள், சீக்கியர்கள், கிறிஸ்து வர்கள், பார்சிகள் அனைவரும் இங்கு சகோதரர்கள் என்ற ஒரு அறிக்கையைப் பொருத்தியதாகத் தொலைபேசியில் அவரின் மகள் தெரிவித்ததாக என்னிடம் கூறினார். அதிகமாகிக் கொண்டு போகும் கலவரத்திற்கு இடையிலும் அந்த வயதானவர், அங்கு நிலவும் பிரிவினையைத் தவிர்த்து, அதிலிருந்து வெளிவந்துவிடலாம் என்று முடிவு செய்திருந்தார்.

இரவு உணவிற்குப் பிறகு, கூடத்தின் அருகே உள்ள தொலை பேசியைக் கையிலெடுத்த பொழுது, நான் நடுங்கிக் கொண்டிருப்பதை உணர்ந்தேன். தொலைபேச அதுதான் சிறந்த இடம் என நான் தீர்மானித்திருந்தேன். வைஸ்ராயின் இல்லத்தில், அன்று திரைப்பட இரவு. அது ஆரம்பிப்பதற்கும் முன் அங்கு அனைவரும் கூடி ஏதாவது குடிப்பதற்காகக் குழுமினர். நான் பேசப் போகும் எதுவும் உணவிற்குப் பின்னான பேச்சுச்சத்தத்தில் அமிழ்ந்துவிடும்.

'தில்லி 617' என்ற கூறிய பொழுது என் குரல் வறண்டிருந்தது. தொலைபேசியை இயக்குபவர் என்னை மீண்டும் கூறும்படி கூறினார். நான் காத்துக் கொண்டிருந்தபொழுது, நான் தொலை பேசியில் கேட்ட சிறிய சத்தம் கூட இடி போல என் காதில் விழுந்தது.

ஒரு பணியாள் தொலைபேசிக்குப் பதிலளித்தான். அவன் தன் எஜமானரை அழைக்க நடந்து சென்ற ஓசை தம் தம் என்று என் காதில் விழுந்தது.

‘மாலை வணக்கம் பிப்பி. எப்படியிருக்கிறாய்?’ என்று கேட்ட ஹரியின் குரல் எரிச்சலாக இருந்தது.

‘நன்றாக இருக்கிறேன். இத்தனை தாமதமாக அழைத்ததற்கு மன்னிக்கவும். எனக்கு உங்களை உடனே பார்க்கவேண்டும்’ என்று கூறியபடி என்னை யாராவது கவனிக்கிறார்களா என்று நோட்ட மிட்டேன். ‘உங்களால் இப்பொழுது வரமுடியுமா? வழக்கம் போல் பின் வாசலுக்கு வந்துவிடுங்கள். என்னால் தொலைபேசியில் எதுவும் பேச இயலாது’ என்றேன்.

‘நாளை வரை பொறுக்கமுடியாதா? நான் இப்பொழுதுதான் வீட்டிற்கு வந்தேன்’ என்றார்.

‘இல்லை. முடியாது. இன்னும் அரைமணி நேரத்தில் உங்களைச் சந்திக்கிறேன்’ என்று கூறியபடி உரையாடலைத் துண்டித்தேன். தொலைபேசியின் சத்தம் என் காதில் ரீங்காரமிட்டது.

மதியப் பொழுது அமைதியாக இருந்ததென்றால் இரவு அவ்வாறு இல்லை. எங்கோ ஒரு குழந்தை அழுதது. ஒரு நாய் குரைத்துக் கொண்டிருந்தது. எந்தக் காரணத்தினாலோ கூண்டில் அடையாத தனிமையில் இருந்த ஒரு மயில் மீண்டும் மீண்டும் உரக்க அகவியது. என்னுடைய மிதிவண்டி கலகலத்தது. அதன் சங்கிலிக்கு எண்ணெய் தேவை. ஒவ்வொரு மூன்றாவது சுற்றுக்கும் அது சத்தமிட்டது. பகலில் அந்த ஓசையைக் கவனிக்காதது ஆச்சரியமாக இருந்தது. எஸ்டேட்டின் முக்கிய சாலைகளில் இருந்த விளக்குகள் பிரகாசமாக இருந்தன. அங்கு யார் இருக்கிறார்கள் என்பது எனக்குத் தெரியும். இரவின் இந்த நேரத்தில், வீட்டிலிருந்து பின் வாசலுக்கு நான் செல்வதை நூற்றுக்கணக்கிலோ அல்லது ஆயிரக்கணக்கிலோ கண்கள் என்னைக் கண்காணிக்கக்கூடும். எஸ்டேட்டின் பணியாளர் களும், காப்பாளர்களும், அகதிகளும், வராந்தாவிலும் தாழ்வாரத் திலும் மற்ற இடங்களிலும் உறங்கிக் கொண்டிருந்தனர். தாழ்வாரத் தில் கிளாட் ஆச்சின்லெக் எதிர்ப்பட்டார். மேலும் உணவகத்தின் ஒரு மூலையில் டாங்கிள்ஸ் ஒரு அதிகாரியின் மகளுடன் இருந்தார். அவர் என்னைப் பார்த்துக் கண்ணடித்து, நான் கடக்கும்பொழுது அழகாகப் புன்னகைத்தார்.

என் இதயம் படபடவென்று அடித்தது. எனக்கு வாந்தி வருவது போல் இருந்தது. என் மனம் பலவிதக் கற்பனைத் தோற்றங்களால் நிறைந்தது. நரகத்தைப் பற்றிய இடைக்கால ஓவியங்களில் சூனியக் காரிகளும், பேய்களும், நிர்வாண ஆண்களும் ஒளிந்து கொண்டி ருந்தனர். பளபளவென கருப்பு முகமூடி அணிந்த ஓர் உருவம் மேகங் களில் இருந்து கீழிறங்கி என் கண்களைக் கொத்த வந்தது. நான் பிராந்தியை அருந்திக் கொண்டு மற்றவர்களுடன் வீண் கதை பேசிக் கொண்டு இருந்திருக்கலாம். நான் தவறாக அழைத்துவிட்டேன்

என்று ஹரியுடன் கூறிவிடலாம். 'மன்னியுங்கள். உங்களைச் சிரமப் படுத்தியதற்காக, உங்களுக்கு அருந்துவதற்கு ஏதாவது வாங்கித் தந்துவிடுகிறேன்' என்று கூறிவிடலாம் என்று தோன்றியது.

விதிகளுக்கு மாறாக வாயிற்காப்பான் ஒரு இருக்கையில் அமர்ந்து கொண்டு புகை பிடித்துக் கொண்டிருந்தார். நான் மிதிவண்டியில் இருந்து இறங்கினேன். நான் வருவதைக் கண்டதும் அவர் எழுந்து நின்று வேகமாகச் சிகரெட்டைத் தன் காலால் தேய்த்துவிட்டு, புகை பிடித்த சுவடு தெரியாமல் இருக்க இருமினார்.

'மருத்துவர் ரதோர் வருகிறார்' என்றேன். பயத்தினால் எனக்கு மூச்சு வாங்கியது. 'என் உதவியாளருக்கு உடம்பு சரியில்லை' என்று பொய் கூறியபடி மென்று விழுங்கினேன். சதுரங்க விளையாட்டு நடந்து கொண்டிருந்த காப்பாளர் விடுதியில் இருந்து காவலாளி வெளியே வந்தார். இங்கிருந்து, பல சதுரங்கக் காய்கள் பலகையில் பாக்கி இருப்பதையும், கருப்பு பிஷப்பும், போர் வீரனும் ஒன்றை ஒன்று வெட்டுவதற்குத் தயாராய் இருப்பது எனக்குத் தெரிந்தது. காலை நேர குதிரைச் சவாரிக்குச் செல்வதால் அவருக்கு என்னையும் ஹரியையும் தெரியும். அதனால் அவர் என் விளக்கத்தைக் காட்டி வெறும் தலையை மட்டும் அசைத்து, விரல்களைச் சொடுக்கியபடி, தன் கைகளைத் தலைக்கு மேல் நீட்டிக் கொண்டார். அப்பொழுது ஹரியின் வாகனம் கதவருகே வந்து நின்றது. அதனுடைய கூரை மூடியிருந்தது. ஆனால் அதன் இயல்பான மஞ்சள் நிறம் காப்பாளர் இல்லத்தில் இருந்து வந்த ஒளியில் ஊதா நிறத்தில் தெரிந்தது. காவல்காரன் தடையை நீக்கி வாகனத்திற்குள் நோக்கினான். ஹரியை அடையாளம் கண்டுகொண்டு உள்ளே செல்லுமாறு கை ஆட்டினான். என் மிதிவண்டியை அங்கிருந்த ஒரு உடைந்த மேசையின் அருகே வைத்துவிட்டு வாகனத்தைச் சுற்றிச் சென்று உள்ளே ஏறி அமர்ந்தேன். ஜன்னல்கள் திறந்திருந்த பொழுதிலும் நாளின் வெப்பம், வாகனத்தின் உள்ளே இருந்தது. அது மூச்சை அடைத்தது.

'பிப்பி, என்ன நடக்கிறது?' என ஹரி உதடுகளை அழுத்திக் கொண்டு கேட்டார். அவருடைய கைகள் வாகனத்தின் இயக்கும் சக்கரத்தை இறுகப் பற்றிக் கொண்டிருந்தன.

'மெதுவாக மருத்துவக் கூடம் வரை ஓட்டுங்கள்' என்று நேரே சாலையைப் பார்த்தபடியே பதிலளித்தேன். 'யாராவது விசாரித்தால் ஜமுரத் கானிற்கு உடல்நிலை சரியில்லை என்றும், அவனைப் பார்க்க நீங்கள் வந்திருப்பதாகவும் கூறுங்கள்' என்றேன். இது ஒரு சரியான சமாதானமில்லை. இது அவருக்குத் தெரியும். அதனால் கண்களை இடுக்கிக் கொண்டு சந்தேகத்துடன் என்னைப் பார்த்துக் கொண்டே வண்டியைக் கிளப்பினார்.

'கடவுளே நீ நடுங்கிக் கொண்டிருக்கிறாய். என்ன விஷயம்?' என்றார்.

எங்களுக்கு இடது பக்கம், லாயங்களைத் தாண்டி வெள்ளை நிறத் தொப்பி அணிந்த இஸ்லாமிய ஆண்கள் சிலர் முகாமிற்கு எதிரே சம்மணமிட்டு அமர்ந்து சதுரங்க ஆட்டமாடிக் கொண்டும், புகைத்துக் கொண்டும் இருந்தனர். நாங்கள் அவர்களைக் கடந்து சென்றபொழுது அவர்களுடைய கண்கள் நிமிர்ந்து எங்களைப் பார்த்து விகசித்தன.

'இங்கு நிறுத்துங்கள்' என்றேன். அவர் வண்டி ஓட்டும்போது செய்தியைக் கூற எனக்கு விருப்பமில்லை. மருத்துவக் கூடத்தின் நிழலில் அவர் வண்டியை நிறுத்தினார். நாங்கள் இறங்கினோம். கதவுகள் வழக்கத்தை விட அதிகமாக ஓசை எழுப்பின. உள்ளுணர்வுடன் நாங்கள் கதவை அடைந்து கூடத்தின் பாதுகாப்பிற்குள் செல்ல முயன்றோம். ஆனால் வெளியே ஒரு கயிறு கட்டப்பட்டிருந்தது. அக்கயிறைத் தொடர்ந்து பார்த்த பொழுது அது ஒரு பானையின் மேல் கட்டப்பட்டிருந்ததும், வேண்டுமென்றே கயிற்றை நகர்த்தும் பொழுது பெரும் ஓசை எழும்புமாறு அமைக்கப்பட்டிருப்பதையும் பார்த்தோம். அக்கயிற்றின் பின் பக்கத்தில் கூடத்தில் புர்கா அணிந்த இரண்டு இஸ்லாமியப் பெண்கள் குழந்தைகளுடன் உறங்கிக் கொண்டிருந்தனர். இரண்டு சின்னஞ்சிறு குழந்தைகளையும் கட்டை விரலைச் சப்பிக் கொண்டிருந்த மற்றொரு குழந்தையையும் தங்கள் நடுவே போட்டுக் கொண்டிருந்தனர். இரண்டு பெரிய குழந்தைகள் அவர்களின் முதுகில் குரங்குகளைப் போல் ஒட்டிக் கொண்டு தூங்கினர். மெதுவாக நடந்த பொழுது எங்கள் கால்களுக்கு அடியில் காய்ந்த இலைகள் ஒலியெழுப்பின. ஒரு குழந்தை தூக்கத்தில் இருந்து அசைந்து ஒரு ஈயை விரட்டுவது போல் கையை ஆட்டியது. எண்ணெய்க் கலனிற்கும், மருத்துவக் கூடத்திற்கும் இடையே நாங்கள் சென்று நின்று கொண்டோம். ஆனால் அந்த இடம் முழுவதும் சிறுநீர் நாற்றம் அடித்ததால் அக்கூடத்தின் பின் பகுதியில் உள்ள மரத்தின் கீழ் சென்று நின்றோம்.

'லாகூர்' என்று மெதுவாக முணுமுணுத்தேன். 'அது பாகிஸ்தானுடன் சேருகிறது' என்றேன்.

'அப்படி இருக்காது' என்றார்.

'அப்படித்தான். இந்த விவரம் எனக்கு நேரடியாகக் கிடைத்தது. எப்படி என்று மட்டும் கேட்காதீர்கள். இது வெளியே வந்துவிட்டால் அவர்களால் நான்தான் வெளியிட்டது என்று கண்டுபிடித்து விடமுடியும்' என்றேன்.

இரவில் அவருடைய கண்களின் வெண்மையை மட்டும் என்னால் பார்க்க முடிந்தது. ஒரு ஓநாயைப் போல அவர் பற்களை வெளிக்காட்டி முகத்தைச் சுளித்தார்.

'நிச்சயமாகத் தெரியுமா?' என்றார்.

'ஆம்' என்று சொல்ல முயற்சி செய்தேன். ஆனால் துரோகத்தின் தாக்கம் என் சக்தி முழுவதையும் உறிந்துவிட்டது. நான் தலையை மட்டும் ஆட்டினேன். முடிந்துவிட்டது.

ஹரி மிகவும் மெதுவாக மூச்சை விட்டார். பின் கையை நீட்டி என்னை அவரிடம் இழுத்துக் கொண்டார். ஒரே சமயத்தில் எனக்கு அவமானமாகவும், நிம்மதியாகவும் இருந்தது. நான் என் தலையை அவர் மார்பின் மேல் சாய்த்துக் கொண்டேன். எனக்கு அழ வேண்டும் போலிருந்தது. ஆனால் ஒரு சொட்டுக் கண்ணீர் கூட வரவில்லை.

'நீங்கள் என்ன செய்யப் போகிறீர்கள்?' என்று கேட்டேன். என் குரல் கரகரப்பாகவும், பலவீனமாகவும் இருந்தது.

'விமானத்தில் சென்று என் பெண்ணையும், குழந்தைகளையும் அழைத்துக் கொண்டு வரப் போகிறேன். தேவையென்றால் பலவந்தப் படுத்தி அழைத்து வந்துவிடுவேன். என்னுடன் யாரையாவது ஒருவரை அழைத்துச் செல்வேன். அதிர்ஷ்டவசமாக என்னிடம் பணமும், செல்வாக்கான தொடர்புகளும் உள்ளன. அவை நிச்சயம் உதவக்கூடும்' என்றார். நான் என் தலையை உயர்த்தி அவர் முகத்தின் கருமையான மற்றும் சாம்பல் நிற மேடு பள்ளங்களில் ஏதாவது உணர்ச்சி தென்படுகிறதா எனத் தேடினேன்.

'செல்லுங்கள். அவர்களைப் பாதுகாப்பாக அழைத்து வாருங்கள். கடவுள் உங்களுடன் இருக்கட்டும்' என்று கூறியவாறு அவர் பிடியில் இருந்து வெளிவர முயற்சி செய்தேன். அவர் உடனே வாகனத்திற்குச் செல்லக்கூடும் என நினைத்தேன். ஆனால் ஹரி என் மேல் கைகளை அழுத்திப் பிடித்து, என் நெற்றியில் இருந்த முடிக்கற்றைகளை அகற்றி என் வாயில் முத்தமிட்டார். எங்களுடைய வெறித்தனத்தினால் அதிர்ந்து போய் நாங்கள் இருவரும் நகர்ந்து நின்றோம். ஆனால் எங்களால் கட்டுப்படுத்திக் கொள்ள முடியவில்லை. எங்கள் பயத்திலும், தனிமையிலும் நாங்கள் ஒருவரை ஒருவர் பற்றிக் கொண்டு ஆழமாக அமிழ்ந்தோம். முன்பும் பின்பும் மெதுவாக ஆடியபடி அந்த லயம் எங்களை அமைதிப்படுத்திய படியும், ஆற்றுப்படுத்தியபடியும் இருக்க, தோட்டத்து ஊஞ்சலில் ஆடிக் கொண்டிருக்கும் களைத்துப் போன குழந்தைகளைப் போல அங்கு நின்றோம்.

ஆக இதுதான் அது. சுதந்திரம்! சம்பிரதாயம், கட்டுப்பாடு, ஒழுங்கு, முன்னுரிமை, மற்றும் திட்டமிடுதல் அனைத்தும் மகிழ்ச்சியின் கடலில் மூழ்கிவிட்டன. ஆலோசனைச் சபையின் ஜன் னலின் வழியே நான் எட்டிப் பார்த்தேன். உலகத்திலுள்ள அனைத்து மக்களும், இதுவரை உள்ள, இனியும் பிறக்கப் போகும் அத்தனை ஆத்மாக்களும் இந்தியாவின் சுதந்திரத்தைக் கொண்டாடுவதற்காக வெளியே வந்துவிட்டது போல் இருந்தது. அரசாங்க இல்லத்தில் இருந்து முன்னதாகவே, நான் பின்வழியாக வந்துவிட்டேன். அப் பொழுது கூட்டம் இந்தளவிற்கு இல்லை. ஆனால் இப்பொழுது அனைத்துத் திசையில் இருந்தும் மக்கள் ஒருவரை ஒருவர் தள்ளிக் கொண்டு, வரலாற்று சிறப்புமிக்க பேச்சைக் கேட்பதற்காகக் குவிந்து கொண்டிருந்தனர். வட்டமான ஆலோசனைச் சபை மக்களால் சூழப்பட்டிருந்தது. புதிய கவர்னர் ஜெனரல் என்ற முறையில் மௌண்ட்பேட்டனும் அவருடைய மனைவியும் வரும் சமயம் ஆகிவிட்டது. ஆனால் இப்பொழுது இருக்கும் சூழ்நிலையில் அவரால் உள்ளே நுழையமுடியாது. ஜவஹருடைய ஆணையின்படி காவலர்கள் பெரிய கதவைத் திறப்பதற்கு முயற்சி செய்தனர். ஆனால் பெருத்த சத்தத்துடன் கூட்டம் உள்ளே நுழைய முயற்சி செய்தது. அதனால் காவலர்கள் தங்கள் தோள்களினால் மீண்டும் கதவை மூடிவிட்டனர். பக்கவாட்டில் உள்ள கதவின் வழியாக ஜவஹரும், சர்தார் படேலும், மற்ற அமைச்சர்களும் வெளியே சென்று நிலைமையைக் கட்டுக்குள் கொண்டு வர முயற்சி செய்தனர். மீண்டும் மிகப் பெரிய கூச்சல். மக்கள் அணை போல் நின்றனர். அனைவரும் சரித்திரத்தில் தங்கள் பங்கு இருக்கவேண்டுமென விரும்பினர். நேருவையோ, படேலையோ தொட்டுக் கை குலுக்க விரும்பினர். ஒரு விநாடி கூட்டத்தில் இவ்விருவரும் மறைந்து விட்டனர். ஏதாவது கலவரம் வெடித்துவிடுமோ என நான் பயந் தேன். காவலர்கள் சிரித்துக் கொண்டும், சமயங்களில் திட்டியபடியும் தங்கள் கைத்தடியாலும், மக்களைத் தடுத்துக் கொண்டிருந்தனர். அதிசயமாகச் சிறிது நேரத்தில் ஒழுங்கு நிலைநாட்டப்பட்டு, டிக்கியும் எட்வினாவும் உள்ளே வர முடிந்தது.

பேருரைகள் ஆரம்பித்தன. மேடையில் இருந்து வெகு தூரத்தில் அமர்ந்திருந்த நான், அதைத் துண்டு துண்டாக ஒரு உடைந்த வானொலி ஒலிபரப்பு போலத்தான் மின்விசிறியின் ஓசைக்கு இடையேயும், கூட்டத்தின் சத்தத்திற்கு இடையேயும் கேட்கமுடிந்தது. டாக்டர் பிரசாத், உலகத்திலிருந்து வந்த அத்தனை வாழ்த்துகளையும் வாசித்தார். ஆனால் ஜனாதிபதி ட்ரூமனின் வாழ்த்தை மட்டும் வாசிக்க மறந்துவிட்டார். அதைச் சரி செய்வதற்கு அமெரிக்காவின் தூதர் வேகமாக இருமி அவரின் கவனத்திற்குக் கொண்டு வந்தார். டிக்கி பேச எழுந்தபோது, எப்போதும் போல் புகைப்படக்காரர் களுடைய கருவியின் விளக்கிலிருந்து ஒளி பாய்ந்தது. அவர் அரசரிடமிருந்து வந்த செய்தியைக் கூறிவிட்டு, படேல் மற்றும் நேருவின் தலைமையைப் பற்றிப் புகழ் பாடினார். ஆனால் காந்தியைப் பற்றிய அவருடைய கரிசனப்பேச்சுதான் மிகப் பெரிய கைத்தட்டலையும் கூச்சலையும் கொண்டுவந்தது. அவர் உரையைத் தொடர்வதற்கு சிறிது நேரம் ஆனது. அவர் 1948ஆம் ஆண்டு ஏப்ரல் மாதத்திற்குள் நாட்டைவிட்டுச் சென்றுவிடுவோம் என்றும், காமன்வெல்த்தில் தொடர்ந்து இருப்பதற்கு எந்தவித அழுத்தமும் தரப்படமாட்டாது என்றும் அது முற்றிலும் இந்தியாவின் சொந்த முடிவாக இருக்கும் என்றும் உறுதியளித்தார். அதன் பின் திரு. பிரசாத், முதலில் ஹிந்தியிலும் பின் ஆங்கிலத்திலும் நீண்ட சொற் பொழிவு ஆற்றினார். அவருடைய பேச்சு இரண்டு மொழிகளிலும் காதில் விழவில்லை. ஆனால் சில வாக்கியங்களின் முடிவு தெளி வாகவும் சத்தமாகவும் கேட்டது.

நம்முடைய வெற்றி, நம் சொந்த தியாகத்தாலும், சொந்த துன்பங் களாலும் அடையப்பட்ட மிகப் பெரியதொன்று. அதே சமயம் அது அனைத்துலக, விசைகளாலும், நிகழ்வுகளாலும், இறுதியாகப் பிரிட்டிஷ் இனத்தின் வரலாற்றுப் பாரம்பரியம் மற்றும் கொள்கை களின் முழுமை மற்றும் நிறைவினாலும் அடையப்பட்ட ஒன்று என்பதையும் நாம் நினைவு கொள்ளவேண்டும். இந்தியாவின் மேல் பிரிட்டனின் ஆதிக்கம் இன்றுடன் முடிவுக்கு வருகிறது. இதன் பிறகு பிரிட்டன் உடனான நம்முடைய தொடர்பு, சமத்துவத்திலும் ஒரு வருக்கு ஒருவரான நல்லெண்ணத்திலும், பரஸ்பர ஆதாயத்தின் மேலும் கட்டப்படும்.

இப்படியாக இந்த நாள் பித்துப் பிடித்த ஒரு உந்து வேகத்தில் கடந்துசென்றது. பொதுத் தொடர்பில் எப்பொழுதும் ஒரு கண் வைத்திருக்கும் ஆலன், மௌண்ட்பேட்டன் தம்பதி, ரோஷனாரா தோட்டத்தில் 5000 பள்ளிக் குழந்தைகளைச் சந்தித்து இனிப்பு வழங்குவதற்கு ஏற்பாடு செய்திருந்தார். அங்கிருந்த சூழ்நிலை, ஒரு மாபெரும் திருவிழா போலிருந்தது. பாட்டும் ஆட்டமும், சிவப்பு

மற்றும் தங்க நிறத்திலான ராட்டினத்து ஓட்டமும், பல வகையானக் கடைகளும், ஏறக்குறைய நிர்வாணமாக இருந்த ஒரு பக்கிரி உட்பட பல காட்சிகளும் நிறைந்திருந்தன. நாங்கள் அவரைக் கடந்த பொழுது அவர் ஒரு பாம்பின் தலையை மகிழ்ச்சியோடு கடித்து உண்பது போல் பாவனை செய்தார். குழந்தைகள் அனைவரும் நல்ல உடையணிந்து வந்திருந்தனர். சிறுமிகள் தங்கள் பின்னல்களில், பல வண்ணங்களில் ரிப்பன்களை அணிந்து கொண்டு, வெப்பத்தினால் சிறிதும் பாதிப்படையாதவர்களாக இருந்தனர். அவர்கள் தங்களுக் குள் கிளுகிளுவெனச் சிரித்துக் கொண்டும், தங்களின் அருகே எட்வினா வந்து தங்களோடு பேசுவார் என எண்ணிக் கலகலப் பாகவும் இருந்தனர். அவ்வாறு எட்வினா அவர்களின் அருகில் சென்றபொழுது சிறு மலர் கொத்துகளும், சிறிய பை நிறைய முந்திரி யும் பாதாமும், பின் கைகளினால் வரையப்பட்ட ஓவியங்களையும் கொடுத்தனர். எட்வினாவின் பின்னால் நான் நடந்து சென்றேன். அவர் மலர்களையும் இனிப்புகளையும், என் கையில் கொடுத்துக் கொண்டே சென்றார். ஒரு கட்டத்தில் அச்சுமையால் கழுதை போல பாரம் நிறைந்து ஒரு கட்டத்தில் என் கையிலிருந்த பரிசுகளைத் திருப்பி விநியோகிக்கத் தொடங்கிவிட்டேன்.

அதற்குப் பிறகு, அணிவகுப்பில் கலந்து கொள்வதற்காக, பின் மதிய நேரத்தில் விரைவாக எங்களை ஒழுங்குபடுத்திக் கொள்வ தற்கு அரசாங்க இல்லத்திற்குச் சென்றோம். இது பிரின்சஸ் தோட்டத் தில் கொடியேற்றும் நிகழ்ச்சி. நான் ஃபே கேம்பல் ஜான்சன் மற்றும் ரோனி பிராக்மேனின் மனைவியான மார்ஜோரியுடன் பெண்கள் பகுதியில் இருந்தேன். வெள்ளை நிற கயிற்றால் உருவாக்கப்பட்டிருந்த பாதையை நோக்கிக் கர்வத்துடன் செல்லும் இள விமானப்படை வீரர்கள் எங்களைப் பார்த்துப் புன்னகை புரிந்தனர். எங்களுக்கு உரிய இருக்கையில் அமர்வதற்கான அனுமதிச்சீட்டினைத் தந்த பொழுது நான் நிம்மதியுடன் பெருமூச்சு விட்டேன். ஆனால் நாங்கள் எங்களுக்காக ஒதுக்கப்பட்ட இடத்திற்குச் சென்ற பொழுது, ஒழுங்குமுறை குலைந்து அங்கு ஒரே குழப்பம் நிலவியது. ஒவ்வொரு நாற்காலியிலும் குறைந்தபட்சம் நான்கு அல்லது ஐந்து பேர் அதன் கைகளிலும், முதுகிலும் ஒருவர் மேல் ஒருவராக அமர்ந்திருந்தனர். எல்லா வயதிலுமான ஆண்கள், பெண்கள் மற்றும் குழந்தைகள் அங்கிருந்தனர். பெற்ற பரிசொன்றை கொண்டாடிக் கொண்டிருந்த மிக மகிழ்ச்சியான மனித ஆரவாரத்தில் நாங்கள் மூழ்கடிக்கப் பட்டோம். கொடிக்கம்பம் நின்று கொண்டிருந்த அந்தச் சிறிய இடத்திற்குச் செல்வதே அனைவருடைய எண்ணமாக இருந்தது. வேறு வழியில்லாமல் நானும் ஃபேக்கும் கைகளைப் பிடித்துக் கொண்டு அனைவருடன் முன்னோக்கி நகர்ந்தோம்.

மார்ஜோரியின் கையைப் பிடிக்க முயன்று கொண்டே, 'பி.பி.சி. வேன்' என அவர் கூச்சலிட்டார். ஆனால் கூட்டத்தின் விசையி னால் எங்களிடமிருந்து சுழற்றித் தள்ளப்பட்டு எங்கோ சுழலில் மறைந்துவிட்டார்.

'மேம் சாஹிப்களுக்கு வழி விடுங்கள்' என யாரோ உரக்கக் குரல் கொடுத்தனர். அதன் பிறகு சிறிது தூரம் எங்கள் பாதை எளிதாக இருந்தது. ஆனால் யாரோ ஒரு முட்டாள், ஒரு சைக்கிளை ஓட்டிக் கொண்டு வர முயற்சி செய்து, அவனுடைய பின் சக்கரம் எனக்கும், ஃபேக்கும் நடுவே வந்தது. இறுதியில் அவரும் என்னை விட்டு எங்கோ சென்றுவிட்டார்.

நான் உட்பட அனைவரும் புன்னகைத்துக் கொண்டும், சிரித்துக் கொண்டும் இருந்தோம். நான் தள்ளப்பட்டேன்; நசுக்கப்பட்டேன்; அதன் காரணமாகக் காயப்பட்டேன். ஆனால், அதைப் பற்றி நான் கவலைப்படவேயில்லை.

'ஜெய்ஹிந்த்! ஜெய் பண்டிட்ஜி!' என மக்கள் கூச்சலிட்டனர். நேரு நடுவிலிருந்த மேடையில் ஏறினார். ஆனால் உடனேயே அதிலிருந்து இறக்கப்பட்டார். மக்கள் அவரைத் தூக்கி உயர்த்திய பொழுது பெருங்கூச்சல் எழுந்தது. அவர் ஒருவரின் தோளில் இருந்து மற்றொருவர் தோளுக்கு நடந்தார். ஒரு மனிதனின் தலையில் இருந்த தொப்பியை எடுத்து மற்றொருவனின் தலையில் வைத்தார். இந்த ஒரு சமயம், என் உயரம் எனக்குச் சாதகமாக இருந்தது. அவர் அவ்வாறு சென்று பமீலா மௌண்ட்பேட்டனைக் கூட்டத்தில் இருந்து காப்பாற்றுவதற்குச் செல்வது எனக்குத் தெரிந்தது. அவரும் என்னைப் போலவே சுழலும் கூட்டத்தின் நடுவே மாட்டிக் கொண்டு விட்டார். அந்தச் சமயத்தில் நான் விசை அதிகமாகிக் கொண்டிருந்த ஒரு சுழலில் சிக்கிக் கொண்டு இருந்தேன். அது என்னைக் கொடிக் கம்பத்தில் இருந்தும், பி.பி.சி. வேனில் இருந்தும் வெளியே அழைத்துச் சென்றது. பி.பி.சி.யின் வண்டி அருகே மார்ஜோரியும், ஃபேவும் எப்படியோ அடைக்கலம் அடைந்து விட்டனர். கூட்டம் மீண்டும் கர்ஜனை புரிந்து, மிகப் பெரிய பிரம்மாண்ட சக்கரத்தின் அச்சாணி போல சுழன்றது. வெள்ளை உடையணிந்த ஏ.டி.சிக்களையும், அவர் களைத் தொடர்ந்து தங்களின் ஈட்டிகளில் இருக்கும் கொடிகள் அசைய நடை பயிலும் கவர்னர் ஜெனரலின் பாதுகாவலர்களையும், அதன் பின் எட்வினா மற்றும் டிக்கி இருந்த வண்டியையும், பின் மேலும் சில பாதுகாவலர்களையும் குதிரைகளையும் கண்டேன்.

ஜவஹரின் பாணியைப் பின்பற்றி என் குதிகால் உயர்ந்த செருப்புகளைக் கழற்றிவிட்டு, மக்களுக்கு மேல் நடக்கத் தொடங் கினேன். முதலில் அவர்களுடைய முழங்கால்களுக்கு இடையே நகர்ந் தாலும், பின் அவர்களே என்னை உயர்த்திப் பிடித்ததால், அவர் களின் தோள்கள் மேல் நடக்கத் தொடங்கினேன்.

ஹரி முதலில் என்னைப் பார்த்துவிட்டு, தன் குதிரையின் மேலிருந்து கையை ஆட்டி, உரக்கக் கத்தினார். ஆனால் எனக்கு அவரை அடையாளம் தெரியவில்லை.

'பிப்பி, பிப்பி' என்ற குரல் கேட்டது.

வீரர்களுக்குப் பின்னே, போலோ விளையாட்டு உடையணிந்த ஒரு குழுவினர் இருந்தனர். அவர்கள் பலவித பாணியில் கவர்ச்சியான நிறங்களில் தலைப்பாகை அணிந்தபடி இருந்தனர். அதில் இருவர் என்னை நோக்கி கையசைத்து, தங்களிடம் வருமாறு அழைத்தனர். அதைக் கண்ட கூட்டமும், என்னை அங்கு செல்ல உற்சாகமாய்க் கூச்சலிட்டது.

'மேம் சாஹிப்பிற்கு வழிவிடுங்கள்.'

முதலில் நான் குதிரைகளை அடையாளம் கண்டுகொண்டேன். அதன் பின்தான், அதன் மேலிருந்தவர்களின் அடையாளம் புரிந்தது. ஹரியும் சன்னியும். அவர்கள் இருவரும் போலோ விளையாட்டு வீரர்களுக்குத் தலைமை ஏற்று வந்து கொண்டிருந்தனர்.

'ஜெய்ஹிந்த்! மௌண்ட்பேட்டன் கி ஜே! பண்டிட், மௌண்ட்பேட்டன்' என்றெல்லாம் கூட்டம் குதித்துக் கொண்டு, கை ஆட்டிக் கொண்டும் ஓர் உன்மத்த நிலைக்குச் சென்று கொண்டிருந்தது.

'இங்கு வந்துவிடுங்கள்' என ஹரி கையை நீட்டினார். அதே சமயம் சன்னி ஹிந்தியில் கூட்டத்தை நோக்கி அன்புடன் கெட்ட வார்த்தைகளை உச்சரித்தார். அது மேலும் கூட்டத்தைச் சிரிப்பில் ஆழ்த்தியது.

'ஜெய்ஹிந்த்.'

ஹரி என்னைக் கைகளால் பற்றிக் கொண்டார்.

'சேண வளையத்தில் உங்கள் கால்களை வையுங்கள்' என்றபடி அதிலிருந்து தன் காலை விலக்கிக் கொண்டார். யாரோ சிறிதுகூட நாசூக்கில்லாமல், என்னைப் பின்பக்கத்திலிருந்து தூக்கி சேணத்தின் அருகே தள்ளிவிட்டனர். நான் ஹரியின் மடியில் பாதி அமர்ந்து விட்டேன். என்னுடைய பாவாடை என் முழங்கால் வரை ஏறி விட்டது. யாரும் அதைப் பற்றிக் கவலைப்படவில்லை. அதைப் பெரியதாக நினைக்கவில்லை. அனைவரும் உற்சாகக் கூச்சலிட்டனர்.

'ஜெய்ஹிந்த். மேம் சாஹிப் கி ஜே!' என்றனர்.

'ஜெய்ஹிந்த்' என நானும் உரக்கக் கத்தினேன்.

'இங்கிலாந்து கி ஜே!' என அவர்கள் திரும்பச் சத்தமிட்டனர்.

வெளிச்சம் சிறிது சிறிதாகக் குறைந்து கொண்டிருந்தது. மெலிதான மழை விழத் தொடங்கியது. அந்நாளின் மிகுந்த வெப்பத்திற்குப் பிறகு, அது வானிலிருந்து விழும் ஆசீர்வாதம் போல் தோன்றியது.

நன்றியில் எங்கள் முகத்தை வானத்தை நோக்கி உயர்த்தினோம். நான் இருக்கும் இடத்திலிருந்து கூட்டத்தை ஒரு கட்டுக்குள் கொண்டு வர ஜவஹர் முயன்று கொண்டிருப்பதைக் கண்டேன். மௌண்ட்பேட்டன் தம்பதியினர் கொடி ஏற்றுவதற்காக மேடைக்குச் செல்ல, வழி அமைத்துத் தர அவர் முயற்சி செய்து கொண்டிருந்தார். வார்த்தைகள் அங்கு பயன்படாத பொழுது அவர் காலால் சிலரை உதைத்தும், சிலரைக் கைகளால் குத்துவிட்டும், தலைகளில் உள்ள தொப்பிகளைத் தட்டியும் பார்த்தார். ஆனால் அங்கு எதுவும் பலனளிக்கவில்லை. ஆகவே அவரும் இறுதியில் அவர்கள் வந்த வாகனத்தில் ஏறி அமர்ந்துவிட்டார். ஆணை உரைக்கப்பட்டு காவி, வெள்ளை மற்றும் பச்சை நிறத்திலான இந்தியக் கொடி ஏற்றப் பட்டது. டிக்கி வாகனத்தின் பின்பகுதியில் எழுந்து நின்று கொடியை நோக்கி சல்யூட் செய்தார். அப்பொழுது ஏதோ ஒரு மாயம் போல வானத்தில் ஒரு வானவில் தோன்றியது.

மேலே சேணத்தில் ஹரியும் நானும், நாங்கள் அமர்ந்திருந்த விதத்தை எப்படி முடியுமோ அப்படிச் சரி செய்து கொண்டோம். அவர் சேண வளையங்களையும், கடிவாளத்தையும் தன்னுடன் வைத்துக் கொண்டார். அந்தக் கூட்டத்தில் ஏறக்குறைய 12 பேர் இருந்தனர். அந்த இளைஞர்கள் போலோ குழுமத்தின் வீரர்கள். அவர்கள் எந்த சம்பிரதாயமும் இல்லாமல் தங்களைக் கவர்னர் ஜெனரலின் பாதுகாவலர்களாக நியமித்துக் கொண்டனர். ஊர்வலம் செல்லச் செல்ல நாங்கள் அனைவரும் கூட்டத்தினால் உடைந்து விடாமல் முடிந்தவரை ஒன்றாக இருந்தோம். ஜவஹர் தன்னுடைய வாகனத்துக்குச் செல்ல முடியாமல், மௌண்ட்பேட்டனின் வாகனத்தின் கூரையின் மேல் சம்மணமிட்டு அமர்ந்திருந்தார். குதிரைக்கு அருகே இருந்த மக்கள், பின்னே நகர்ந்து ஓர் இடை வெளியை ஏற்படுத்தினர். ஆனால் அவர்களுக்குப் பின்னால் ஆயிரக் கணக்கான மக்கள் தள்ளிக் கொண்டு இருந்ததால் அவர்கள் வாகனங்களின் சக்கரத்திற்குள்ளோ அல்லது குதிரையின் கால் களுக்கு நடுவிலோ விழுந்துவிடும் அபாயம் இருந்தது. எனக்கருகே குழந்தையை வைத்துக் கொண்டிருந்த ஊதா நிறப் புடவையணிந்த பெண் ஒருத்தி, குதிரையின் பக்கமாகத் தள்ளப்பட்டார். அவருடைய சிரிப்பும் புன்னகையும் பயத்தினால் கூடிய கத்தலாக மாறியது. தன்னைக் காப்பாற்றிக் கொள்ள அவர் முயன்றார். ஆனால் அவர் கைகளில் குழந்தை இருந்ததால் அவரால் அது முடியவில்லை. ஹரியின் குதிரை சிலிர்த்து நின்றது. தன் அனைத்துத் திறமையையும் காட்டி ஹரி அதை கட்டுக்குள் கொண்டு வந்தார். இறுதியாக பதினாறு வயது கூட ஆகியிருக்காத அந்தப் பெண், குழந்தையை என் கையில் தள்ளிவிட்டாள். கூட்டத்தில் அவர் மறைந்து

போனதை ஏதும் செய்யமுடியாமல் நான் பார்த்துக் கொண்டிருந்தேன். கண்களில் மையிட்ட அச்சிறிய ஆண் குழந்தையை நான் கையில் பிடித்துக்கொண்டிருந்தேன். ஆனால் அவன் தாயை மீண்டும் காண்பேன் என்ற நம்பிக்கை எனக்கு இல்லை.

'அவளைப் பிடியுங்கள். அந்தப் பெண்ணை, தயவு செய்து அவளைப் போக விட்டுவிடாதீர்கள்' என்று சன்னி தன் சேணத்தில் இருந்து திரும்பி, தன் பின்னால் வந்து கொண்டிருந்த இளைஞர்களை நோக்கிக் கத்தினார். அதில் ஒருவர் அப்பெண்ணை தன் குதிரையில் ஏற்றி உட்கார வைத்துவிட்டார். அந்த இளைஞனின் கையில் ஒரு துணி பொம்மை போல தன் முகத்தைப் பாதி மூடிக் கொண்டு அவள் அமர்ந்திருந்தாள். என்னை நோக்கி வெட்கத்துடன் கையசைத்தாள்.

அந்தக் குழந்தையை அதன் தாயிடம் சேர்த்து, பின் குதிரைகள் அனைத்தையும் கிளப்பில் கொண்டு போய் விட்டபோது மிகவும் நேரமாகிவிட்டிருந்தது. அங்கேயே உணவருந்தவேண்டும் என வற்புறுத்தினர். என்னை அரசாங்க இல்லத்தில் கொண்டு விடுவதற்கு முன் ஹரி தன் வீட்டிற்கு அழைத்துச் சென்றார். ஐந்து நாட்களுக்கு முன்பு, விமானத்தின் மூலம் அழைத்து வரப்பட்டிருந்த தன் மகளையும் பேரனையும் நான் சந்திக்க வேண்டுமென அவர் விரும்பினார். நாங்கள் இல்லத்திற்குச் சென்று கொண்டிருந்த பொழுது, அவர் தான் லாகூரைச் சென்று அடைந்ததும், சப்னாவின் கணவரும் மாமனாரும் தில்லியில் இருந்த ஒரு இஸ்லாமியருடன் வீட்டை மாற்றிக் கொள்ளும் ஒப்பந்தத்தை வேகவேகமாகச் செய்து முடித்திருந்தனர். மூன்று நாட்களுக்கு முன் அவரும் அவருடைய மகளும் அந்த வீட்டைச் சென்று பார்த்து விட்டு, அந்த பேரத்தை முடித்தனர். தில்லியில் இருந்த இஸ்லாமியக் குடும்பம் ஏற்கனவே பாகிஸ்தானுக்குச் சென்றுவிட்டது. இடைக்காலத்திற்காக ஒரு காவற்காரனை நியமித்திருந்தார். அவரது மகளின் கணவரும், மாமனாரும் இன்னும் லாகூர் விமான நிலையத்திலேயே இருக்கின்றனர். ஆனால் அவர்களுக்கு விமான பயணச் சீட்டு உறுதியாகி விட்டது. மறுநாள் அவர்கள் கிளம்பி வந்து விடுவார்கள்.

ஹரியின் வீட்டின் வெளியே இருந்த கனமான இரும்புக் கதவுகள் சாத்தப்பட்டு இருந்தன. ஹரி வாகனத்தின் ஒலிப்பானை மூன்று முறை ஒலிக்கச் செய்தார். பின் நாங்கள் இருவரும் காத்துக்

கொண்டிருந்தோம். சிறிது நேரத்திற்குப் பிறகு, இடதுபுறமிருந்த கதவு மெதுவாக ஓரடி அகலம் திறக்கப்பட்டு ஒரு வயதான சீக்கியர் மிகவும் கவனத்துடன் எட்டிப் பார்த்தார். ஹரி தன் கையை ஆட்டிய வுடன் இரண்டு கதவுகளும் திறந்தன. உள்ளே சென்ற பொழுது ஆறுக்கு அதிகமான பலவயதிலுள்ள ஆண்கள் பைஜாமா அணிந்து கொண்டு அங்கிருப்பதைக் கண்டேன். அவர்கள் கையில் கிரிக்கெட் மட்டைகளையும், ஹாக்கி மட்டைகளையும் ஆயுதங்களைப் போல் வைத்துக் கொண்டு நின்றனர். அவற்றில் அவர்கள் அடித்து வைத் திருந்த ஆணிகள் வாகனத்தின் முன் பக்க விளக்கில், கிறிஸ்துமஸில் உபயோகிக்கும் ஜிகினாவைப் போல பளபளத்தன.

நான் பார்த்தவரை ஹரியின் வீடும், ஜவஹரின் பங்களாவைப் போலவே கட்டப்பட்டு இருந்தது. என்ன வித்தியாசம் என்றால், ஹரியின் வீட்டில் தோட்டம் முழுவதும் முகாம்கள் காணப்பட்டன.

'இஸ்லாமிய நோயாளிகள் எங்களுடைய மருத்துவமனையில் பாதுகாப்பாக இல்லை. கயவர்கள் நோயாளிகளையும், அடிபட்டவர் களையும் தாக்கத் துணிகின்றனர். என்னால் முடிந்தவரை நான் அவர்களை இங்கு தங்க வைத்துள்ளேன். சில நோயாளிகள் கீழே இருக்கிறார்கள். மாடியில் என் மருமகன் குடும்பத்தில் இருந்தும், பஞ்சாப்பில் இருந்தும் வந்துள்ள ஹிந்து அகதிகள் உள்ளனர். இது சரியானது இல்லைதான். ஆனால் இதுவரை அனைத்தும் அமைதி யாகத்தான் உள்ளன' என்றபடி கையை என் முதுகில் வைத்தார். உயரமான, தன் பைஜாமாவின் மேல் துப்பட்டா அணிந்த ஒரு இளம்பெண் வெளியே வந்து தன் கைகளைக் கட்டிக் கொண்டு நின்றார். அவளுடைய நீண்ட முடி பின்னப்பட்டு இடது தோள் வழியாக முன்னே தொங்கியது. புகைப்படத்தை நான் பார்த்திருப்ப தால் அவளை நான் அடையாளம் கண்டுகொண்டேன். ஹரி அவசர மாகத் தன் கையை என் முதுகில் இருந்து இழுத்துக் கொண்டார். ஆனால் அது மிகவும் தாமதமாகிவிட்டது. எங்களுக்குக் கூடத் தெரியாதபோதிலும், எங்களிடையே இருந்த ஏதோ ஒன்றை அவள் கண்டுவிட்டாள். கண்களும் வாயும் திறந்தபடி அவள் முதலில் தன் தந்தையையும், பின் என்னையும் அதிர்ச்சியுடன் நோக்கினாள்.

'சப்னா, இவர்தான் சீமாட்டி வாலஸ். நான் உன்னிடம் கூறியிருக்கிறேனே!' என்றபடி சங்கடத்தில் ஹரி சொல்லி முடித்தார். தடுமாற்றத்துடன் இரண்டு கைகளையும் இணைத்து அவளுக்கு முகமன் சொன்னேன்.

சப்னா சிறிது தயங்கிவிட்டு, பின் வெட்கத்துடன் தன் கையை நீட்டினாள். நான் அதைப் பற்றிக் குலுக்கினேன்.

வீடு முழுவதும் பட்டை, சீரகம், பால் மற்றும் சர்க்கரையின் வாசம் அடித்தது. யாரோ கேக் செய்து கொண்டிருக்கிறார்கள்.

விருந்து இருந்திருந்தால் இந்நேரம் முடிந்து விட்டிருந்திருக்கும். அறையிலும், செல்லும் வழியிலும், எங்கும் மருத்துவமனை போல் படுக்கை விரிக்கப்பட்டு காணும் இடத்தில் எல்லாம் மக்கள் படுத்திருந்தனர். சிறிய இடத்தில் கூட யாராவது படுத்துக் கொண்டோ, அல்லது ஒரு துணிப் பையோ, அல்லது ஒரு அட்டைப் பெட்டியோ அல்லது ஒரு சூட்கேஸோ இருந்தது. மக்களின் வாழ்க்கை வேகவேகமாக மூட்டைக் கட்டப்பட்டிருந்தது. அந்நாளின் இரண்டாவது முறையாக நான் என் காலணியை அவிழ்த்துவிட்டு, மெதுவாக வீட்டின் பின்புறமுள்ள கூடத்திற்குச் சென்றேன். சீக்கியப் பணியாளரான சந்தீப், எங்களுடன் வந்தார். அவர் நொண்டிக் கொண்டு நடந்தது தரையில் பலகையில் ஒழுங்கில்லாமல் ஒரு சத்தத்தை உண்டாக்கி, அங்கு நிலவிய தூக்கத்தின் அமைதியைக் கெடுத்தது. ஒரு வயதானவர் இருமியபடியே கண்களைத் திறந்து பார்த்தார். அந்த மெல்லிய வெளிச்சத்தில் கூட அவருடைய கண்களில் திரை விழுந்திருந்தது எனக்குத் தெரிந்தது. அவர் தன்னைப் பூக்களிட்ட சிவப்புப் போர்வையால் போர்த்திக் கொண்டிருந்தார். போர்வையில் இருந்து வெளியே தெரிந்த அவருடைய வெற்றுப் பாதங்கள், ஒரு பெரிய காகத்தின் பாதங்களைப் போல் இருந்தன. அவர் தலைக்கு அருகே இருந்த ஒரு கோப்பையில் பொய்ப்பற்கள் விகாரமாய்ச் சிரித்துக் கொண்டிருந்தன. தன் மருத்துவமனையில் நோயாளிகளைப் பார்வையிடுவது போல ஹரி அவர் தோளைத் தொட்டார்.

'போய்த் தூங்குங்கள் சாச்சா. எல்லாம் நன்றாக இருக்கிறது.'

தோட்டத்தில், நட்சத்திரங்களைப் பார்த்தபடியே நாற்காலியில் அமர்ந்தோம். நாளின் கூச்சலுக்கும் சத்தத்திற்கும் பின் காதுகள் அமைதியில் ரீங்கரித்தன. சந்தீப் சிறிது இனிப்பும், பிஸ்தா பருப்பும், தேநீரும் கொண்டு வந்தார். நான் பசியே இல்லாமல் மரியாதைக்காக இரண்டு பருப்புகளைக் கொறித்தேன். இப்படித்தான் இரண்டு வருடங்களுக்கு முன்பாக இங்கிருக்கும் தோட்டத்தைப் போலவே ஆர்கைல் சாலையில் உள்ள தோட்டத்தில் இதே போன்ற ஓர் இரவில் அமர்ந்திருந்தேன். அது ஐரோப்பா வெற்றி பெற்ற தினம். லண்டனில் தெருக்கள் நிரம்பி வழிந்தன. மக்கள் மகிழ்ச்சியில் கொண்டாடிக் கொண்டிருந்தனர். ஆனால் இரண்டு பிள்ளைகளும் இறந்து போய் நோய்வாய்ப்பட்ட கணவனுடன் இருக்கும் எனக்குக் கொண்டாட மனமில்லை. இப்பொழுது இந்தியாவில் தேநீரை அருந்திக் கொண்டிருக்கும் எனக்கு பஞ்சாப்பிலும், வங்காளத்திலும் பிரிந்த குடும்பங்களும், காணாமலோ இறந்தோ போன குழந்தைகள், தாய்மார்கள், தகப்பன்கள், சகோதரர்கள், சகோதரிகள் ஆகியோரும் அகதிகள் முகாமிலும், நட்சத்திரத்தின் கீழும் அல்லது தெரியாத இடத்திலும், படுத்து உறங்கிக் கொண்டிருக்கும் மக்களும் நினைவில்

வந்தனர். அதிகார மாற்றத்தின் அவசரத்தில் அவர்கள் அனைத்தையும் இழந்துவிட்டனர். இதுவும் நாளை வரைதான்! நாளை ராட்கிளிஃப் திட்டம் வெளியிடப்படும். யாருக்கும், பாகிஸ்தானுக்கும் இந்தியாவிற்கும் நடுவே உள்ள எல்லைக்கோடு எங்கு இருக்கப் போகிறது என்று தெரியப் போவதில்லை. அவர்களின் எதிர்காலம் என்னவாகும் என்பதும் தெரியாது.

ஹரி சிகரெட்டின் ஒரு நுனியைப் பிய்த்து பற்றவைத்துக் கொண்டார். தன் தலையைப் பின்னால் சாய்த்தபடி ஆழ்ந்து புகையை உள்வாங்கிப் பின்பு மெதுவாக இருளில் புகையை வெளியேற்றினார். அருகில் யாரோ வாணவேடிக்கைகளை ஆரம்பித்திருந்தனர். வெள்ளி, ஊதா, ஆரஞ்சு மற்றும் பச்சை நிறத்தில் ஒளிக்கோலங்கள் மேலே சென்று வெடித்தன.

'பப்பா, இந்தியா சுதந்திரம் அடைந்ததும் நீங்கள் புகைப்பதை விட்டுவிடுவேன் என்று சொன்னீர்களே!' என்று சூழ்நிலையை லகுவாக்க முயன்றார் சப்னா.

ஹரி சிரித்தார்.

'ஆமாம். ஆனால் இன்றில்லை. நாளைக் கட்டாயம் நிறுத்தி விடுவேன் செல்லம்' என்றார்.

சப்னா, குழந்தைகளைப் பார்ப்பதற்கு என்னை மாடிக்கு அழைத்துச் சென்றார். அவர்களின் பாட்டன் ஒரு காலத்தில் இருந்தது போல், சுருண்ட முடியுடன் அவர்கள் ஒரு பெரிய படுக்கையில் உறங்கிக் கொண்டிருந்தனர். பெரியவன் இரண்டு கைகளையும் பரப்பி வைத்துக் கொண்டு படுத்துக் கொண்டிருந்தான். சின்னவன் வாயால் உறிஞ்சுவது போல சத்தங்களைச் செய்து கொண்டு ஒரு பழைய நீல நிற யானைப் பொம்மையைக் கட்டிக் கொண்டு படுத்திருந்தான். அவர்கள் விரிப்பை உதைத்து வெளியே தள்ளி விட்டிருந்தனர். என்னால் என்னைக் கட்டுப்படுத்திக் கொள்ள முடியவில்லை. கையை நீட்டி அவர்களுடைய காலைத் தடவிக் கொடுத்தேன். பின் சப்னாவுடன் அந்த விரிப்பை மீண்டும் படுக்கையில் இட்டோம். இரண்டு பெண்கள், இரண்டு தாய்கள், படுக்கையின் தலைமாட்டில் அக்குழந்தைகள் மூச்சு விடுவதைக் கவனித்தபடி நின்றோம்.

'அப்பா உங்களுக்கு இரண்டு மகன்கள் இருந்ததாக...' என்று ஆரம்பித்து நிறுத்தினார்.

'ஆமாம்' என்றேன். 'ஆனால் அவர்கள் இப்பொழுது என்னோடு இல்லை'. என் பார்வை படுக்கையின் தலைமாட்டிலிருந்த ஆடும் நாற்காலியிலும், அதன் இருக்கையில் சிவப்பு நிறக் கம்பளி

நூலில் சொருகப்பட்டிருந்த பின்னல் ஊசியிலும் விழுந்தது. தன் தந்தைக்காகக் காத்துக் கொண்டிருந்தபடி அங்கு சப்னா அமர்ந் திருப்பதை நான் கற்பனை செய்து பார்த்தேன்.

'நீ பின்னிக் கொண்டிருந்தாயா?'

அவள் நாற்காலியில் இருந்து கம்பளி நூலையும் ஊசிகளையும் எடுத்து அதை என் கையில் கொடுத்தார். ஒரு குழந்தையின் சட்டையின் பின் பாகம் ஏறக்குறைய முடிந்திருந்தது.

'ஒன்றுமே இல்லாததில் இருந்து ஏதோ ஒன்று' என்று கூறியபடி அவள் பின்னி வைத்திருந்ததைக் கைகளால் தடவினேன்.

அவள் தலையை ஆட்டினாள். 'தில்லியில் குளிர்காலம் கடுமை யாக இருக்கும். என் அம்மாவின் இந்தப் பழைய கம்பளி நூலை இங்கு வந்த பொழுது கண்டேன். பின்னுவது மனதிற்கு அமைதி தருகிறது. அது என் மனதை மற்ற விஷயங்களில் இருந்து மாற்று கிறது...' என்று கூறியபோது அவளுடைய கன்னங்களில் ஒரு கண்ணீர்த் துளி உருண்டு அவளுடைய முகவாயில் விழுந்து பின் தரையில் இருந்த கம்பளத்தில் விழுந்து அதை ஈரப்படுத்தியது. மேலும் கண்ணீர்த் துளிகள் தொடர்ந்தன. அதை அடக்க அவள் முயற்சி செய்தாள். நான் அவளை என் கைகளால் பற்றிக் கொண்டேன்.

சிறிது நேரம் கழித்து, 'நான் அழுதேன் என்று அப்பாவிடம் சொல்லிவிடாதீர்கள். அது குழந்தைகளுக்கு நல்லதில்லை என்று அவர் கூறுகிறார்' என்றாள்.

'கவலைப்படாதே! நான் எதுவும் கூறமாட்டேன்' என்றேன். நானும் அழுதிருக்கலாம் என்று எண்ணினேன். ஆனால் என் கண்ணீர் நீண்ட காலத்திற்கு முன்பே வறண்டுவிட்டது.

தோட்டத்தில் ஹரி பொறுமையற்று நின்றிருந்தார்.

'நாம் போய் பாரத் பூஷணைக் காண்போம். அவர் இந்நேரம் திரும்பி இருப்பார்' என்றார்.

'இருக்கலாம்' என்று நான் தயங்கினேன். 'இன்று வைஸ்ராய் இல்லத்தில் அதாவது அரசாங்க இல்லத்தில் மிகப் பெரிய வரவேற்பு நிகழ்ச்சி ஒன்று உள்ளது. நான் அங்கிருக்க வேண்டியவள் என்றேன்.

'அதற்குப் பதிலாக இங்கு என்னுடனும், என் குடும்பத்துடனும் இருக்கிறீர்களா?' என்று கேட்டார்.

'ஆம்' என்றேன். 'இப்படித் தானாகவே நிகழ்ந்துவிட்டது.'

அவர் தன் கையை என் தோளின் மேல் போட்டுத் தோட் டத்தின் பிற்பகுதிக்கு அழைத்துச் சென்றார். நாங்கள் ஒரு வளைவின் கீழ் நடந்து சென்றோம். அங்குள்ள விளக்கைப் பொருத்தினார்.

'இது என்னுடைய நீச்சல் குளம். என் வாழ்க்கையில் நான் அனுபவிக்கும் சிறிய சொகுசு. இதில்லாமல் என்னால் வாழ முடியாது என்பது உங்களுக்குத் தெரியுமா? வருடம் முழுவதும் அதை நீரால் நிரப்பி வைத்திருப்பேன். ஆனால் வீடு முழுவதும் தெரியாத மனிதர்கள் நிரம்பியிருக்கும் பொழுது நீரை வடித்து விடுவது நல்லது என்று எனக்குத் தோன்றியது. இந்தக் கணத்தில் எல்லாவற்றையும் விட எனக்கு இப்பொழுது நீரில் முழுக வேண்டும்' என்று கூறினார்.

ஒரு பச்சை நிற தார்பாயின் ஒன்று குளத்தின் மேல் போடப்பட்டு கற்களால் பறக்காமல் இருக்கும்படி கவனமாகக் கட்டப்பட்டிருந்தது. ஹரி பெருமூச்சு விட்டார். நான் ஒரு பைத்தியக்காரன் என்றே தில்லியிலுள்ள அனைவரும் நினைக்கின்றனர். குளிர் காலத்தில் கூட நான் நீச்சலடிப்பேன். லண்டனில் மருத்துவத் துறை மாணவனாக இருக்கும் பொழுது, இந்த ஆங்கிலேயர்களின் வழக்கத்தை நான் பெற்றுவிட்டேன். அப்பொழுதெல்லாம் செர்பென்டைனில் நீச்சலடிக்கச் செல்வேன். ஆனால் இப்பொழுதோ அது ஒரு வயதானவனை அவன் இன்னும் உயிரோடு தான் இருக்கிறான் என்பதை நினைவூட்ட மட்டும் செய்கிறது என்று கூறியபடி, என் தோள்களை அன்புடன் அழுத்தி என்னைத் தன்னருகில் இழுத்துக் கொள்ள முயன்றார். ஆனால், நான் ஏதோ மன அழுத்தத்தில் இருக்கிறேன் என்பது அவருக்குத் தெரிந்தது.

'என்ன ஆயிற்று?' என்று கேட்டார்.

'ஹரி, உங்களிடம் ஒன்று நான் கேட்கவேண்டும்' என்றேன்.

'கேள்.'

'கோல்டிதான். உங்கள் இருவரிடையே என்ன உள்ளது? எனக்கு அது தெரியவேண்டும். அன்று சன்னி சிங்கின் வீட்டில் அவருக்கும் எனக்கும் இடையே சிறு உரசல் ஏற்பட்டது' என்றேன்.

'ஆ, அதுவா?' என்றபடி புகையிலை நாற்றமடித்த மூச்சை வெளியிட்டார். 'அது மிகவும் குழப்பமானது. அவள் விவாகரத்தானவள். அதாவது ஏறக்குறைய தன் கணவனிடம் இருந்து பிரிந்து வாழ்கிறாள். வினோதமான இந்திய முறைப்படி அதை விவாகரத்து என்றே கூறலாம். சில காலத்திற்கு அது மிகப் பெரிய அவதூறாகப் பேசப்பட்டது. ஆனால் அவர்கள் ஒருவரை ஒருவர் கொன்றுவிடாமல் ஏதோ ஒரு சுமுகமானத் தீர்வை மட்டும் கண்டுபிடித்து விட்டிருந்தார்கள் என்றால் பொதுவில் மகிழ்ச்சியான தம்பதி போல் அவர்கள் நடித்திருக்கலாம். அது அவர்களுக்கும் நன்றாக இருந்திருக்கும். அவளுடைய கணவன், அவருடைய ஆசை நாயகியுடன் மும்பையில் வசிக்கிறார். இவள் இங்கே அவளுடைய வாழ்க்கையை, தில்லியின் வம்புகளை மீறியோ அல்லது வம்புகளால் தானோ என்னவோ

சௌகரியமாக வாழ்ந்து கொண்டிருக்கிறாள். கோல்டி தரும் விருந்து கள் மிகவும் முக்கியமானவை. என் மனைவி இறந்த பிறகு, கோல்டி என் மேல் மிகக் கருணையுடன் இருந்தாள். என்னைத் தன் சிறகு களுக்குள் அணைத்து வைத்துக் கொண்டாள் என்று கூடக் கூறலாம். எனக்கும் அது பெருமையாக இருந்தது. என்னுடைய மனைவி ஒரு பக்திமான். ஆனால் இவளோ பிரபலமான அழகி. வயதான திறமை யற்ற ஒரு மருத்துவரிடம் அவள் எதைக் கண்டாள்? இப்படியாக ஒன்று மற்றொன்றுக்கு எடுத்துச் செல்ல இறுதியில் அவள் எனக் கானவள் அல்ல என்பதை நான் விரைவில் புரிந்து கொண்டேன். மிக வசீகரமான, அழகான பெண்மணிதான். ஆனால் அவளுக்குக் கடைகளில் பொருட்கள் வாங்குவதில்தான் விருப்பம். அதே போல் சரியான இடத்தில், சரியானவர்களுடன் காணப்படுவதில் கவனமாக இருப்பாள்' என்று கூறியபடி நாற்காலியில் அமர்ந்தார். நான் அதன் அருகிலுள்ள மற்றொரு இருக்கையில் லேசாக அமர்ந்தேன்.

'ஒருமுறை நாங்கள் ஒரு நண்பரின் வீட்டில் தேநீர் அருந்தச் சென்றோம். கோல்டி அவருக்குப் பிடித்த தேநீர் இலைகளை எடுத்துக் கொண்டு வந்து நண்பரின் மனைவியிடம் எவ்வாறு தேநீர் தயாரிப்பது என்று விரிவுரை நிகழ்த்தினார். நீரின் சரியான கொதிநிலையும், எதுவரை தேநீர் இலைகளின் மேல் நீரூற்ற வேண்டும் என்பதைப் பற்றியும் கூறத் தொடங்கினாள். கோல்டி அவளுக்கு விருப்பமான தேநீரை மட்டுந்தான் பருகுவாள். ஒரு பொருத்தமற்ற செயல் அது. அவளைப் போன்ற ஒரு பெண்மணி வாழ்நாளில் ஒரு கோப்பை தேநீரைக் கூடத் தயாரித்திருக்க மாட்டாள். இந்த நிகழ்ச்சியால் எனக்கு மனம் விட்டுப்போனது. அதற்குப் பிறகு, எங்கள் இருவரிடையே மிகப் பெரிய சண்டை நிகழ்ந்தது. ஆனால் என்னை அவள் பிடியில் இருந்து அவள் விட மறுத்தாள். தினம் பல கடிதங்களும், தொலைபேசி அழைப்புகளும், ஏன் தற்கொலை மிரட்டல்களும் கூட வரும்' என்றார்.

'இப்பொழுது?' என்று கேட்டேன். அவர் எளிதில் தப்பித்து விடுவதற்கு நான் தயாராக இல்லை.

'முடிந்துவிட்டது பிப்பி. நான் உறுதியாகக் கூறுகிறேன். பிற்பகுதி யில் நீ மாட்டிக் கொண்டாய் என்பது வருந்தத்தக்கது. அவளை வணங்கி மகிழும் ஒருவரை அவள் கண்டுகொண்டு விட்டாள். என்னை விடப் பல மடங்கு பணக்காரராகவும், வெற்றி பெற்றவ ராகவும், அவளை நியூயார்க்கிற்கும், பாரீஸுக்கும் அழைத்துச் செல்லத் தயாராக இருக்கும் ஒருவரை அவள் கண்டடைந்து விட் டாள். ஆனால் அவள் மகளின் மருத்துவ ஆர்வத்தை நான் ஊக்கு விப்பதற்காகவும், உறுதுணையாக இருப்பதற்காகவும் என் மேல் கோபமாக இருக்கிறாள். நற்குடியில் பிறந்த இந்து பெண்கள்

திருமணம்தான் செய்து கொள்ள வேண்டும். அவர்கள் தங்கள் கைகளை வேலை செய்து அழுக்காக்கிக் கொள்ளக்கூடாது' என்றபடி எழுந்து நின்று தன் கால்சட்டையை நீவிக் கொண்டார்.

'குதுரப்மினாரில் நான் கூறியது போல் எனக்குப் பெண்களுடன் நன்றாகப் பழகத் தெரியாது. நான் தனியாக இருப்பதே நலம்' என்றார்.

அவர் என் கையைப் பிடித்துக் கொண்டார். நான் என் கைகளை விடுவித்துக் கொள்வேனோ என்று காத்திருந்தார். ஆனால் நான் அவ்வாறு செய்யவில்லை. நீச்சல் குளத்தின் பிற்பகுதியில் இருந்த ஒரு சுவரின் வழியே பல தோட்டங்களை இணைக்கும் ஒரு பாதைக்கு அழைத்துச் சென்றார். நட்சத்திரங்களின் ஒளியை மரங்கள் மறைத்துக் கொண்டிருந்தன. என் கால்களை எடுத்து வைக்கக்கூட எனக்கு வெளிச்சம் போதவில்லை. ஆனால் தான் எங்கு செல்கிறோம் என்பது அவருக்குத் தெரிந்தது. நான் அவரைப் பின் தொடர்ந்தேன்.

ஏறக்குறைய ஒரு நிமிடத்திற்குப் பிறகு, 17 யார்க் சாலை இல்லத்தில் பிற்பகுதியில் இருந்தோம். அந்த இல்லத்தின் ஜன்னல்களில் இருந்து புல்வெளிக்கு வெளிச்சம் பாய்ந்து கொண்டிருந்தது. முதலில் ஹிந்தியில் ஜவஹர் உரக்கக் கத்திக் கொண்டிருப்பதைக் கேட்டோம். பின் அவரது படிப்பறையில் அவரைக் காண முடிந்தது. அவர் தொலைபேசியைத் தன் கையில் வைத்துக் கொண்டு கைகளால் சைகைகள் செய்தவாறு பேசிக் கொண்டிருந்தார். பிரெஞ்ச் ஜன்னல்களின் ஊடே கைகளைப் பற்றிக் கொண்டு நிற்கும் எங்களைக் கண்டு உள்ளே வருமாறு சைகை புரிந்தார். முகம் கோபத்திலும், கவலையிலும் இறுகிக் கிடக்க, கடைசியாக ஒருமுறை உரக்கப் பேசிவிட்டுத் தொலைபேசியைச் சத்தத்துடன் கீழே வைத்தார்.

'லாகூர்' என்று முணுமுணுத்தபடி அவர் கைகளை நீட்டி முதலில் என்னையும் பின் ஹரியையும் அரவணைத்துக் கொண்டார். 'லாகூர் எரிந்து கொண்டிருக்கிறது. இதுதான் நம் சுதந்திரத்தின் விலை என்றால் அதற்கு அர்த்தமே இல்லை' என்றார்.

பகுதி III

வெளியேற்றம்

21 செப்டம்பர் 1947 முதல்
1947 நவம்பர் இறுதி வரை

கவர்னர் ஜெனரலின் டகோடா விமானத்தில் எட்வினா, ஜவஹர், நான் மூவரும் ஒடுங்கி அமர்ந்து கொண்டிருந்தோம். அது சூரியன் இருக்கும் திசையில் நகர்ந்ததால் கண்களைச் சுருக்கிக் கொண்டு அமர்ந்திருந்தோம். கீழே புழுதியைக் கிளப்பியவாறு சாரை சாரையாக அகதிகள் நடந்து கொண்டிருந்தனர். பஞ்சாப்பில் உள்ள அகதிகளின் நிலைமையைக் கணிக்கும் எங்களது கண்காணிப்புக் குழுவில் கவர்னர் ஜெனரலின் அலுவலகத்தில் இருந்தும் புதிய பிரதம மந்திரி அலுவலகத்தில் இருந்தும் பணியாளர்கள் இருந்தனர்.

ஜவஹர் தன் கையை எட்வினாவின் தோளைச் சுற்றி வைத்திருந் தார். அவர் எட்வினாவின் புஜங்களை இறுகப் பற்றியதில் அவரு டைய மணிக்கட்டு வெளுத்திருந்தது. நாள் முழுவதும் அவர் எட்வி னாவைத் தன் பிடியில் இருந்து விடவேயில்லை. எட்வினாவிடம் தொத்தியபடியே இருந்தார். அதை நாங்கள் அனைவரும் பார்த் தோம். எட்வினாதான் அவரை நேராக நிமிர்ந்து நிற்க வைப்பவர் போலும், எட்வினா இல்லாமல் அவரால் நகர முடியாது என்பது போலும் இருந்தது.

'நாம் தரையிறங்கலாமா?' என்று பிரதம மந்திரியிடம் விமான ஓட்டி கேட்டார். ஆனால் ஜவஹரின் குரல் எழும்பவே இல்லை. அவர் தலையை ஆட்டிவிட்டு தன் சோகத்தை மறைக்கத் தலையைக் குனிந்து கொண்டார்.

விமான இன்ஜினின் ஒலி கீழே இறங்கும்போது மாறியது. மானி நாங்கள் 200 அடி உயரத்தில் இருப்பதாகக் காண்பித்தது. சாலையின் இரு பக்கத்திலும் இரண்டு வரிசையில் அகதிகள் ஒருவரை ஒருவர் கடந்து சென்று கொண்டிருந்தனர். ஒரு வரிசையில் இந்தியாவில் இருந்து பாகிஸ்தானுக்கு நடந்து செல்லும் இஸ்லாமியர்களும், மற்றொரு வரிசையில் கிழக்கு பஞ்சாப்பில் இருந்து தில்லிக்குச் செல்லும் சீக்கியர்களும் இந்துக்களுமாக இருந்தனர். முடிவே இல்லாத அந்த மனித வரிசையை வெறித்து நோக்கும் பொழுது, ஆக்ஸ்ஃபோர்ட் சாலையின் நெரிசல் என் நினைவுக்கு வந்தது. ஆனால் கார்களுக்கும் பேருந்துகளுக்கும் பதிலாக இங்கு மாட்டு

வண்டிகளும், ஆடுமாடுக் கூட்டமும், பெயரில்லாத ஆயிரக்கணக்கான, தங்கள் வீடுகளை நோக்கிச் செல்லாத மக்களும் இருந்தனர். அவர்களுக்கு மேல் நாங்கள் பறந்த பொழுது அவர்கள் தலையை உயர்த்திச் சூரியனுக்கு எதிராய்க் கண்களைக் கைகளால் மறைத்துக் கொண்டு பார்த்தனர். அவர்களுக்கு இன்னும் நம்பிக்கை இருக்கிறதா என்று நான் வியந்தேன். அவர்களுக்கு அது இருக்கக்கூடாது என்று என் மனம் ஒரு பக்கம் விரும்பியது. ஏனெனில் அவர்கள் எங்களை மேலிருந்து, அவர்களைக் காப்பாற்றப் போகும் புதிய கடவுள்கள் போலும், பார்த்துக் கொண்டிருந்தனர். அவர்களுக்கு ஏமாற்றமே மிஞ்சப் போகிறது. சமூக வன்முறையும், இடப்பெயர்ச்சியும் எங்கள் கட்டுப்பாட்டுக்கு மீறியவை என்பது உறுதியாகத் தெரிந்தது.

சூரியன் மறையத் தொடங்கும்போது நிஜமான எல்லைக் கோடான பலோக்கி ஹெட்டின் மேல் பறந்தோம். அகதிகளின் வெள்ளம், சமதளத்தில் ஒரு வெள்ளை நதி ஓடுவது போலிருந்தது. அந்த இடத்தில் ஒரு சிறிய நகரம் உருவாகியிருந்தது. இத்தகைய தொருச் சூழலை மனதில் கொள்ளாமல் எப்பொழுதோ கட்டப்பட்டிருந்த அந்த அணையைத் தாண்டி வர அகதிகள் ஒருவரை ஒருவர் தள்ளிக் கொண்டு இருந்தனர். கால்நடைகளை அவர்கள் அழைத்துச் செல்ல முடியவில்லை. ஏனெனில் அவற்றால் அணையைத் தாண்ட முடியாது. இந்தக் குழப்பத்தில் என்ன நடக்கிறது என்பதைப் புரிந்து கொள்ள முடியவில்லை. ஆனால் விமானி விமானத்தை ஓரிடத்தில் இறக்கிவிட்டார். இரவு சூழும் பொழுது முழுதாக மூடப்பட்ட ஒரு வண்டியைக் கண்டேன். அதில் சிவப்பிலும், ஆரஞ்சு நிறத்திலுமான திரைச்சீலைகள் இருந்தன. அது கவிந்து கிடந்தது. அதன் அருகே ஒரு குழந்தை அமர்ந்து கொண்டிருந்தது. சாலையில் அந்தக் குழந்தை கைவிடப்பட்டிருக்கக்கூடும்.

இங்கு டகோடா விமானத்தில் எங்களுடன் வந்த ஏறக்குறைய அனைவரும் தூங்கிவிட்டனர். தற்போது ஜவஹரின் மந்திரி சபையில் சுகாதார அமைச்சராக இருக்கும் அம்ரித் கௌர் என் பின்னால், இஸ்மே பிரபுவிற்கு அருகில் அமர்ந்திருந்தார். அவர்கள் இருவரும் மெலிதாக இணையாகக் குறட்டை விட்டுக் கொண்டிருந்தனர். எட்வினாவும் மிகுந்த களைப்புடன் காணப்பட்டார். அவர் தலை ஜவஹரின் தோளில் சாய்ந்திருந்தது. அங்கு தூங்காமல் இருந்தது ஜவஹரும் நானும்தான்.

அவர் எந்த உணர்ச்சியுமற்று அமைதியாகக் காணப்பட்டார். 'சிறிய களிமண் வண்டி' என்ற நூலை வாசித்துக் கொண்டிருந்தார். அவருடைய இமைகள் தாழ்ந்து அவ்வப்போது சிமிட்டிக் கொண்டிருந்தன. இந்தப் பயணத்தில் நாங்கள் சென்ற முகாம்களில் அவர்

எவ்வாறு இருந்தார் என்பதை நினைத்துப் பார்க்கிறேன். மேற்கு பஞ்சாப்பின் எல்லையின் அருகே, பாகிஸ்தானில் உள்ள தங்கள் வீடுகளில் இருந்து விரட்டி அடிக்கப்பட்டிருந்த இந்துக்களும் சீக்கியர்களும் அங்கு நிரம்பி வழிந்தனர். அங்கிருந்து தில்லிக்குச் செல்வதற்காகப் போக்குவரத்திற்குக் காத்திருந்தனர். ஆகஸ்ட் 15 ஆம் தேதி காணப்பட்ட மகிழ்ச்சியான சந்தோஷக் கூச்சலிட்ட கூட்டம் மறைந்துவிட்டது. ஆண்கள் அதிகம் இருந்த பெரிய குழு ஒன்று நாட்டின் மணியான ஜவஹர்லால் நேருவை ஆழ்ந்த அமைதி யுடன் எதிர்கொண்டது. ஆரம்பத்தில் அமைதியாக இருந்த அந்தக் கூட்டம், சிறிது சிறிதாக அமைதியிழந்து ஜவஹர் அவர்களை நோக்கி நடக்க ஆரம்பித்த பொழுது, ஆத்திரத்தில் கொதிக்கத் தொடங்கியது. கோபமும் வெறுப்பும் மேலோங்க வார்த்தைகளில் கசப்பும் சீறலும் விரைவில் வெளிப்பட்டன.

யாரோ ஒருவன், நேருவைப் பார்த்து கத்தினான். மற்றொருவன் முதல் கல்லை வீசினான்.

ஜவஹர் உணர்ச்சிகள் கொப்பளிக்க முகம் வெளுத்தார். உண்மை அவருக்கு அதிர்ச்சியையும், அதைத் தொடர்ந்து கோபத்தை யும், இறுதியாகப் பயத்தையும் உண்டாக்கியது. அங்கு பாதுகாவலர் கள் இல்லை. நாங்கள் மட்டுமே நின்றிருந்தோம். எட்வினாவைத் தன் கையால் பிடித்துக் கொண்டு கூட்டத்திலிருந்த ஒருவன் கையி லிருந்த குச்சியைப் பிடுங்கி, அதை தன் வலது கையால் உயர்த்தி காட்டினார்.

'கடவுளே! அவர்கள் ஜவஹரைக் கல்லால் அடித்துக் கொல்லப் போகிறார்கள்' என்று என் கையைப் பிடித்தபடி அம்ரித் கௌர் உரக்கக் கத்தினார். நாங்கள் ஜவஹர், எட்வினாவின் பின்னால் நின்று கொண்டிருந்தோம். பின் மீண்டும் ஒரு கல், அதைத் தொடர்ந்து மழை போல் சிறிய கற்கள் பொழியத் தொடங்கின.

'புன்னகை செய்து கொண்டே இருங்கள்' என்று நான் அவரி டம் அழுத்தமாகக் கூறினேன். 'எட்வினா செய்வதைப் போல்' என்றேன்.

நாங்கள் அதைத்தான் செய்தோம். பல்லைக் கடித்துக் கொண்டே, புன்னகை புரிந்து கொண்டு, எதுவும் மாறவில்லை என்பது போல் நடித்தோம். எட்வினா இரு கையைக் கூப்பி வணக்கம் வைத்தோ, அல்லது கூட்டத்தில் உள்ளோர் கையைக் குலுக்கியபடியோ இருந்தார். இங்கு ஒரு வார்த்தையும், அங்கு ஒரு வார்த்தையும் பேசினார். தன் தலையைக் கவர்ச்சியாக, இந்தப்புறமும் அந்தப்புறமும் அசைத்தார். அதே சமயம் ஜவஹரை அவர் கையி லிருந்த குச்சியுடன், தன்னுடன் இழுத்துக்கொண்டு சென்றார்.

இப்படியே எட்வினா ஜவஹரையும் எங்களையும் வழிநடத்தி அந்த முகாமின் ஒருங்கிணைப்பாளரின் இடத்திற்கு அழைத்துச் சென்று விட்டார். இவ்வகையில் அவர் எங்களைக் காப்பாற்றிவிட்டார்.

விமானத்தின் இருளில் நான் அமர்ந்து கொண்டிருந்த போது, என்னுள் கோபம் வளரத் தொடங்கியது. என் நெஞ்சில், கொதித்துக் கொண்டிருக்கும் வெள்ளை நிறப் புழுதியைப் போல் அது ஆரம்பித்து உயரே உயரே சென்றது. ஒரு கட்டத்தில் அதனால் மூச்சடைத்துப் போய்விடுவேன் என்று நினைத்தேன். கோபத்தில் என் விழிகள் துடித்தன. மடங்கிய முஷ்டியை வெறித்துப் பார்த்தேன். அர்த்தமில்லாத சில குறிப்புகளைத் தாங்கிக் கொண்டிருந்த ஏட்டின் மேல் அவை இருந்தன. காணாமல் போனவர்களின் பெயர்களும், தேவைப்படும் பொருட்களும், போர்வை, துணி, டென்ட் துணி, பருப்பு, பால் பவுடர், காலரா தடுப்பு மருந்து, தண்ணீர்க்குழாய் மற்றும் நீர்த்தொட்டி என்றெல்லாம் அந்த ஏட்டில் எழுதப்பட்டி ருந்தது.

என் மனதில் அனைத்தும் புழுதியாக இருந்தது. அதிலிருந்து தப்பிக்கவே முடியாது. முகாம்களில், சாலைகளில், டென்ட்களில், எங்கள் அலுவலகங்களில், ஏன் அரசாங்க இல்லத்தில் கூட அதிலி ருந்து தப்பிக்க முடியாது. ஏதோ ஒரு பெரிய திரை எங்கள் பார்வையை மறைப்பதற்குக் கீழே இறங்கி வந்தது போல் இருந்தது. இங்கு இந்த விமானத்திலும், மெல்லிய ஒளியில், பனியைப் போல சுற்றுகிறது. என் முடியில், அடர்த்தியாகப் புழுதி படிந்துள்ளது. அதே போல் என் காலணியிலும், காலுறையிலும் கூட. என்னுடைய சீருடை, மடித்துத் தைக்கப்பட்ட இடங்களில், அது நிரம்பியுள்ளது. என் தாள்கள், வரைபடங்கள் மற்றும் கையேடுகளின் மீது படிந் துள்ளது. நான் என் சீப்பை எடுத்து தலையைச் சீவிக் கொண்டேன். பிறகு என் பாவாடையைத் தட்டினேன். ஆனால் அதனால் எந்தப் பலனும் இல்லை. புழுதிதான். அது என் ஞாபகத்தில் இருந்து அனைத்து நிறங்களையும் வடித்து எடுத்து விட்டது.

முகாம்களில் கண்ணுக்குத் தெரிந்த வரை வெள்ளை நிறத்தில், டென்ட்கள் கடல் போல் நீண்டிருந்தன. அவற்றின் மேலிருந்த துணி, வினோதமாய் ஆடாமல் இருந்தது. ஏனெனில் அங்கு சிறிது கூட காற்று இல்லை. மழை வருவது போல் போக்கு காட்டிய மேகங்கள், வானத்தின் உச்சிக்கு ஏறிவிட்டன. ராணுவ வீரர்கள், குழிகள் தோண்டி, மூட்டை மூட்டையாகச் சுண்ணாம்பைப் பிணக் குவியல் களின் மேல் இட்டனர். இவையனைத்தும் ஒரு செய்திச்சுருள் போல, கருப்பும் வெள்ளையுமாக நடைபெற்றுக் கொண்டிருந்தது. உண்மை யில் பைத்தியக்காரத்தனத்திற்கும், வெறுப்புக்கும், வேதனைக்கும்,

போருக்கும், நோய்க்கும் நிறம் கிடையாது. என் மனம் தன்னைக் காப்பாற்றிக் கொள்ள, ஞாபகங்களை நீர்த்துப் போகச் செய்து தன்னை வெளுப்பாக்கிக் கொண்டுவிட்டது.

என் கோபத்தை அடக்கிக் கொள்ள, என் முஷ்டியை இறுக்கிக் கொண்டேன். என் நகங்கள் சதையில் அழுந்தின. விவரிக்க முடியாத அளவிற்கு என் கோபம் இருந்தது. அதை என் ஏட்டிலோ, நாட் குறிப்புகளிலோ எழுத முடியாது என்பது எனக்குத் தெரியும். அனைத்தும் என் மனதில் புகைப்படங்களைப் போல் பளிச்சிட்டன. முகாம்களில் ஆயிரக்கணக்கான பழுப்பு நிறக் கண்கள், விரக்தி யினால் உணர்ச்சியற்று என்னை நோக்குகின்றன. காந்தி நூல் நூற்றுக் கொண்டிருக்கிறார். ஜன்னலில் இருந்து வரும் சூரிய ஒளியால் அவரைச் சுற்றி ஓர் ஒளிவட்டம் தெரிகிறது. ஜின்னாவும், ஒளி ஊடுருவக் கூடிய ஊதா நிற உடையணிந்த அவரது மகளும் வைஸ்ராய் இல்லத்தின், ரோஜாத் தோட்டத்தில் நிற்கின்றனர். பதக்கங்கள் வெயிலில் பளபளக்க, டிக்கி தன் கடற்படைச் சீருடை யில் படைகளை ஆய்வு செய்கிறார். தன் மார்பில் செருகிய ரோஜா மலருடன், கண்கள் விரிய, எட்வினாவின் காலடியில் ஜவஹர் அமர்ந்திருக்கிறார்.

என் மனதில் உணர்ச்சிகளால் வார்த்தைகள் குழம்பிப் போயின. நான் நன்கறிந்த என்னை அச்சுறுத்தும் கையாலாகாத உணர்வுக்கு இழுத்துச் சென்றன. வலிந்து முயன்று விமானத்தின் பிற்பகுதிக்கு நடந்து சென்றேன்.

ஜவஹரை நோக்கி நான் நடந்த பொழுது அவர் தன் கையில் இருந்த நூலில் இருந்து கண்களை உயர்த்தினார். அதைக் கீழே வைத்துவிட்டு, சரிந்து படுத்துக்கிடந்த எட்வினாவின் தலையை மென்மையாக உயர்த்தி, அவர் இருக்கையில் கிடத்திப் போர்த்தி விட்டார். நான் எனக்குச் சிறிது தேநீரை ஊற்றிக் கொண்டிருந்த போது, அவர் என்னருகே வந்தார். தானும் ஒரு கோப்பையை எடுத்துக்கொண்டு எனக்கு முன் நீட்டினார். தேநீர், என் கையி லிருந்த குடுவையின் வெள்ளிப் பரப்பில் இருந்து வெளியே வந்து விழுந்தபோது என் கைகள் நடுங்கின. குளிர்ந்த காற்றில், தேநீரில் இருந்து மென்மையாக ஆவி வெளியேறியது.

இன்ஜின்களின் காதை அடைக்கும் ஓசைக்கு இடையே, சர்க்கரை வேண்டுமா என்று வாயசைத்தார். அவருக்கும் எனக்கும் சர்க்கரை எப்பொழுதும் விருப்பமானதாக இருந்ததில்லை. இருப்பினும் இரண்டு தேக்கரண்டிச் சர்க்கரையைக் கோப்பையில் இட்டேன். அங்கிருந்த மிதமான வெளிச்சத்தில், ஜவஹர் மிகவும் வயதானவரைப் போல் ஆனதைக் கண்டு எனக்கு அதிர்ச்சியாக இருந்தது. சுதந்திரம் அடைந்து சில வாரங்களே ஆன நிலையில்,

அழகிய ஜவஹர் இருபது வயது கூடிப் போனார். அவருடைய கன்னங்கள் குழி விழுந்திருந்தன. கண்கள் கறுத்து குழி விழிந்திருந்தது. அவருடைய முடி நரைத்துவிட்டது. தலைக்கு மேல் வழுக்கை தெரிந்தது. களைப்புடன், சக்தியெல்லாம் தீர்ந்து போய் தன் வாழ்நாள் உழைப்பெல்லாம் வீணாகப் போவதைப் பார்த்துக் கொண்டிருக்கும் ஒரு மனிதனாக ஆகிவிட்டார். என் கோப்பையை எடுத்து, அதிலும் சர்க்கரையை இட்டுக் கொண்டேன். அவர் பக்கத்தில் நின்று சில்லென்று துடித்துக் கொண்டிருக்கும் விமானத்தின் சுவரின் மேல் சாய்ந்து என் தேநீரைக் கலக்கிக் கொண்டேன். அப்பொழுது ஆயிரக்கணக்கான, லட்சக்கணக்கான துகள்கள் கரைந்து மறைவதை கற்பனை செய்துகொண்டேன். எங்களுக்குக் கீழ் மற்றொரு அகதிகளின் வரிசை தெரிந்தது. இப்போது அவர்கள் சமைக்கும் அடுப்பில் இருந்து, தூண் போல இருளில் எழும் நெருப்பு வரிசையாகக் கண்ணுக்குத் தெரிந்தது.

பகலாக இருந்த போதிலும், இரவு போல் கருத்திருந்த நாள் ஒன்றில், மின்னல் வானத்தைக் கிழித்துச் சென்றது. இடி முழங்கி, மழை பொழிந்தது. மழைத் துளிகள் பெரியதாய், காசுகளைப் போல் சிதறி விழுந்தன. மழைநீர் ஒன்று சேர்ந்து அருவியைப் போல், அரசாங்க இல்லத்தின் சாக்கடைகளில் பொழிந்தது. இறுதியாக வெப்பம் குறைந்து, ஈரப்பதம் அதிகரிக்கத் தொடங்கியது. ஆனால் இந்த வருடம் யாருமே மழைக் காலம் தொடங்குவதைக் கொண்டாடவே இல்லை.

"அன்புள்ள மார்கரெட்" என நான் எழுதத் தொடங்கினேன். பின் பேனாவைக் கீழே வைத்து விட்டேன். அறையின் ஒரு மூலையில், முந்தைய மழையால் பூசணம் பிடித்து ஈரமாய், கருப்பாய் இருக்கும் ஓரிடத்தை வெறித்துப் பார்த்தேன். அவளிடம் நான் என்ன சொல்வது? புதிய இந்தியா ஆற்றொண்ணா சங்கடத்தில் இருப்பதாகவும், தில்லிக்கான போர் துவங்கி விட்டதாகவும் கூறவா? ஏறக்குறைய 5 லட்சம் அகதிகள் தில்லியை நோக்கி வருவதாகவும், அவர்களுக்குத் தங்க ஒரு இடமும் இல்லை எனக் கூறவா? ஏறக்குறைய 50,000 இஸ்லாமியர்கள் தங்கள் வீட்டைவிட்டு உயிருக்குப் பயந்து ஓடிவிட்டனர் என்றும், புரானாகிலா கோட்டையில் பாதுகாப்பிற்காக அடைக்கப்பட்டு உள்ளனர் எனக் கூறவா? தில்லியிலும் பஞ்சாப்பிலும் மொத்தமாகச் சட்ட ஒழுங்கு தரைமட்டமாகிவிட்டது என்று வேண்டுமானால் அவளுக்குக் கூறலாம். எங்களின் தினசரி மருத்துவமனை மேற்பார்வை நடவடிக்கைகளின் போது துப்பாக்கி குண்டுகளிலிருந்து தப்பிக்கவேண்டும் என்றும், வீதிகளில் இருந்து இறந்த உடல்களைச் சேகரித்து அவற்றை பிணவறையில் சேர்க்கிறோம் என்றும் கூறவா? இல்லையென்றால் அகதிகளை இருபுறத்திலிருந்தும் அடைத்தபடி ஏற்றிக் கொண்டு வரும் புகைவண்டிகள் தாக்கப்படுகின்றன என்றும், அதில் வரும் ஆண்கள் பெண்கள் மற்றும் குழந்தைகள் ஜாதி வெறிகொண்ட சில கும்பல்களால் கால்நடைகளைப் போல் கொல்லப்படுகின்றனர் என்று கூறவா? நிலைமையை மேலும் மோசமாக்க, எப்பொழுதும் நல்ல பலத்துடன் இருக்கும் தில்லிப் படை இப்பொழுது மிகக் குறைந்த எண்ணிக்கையில்

காணப்படுகிறது. பலர் கோர்காவோ பகுதியில் நடக்கும் கலவரத்தைக் கட்டுப்படுத்த அங்கு அனுப்பி வைக்கப்பட்டிருந்தனர். அதனால் நகரம் ஏறக்குறைய பாதுகாப்பின்றி இருந்தது. அதனால் கவர்னர் ஜெனரல் கூட தன் மெய்க்காவலர்களை படைத் தலைவரிடம் அனுப்பிவிட்டார். இல்லையென்றால் ஜுனாகத் மாநிலத்தின் மீது உரிமை கொண்டாடி இரு நாடுகளும் போர் தொடுக்கப் போகின்றன என்பதையாவது கூறவேண்டும். அதிக அளவு இந்துக்கள் வாழ்ந்து வந்தாலும், அதைச் சுற்றி உள்ள மாநிலங்கள் இந்தியாவுடன் இணைந்து விட்டாலும் அங்குள்ள இஸ்லாமிய திவான், ஜின்னாவுடனும், பாகிஸ்தானுடனும் சேர முடிவு செய்துவிட்டார்.

நான் பெருமூச்சு விட்டு, தலையாட்டியபடி அந்த எண்ணங்களைக் கலைக்க முயன்றேன். தேனீக்களின் ரீங்காரம் போன்றதொரு ஒலி காதுகளிலும், லாவண்டரின் மணம் நாசிகளிலும், கசந்து வழியும் பித்தச் சுவையும், கோடையின் ராஸ்பெரி சுவையும், இரும்பின், துருவின், இரத்தத்தின் சுவையும் என் நாவில் இருந்தது. அவற்றைப் பற்றி நான் எதுவும் எழுதவில்லை. எனக்குத் தெரிந்தது என்னவென்றால், ஒவ்வொரு மணியும், ஒவ்வொரு நாளும் என்னால் முடிந்தவற்றைச் செய்து கொண்டிருக்கிறேன். ஒவ்வொரு தடுப்பூசியும், ஒவ்வொரு போர்வையும், காப்பாற்றப்பட்ட ஒவ்வொரு உயிரும், எதற்கு எதிராக என்று தெரியாமல் போரிட்டுக் கொண்டிருந்த போரில் ஒரு சிறு வெற்றியைக் குறித்தது. அப்போர் பித்து நிலைக்கு எதிராகவா? அல்லது எனக்குள் இருக்கும் அரக்கனுக்கு எதிராகவா என்று எனக்குத் தெரியவில்லை. ஒருவேளை இரண்டிற்கும் எதிராகவும் இருக்கலாம்.

இருப்பினும் அது உள்நாட்டுப் போரில்லை என அவர்கள் கூறினாலும் அது அவ்வாறுதான் இருந்தது. பிரதம மந்திரி நேருவும், துணைப் பிரதம மந்திரி படேலும், இந்த நெருக்கடியைச் சமாளிக்க ஏற்படுத்திய அவசரகாலக் குழுவின் தலைமை ஏற்க, கவர்னர் ஜெனரல் என்ற தகுதியில் டிக்கிக்கு அழைப்பு விடுத்திருக்கின்றனர் என்றும், ஆனால் இச்செய்தி வெளியே தெரியக் கூடாது என்ற நிபந்தனையுடன் அவர் ஒப்புக் கொண்டு விட்டார் என்பதையும் என்னால் மார்கரெட்டிற்கு கூற இயலாது. நேரு, படேல் மற்றும் அமைச்சரவையின் முக்கிய உறுப்பினர்களால் ஆன அக்குழு இரண்டு நாட்களுக்கு ஒருமுறை கூடியது. இந்திய உறுப்பினர்கள், இறுகிய முகத்துடன் பொறுமையின் எல்லையில் இருப்பார்கள். டிக்கி அமைதியாக அனைத்தையும் கட்டுக்குள் வைத்தபடி இருந்தார். உண்மையில் இது இனி அவரது போராட்டம் இல்லையே! அதேபோல், டிக்கி தென்கிழக்கு ஆசியாவில் போர்க்காலத்தில் தலைமைப் பொறுப்பில் இருக்கும்போது தான் பிரயோகித்த பழைய

தினசரி நடவடிக்கைகளை உபயோகித்து, அகதிகள் உள்நுழைவதை யும், தொல்லையான இடங்களைக் கண்டு கொள்ள முயற்சிக்கிறார் என்பதையும் கூற முடியாது. அதேபோல் இந்தக் குழப்பங்களில் உண்மையாகவே தில்லி காணாமல் போய்விடுமோ என்ற அச்சம் உண்மையாகவே உள்ளது என்பதையும் நான் கூற இயலாது. சுதந்திரம் அடைந்து ஒரு மாதத்திற்குள் புதிய அரசாங்கங்கள் தலை நகரை விட்டு வெளியேற்றப்படலாம், அப்படி தில்லி வீழ்ந்து விட்டால், இந்தியாவிற்கு முடிவு காலம் தான் என்றும் எழுத இயலாது.

ஒரு வழியாகப் பேனாவை எடுத்து மெதுவாக எழுதத் தொடங் கினேன். எந்த உற்சாகமும் ஈடுபாடும் இல்லாமல் எழுதினேன்.

> "இங்கு நிலைமை மோசமாகத்தான் உள்ளது. நீ நிச்சயம் நாளிதழ்களில் வாசித்திருப்பாய். ஆனால் நாங்கள் நன்கு தாக்குப் பிடிக்கிறோம். வெளியேறும் அரசிற்கும் புதிய அரசாங்கத்திற்குமான புரிதல் என்ன வென்றால் எங்கெல்லாம், எப்பொழுதெல்லாம் அதி காரம் தேவைப்படுகிறதோ அங்கெல்லாம் அதிகாரத்தை நிலை நாட்ட முயற்சி செய்ய வேண்டும் என்பதே. எட்வினா எங்கள் அனைவருக்கும் உத்வேகம் கொடுத்து எங்களுக்கு நம்பிக்கை அளிக்கக் கூடிய பெண்மணி. நிவாரணம் மற்றும் நலனுக்காக ஒருங்கிணைக்கப் பட்டக் குழு ஒன்றின் தலைவராக இருக்கிறார். அது ஏறக்குறைய 15 அமைப்புகளின் செயல்பாடுகளை ஒன்றிணைக்கிறது. இது எட்வினாவின் செயலூக்கத் துக்கும் முயற்சிக்கும் ஆன ஒரு கௌரவம் எனலாம். அவர் இல்லை என்ற பதிலை ஏற்றுக் கொள்வதே இல்லை. இதுபோல் நேற்று தன் கொள்கை ஒன்றுக்காக நேருவிடம் போராடினார். அதாவது குழந்தைகளுக்குப் பால் பவுடர் வழங்குவது அரசாங்கத்தின் பொறுப்பு என்றும் அதை அவருடைய நிறுவனத்திடமோ பிற அறக்கட்டளைகளிடமோ மாற்றி விடுவது தவறு என் றும் வாதிட்டார். எட்வினாவின் இந்த அன்பான தாக்குதலால், அரண்டு போன நேரு, பின்வாங்கினார் என்று சொல்லவும் வேண்டுமா?

மீண்டும் நான் எழுதுவதை நிறுத்தினேன். எனக்குக் களைப்பாக இருந்தது. என் வார்த்தைகள் உயிரோட்டமில்லாமல் இருந்தன. எட்வினாவின் குழுமத்திற்கெனச் சர்தார் படேலின் பட்ஜெட் நிதியி லிருந்து இரண்டு லட்ச ரூபாய் ஒதுக்கப்பட்டதற்குக் காரணம், ஜவஹ ருடன் எட்வினாவிற்கு இருந்த நட்புதான் என்ற உண்மை மார்க

ரெட்டுக்குத் தெரியாமல்தான் இருக்க வேண்டும். தலையைச் சொறிந்துகொண்டேன்.

> இதையெல்லாம் மீறி இருளில் சில வெளிச்சத் துகள்கள் இருக்கத்தான் செய்கின்றன. பொறுமையும் பொது உணர்வும் வெல்லும் என்ற நம்பிக்கையில் நான் தொத்திக் கொண்டிருக்கிறேன். நிவாரணப் பணிக்கு எங்களுக்கு எதிர்பாராத இடங்களிலிருந்து எல்லாம் உதவி கிடைக்கிறது. சீனர்கள், கனடா நாட்டவர்கள், தூதரக அமைப்புகள், ஆன்மிக அமைப்புகளிலிருந் தெல்லாம் உதவி கிடைக்கிறது. ஏன் என் உடை அமைப் பாளர் கூட இதில் இறங்கியுள்ளார். எங்கிருந்து கொண்டு வருகிறார் என்று தெரியாது. ஆனால் கிடைத்தவற்றை எல்லாம் சரிசெய்து தருகிறார். இத்தனை விஷயங் களுக்கு நடுவிலும், கலவரங்களின் பூமியான, ஜாதிச் சண்டைகளின் பிறப்பிடமான வங்காளம் அமைதியாக இருப்பதை மறந்துவிடக் கூடாது. இதற்கு திரு. காந்திக் கும், வங்காளத்தின் முன்னாள் பிரதம மந்திரியான திரு. சுஹ்ரவர்டிக்கும்தான் நன்றி கூற வேண்டும். ஒருவர் இந்து மற்றொருவர் இஸ்லாமியர். இருவரும் ஒன்றாக, இயைந்து அற்புதமாய்க் கல்கத்தாவில் அமைதியை நிலைநாட்டி உள்ளனர்.

என் மேசைமேல் இருந்த தொலைபேசி ஒலித்தது. ஒருமுறை, இருமுறை, மூன்று முறை. நான்காவது முறை அடித்தவுடன் எடுத்தேன்.

"மதிய வணக்கம் சீமாட்டி வாலஸ். இது ஐரா பிரிட்சாட்." நான் ஒருங்கிணைக்கப்பட்டக் குழுவின் கணக்கு ஏடான, இம்பீரியல் வங்கியின் இரண்டு சிங்கங்கள் சின்னம் பொறித்திருந்த கறுப்பு நிற ஏட்டை எட்டி எடுத்தேன்.

விரைவாக நலம் விசாரித்துக் கொண்டோம். சீமாட்டி, மௌண்ட்பேட்டன், அம்ரித் கௌருடன் பஞ்சாப் முகாம்களை பார்வையிடச் செல்கிறார் என்று திருமதி. பிரிட்சாட்டிடம் கூறினேன்.

தொடர்ச்சியாக டட் டட் என்ற சத்தமும் எச்சிலை முழுங்கும் சத்தமும் எப்பொழுதும் இல்லாதபடி அதிகமாகக் கேட்டது, ஒரு சமயத்தில் நிஜமாகவே தொலைபேசியில் பெப்பர்மெண்ட் வாசம் வீசுவது போல் தோன்றியது.

"உங்களுக்கு முதலில் நல்ல செய்தியைச் சொல்லவா அல்லது கெட்ட செய்தியைக் கூறவா?" என கேட்டார் திருமதி பிரிட்சாட்.

"நல்ல செய்தி தான்" என்றேன் சிறிது கூடத் தயங்காமல்.

“பாம்பேயில் இருந்து அகதிகளுக்கான போர்வைகளும், காலணிகளும் வந்துவிட்டன. தில்லியில் உள்ள கிடங்குகளில் அவற்றை வைத்திருக்கிறோம். நாளை அவற்றை வெளியே எடுத்துவிடலாம்” என்றார்.

“நல்லது. சீமாட்டி மௌண்ட்பேட்டன் மிகவும் மகிழ்வார். அதற்கான இறுதித் தொகையை உடனே செலுத்த ஏற்பாடு செய்கிறேன்” என்றபடி கணக்கு ஏட்டை நோக்கினேன்.

பாம்போ மில்லினர் கம்பனிப் போர்வைகள் ரூ.529

பாட்டா ஷூ கம்பெனி 10,000 கான்வாஸ் ரூ.5000

தொலைபேசியில் டட் என்ற ஒலியும் முழுங்கும் ஒலியும் கேட்டது.

“கெட்ட செய்தி என்ன?” என்று கேட்டேன்.

நீண்ட மௌனம் நிலவியது.

“சிம்லாவில் இருந்து செய்தி வந்தது. மிகவும் மோசமான செய்தி. மோட்டார் சைக்கிளில் கொடூரமான சீக்கியர்கள் மாலில் கண்டபடி நுழைந்து கண்ணில் காண்பவற்றை எல்லாம், காண்பவரை எல்லாம் சுட்டுத் தள்ளுகிறார்கள். உறுதியாகத் தெரியும்வரை உங்களிடம் சொல்ல வேண்டாம் என்று நினைத்தேன். ஆனால் என்னுடைய சில வாடிக்கையாளர்கள் தில்லிக்கு அனுப்பப்பட்டுவிட்டனர், அவர்களிடமிருந்து விசாரித்து அறிந்துகொண்டேன். மேலும் செய்தித்தாளில் கூட செய்தி வந்திருக்கிறது” என்றார்.

“என்ன செய்தி?” எனக் கேட்டேன்.

டட் டட் என்ற ஒலி மீண்டும், மென்று முழுங்கும் ஒலி கேட்டது. “திருமதி ஓவிங்க்டன் பாவம். தன்னைச் சுட்டுக் கொண்டு விட்டார்” என்றார். டட் டட் என்ற ஒலியும், மேலும் மென்று முழுங்கும் ஓசையும் கேட்டது. “மிகக் கொடுமையான” எனக் கூறி விட்டு மூக்கை உறிஞ்சினார்... திருமதி பிரிட்சாட் அழுது கொண்டு இருக்கிறார் என எனக்குப் புரிந்தது... அவர் உணவுக்கு முன் அருந்தும் ஜின் பானத்தை எடுத்துக் கொண்டு தோட்டத்தின் இறுதி வரை சென்று சூரிய அஸ்தமனத்தைக் காண எப்பொழுதும் போல் சென்றாராம். பணியாளர் துப்பாக்கிச் சத்தத்தைக் கேட்டவுடன் விரைந்து ஓடியிருக்கிறான். ஆனால் மிகவும் தாமதமாகிவிட்டது. டட் டட் என்ற சத்தமும் முழுங்கும் ஓசையும், விம்மி அழுவதும் காதில் விழுந்தது. அவருடைய கணவரின் துப்பாக்கி என்று அவர்கள் கூறுகிறார்கள். சிம்லாவில் வாழ்ந்து கொண்டிருப்பவர்கள் தாய்நாடு திரும்புவதற்கான ஏற்பாடுகளைச் செய்து கொண்டிருந்தனர் எனக் கூறுகிறார்கள் என்றார்.

எனக்குக் கேட்டது ஆனால் எதுவும் காதில் விழவில்லை. லாவண்டர் மலர்களின் மேல் வண்டுகள் மீண்டும் ரீங்காரம் புரியத்

தொடங்கின. அவருடைய வார்த்தைகள் ஒரு கனத்த பலகையால் மறைத்து வைக்கப்பட்டது போல் என் மனதில் மெல்லிய சத்தத்துடன் வந்து விழுந்தன.

"ஓ! அப்படியா. மிகவும் வருத்தமாக இருக்கிறது" எனக் கூறியபடி இறுதிச் சடங்குகளைப் பற்றி விசாரித்தேன்.

"சென்ற வாரம் சிம்லாவிலேயே நடந்து முடிந்துவிட்டது. அதிக நேரமில்லை. அனைவரும் ஊரைக் காலி செய்து கொண்டிருந்தனர். அதனால் தான்..." என்று கூறிய பின் டட் டட் என்ற ஒலியும் முழுங்கும் ஒலியும் கேட்டது.

நான் தொலைபேசியைக் கீழே வைத்தேன். ஒரு சிகரெட்டைப் பற்ற வைத்துக் கொண்டபடி திருமதி ஓவிங்டனைப் பற்றியும், அவருடைய நாயைப் பற்றியும், அம்மலைகளின் அமைதியைப் பற்றியும், மெல்லிய பீங்கான் கோப்பையைச் சுற்றிப் பற்றியிருந்த அவருடைய மெலிந்த வளைந்த விரல்களைப் பற்றியும் நினைத்தேன். நினைவின் பின்னணியில் என் குரல், "நான் எங்கு செல்வேன்? நான் என்ன செய்வேன்?" என்ற துயரோடு எதிரொலித்தது.

கவர்னர் ஜெனரலின் அவசரகால ராணுவத்தின் மேஜர் ஜெனரலான பீட் ரீஸ் தன் கை அழுக்காவதைப் பற்றிக் கவலைப்படவில்லை. காரின் பானெட்டை உயர்த்தி, ஒரு கூர்க்காவுடன் எண்ணெய் இருப்பைச் சோதித்துக் கொண்டிருந்தார். இப்பொழுது அவர் கவர்னர் ஜெனரலின் சின்னம் கட்டப்பட்டிருந்த கயிறுகளைத் தடவிக் கொண்டிருந்தார். அச்சின்னங்கள் வாடகைக் காரின் முன்னும் பின்னும் கட்டப்பட்டிருந்தன.

'எப்படி இருக்கிறது?' என்று கேட்டார்.

'இடது பக்கம் சிறிது கீழே இழுக்கவும்' என பதில் வந்தது.

அவர் கயிற்றை இறுகக் கட்டி நிமிர்ந்து தன் தலையில் மீதமிருக்கும் இரண்டு முடிகளைத் தட்டி விட்டுக் கொண்டார். அக்கணத்தில் நான் அதைக் கண்டேன். களைப்பும் ஏமாற்றமும் ஒரு வினாடி பளிச்சிட்டது. நாங்கள் அனைவரும் அதை உணர்ந்து கொண்டிருந்தாலும் பாடுபட்டு உணர்ச்சிகளை மறைத்துக் கொண்டிருந்தோம்.

'இப்பொழுதுதான் சரியாக இருக்கிறது. ஆடிக் கொண்டிருக்கும் சின்னங்களுடன் பயணிப்பது சரியாக இருக்காது' என்றார்.

நான் புன்னகை புரிந்தேன். இருப்பினும் படபடப்புடன் என் கையுறைகளை இழுத்து விட்டுக் கொண்டும், செயின்ட் ஜான் ஆம்புலன்ஸ் சீருடையை நீவி விட்டுக் கொண்டும் இருந்தேன். இந்த மதிய நேரத்திற்காக, என் முடியைச் சுருட்டி விட்டுக் கொண்டும், உதட்டுச் சாயம் இட்டுக் கொண்டும் தயாராக இருந்தேன். ஜமுரத் கான், என் சீருடையைத் துவைத்து இஸ்திரி போட்டு வைத்திருந்தார். இவையெல்லாவற்றையும் நான் எட்வினாவிடம் இருந்து கற்றுக் கொண்டேன். அவரைக் கைவிட எனக்கு விருப்பமில்லை.

'சீமாட்டி வாலஸ், நீங்கள் இந்த வேலையைச் செய்யத் தேவையில்லை' என்ற பீட்டின் கண்கள் கருணையுடனும், அவருடைய குரல் மென்மையாகவும், வெல்ஷ் மொழியின் மெல்லியதாக்கத்துடனும் இருந்தன. அது எனக்கு என் தந்தையை நினைவுபடுத்தியது.

'எனக்குத் தெரியும். ஆனால் புரானா கிலாவில் அகதிகளின் நிலைமை மிகவும் கொடுமையாக உள்ளது. எவ்வளவு விரைவில் முடியுமோ அங்கு செல்ல வேண்டுமென்பது சீமாட்டி மௌண்ட் பேட்டனின் அவா' என்றேன்.

அவர் கண்களைச் சுருக்கிக் கொண்டு, கழுகின் அலகு போன்றிருந்த மூக்கு வழியே என்னை உற்று நோக்கினார்.

'அப்படி இருக்கலாம். ஆனால் புரானா கிலா இஸ்லாமியர்களின் உறுதியான கோட்டையாக மாறியிருக்கிறது என்பது உங்களுக்குத் தெரியவேண்டும். அங்கு அடைக்கலம் அடைந்திருப்பது வெறும் பெண்களும் குழந்தைகளும் மட்டுமல்ல. ஆயுதமேந்திய ஆண்களும் கூட. அந்த இடமே ஆயுதங்களால் நிரம்பி வழிகிறது. அன்றொரு நாள் படேல், அங்கு ஒரு படையை அனுப்பி அங்கிருக்கும் ஆயுதம் வைத்திருக்கும் இஸ்லாமியர்கள் அனைவரையும் வெளியேற்றவேண்டும் என்பதில் உறுதியாக இருந்தார். இப்படிப் பட்ட ஒரு கருத்தை அவரிடம் யார் கூறியது என்பது கடவுளுக்கே வெளிச்சம். அப்படி நடந்திருந்தால் அங்கு படுகொலைகள் நிகழ்ந்திருக்கும்' என்றார்.

'நான் பார்த்துக் கொள்வேன்' என்றேன். நான் சீமாட்டி மௌண்ட்பேட்டனுடைய, நிவாரணம் மற்றும் நல்வாழ்விற்கென ஒருங்கமைக்கப்பட்டக் குழுவினுடைய பிரதிநிதியாக, மனிதாபிமான அடிப்படையில்தான் அங்கு செல்கிறேன். புரானா கிலாவின் மருத்துவக் குழுவின் வேண்டுகோளின்படி தான் அங்கு செல்கிறேன்' என்றேன்.

பீட் ரீஸ் பெருமூச்சு விட்டு தன் இடுப்புவாரைச் சரி செய்து கொண்டார்.

'சரி. ஆனால் எனக்கு அது பிடிக்கவில்லை. நீங்கள் தனியாக புரானா கிலாவிற்குச் செல்லக்கூடாது. ஆறாவது கூர்க்கா படையைச் சேர்ந்த கேப்டன் ஃபிரேஸரை உங்களுடன் அனுப்புகிறேன். அவர் அனைவரிலும் மிகத் திறமையானவர். உங்களைக் கவனித்துக் கொள்வார். உங்கள் அருகில் ஆயுதமேந்திய இரு வீரர்கள் இருக்கும் படியும் அனுப்பி வைக்கிறேன்.

பியூக் 8 வாகனத்தின் பின் இருக்கையில், கேப்டன் ஃபிரேஸருடன் அமர்ந்திருந்த பொழுது என்னுடைய தன்னம்பிக்கை குறைந்து கொண்டே வந்தது. மூன்று நாட்களுக்கு முன்புதான் தில்லி சுகாதாரத் துறையைச் சேர்ந்த ஒரு குழு, அகதிகள் முகாமிற்குச்

செல்லவேண்டிய தங்கள் திட்டத்தைக் கடைசி நிமிடத்தில் தங்களின் உயிருக்குப் பயந்து ரத்து செய்தது. இந்துக்களுக்கும் இஸ்லாமியர் களுக்கும் உள்ள அவநம்பிக்கையும், சந்தேகமும் அதிகரித்திருந்ததால் அது நிவாரணப் பணியைக் கூடப் பாதித்தது. இதற்கு நான் ஏன் ஒப்புக் கொண்டேன்? அகதிகளுக்காகவா? இல்லை எட்வினாவிற் காகவா? ஹரிக்காகவா? இல்லை உண்மையாகவே எனக்காகவா?

நேற்று காலை, ஹரி அவருடைய முன்னாள் சக ஊழியரான மருத்துவர் தாரிக் அலியின் சார்பில் என்னை அழைத்திருந்தார். தாரிக் அலி பாகிஸ்தானுக்குச் செல்வதற்கு முன்வந்தும், இப்பொழுது புரானா கிலாவில் அடைபட்டுக் கொண்டிருந்தார். இந்திய அரசாங்கம், தில்லியில் இருந்து பாகிஸ்தானுக்குச் செல்லும் அகதிகளின் புகைவண்டிகளை, வழியில் நிகழும் படுகொலை களினால் தற்காலிகமாக நிறுத்தி வைத்திருந்தது. அதனால் மேலும் மேலும் மக்கள் முகாமை வந்தடைந்தனர். எத்தனை காலம் அங்கு இருக்கப் போகிறார்கள் என்பது யாருக்கும் தெரியாது. அவர்கள் தாங்களே தங்களைக் கவனித்துக் கொண்டனர். எந்த அரசாங்கமும் இவர்களுக்கு ஒரு உதவியும் செய்யவில்லை என்று மருத்துவர் அலி ஹரியிடம் கூறியிருக்கிறார். அதைப் போல், நல்லெண்ணத்துடன் அங்கு வரும் இந்துக்களோ, சீக்கியர்களோ தங்கள் கழுத்து அறுபடும் அபாயத்தில் இருந்தது. இப்படிப்பட்ட நிலையில் புரானா கிலாவிற்கு, இதில் எதிலும் சம்பந்தப்படாத சீமாட்டி மௌண்ட்பேட்டன் விஜயம் செய்து, நிவாரணத்திற்கு ஏற்பாடு செய்ய இயலுமா என்று மருத்துவர் அலி வினவியிருக்கிறார். எட்வினா பஞ்சாப்பில் இருப்ப தால் அவருடைய சார்பாக நான் செல்வது என்றும், அவர் திரும்பி வரும் வரை காத்திருக்க வேண்டாம் என்றும் முடிவு செய்யப் பட்டது.

கோட்டையை அணுகும்போது அகழி போல் விளங்கிய ஒரு சிறு ஏரியைத் தாண்டிச் சென்றோம். மிகப் பிரம்மாண்ட மதிற் சுவர்களை நான் நோக்கிய பொழுது, உயரத்தில், பல ஏக்கர் பரப்பளவில் இருக்கும் அந்த இடம், சுற்றிலும் சுவர்கள் உள்ள ஒரு நகரம் போலவே இருப்பது எனக்குப் புரிந்தது. கண்காணிப்புக் கோபுரங்கள் உள்ள சிவப்பு நிறக் கற்களால் கட்டப்பட்டக் கோட்டை யின் பிரதான வாயிலை நோக்கி கார் திரும்பியது. பழங்காலத்து கல் வேலைகள் சில இடங்களில் இடிந்து விழுந்திருந்தன. இப் பொழுது அந்த இடைவெளிகளில் புல்லும் மரங்களும் முளைத் திருந்தன. மதிய வெப்பமும், மழைக்காலத்து ஈரப்பதமும் எங்களைச் சுற்றியுள்ளவற்றைப் பார்க்க முடியாதபடி செய்தன. சிவப்புநிறக் கற்கள் இப்பொழுது மஞ்சளாகவும் நீல நிறத்திலும் காணப்பட்டன. இந்தியாவிற்கு வந்திருந்தால், டர்னர் இப்படித்தான் வர்ணம் அடித்திருப்பார் என்று நினைத்துக் கொண்டேன்.

கேப்டன் ஃபிரேஸர் காரிலிருந்து தன் தலையை வெளியே நீட்டி முகத்தைச் சுருக்கினார். அவர் முப்பது வயதானவர். ஆனால் அனுபவமும், இந்தியாவில் ஒரு தலைமுறை இருந்ததும் அவருடைய ஒவ்வொரு அணுவிலும் வெளிப்பட்டது. அதை அவர், ஓர் இலகு வான அணிவகுப்பில் நடப்பது போல் தன் தலையை வைத்துக் கொள்ளும் விதத்திலும், ஒவ்வொரு வாக்கியத்தின் முடிவிலும் தன் வாயின் ஓரத்தினால் ஓசை எழுப்பும் விதத்திலும் கண்டுகொள்ள லாம். அவர் என்னுடன் அலுவல்ரீதியான முறைமையுடன் மட்டும் பழகிக் கொண்டிருந்தார். இந்தச் சூழ்நிலையை, முக்கியமாக எனக்குப் பாதுகாப்பாக வருவதை அவர் வெறுத்தாலும் இறுதி வரை தன் கடமையைச் செய்வார் என்பது எனக்குத் தெரியும். அவரைக் கேட்டால், 200 வருட பிரிட்டிஷ் சாம்ராஜியத்தை அவசர அவசர மாக, மூன்று மாதங்களில் முடிவுக்குக் கொண்டு வந்த வைஸ்ராயைத் தான் குறை கூறுவார் என்பது எனக்குத் தெரியும்.

மீண்டும் முகத்தைச் சுருக்கியபடி, கூர்க்காலி மொழியில், வாகனத்தில் முன்னிருக்கையில் துப்பாக்கி தாங்கிய ஓட்டுநருக்கு அருகில் அமர்ந்திருந்த ஹவில்தாரிடம் ஏதோ கேட்டார். ஹவில்தார் மதில்களின் மீது சில இடங்களைச் சுட்டிக் காட்டிப் பதிலளித்தார்.

'அங்கெல்லாம் துப்பாக்கிகளும், இயந்திரத் துப்பாக்கிகளும் இருக்கின்றன' என்று எனக்காக மொழிபெயர்த்துக் கூறினார். ஆனால் எனக்கு எந்த நம்பிக்கையும் வரவில்லை.

ஓட்டுநர் ஒலியெழுப்பினார். கோட்டையின் வாயிலுக்குப் போகும் வழியில் தங்கள் மூட்டை முடிச்சுகளுடன் டோங்காவிலும், மாட்டு வண்டியிலும் ஜீப்பிலும் அகதிகள் வந்து இறங்கிக் கொண்டி ருந்தனர். அங்கு இரண்டு ஒட்டகங்கள் கூட இருந்தன. சரியாக வடி வமைக்காத ஒரு சாலையை மழை சகதியாக மாற்றி விட்டது. சக்கரங் கள் சுழன்று கொண்டிருந்தன. கோபம் எங்கும் எதிரொலித்தது. ஒட்டகங்கள் உறுமிக் கொண்டிருந்தன. இதைத் தாண்டி உள்ளே நுழைய வழியில்லை என்பது தெளிவாகத் தெரிந்தது. இறங்கி நடப்போம் என்று நான் கூறிய பொழுது எனக்கே மனது கேட்க வில்லை. எங்களை இங்கு வந்து சந்திப்பதாகக் கூறிய புரானா கிலா மருத்துவக் குழுவின் தலைவரான ஹரியின் நண்பரை இன்னும் காணவில்லை.

அந்த ஈர மண்ணில் கால் வழுக்கியபடி, தடுக்கியபடி, தேங்கி யிருந்த நீரையும் நாய்களையும் தாண்டிக் கொண்டு கேப்டன் ஃபிரேஸரும் நானும் மிக நடுக்கத்துடன் மேல் நோக்கி நடந்தோம்.

'லேடி வாலஸ், லேடி வாலஸ்' என்ற குரல் கேட்டது. முதலில், ஜீப்புகளின் கூரைகளுக்கு மேல் ஒரு கை பொம்மலாட்ட பொம்மை யின் கைகளைப் போல் ஆடுவது மட்டும் தெரிந்தது. அது வாயிலில்

இருந்து எங்களை நோக்கி இறங்கிவந்தது. அதன் பின் அங்கிருந்த கூட்டக் குழப்பத்திலிருந்து வெளிவந்ததும் அதற்குச் சொந்தக்காரர் ஒரு தடித்த மனிதர் என்பது தெரிந்தது. அவர் எங்களை நோக்கி ஓடி வந்து கொண்டிருந்தார். அவருடைய கால்சட்டை முழங்கால் வரை சுருக்கி விடப்பட்டிருந்தது. தேங்கியிருந்த நீரைக் குதித்துக் குதித்துத் தாண்டி வந்து கொண்டிருந்த அவரைக் கண்ட பொழுது அவரால் நிச்சயம் நிற்க முடியாது என்றும், மலையின் அடிவாரம் வரை உருண்டு சென்றுவிடுவார் என்றும் பயந்தேன்.

'தாரிக் அலி' என்றபடி தன் கையை நீட்டினார். நான் அதைப் பற்றிக் கொண்டேன். 'உங்களைக் காண்பதற்கு மிகவும் மகிழ்ச்சியாக இருக்கிறது. மருத்துவர் ரதோர், நீங்கள் கட்டாயம் வருவீர்கள் என்று வாக்குறுதி தந்திருந்தார். நன்றி. மிக்க நன்றி' என்றார்.

அவரின் எதிர்பார்ப்புகளின் சுமையில் என் மனம் வருந்தியது.

சீமாட்டி மௌண்ட்பேட்டன் தன்னால் வர முடியவில்லை என்பதற்கு மிகவும் வருந்துவதாகவும், அவருக்குத் தன்னுடைய நல் வாழ்த்துகளை அனுப்பியிருப்பதாகவும் நான் அவரிடம் கூறினேன். பின் அவர்களுக்கு உதவ எங்களால் என்ன செய்ய முடியும் என்று கேட்டேன்.

சிறிது நின்று மூச்சு வாங்கிக் கொண்டு தன் சட்டைப்பையில் இருந்து கசங்கிய கைக்குட்டை ஒன்றை எடுத்து, தன் முகத்தில் இருந்த வியர்வையைத் துடைத்துக் கொண்டார். அறுபது வயதான உருண்டையான கன்னங்களும், வழுக்கைத் தலையும் கொண்டிருந்த அவர் எப்படியோ ஒரு சிறுவனின் அப்பாவித்தனத்தை தன் முகத் தில் தக்க வைத்துக் கொண்டிருந்தார். சூழ்நிலைக்கு மாறாக ஆச்சரி யப்படும் வகையில் சுத்தமாகச் சவரம் செய்திருந்தார்.

'குழுவின் மற்றவர்கள் உள்ளே காத்துக் கொண்டிருக்கிறார்கள். மன்னிக்கவும். அவர்கள் வெளியே வரமாட்டார்கள். அவர்களுக்கு பயம். என்னைக் கேட்டால் எங்களுக்குள்ளே தான் மோசமானது இருக்கிறது.'

நாங்கள் பெரிய சிவப்பு நிற வளைவின் கீழ் நடந்து கோட்டை யின் உள்ளே சென்றோம். மலத்தின் நாற்றம் என் மூச்சை நிறுத்தியது. நாங்கள் அதிகம் செல்லவில்லை. கைகளில் விதவிதமாகத் துப்பாக் கியை ஏந்திய தாடி வைத்த மனிதர்களால் நிறுத்தப்பட்டோம். நட்பில்லாத அந்தக் குழு எங்களைச் சுற்றி நின்று கொண்டது. பின் எனக்குப் புரியாத மொழியில் ஏதோ பேச்சு வார்த்தை நடந்தது. மருத்துவர் அலி மிகவும் அமைதியாகவும் மென்மையாகவும் அவர் கள் கேட்ட கேள்விகளுக்குப் பதிலளித்தார். நான் அதில் குறுக் கிடாமல் இருந்தேன். ஏனெனில் நிவாரணப் பணிகளில் நல்ல முடிவு

அரசியலை மீறி செயல்படும் பொழுதுதான் நிகழும். ஆனால் இப்பொழுது மருத்துவர் அலி அவர்களிடம் தோற்றுக் கொண்டிருப்பதாகத் தெரிந்தது. எங்களைத் திருப்பி அனுப்பிவிடுவது போல் தெரிந்தது. திடீரென என் அருகில் இருந்த கேப்டன் ஃபிரேஸர் வேகமாக உருது மொழியில் பேச ஆரம்பித்தார். ஆச்சரியத்தில், அந்த இளைஞர்கள் தங்கள் துப்பாக்கியில் இருந்த பிடியை இறுக்கினார்கள். தாடிக்குக் கீழ் இருந்த அவர்களுடைய கோப முகம் சிறிது மென்மை அடையத் தொடங்கியது. மேலும் ஏதாவது கூறவேண்டும் என்பதற்காகச் சில நிமிடங்கள் வாதாடிவிட்டு பின் ஆச்சரியப்படும் விதத்தில் எங்களை உள்ளே செல்ல அனுமதித்தனர்.

'மிகவும் நன்று. எப்படி நீங்கள் அப்படிப் பேசினீர்கள்?' என்று கேப்டன் ஃபிரேஸரிடம் மெதுவாக முணுமுணுத்தேன்.

அவர் தன் தோள்களைக் குலுக்கிக் கொண்டு, தலையை அசைத்துக் கொண்டு லேசான புன்னகையுடன், 'நான் டண்டியில் இருந்து வந்திருக்கிறேன் என்று நினைத்தீர்களா? என் குடும்பம் கீட்டாவின் ஃபிரேஸர்கள். உருதுவாக இருந்தாலும், புஷ்டூவாக இருந்தாலும், வேறெந்த மொழியாக இருந்தாலும் நான் சமாளித்துக் கொள்வேன்' என்றார்.

மருத்துவர் அலி எங்களைக் கிழக்குப் புறத்திலிருந்த ஒரு குறுகிய படிக்கட்டு வழியே அழைத்துச் சென்றார். ஒரு காலத்தில், காவலர்களின் அறையாக இருந்திருக்கக் கூடிய ஓரிடத்தை நாங்கள் சென்றடைந்தோம். அங்கே மிகச் சிறிய ஒரு ஜன்னலும், அங்கிருந்த மேசை மேல் வைக்கப்பட்டிருந்த ஒரு விளக்கும்தான் இருந்தது. அவ்விளக்கைச் சுற்றி சில மெழுகுவர்த்திகள் எரிந்தன. புரானா கிலாவின் மருத்துவக் குழுவைச் சேர்ந்த உறுப்பினர்கள் அங்கிருந்த சில நாற்காலிகளில் அமர்ந்து புகைபிடித்தபடி காத்துக் கொண்டிருந்தனர். மேசையின் ஒரு முனையில் இருந்த நாற்காலியில் நான் அமர்ந்தேன். அவர்களின் முகங்கள் என் அருகில் வந்தன. என்னைச் சந்தேகத்துடன் உற்று நோக்கினர். அவர்களை நான் குறை கூற இயலாது. நான் யார்? வெளியே செல்லும் அரசின் கவர்னர் ஜெனரலின் மனைவியைப் பிரதிநிதிப்படுத்தும் ஒரு வெள்ளைக்காரப் பெண்மணி தானே? அங்கு ஒன்பது நபர்கள் இருந்தனர். அவர்கள் அனைவரும் நம்பிக்கை இழந்து நின்றனர்.

ஓரிரு வாரங்களுக்கு முன் அவர்கள் அனைவரும் தங்கள் குடும்பங்களுடன் சராசரியான மத்தியதர வாழ்க்கையை வாழ்ந்து கொண்டிருந்த வெற்றிகரமான மருத்துவர்களாக இருந்தனர்.

இப்பொழுதோ அவர்கள் அழுக்குடன் சவரம் செய்து கொள்ளாது உடைகள் துவைத்து இஸ்திரி போடாமல் அகதிகளாக இருந்தனர். அவர்களுடைய அடுத்த வேலை உணவு எங்கிருந்து வரப் போகிறது என்று அவர்களுக்குத் தெரியாது. ஏறக்குறைய பிச்சையெடுக்கும் நிலையில் நோய், பயம் மற்றும் வன்முறைக்கு நடுவில் அவர்கள் வாழ்வு சிதைந்துவிட்டிருந்தது.

மருத்துவர் அலி கூடுகையை ஆரம்பித்து வைத்தார். வெறும் பேச்சுகளுக்கு அங்கு அவசியம் இல்லாமல் இருந்தது. அவர்களிடம் மருத்துவம் சார்ந்த பொருட்களே இல்லை. அங்கிருந்த சுகாதாரச் சூழ்நிலை மிகவும் மோசமாக இருந்தது. விரைவில் கவனிக்கப்படவில்லை என்றால் நிச்சயமாக காலரா தொற்றுநோய் பரவி ஆயிரக்கணக்கானோர் இறக்க நேரிடும். 'அகதிகளைப் பட்டியல் படுத்துகிறார்களா?' என்று கேட்டேன். தங்களால் முடிந்தவரை அதைச் செய்வதாகவும், அதை ஒழுங்குபடுத்த ஒரு ஒலிபெருக்கி தேவையென்பதாகவும் அலி கூறினார். இரண்டு அரசாங்கத்திடமும் கோரிக்கை வைத்திருப்பதாகவும், ஆனால் இரு பக்கங்களில் இருந்தும் எந்த பதிலும் வரவில்லை என்றும் கூறினார். நிவாரணம் மற்றும் நல்வாழ்விற்கான ஒருங்கிணைப்புக் குழு அவர்களுக்கு ஒலிபெருக்கியும், 2000 காலராத் தடுப்பு மருந்தும் ஊசியும் தரும் என நான் கூறியவுடன் அவர்கள் நிம்மதியில் பெருமூச்சு விட்டனர். நாளையே அதை அவர்களிடம் கொண்டு சேர்ப்பதாகவும், வேறு ஏதாவது தேவைப் பட்டாலும், அதை வழங்கத் தயாராக இருப்பதாகக் கூறினேன். என் அருகில் அமர்ந்திருந்த கேப்டன் ஃபிரேஸர் தன் கையேட்டில் இவை அனைத்தையும் குறித்து வைத்துக் கொண்டிருந்தார். இவ்வாறு நான் கூறியது அவர்களிடமிருந்து ஒரு நீண்ட பட்டியலை வரவழைத்தது. அவர்கள் மெதுவாகவும், திறமையாகவும் ஒவ்வொரு வார்த்தையும் முதல் வார்த்தையைவிட கனத்து, நம்பிக்கையற்று ஒலிக்கத் தங்கள் பட்டியலை ஒப்பித்தனர். சல்ஃபா கினடைன், சல்ஃபோநமைட்ஸ், கார்மினேட்டிங் மிக்சர், சலைன், டெட்டால், பேண்டேஜ், பஞ்சு, ஆஸ்பிரின், லைஸால், போரிக் ஆசிட், அட்டிபிரின், சில்வர் நைட்ரேட், கார்பாலிக் ஆசிட், மெப்பாக்ரின், ஆர்கிரால் என்று பட்டியல் விரிந்தது.

'எரிக்கும் எண்ணெய், சாப்பாட்டுக் கோப்பை, பால்பவுடர் மற்றும் முடியுமானால் ஒரு ஜெனரேட்டர்' என்று என் அனுபவத்தினால் ஒரு பட்டியலை அவர்களிடம் பரிந்துரைத்தேன். அவர்கள் தலையைச் சரியென ஆட்டிக் கொண்டனர்.

மேலும் கிறிஸ்துவ மற்றும் ஆங்கிலோ இந்தியத் தாதிகள், மருத்துவர்கள், செவிலியர்கள் தேவை. மருத்துவர் அலி பதற்றத்திலும்,

களைப்பிலும் வியர்த்து வழிந்து கொண்டிருந்தார். 'எங்கள் பெண்களை வெளியே மருத்துவமனைக்கு அனுப்ப முடியாது. இங்கு ஒரே ஒரு முஸ்லீம் பெண் செவிலிதான் இருக்கிறாள்' என்றார்.

ஒரு மனிதர் நாடகத்தனத்துடன் தன் நாற்காலியை ஓசை எழும்பப் பின்னால் தள்ளிவிட்டு எழுந்து நின்றார். அவர் உயரமாக கண்ணாடி அணிந்து கொண்டு மற்றவர்களை விட இளையவராகக் காணப்பட்டார்.

'புகைவண்டிகளை ரத்து செய்துவிட்டு எங்களை இங்கு பசியிலும் நோயிலும் மெதுவாகச் சாகடிப்பது மிகவும் அவமானகரமானது' என்று குரலை உயர்த்திப் பேசினார். 'இந்திய அரசாங்கமும், பாகிஸ்தான் அரசாங்கமும் என்ன நினைத்துக் கொண்டு இதையெல்லாம் செய்கிறது?' என்று கேட்டார்.

நான் ஆழ்ந்த மூச்சு எடுத்துக் கொண்டு அவ்விரு அரசாங்கத்தின் சார்பில் என்னால் எதையும் பேசமுடியாது என்றும், ஆனால் அதே சமயம் இரு பக்கங்களிலும் நல்ல மனிதர்கள் உள்ளனர் என்றும் கூறினேன். இந்த மேசையைச் சுற்றி நாம் இருப்பதைப் போல அவரவர்கள் தங்களால் இயன்றதைச் செய்து கொண்டிருக்கின்றனர் என்பதையும் அதே சமயம், நம்மைப் போலவே அவர்களும் தங்கள் சக்தி அனைத்தையும் இழக்கும் நிலையில் உள்ளனர் என்பதையும் கூறினேன்.

நான் எழுந்து நிலைமையை நேரே என் கண்ணால் பார்ப்பது நல்லது என்று கூறினேன்.

நாங்கள் தரைத் தளத்திற்குச் செல்லவில்லை. அதற்குப் பதிலாக மருத்துவர் அலி எங்களை மதில்களுக்கு அருகே அழைத்துச் சென்றார். மிகப் பெரிய மலக்குவியலில் இருந்து எழுவது போல அந்த ஈரமான மதிய சூட்டில் மலத்தின் வாடை வீசியது. வாந்தி எடுக்காமல் இருக்க நான் மிகப் பிரயனத்தனப்பட வேண்டியிருந்தது. மூச்சு விடு, மூச்சு விடு என்று என்னிடமே கூறிக் கொண்டிருந்தேன். மனதை நேராக வைக்க முயற்சி செய்தபடி, கீழே இருக்கும் மனித அவலங்களை அளக்க முயற்சி செய்தேன். புரானா கிலா நீள்சதுர வடிவிலானது. ஏறக்குறைய ஒரு மைல் நீளமும், அரை மைல் அகலமும் உடையது. அது பதினைந்திலிருந்து இருபது அடி உயரமான மதில்களால் சூழப்பட்டு இருந்தது. அதனுள் இரண்டு ஸ்திரமான கட்டிடங்களே இருந்தன. ஒரு சிறிய அறுகோணக் கட்டிடமும், ஒரு பள்ளிவாசலும். மழை பெய்ததால், கணிசமான இடத்தில், வெள்ளப்பெருக்கு எடுத்து உபயோகிப்பிற்கான இடம் மிகக் குறைவாக இருந்தது. மேலிருந்து நோக்குகையில் விதவிதமான கண்டங்களிலும், தீவுகளிலும் மக்கள் ஒதுங்கியிருக்கும் ஒரு

வினோதமான உலகத்தைப் போல் தென்பட்டது. சில இடங்களில் மனித எண்ணிக்கை மிக அதிகமாக இருந்தது. அங்கு அமரக்கூட இடமில்லை. ஆண்களும் பெண்களும் குழந்தைகளும், பாறைகளின் மேல் நிற்கும் கேனட் பறவைகளைப் போல நின்று கொண்டிருந்தனர். அனைத்து அளவுகளிலும், அனைத்து விதமாகவும் மதில் சுவரை ஒட்டியிருந்த காய்ந்த நிலத்தில் டென்ட்கள் நிறுவப்பட்டிருந்தன. உயரமான இடத்தை அடைந்தவர்கள்தான் அதிர்ஷ்டமானவர்களாக இருந்தனர். டென்ட்களின் சுவர்களில் இருந்து நேற்று பெய்த மழையில் நனைந்த துணிகள் தொங்கிக் கொண்டிருந்தன.

மனதில் அந்த இடத்தைப் பார்த்து வேகமாக எத்தனை பேர் இருக்கக்கூடும் என கணக்குப் போட முயன்றேன். கேப்டன் ஃபிரேஸரும் அவ்வாறே செய்தார். நாங்கள் இருவரும் எங்கள் கணிப்பைப் பகிர்ந்து கொண்டோம். முப்பது, நாற்பது, ஐம்பது, அறுபது ஆயிரம்? இல்லை இன்னும் அதிகம் இருக்குமா? ஏதும் செய்ய இயலாமல் நாங்கள் அமைதியாக நின்று அவர்கள் மதில்களின் மேல் அங்குமிங்கும் நடப்பதைப் பார்த்துக் கொண்டு இருந்தோம். மொத்த திடீர் நகரமும் எங்கள் கண் முன் விரிந்திருந்தது. இருப்பினும் அம்மக்கள் சிறிது கூட ஒலியெழுப்பவில்லை. எங்கேயோ ஒரு நாயின் குரைப்பும் துர்மணம் வீசும் காற்றில் எங்கிருந்தோ வந்த ஒரு குழந்தையின் அழுகை சத்தமும் மட்டும் கேட்டது.

கீழே இறங்கும்பொழுது ஒரு குழுவாக ஆண்கள் மதில் மேல் சிறுநீர் கழித்துக் கொண்டிருந்தனர். நாங்கள் விரைவாகத் திரும்பி தேங்கியிருந்த நீரைத் தாண்டுவதற்கு இடப்பட்டிருந்த சில பலகைகள் மீதும், செய்தித்தாள்களின் மேலும் கவனமாக நடந்து சென்றோம்.

'கவனம்' என்று உரக்கக் கத்தியவாறே மருத்துவர் அலி திடீரென்று என் கையைப் பிடித்து இழுத்தார். மிகப் பெரிய மலக்குவியல் ஒன்று நீரில் மிதந்து முழுகிக் கொண்டிருந்தது.

'நாங்கள் இரண்டு கழிவறைகளைத் தோண்டி வைத்திருக்கிறோம். ஆனால் அதைச் சுத்தம் செய்ய எவரும் இல்லாததால் அது அளவுக்கு மீறி வழிந்து விழுகிறது. பெண்கள் முக்கியமாக அதை உபயோகப்படுத்த மறுக்கிறார்கள்' என்றார்.

'துப்புரவாளர்களே இல்லையா?' என நான் கேட்டேன்.

'ஆம், லேடி வாலஸ். அவர்கள் இங்கு வர மிகவும் அச்சப்படுகிறார்கள்' என்றார்.

அவர் என்ன சொல்ல வருகிறார் என்பதைப் புரிந்துகொள்ள சில விநாடிகள் ஆனது. இந்தியாவில், மலம் இந்து மதத்தின் மிகத் தாழ்ந்த நிலையில் இருப்பவர்களால் தான் சுத்தம் செய்யப்பட்டுக் கொண்டிருந்தது.

என்னுள் ஏதோ ஒரு நூல் அறுந்தது. அது களைப்பிலும், வெறுப்பிலும் அறுந்து தொங்கியது. அப்பொழுது, கடலை சல்லடைப் போட்டு அரிக்க முடியாது என்ற ஹரியின் எச்சரிக்கை குரல் என் காதில் கேட்டது. இருந்தாலும் என்னை அடக்க முடியாமல் மருத்துவர் அலியை நோக்கித் திரும்பினேன்.

'இதை ஏன் நீங்களே சுத்தம் செய்யக்கூடாது?' என்றபடி என் காலின் கீழே இருந்த மலத்தையும், சுற்றி எந்த வேலையும் செய்யாமல் வருத்தத்துடன் நின்று கொண்டிருந்த அந்தக் குழுவில் இருந்த ஆண்களையும் பார்த்தேன்.

'ஆனால் நாங்கள் இஸ்லாமியர்கள். நாங்கள்...' என்று கூறியபடி அவர் களைப்பிலும் பதற்றத்திலும் கண்களை வேகமாக மூடி மூடித் திறந்தார்.

நான் தோள்களைக் குலுக்கினேன்.

'நீங்கள் பாகிஸ்தானுக்குச் சென்ற பிறகு அங்கு உங்கள் மலத்தை யார் அள்ளுவார்கள்?' என்று கேட்டேன்.

நான் மிகவும் கடினமாகப் பேசுவது எனக்குத் தெரிந்தது. என் மேல் மருத்துவர் அலிக்குக் கோபம் வருவது நியாயம்தான். ஆனால் நான் ஒரு சரியான கேள்வியைக் கேட்டது போல் அவர் ஒப்புதலாகத் தலையை ஆட்டினார்.

'எனக்குத் தெரியவில்லை. அதைப் பற்றி நான் நினைத்ததே இல்லை' என்றார்.

'மன்னியுங்கள்' என்றேன். 'ஒரு கூர்க்காவின் தலைமையில் தற்காலிகமாக சில துப்புரவாளர்களை ஏற்பாடு செய்ய இருக்கிறேன்' என்று அவரிடம் கூறினேன். கேப்டன் ஃபிரேஸரைத் திரும்ப நோக்கினேன். அவர் தன் முகத்தில் எந்த உணர்ச்சியும் காட்டாமல் இருக்க முயற்சி செய்து கொண்டிருந்த போதும் அவருடைய வலது கன்னத்தின் கீழ் ஒரு தசை துடித்துக் கொண்டிருந்தது.

அவர் தலையை ஆட்டினார். 'நிச்சயம் அது ஒரு நல்ல யோசனைதான்' என்றார்.

பெண்களின் முகாம் இருட்டாகவும், தாங்க முடியாத வெப்பத்துடனும், துர்நாற்றத்துடனும் இருந்தது. அவர்கள் செயலாற்றத் தேவையான வெளிச்சம் வரும் அளவே டென்ட்களைத் திறந்து வைத்துக் கொண்டிருந்தனர். இருட்டில் அவர்களின் கண்களின் வெண்மையைத்தான் முதலில் நான் கண்டேன். ஏறக்குறைய 20

பெண்கள் குழந்தைகள் சூழ்ந்தபடி தார்பாயில் அமர்ந்து கொண்டிருந்தனர். அவர்கள் என் அருகே வந்து பாவாடையை இழுத்து என் முழங்காலைத் தட்டி, கைகளைப் பிடித்துக் கொண்டு என்னை நகர விடாமல் செய்தனர். அவர்களுடன் பேசுவதற்கு நான் குதி காலில் அமர்ந்தேன். என் மொழிபெயர்ப்பாளராகச் செயல்பட்டுக் கொண்டிருந்த ஓர் அழகிய இளைய இஸ்லாமியச் செவிலி என்னை வெறுப்புடன் நோக்கினார், ஏனெனில் அவரும் அவ்வாறு அமர வேண்டியிருந்தது.

'குழந்தைகள்தான். குழந்தைகள்தான். அவர்கள் பசியுடன் இருக்கிறார்கள். அவர்கள் நோய்வாய்ப்படுகிறார்கள்' என்ற பெண்களின் குரல்கள் உயர்ந்து கணீரென ஒலித்தன. லண்டனிலும், இந்தியாவிலும் ஆயிரக்கணக்கான முறை நான் மீண்டும் மீண்டும் கேட்டிருந்தது அது. இவர்களின் வறுமை இன்னும் கொடுமையானது என்பதைத் தவிர இந்த மெலிந்த பழுப்பு நிற முகங்களுக்கும் வெடிகுண்டு வீச்சினால் தங்கள் வீட்டை விட்டு வெளியேற்றப்பட்ட, லண்டனின் கிழக்கு எல்லையில் இருந்த ஆங்கிலேயப் பெண்களுக்கும் அதிக வேறுபாடு இருக்கவில்லை. அதற்குப் பிறகு எனக்கொன்று புலப்பட்டது. புரானா கிலா முழுவதும் குழந்தைகள் இருந்தாலும், ஒரு குழந்தை கூட விளையாடிக் கொண்டிருப்பதை நான் காணவில்லை.

'வைஸ்ரின் சாஹிபா, தண்ணீர் மிகவும் கலங்கலாக இருக்கிறது. அதைத்தான் சமையலுக்குப் பயன்படுத்த வேண்டியிருக்கிறது. நேற்றிரவு ஒரு குழந்தை இறந்துவிட்டது' என்றபடி ஒருவர் பின் ஒருவராக அவர்கள் தங்கள் குழந்தைகளை என் முன் நகர்த்தினார்கள். சீருடையில் வந்திருக்கும் வெள்ளைப் பெண்மணியான நான் அவர்களுக்கு எப்படியோ ஒரு அதிசயமான தீர்வைக் கண்டு விடுவேன் என்று எண்ணிவிட்டார்கள் போலும். இரண்டு வயதான யூனிஸ் நீர்ச்சத்து வற்றி காய்ச்சலில் கிடந்தான். இரண்டு நாட்களாக தலைகூடச் சீவாமல் இருந்த நூரின் பின்னல்கள் பிரிந்து தொங்கின. அவளின் ஒரு பச்சை நிற ரிப்பன் காணாமல் போய் விட்டது. அவளுக்கு பேதி. அவளை நாங்கள் பரிசோதித்த பொழுது, அவளுடைய கீழ் உதடு துடித்தது. தன் வலியை அடக்கிக் கொள்ள, தெரிந்து கொண்டவள் போல அவள் சத்தமில்லாமல் அழுதாள். அவளைச் சமாதானப்படுத்த முடியாத அளவுக்கு அவளுடைய தாயார் களைத்துப் போயிருந்தாள். இறுதியில் அந்தக் குழந்தையே தானே முன்னும் பின்னும், முன்னும் பின்னுமாக ஆடிக் கொண்டு தன்னைச் சமாதானம் செய்து கொண்டது. இங்கிலாந்திலும் இந்தியாவிலுமான என் நிவாரணப் பணி வாழ்க்கையில் முதன்முதலாக, இங்கு நான் வந்திருக்கக் கூடாதென நினைத்தேன். அவர்களுடைய

குழப்பத்திலும் வேதனையிலும், இந்தச் சாதாரண பெண்கள் என்னை ஏதோ வானத்தில் இருந்து இறங்கி வந்த தேவதை என்று நினைத்து, வைஸ்ரின் சாஹிபா என விளித்து என்னிடம் முறையிட்டனர். சிறிது கூட நம்பிக்கை இல்லாத பொழுது அவர்களுக்கு எப்படி நான் நம்பிக்கையை வளர்ப்பது?

'அல்லாஹு அக்பர்.. அல்லாஹு அக்பர். இறைவன் பெரியவன்' என்ற மதியத் தொழுகைக்கானப் பாங்கு ஒலி கேட்டது. ஆனால் பெண்கள் தங்கள் குரலைத் தாழ்த்திக் கொண்டு, தங்களின் மெல்லிய கைகளால் என் கைகளைப் பிடித்துக் கொண்டும், என் முழங்காலைத் தட்டியும் தொடர்ந்து கெஞ்சிக் கொண்டிருந்தனர்.

நான் நடுங்கினேன். என் உள்ளம் மேலும் குலைந்து போனது.

'தயவு செய்யுங்கள் வைஸ்ரின் சாஹிபா, நேற்று என் பெண்ணிற்குப் பிரசவமாயிற்று. குழந்தைக்குத் துணியே இல்லை.'

'தயவு செய்யுங்கள் வைஸ்ரின் சாஹிபா, என் தாயாருக்கு சர்க்கரை வியாதி. எங்களிடம் மருந்தே இல்லை.'

'தயவு செய்யுங்கள் வைஸ்ரின் சாஹிபா, என் கணவர் வெளியே சென்று இதுவரை திரும்பி வரவேயில்லை.'

அவர்களிடம் நான் கழிவறையைப் பற்றிக் கேட்ட பொழுது அவர்கள் உரக்க அழுதபடி தங்கள் தலையை ஆட்டினர்.

'எங்களால் எவ்வாறு செல்லமுடியும்? சுற்றிலும் யாராவது பார்த்தபடி இருக்கிறார்கள். ஒரு வாளியை உபயோகித்துவிட்டு, பின் அதை கொண்டு போய்க் கொட்டிவிடுவது சிறந்த வழியாக இருக்கிறது. மேலும், எங்களுக்கு கழுவிக் கொள்ள இயலவில்லை. அதே போல் எங்களிடம் ஒரே ஒரு மாற்று உடைதான் இருக்கிறது. அதனால் மாதவிடாயின் பொழுது எங்கள் உடை கறைபட்டு அவமானமாக இருக்கிறது' என்றனர்.

இந்த டென்ட்டில் இருந்து வெளியே சுத்தமான காற்றுக்குச் செல்வது மிகப் பெரிய ஆசுவாசமாக இருக்கும். ஆனால் என் தலை இப்பெண்களின் வேண்டுகோளால் சுற்றிக் கொண்டிருந்தது. அந்த இளவயது செவிலி, தன்னைச் சுற்றிலும் நடப்பவற்றால் சிறிதும் பாதிப்படையாமல் இருந்தார். அவர் அடிக்கடி வெறுப்பினால் தன் தலையை ஆட்டிக் கொண்டிருந்தார்.

'ஈமாட்டி வாலஸ், இவர்கள் சொல்வது அனைத்தையும் நீங்கள் நம்பிவிடாதீர்கள். இவர்கள் படிப்பறிவில்லாத ஏழைகள். நீங்கள் வருவது அவர்களுக்குத் தெரிந்து விட்டதால், அவர்கள் கிழிந்த துணிகளை உடுத்திக் கொண்டு, உங்கள் பரிதாபத்தை வேண்டி நிற்கிறார்கள்' என்றாள்.

நான் அவளை நம்பமுடியாமல் நோக்கினேன். அப்பொழுது இயலாமையினாலும் கொடுமையினாலும் வெளிவந்த அசுத்தத்தி னாலும் பொங்கி, ஒரு மனிதன் பாடும் குரல் கேட்டது. அப்பெண் ணிடமிருந்து விடைபெற்றுக் கொண்டு, அம்மனிதனைக் காண ஓடினேன்.

மருத்துவர் அலியும், கேப்டன் ஃபிரேஸரும் எங்களை வாயிலில் தடுத்த அதே ஆயுதமேந்திய மனிதர்களுடன் நின்றபடி புகைபிடித்துக் கொண்டிருந்தனர். இப்பொழுது அம்மனிதர்கள் தங்கள் துப்பாக்கி களைத் தோளில் மாட்டியபடி இருந்தனர். கேப்டன் ஃபிரேஸர் ஆறடி உயரத்தில் இருந்தார். அவருடைய வெளுத்த முடியுடன் அக் கூட்டத்தில் தனித்துக் காணப்படவேண்டும். ஆனால், அவருடைய வாய் அசைப்பைப் பார்த்தபொழுதும், இயல்பாக அவர் நின்றிருப் பதைக் கண்ட பொழுதும், அவர் ஆங்கிலத்தில் பேசவில்லை என்பதை உணர்ந்தேன். அவர் தன் குடிப்பிறப்பை மீறி எப்படியோ அவர்களுடன் ஒன்றெனக் கலந்துவிட்டார்.

என்னைப் பார்த்தவுடன் கேப்டன் ஃபிரேஸர் தன் தொப்பியை மீண்டும் தலையில் பொருத்திக் கொண்டு, தன் கையில் மீதமிருந்த சிகரெட்டைக் கீழே போட்டுத் தன் கால்களால் அணைத்தார்.

'சீமாட்டி வாலஸ், எல்லாவற்றையும் பேசி முடித்துவிட்டோம். கூர்க்காவின் பாதுகாப்புடன் துப்புரவாளர்கள் வருவதற்கு அவர்கள் ஒப்புக் கொண்டுவிட்டார்கள்' என்றார். அம்மனிதர்கள் புன்னகைத்த படியே தலையை ஆட்டினர். கேப்டன் ஃபிரேஸரின் தயவினால், சில நிமிடங்களுக்காவது அவ்வீரர்கள் மீண்டும் உள்நாட்டுப் போரில் ஈடுபடும் வீரர்களாக இல்லாமல் நிஜமான மனிதர்களாக, ஏதாவது தொழிலைக் கற்றுக் கொள்ளும் வாலிபர்களாக மாறினார்கள்.

மீண்டும் அந்தக் குரல் நீண்ட ஒப்பாரி போல, அந்த வெப்பத்தி லும் துர்நாற்றத்திலும் மிதந்து வந்ததை நான் கேட்டேன்.

'இசையா?' என்று என் தலையைச் சாய்த்தபடி கேட்டேன். என் மனநிலை பிறழ்வது போல் இருந்தது.

மருத்துவர் அலி என் வெளிப்படையான குழப்பத்தைப் பார்த்துச் சிரித்தார். 'ஆம். அது சூஃபி பாடல்கள். பள்ளிவாசலில் எங்கள் மனதிற்கு அமைதி தருவதற்காக ஒரு கவ்வாலியை ஆரம்பிக் கிறார்கள். வாருங்கள்' என்று பெருந்தன்மையாக எல்லாவற்றையும் மறந்துவிட்டதாகவும், அனைத்தும் நல்லபடியாக முடிந்துவிட்டது என்ற பாவனையில், ஒரு விருந்தாளியை வரவேற்பது போல் இரு கைகளையும் விரித்தார்.

அந்த சிவப்பு நிற பள்ளிவாசலில் ஐந்து வளைவுகள் இருந்தன. அதில் நடுவிலிருந்த ஒரு வளைவில், வெள்ளை நிறப் பளிங்குக் கற்கள்

பதிக்கப்பட்டிருந்தன. அவை மாலை நேரச் சூரியனில் பளபளத்தன. பள்ளிவாசலின் வெளியே நடு வளைவுக்கு முன்னால் ஒரு கிழிந்து போனக் கம்பளத்தில் பத்து இசைக் கலைஞர்கள் அமர்ந்திருந்தனர். பாடகர்களுக்குப் பக்க வாத்தியமாக அக்கார்டியனும், தபலாவும், டோலக்கும் இருந்தன.

இந்த இசை பிரார்த்தனையா, மயக்கமருந்தா அல்லது பேரின்ப மந்திரமா? எனக்கு அது தெரியவில்லை. ஆனால் அது என்னை நயமாக அழைத்தது. எனக்கு வேறு எந்த வழியும் இல்லை. மெதுவாக கோட்டையில் அனைத்து ஆண்களும் கூடத் துவங்கினர். அவர்கள் ஈரமில்லாத இடங்களாகப் பார்த்து அமர்ந்தனர். ஈரமுள்ள இடங் களில் தங்கள் குதிகால்களில் குந்தி அமர்ந்து கொண்டோ அல்லது செய்தித்தாள்கள், வாளிகள், பானைகள் அல்லது இரும்புப் பெட்டி களின் மீதோ அமர்ந்து கொண்டனர்.

'பொதுவாக கவ்வாலி இரவில் தான் ஆரம்பிக்கும். ஆனால் இப்பொழுது இங்கு தவிர்க்க முடியாத சூழ்நிலை உள்ளது. இந்தக் குழு ஒவ்வொரு சூஃபி வழிபாட்டுத் தலத்திற்கும் சென்று, எங்கள் பக்திப் பாடல்களைப் பாடுகின்றது. துரதிர்ஷ்டவசமாக இவர்கள் எல்லையின் இந்தப் பக்கத்தில் எங்களுடன் மாட்டிக் கொண்டு விட்டனர்' என்று மருத்துவர் அலி விளக்கினார்.

குழுவின் பிரதான பாடகரான ஒரு முதிய ஆண், சிவப்பு, ஆரஞ்சு, பச்சை, மற்றும் வெள்ளை போன்ற பலவித நிறங்களில் கற்கள் பதிக்கப்பட்ட, கருப்பு நிறத் தலைப்பாகையை அணிந்து கொண்டிருந்தார். அதே போன்று பெரிய கற்களை நீண்ட மாலை யாக அணிந்திருந்தார். சிறு கற்கள் வெள்ளியில் பொருத்தப்பட்டு கையுறை போல அவர் கையை அலங்கரித்தன. என் மனதில் அவர் ஒரு பாடகரைப் போல் தெரியவில்லை. ஒரு கடற்கொள்ளைக் காரனைப் போலவோ அல்லது ஒரு குறவனைப் போலவோதான் தோற்றமளித்தார். இருந்தாலும் அவருடைய பாட்டு சுற்றியிருந்தவரை மெய் மறக்கச் செய்தது. அவர் கண்கள் செருகி, கண்களின் வெள்ளை நிறம் மட்டும் வெளியே தெரியும் பொழுது அவர் ஒரு பாடலைப் பாட ஆரம்பித்தார். அப்பாடலைச் சுற்றியிருந்த இளவயதுப் பாடகர் கள் ஒன்றாகக் கையைத் தட்டிக் கொண்டே பாடி, கச்சேரியைத் தொடர்ந்தனர்.

'அல்லாஹு.. அல்லாஹு.. அவன் தான் கடவுள். அவன் தான் கடவுள்.'

பாட்டு முடியும் வரை காத்திராமல் மருத்துவர் அலி தன் காலணியைக் கழற்றிவிட்டு வெறுங்காலுடன் கம்பளத்திற்கு அருகே நடந்து சென்று, அப்பாடகர்களுக்குப் பணம் கொடுக்கச் சென்றார். அமைதியாக எங்களுக்காக நடு வளைவின் கீழே விரிக்கப்பட்டிருந்த

ஒரு வெள்ளை விரிப்பில் நாங்கள் அமர்ந்தோம். ஆரம்பத்தில் எனக்கு மிகவும் சங்கடமாக இருந்தது. ஏனெனில் அங்கு இருந்தவர்களில் நான் ஒருத்தி மட்டுமே பெண். ஆனால் ஒருவரும் என்னைக் கவனிக்கவில்லை. சீருடையில் இருக்கும் ஒரு வெள்ளைக்காரப் பெண்மணி பொதுவாக ஓர் உயர்குடிப் பெண்ணாகக் கருதப்படுவ தில்லை. அதுவும் முக்கியமாக இந்தியாவில் அவள் ஒரு விதிவிலக்கு தான். ஆனால் நான் தலையை உயர்த்திப் பார்த்தபொழுது, மேலே இருந்த கலைக்கூடத்தில் இருந்து நூற்றுக்கணக்கான முக்காடிட்டத் தலைகள் கீழே பார்த்துக் கொண்டிருந்தன. அப்படியென்றால் நான் தனியாக இல்லை. ஒரு சிறுவன் கீறல் விழுந்த கண்ணாடிக் கோப்பை களில் தேநீர் கொண்டு வந்தான். கேப்டன் ஃபிரேஸர் அவனுக்கு சில அணாக்கள் கொடுத்து மூன்று கோப்பைகளை எடுத்துக் கொண்டார். நோயைப் பற்றி எந்தவொரு பயமும் இல்லாமல் அவர் உடனே அத்தேநீரைக் குடித்தார். ஆனால் நான் என் கோப்பையைத் தொடக் கூட இல்லை. எனக்குப் புரிவதற்காக, அப்பள்ளிவாசலின் சுவரில் பொறிக்கப்பட்டிருந்த அராபிய வாசகங்களை எனக்கு மருத்துவர் அலி மொழிபெயர்த்துக் கூறினார்.

இவ்வுலகில் மனிதர்கள் உள்ளவரை இக்கட்டிடத்திற்கு அவர் கள் வரட்டும். இதில் அவர்கள் மகிழ்ச்சியோடு இருக்கட்டும்.

திடீரென பாட்டு நின்று போனது. முடிவதற்கான டோலக்கின் சத்தமோ, இறுதிக் கூப்பாடோ எதுவுமே இல்லை. அப்படியே நின்று போனது. அங்கிருந்த அமைதி மேலும் இசைக்காக ஏங்கியது.

பின் மற்றொரு பாடல் ஆரம்பித்தது. பிரதான பாடகரின் கரகரப்பானக் குரல் வானை நோக்கிக் கெஞ்சிக் கொண்டு, வேண்டி விரும்பிக் கொண்டு கதறியது. என் கைகளும் கால்களும் கனக்கத் தொடங்கின. என்னால் எதிர்க்க முடியவில்லை. இதில் எதுவுமே எனக்குப் புரியவில்லை. ஆனால் அவ்வாறு புரிந்துகொள்ளவும் தேவையில்லாமல் இருந்தது. ஏறக்குறைய ஒரு வருடத்திற்கு முன்பு தான், ஆக்ஸ்ஃபோர்டில் இருந்த ஒரு தேவாலயத்தில் இருந்து வெளி நடப்பு செய்தேன். ஆனால் இந்தக் குறவனோ, இந்தக் கடற் கொள் ளையனோ, இந்த ஞானியோ என்னை தன் கட்டுக்குள் வைத்துக் கொண்டுவிட்டான்.

“இறுதியாகத் திருமண இரவு வந்துவிட்டது
என் காதலியுடன் இரவு முழுவதும் விழித்திருக்கிறேன்
எனக்கு நிறமேற்றுங்கள் தலைவரே
உங்கள் நிறத்தைப் போலவே எனக்கும்
எனக்கு நிறமேற்றுங்கள் தலைவரே
உங்கள் நிறத்தைப் போலவே எனக்கும்”

இம்முறை கேப்டன் ஃபிரேஸர் பாதி கண்களை மூடியபடி எனக்கு மொழிபெயர்த்துக் கூறினார். அது ஒரு விசித்திரமான காட்சியாக இருந்தது. அவர் ஒரு வீரனின் சீருடையை அணிந்து கொண்டு இருந்தாலும், ஒரு வெள்ளைக்காரனின் முகத்தையும், வெளுத்த முடியையும் கொண்டிருந்தாலும் அவரிடமிருந்த ஆங்கிலத்தனம் அனைத்தும் போயே போய்விட்டன. என்னவென்று புரியாத ஏதோ ஒன்றால் அழிக்கப்பட்டு, இப்பொழுது, அழைக்கப்படும் அது மெதுவாகக் கண்ணுக்குத் தெரியாமல் அனைவரையும் சுற்றிக் கீழ் இறங்கியது.

"ஓ, கருணை மேகமே
உன் வள்ளன்மையை வேண்டுகிறேன்
தயை கூர்ந்து சில மழைத்துளிகளை
என் தலை மேல் பொழிந்துவிடு"

வானம் இப்பொழுது ஆப்ரிகாட் நிறத்திற்கு மாறிவிட்டது. மறையும் சூரியனால் சிவப்பாக எரிந்தது. மேலும் ஆண்கள் வந்தனர். தங்களது முகங்களின் மேல் துப்பட்டாவைப் போர்த்திக்கொண்டு, குழந்தைகளை இழுத்துக் கொண்டு வெட்கத்துடன் சில பெண்களும் வந்தனர். ஆயிரக்கணக்கான நோயாளிகளையும், முடமானவர்களையும் கவனித்துக் கொண்டு இருக்கும் அவர்களின் முகங்கள் கண்ணீரினால் ஈரமாக இருந்தது.

மற்றொரு புதிய பாடலை ஆரம்பிக்கத் தொடங்கிய பொழுது, பாடகரின் குரல் உடைந்தது.

"என்னைக் கொல்லவேண்டுமானால் கொன்றுவிடு
பிறகு நான் இறப்பதைப் பார்த்துக்கொண்டிரு"

மக்கள் குரலெழுப்பியபடி மெதுவாக அசையத் தொடங்கினர். துக்கத்தினால் மயக்கமடைந்து விடுவது போல அவர்களுடைய முகம் சுருங்கி இருந்தது. ஆனால் பாடகர் அவர்களை தன் கட்டுக்குள் வைத்துக் கொண்டு அவ்வப்போது சுரங்களைப் பாடி அவர்கள் மனதைப் பிழிந்து சித்திரவதை செய்தார். இறுதியாக அவர்களைத் தங்கள் சுயத்திற்குத் திருப்பி அழைத்து வந்தார்.

"என்னைக் கொல்லவேண்டுமானால் கொன்றுவிடு
பிறகு நான் இறப்பதைப் பார்த்துக்கொண்டிரு"

அங்கிருந்தவர்களிலேயே நான் மட்டும் பாதிக்கப்படாதவளாக இருந்தேனா? நான் அழ விரும்பினேன் என்பது கடவுளுக்குத் தெரியும். ஆனால், என்னால் முடியவில்லை.

பயணம் அதன் முடிவுக்கு வந்துவிட்டது. புகைவண்டி தில்லி முக்கிய ரயில் நிலையத்தில் ஓர் ஓரமாக நிறுத்தப்பட்டது. தூசு நிரம்பிய மயில் கழுத்து வர்ணமுடைய என்ஜின் தன் களைத்து போன மூக்கை ஓரிடத்தில் பொருத்தி ஓய்வெடுத்துக் கொண்டிருந்தது. இரவின் சூடான காற்றில், புகை மற்றும் நீராவியின் மணம் வீசியது. அதிக வெளிச்சம் தரக்கூடிய விளக்கொன்று ஒரு கோபுரத்தின் மேல் அமைக்கப்பட்டிருந்தது. கீழே விழுந்துவிட்ட நிலவைப் போல் அது சுற்றுப்புறத்தை தன் வெண்மையான ஒளியால் நிரப்பியது... அனைத்தும் அசைவற்று இருந்தன. ஒரு பிரயாணி கூட இல்லை. எந்த பரபரப்பும் இல்லை, குரங்குகள் கிரீச்சிடும் ஒலியோ கூரையில் பறவையின் ஒலியோ இல்லை. எங்கெல்லாம் தலையைச் சாய்க்க முடியுமோ அங்கெல்லாம் படுத்து உறங்கும் மனிதக் கூட்டமில்லை. நடைமேடை அனைத்தும் அப்புறப்படுத்தப்பட்டு இருந்தது. ஒவ்வொரு பத்தடிக்கும் ஒரு கூர்க்காவோ, காவல்காரனோ காணப்பட்டனர். அந்த அமைதி அனைத்தையும் விழுங்கி மூச்சுத் திணறச் செய்தது.

தன் பரிவாரங்களுடன் ஜவஹர் இருட்டிலிருந்து வெளிப்பட்டார். படபடப்புடன் காணப்பட்டார். அவரும், எட்வினா மற்றும் என்னைப் போல பாதி உணவு உண்ணும் போது அழைக்கப்பட்டிருக்க வேண்டும். எட்வினா முகமன் கூற அவர் அருகில் சென்றார். தலை குனிந்தபடி தேவாலயத்தில் மரணத்தில் சந்திக்கும் இருவரைப் போல அவர்கள் மரியாதையுடன் முணுமுணுத்தார்கள். கூர்க்காக்களின் அதிகாரி கையை உயர்த்தி, ரயில் பாதையின் இருட்டைச் சுட்டிக் காட்டினார். கோமணம் அணிந்த இந்திய பணியாட்களின் குழு ஒன்று எங்களை நோக்கி நடந்து வந்தது. அவர்களின் தலையில் தலைப்பாகைக் கட்டிக் கொண்டிருந்தனர். அவர்களைக் காண கூலி ஆட்கள் போலவோ அல்லது பெருக்கிச் சுத்தம் செய்பவர்களைப் போலவோ இருந்தனர். தாங்கள் எதற்காக அழைக்கப்பட்டிருக்கிறோம் என்று அவர்களுக்குத் தெரிந்து இருந்தது. தங்களின் வாயையும் மூக்கையும் துணியால் கட்டிக்கொண்டிருந்தனர். அவர்கள்தான் முன்னோடிப் படைகள். அவர்களின்

பின்னால் மெதுவாக மூன்று ராணுவ வண்டிகள் வந்தன. என் மனம் நொந்தது. நேரம் ஓடிக் கொண்டிருந்தது.

நான் சிவப்பு நிறச் சிலுவைக் குறியிட்ட முதலுதவிப் பையைச் சுமந்து கொண்டிருந்தேன். நடைமேடையிலிருந்து கீழே குதித்து, தடங்களில் ஓடி கடைசிப் பெட்டியில் ஏறியபோது யாரும் என்னைத் தடுக்கவில்லை. லேசாக ஒரு ஹவில்தாரின் குரல் கேட்டது. ஆனால் அதற்குள் காலம் கடந்துவிட்டது.

ஒரு கற்சுவருக்குள் நான் ஓடியது போல இருந்தது. என்னால் வீரிட்டுக் கத்தத்தான் முடிந்தது. ஆனால் குரல் எழும்பவில்லை. ஒரு கணம் என் தந்தையின் இல்லத்தின் பின்னால் இருக்கும் புல்வெளியில் நிற்கும் சிறுமி போல் ஆனேன். புல்வெளியெங்கும் இளஞ்சிவப்பு நிறத்திலும் ஊதா நிறத்திலுமான பாப்பி மலர்கள் நிறைந்திருந்தன. அவை லேசான கோடைகாலத் தென்றலில் தலையை ஆட்டியபடி இருந்தன. ஆனால் அந்த பாப்பி மலர்கள் திடீரென்று தீயசக்திகளாய் மாறி என் கால்களைக் கட்டிப் போட்டன. என் காதுகளைக் கையினால் மூடி ஒலி வெளிவராமல் கிரீச்சிட்டேன்.

உடல்களுக்கு மேல் உடல்கள் குவிந்து கிடந்தன. ஜன்னலின் கம்பிகளில் சிலுவையில் அடித்தது போல், பிணங்கள் தாங்கியபடி ஒரு மனிதன் தொங்கியபடி இருந்தான். மரணத்தின் கணத்தில் பொருத்தப்பட்டவனாய், அவனுடைய இடது முழங்கால் இன்னும் மேலே ஏறுவதைப் போல, ஓடுவதைப் போல, தூக்கியபடி இருந்தது. அவனுக்குக் கீழ் கூட்டமாகப் பெண்களும் அவர்களின் பின்னால், வாய் திறந்தபடி, அவர்களின் வெள்ளை வெளேரென்ற பற்கள் உறைந்து போன கூர்மையான நீரைப்போல் பளபளத்தபடி மரணத்தின் முகமூடியை அணிந்த வண்ணம் குழந்தைகள் குவிந்து கிடந்தனர்.

எனக்குப் பின்னால் வண்டியின் கதவுச் சத்தமிட்டது. ஒரு ஹவில்தார் உள்ளே வந்தார். அவர் வயதானவர். அவருடைய முகவாய்ப்பட்டை அவரது முகவாயை இறுக்கிய படி இருந்தது. முழங்கால் வரை கிடக்கும் இறந்த உடல்களின் நடுவே நின்றோம். எங்களிடையே ஏதோ உயிர்த்தொடர்பு இருப்பது போல எங்கள் பார்வையால் கட்டுண்டு நின்றோம். நாங்கள் மிகக் கொடூரமான ஒன்றின் சாட்சியாக நின்று கொண்டிருந்தோம். நாங்கள் பார்ப்பது உண்மையான காட்சிதான் என்று ஒருவருக்கு ஒருவர் உறுதிப் படுத்திக் கொள்ள வேண்டி இருந்தது. என் இடது பக்கத்தில் உடல் முழுவதும் வெடிமருந்து தூவப்பட்டிருந்த ஒரு சிறுமி கிடந்தாள். ஒரு வயதானவரின் உள் உடற்பாகங்கள் வெட்டப்பட்டு வெளியே

கிடந்தன. இப்பொழுது அவை ஒரு சங்கிலி போல வேறு ஒருவருடைய முகத்தில் விழுந்து கிடந்தன. அவை காய்ந்து போய் ஈக்கள் மொய்த்தபடி இருந்தன. என்ன நடந்திருக்கும் என எண்ண முயற்சி செய்தேன். எப்படி இவ்வாறு நடந்திருக்கும். இதில் பலியானவர்கள் அனைவரும் பஞ்சாப்பிலிருந்து வந்த சீக்கிய மற்றும் இந்து அகதிகள். புகைவண்டி தாக்கப்பட்டு, குண்டுகளால் சேதப்படுத்தப்பட்டிருக்கிறது. அதன் பின் கொலைகாரர்கள் உள்ளே ஏறித் தங்கள் வேலையைக் கைகளால் முடித்து இருக்கிறார்கள். என் மருந்துப் பையைத் தூக்கினேன். சிறிய இளஞ்சிவப்பு ரோஜா மலர்கள் இட்ட என் அழகிய வெள்ளை உடையைக் கண்டபொழுது, இரவு உணவு அருந்தும் உடையிலேயே நான் இருப்பது உறைத்தது. நான் என் சீருடையில் இல்லை. என்னிடம் ஆயுதம் ஏதும் இல்லை.

வண்டியின் ஊடே நடந்து சென்ற பொழுது அந்த கூர்க்கா ஹவில்தாருக்கும் எனக்குமிடையே ஒரு வார்த்தைப் பரிமாற்றம் கூட இல்லை. என் கால்கள் ஈயத்தைப் போல் கனத்தன. ஒரு அடி எடுத்து வைக்கக் கூட இயலவில்லை. பெருத்த நீர் வீழ்ச்சியை எதிர்த்து நடப்பது போல் இருந்தது. இறந்து ஓரிரு நாட்களாவது ஆன உடல்கள், பாதி வெளிச்சத்தில் காணும் போது நீலம் பாரித்து, பச்சை நிறத்தில் மிகவும் கனத்துக் கிடந்தன. சில சமயத்தில் நாங்கள் இருவரும் சேர்ந்துதான் உடலை அப்புறப்படுத்த வேண்டி இருந்தது. எங்களுக்கு குரல் எழும்பவே இல்லை. என் நாக்கு மேலண்ணத்தில் ஒட்டிக்கொண்டு விட்டது. இருப்பினும் பித்து நிலைக்கும் துயருக்கும் நடுவே இருந்த இந்த விநோத உலகில் இறந்தவர்களோடு பேசுவதற்கென, முணுமுணுப்பான ஒரு மொழியை உருவாக்கிக் கொண்டோம். எங்களால் முடிந்த அளவு சோதித்து, திருப்பி, உணர்ந்து தொட்டுப் பார்த்துக் கொண்டே சென்றோம். ஈக்களிடையே, வெப்பத்தின் ஊடே, துயரத்தில், நாற்றத்தில் நாங்கள் மிக மெதுவாகத் தான் முன்னேறிச் சென்றோம். அங்கிருந்த ஒவ்வொரு ஆணும், பெண்ணும் குழந்தையும், கல்லைப் போல் குளிர்ந்து கிடந்தனர்.

வண்டியின் பின் கதவு மீண்டும் திறந்தது. துப்பாக்கி தாங்கிய இரண்டு இளைஞர்கள் எட்டிப் பார்த்தனர். அவர்களின் வாய் காக்கி நிறத் துண்டால் கட்டப்பட்டிருந்தது. பெரிய தொப்பி அணிந்த அவர்களைக் காணும் பொழுது ஆசிய நாட்டு மாட்டுக்காரன் போல் இருந்தது. ஆனால் அவர்களின் தந்தை வயதுள்ள ஹவில்தார் கையை உயர்த்தி அவர்களை வரவேண்டாம் என சைகை காண்பித்தார்.

இப்பொழுது என் தலை முழுவதும் சீற்றமும், சொரசொரப்புமானக் கத்தலும் வீரிடலும் நிரம்பி இருந்தது. இதை என் கையேட்டிலோ, கடிதத்திலோ அல்லது என் அறிக்கைகளிலோ எழுதப்

போவதில்லை என எனக்கு உறுதியாகத் தெரியும். இருந்தாலும் சித்திரவதைக்குள்ளான, கோணலாகிப் போய் விட்டிருந்த ஒவ்வொரு முகத்தின் அத்தனை விவரங்களும் என் மனதிலேயே இருக்கும் என்றும் எப்பொழுதும் அதை மறந்துவிட முடியாது என்பதும் எனக்குத் தெரியும்.

நாங்களிருவரும் ஒன்றாக மரணப்பொழிவினூடாக ஏறிச் சென்றோம். கொலைகாரர்களின் பாதை மெதுவாகப் புலனாகியது. அவர்கள் புகைவண்டியின் கடைசிப் பெட்டியில் ஏறி அங்கிருந்து என்ஜினை நோக்கிச் சென்றிருக்க வேண்டும். அதனால்தான் இன்ஜினுக்கு அருகே உள்ள பெட்டிகளில் அதிக உடல் குவியல்கள் இருந்தன. பாவம் அவர்கள் அங்கு ஓடிச்சென்று தப்பிக்கப் பார்த்திருப்பார்கள். அடுத்த பெட்டியின் பின் கதவு திறந்து கிடந்தது. இணைப்பின் வழியாக அதற்குள் நுழைந்தோம். ஒரு காட்டு நாய் தன் மூக்கை ஒரு பெண்ணின் கிழிந்த மார்பின் மேல் வைத்திருந்தது. ஹவில்தார் அதன் தலையைத் தன் துப்பாக்கியின் பிற்பகுதியால் அடித்தார். பின் மீண்டும் மீண்டும் அடித்தார். நாய் பாவமாக ஊளையிட்டது. மூச்சு வாங்கியபடி ஹவில்தார் அதன் கழுத்தைப் பிடித்து தன் குறுவாளை எடுத்து, அம்மிருகத்தின் கழுத்தை வெட்டி னார். கண்கள் விரிய நாய் முதலில் உறுமி பின் இருமி, அதன் கழுத்திலிருந்த தமனிகளிலிருந்து இரத்தம் ஊற்றுபோல் பெருக் கெடுக்க நெஞ்சடைத்து நின்றது.

பெரிய கருப்பு நிறக் காக்கைகள் கூட வண்டியை முற்றுகை இட்டிருந்தன. நாயுடனும், ஈக்களுடனும் அவையும் திறந்த காயங் களையும், கண்களையும், வாயையும் உள் உறுப்புகளையும் கொத்திச் சப்பின. உடல்பெருத்து, அளவுக்கு மீறி உண்டு, திருப்தியுடன் காணப் பட்டன. எங்களின் வரவு அவற்றின் விருந்தின் மீதிருந்த கவனத்தைச் சிறிது கூட மாற்றவில்லை. அவற்றைச் சத்தம் போட்டு விரட்டி னோம். கரைந்து கொண்டே அப்பெரிய பறவைகள் சிறகுகளை அசைத்தபடி திறந்திருந்த கதவின் வழியாக வெளியே பறந்தன. திடீரென்று ஓர் உடல் இருக்கையிலிருந்து கீழே விழுந்தது. ஒரு கை நீண்டு என் பாவாடையைப் பற்றிக் கொண்டது. அது 15 அல்லது 16 வயது இருக்கும் ஒரு சிறுவனுடையது. அவன் இருக்கையின் கீழ் அதன் நிழலில் விழுந்து கிடந்தான். "அம்மா அம்மா" என அவன் முனகினான். அவனின் பழுப்பு நிறக் கண்கள் இரத்தக் களரியாக இருந்தன. ஆனால் அவை சிமிட்டிக் கொண்டிருந்தன.

"அவன் உயிரோடு இருக்கிறான்". நான் மிகச் சிரமப்பட்டு குரலில் வார்த்தைகளை வரவழைத்தேன். "இங்கு உயிரோடு ஒருவன் இருக்கி றான்" என்று கூவினேன்.

"சரி சரி நானிருக்கிறேன், நானிருக்கிறேன்" என்றபடி அவன் உடல் மேல் குனிந்தேன். அவன் பண்ணையில் வேலை பார்க்கும் சிறுவனைப் போல் தோன்றினான். மிகவும் மெலிந்து காணப் பட்டான். அவன் முகம் அடிக்கப்பட்டு, வெட்டப்பட்டு இருந்தது. அவன் எதிர்த்து நின்றது போல் காயங்கள் நிரம்பி இருந்தன. அவன் உடல் முழுவதும் இரத்தம் சிந்தியிருந்தது. ஆனால் அந்த அரை வெளிச்சத்தில் அது எங்கிருந்து வந்தது என என்னால் கண்டுபிடிக்க இயலவில்லை.

"அங்கு வெறுமனே நிற்காதீர்கள். போய் ஸ்ட்ரெட்சரை கொண்டு வாருங்கள்" என்று அங்கு தயங்கி நின்ற ஹவில்தாரிடம் உரக்கக் கூவிய போது என் குரல் உடைந்தது. அவர் தன் கையிலி ருந்து ஒரு டார்ச் விளக்கை எடுத்து அச்சிறுவனின் தலைமேல் ஒளியைப் பாய்ச்சினார். காயத்தைப் பார்த்து நான் அதிர்ந்து போய் விட்டேன். அவன் தலையின் பின் மண்டை அப்படியே வெட்டப் பட்டிருந்தது. ஒரு கோடாரியோ அரிவாளோ உபயோகப்பட்டிருக்க வேண்டும். மிகச் சரியாக பின் மண்டை முழுவதும் ஏதோ அறுவை சிகிச்சைக்காகச் செதுக்கியது போல் தோன்றியது. மெலிதாகத் துடித்துக் கொண்டிருந்த அவனுடைய மூளையை ஈக்கள் சூழ்ந்து கொண்டிருந்தன.

தங்கள் வாயில் துணியைக் கட்டிக் கொண்டிருந்த இளைஞர் கள் மிக கவனமாக ஸ்ட்ரெட்சரை வண்டியிலிருந்து இறக்கி நடை மேடையில் ஏற்றினர். சிறுவன் வலியில் முனகிக் கொண்டிருந்தான். என் கையைப் பிடித்துக் கொண்டு விட மறுத்தான். அவனுடைய கை மெலிதாய் இருந்தது. ஆனால் வெப்பமாய் இருந்தது. வேலையி னால் காய்த்துப்போய் இருந்தது. நகங்கள் கருப்பாய் அழுக்கடைந்து இருந்தன. எங்களைச் சுற்றி இரவு படர்ந்து விட்டது. புகைவண்டி நிலையம் ஒரு தேவாலயத்தைப் போல் அமைதியாக இருந்தது. கடைசிப் பெட்டியில் கூலிக்காரர்கள் இறந்தவர்களைக் கீழே இறக்க ஆரம்பித்து விட்டனர். அவர்கள் உருளைக் கிழங்கு மூட்டைகளைப் போல வீசி எறிந்த உடல்கள் லேசான சத்தத்துடன் கீழே விழுந்தன.

"அம்மா அம்மா" என்று சிறுவன் மீண்டும் அழைத்து எனக்குப் புரியாத சில வார்த்தைகளையும் அரற்றினான். ஆனால் ஹவில்தார் ஒரு நீர் நிறைந்த பாட்டிலை அவன் வாயில் வைத்ததும் இரத்தம் கொப்பளித்து வெளியே வந்தது. அனைத்தும் காலம் இடம் எதனோடும் தொடர்பில்லாமல் இருந்தன. ஒவ்வொரு சிறிய அசைவும் அரை வேகத்தில் கண்ணுக்குப் பட்டது. ஒவ்வொரு வார்த்தையும் துண்டாக மனதில் பதிந்தது. எட்வினா என் கையைத் தட்டிக் கொடுத்துக் கொண்டிருந்தார். அவர் அருகில் ஜவஹர் அழுது கொண்டு நின்றிருந்தார். சிறுவனின் தோளில் கைவைத்து

அவனிடம் பேசுவதற்குக் குனிந்தார். பிரதம மந்திரியை அடையாளம் கண்டுகொண்ட அச்சிறுவன் என் கையைப் பற்றிய படியே எழ முயற்சி செய்தான். ஆம்புலன்ஸ் அருகில் வந்தவுடன் நான்கு கூர்க்காக்கள் அவனைத் தூக்கிச்சென்றனர். அச்சிறுவன் எலும்பும் தோலுமாக இருப்பதைக் கண்ணுற்றேன். நூற்றுக்கணக்கான மக்கள் புகைவண்டியில் நெருக்கியடித்து வந்திருக்க வேண்டும். ஏன் ஆயிரக்கணக்கில்கூட இருக்கலாம். ஆனால் அதில் ஒரே ஒருவன் தான் பிழைத்திருக்கிறான்.

"நானும் அவனுடன் மருத்துவமனைக்குச் செல்கிறேன்" என்றேன்.

"அவனை வெல்லிங்டனுக்கு அழைத்துச் செல்லுங்கள். அது தான் சிறந்த மருத்துவமனை. அங்கு ஏதாவது பிரச்சனை என்றால் நான் கூறியதாகக் கூறு" என்றார் எட்வினா.

ஜவஹர் தலையாட்டி புன்னகை செய்ய முயற்சித்தார். "நன்றி பிப்பி. சிறுவனின் பெயர் விஜய். அதற்கு வெற்றி என்று பொருள்" என்றார்.

ஆம்புலன்ஸில் என் கைகள் நடுங்கின. ஆனால் அவனுக்குள் செலுத்திக் கொண்டிருந்த சொட்டு மருந்து பாட்டிலை உயர பிடித்த படி இருந்தேன். பொருளில்லாச் சொற்களை முணுமுணுத்தபடியே இருந்தேன். அவனுக்கு ஆறுதலாக இருக்கும் என்று நினைத்த ஓசையைச் செய்தேன். அவன் நெற்றியைத் தடவிக் கொண்டே பாடலை முணுமுணுத்தேன். அவனுடைய வலது மேல்கையில் இதயம் போல் ஒரு மச்சமிருப்பதைக் கண்டேன்.

"அம்மா அம்மா" என்று அரற்றினான். இப்பொழுது அவன் குரலில் பயமிருந்தது. வலியினால் துடித்துக் கொண்டிருந்தாலும், எப்படியோ என் கையை அழுத்திப் பிடித்துக்கொள்ள வலுவை அவன் பெற்றிருந்தான்.

"சரியாகிவிடும். நான் இருக்கிறேன். இம்முறை அம்மா இங்கு இருக்கிறேன்" என்று கூறியபடி அவன் வலியைக் குறைக்க மார்ஃபின் இருக்கிறதா எனத் தேடினேன். ஆனால் என்னிடம் இருந்தவை அனைத்தும் தீர்ந்து போய்விட்டன.

பின் மெதுவாக வெல்ஷ் மொழிப் பாடல் ஒன்றை பாடத் தொடங்கினேன். என் சிறுவயதில் என்னைச் சமாதானப்படுத்த என் தந்தை இதைத் தான் பாடுவார்.

"ஒரு முட்டாள் சிறுவன் நான்
வாழ்க்கையை நினைத்ததுபோல் வாழ்கிறேன்
நான் வளர்த்த வெள்ளை கோதுமையை
வேறு ஒருவனோ அறுவடை புரிகிறான்

என்னை ஏன் நீ தொடர்ந்து வரக்கூடாது?
என்றாவது? எப்பொழுதாவது?
ஏனெனில், இனியவளே
என் கண்களுக்கு
நாளுக்கு நாள் நீ அழகாகிக்கொண்டே போகிறாய்"

நான் மிகவும் மென்மையாகப் பாடினேன். சிறுவன் சிறிது அமைதி அடைந்து புன்னகைக்க முயற்சி செய்தான். அதனால் நான் தொடர்ந்து பாடினேன். ஆனால் ஆம்புலன்ஸ் ஆடிக்கொண்டு சென்றது. ஒரு குழியில் ஏறி இறங்கி தடுமாறியது. நான் தூக்கி எறியப் பட்டேன். சிறுவனின் கை என் கையை விட்டு விலகியது.

திட்டிக் கொண்டே எங்களைப் பிரித்த திரையில் வேகமாகத் தட்டினேன். எனக்குத் தெரிந்த இந்தியில் ஓட்டுநரைப் பார்த்துக் கத்தினேன். "கவனமாகச் செல்லுங்கள்" என்று முழங்கினேன்.

திரும்பிப் பார்த்த பொழுது விஜயின் கண்கள் மூடியிருந்தன.

"கடலில் உப்பு நீர் இருக்கும் வரை
என் முடி வளரும் வரை
என் மார்பில் இதயம் ஒலிக்கும் வரை
உனக்கு நான் உண்மையாக இருப்பேன்"

விஜயை உள்ளே தூக்கிச் சென்ற பொழுது டிம் லாதம்தான் அங்கிருந்தார். நேருவே அழைத்து நாங்கள் அங்கு வருவதாகக் கூறினார் என்ற செய்தியுடன் எங்களை வரவேற்றார். கழுத்தில் ஸ்டெத்தாஸ்கோப்பும், மூக்கின் நுனியில் மூக்குக் கண்ணாடியும் அணிந்து கொண்டிருந்த அவர் எவ்வித உணர்ச்சிகளையும் வெளிக் காட்டவில்லை. அவர் சிறுவனை மிக உன்னிப்பாக சோதனை செய்தார் அவன் கழுத்திலும், மணிக்கட்டிலும் இதயத் துடிப்பிருக் கிறதா எனச் சோதித்தார். சிறுவனின் மூடிய கண்களை மென்மை யாகத் திறந்து தன் கையில் இருந்த சிறிய டார்ச் விளக்கால் ஒளியைப் பாய்ச்சினார். அந்தக் கண்கள் எதுவும் கூறவில்லை. அவ்வாறு கூற அங்கு அவசியமும் இல்லை. விஜயின் மெல்லிய விவசாயம் செய்த கையை என் கைகளில் பற்றியபடி நின்று கொண்டிருந்தேன்.

"இல்லை! இல்லை! இல்லை" என யாரோ திடீரென்று உரக்கக் கத்தினார்கள். அதிர்ச்சியுடன் அது நான்தான் என்று உணர்ந்து கொண்டேன். டிம்மின் வெள்ளை நிற மேலங்கியைப் பிடித்திழுத்து அவரின் புஜத்தில் விடாது அடித்தேன். மீண்டும் முயற்சி செய்யுங ்கள். நீங்கள் சொல்வது தவறாக இருக்கலாம். அவன் உயிரோடுதான் இருக்கிறான் உயிரோடுதான் இருக்கிறான்" என வீறிட்டேன்.

அவர்கள் ஹரியை அழைத்து வந்தனர். அவருடைய உயரமும் ஆகிருதியும் அவர் நடந்து வந்தபொழுது அவரின் வெள்ளை நிற மேலங்கியால் மேலும் கூடித் தெரிந்தன. தாழ்வாரத்தின் கோடியில் இருக்கும் வளைவின் கீழிலிருந்து முகத்தைச் சுருக்கிக் கொண்டு அவர் வந்தார். என்னைப் பார்த்ததும் தன் கண்ணை நம்ப முடியாதது போல அதிர்ந்து நின்றார். இறந்த சிறுவனின் தலையில் காணப்பட்ட பள்ளத்தை நன்கு பார்த்துவிட்டு எங்கள் இருவருடைய கையை பிரித்தெடுத்தார்.

"வா. பிப்பி. என்னுடன் வா" என்றபடி என் தோள்களில் கையைப் போட்டு அங்கிருந்து அழைத்துச் சென்றார். அதை எதிர்க்க எனக்கு சக்தியோ எண்ணமோ இல்லை.

ஜன்னல்களில் திரைச்சீலைகள் இருந்த ஓர் இருண்ட அறைக் குள் என்னை அழைத்துச் சென்றார். அங்கிருந்த பணியாளரை வெளியே செல்லக் கூறிவிட்டு கதவைத் தாழ் போட்டார். நான் நடுங்கத் தொடங்கினேன். என் உடல் குலுங்கியது. பற்கள் கிடு கிடுத்தன.

"இல்லை, இல்லை இல்லை!" என என் முஷ்டியை மடக்கி என் மார்பில், தலையில் காதில் அடித்துக் கொண்டேன். என் முடியைப் பிய்த்துக் கொண்டேன். ஹரி என் மணிக்கட்டைப் பிடித்தார். அவர் வலுவான மனிதர்தான் ஆனால் வேண்டுமென்றே சிறிதுதான் என்னைக் கட்டுப்படுத்தினார்.

"என்னை அடி பிப்பி வா! என்னை அடி" என்றார். நானும் அடித்தேன். என் கோபத்தில் மீண்டும் மீண்டும் அடித்தேன் என் முஷ்டி அவரின் பரந்த மார்பில் அடித்தது.

"அவ்வளவுதானா? இன்னும் அடி" என்றபடி சில அடிகளை வாங்கிக் கொள்ளாமல் தள்ளிவிட்டார். சிலவற்றை வாங்கிக் கொண்டார். பின் என் கைகளை முறுக்கி நிறுத்திவிட்டு தன் மார்புடன் என்னை சேர்த்தணைத்துக் கொண்டார். என் தலையை அங்கு புதைத்துக் கொண்டேன். அணை உடைந்து விட்டது. இப்பொழுது நிறுத்த முடியாத கண்ணீர், நெஞ்சை அடைத்தபடி, விழுங்கியபடி, வெள்ளமாக, நதியாக, துக்கத்தின் பெருங்கடலாக என் கன்னத்தில் பெருக்கெடுத்து ஓடியது. என் கழுத்தில் இருந்த இரத்தத்தைக் கழுவி என் மார்பிலும் உடையிலும் வீழ்ந்தது.

"என்னால் அவர்களைக் காப்பாற்ற இயலவில்லை... என் மகன்கள்..... என் அழகிய மகன்கள். அவர்கள் பயத்திலும், வலியிலும் தனியாக இறந்தனர்" எனக் கதறினேன்.

"உஷ்... உயிரே... உன்னை நீயே சித்திரவதைப் படுத்திக் கொள்ளாதே" என்றார்.

சில சமயம், இரவில் அவர்கள் என்னை நெருப்பின் மத்தியில் இருந்தோ, கடலின் ஆழத்திலிருந்தோ 'மம்மி மம்மி' என்று அழைப்பார்கள். ஒவ்வொரு முறையும் நான் முயற்சி செய்வேன். கடவுளே! என்னால் ஆன அனைத்து முயற்சிகளையும் செய்வேன். ஆனால் ஒவ்வொரு முறையும் தோல்வி அடைவேன். அவர்களைச் சென்று அடைய முடியாது" என்றேன். என் தலையில் இரத்தம் பாய்ந்தது, என் கால்கள் வலுவிழந்தன. ஹரி என்னைப் பிடித்துக் கொண்டு மெதுவாக ஆட்டினார். தரையில் சாய்த்தார். "என் மகன்கள், என் மகன்கள்" என்று மட்டும்தான் என்னால் கூற முடிந்தது.

அவர் என் தலையைத் தடவி, முத்தமிட்டுக் குழந்தையைப் போல் கைகளில் ஆட்டினார்.

"உயிரே... இன்றிரவு அவனுடன் இருந்திருக்கிறாய் இறுதிவரை, அந்தச் சிறுவனுக்காக இருந்தாய் அது அவனுக்கும் தெரியும்" என்றார்.

"ஆம்" என்றேன். "ஆனால் அது மட்டும் போதாது" என்று மெதுவாகக் கூறினேன்.

வானிலை வெப்பமாக இருந்தது. என் மேல் போர்வை சுற்றியிருந்த போதும் எனக்குக் குளிர்ந்தது. தன் அலுவலக நாற்காலியில் என்னை அமர வைத்தார்.

நான் உணர்ச்சியற்றிருந்தேன். என் சக்தியெல்லாம் வடிந்து போய், இம்முறை திரும்பிச் செல்ல இயலாத அளவிற்கு ஒரு கட்டத்திற்குச் சென்றுவிட்டேனோ என பயந்தேன். பித்துநிலை இறுதியில் தன் வெற்றியைக் கொண்டாடப் போகிறதோ என அஞ்சினேன். என்னைச் சுற்றி நடந்தவை எல்லாம் எனக்கு நடக்கவில்லை. ஆனால் என் உடலில் குடிகொண்டிருக்கும் யாரோ ஒரு தெரியாத ஒருவருக்கு நடந்தது. ஹரி கதவைத் திறந்து பணியாளரை அழைத்தார். அவர் நீரும், தேநீரும் கொண்டு வந்தார்.

என்னிடம் கோப்பையை நீட்டி "குடி" என்றார்.

வாந்தி வருவதைப் போல் இருப்பதை அடக்கிக் கொண்டு, மெதுவாக உறிஞ்சினேன். என் தமனிகளில் தேநீரின் சூடு இனிமையாகப் பரவியது.

"இப்பொழுது போய் சுத்தம் செய்யலாம் வா" என்றார்.

கொண்டு வந்த நீர் சூடாகவும், துண்டு மென்மையாகவும் இருந்தது. அதில் சோப்பின் மணமிருந்தது. பாதுகாப்பிருந்தது. குடும்பத்தின், இல்லத்தின் மணமிருந்தது. என் முகத்தை ஹரியை நோக்கி உயர்த்தினேன். அவர் என் கண்களைச் சுற்றியும், என் நெற்றியையும் முகவாயையும் மென்மையாகத் துடைத்துவிட்டார்.

"இதோ... நல்லது... இப்பொழுது கைகளைக் காண்பி" என்றார். நான் கைகளை நீட்டினேன். அதன் மேல் ஆழ்ந்த சிவப்பு நிறக் கறைகள் இருப்பதும் என் கைக்கடிகாரத்தில் காய்ந்த இரத்தம் அடையாக இருப்பதையும் கண்டு அதிர்ச்சி அடைந்தேன். அதைக் கழற்றித் தன் பைக்குள் போட்டுக் கொண்டு என் மணிக்கட்டில் இருந்த கறையைத் துடைத்தார். என் கையைக் கோப்பை நீரில் கழுவிக் கொண்டேன். பின் அவர் என் காலடியில் முட்டி போட்டார். என் காலணியை அவர் கழற்ற முயன்ற போது அவர் உச்சந் தலையில் மறைந்திருந்த சிறிய வழுக்கையை முத்தமிடத் தோன்றியது. என் காலணிகள், திருமதி பிரிட்சாட்டிடம் வாங்கிய குதிகால் உயர்ந்த வெள்ளை நிறத்தாலானவை. அவற்றை மாலை வேளைகளில் அணிந்து கொள்ள எனக்குப் பிடிக்கும். முந்திய நாள்தான் அதற்கு வெள்ளை நிறம் ஏற்றப்பட்டிருந்தது. ஹரிக்கு உதவுவதற்காக நான் குனிந்தேன். வேர்வையில் பளபளத்துக் கொண்டிருந்த அவர் கன்னங்களில் என் கைகளை வைத்தேன். மேலே பார்க்காமல் அவர் தன் கையை என் கையின் மேல் வைத்துச் சில நிமிடம் தன்னைச் சுதாரித்துக் கொண்டார். பின் எங்கள் கவனத்தை என் காலணி மேல் செலுத்தினோம். இப்பொழுது அது கணுக்காலில் தொங்கிக் கொண்டிருந்தது. அது சிவப்பாக, சொத சொதவென்று இரத்தம் ஊறிச் சரி செய்ய முடியாத படிஇருந்தது. அதிர்ச்சியில் என் உடலு டன் சேர்ந்திருக்கும் என் காலையும் பாதத்தையும் வெறித்து நோக்கினேன். ஹவில்தாரும் நானும் இரத்த ஆற்றில்தான் நடந்து சென்றி ருக்க வேண்டும்.

பச்சை நிறக் கண்களுடன் இருந்த, உயரமான அந்த வெள்ளைக் காரப் பெண்மணி விலை மலிவான, இந்தியாவில் தயாரான கான்வாஸ் காலணிகளை அணிந்து இருந்தாள். அவளுடைய நேர்த்தி யான கோடைகால உடை இரத்தத்தில் நனைந்து இருந்தது. இம்பீரி யல் விடுதியின் தொங்கு விளக்குகளுக்குக் கீழ் நின்றிருந்தாள். அவளை நான் கண்ணாடியில் வெறித்துப் பார்த்தேன். அவளுடைய காலணியின் தையல்கள் பிரிந்துபோய் ஆடைக்குப் பொருத்தமில் லாமல் இருந்தது. அதிர்ச்சியுடன் அந்தப் பெண்மணி நான்தான் என்பதை உணர்ந்து கொண்டேன்.

பளபளப்பான தங்க நிறப் பொத்தான்கள் உள்ள விரைப்பான வெள்ளை நிற உடை அணிந்த பணியாளர்கள் வியப்பில் தங்கள் புருவத்தை உயர்த்தினாலும், பெரியதாக அலட்டிக்கொள்ள ஒன்றும் இல்லை. ஹரி எல்லாவற்றையும் பார்த்துக் கொண்டார். இரவு தங்க இரண்டு அறைகளை வாடகைக்கு எடுத்து இருந்தார். அருந்த பியரும் உணவும் ஏற்பாடு செய்திருந்தார். அவரைப் பொறுப்பேற்கச் செய்தது சிறிது நேரத்திற்கு என்றாலும் கூட மிகவும் நிம்மதியாக இருந்தது. அவர் விடுதியின் முன் மேசையின் மேல் சாய்ந்து நின்றபடி, ஒரு காதில் விரலை வைத்துக் கொண்டு, மெதுவாகத் தொலைபேசியில் பேசிக் கொண்டிருந்தார். அவர் ஏற்கனவே அரசாங்க விடுதியையும், தன் வீட்டையும் அழைத்து தகவல் கூறியிருந்தார். இப்பொழுது யார்க் சாலையில் எட்வினாவுடன் இரவு உணவு அருந்திக் கொண்டி ருக்கும் ஜவஹருடன் பேசிக் கொண்டிருந்தார்.

கூடத்தினுள் உரக்கச் சிரித்தபடி ஒரு பெண்மணி நுழைந்தார். மாலையில் கால்சட்டையைத் தைரியமாக அணிந்துகொண்டி ருந்தார். பளிச்சென்ற பட்டு துண்டு ஒன்றை மேலங்கிபோல் முதுகு தெரிய சாமர்த்தியமாக அணிந்திருந்தார். ஆனால் எல்லாவற்றையும் விட அதிசயமாக இருந்தது அவர் தலைதான். என்னை விட வயதானவர் இல்லை. பார்க்கப் போனால் என்னைவிட இளையவ ராகத்தான் இருப்பார். இருந்தாலும் அவர் முடி முற்றிலும் வெண்மை யாக இருந்தது. எப்படிப்பட்ட வெண்மையென்றால், அதில் ஒரு வெளுத்த நீல நிறச் சாயல் தெரியும் அளவிற்கு வெளுத்து இருந்தது.

ஓ! கடவுளே! உங்களுக்கு என்ன ஆயிற்று என்றபடியே என்னை நோக்கி வந்தாள். அவளுடன் மது அருந்திய சிறு போதையுடன் ஆறு ஏழு வெள்ளைக்கார இளைஞர்கள் இருந்தனர். அவர்கள் அவளைப் பின்தொடர்ந்தனர். என்னால் அவ்விளைஞர்களை அடையாளம் கண்டுகொள்ள முடிந்தது. ஏனெனில் அவர்கள் மேற் கத்தியச் செய்தி நிறுவனங்களின் வெளிநாட்டுத் தொடர்பாளர்கள். அவர்களைக் கண்டவுடன் அந்தப் பெண் யாராக இருக்கும் என்று யூகிப்பது கடினமாக இல்லை. அப்பெண்தான் அமெரிக்காவைச் சேர்ந்த புகைப்பட பத்திரிகையாளர் மார்கரெட் போர்க் வைட் என்ற பெண்மணி. செர்ரியைப் பொறுத்தவரை, சிம்லாவிற்குச் செல்லும் போது உறங்குவதற்கென அவள் செய்துகொண்ட ஏற்பாடுகளை வைத்து பார்த்தால், அவள் பிரபலமானவள்.

ஹரி தன்னிடத்தை விட்டு விரைவாக நகர்ந்து வந்து சில முக்கியமான வார்த்தைகளை உச்சரித்து அப்பெண்ணின் கவனத்தை மாற்றினார். "தில்லி பிரதான ரயில் நிலையம். புகைவண்டி முழுவ தும் பிணங்கள். யாரும் பிழைக்கவில்லை" என்றார். பத்திரிகையாளர் அவர் தூண்டிலில் விழுந்து வேகமாக, இரத்தச் சுவையை மோப்பம் பிடித்த வெறிநாய்களைப் போல தங்களின் ஏட்டையும் புகைப்படக் கருவிகளையும் எடுக்க ஓடினார்கள். கடைசி வினாடியில் வைட் என்னை நோக்கித் திரும்பி "உங்களுக்கு ஓர் உடையை அனுப்பி வைக்கிறேன், நாமிருவரும் ஏறக்குறைய ஒரே அளவு தான்" என்றபடி அகன்ற அமெரிக்கத்தனமான புன்னகையை என்னை நோக்கி வீசினார்.

நீச்சல் குளத்தை நோக்கியவாறு இருந்த, ஹோட்டலின் பின்புறத் தில் ஓர் அமைதியான இடத்தில் அமர்ந்தோம். கைகளை மடியில் கட்டிக்கொண்டு அங்கிருந்த பிரம்பு நாற்காலி ஒன்றில் அமர்ந்தேன். ஒளி ஏற்றப்பட்டிருந்த நீரூற்றின் நீர் தெளிவாகவும் சுத்தமாகவும் இருந்தது. சிறிய விளக்குகள் தொங்க விடப்பட்டிருந்த அலங்கார வேலிகளின் அருகே மின்மினிப் பூச்சிகள் பறந்தன. மேலும் கீழும் பார்த்தேன். எது எதுவென்று எனக்குச் சரியாகத் தெரியவில்லை. ஏனெனில் வானில் இருந்த நட்சத்திரங்கள் கீழே நீல நிற நீரில் விழுந்துவிட்டவைப் போலிருந்தது.

பணியாளர்கள் கொஞ்சம் உணவு எடுத்துக் கொண்டு வந்திருந் தனர். ஹரி அவர்களைப் பரிமாறச் சொன்னார். இந்திய சைவ உணவு.

"இறுதியாக எப்பொழுது நீ உணவு அருந்தினாய்?" எனக் கேட்டார்.

"மதியம். இப்பொழுது நேரம் என்ன?" என்று கேட்டேன்.

அவர் கைக்கடிகாரத்தைப் பார்த்து "பத்துக்கு மேல் ஆகி விட்டது" என்றார்.

நான் நீச்சல் குளத்தைத் தாண்டி வெறித்தேன். தோட்டத்தின் கீழ் இருட்டில் நாய்கள் ஒன்றை ஒன்று துரத்துவதைக் கண்டேன். பியரை உறிஞ்சி அது என்னைச் சமாதானப்படுத்தும், அமைதிப் படுத்தும் எனக் காத்திருந்தேன்.

"சாப்பிடு" என மேலும் ஹரி வற்புறுத்தினார். என்னால் முடிந்த அளவு உண்டேன். ஆனால் என் வாயில் ரப்பரைப் போல் சுவைத்த காளான்கள் நெஞ்சை அடைத்தன.

"நல்லது" என்றபடி அவர் புன்னகை புரிந்தார். "இப்பொழுது பரவாயில்லை" என்றார். "நீங்கள் மிகவும் களைப்பாக இருக்கிறீர்கள்" என்றேன். அவருடைய தோல் வறண்டு மஞ்சள் காமாலை வந்தது போல் இருந்தது. அவருடைய புருவங்கள் எப்பொழுதும் சுருங்கியே இருந்தன.

சப்பாத்தியுடன் மீதம் இருந்த உருளைக் கிழங்கை வழித்து உண்டார்.

"நீ ஏன் அப்படிச் செய்தாய்? அந்த ரயில் பெட்டியில் ஏன் ஏறினாய்?" என்ற அவரின் குரல் என் முகத்தைப் பார்த்ததும் இழுத்து நின்றது.

"நான் அதைச்செய்ய வேண்டியிருந்தது" என்றேன். "உடல்களை அப்புறப்படுத்த ஏற்கனவே ஆட்கள் வரத் தொடங்கி விட்டனர். அவர்கள் கவனிக்க மாட்டார்கள்" என்றேன்.

நான் என்ன சொல்ல வருகிறேன் என்பதை அவர் புரிந்து கொள்ளவில்லை. ஆகவே மீண்டும் கூற முயற்சித்தேன். "ஓர் இரவு மிக மோசமாய்ப் போர்த் தீ பரவியிருந்த பொழுது ஜெர்மானிய குண்டு நேரடியாக விழுந்த ஒரு தெருவிலிருந்த வீடுகளுக்குச் சென்றேன். சமையல் வாயு குழாய்கள் உடைந்து இரவு முழுவதும் நெருப்பு அணையாமல் எரிந்தது. அவசரகால குழுக்கள் மறுநாள் வரைப் போராடி அதை அணைக்க வேண்டி இருந்தது. அதில் தப்பித்து இருப்பவர்களைத் தேடும் முயற்சியை அவர்கள் கைவிட்டு விட்டார்கள். ஆனால் ஒரு வயதான ஏ.ஆர். எஃப் வீரர் ஒருவர் மட்டும் தேடுவதை நிறுத்தவே இல்லை.

"எனக்கு என்னவோ தோன்றுகிறது" என்று என்னிடம் கூறினார் "என் உள்ளுணர்வு கூறுகிறது" என்றார். உண்மையில் என் கால்கள் நகர மறுத்தன. இரவு முழுவதும் விழித்திருந்தோம். இருந் தாலும் மறுநாள் மதியம் வரை அவருடன் சேர்ந்து உடைசல்களை அகற்றினேன். இறுதியில் அவர் கூறியது சரியாகி விட்டது. நெருப்பி லிருந்து தப்பித்த கடைசி வீட்டில் நாங்கள் இரண்டு குழந்தைகளைக்

கண்டோம். ஒரு நடைபழகும் குழந்தையும், மற்றொரு சிசுவும் அங்கிருந்தனர். அவர்களின் தாய் இரவில் சமையல் அறைக்கு அழைத்துச் சென்று அவர்களைக் குண்டு துளைக்காத மேசையின் கீழ் இட்டு விட்டு, வெளியே வரக்கூடாது என்று கூறியிருக்கிறார். ஒரு தெருவே சுக்குநூறாக வெடித்துச் சிதறி விட்டது. ஆனால் அதன் அடியில் இவ்விரு குழந்தைகளும் உயிர் பிழைத்து இருக்கின்றனர்.

யாரோ மதுவிடுதியில் இசைத்தட்டுகளை ஒலிக்க விட்டிருக் கின்றனர். பாட்டுடன் தவழ்ந்து வந்த பியானோ இசை தோட்டத்தை நிரப்பியது.

"நீ எனக்கு எத்தனை முக்கியமென்று
என்னால் கூற இயலாது
நாம் மட்டும் பிரிந்து விட்டால்
என் உலகமே அழிந்து விடும்"

பல நாள் தோழமைப் போல பிங் கிராஸ்பையின் ஒரு கனிந்த குரல் மனதை வருடியது. ஒரு முரசு அதிரத் தொடங்கியது மீண்டும் நான் அழத் தொடங்கினேன்.

"மற்றவர்களைப்போல்
என் மனதில் உள்ளதைப் பேசமுடியுமென்றால்
எத்தனை மகிழ்ச்சியுடன் இருப்பேன்"
என் புறங்கையால் கண்ணீரைத் துடைத்துக் கொண்டேன்.

"வா" என்றார் ஹரி. அவர் குரல் ஆழமாகவும் மென்மை யாகவும் ஒலித்தது.

அந்த விடுதியின் படுக்கையறையில் நுழைந்தபோது பனி பொழிந்து உலகையே ஓசையற்றுப் போகச் செய்தது போல் இருந்தது. அனைத்து ஓசைகளும் அடங்கி இருந்தன. வியக்கத்தக்க வகையில் அனைத்தும் அமைதியாக இருந்தது. நிச்சயமின்மைக்கும், களைப்புக் கும் நடுவே மாட்டிக்கொண்டு அந்த அமைதியில் அசௌகரியமாக நின்று கொண்டிருந்தோம்.

"நல்ல அறை" எனச் சுவரில் இருந்த இந்திய நிலப்பகுதிகளை வரைந்திருந்த ஓவியத்தையும், பாலாடை நிறத்தில் இருந்த படுக்கை விரிப்பையும் அதன் கீழ் தூயவெண்ணிறத்தில் இருந்த போர்வை களையும் பார்த்து முணுமுணுத்தேன். அது வைஸ்ராய் இல்லத்து அறையைப் போல இருக்கிறது என்று கூறி ஏதோ உளறியபடி இருந்தேன்.

"இந்த இம்பீரியல் விடுதி டி.ஜே.புளூம்ஃபீல்டினால் வடிவமைக் கப்பட்டது. அவர் எட்வின் லூடியன்ஸின் கூட்டாளி. டெகோ பாணியில் கட்டப்பட்டது" என்றார். அங்கிருந்த இருக்கையில் ஹரி அமர்ந்தார். பின் உடனே எழுந்து நின்றார். படுக்கைகளைத் தயாராக

வைத்திருந்தும் மூடப்படாமலிருந்த ஜன்னல் திரைச்சீலையை இழுத்துவிடுவதற்காகத் திரும்பினேன்.

"இங்கு அழைத்து வந்ததற்கு நன்றி" என்றேன். "உனக்குச் சிறு இடைவெளி தேவை. குணமடைய நேரம் தேவை. எட்வினா புரிந்து கொள்வார்" என்றார்.

அவர் புரிந்து கொள்வாரா என்பதில் எனக்கு பெருத்த சந்தேகம் இருந்தது. ஏனெனில் மிகவும் மோசமான நிலைமையில் கூட அவர் தன் பணியை நிறுத்தமாட்டார். ஆனால் நான் எதுவும் கூறவில்லை. ஜன்னலின் வெளியே வெறித்து நோக்கியபடி நின்றிருந்தேன். தூரத்து வானம் நெருப்பைப் போல சிவந்து இருந்தது. என்னை அறியாமல் என் உடல் எச்சரிக்கை மணியின் ஓசைக்கும், நெருப்பிற்கும், வெடிக் கும் குண்டுகளுக்கும் தயாரானது. ஆனால் எதுவும் நடக்கவில்லை. இது குறுகிய சந்துகளிலும், மேல்மாடிகளிலும் சாதிகளுக்குள் நடைபெறும் திருட்டுப் போர்.

"கடவுளே! இது எப்பொழுது ஒரு முடிவுக்கு வரும்?" என்றேன். பெருமூச்சு விட்டபடி என் பின்னால் ஹரி வந்து நின்று தன் கை களை என் தோளில் வைத்தார்.

"இதை நான் கூறுவேன் என்று நினைத்துக் கூடப் பார்த்த தில்லை. ஆனால் கூறுகிறேன். மகாத்மாவினால் மட்டும்தான் இதை நிறுத்த இயலும். அவர் சாகும் வரை உண்ணாவிரதம் இருக்கத் தயா ராகிக் கொண்டிருக்கிறார் என்று கூறுகிறார்கள்" என்றார்.

"அவருக்கு மிகவும் வயதாகி விட்டதே. மேலும் அவர் ஜீவனற்று இருக்கிறார். நிச்சயம் இறந்து விடுவார்."

"அப்படித்தான் முடிவுக்கு வருமோ என்னவோ. உச்சக்கட்ட தியாகம்" என்றார்.

நாங்களிருவரும் அமைதியாக வானத்தை நோக்கியபடி நின்றிருந் தோம்.

"நான் செல்லும் நேரம் வந்துவிட்டது. என் அறை தாழ்வாரத் தின் இறுதியில் உள்ளது" என்றார் ஹரி. "தயவுசெய்து போகாதீர்கள். என்னால் தனியாக இருக்க முடியாது" என்றேன். என் வெளிப்படை யானப் பேச்சு எனக்கே ஆச்சரியமாக இருந்தது.

"அன்பே! நீ மிகவும் மனஉளைச்சலில் இருக்கிறாய். இம்மாதிரி யான முடிவு எடுக்கும் மனநிலையில் நீ இல்லை. இச்சூழ்நிலையை எனக்கு சாதகமாகப் பயன்படுத்திக் கொள்ள விரும்பவில்லை" என் றார். அவர் கூறுவதும் சரிதான். ஆனால் என்மேல் அவர் பொழிந்த சினேகமும் கருணையும் மேலும் கண்ணீரை வரவழைத்தன.

தன் கழுத்துப் பட்டையைக் கழற்றிவிட்டு குளியல் தொட்டியை நிரப்பினார். தொட்டியின் அருகே அமர்ந்து நீண்ட முதுகு தேய்க்கும் குச்சியினால் அதைக் கிளறி விட்டார்.

“என் குழந்தைகளின் சிறுவயதில் அவர்களைக் குளிக்க வைப்பது எனக்கு மிகவும் இஷ்டம். என் பெண் ஒரு மரவாத்து வைத்திருந்தாள். எத்தனை குஷியாக இருக்கும்! நான் முழுவதுமாக நனைந்து விடுவேன். என் மனைவியும் பணிப்பெண்ணும் என்னைக் கோபித்துக் கொண்டு வெளியே துரத்தி விடுவார்கள்.”

“சரி! இப்பொழுது நான் உங்களைத் துரத்துகிறேன்” என்றேன். அது மிக வறண்ட நகைச்சுவையாக இருந்தது. அவர் புன்னகை புரிந்தார். அவரைத் தடுப்பதற்கு முன் குளியல் உப்பு இருந்த பாட்டிலை எடுத்து நீரில் கொஞ்சமாகத் தூவினார். அது லாவண்டர் மணத்தில் இருந்துவிடப் போகிறதோ என்ற அச்சத்தில் என் நெஞ்சு இறுகியது.

“சந்தனம்” என்றார் அப்படியே என் மனதைப் படித்ததுபோல. குளியலறையின் கதவை மூடிவிட்டுச் சென்றார். “முடிந்த பிறகு உன் உடையை வெளியே வீசி எறி. நான் அதைச் சலவைக்குத் தந்துவிடுகிறேன்” என்றார்.

கதகதப்பான நீரில் நான் அளைந்து குளித்தேன். ஆனால் என் தலை முழுவதும் ஞாபகங்களால் நிரம்பி வழிந்தது. ஒரு முகத்திற்குப் பின் வேறொரு முகம். வெட்டப்பட்டக் கை கால்கள், நிர்வாண உடல்களைச் சேதப்படுத்தும் நாய்கள், பிறப்புறப்பு முடி. இந்த உருவங்கள் என் மனதில் கோயாவின் போரின் அச்சுப் படங்கள் போல் மனதில் பதிந்து விட்டன. நீண்டதாக உள்மூச்சு வாங்கினேன். சந்தனம் இனிமையாகவும் மரத்தின் வாசனையோடும் இருந்தது. அதிலிருந்து வெனிலா மற்றும் பிரார்த்தனையின் மணங்கள் வீசின. ஆனால் எதனாலோ அது என்னை ஆரஞ்சுத் தோப்புகளைப் பற்றி எண்ணச் செய்தது. சூரியவெளிச்சத்தில் பழுத்துக் கொண்டிருக்கும் பளபளப்பான பழங்களிலும், அம்மரங்களில் வீசும் மென்மையான காற்றிலும், தூரத்தே மெதுவாக அலைந்து கொண்டிருக்கும் கதகதப்பானக் கடலிலும் என் எண்ணத்தைச் செலுத்தினேன். அந்த நீலத்திற்குள் மலையில் இருந்து இறங்கி நடந்து வந்து கொண்டிருந்த போதுதான் களைப்பு திடீரென, கீழிறங்கும் ஒரு கதவைப் போல் என்னைத் தாக்கியது. தூக்கத்தில் விழ வேண்டிய நேரம் வந்து விட்டது. கடவுளுக்கு நன்றி கூறினேன்.

படுக்கையறையில், ஹரி முழு ஆடைகளுடன் படுக்கையின் மேல் உறங்கிக் கொண்டிருந்தார். வாய் திறந்திருக்க அவர் மெதுவாக குறட்டை விட்டுக்கொண்டிருந்தார். ஒவ்வொரு முறை மூச்சு வெளி வரும் போதும் அவர் உடம்பு சிறிது உப்பியது. மேலிருந்த உறையை நான் இழுத்த பொழுது அவர் அசையவில்லை.

விடியற்காலையின் இருட்டில் நாங்களிருவரும் ஒருவரை ஒருவர் அறிந்துகொண்டோம். எங்கள் விரல்களின் நுனி மென்மையாக மற்றொருவரின் முகத்தையும், கண்களையும், மூக்கையும், மௌனமாய் வேண்டி நின்ற வாய்களையும் மெதுவாகத் தடவிப் பார்த்தன. ஹரி குளித்திருக்கவில்லை. அவர் மேல் பியரின், வியர்வையின் நாற்றமும் ஆணின் மணமும் வீசின. அவருடைய சவரம் செய்யப்படாத கன்னம் என் கன்னத்தின் மீதும், என் மார்பின் மீதும் என் தொடைகளின் உள்ளும் முரட்டுத்தனமாய் உரசியது

"இதைப் பற்றித் தெளிவாக இருக்கிறாயா?" என்று கேட்டார்.

அவர் குரல் கரகரப்பாக எங்கிருந்தோ ஒலிப்பது போல் கேட்டது. நான் ஆம் என்று தலையாட்டினேன். அதை அவரால் காண முடியவில்லை. எனினும் என் விடையை அவர் உணர்ந்தார். பல மாதங்களாக இதற்குத்தான் தயாராகிக் கொண்டிருந்தோம். ஆனால் அது மிக விரைவில் நிகழ்ந்து விட்டது. நாங்கள் வேகமாகப் பற்றி இழுக்கவில்லை, வேகமாக முடுக்கி விடவில்லை, கட்டாயப் படுத்தவில்லை. ஆனால் அந்தச் சரணாகதியின் மாய கணத்தைப் பின்பற்றி எங்களுக்கான பலத்தை நாங்கள் கட்டமைத்துக் கொண்டோம். பிறகு, என் தலையை அவர் மார்பில் வைத்துப் படுத்தபடி அவரின் இதயத் துடிப்பைக் கேட்டுக் கொண்டிருந்தேன்.

"நான் நினைக்கவேயில்லை...." எனச் சிறிது நேரம் கழித்துப் பேச ஆரம்பித்தார். "எனக்கு மிகவும் வயதாகிவிட்டது என நினைத்திருந்தேன். இத்தனை ஆசீர்வதிக்கப்பட்டவனாக நான் இருப்பேன் என நான் எண்ணியதே இல்லை" என்றார்.

"இல்லை" என்றேன். "நான்தான் ஆசீர்வதிக்கப்பட்டவள். உங்களால் ஆசீர்வதிக்கப்பட்டவள்" என்றேன். என் கன்னங்களில் கண்ணீர் உருண்டோடியது. அதைத் தன் நாக்கின் நுனியால் சுவைத்தார். அப்பொழுதுதான் என்னுள் சிறு தயக்கம் ஏற்பட்டது. "இது முறையா? இப்படிப்பட்ட நேரத்தில் நாம் காதல் செய்வது சரியா?" என்று கேட்டேன்.

"ஆம் உயிரே! சரிதான்" என்று வார்த்தைகள் அவர் நெஞ்சிலிருந்து நீண்டு ஆழ்ந்து ஒலித்தன. "இதைவிட எதுவும் சரியானது கிடையாது. இது ஒரு வாக்குறுதி, ஒரு பரிசு, தொடர்ந்து வாழ்வதற்கான ஒரு காரணம்" என்றார்.

பகுதி IV

பித்தின் சமநிலை

கிறிஸ்துமஸ் 1947 முதல்
21 ஜூன் 1948 வரை

இப்பொழுது எனக்கிருக்கும் உணர்வு, முன்னொரு காலத்தில் பள்ளியில் ஒரு கழுதையின் பின்னங்காலாக நடித்த பொழுதுதான் இருந்தது. அது ஒரு விசித்திரமான சங்கடமான உணர்வு. பெரிய நிகழ்வொன்றில் நாம் பங்கெடுத்தும் நம்மை யாரும் காணாமல் இருப்பது பெரிய அவநம்பிக்கையின் அறிகுறி. ஜெய்ப்பூரின் நகர அரண்மனையில் திரைக்குப் பின்னால் பல பெண்களுடன் நானும் மறைந்தபடி அமர்ந்திருந்தேன். எனக்குக் கீழே, தங்க நிறத்தில் ஜொலிக்கும் சூரியனுக்குக் கீழ் தன் தர்பாரில் தங்கச் சிம்மாசனத்தில் ஜெய்ப்பூரின் மகாராஜா அமர்ந்திருந்தார். அவருடைய வைரங்கள் பதிக்கப்பட்ட தலைப்பாகை நழுவியிருந்ததோ அல்லது போலோ விளையாட்டு வீரரான இளவரசர் வேண்டுமென்றே அவ்வாறு அணிந்து கொண்டிருந்தாரோ தெரியவில்லை. முப்பதுகளில் இருந்த அந்த அழகிய இளைஞன், சிவப்பும் தங்கமும் கலந்த நிறத்தில் உடைகள் அணிந்து தன் காலுக்குக் கீழே இருந்த சிவப்பு நிற வெல்வெட்டுக் கம்பளத்தில், பிரபுக்கள் தங்கம் மற்றும் வெள்ளிக் காசுகளை வீசிச் சென்றபொழுது மிகவும் அலுப்புடன் காணப் பட்டார். இது ஒரு சம்பிரதாய நசார் எனக் கூறப்படும் அஞ்சலி. மகாராஜாவின் முழுப் பெயர், லெஃப்டினன்ட் ஜெனரல் மேதகு சர்மாத் ஐ ராஜாஹை இந்துஸ்தான் ராஜ் ராஜேந்திர ஸ்ரீ மகாராஜா திராஜா சர் சவாய் மான்சிங் சாஹிப் ஜெய்ப்பூரின் பகதூர் என்ப தாகும். ஆனால் டிக்கியும் எட்வினாவும் அவரை ஜெய் என விளித் தனர். அதற்கு வெற்றி என்று பொருள்.

திரைக்குப் பின்னால், இந்தியச் சீமாட்டிகள் தங்களுடைய சிறந்த வைரமும், ரூபியும், மரகதமும் பதித்தப் பட்டுப் புடவைகளை அணிந்து கொண்டிருந்தனர். எளிமையான மாலை நிற வெல்வெட்டு உடையையும், ஒரு முத்துச்சரத்தையும் அணிந்திருந்த நான் அங்கு பொருத்தமில்லாமல் காணப்பட்டேன். இந்தியாவின் சுதந்திரம் ஒரு புறம் இருக்கட்டும், ஜெய்ப்பூர் மகாராஜாவின் வெள்ளிவிழாக் கொண்டாட்டம்தான் இப்பெண்களுக்கு மிகப் பெரிய சமூக நிகழ்ச்சியாக விளங்கியது. வருடம் 1947 ஆக இருக்கலாம். இந்தியா ஒரு குடியரசு நாடாக, காமன்வெல்த்தின் ஒரு புது உறுப்பினராக

இருக்கலாம். ஆனால் நகர அரண்மனையில் இருக்கையில் அரேபியன் நைட்ஸ் என்ற படத்திற்காக அமைக்கப்பட்டிருந்த திரைப்படத் தளத்தில் இருப்பது போல் எனக்குத் தோன்றியது. எனக்கு இடது பக்கத்தில் உப்பரிகையின் ஓர் ஓரத்தில் மகாராஜாவின் வயதான முதல் மனைவி அமர்ந்திருந்தார். அவர் வெள்ளி நாணயங்கள் பதித்த ஒரு சிவப்பு நிறப் புடவையை அணிந்து கொண்டு, தன் தலையை ஒரு துணியால் மூடியிருந்தார். வலது கை பக்கத்தில், உப்பரிகையின் அடுத்த மூலையில் மகாராஜாவின் இரண்டாவது மனைவியான ஆயிஷா அமர்ந்திருந்தார். அவர் கூச் பேகாரின் மகாராஜாவுடைய தங்கை. ஆயிஷாவும், ஜெய்யும் காதலால் இணைந்த ஜோடிகள். அவர்கள் ஒருவரை ஒருவர் லண்டனில் இருந்து பாரீஸுக்கும், பனிச் சறுக்கில் இருந்து சொகுசுப் படகிற்கும் துரத்திச் சென்று, மிகுந்த எதிர்ப்புகளுக்கு இடையே திருமணம் செய்து கொண்டவர்கள். இளம் ஆரஞ்சு நிறத்திலான புடவையை அணிந்து கொண்டு, தன் நீண்ட கூந்தலைத் தோளின் மேல் கட்டாமல் பரப்பி இருந்த அவரைப் பார்க்கும் பொழுது ஒரு பள்ளி மாணவி போல் தோன்றியது. அவர் மிகவும் அழகாகவும் நளினமாகவும் காணப்பட்டார்.

'இதற்காகத்தான் நாங்கள் 25 ஆண்டுகளாகப் பிரார்த்தித்துக் கொண்டிருந்தோம்' என்று அரசவைப் பாடகர் மீண்டும் மீண்டும் பாடிக் கொண்டிருந்தார். 'இந்த 25ஆம் ஆண்டு கொண்டாட்டத்தில் அனைவரும் மகிழ்ச்சியால் போதையடைந்துள்ளனர்' என்றும் பாடினார். நடனமணிகள் மெதுவாக அசைந்து, சிறிது தயங்கி, பின்பு அசைந்தாடுவதாகவும் இருந்தனர். மக்கள் நெளியத் தொடங்கினர். ஏதோ தவறு நடந்திருக்கிறது என நான் யூகித்தேன். இறுதியாக அக்கூடத்தின் இறுதியிலிருந்த கதவு திறந்தது. டிக்கியும் எட்வினாவும் உள்ளே நுழைந்தனர். அவர்கள்தான் ஆகச் சிறந்த ராஜ வம்சத்தினர். ஆகையினால் முடிந்த நிகழ்வு மீண்டும் நடத்தப்பட்டது. டிக்கி தன் வெள்ளை வெளேரென்ற கடற்படைச் சீருடையில் தன் நெஞ்சு முழுவதும் பதக்கங்களை அணிந்து கொண்டிருந்தார். எட்வினா சுதந்திர தினத்தன்று, கவர்னர் ஜெனரலின் பதவியேற்பிற்காக அணிந்த தங்க நிற உடையை அணிந்து கொண்டிருந்தார்.

'அவர்கள் அதைக் கவனித்தாலும் எனக்குக் கவலையில்லை' என்று காலையுணவின் பொழுது என்னிடம் கூறினார். 'அந்த உடையை நான் கிழியும் வரை அணியப் போகிறேன்' என்றார். இப்பொழுது அவர் மேடையின் அருகில் நின்றிருந்தார். அவருடைய மெலிந்த கரங்கள் அவரின் பதற்றத்தைக் குறைப்பதுபோல் பக்க வாட்டில் இருந்தன. அவருடைய தாடை இறுகியிருந்தது. முகவாய்க் காண்பதற்கு அழகில்லாதவாறு முன்னால் தள்ளப்பட்டு இருந்தது.

எக்காளங்கள் முழங்கின. கவர்னர் ஜெனரல் மகாராஜாவின் கழுத்தில், இந்தியாவின் சூரியப் பதக்கத்தை அணிவித்து, அவர் தோளை அன்புடன் தட்டிக் கொடுத்தார்.

அந்நாளின் பிற்பகுதியில் திரு. சிங்கைச் சந்தித்தேன். வெள்ளி விழா விருந்தினர்களுக்கு மெய்க்காப்பாளராக நியமிக்கப்பட்டிருந்த அவர், விருந்தினர்களின் கேளிக்கைகளுக்கும் பொறுப்பேற்றிருந்தார். அதற்கு முன் தினம், வாத்து வேட்டையின் பொழுது அவரைச் சந்தித்திருந்தேன். அவ்வேட்டை கோடைகால அரண்மனையின் அருகிலிருந்த அரண்மனையில் நடைபெற்றது. இயந்திரப் படகில் சில பணியாளர்கள் மேளச் சத்தம் செய்து கொண்டே சென்று, நூற்றுக்கணக்கான வாத்துகளைத் துப்பாக்கிகளுக்குப் பலியாக்கினர்.

'திட்டங்கள் அனைத்தும் குலைந்துவிட்டன' என்று அவர் வருத்தத்துடன் கூறினார். 'மதத்தைச் சமநிலைப்படுத்தத் தவறிவிட்டேன்' என்று கூறியவாறே, மகாராஜாவைப் போலவே பின் நோக்கி வாரியிருந்த பளபளக்கும் கறுமை நிற முடியை நெற்றியில் இருந்து ஒதுக்கி விட்டுக் கொண்டார்.

'என்ன குலைந்துவிட்டது?' என்று கேட்டேன்.

'யானைகள்தான். ஒன்றுக்கு மதம் பிடித்துவிட்டது. மற்றொன்றுக்கு இன்னும் பிடிக்கவில்லை' என்றார்.

அவர் கூறியது புரியாமல் தலையை ஆட்டினேன்.

'யானைச் சண்டையை ரத்து செய்துவிடவேண்டும்' என்றார்.

வாத்து வேட்டைக்குப் பிறகு அவர் கூறியது எனக்கொன்றும் ஏமாற்றமாக இல்லை. இருந்தாலும் திரு. சிங் மிகவும் மனமுடைந்து இருந்ததால், அவருடன் சென்று யானைகளைப் பார்வையிடச் சம்மதித்தேன்.

யானைகளின் கொட்டாரத்திற்குச் செல்லும் வழியில், அவர் தற்போதைய நிலைமையை விளக்கினார்.

'சில மாதங்களுக்கு முன்பு, நாங்கள் ஜெய்ப்பூரிலிருந்த யானைகளில் மிகப் பெரிய ஆண் யானைகள் இரண்டினைத் தெரிவு செய்து வெள்ளிவிழாக் கொண்டாட்டத்திற்காக அவற்றைத் தனியே அடைத்து வைத்தோம். ஆண் யானைகள் ஆற்றில் பெண் யானைகளுடன் சேர்ந்து இருப்பதை விரும்புபவை' என்று கூறியபடி சிங் தலையை ஆட்டி என்னைப் பார்த்துக் கண்ணடித்தார். 'ஆகவே அவற்றைத் தனியாக அடைத்து வைத்தால் அவற்றிற்குச் சிறிது மதம் பிடிக்கும்' என்றார்.

அவ்விடத்திற்குச் சென்று யானைகளைக் காணும் முன்பே, மதம் பிடித்த யானை பிளிறுவதையும், முனகுவதையும் கேட்டேன். மூலையை அடைந்த பொழுது, கொட்டாரத்தில் அது நின்று கொண்டிருந்தது. அதன் நான்கு பெரிய பாதங்களும், கான்கிரீட் கற்களில் கட்டப்பட்டிருந்தன. அமைதியற்று பெரிதாக ஓசை யெழுப்பும் அச்சங்கிலியை அது இழுத்துக் கொண்டிருந்தது. அதே கொட்டாரத்தின் வேறொரு மூலையில், மற்றொரு யானை தலையைக் குனிந்தபடி பல மாதங்களின் சித்ரவதையை மீறி பிடிவாதமாகவும் அமைதியாகவும் இருந்தது. இந்த யானையும் பெரிய நான்கு கான்கிரீட் கற்களில் கட்டப்பட்டிருந்தது. ஆனால் அது தன் சங்கிலிகளின் நடுவே மெதுவாக அசைந்து கொண்டு நின்றது. தோல்வி அடைந்தது போல், அதன் தலை குனிந்திருந்தது. அதனுடைய மிகச் சோகமான கண்களின் ஓரத்தில் இருந்து கண்ணீர் பெருகியபடி இருந்தது.

'என்னால் முடிந்த அளவு சரியான நேரத்திற்கு, இவ்விரண்டு யானைகளுக்கும் மதம் பிடிப்பதற்கு ஏற்பாடு செய்திருந்தேன்' என்று திரு. சிங் புலம்பினார். 'இதற்கு ஸ்டீராய்டு ஊசிகள் கொடுத்துள் ளோம். சாட்டைகளை உபயோகித்தோம். ஆனால் பலன் ஏது மில்லை. ஆனால் என்னவொரு அவமானம்? விருந்தினர்களுக்கு இது நல்லதொரு கேளிக்கையாக இருந்திருக்கும்' என்றார்.

என்னைப் பொறுத்தவரை யானைகளைச் சென்று பார்ப்பது இத்துடன் முடிந்துவிடவில்லை. இதற்குப் பின், எட்வினாவைச் சந்திக்கச் சென்றேன். அவர் தன் படுக்கையில் படுத்தபடி, தன் தலை யில் குளிர்ந்த பனிக்கட்டியால் ஒத்தடம் கொண்டிருந்தார். அரண் மனையில் இருந்த அவருடைய அறை ஒரு பக்கத்தில் அரண்மனை முற்றத்தையும், மறுபக்கம் அந்நகரத்தையும் பார்த்தபடி இருந்தது. அவருடைய தங்க நிற உடை கசங்கிப் போய், நாற்காலியின் பின் தொங்கிக் கொண்டிருந்தது. அவர் வேட்டையாடுவதற்கு ஏற்றபடி கால் சட்டையும், மேல் சட்டையும் அணிந்து கொண்டிருந்தார்.

நான் உள்ளே சென்ற பொழுது, அவர் பாதி கண்களைத் திறந்து பார்த்தார்.

'யானைச் சண்டை ரத்தாகிவிட்டது' என்றேன். 'ஒன்றிற்குத் தேவையான அளவு மதம் பிடித்திருக்கிறது. மற்றொன்றுக்கு மதம் பிடிக்கவில்லை' என்று மெதுவாகக் கூறினேன். 'இச்செய்தி உங்களுக்குத் தெரியட்டும் என்று நினைத்தேன்' என்று கூறினேன்.

'கடவுளுக்கு நன்றி' என்று கூறியபடி அவர் மெதுவாக எழுந்து அமர்ந்தார். அவருடைய புருவங்கள் நெரிந்தன. அவருடைய கண்கள் வலியில் சுருங்கின. அவர் மிகவும் மெலிந்து எலும்பும் தோலுமாய் இருந்தார். அவர் ஏன் இன்னும் இவ்வாறு ஓடவேண்டும் என்று

பலமுறை நினைத்தது போல் இப்பொழுதும் வியந்தேன். அவரை எது அவ்வாறு செய்யத் தூண்டுகிறது? வெளியில் எங்கும் எப்பொழுதும் புன்னகையோடு இருக்க எது காரணம்? அவர் தேவைகளுடன் இருப்பவர்களுக்கு இல்லை என்று கூறவே மாட்டார். அதற்கு மேல் தன்னையே வருத்திக் கொள்ளும் அளவிற்கு விருந்து கொடுக்கவும், வரவேற்பு நிகழ்த்தவும், நாடு முழுவதும் பயணம் செய்யவும், கல்லூரிகள் மற்றும் மருத்துவமனைகளுக்கு அடிக்கல் நாட்டவும், சேரிகளுக்குச் செல்லவும், மேடையில் பேசவும், சமூகத்திற்கென கால அட்டவணை ஒன்று அவரிடம் இருந்தது. கவர்னர் ஜெனரலும் அவர் மனைவியும், வரும் கோடையில் இந்தியாவை விட்டுச் செல்வதாகத் திட்டம். அதனால் எட்வினாவின் நாட்குறிப்பேடு இறுதி மணி வரை, செய்து முடிக்க வேண்டியவற்றால் நிரம்பிக் கிடந்தது. நான் மீண்டும் பேசத் தொடங்குவதற்கு முன், நீளமாக மூச்சை இழுத்துக் கொண்டேன்.

'எட்வினா, எனக்கு உங்களைப் பற்றித்தான் கவலை. நான் வேண்டுமானால் உங்களின் தினத் திட்டங்களைப் பற்றி முரியலிடம் பேசவா? வேண்டுமானால் இரண்டு வாரங்களுக்கு சிலவற்றை எடுத்துவிடச் சொல்லவா?' என்று கேட்டேன்.

வேண்டாமென அவர் கையசைத்த பொழுது, அவரது கையிலிருந்த வளையல் ஓசையெழுப்பியது.

'அதைப் பற்றிக் கவலைப்படாதே! இந்த ராஜாங்க நிகழ்ச்சிகளும், விருந்துகளும் சரியான கண் துடைப்புகள். இங்கு எப்பொழுதும் போலியாகவே உணர்வேன். எழுந்து நின்று ஒரு குவளை நீர் அருந்தினார். இன்று காலை, மீண்டும் மீண்டும் ஏன் ஒரே வரியைப் பாடிக் கொண்டும் ஆடிக்கொண்டும் இருந்தனர் எனத் தெரியுமா?' எனக் கேட்டார்.

'தெரியாது' என்று தலையசைத்தேன்.

'டிக்கியின் பணியாளர் தவறான பதக்கங்களை எடுத்து வைத்திருந்தார். எப்பொழுதும் போல் டிக்கி அப்பதக்கங்களில்லாமல், அவைக்கு வர மறுத்துவிட்டார். அதனால் நாங்கள் ஒரு விமானத்தைத் தில்லிக்கு அனுப்பி அவற்றை எடுத்து வரச் செய்தோம்' என்று கூறியபடி மூச்சை நீளமாக விட்டு தன் கன்னங்களைத் தேய்த்துக் கொண்டார். 'எதுவுமே மாறவில்லை என்ற பாவனையில் இவர்கள் தொடர்ந்து நடந்து கொள்வதை, இங்கு வந்து ஜவஹர் பார்த்திருந்தால், அவருக்குப் பயங்கர கோபம் வந்திருக்கும்' என்றார்.

'இந்தியாவின் நட்சத்திரம் மட்டுமென்ன?' என்று நான் கேட்டேன். 'நாமும் கூட எதுவுமே மாறவில்லை என்பதுபோல்தானே நடந்து கொள்கிறோம்?'

'ஓ! அந்த வெள்ளை நிற வர்ண டப்பாவையா கூறுகிறாய்?' என்று தலையை ஆட்டினார். அது அவருடைய வலியை அதிகரித்தது போல் தெரிந்தது.

'லெட்டி, இதை நீ பார்த்தாயா? கடவுளே! எனக்கு மிகவும் கோபமாக இருக்கிறது. என் ரத்தம் கொதிக்கிறது' என்றபடி மேசையிலிருந்து தட்டச்சு செய்யப்பட்டிருந்த ஒரு கடிதத்தை எடுத்து என்னிடம் நீட்டினார்.

'ஆம். நேற்றுதான் இது தில்லியில் இருந்து வந்தது. நான் வேண்டுமென்றே உங்கள் கடிதங்களின் மேல் அதை வைத்தேன்' என்றபடி அக்கடிதத்தைக் கையில் வாங்கிக் கொண்டேன். அது இந்தியாவின் செயின்ட் ஜான்ஸ் ஆம்புலன்ஸ் படைக்கு முதன்மை ஆணையராக அம்ரித் கௌரை சீமாட்டி மௌண்ட்பேட்டன் பரிந்துரைப்பது சம்பந்தப்பட்டக் கடிதம் அது.

'மற்றவர்களுக்குத் தெரியும் முன் உனக்குத் தெரியவேண்டும் என்று எண்ணுகிறேன்' என்றார். செயின்ட் ஜான்ஸ் ஆம்புலன்ஸின் லண்டன் தலைமையகத்தில் இருந்து மாண்புமிகு திருமதி கோப்ளாண்ட் கிரிஃபித்ஸ் எழுதியிருக்கிறார். எட்வினா வேண்டாத சில பத்திகளை சிவப்பு மையினால் குறித்து வைத்திருந்ததைப் பார்த்தேன். 'உன்னுடைய பரிந்துரைக்கு இங்கு பலத்த எதிர்ப்பு உள்ளது. நாம் ஒரு கிறிஸ்துவ நிறுவனம். கிறிஸ்தவர் அல்லாதவர்கள் அதை நடத்துவதை இங்கிருக்கும் மக்கள் விரும்பவில்லை' என்று இருந்தது.

'ஆனால் அம்ரித் கௌர் கிறிஸ்தவர்தானே!' என்று கூறினேன். 'இந்தியக் கிறிஸ்தவர். அதனாலென்ன?' என்று கேட்டேன்.

'எனக்கும் தெரியும். உனக்கும் தெரியும். இது கிறிஸ்தவர் அல்லது கிறிஸ்தவர் அல்லாதோர் பற்றியது அல்ல. இது முக்கியமாக அவர் இந்தியர் என்பதனால்தான். அவர்களுக்கு அம்ரித் கௌரின் தோலின் நிறம் பிடிக்கவில்லை. இங்கு என்ன நடக்கிறது என்று அவர்கள் நினைத்துக் கொண்டிருக்கிறார்கள்? உலகம் மாறிவிட்டது என்பது அவர்களுக்குப் புரியாதா?' என்று கூறியபடி அக்கடிதத்தை என் கையிலிருந்து பிடுங்கி, எதிர்காலக் குறிப்புகளுக்காக மேசை மேல் வைத்தார்.

'நம்மால் என்ன செய்யமுடியும்?' என்று கேட்டேன். செயின்ட் ஜான்ஸ் ஆம்புலன்ஸ், நாங்கள் இருவரும் மிகவும் அக்கறை எடுத்துக் கொண்ட ஒரு நிறுவனம். 'அவர்கள் எதிர்பார்க்கும் தகுதிகளோடு ஒருவரைக் கண்டுபிடிக்க முடியாவிட்டால், இந்தியாவில் செயின்ட் ஜான்ஸிற்கு எதிர்காலம் இல்லாமல் போய்விடும்' என்றேன்.

'அப்படியெல்லாம் ஒன்றுமில்லை. நான் டிக்கியிடம், தன் கோபத்தைக் காட்டச் சொல்லப் போகிறேன். அவர்களுக்கு ஒரு

கடுமையான கடிதத்தை எழுத வைக்கப் போகிறேன். அவ்வளவு தான்! ஆனால் அதன் பலன் என்னவாக இருக்கும் என்று தெரிய வில்லை. இறுதியில் செயின்ட் ஜான்ஸ் இந்தியாவின் செஞ்சிலுவை யுடன் இணைந்துவிடுமோ என்னவோ? என்ன ஒரு அவமானம்!' என்றார்.

நாங்கள் உப்பரிகை வரை நடந்து சென்று பறவைகளின் ஒலியையும், தூரத்தே ஒலித்த மிதிவண்டிகளின் மணிச் சத்தத்தையும் கேட்டுக் கொண்டு, இதமான பனிக்கால சூரிய ஒளியில், அந்த அழகான இளஞ்சிவப்பு நகரமான ஜெய்ப்பூர் குளித்துக் கொண்டி ருப்பதைக் கண்டு மகிழ்ந்தோம்.

'இந்தியாவில் பல விதமான உலகங்களுக்குள் நாம் செல்கிறோம். ஒரே இடத்தில் பல மிகைகளைக் காண்கிறோம்' என்றேன். 'சில சமயம் எது உண்மை, எது பொய் என்பது புரியவில்லை' என்றபடி எங்களை வெளியுலகில் இருந்து பிரித்த அழகான வேலைப்பாடு டைய திரையின் வளைவுகளை விரல்களால் தடவினேன்.

திரையின் கடைசல்களில் ஒன்றில், தன் சிவப்பு நிறத்தில் வண்ணமேற்றிய நகத்தை எட்வினாவும் வைத்தார். காற்றிற்காகவும், விடுதலைக்காகவும் ஏங்கும் ஒரு சிறைக் கைதியைப் போல நீண்ட பெருமூச்சு விட்டார். 'இதற்கு என்ன பதில் என்றால் போரிலும் இறப்பிலும் கஷ்டத்திலும் மகிழ்ச்சியிலும் காதலிலும் அனைத்தும் உண்மையாகவும் பொய்யாகவும் இருக்கின்றன. ஒன்றில்லாமல் மற்றொன்றை நாம் வைத்துக் கொண்டிருக்க முடியாது' என்று கூறியவாறு மீண்டும் பெருமூச்சு விட்டார்.

'கடைத்தெருவுக்குப் போய் கிறிஸ்துமஸிற்காக சில பொருட் களை வாங்கலாமா? காகிதஅட்டையால் செய்யப்பட்ட இந்த அரண்மனையில் இருந்து விரைவில் வெளியேறாவிட்டால் அந்த யானையைப் போல் நானும் பைத்தியமாகிவிடுவேன்' என்றார்.

பள்ளிச் சிறுமிகளைப் போல் கிளுகிளுத்தபடி, பக்கவாட்டு வாயில் வழியாக நாங்கள் தப்பித்துச் சென்றோம். ஏனெனில் எங்க ளுடன் எந்தப் பாதுகாவலரும் வரவில்லை. குளிர்ந்த சுத்தமான காற்று எட்வினாவிற்கு நல்லது என்று எனக்குத் தோன்றியது. தன் வட்டமான குளிர் கண்ணாடிகளைப் போட்டுக் கொண்டு, கைகளை ஆட்டியபடி அவர் வேகமாக நடக்கத் தொடங்கினார்.

பின் திடீரென, 'ஹரியுடன் எவ்வாறு போய்க் கொண்டி ருக்கிறது? எனக்கு அனைத்தையும் கூறு' என்றார்.

நான் தயங்கினேன். அவர் கண்களைப் பார்க்கவேண்டும் என்று எண்ணினேன்.

'எல்லாம் நன்றாகவே இருக்கிறது. அவர் அன்பான மனிதர். நல்ல நண்பர்' என்றேன். குளிர்காலத்துச் சூரியன், என் முகத்தை,

நல்லவேளை மறைத்தது. நான் மிகவும் கவனத்துடன் மேலும் கூறத் தொடங்கினேன். ‘அவரைப் பற்றிய அக்கறை எனக்கும் உண்டு’ என்றேன். இவ்வார்த்தைகள் என் வாயை விட்டு வெளி வந்தவுடனே, இத்தகைய அந்தரங்கம் ஒன்றை எட்வினாவுடன் பகிர்ந்து கொண்டதைப் பற்றி நான் வருத்தப்பட்டேன்.

‘இதில் ஒன்றும் நடக்காது தெரியுமா? நானும் ஜவஹரும், எங்களுடைய தனித் தனி உலகில்தான் இருக்கவேண்டும். இல்லையென்றால் ஒருவரை ஒருவர் மிக அதிகமாகச் சோகத்தில் ஆழ்த்தி விடுவோம் என்று அவர் உறுதியாக நம்புகிறார்’ என்றார் எட்வினா.

எட்வினா என்னை ஏன் வார்த்தையால் கொல்லவேண்டும்? என் இதயம், என் நெஞ்சுக்கூட்டில் முறுக்கிக் கொண்டது. அவருடைய மகிழ்ச்சியின் வழியில், என் மகிழ்ச்சி ஏன் வரவேண்டும்? முன்னாள் பிரிட்டிஷ் வைஸ்ரினுக்குச் சுதந்திர இந்தியாவில் தங்குவது நடைமுறை சாத்தியமில்லாத ஒரு விஷயம். ஜவஹருடனான அவருடைய நட்பு பொதுவெளியில் தெரிய வந்தால், அதிகார மாற்றத்தின் பொழுது, எட்வினாவின் கணவர் எந்தவொரு பக்கமும் சாயாமல் இருந்தார் என்ற உண்மைக்குப் பங்கம் ஏற்படும். அதே போல், இந்தியாவின் முதல் பிரதம மந்திரியும், இந்தியாவைத் தவிர்த்து வேறு எங்காவது வாழ்வதை ஒரு நிமிடம் கூட நினைத்துப் பார்க்க முடியாது. ஆனால், ஹரியும் நானும் யாரோ இருவர்தானே! எங்களுக்குத் தேவையென்றால், நாங்கள் ஏன் ஒன்றாக இருக்கக் கூடாது? என்ன இருந்தாலும், உலகம் மாறிக் கொண்டுதானே இருக்கிறது?

‘இதைப்பற்றி நீங்கள் பேசியிருக்கிறீர்களா?’ என்று தொடர்ந்து கேட்டார். ‘ஹாங்காங் பல்கலைக்கழகத்தில் உனக்காக நான் எழுதிய வேலை பற்றி என்ன நினைக்கிறாய்?’ என்று கேட்டார்.

‘அவர்கள் எனக்கு அந்த வேலையை அளித்துவிட்டார்கள்.’

‘சரி, அப்படியென்றால் நல்லது’ என்றார். நாங்கள் இருவரும் மேலும் சில அடிகள் நடந்து சென்றோம். ‘அனைவரும் இந்தியாவை விட்டுக் கிளம்புகிறோம். ஒருவர் கூட, இங்கு தங்கப் போவதில்லை. நாம் இங்கிருப்பதை இந்தியர்கள் விரும்பப் போவதில்லை. அதுதான் சரியானது லெட்டி. என்னுடைய தோழி தன்னை ஒரு முட்டாளாக ஆக்கிக் கொள்வதில் எனக்கு விருப்பமில்லை’ என்றார்.

அச்சமயத்தில் எங்களுடைய பேச்சு முன்னும் பின்னும் எழுந்த அரவத்தினால் தடைபட்டது. அங்கிருந்த குழந்தைகள் கடைத் தெருவில் இருந்து வேகமாக எங்களை நோக்கி ஓடி வந்து கொண்டிருந்தனர். அவர்களைத் தொடர்ந்து, டிக்கியின் சிறப்புத் துப்பறிவாளரான திரு. சிங், அரண்மனையில் இருந்து ஓடி வந்து கொண்டிருந்தார்.

‘சீமாட்டி மௌண்ட்பேட்டன், சீமாட்டி வாலஸ், இவ்வாறு நீங்கள் செல்வது சரியில்லை...’ என்ற திரு. சிங்கின் முகம் சிவந்திருந்தது. அவர் மூச்சு வாங்கிக் கொண்டிருந்தார்.

‘மன்னிக்கவும்’ என்று எட்வினா சிரித்தார். ‘நாங்கள் மிகவும் குறும்புத்தனம் செய்துவிட்டோமா?’ என்று கேட்டார்.

‘ஆம். மிகவும் குறும்புத்தனம்தான். நீங்கள் தனியாக ஊர் சுற்றினீர்கள் என்ற விஷயத்தை மகாராஜா கேள்விப்பட்டால் என் குடலைச் சாக்கடையில் வீசி விடுவார்’ என்றார்.

இப்பொழுது எங்களுடைய பாதுகாவலர்களோடும், குதித்துக் கொண்டும் சிரித்துக் கொண்டும் எங்களைச் சுற்றி ஆடிய குழந்தைகளோடும் கடைத்தெருவிற்குச் சென்றோம். அத்தெருவின் முனையில் எட்வினா ஒரு இனிப்புக் கடையில் நின்றார். திரு. சிங் மறுத்த பொழுதும், குழந்தைகளுக்காக நிறைய இனிப்புகளை வாங்கினார்.

‘சண்டை போடாமல் பகிர்ந்து உண்ணுங்கள்’ என்றபடி தன் தலைவலியை எல்லாம் மறந்து குழந்தைகளுடன் மகிழ்ச்சியாக இனிப்புகளைப் பிரித்து நீட்டிக் கொண்டிருந்த அழுக்கு கைகளில் வினியோகித்தார்.

‘ஸ்பெஷல் கேவார்’ என்று கடைக்காரர் அனைத்துப் பற்களையும் காட்டியபடி சிரித்தவாறு கூறினார். ‘சாதாரணமாக ஜனவரி மாதத்தில் வரும் அறுவடைத் திருநாளுக்குத்தான் இதைச் செய்வோம். ஆனால் இம்முறை வெள்ளிவிழாக் கொண்டாட்டத்திற்காகவும், கிறிஸ்துமஸிற்காகவும் முன்னதாகச் செய்திருக்கிறோம்’ என்றார்.

குழந்தைகள், ‘ஹேப்பி கிறிஸ்துமஸ்’ என்றபடி தங்கள் இனிப்பின் மேலிருந்த பிஸ்தா பருப்புகளைச் சுவைத்தவாறே கூவினர். வெள்ளி விழாக் கொண்டாட்டத்தினால் அனைவரும் மகிழ்ச்சியில் திளைத்திருக்கின்றனர்.

லண்டனில் போர்க்கால வறட்சியான வருடங்களுக்குப் பிறகு, இந்தக் கடைத்தெரு ஏதோ சட்டத்திற்குப் புறம்பானது போல் எங்கள் மனதில் தோன்றியது. கடைகள், பழங்கள், பாதாம் மற்றும் பிஸ்தா வகை உலர் பருப்புகள், பிரகாசமான வண்ணங்களில் பருத்தி உடைகள், கம்பளங்கள் மற்றும் நீல நிறப் பானைகளை விற்றுக் கொண்டிருந்தனர். ஒரு புடவைக் கடையில் நாங்கள் தரையில் சம்மணமிட்டு அமர்ந்திருந்தோம். அதன் உரிமையாளர், சிவப்பு, தங்கம், பச்சை, ஊதா மற்றும் ஆரஞ்சு நிறங்களில் சுருள் சுருளாகப்பட்டு மற்றும்

பருத்தித் துணிகளை விரித்துக் காட்டினார். வானவில்லின் அத்தனை நிறங்களும், அவற்றிற்கு மேல் பல நிறங்களும் அங்கிருந்தன. லண்டனில் இருந்த மார்கரெட்டிற்காக இள நீல வண்ணத்தில் வெள்ளிச் சரிகையால் பூ தையல் போட்டிருந்த ஒரு துணியை நான் வாங்கினேன். தன் பெண்களுக்கு மேற்கத்திய உடைகள் தைக்கக் கூடிய பல துணிகளை எட்வினா வாங்கினார். நாங்கள் பணம் செலுத்திக் கொண்டிருந்த பொழுது, தெளிவான ஆனால் மிகவும் தெரிந்த ஒரு குரல் கேட்டது.

'ஹலோ' என்ற குரலுடன், மார்கரெட் போர்க் வொயிட் தன் அகன்ற அமெரிக்கப் புன்னகையை வீசினார். உடனே எட்வினா தன்னுடைய வசீகரமான வெளிச்சப் புன்னகைக்கு மாறினார். அதைத் தொடர்ந்து நல விசாரிப்புகள் நிகழ்ந்தன.

'இன்று காலை உங்களுடைய தங்க நிற கவுன் எனக்கு மிகவும் பிடித்திருந்தது. அதே போல் எங்கு வாங்கலாம் என எண்ணிக் கொண்டிருந்தேன்' என்றார் வொயிட்.

'அத்துணி எனக்குப் பரிசாக வந்தது. இது போன்றவை எல்லாம் தனியாக ஒருமுறைதான் தயாரிக்கப்படும்' என்றார் எட்வினா. இப்படியாக இரண்டு பெண்களும் இரு பொருள்படும்படியும், நுட்பமாகவும், சிரித்தபடியும் வார்த்தைப் போர் புரிந்தனர்.

'ஜவஹர் உங்களைப் பற்றி அனைத்தையும் அன்றிரவு கூறிக் கொண்டிருந்தார்' என்று வொயிட் மெதுவாக இழுத்துப் பேசினார். 'என்ன ஒரு வசீகரமான மனிதர்? நாங்கள் இருவரும் சேர்ந்து இரவு உணவு உண்டோம். சீஸ் மக்ரோனி. மிகவும் இனிமையான முறை சாராத ஓர் நட்பு' என்றார்.

நன்கு விவரம் தெரிந்த முதிர்ச்சியான பெண்மணிகள், இப்படி தரம் தாழ்ந்து, ஒரு மனிதனுக்காக அவர் இந்தியாவின் பிரதமராகவே இருந்தாலும் அற்பமாக எப்படி வீண் சண்டையிட முடியும் என்று நான் வியந்தேன்.

அவரை விட்டு விலகி வெளியே வந்ததும், 'நடத்தைக் கெட்ட வள்' என்று எட்வினா சீறினார். தன் வலது கையை ஒரு சிங்கத்தின் கூரிய நகங்களைப் போல் வைத்துக் கொண்டு, 'ஏதாவது கதை கிடைக்காதா என்று தன் குறடை என் உள் வரை செலுத்தியதை என்னால் உணர முடிந்தது. என்னைப் பற்றி எது எழுதினாலும் நல்லதாக இருக்காது பார்' என்றார் எட்வினா.

மதியம் மாலை ஆன பொழுது குளிர ஆரம்பித்தது. அதனால் நான் விலை குறைவான துப்பட்டா ஒன்றை வாங்கி என்னைச்

சுற்றிப் போர்த்திக் கொண்டேன். எட்வினா நகர அரண்மனைக்கு நாங்கள் வாங்கிய பொருட்களுடனும், திரு. சிங்குடனும் திரும்பச் சென்றுவிட்டார். நான் ஒரு பொட்டலம் பிஸ்தா பருப்பு வாங்கி, அதைக் கொறித்துக் கொண்டே அங்குமிங்கும் சுற்றினேன். அதிகமான இந்து மக்கள் வசித்த இடமாதலால், பிரிவினையின் போது இவ்விடம் எந்தவொரு பாதிப்பும் அடையவில்லை. பால் நிறைந்த வாளிகளுடன் பிரகாசமான சிவப்புப் புடவைகளை அணிந்து கொண்டு, கதை பேசிக் கொண்டு சிறுமிகள் தங்கள் வீடு நோக்கி நடந்து சென்றனர். இளைஞர்கள் தங்கள் மிதிவண்டியில் சாய்ந்து நின்றபடி பேசிக் கொண்டிருந்தனர். வயதானவர்கள் தங்கள் கடைகளின் மூலைகளில் புகை பிடித்துக் கொண்டே சீட்டு விளை யாடினர். அன்றாட வாழ்க்கையின் எளிமையான, பழமையான லயம் என்னைச் சுற்றி நிகழ்ந்து கொண்டிருக்கையில் நான் என் எதிர்காலத்தைப் பற்றிய புதிரில் திளைத்திருந்தேன்.

ஹரியும், நானும் அதைப் பற்றிப் பேசுவதைத் தவிர்த்தோம். ஏனெனில் நாங்கள் இருவரும் ஒன்றாக இருக்கும்பொழுது, குதிரை களில் சவாரி செய்வதிலும், எளிதான உணவு உண்பதிலும், பின் ஒருவர் கையில் ஒருவர் கிடப்பதிலுமே மிகவும் மகிழ்ச்சியுடன் இருந்தோம். நாங்கள் இருவரும் எங்கள் வேலைகளில் மிகவும் மும்முரமாக இருந்தோம். அதே போல், அவரும் தன் மகளுக்கும், தான் அடைக்கலமாகக்கொண்டுள்ள அகதிகளுக்கும் மீண்டுமொரு புது வாழ்க்கையை அமைப்பது பற்றிய சிந்தனையில் இருந்தார். எங்கள் இருவருக்கும் எந்த எதிர்காலமும் இல்லை என்ற எண்ணம் என் மனதில் தானாகவே தோன்றியது. நான் இந்தியாவில் இருக்கும் பொழுது, என் அருகாமையை அவர் மிகவும் விரும்புகிறார். நான் சென்றுவிட்டால் அவருக்குப் பெரிய பாதிப்பு இல்லாமல் இருக்க லாம். திடீரென இருபுறமும் கடைகள் உள்ள ஒரு சந்துக்குள் தொலைந்து போய்விட்டேன் என்று எனக்குத் தெரிந்தது. வெளிச்சம் கூட வேகமாக மங்கத் தொடங்கியது. அனைவரும் இவ்விடத்தை விட்டுச் செல்லப் போகிறார்கள் என்றும், இந்தியர்கள் நாங்கள் இங்கு இருப்பதை விரும்பவில்லை என்றும் எட்வினா கூறியது சரிதான் என்று எனக்குத் தெரியும். ஆனால் இங்கிலாந்துக்குத் தனியாக, வயதான காலத்தில், துக்கத்தின் புதைகுழிக்குத் திரும்பிச் செல்வது என்னில் அச்சத்தை நிரப்பியது. நான் இடது, வலம், மேலும் இடது பக்கமாகத் திரும்பியதும் ஒரு கோயிலின் வாசலில் இருப்பதை உணர்ந்தேன். விளக்கில் இருந்து வந்த வெளிச்சம், அந்தி நேரத்தில் ஒளியைப் பாய்ச்சியது. பல்லில்லாத, இரவின் குளிருக்குப் பாதுகாப் பாய் ஒரு கம்பளியைப் போர்த்திக் கொண்டிருந்த ஒரு வயதான

மனிதர், என்னை உள்ளே வருமாறு அழைத்தார். அக்கோவிலின் தரை, பல நூறாண்டுகள் மனிதர்கள் வெறுங் கால்களில் நடந்ததில் கருப்பாக ஆகியிருந்தது. முற்றம் சிறிதாகவும், அழுக்கடைந்தும், நெரிசலாகவும் பளபளக்கும் வெறிக்கும் கண்களாலும், ஊதுவத்திப் புகையினாலும் நிரம்பியிருந்தது. ரோமானிய நகரத்துக் கோயில்கள் இவ்வாறுதான் இருந்திருக்கவேண்டும் என்று எண்ணினேன். இடது பக்கம் தங்கத்திலான, மலர் மாலைகள் அணிந்த மிகப் பெரிய நந்தியின் சிலை இருந்தது. கையை உயர்த்தி, இந்த வயதானவர் ஒரு கயிற்றை இழுத்து மணியை அடித்தார்.

'கடவுளிடம் நீங்கள் வந்திருப்பதாகக் கூறுகிறேன். அவர் காதில் மெதுவாக நீங்கள் பேசினால் அவர் அதைக் காது கொடுத்துக் கேட்பார்' என்றார்.

மாலை ஆறு மணிக்கு மேல் ஆகிவிட்டது. அரசாங்க இல்லத்தில் இருந்த எட்வினாவின் அலுவலகத்தை நான் மூட ஆரம்பித்த பொழுது தொலைபேசி ஒலித்தது. நான் சிறிது தயங்கினேன். எதுவாக இருந்தாலும் காலை வரை காத்திருக்கலாம். ஆனால் அவ்வாறு காத்திருக்க வேண்டாமென்று நான் முடிவு செய்தேன். அழைப்பது எட்வினாவோ, அல்லது அவருடன் மெட்ராஸ் வரை பயணம் மேற்கொண்டிருக்கும் முரியலாகவோ கூட இருக்கலாம். எப்போதும்போல் முதல் மூன்று முறை ஒலித்தபோது நான் கண்டு கொள்ளவில்லை. ஆனால், அது மிகவும் நீண்டதாகத் தோன்றியது. ஒரு தொலைபேசியில் இருந்து தாழ்வாரத்தில் இருக்கும் மற்ற தொலைபேசிகளுக்கு சங்கிலித் தொடர் போல் பரவி, தொடர் வெடி குண்டுகள் போல் அவை ஒலிக்கத் தொடங்கின.

நான் பதிலளிக்கத் தொடங்குவதற்கு முன்பே, அவர் பேசுவதற்கு முன்பே, அது ஹரிதான் என்று எனக்குத் தெரிந்துவிட்டது.

‘அன்பே, நான்தான். ஒரு பிரார்த்தனைக் கூட்டத்தில், காந்தியைச் சுட்டுவிட்டார்கள்’ என்று பரபரப்புடன் கூறினார். ‘ஜவஹர் இப்பொழுதுதான் அழைத்தார். நான் ஆம்புலன்ஸைத் தொடர்ந்தபடி, பிர்லா இல்லத்திற்குச் செல்கிறேன்’ என்றார்.

‘அவர் உயிருடன் இருக்கிறாரா?’

‘எனக்குத் தெரியாது’ என்ற வார்த்தைகளுடன் தொலைபேசி செயலிழந்துவிட்டது. என் மூச்சில் லாவண்டர் வாசம் வீசத் தொடங்கியது.

கதவுகள் வேகமாகத் தட்டப்பட்டன. குரல்கள் சத்தமாக ஒலித்தன. அங்கும் இங்கும் மக்கள் ஓடிக் கொண்டிருந்தனர். மெய்க்காவலர்கள் தங்கள் தோல் காலணிகளிலும், மற்ற பணியாளர்கள் தங்கள் மென்மையான செருப்புகளிலும் ஓடிக் கொண்டிருந்தனர். ஆனால் இம்முறை எவரும் லண்டனுக்குச் செல்லும் தபால் பையைப் பிடிக்க ஓடவில்லை. நானும் கவர்னர் ஜெனரலின் அலுவலகத்திற்கு ஓடினேன். அங்கு அருகில் இருந்த அறையில் டிக்கியிடம் பணிபுரியும் ஆலன், ரோனி பிராக்மேன் என்று அனைவரும் இருந்தனர்.

'அவர் இறந்துவிட்டார். இப்பொழுதுதான் வானொலியில் கேட்டேன்' என்று டிக்கியின் வாகன ஓட்டி பியர்ஸ் சிவந்த முகத்துடன் கூறினார்.

'யார் அதைச் செய்தது?' என்று மீண்டும் விடையைத் தேடினேன். அவர் 'தெரியாது' எனத் தலையை ஆட்டினார்.

'அது ஒரு இஸ்லாமியராக மட்டும் இருக்கக் கூடாது. அப்படி யிருந்தால் கடவுள்தான் நம்மைக் காப்பாற்றவேண்டும்' என்று சிறுநீர் கழிக்க அவசரப்படும் ஒரு சிறுவனைப் போல ஆலன் பெரும் சங்கடத்தில் இருந்தபடி கூறினார். 'இதற்குப் பின் உள்நாட்டுப் போர் வெடிக்கும். அதை நிறுத்த யாராலும் எதுவும் செய்யமுடியாது' என்றார்.

டிக்கி தன் அலுவலகத்தில் இருந்து வெளியே வந்தார். அவர் இன்னும் குதிரைச் சவாரி செய்யும் உடையிலேயே இருந்தார். தன் கீழ் உதடைக் கடித்தவாறு இருந்தார். மிகவும் பதற்றத்தில் சிறு சிறு வாக்கியங்களில் பேசினார்.

'அவர் இறந்துவிட்டார். கொன்றவனைப் பற்றி எந்தத் தகவலும் முடிவாகத் தெரியவில்லை. வதந்தி என்னவென்றால், அவன் ஒரு இந்து.'

அவர் கண்கள் என் மேல் விழுந்தன.

'எட்வினாவிடம் பேசி விட்டாயா?' என்று கேட்டார்.

'இன்னும் இல்லை' என்றேன்.

'அவரை அழை. எவ்வளவு சீக்கிரம் முடியுமோ அவரை இங்கு கொண்டு வந்துவிடு. இரவே விமானத்தில் வரும்படி செய்துவிடு.'

அவர் நீள்மூச்செறிந்து பின் மதியத்தில் செய்த குதிரைச் சவாரியால் வியர்த்தும், கலைந்தும் இருந்த தன் முடியை சரி செய்ய முயன்றார்.

'இப்பொழுதுதான் கல்கத்தாவில் இருக்கும் ராஜகோபாலாச்சாரியுடன் தொலைபேசியில் பேசினேன். அவர் மிகவும் அழுத்தமாக, இது ஒரு திட்டமிட்டச் செயல் என்று கூறுகிறார். நேருவின் பாது காப்பில் மிகக் கவனமாக இருக்கவேண்டும் எனக் கூறுகிறார். அவரையும் இழந்துவிட்டால், நாம் தீர்ந்துவிடுவோம். அவர் நாட்டிற்குச் செய்தியைத் தெரிவிக்கவேண்டும். அதைப் பற்றி எண்ணுவதற்கு அதிகம் நேரமில்லை. அவர் என்ன பேசப் போகிறார் என்பதிலேயே அனைத்தும் அடங்கியிருக்கின்றன. அடுத்த சில மணி நேரங்கள் ஆக்கமாகவும் இருக்கலாம், அல்லது அழிவாகவும் இருக்கலாம்' என்றார்.

'எங்கள் இறுதி அஞ்சலியைச் செலுத்துவதற்கு பிர்லா இல்லத்திற்குச் செல்வோம்' என்று முடிவானது. பதினைந்து நிமிடங்கள்

கழித்து காருக்குச் சென்ற பொழுது, படிகளின் கீழே பணியாளர்கள் குழுமியிருந்தனர். சமையற்காரர், சப்ராஸி, பூக்களை ஒழுங்குபடுத்து பவர், மாலிஸ், மற்றும் பூப்பந்து மைதானத்திலிருந்த சிறுவர்கள் அனைவரும் முகங்கள் சுருங்க, பயத்திலும் அமைதியின்மையிலும் நடுங்கியபடி குழுமியிருந்தனர். அவர்களுடன் ஜமுரத் கானும் இருந் தார். டிக்கி அவர்களிடையே சென்று தோள்களைத் தட்டி, கைகளைக் குலுக்கினார். நான், பயத்தால் நடுங்கிக் கொண்டிருந்த என் வயதான பணியாளரான ஜமுரத் கான் அருகில் சென்றேன். இருவரும் கண் களை நேராகப் பார்த்துக் கொண்டோம்.

'உன் குடும்பத்தை இன்றிரவு இங்கு அழைத்து வந்துவிடு. பாது காப்பு இரட்டிக்கப்பட்டுள்ளது. முக்கிய வாயில்களில் துப்பாக்கிகள் உள்ளன' என்றேன்.

'ஆம், ஆம். இங்குதான் உள்ளனர்' என்றான்.

அவன் கைகளை மென்மையாகத் தொட்டேன். அவன் என்னை அழுத்தமாகப் பார்த்தான்.

'கவனமாக இருங்கள் சீமாட்டி வாலஸ்' என்றான்.

இந்தியாவில் செய்தி வாய் வழியே மின்னல் வேகத்தில் பரவும். அல்பு கெர்கே சாலையை நாங்கள் அடைவதற்குள், இளைஞர்கள் கூட்டமாக அங்கு கூடியிருந்தனர். பிர்லா இல்லத்தின் வாசலுக்கு அருகே இருந்த கூட்டம் மிக அதிகமாக இருந்தது. கார்கள் தங்கள் ஒலிப்பானை இடைவிடாது ஒலித்து முன்னேற முடிந்தது. நல்ல வேளையாக இருட்டிலும் அங்கிருந்த காவலாளர்கள் கவர்னர் ஜெனரலின் முத்திரையை அடையாளம் கண்டு எங்களை உள்ளே அனுமதித்தனர்.

'அதைச் செய்தது ஒரு இஸ்லாமியன்' என்று கூட்டத்தில் இருந்து யாரோ ஒருவன் கூச்சலிட்டான்.

'உனக்கென்ன பைத்தியமா?' என்று டிக்கி உறுமினார். 'அது ஒரு இந்து என்று உனக்குத் தெரியாதா?' என்றார்.

எங்களுக்கு அது தெரியாது. நான் பயந்து நடுங்கினேன்.

இந்தக் குழப்பத்தில் எங்களை அழைத்துச் செல்ல வாசலுக்கு எவரும் வரவில்லை. பிர்லா இல்லத்தின் முன் வாயில் திறந்திருந்தது. அதனால் நாங்கள் உள்ளே சென்றோம்.

அழுகை ஒலியையும், பிரார்த்தனையையும், ஊதுவத்தியின் மணத்தையும் பின்தொடர்ந்து சென்று நாங்கள் இடத்தைக் கண்டு பிடித்துவிட்டோம். செருப்புகள் ஓரிடத்தில் குவியலாகக் கிடந்தன. குனிந்து நாங்களும், எங்கள் செருப்புகளைக் களைந்தோம். உள்ளே மகாத்மாவின் படுக்கை அறையாக இருந்த ஒரு சிறிய அறைக்குள், ஜவஹர், சர்தார் படேல் உட்பட 40 பேர் இருந்தனர். அவர்கள்

அனைவரும் அழுது கொண்டிருந்தனர். அந்த அறையின் மூலையில், காந்தியின் மெலிந்த உடல் கிடந்தது. போர்வையால் போர்த்தப்பட்டு அவருடைய தலை, அவருடைய பெண் சீடர் ஒருவரால் தாலாட்டப்பட்டுக் கொண்டிருந்தது. பெண்கள் அனைவரும் குளிருக்காகக் கம்பளியால் போர்த்திக் கொண்டிருந்தனர். அவர்கள் பிரார்த்தனைப் பாடல்களையும், ராம் ராம் என்று ஒரு லயத்துடன் பாடிக் கொண்டிருந்தனர். அங்கு துக்கம் அனுஷ்டித்துக் கொண்டிருந்தவர்கள், சிறிது நகர்ந்து எங்களுக்கு இடம்விட்டனர். ஆங்கிலேயர்களும் இந்தியர்களுமாக ஒன்றாய் அமைதியாக அவருக்கு மரியாதை செலுத்தினர். அவருடைய உடலில் ஒரு பாகமாய் இருந்த இரும்பினால் சட்டமிட்டக் கண்ணாடியில்லாமல் அவரைப் பார்க்க மிகவும் வினோதமாக இருந்தது. இருந்தாலும் பிரகாசமான விளக்குகளின் கீழ் தெரிந்த, இரத்தம் வற்றிய அவருடைய முகம், உண்ணாவிரதத்தின் பொழுது அவர் தூங்கிக் கொண்டிருப்பது போலும், விரைவில் தன் குறும்பானச் சிரிப்போடு எழுந்து எங்கள் அனைவரையும் கோபித்துக் கொள்வார் என்பது போலும் அமைதியாக இருந்தது. எதிர்காலத்தை எண்ணி என் கால்கள் நடுங்கின. இந்த நிகழ்ச்சியினால் நான் நிலைகுலைந்து போயிருந்தேன். ஆனால், அதே சமயத்தில் வேறு ஒரு உணர்ச்சி நிச்சயம் அது தோல்வியல்ல ஏதோ ஒரு வெற்றி போல் மனதில் தோன்றியது. ஏனெனில் இங்கும் இப்போதும் அவரிடம் காட்டப்பட்ட அர்ப்பணிப்பும், இந்த விசித்திரமான மனிதனின் எண்ணங்களும் கொள்கைகளும் தரும் ஆற்றலும் கொலைகாரனின் துப்பாக்கிக் குண்டுகளையும், அவை பிரதிபலிக்கும் கொள்கைகளையும்விட மிக மிகச் சக்தி வாய்ந்தவை.

வெளியே ஒரு புயல் உருவாகிக் கொண்டிருந்தது. அதன் மையமாக அந்த அறைத் திகழ்ந்து கொண்டிருந்தது. நூற்றுக்கணக்கில் கூட்டம் கூடி, பிரெஞ்ச் ஜன்னல்கள் வழியாக அடித்துக் கொண்டும், சத்தம் போட்டுக் கொண்டும் இருந்தது. மரக்கதவுகள் அதிக நேரம் தாங்காது என நான் பயந்தேன். ஜவஹர் தன் கண்களைத் துடைத்துக் கொண்டு, டிக்கியை அணைத்துக் கொண்டார். நாங்கள் பெண்களை அவ்வறையில் அழவும், பிரார்த்தனையும் செய்ய விட்டுவிட்டு, கவர்னர் ஜெனரலையும், பிரதம மந்திரியையும் தொடர்ந்து வெளியே பிரதானக் கூடத்திற்கு வந்தோம். அமைச்சரவையின் உறுப்பினர்கள் மற்றொரு அறையில் கூடத் தொடங்கினர். டிக்கி அவர்களுடன் சென்றார். ஜவஹரும் பின்தொடர்ந்தார். ஆனால் வழியில் என்னைப் பார்த்துவிட்டு நின்றார். ஒரு காலத்தில், பல மாதங்களுக்கு முன்பு யார்க் சாலையில், காலையுணவின்போது அவரிடம் நான் கண்ட இளமையும் சிறுவனுடையதைப் போன்ற விளையாட்டுத்தனமும் எல்லாம் இப்பொழுது எங்கோ மறைந்து விட்டன. இந்தியாவுடைய எதிர்காலத்திற்கான அனைத்துப்

பொறுப்புகளும் இப்பொழுது அவர் தோளில் மட்டுமே இருந்தன. மகாத்மா இல்லாமல், ஜவஹர் தனியராய், வயதானவராய், வெளிப் படுத்த இயலாத சோகத்துடன் காணப்பட்டார். திடீரென பெரிய ஓசை கேட்டது. அதைத் தொடர்ந்து மற்றொன்றும். கூட்டம் ஜன்னல்களை உடைக்கத் தொடங்கிவிட்டன.

ஜவஹரின் கண்களில் ஒரு கேள்வி தொத்திக் கொண்டிருப் பதைக் கண்டேன். அதற்கு விடை கூற விரைவாக அவர் அருகில் சென்றேன்.

'எட்வினா வருகிறார். நான் அவரிடம் பேசிவிட்டேன். அவர் படேலுடன் சண்டை போடவேண்டாம் என்று கூறியிருக்கிறார்' என்றேன்.

ஜவஹர் சிறிது கோபத்துடன் உறுமிவிட்டு என் தோளை ஒரு கணம் தொட்டார்.

'தைரியமாக இருக்கவேண்டும் பிரதம மந்திரி அவர்களே!' என்று என் அருகில் இருந்த ஆலன் குறுக்கிட்டார். 'அவர்கள் நம்மை வீழ்த்தி விடுவார்கள் போல் இருக்கிறது' என்றார்.

'அனைத்தும் கட்டுக்குள் இருக்கின்றன' என்றபடி தன் முகவாயைத் தேய்த்துக் கொண்டார். அவர் மெதுவாகவும், அமைதி யாகவும், மிகுந்த பிரயத்தனத்துடனும், சுய கட்டுப்பாட்டுடனும் பேசினார். ஏனெனில் அவர் காந்தி மேல் மிகுந்த அன்புடையவர். இன்றிரவு தரிசனத்திற்காக உடல் தோட்டத்தில், மேசையில் கிடத்தப் படும். நாளை காலை இறுதிச் சடங்குகள் நடத்தப்படும் என்று கூறிய படி தன் அமைச்சரவையைச் சார்ந்தவர்களோடு சேர்ந்து கொள்ள இடது பக்கமாகச் சென்றார். அப்பொழுது தான் நான் ஹரியைப் பார்த்தேன். கூடத்தின் மூலையில் மற்றொருவருடன் நின்று கொண்டிருந்தார். இருவருடைய ஆடைகளும் கலைந்திருந்தன. மேல் சட்டைகளில் இரத்தம் காணப்பட்டது.

'யார் அதைச் செய்தது?' என ஆலன் ஹரியைக் கேட்டார்.

'இந்து மகா சபையின் உறுப்பினரான ஓர் இந்து' என்று மற்றொருவர் பதிலளித்தார்.

அபத்தமாக நிம்மதியாக நான் பெருமூச்சு விட்டேன். ஏனெனில் மகா சபை இந்து நிறுவனத்தின் வலதுசாரி பிரிவு. ஆகையால் ஓர் இஸ்லாமியன் இதைச் செய்யவில்லை.

'என்னால் முடிந்த அனைத்தையும் செய்தேன்' என்று மற்றொரு வர் தன் கைகளைப் பிசைந்து கொண்டார். 'ஆனால் அங்கு மருந்து கள் இல்லை. ஒன்று கூட இல்லை.'

'அப்படியிருந்தாலும் எந்தவொரு மாற்றத்தையும் அது கொண்டு வந்திருக்காது. நீங்கள் செய்யக் கூடியது வேறு ஒன்றுமில்லை' என்று ஹரி அவருக்கு ஆறுதல் கூற முயற்சி செய்தார். 'மகாத்மா மூன்று முறை அருகில் இருந்து நெஞ்சில் சுடப்பட்டார்' என்று எங்களிடம் செய்தியைக் கூறினார்.

'ஆனால், எந்தவொரு மிருகம் இப்படிப்பட்டச் செயலைச் செய்யத் துணிந்திருக்கும்? இன்னும் என்னால் புரிந்துகொள்ள முடியவில்லை' என்றார் அந்த மனிதர். அவரும் ஒரு மருத்துவர் என்பதை நான் உணர்ந்தேன். அவர் அழத் தொடங்கினார். தன் பின் கையால் கண்ணீரைத் துடைத்து விட்டுக் கொண்டார்.

இப்பொழுது மீண்டும் ஒருமுறை நாங்கள் இடைமறிக்கப் பட்டோம். இம்முறை காந்தி கிடத்தப்பட்ட அறையில் இருந்து பெண் களின் சத்தமான அழுகை ஓசையும், கூப்பாடும் கேட்டது. பலர் ஒரு பெரிய பெண்மணியை அந்த அறையில் இருந்து தங்கள் கைகளால் அடித்தபடியே வெளியே இழுத்துவந்தனர். மார்கரெட் போர்க்கின் அடையாளமான வெள்ளை நிற முடி, அந்தக் குழப்பத் தில் கண்ணுக்குத் தெரிந்தது. அவர்கள் ஏதோ சண்டை போட்டுக் கொண்டிருந்தனர். எதையோ பிடிக்க முயன்றனர். மார்கரெட் வேக மாகத் தன் கையில் வைத்திருப்பதைக் காப்பாற்றுவதற்காக அடித்துக் கொண்டிருந்தார்.

'வெளியே போ! உனக்கு எவ்வளவு தைரியம்? உனக்குச் சிறிது கூட வெட்கமில்லையா?' என்று அந்தப் பெண்மணி ஆங்கிலத்திலும், இந்தியிலும் கூச்சலிட்டார். இறுதியில் அவர்கள் அவளை அடக்கி அவள் கையிலிருந்த கேமிராவைப் பிடித்து அதிலிருந்த புகைப்படச் சுருளை வெளியே இழுத்து அதை வெளிச்சத்தில் காட்டினர்.

'ஜீசஸ் கிறைஸ்ட்! என்ன ஒரு கேவலம் இது?' என்று மார்கரெட் கத்திக் கொண்டிருந்தார். உள்ளே இருந்து வந்த பெண்கள், இப் பொழுது காவல்காரர்களின் உதவியுடன் அவளை உதைத்துத் திட்டி, சண்டை போட்டு வெளியே பிடித்துத் தள்ளினர்.

'இங்கு வா' என்று கவனம் சிதைந்த என் கையைப் பிடித் திழுத்து தாழ்வாரத்தின் நிழலுக்கு ஹரி அழைத்துச் சென்றார். இரு வரும் சேர்ந்து, தோட்டத்திற்குச் செல்லும் கதவைக் கண்டுபிடித்து, கூட்டத்தின் வழியே வெளியே சென்றோம். தோட்டத்தின் பின் புறத்தில் இந்திய இரவின் இருளில் ஒரு சிறிய தங்க நிற வெளிச்சம் ஊசலாடிக் கொண்டிருந்தது. அது கூட்டத்தைத் தன் வசம் இழுத் தது. நாங்களும் அதை நோக்கிச் சென்றோம். யாரோ காந்தி இறந்த இடத்தில் ஒரு மெழுகுவர்த்தியைக் கொளுத்தி வைத்திருந்தனர்.

அங்கிருந்த சிறிய இடம், சிறு குச்சிகளால் முக்கோணம் போல் அமைக்கப்பட்டு, ஒரு குழந்தை விளையாடியதைப் போல குறிக்கப் பட்டு இருந்தது. ஒரு பெரிய காலியான தகர டப்பா அதனுள் பதப் படுத்தப்பட்ட பீச் பழங்களோ அல்லது குறுக்கப்பட்ட பாலோ இருந் திருக்கலாம். அந்த டப்பா மகாத்மாவின் தலை விழுந்த சரியான இடத்தில் வைக்கப்பட்டிருந்தது. அதைச் சுற்றி அனைத்து மதங் களையும், அனைத்து வகுப்புகளையும் சேர்ந்த ஆணும் பெண்ணும் மண்டியிட்டு இருந்தனர். வெள்ளைத் தொப்பிகள் அணிந்த இஸ் லாமியப் பணக்கார மற்றும் ஏழை ஆண்கள், சோகத்தில் ஒன்றாகச் சேர்ந்து நின்றனர். அவர்கள் இரத்தம் தோய்ந்த மண்ணில் இருந்து ஒரு பிடி எடுத்து, தங்கள் கைக்குட்டையில் கட்டி பாதுகாத்து வைத்துக் கொள்வதற்காக எடுத்துச் சென்றனர்.

நான் சிலுவை குறி இட்டுக் கொண்டு அமைதியாகப் பிரார்த் தனை புரிந்தேன். ‘ஆண்டவரின் ஆட்டுக்குட்டியே, உலகின் துயரை யெல்லாம் நீர் எடுத்துக்கொள்ளும், எங்களுக்கு அமைதியை அருளும்.’ வேறு என்ன செய்வதென்று எனக்குத் தெரியவில்லை.

கூட்டம் முணுமுணுத்தது. மெதுவாகப் பேசியது. அங்குமிங்கும் நகர்ந்தது. பின் திரும்பிச் சென்றது. ஒரு புதிய கூட்டம் எங்களை வீட்டின் முன் பகுதிக்குத் தள்ளிச் சென்றது. அங்கு ஜவஹர் வாயி லுக்கு அருகிலிருந்த சுவரில், அபாயகரமாக அமர்ந்து கொண்டி ருந்தார். எனக்குப் பதைபதைத்தது. மெலிந்து போய் இரத்தமெல்லாம் வற்றி, தெருவிளக்கில் பளிச்சென்று தெரியும்படி அமர்ந்திருந்த அவர், ஏதாவது கொலைகாரனின் துப்பாக்கிக் குண்டுகளுக்கு, எளிதான மற்றொரு இலக்காகத் தெரிந்தார்.

‘கடவுளே!’ என்று என்னையறியாமல் என் கையை வாய் மேல் பொருத்திக் கொண்டேன். ஹரி தன் கையை என் தோளின் மேல் இட்டு என்னை இறுக்கிப் பிடித்துக் கொண்டார்.

ஜவஹர் பேச ஆரம்பித்தவுடன், கூட்டம் அமைதியடையத் தொடங்கியது. ‘மகாத்மாஜி போய்விட்டார். அம்மாபெரும் விளக்கு அணைந்துவிட்டது. துயரத்தின், வேதனையின் இருள் நம்மை யெல்லாம் சூழ்ந்துள்ளது. மற்றொரு உலகில் இருந்து அவர் நம்மை யெல்லாம் வழிநடத்திச் செல்வார் என்பதில் எனக்குச் சந்தேகமே இல்லை. ஆனால் ஒவ்வொரு சிறு கஷ்டத்திலும் அவரிடம் ஓடி, அவருடைய அறிவுரையைக் கேட்கும் நிம்மதி இனி நமக்குக் கிடைக் காது.’ இதைக் கூறும்பொழுது அவருடைய குரல் உடைந்தது. தொடர்ந்து பேச அவர் முயன்றார். ஆனால், கண்ணீரை கட்டுப் படுத்த அவரால் இயலவில்லை. மிகுந்த பிரயாசையுடன் அவர் தன்

உரையின் கடைசி வார்த்தைகளைப் பேச வேண்டியிருந்தது. 'பாபு வின் ஆன்மாவிற்கு நாம் செய்யக்கூடிய சேவை என்னவென்றால் அவர் எந்தக் கொள்கைகளுக்காக வாழ்ந்தாரோ, எந்தக் காரணத்திற் காக உயிர் நீத்தாரோ, அதற்காக நம்மையே அர்ப்பணித்துக் கொள் வது தான்' என்றார்.

இம்முறை நான்தான் வாகனத்தை ஓட்டினேன். ஹரியின் மஞ்சள் நிறக் காரை எடுத்துக் கொண்டு பிர்லா இல்லத்திற்கு முடிவில்லாமல் வரும் மக்களினூடே மிகப் பொறுமையுடன் வழியை ஏற்படுத்திக் கொண்டேன். ஹரி முன்னிருக்கையில் தளர்ந்து அமர்ந்திருந்தார். அவருடைய கைகளை மடியில் கட்டிக்கொண்டு, எங்கோ வெறித்துப் பார்த்தபடி அமர்ந்திருந்தார். ஒலிப்பானை உபயோகிக்க எனக்கு விருப்பமில்லாததால், சில நூறு கெஜங்கள் செல்வதற்கே மிகுந்த நேரம் எடுத்தது. பின் ஹரி அழ ஆரம்பித்தார். கண்ணீர் அவர் முகத்தில் பெருக்கோடி, அவர் மூக்கின் நுனியில் இருந்து கீழே சொட்டியது.

'இனி படுகொலைகள் நின்றுவிடலாமோ!' என்று நான் மெதுவாக ஆரம்பித்தேன்.

அவர் தலையை ஆட்டினார். புருவங்கள் வலியில் சுருங்க அவர் ஏதும் பேசவில்லை.

அவர் வீட்டின் வாயிலில் ஒலிப்பானை உபயோகிக்கத் தேவை யில்லாமல் இருந்தது. சந்தீப், ஹரிக்காகக் காத்துக் கொண்டிருந்தார். அவர் கதவைத் திறந்தார். முகாம்கள் எல்லாம் போய்விட்டன. கடந்த சில மாதங்களாக அதில் இருந்தவர்கள் வேறு இடத்திற்கு அனுப்பப் பட்டிருந்தனர். வாகனத்தின் வெளிச்சத்தில், ஹரி வீட்டின் மைதானம் பெருவெளியாகத் தோற்றமளித்தது. வீட்டு வாசலில், அந்தச் சீக்கியப் பணியாள், தன் இந்து எஜமானனையும், ஆங்கிலேயேப் பெண் மணியையும் அணைத்துக் கொண்டார். மூவருமாக யாருமற்ற வீட்டி னுள் நுழைந்தோம்.

'நான் குளிக்கவேண்டும்' என ஹரி கூறினார். அவருடைய குரல் தொலைவில் இருந்து இயந்திரத்தனமாக ஒலித்தது. அவர் மாடியில் இருந்த குளியலறைக்குச் செல்லவில்லை. அதற்குப் பதில் தோட்டத் திற்குச் சென்றார். நான் அவரைப் பின்தொடர்ந்தேன். அது குளிர் காலமாக இருந்தாலும், நீச்சல் குளம் நிரம்பியிருந்தது. அனைத்தும்

அமைதியாக அசைவற்று இரவைப் போல் கறுத்திருந்தன. நீச்சல் குள விளக்கை, க்ளிக்.. க்ளிக்.. என்று பொருத்துவது கூட அச் சூழ்நிலையை அவமானப்படுத்துவது போல் தோன்றியது. ஹரி இரத்தம் தோய்ந்த தன் சட்டையையும், கால்சட்டையையும் கழற்றி விட்டு, தன் உள்ளாடையில் நின்றார். அது ஜனவரி மாதம். நான் குளிரில் நடுங்கிக் கொண்டிருந்தேன். ஆனால் அதை அவர் உணர்ந்த தாகத் தெரியவில்லை. அவர் குழாயின் கீழ் நின்று தன் தலையை உயர்த்தினார். அதிலிருந்து பொழிந்த நீர் தன் புருவத்தைத் தடவிச் செல்லுமாறு நின்றார். குழாயில் இருந்த நீர் வெள்ளித்தாரை போல விழுந்து அவர் உடம்பைச் சுற்றியது. நீர்த்துளிகள் சிறு வைரங் களைப் போல் அவர் மார்பில் இருந்த கருத்த முடிமேல் ஜொலித்தன. அவர் தன்னைத் துடைத்துக் கொண்டார். தன்னைச் சுத்தப்படுத்திக் கொண்டார். தன் கையையும், முழங்கையையும் வேகமாக, ஒரு அறுவை சிகிச்சைக்குத் தயாராவது போல் கழுவிக் கொண்டார். அதன் பிறகு, அவர் திரும்பி என்னைப் பார்த்தார். பொழியும் நீரிலி ருந்து வெளியே வந்து ஒரு குழந்தையைப் போல தன் கையை நீட்டி என்னைப் பார்க்கச் சொன்னார்.

'இரத்தத்திலிருந்து என்னால் விடுபட முடியவில்லை' என்றார். இங்கு எதுவுமில்லை என்று எனக்குத் தெரியும். ஆனால் அதிலிருந்து என்னால் வெளிவர இயலவில்லை. என் கையில் அவர் கையை வைத்து மெதுவாகத் தடவிக் கொடுத்தேன். மேலே பழுப்பு நிறத்தி லும், உட்புறம் இளஞ்சிவப்பிலும் அது இருந்தது. முத்தமிடுவதற்கு அதை உயர்த்தினேன்.'

ஆனால் ஹரி கையைப் பிடுங்கிக் கொண்டு குழாயை நிறுத்தினார். பின் வேகமாகக் குளத்தில் பாய்ந்து, ஒரு பளபளக்கும் மீனைப் போல், ஒரு முனையில் இருந்து மற்றொரு முனைக்குச் சென் றார். அவருடைய எடை நீரில் தொலைந்துவிட்டது. குதிரைச் சவாரி யில் இருப்பது போலவே அவர் எடையற்றுத் தளர்ந்து, நேர்த்தியாய்க் காணப்பட்டார். உடல் சூடேறுவதற்காகச் சிறிது நீச்சலடித்தார். அவர் கைகளிலிருந்து வெள்ளி மணிகளைப் போல நீர் சொட்டியது. வேகமாக மூச்சு விட்டுக் கொண்டே என் எதிரே வந்து அமர்ந்தார். அங்கு நீரைக் கைகளால் சேந்தி மீண்டும் மீண்டும் தன் தலையில் ஊற்றிக் கொண்டு, மத முறைப்படி தன்னைச் சுத்திகரித்துக் கொண்டு, பிரார்த்தனை செய்தார்.

மேலே நிமிர்ந்து பார்த்து, தன் கையை உயர்த்தி, என்னைக் குளத்திற்குள் வருமாறு அழைத்தார். நான் என் மேலங்கியையும், உடையையும் கழற்றிவிட்டு என் உள்ளாடைகளுடன் அவருடன்

நீருக்குள் நுழைந்தேன். கடுமையான குளிரில் உரக்கக் கத்தினேன். ஆனால் என்னைப் பிடித்துக் கொள்ள அவர் இருந்தார். அவர் உடல் வெதுவெதுப்பாக இருந்தது. அவர் என்னைப் பிடித்துக் கொண்டு, தன் கையால் என் தலை மேல் நீரை வாரி வாரி ஊற்றி, என்னைக் குளிக்கச் செய்தார்.

"அஸதோமா சத்கமய
தமஸோமா ஜோதிர்கமய
ம்ருத்யோர்மா அமிர்தம்கமய"

தலையை உயர்த்தி நட்சத்திரங்களைப் பார்த்தேன். நாங்கள் எடையற்று மிதந்து கொண்டிருந்தோம். அவர் என்னைத் தூக்கினார். அது எளிதாக இருந்தது. வலி ஏதும் எஞ்சவில்லை.

இந்தியாவில் இப்பொழுது சிறிய அளவிலேயே ஆங்கிலேயப் பணியாளர்கள் மிஞ்சி இருந்தனர். இறுதியாக இருப்பவர்களில் நானும் ஒருத்தி. அரசாங்க இல்லத்தில் கடைசி வாரங்கள் வேகமாக ஓடிவிட்டன. ஸ்ரீநகர், பரோடா, பானிபட், கன்னாட் ப்ளேஸில் இருந்த அகதிகளின் கைவினைப் பொருட்களின் கடை இவற்றிற்குச் சென்றோம். வீடு திரும்பிய பெண்களுக்கு வேலைவாய்ப்பு கூடுகைகள், அகதிகளுக்கென ஒருங்கிணைக்கப்பட்ட கூட்டங்கள், விருந்துகள், வரவேற்புகள், பிரியாவிடைகள், இவற்றுக்கெல்லாம் செல்ல வேண்டி இருந்தது. மிகக் கடுமையான பதினான்கு மாதங்கள் அவை. இப்பொழுது அது ஏறக்குறைய முடிந்துவிட்டது. நாங்கள் அளவுக்கு மீறி களைத்திருந்தோம். திடகாத்திரமான ரோனி பிராக்மேனே உடல்நிலை சரியில்லாமல் விடுப்பு எடுத்திருந்தார். இருப்பினும் எப்படியோ எட்வினா உதட்டுச்சாயம் அணிந்து கொண்டு, புன்னகை புரிந்தபடியே, கை குலுக்குவதைத் தொடர்ந்து செய்து கொண்டு வந்தார். அதேபோல் தான் நானும். அவர் வேண்டிக் கேட்டுக் கொண்டபடி ஒரு நாளும், ஓர் இரவும் அவருக்காக ஒதுக்கி வைத்தேன். ஜவஹர் அவரை உத்திரப்பிரதேசத்தின் கவர்னராக விளங்கும் சரோஜினி நாயுடுவைக் காண நைனிடால் அழைத்துச் செல்வதாக இருந்தது. அவ்விரு பெண்களும் ஒன்றாகப் பணியாற்றி நல்ல நண்பர்களாக ஆகிவிட்டிருந்தனர். ஜவஹருடன் கழித்த அருமையான காலம் அது. எட்வினா சோர்வோடும், மனம் ஓய்ந்தும் திரும்பினார். நாங்கள் அதிகம் பேசிக்கொள்ளவில்லை. பேசும் போதெல்லாம் தன் கழுத்திலுள்ள கிறிஸ்டோபர் பதக்கத்தை இழுத்து விட்டுக்கொண்டும் தன் திருமண மோதிரத்தை திருகி விட்டுக் கொண்டும் இருப்பார். சொந்த விஷயங்களைப் பேசுவதைத் தவிர்த்தோம். நாளுக்கான திட்டம், போக்குவரத்து, விருந்தினர்கள் இவற்றைப் பற்றி மட்டும் பேசினோம். அவர் மேல் அதிக பொறுப்புகளை சுமத்த எனக்கு தைரியம் இல்லை ஏனெனில் ஜவஹரையும், இந்தியாவையும் விட்டுப் பிரிவதில் அவர் மனமுடைந்திருக்கிறார் என்பது எனக்குத் தெரியும். அவருக்கு வேறு வாய்ப்புகள் இல்லை

என்று அவருக்குத் தெரியும். தப்பிக்க வழியேதும் அவருக்கு இருக்க வில்லை.

உறங்க இயலாமல், சஞ்சலத்துடன் கடைசி முறையாக, அரசாங்க இல்லத்தில் என் படுக்கையறையின் ஜன்னலருகே இருந்த மேசையின் பக்கத்தில் அமர்ந்தேன். நாளை அனைத்தும் முடிந்து விடும். டிக்கி தன் பதவியைத் துறந்து விடுவார். திரு. ராஜகோபாலாச்சாரி புது கவர்னர் ஜெனரலாக பதவி ஏற்பார். அதன் பின் மௌண்ட்பேட்டனும் எட்வினாவும் தம்பதியராக இந்தியாவை விட்டுச் சென்று விடுவார்கள். அவர்களோடு இங்கு மிச்சம் இருக்கும் ஆங்கிலேயப் பணியாளர்கள் அனைவரும் சென்று விடுவோம்.

பெருமூச்சு விட்டபடி எழுதுவதற்காகச் சில தாள்களை எடுத்தேன். எட்வினாவைப் போல் அல்ல நான். நான் ஒரு சாதாரண மானவள். என்னைப் பற்றி சரித்திர நூல்களில் யாரும் எழுதப் போவதில்லை. யாரும் என்னை நினைவில் வைத்துக் கொள்ள மாட்டார்கள். நான் சென்றது யாருக்கும் வேதனை தராது, ஏன் என்னை கவனிக்கக் கூட மாட்டார்கள். ஆனால் இந்த இறுதி நேரத்தில் திடீரென்று எனக்கு ஒரு வாய்ப்பு வழங்கப்பட்டுள்ளது.

திறந்த ஜன்னலின் வழியாக, ஏகாதிபத்தியம் என்ற பெரிய கானல் நீர் மேலிருந்த சாம்பல் நிறத் திரையை விலக்கியபடி, நிழல் களைத்தாண்டி, புல்வெளியிலிருந்தும், நீரூற்றுகளிலிருந்தும் மரங்களிலிருந்தும் மலர்களிலிருந்தும் இரவு பின்வாங்கிக் கொண்டிருந்தது. எங்கோ தூரத்தில் கரகரப்பானக் குரலில் மயில் ஒன்று காலையை வரவேற்றுக் கொண்டிருந்தது. எங்கிருந்தோ திடீரென்று குளிர்ந்த காற்று வீசியது. அது வெள்ளியெனத் தகதகத்துக் கொண்டிருக்கும் குளத்தில் பிரதிபலித்த நிலாவின் நிழலைக் கலைத்தது.

பின் அதேபோலவே அனைத்தும் அசைவற்று நின்றுவிட்டன. அந்த சுத்தமான அமைதிக் கணத்தில் எனக்குத் தெரிந்து விட்டது. கடந்த சில நாட்களாக தனிமையில் என்னை வாட்டிக் கொண்டிருந்த ஒன்றிற்கு முடிவு தெரிந்து விட்டது. நாளை என் வாழ்வின் புதிய அத்தியாயத்தைத் துவக்கப் போகிறேன். ஆனால் அதில் ஹரி அங்கம் வகிப்பாரா என்று இன்னும் எனக்குத் தெரியவில்லை.

மெதுவாக என் பவுண்டன் பேனாவை நிரப்பினேன். மை கலயத்தில் இருந்து அது கருப்பு நிற மையை உறிஞ்சிக்கொள்ள காத்துக் கொண்டிருந்தேன். முகலாயத் தோட்டத்தின் கீழிருந்து காலையின் முதல் ஆரஞ்சு வர்ணம் தோன்றத் தொடங்கியபோது நான் எழுத ஆரம்பித்தேன்.

முதல் இரு கடிதங்களையும் எழுதுவது எளிதாக இருந்தது. ஒன்று அம்ரித் கௌருக்கு. இந்தியாவில் உள்ள செஞ்சிலுவையிலும், செயின்ட் ஜான்ஸ் ஆம்புலன்ஸிலும், அகதிகளோடு பணிபுரிவதற்கு சம்மதம் கூறும் ஒரு கடிதம். மற்றொன்று டிக்கிக்கு. பிந்தையதை தொழில் நிமித்தமாகவும், எளிமையாகவும் எழுதினேன். அவரோடும் எட்வினாவோடும் இந்தியாவில் பணிபுரிந்தது என்ன ஒரு கௌரவம் என்றும், என் வாழ்வின் இருண்ட காலங்களில் அவர்கள் அளித்த ஆதரவிற்கும் பல சமயங்களில் என் மேல் கருணை காட்டியதற்கும் நன்றி என்றும் எழுதினேன். எட்வினாவுக்கு எழுதப் போகும் மூன்றாவது கடிதம்தான் மிகப் பெரிய சவாலாக இருந்தது. என் முடிவை அவரிடம் கூற எது சிறந்த வழி? அவரை எனக்கு நன்கு தெரியும். நான் எது சொன்னாலும், எப்படிக் கூறினாலும், அவருடைய தற்போதைய மனநிலையில் அதைச் சரியாக எடுத்துக்கொள்ள மாட்டார். அம்ரித் மூன்று நாட்களுக்கு முன்பு என்னிடம் இந்த வேலை வாய்ப்பைப் பற்றி கூறிய பொழுது, தன்னிடம் கலந்தாலோசிக்கவில்லை என்று நிச்சயம் கோபப்படுவார். ஆனால் என்னால் எவ்வாறு அப்படிச் செய்திருக்க இயலும்? நான் அப்பொழுது எந்த முடிவும் எடுத்திருக்கவில்லை. மேலும் எட்வினா அம்ரித் கௌரிடம் அந்த வாய்ப்பைத் திருப்பி பெற்றுக்கொள்ளும்படி வற்புறுத்தலாம் என்ற ஐயம் எனக்கு இருந்தது. எட்வினா இந்தியாவை விட்டுச் சென்ற பிறகு நான் அந்த வேலையை அதிகாரப்பூர்வமாக ஒப்புக்கொண்டால், அதில் எட்வினாவால் தலையிட முடியாமல் போகும். மேலும் ஹாங்காங்கில் எனக்காக அவர் சிபாரிசு செய்த வேலையை ஏற்றுக் கொள்ளாமல் மறுத்து விட்டேன் என்று அவரிடம் கூறினால், அதுவும் அவரை மிகவும் கோபப்படுத்தும். ஏனெனில் அது அவர் பெயருக்கு களங்கம். எல்லாவற்றையும் விட அவர்மிகவும் பொறாமைப்படுவார். ஏன் கோபத்தில் எரியலாம். ஏனெனில் இங்கு தங்க, அது ஹரியுடன்கூட இருக்கலாம், எனக்கு ஒரு வாய்ப்பு வழங்கப்பட்டுள்ளது. அதே சமயம் அவர் இந்தியாவையும் ஜவஹரையும் விட்டு விலகிச் செல்ல வேண்டும். அவருடைய இந்தக் கடைசி எதிர்வினையை நினைத்துதான் நான் மிகவும் சங்கடப்பட்டேன். இன்னும் எட்வினா மிகுந்த செல்வாக்கு உள்ள பெண்மணிதான். பொறாமையில், இதை எல்லாவற்றையும் குழப்பி என் வாய்ப்பை அழித்து விடுவாரோ என உள்ளூரப் பயந்தேன். மௌண்ட்பேட்டனின் இறுதி நாளில், நீரூற்றுகளைப் பணியாளர்கள் திறந்து விடுவதை என் தலையைச் சொறிந்தபடி பார்த்தேன். அதைத் தொடர்ந்து நீர் பீறிட்டது. சிறிது தயங்கி பின் இவ்விறுதிக் காட்சியைக் காணாமல் போகக் கூடாது என்பது போல் நிலா தொங்கிக்கொண்டு இருக்கும் வானை நோக்கி பீய்ச்சி அடித்தது.

அன்புள்ள சீமாட்டி லூயிஸ் என்று அமைதியாக அலுவலக ரீதியாக எழுத ஆரம்பித்தேன். சிறிது இடைவெளி இருந்தால் எளிதாக இருக்கும் என நினைத்தேன். எழுதி முடித்தவுடன் என் விரல்களை நக்கி, உறையை ஈரப்படுத்தி ஒட்டினேன். அக் கடிதத்தை மற்ற இரு கடிதங்களுக்கு மேல் வைத்தேன்.

என் காலை உணவை ஜமுரத் கான் ஒரு தட்டில் கொண்டு வந்தது என்னை ஆச்சரியத்தில் ஆழ்த்தியது. எப்பொழுதும் நான் உணவுக் கூடத்தில்தான் உணவருந்துவது வழக்கம். ஆனால் இப் பொழுது அதிகம் நபர்கள் இங்கு இல்லை.

"என்ன இதெல்லாம்?" என்று கேட்டபடி கடிதங்களைப் பெட்டியில் வைத்தேன்.

ஜமுரத் "மேம்சாஹிப்பிற்கு உணவு அளிப்பது இன்றுதான் இறுதியான நாள். அதனால் சிறப்பு உணவு" என்றார். அவர் புன்ன கைக்க முயன்றாலும் அவர் முகம் நீண்டு கருத்திருந்தது. உங்களுக்கு ஒரு பரிசு கொண்டு வந்திருக்கிறேன் என்றபடி ஒரு மந்திரவாதி போல ஒரு இஞ்ச் அளவிலான ஒரு சிறிய பெட்டியை என் எதிரே இருந்த தட்டில் வைத்தார்.

"திறந்து பாருங்கள்" என்றார்.

ஜமுரத் கான் பரிசெல்லாம் தரத் தேவையில்லை என்று நான் மறுத்தேன். ஆனால் அவர் கூறிய படியே அச்சிறு பெட்டியை என் உள்ளங்கையில் வைத்துக் கொண்டு அதன் மூடியைக் கழற்றினேன். பச்சைப் பட்டுத் துணியில் பொதிந்து வைத்தபடி ஒரு ரத்தினமும் இரண்டு முத்துக்களும் இருந்தன.

"ஷாஜகானின் வாளில் இருந்த இரத்தினமும் பவளமும்" என்று கூறியபடி கர்வமுடன் சிரித்தார். இளங்காலை வெய்யிலில் ரத்தினம் மாதுளை முத்தைப் போல் பளபளத்தது.

நான் திடுக்கிட்டுப் போனேன்.

"ஜமுரத் கான் இது மிக அதிகம். இதை என்னால் ஏற்றுக் கொள்ள முடியாது" என்றேன்.

அவர் முகத்தைச் சுளித்துக் கொண்டு "கவனித்துக் கொள்ள கணவனும் மகன்களும் இல்லாமல், தனியே இங்கிலாந்திற்குச் சென்று சீமாட்டி வாலஸ் என்ன செய்யப் போகிறார்" என்று என் மனைவி கேட்கிறார். "இன்னா லில்லாஹி வா இன்ன இலாஹி ரஜூன்". ஆகவே இன்று காலையில் சமையல் அறைக் கத்தியினால், வாளில் இருந்து இவை இரண்டையும், உங்கள் வரதட்சணைக்காக பெயர்த்து எடுத்தாள்.

நான் திகைத்துப் போனதைக் கண்டு சிறிது சமாதானப்படுத்த முயன்றார். "கவலைப்படாதீர்கள். வாளின் பிற்பகுதியில் இருந்து எடுக்கப்பட்டதுதான்" என்றார்.

“வரதட்சணையா? எனக்கு அதையெல்லாம் மீறி வயதாகி விட்டது ஜமுரத் கான்” என்றேன்.

“சில சமயங்களில் என் மனைவி என்னை மிகவும் ஆச்சரியப் படுத்துவாள். நேற்றிரவு அவள் புரட்சியாளராய் மாறி விட்டாள். காங்கிரஸைச் சேர்ந்த சில பெண்களுடனும், சீமாட்டி மௌண்ட் பேட்டனுடன் நீங்கள் இருக்கும் புகைப்படங்களை என் மனைவி பார்த்து இருக்கிறாள். அவள் சீமாட்டி வாலஸ் ஒரு தேவதை போல அழகாக இருக்கிறார் என்று கூறுகிறாள்” என்று கூறியபடி இப்படி யெல்லாம் தன் மனைவிக்கு நினைக்கத் தோன்றுகிறதே என்று அதிசயப்படுவது போல் தன் இடதுபுருவத்தை உயர்த்திக் கொண்டே மேலும் தொடர்ந்தார். சீமாட்டி வாலஸ் ஒரு வயதான விதவையாக வாழ்நாளை முடித்துவிடக் கூடாது. சீமாட்டி வாலஸ் இன்னும் இளமையாகத்தான் இருக்கிறார். நல்ல மனிதர் ஒருவரைக் கண்டு பிடித்து மணந்து கொள்ள வேண்டும். இங்கிலாந்தில் அது சாத்தியம். அதற்காக வெட்கப்பட வேண்டாம் என்றெல்லாம் அவள் சொல்கி றாள்” என்றார்.

“நீ என்ன, நினைக்கிறாய் ஜமுரத் கான்? என்று கேட்டேன்.

“சீமாட்டி மௌண்ட்பேட்டன், ராஜகுமாரி அம்ரித் கௌர் மற்றும் படித்த ஆங்கிலேயேப் பெண்மணிகள் செய்யும் மோசமான குறும்பு இது என்று நினைக்கிறேன். என் மனைவியும் மருமகள்களும் புதிய இந்தியாவுக்காக பர்தாவை துறக்கலாம் என்றெல்லாம் நினைக்க வைத்துவிட்டார்கள். இதுபோல பல விஷயங்கள் வயதான காலத்தில் என் வாழ்க்கையை குழப்பமாக்குகிறது” என்றார். இதைக் கூறும் போது தன் தலையையும் கையையும் ஆட்டிய விதம் அவர் விளையாட்டாகப் பேசவில்லை என்பதை உணர்த்தியது. அதே சமயம் ரத்தினமும் முத்துக்களும் உள்ள அந்தப் பெட்டியை திரும்ப அவர் கையில் திணிக்க முயற்சி செய்து கொண்டிருந்தேன். ஆனால் அவர் அதற்கு ஒப்புக்கொள்ளவே இல்லை.

“ஆக சீமாட்டி வாலஸ் வாதாடாமல் இந்த பரிசை ஏற்றுக் கொள்ளவேண்டும். இது என் குடும்பத்திலிருந்து அல்ல பேரரசர் ஷாஜகானிடமிருந்து வருகிறது” என்றார்.

என் தோல்வியை ஒப்புக்கொண்டு கடைசி பாணத்தை வீசினேன்.

“ஆனால் நான்தான் இங்கிலாந்திற்கு திரும்பிப் போகப் போவதில்லையே. அதனால் எனக்கு பரிசு இப்பொழுது தேவை இல்லை” என்றபடி என் தலையையும், விரலையும் ஆட்டினேன். நான் இந்தியாவிலேயே தங்கப் போகிறேன். சில காலத்திற்காவது. எனக்குப் புதிய வேலை கிடைத்துள்ளது என்றேன்.”

“மாஷா அல்லா! சீமாட்டி வாலஸ்! மாஷா அல்லா!” என்றார்.

டிக்கியின் வாசிப்பறைக்கு நான் சென்ற பொழுது, இன்னும் விடியவில்லை. கவர்னர் ஜெனரல், இந்தியாவில் கழிக்கப் போகும் கடைசிநாள் பல நிகழ்ச்சிகளால் நிரம்பியிருந்தது. மேலே திறந்திருந்த காரில் மனைவி மற்றும் மகளுடன் பழைய தில்லியின் ஊடாக ஒரு ஊர்வலம், தன் அந்தரங்கப் பணியாட்களுடன் பிரிவுபசார மதிய விருந்து, பொதுவான ஒரு பிரிவுபசாரம், பிரதம மந்திரி மற்றும் அமைச்சர்களுடன் பிரிவுபசார இரவு உணவு, அதன் பின் முகலாயத் தோட்டத்தில் ஏழாயிரம் பேருக்கு அழைப்பு விடுத்திருந்த இறுதியான பிரிவுபசார வரவேற்பு. எட்வினாவுடனும் டிக்கியுடனும் தனியே பேசவேண்டுமென்றால் இந்த நிகழ்வுகளுக்கு முன், அவர்களிடம் சென்றுவிட வேண்டும்.

தாழ்வாரத்தைக் கடந்து அவரின் அலுவலகத்தின் அடுத்த அறைக்கு நடந்து சென்றது கொடைக்காக வேண்டாத பொருட்களை விற்பனைசெய்யும் இடத்தில் நடப்பது போலிருந்தது. முன்னாள் வைஸ்ராய் மற்றும் வைஸ்ரின்களின் ஓவியங்களும், இயற்கைக்காட்சி ஓவியங்களும், சுவரில் மாட்டப்படாமல் சாய்த்து வைக்கப்பட்டிருந்தன. இவற்றிற்கு நடுவில், தங்க நிறச்சாயம் பூசப்பட்ட இரண்டு மிகப் பெரிய நாற்காலிகள் இருந்தன. அவற்றில் தைத்திருந்த பச்சை நிற மேல்துணி மங்கிப்போயிருந்தது. நாற்காலிகளின் கைகளில் பழுப்பு நிறக் குறிப்புத் தாள்கள் கவனமாகக் கட்டப்பட்டிருந்தன.

சிம்மாசனம் எக்ஸ் 2, 1911 தர்பார் என்று யாரோ தெளிவாக எழுதி வைத்திருந்தனர்.

வாசிப்பறையின் கதவு திறந்திருந்தது. டிக்கி ஓய்வாகத் தன் காக்கி உடையில் மேசையருகே அமர்ந்திருந்தார். அவருக்குப் பின்னாலிருக்கும் பச்சை நிறச் சுவரோடு சுவராகப் பதிந்த பிரம்மாண்டமான குட்டிச்சாத்தானைப் போல் என் கண்களுக்குத் தோன்றினார். நான் மெதுவாகக் கதவைத் தட்டினேன். என்னைப் பார்த்ததும், அவருடைய உடல் மொழி, பொதுமக்களுக்கும் அந்தரங்க நண்பர்களுக்கும் இடையே இருப்பது போல் மாறியது. இதிலேயே நண்பர்களுக்கும் பணியாளர்களுக்கும் வேறு வேறு பாவனைகள் உண்டு.

'பிப்பி, காலை வணக்கம். எப்பொழுதும் போல் சீக்கிரமாக எழுந்து பிரகாசமாக இருக்கிறாய். உள்ளே வா' என்றார்.

பாதி திறந்திருந்த கனத்த தேக்கு மரக் கதவை நான் தள்ளினேன். மலையைப் போல குவிந்திருந்த அட்டைப்பெட்டிகள் கதவை முழுமையாகத் திறக்கவிடாமல் செய்தன.

'காலை வணக்கம் பிரபு லூயிஸ்' என்றேன்.

'முடிவின் ஒரு பகுதி' என்றார்.

'ஓவியங்களின் கதி என்ன?' என்று அடுத்த அறையை நோக்கி என் கையை நீட்டினேன்.

'அவை இங்குதான் இருக்கும். அவை இந்தியாவிற்குச் சொந்தம். இந்தியர்கள் அதை என்ன செய்யவேண்டும் என்று முடிவு எடுப்பார்கள். இந்தப் பெட்டிகள் என்னுடன் நம் நாட்டிற்கு வருகின்றன' என்றார்.

அவர் தன் முகவாயினால் கதவுக்குப் பின்னாலிருந்த பெட்டிகளைச் சுட்டிக் காட்டினார். அவரே ஒவ்வொரு பெட்டியிலும் சிவப்பு நிற மையினால் குறிப்புகளை எழுதியிருந்தார்.

'இருந்தாலும் புது கவர்னர் ஜெனரலுக்கு குளிர்சாதனப் பெட்டியை விட்டுச் செல்கிறேன். இந்தியாவில் நல்ல நிர்வாகத்திற்கு அது தேவை. இதைப் பற்றி நானே ஒரு குறிப்பெழுதி நேருவிடம் அதைக் கொடுத்திருக்கிறேன். அனைத்து அரசாங்க அலுவலகங்களிலும், குளிர்சாதனப் பெட்டிகள் இருக்கவேண்டும். அவை அலுவலக நேரம் என்ற ஒழுங்கை ஏற்படுத்தி, புத்தியைத் தெளிவாக வைத்திருக்கும்' என்று கூறியபடியே அவர் சிரித்தார். நான் மரியாதைக்காகப் புன்னகைத்துத் தரையை நோக்கி நின்றேன். நான் பேச வேண்டிய நேரம் வந்துவிட்டதால் எனக்குச் சங்கடமாக இருந்தது.

'சரி, அது என்ன பிப்பி?' என்று அவர் கண்கள் என் கையிலுள்ள கடிதத்தின் மேல் பட்டதும் அவர் கேட்டார். நான் அதை அவரிடம் கொடுத்தேன். 'என்னிடமும் உனக்காக ஒரு கடிதம் இருக்கிறது' என்று கூறியபடி தன் மேசைக்குச் சென்று அதிலிருந்து ஒரு கடிதத்தை எடுத்துக் கொண்டு வந்தார். 'சரி, கூறி விடு' என்றார்.

'உங்களோடும், சீமாட்டி லூயிஸோடும் சேர்ந்து பணி புரிய வாய்ப்பு தந்ததற்கு, உங்களுக்கு நன்றி கூறவேண்டும் லூயிஸ் பிரபு அவர்களே!' என்றேன்.

'உண்மையாக நீ இல்லாமல் நாங்கள் என்ன செய்திருப்போம் என்றே தெரியவில்லை பிப்பி. நான் இதுவரை பணி புரிந்ததிலேயே,

தகுதிக்குரிய எந்த சான்றுமற்று இருந்த நீதான் மிகச் சிறந்த சிறப்பு உதவியாளர். அனைத்துப் பணிகளிலும் ஈடுபட்டுக் கொண்டு என்னையும் எட்வினாவையும் உயிர்ப்புடன் வைத்திருந்தாய்' என்றார்.

எனக்கோ விரைவில் செய்தியைக் கூறிவிட வேண்டும் போலிருந்தது.

'லூயிஸ் பிரபு, நாளை உங்களுடன் நான் நாடு திரும்பப் போவதில்லை. காரணம் என்னவென்றால் இந்தியாவில் அகதிகளின் நல்வாழ்வு குறித்த பணிகளைத் தொடர்வதற்கு அம்ரித் எனக்கொரு வாய்ப்பு கொடுத்திருக்கிறார். நான் அதை ஒப்புக்கொண்டுவிட்டேன்' என்றேன்.

அவர் அதிர்ச்சியடைந்தார். தன்னிலை அடைவதற்கு முன், பின் கழுத்தைத் தடவி விட்டுக் கொண்டார்.

'என்னால் இங்கிலாந்திற்குத் திரும்பிச் செல்லமுடியாது. நிச்சயம் முடியாது' என்றேன்.

'கடவுளே! நிச்சயம் உன்னால் முடியாது பிப்பி. எனக்குப் புரிகிறது. உன்னை இங்கு தங்கச் சொன்ன அம்ரித் மிகவும் புத்திசாலி' என்ற அவரது கண்களில் அத்துணை மென்மை தெரிந்தது. அப்பொழுது அவருடைய சொந்த மனைவியான எட்வினா, ஏன் அவரிடம் அன்பு காட்ட, சிறிய காரணத்தைக் கூடக் கண்டுபிடிக்க முடியாமல் இருக்கிறார் என்று வியந்தேன்.

'அவளிடம் கூறிவிட்டாயா?' என்று கேட்டார். அவர் கேட்டது எட்வினாவைப் பற்றி.

'இல்லை. எனக்கு உங்களிடம்தான் முதலில் கூறவேண்டும் போலிருந்தது.'

அவர் தன் தலையை ஆட்டிக் கொண்டு மிகுந்த தயக்கத்துடன், 'அவளிடம் மிகக் கவனமாகக் கூறு. உன் தலைக்கவசத்தை மாட்டிக் கொள். அங்கு பட்டாசு வெடிக்கப் போகிறது' என்றார்.

'நிச்சயமாக' என்றேன்.

'ஐயோ! நியோலா!' என்ற குரல் கேட்டது. வெள்ளியைப் போல் ஓர் ஒளிக்கீற்றும், அதைத் தொடர்ந்து ஒரு பணியாளரும், அறைக்குள் வேகமாகப் புகுந்தனர். அவர்களைத் தொடர்ந்து, பூப்பந்து மைதானத்தில் இருக்கும் சிறுவர்களில் ஒருவனும் ஓடி வந்தான். அவர்கள் மௌண்ட்பேட்டனின் மகள் வளர்க்கும் ஒரு கீரிப்பிள்ளையைத் துரத்திக் கொண்டுவந்தனர். அந்தக் குறும்பான கீரிப்பிள்ளை அறையை மூன்று முறை சுற்றியது. அதன் பின் அது கவர்னர் ஜெனரலின் மேசையில் ஏறி, இந்த நாட்டிற்கு ஏதோ செய்தி கூறுவது

போல் தன் பின்னங்காலில் நின்றது. ஆனால், இந்தியாவின் முதலும் கடைசியுமான பிரிட்டிஷ் கவர்னர் ஜெனரல் அந்தக் கீரிப் பிள்ளையை விட வேகமாகச் செயல்பட்டார். அதை அதன் கழுத்தில் பிடித்து ஒரு காலியான அட்டைப்பெட்டிக்குள் இட்டு மூடினார். எனக்கு நிம்மதியாக இருந்தது. ஏனெனில் அந்த அதிகம் செல்லம் கொடுக்கப் பட்ட கீரிப்பிள்ளை, தன் எஜமானியைத் தவிர வேறு யாராக இருந்தாலும் கடித்துவிடும். இப்பொழுது ஒழுங்கு திரும்பிவிட்டது. பணியாளர்கள் திரும்பிச் சென்றுவிட்டனர். டிக்கியின் ஆணைக் கேற்ப தங்களுடன் சில பெட்டிகளையும் தூக்கிச் சென்றனர்.

'இதை அழுத்திப் பிடித்துக் கொள்' என்று டிக்கி கீரிப்பிள்ளை அங்குமிங்குமாக ஆடிக் கொண்டிருக்கும் பெட்டியை அழுத்திப் பிடித்துக் கொள்ளச் சொன்னார். 'அவனுக்கு ஒரு சரியான வேலை வைத்திருக்கிறேன்' என்றார்.

அவர் தன் மேசையின் மேல் இழுப்பறையைத் திறந்து, 'மிகவும் ரகசியம் ஆப்ரேஷன் மேட் ஹவுஸ்' என்ற ஒரு கோப்பை வெளியில் எடுத்தார்.

'அவனை வெளியே விடு' என்றார்.

மிகுந்த கவனத்துடன் நான் அந்தப் பெட்டியைத் திறந்தேன். அந்த கீரிப்பிள்ளை மெதுவாகத் தன் தலையை மேலே நீட்டிப் பார்த்தது.

'இதோ உனக்காக. நல்ல பையன் தானே! இதை எனக்காகக் கிழித்துப் போடு' என்று டிக்கி கோப்பில் இருந்த முதல் இரண்டு தாள்களை வெளியே எடுத்து அதை நடுவில் நேராகக் கிழித்து அதி லொரு பாதியைக் கீரிப்பிள்ளையின் கைகளில் கொடுத்தார்.

நாங்கள் இருவரும் பெட்டிக்கு அருகே நின்று அந்தக் கடிதத்தை நியோலா வாயால் சுக்குநூறாக்குவதைப் பார்த்தோம். சர்ச்சிலின் நிலையைப் பொறுத்து... என்ற வாக்கியம் இருந்த இடத்தில் தாள் கிழிக்கப்பட்டது. அதன் பின் ஜின்னாவைச் சந்தித்து என்ற வார்த்தை தெரிந்தது. முந்தைய வைசிராயான வேவல் பிரபுவின் கையெழுத்து இரண்டுபெரிய துண்டங்களாகக் கிழிக்கப்பட்டு பெட்டியின் கீழ் பறந்து விழுந்தது.

'எட்வினா மகிழ்ச்சியுடன் இருக்கவேண்டும் என்பதுதான் என் விருப்பம். இப்படித்தான் நான் எப்பொழுதும் நினைத்திருக்கிறேன்.' டிக்கி மௌண்ட்பேட்டன் யாரைப் பார்த்தும் இதைக் கூறவில்லை. அவர் என்னிடம் பேசியிருக்கலாம். அல்லது கீரிப்பிள்ளையிடம் கூறியிருக்கலாம். அல்லது தனக்குத் தானே கூறியிருக்கலாம். 'நான் ஒரு பிடிவாதக்காரன். சுயநலவாதி. எனக்குக் காதலை விட, என்

கருவிகளும் என் பாரம்பரியமும்தான் முக்கியம். ஆனால் எப்பொழு தும் எனக்கு மிகவும் தேவைப்பட்டது அவள்தான். வேல்ஸ் இளவர சருக்கு மெய்க்காப்பாளராக இருந்த பொழுது, இங்கு இந்தியாவில் தான் நாங்கள் இருவரும் காதல் வயப்பட்டோம். உண்மையில் இளவரசர் தன் பங்களாவிற்கான சாவியை எங்களுக்குக் கொடுத்தார்' என்று கூறியபடியே டிக்கி கீரிப்பிள்ளையிடம் அடுத்த தாளைக் கொடுத்துவிட்டு, அறையைச் சுற்றி நோக்கி காலத்தைப் பின் நகர வேண்டி நிற்பதுபோல் நின்றார்.

'எனக்குத் தெரியும். உங்கள் திருமண நாள் அன்று நான் இருந்தேன்' என்றேன்.

நான் மிக ஆவலாக அதைக் கூறினாலும், அது எப்பொழுதோ, வெகு நாட்களுக்கு முன்பு, வித்தியாசமானதொரு வாழ்க்கையில் நடந்த சம்பவத்தைப் போல, அதை வாயால் சிறு ஒலியெழுப்பிக் கொண்டு புறக்கணித்தார். உண்மையில் அது எங்கேயோ நடந்தது தானே?

'எட்வினா மாபெரும் புதிர். அவளுக்கு இந்தியாவிற்கு வருவதில் விருப்பமில்லை. கை கால்களை உதைத்துக் கொண்டு அவர் கதறக் கதற இங்கு அழைத்து வந்தோம்' என்றார். கீரிப்பிள்ளை மௌண்ட் பேட்டனின் பெரிய கைகளில் இருந்து இரண்டாவது தாளை வாங்கி, தன் பற்களால் அதைக் கிழிக்கத் தொடங்கியது. அட்லீ... லேபர் கட்சி... அப்பொழுது... கட்டாயம்... கால அளவு... பிரிட்டிஷ் அரசாங்கம் தன் எல்லையை மீறி பொறுப்பு... நல்ல வேளையாக அந்த முழு ஆவணத்தையும் என்னால் படிக்க முடியாமல் போனது. இப்பொழுது இனி யாரும் அதைப் படிக்க முடியாது.

டிக்கி பேசி முடிக்கவில்லை.

இங்கு வேகமாகச் சிதைந்து கொண்டிருக்கும் பாதுகாப்பு நிலைமையைக் கருதியும், இஸ்மே பிரபு, ஆச்சின்லெக், ஏபெல் இவர் களும் ஆளுநர்களின் கருத்தரங்கமும் ஏற்படுத்திய தாக்கத்தினாலும் தான் அதிகார மாற்றத்திற்கான ஒரு அட்டவணையைக் கொண்டு வரலாம் என்று முடிவெடுத்தேன். ஆனால், அதே சமயம் எட்வினா வின் மன வருத்தம் எப்பொழுதுமே என் நினைவில் இருந்தபடி இருந்தது. இங்கு வருவதற்கு முன்பு அனைத்தையும் சீக்கிரம் முடித்து விடுவோம் என்று அவருக்கு உறுதியளித்திருந்தேன்' என்றார்.

'ஓ!' என்றேன். அவருடைய மனம் திறந்த பேச்சு எனக்கு அதிர்ச்சியாக இருந்தது. அதே சமயம், என்னை நம்பி இதையெல் லாம் கூறியது எனக்கு மேலும் அதிர்ச்சியளித்தது. இந்த உண்மை ஒரு பெரிய வெடிகுண்டு என்று எனக்குப் புரிந்துவிட்டது. இந்தியா

வின் கடைசி வைஸ்ராய், அதிகார மாற்றத்தின் தேதியை ஜூன் 1948 இல் இருந்து ஆகஸ்ட் 1947இற்கு மாற்றி வைத்ததற்குக் காரணம், அவர் அனைத்தையும் விரைவில் முடித்துவிடலாம் என்று அவர் தன் மனைவிக்கு அளித்த வாக்குறுதிதான் என்பது யாருக்காவது தெரிந்தால் என்னாகும்? இதை யாரிடமும் கூறி விடக் கூடாது என்று, இதைப் பற்றி நினைக்கக் கூடக் கூடாது என்று அவரிடம் சொல்ல என் நாக்கின் நுனி வரை வந்துவிட்டது. ஆனால் ஏற்கனவே அவர், தான் கூறியவற்றை மனதிற்குள் திருப்பி எடுத்துக் கொண்டது போல தாடைகளை இறுக்கிக் கொண்டார். தான் அதிகம் கூறி விட்டதாக அவர் உணர்ந்திருக்க வேண்டும் என்பது எனக்குப் புரிந்தது. நான் எதுவும் கூறவில்லை.

'சில சமயங்களில், என்னால் அவளைப் புரிந்து கொள்ளவே முடியவில்லை' என்றவர் அனைத்துக் கணக்குகளையும் சரியாகப் போட்டும் வேண்டும் என்றே அவை தவறு என்று சொல்லப்பட் டால் ஒரு சிறுவன் எப்படி பார்ப்பானோ அதுபோல் என் கண் களை நீண்ட நேரம் வெறித்துப் பார்த்தார். இருப்பினும், எங்கள் இருவருக்கும் எட்வினா ஏன் இங்கிலாந்திற்குத் திரும்பிச் செல்ல விரும்பவில்லை என்ற காரணம் தெரியும்.

'எனக்கு அவரைப் பிடிக்கும் தெரியுமா? இந்தக் கூட்டத்திலேயே சிறந்தவர் அவர். அவரில்லாமல் நம்மால் இதைச் செய்தே இருக்க முடியாது. அவரை நான் ஒரு நண்பன் என்றுதான் நினைக்கிறேன்' என்றார். அவர் யாரைப் பற்றிப் பேசுகிறார் என்று கேட்கத் தேவை யில்லாமல் இருந்தது.

பிரபுவின் கோப்பில் இருந்த கடைசித் தாளும் தீர்ந்து விட்டது. கீரிப்பிள்ளை அட்டையின் தலைப்பான மிகுந்த இரகசியம் மேதகு வைசிராயின் பார்வைக்கு மட்டும் என்பதை தன் கூரிய பற்களால் கிழித்துக் கொண்டிருந்தது. அனைத்தும் முடிந்த பிறகு, இந்தியாவின் கடைசி பிரிட்டிஷ் கவர்னர் ஜெனரல் அதன் தலையை உள்ளே திணித்துப் பெட்டியை மூடினார். அவர் வேகமாக மூடியவுடன் கண்களைச் சிமிட்டிக் கொண்டார். அவருடைய கண்கள் சோதிக் கும், உலோகம் போல் குளிர்ந்த கண்களாய் மாறிப் போனதை நான் பார்த்தேன்.

'சரி, விடைபெறும் நேரம் வந்துவிட்டது' என்று கூறியபடி என் கைகளை நீட்டினேன். அவர் அதைப் பற்றிக் கொண்டு குனிந்து மரபாக என்னை இரு கன்னத்திலும் முத்தமிட்டார். ஒரு கணம் அந்த ஜெர்மானிய இளவரசன், தன் குதிகால்களை பூமியில் வேக மாக அடித்துக் கொள்வாரோ என நினைத்தேன்.

‘இன்றிரவு விருந்துக்கு வருகிறாய் அல்லவா?’ என்று கேட்டார்.

‘ஆம்’ என்றேன். ‘எனக்கு அழைப்பு விடுத்திருக்கிறார்கள். அதே போல், நாளை காலை உங்களுக்கு விடை கொடுக்க பாலம் விமான நிலையத்திற்கு வருகிறேன். அங்கு வராமல் இருக்கமுடியாது’ என்றேன்.

அப்போது முன் நெற்றியில் வந்து விழும் முடிக்கற்றைகளை கைகளால் தடவி பின்னால் விட்டுக் கொண்டார்.

‘வாழ்த்துகள் பிப்பி. பிராட்லேண்ட்ஸில் உன்னை எதிர் பார்த்துக் கொண்டிருப்போம். நீ வரும்போது உன்னுடன் ஹரியை யும் அழைத்து வா’ என்றார்.

என் முகம் ஆச்சரியத்தில் விரிந்திருக்கவேண்டும். ஏனெனில் எங்கள் நட்பு அவருக்குத் தெரிந்திருக்குமென நான் எண்ணவில்லை. என்னைப் பார்த்து அவர் சிரித்தார். ஏறக்குறைய கண்ணடித்தது போல் தெரிந்தது.

‘கவலைப்படாதே! யாரிடமும் சொல்லமாட்டேன். நீங்கள் இரு வரும் நேருவிற்கு ஆதரவாக இங்கிருப்பது நல்லது’ என்றார்.

இப்பொழுது நாணத்தில் என் முகம், கழுத்து மற்றும் காதுகள் ஓர் இளம்பெண்ணைப் போல் சிவந்தன. அவருடைய கடிதத்தைக் கையில் எடுத்துக்கொண்டு மிகச் சங்கடத்துடன் அவ்விடத்தை விட்டு நகர்ந்தேன்.

எனக்குப் பின்னால் தேக்குமரக் கதவுகளை மூடிய பொழுது அவை மெதுவாக ஆடின. சிறிய இடைவெளியின் மூலம் லூயிஸ் மௌண்ட்பேட்டன் நாற்காலியில் அமர்வதைப் பார்த்தேன். அவர் கத்தியால் என் கடிதத்தைப் பிரித்து, தலையைக் குனிந்து கொண்டு வாசிக்க ஆரம்பித்தார். பின்வரும் வாழ்நாளிலும், மரணத்திற்குப் பின்னும் கூட அவரால் இந்தியாவை விட்டுத் தப்பி ஓட முடியாது என்று எனக்குத் தெரியும். இந்தியாவை இரண்டு புது நாடுகளாக இந்தியா மற்றும் பாகிஸ்தானாகப் பிரிப்பதற்கு முடிவெடுத்ததிலும், அதைத் தொடர்ந்து இங்கு நடந்த இனவாதப் படுகொலைகளிலும் அவருடைய பொறுப்பைப் பற்றிய குற்றச்சாட்டுகள் எப்பொழுதும் இருக்கும். அழிவு, பேரழிவு, உள்நாட்டுப் போர், பூமியில் நரகம், இவற்றில் எந்த வார்த்தைகளை நான் உபயோகித்தால், இங்கு நான் கண்ட நிகழ்ச்சிகளைப் பற்றிப் பேசமுடியும்? பல தலைமுறைகளாக ஒரு இடத்தில் வாழ்ந்து கொண்டிருந்த சமூகங்களைப் பிரித்து, இடம் பெயர்க்கும் ஒரு வரியை, வரைபடத்தில் வரைந்த பொழுது என்ன நடந்தது என்று விவரிக்கச் சாதாரணமாக வழியே இல்லை. இளை ஞர்களும், வயதானவர்களும், நோயாளிகளும், புத்தி சுவாதீனமற்ற

வர்களும், தாங்கள் அறிந்த ஓரிடத்தில் இருந்து, ஆயிரம் மைல்கள் தூரத்தில் இருந்த ஒரு நாட்டின் அகதிகள் முகாமில் அடைந்து கிடந் தனர்.

அனைத்தும் அர்த்தமில்லாமல் போய்விட்டன. பேராசை யையும், பழிவாங்கலையும், பயத்தையும், வறுமையையும், மதத்தையும், அதிகாரத்தையும் விழுங்கியபடி, வேகமாக உருண்டு கொண்டே எரியும் ஒரு பைத்தியக்காரத்தனம் காற்றிலிருந்தும் புழுதியிலிருந்தும் பிறந்துவிட்டது. இறுதியில் யாராலும் அதை நிறுத்தவே முடிய வில்லை. ஒரே ஒரு வினோதமான, மெலிதான, வயதான, உருண்டை யான சிறு கண்ணாடி, கைக்கடிகாரம், ஒரு ராட்டை மற்றும் ஒரு கோமணம் மட்டுமே வைத்துக் கொண்டிருந்த மாபெரும் ஆத்மா வான மகாத்மா காந்தியால் மட்டுமே அது முடிந்தது.

நான் ஒரு கோழை. எனக்கு அவமானமாக இருந்தது. எட்வினா வைச் சென்று பார்க்க போதிய தைரியம் வருவதற்கு முன் நான் முதலில் அலுவலகத்திற்குச் சென்றேன். அது எந்த ஓசையும் அற்று, அசைவற்று, கைவிடப்பட்ட இடம் போல் இருந்தது. தொலைபேசி ஒலிக்கவில்லை. சிரிப்பொலி இல்லை. தட்டச்சு இயந்திரங்களின் ஓசையும் எதுவும் இல்லை. கடந்த வருடத்தில் நான் மேற்கொண்ட பலதரப்பட்ட வேலைகளை நினைத்துப் பார்த்தேன். சோர்வூட்டும் அன்றாடப் பணிகள், பதட்டம், அவசரகால நடவடிக்கைகள் அனைத்தையும் நினைத்துப் பார்த்தேன். இறுதியில் வைஸ்ரினின் சிறப்பு உதவியாளராக நான் முதன்முதலில் வேலை செய்ய ஆரம்பித்த அலுவலகத்திற்கு வந்து சேர்ந்தேன். கதவுகள் இன்று கூட சிறிது கிரீச்சிட்டன, வெப்பம் என்னை மலைக்க வைத்தது. டிக்கி தன் வாசிப்பறையில் எப்பொழுதும் குளிர்சாதனக் கருவியை ஓட விட்டுக் கொண்டிருப்பார். நான் வேகமாகச் சென்று ஜன்னல் களைத் திறந்தேன். மின்விசிறியை ஓட விட்டேன். எப்பொழுதும் போல அது முதலில் இயங்கவில்லை. விசிறியின் கயிற்றை இரண்டு முறை வேகமாக இழுத்த பின்தான் அதை ஓடச் செய்ய முடிந்தது.

முரியல் மேசையை ஏற்கனவே ஒழுங்குபடுத்திப் பொருட்களை எல்லாம் எடுத்து விட்டிருந்தாள். நேற்று இங்கு இருந்த பெட்டிகள் கூட இன்று இல்லை. மெதுவாக நான் அந்த அலுவலக நாற்காலியில் மேசைக்கு அருகே அமர்ந்து அம்ரித் கௌரின் இல்லத்திற்கு தொலைபேசி அழைப்பு விடுத்தேன். அந்த எண்கள் எனக்கு மனப் பாடமாகத் தெரியும். எண்ணைச் சுழற்றியதும் தொலைபேசியின் முகம் பூஜ்யத்தைச் சென்றடையும் வரை எழுப்பும் பூனையுடையது போன்ற "புர்" என்ற ஒலியைக் கவனித்து கேட்டேன்.. ஒவ்வொரு முறையும் என்னையே நான் நிச்சயமாகவா, நிச்சயமாகவா? என்று கேட்டுக் கொண்டேன். தொலைபேசியின் ஒலிவாங்கியை ஆட்டிய படி என் தலையில் சாய்த்துக் கொண்டேன். தொலைபேசி அழைப்பு எடுக்கப்படுவதற்காகக் காத்திருக்க வேண்டும் என எண்ணினேன். ஆனால் முதல் ஓசையிலேயே அது எடுக்கப்பட்டு விட்டது.

"ஹலோ! சீமாட்டி மௌண்ட்பேட்டன் அலுவலகத்திலிருந்து பிப்பி வாலஸ் பேசுகிறேன். ராஜகுமாரி அம்ரித் கௌருடன் பேசமுடியுமா?"

"மன்னிக்கவும் சீமாட்டி வாலஸ். அவர் ஒரு மீட்டிங்கில் இருக்கிறார்."

"அவருடைய கோரிக்கையை நான் ஏற்றுக் கொள்வதில் பெரு மகிழ்ச்சி அடைகிறேன் என்றும், அதற்கான கடிதத்தை இன்று தபாலில் சேர்த்து விட்டேன் என்றும் கூற இயலுமா?" என்றேன். ஒரு நிமிடம் பேச்சு நின்றது. அவருடைய படிப்பறையின் தூரத்திலிருந்து அவருடைய இனிமையான குரல், சரியான ஆக்ஸ்ஃபோர்ட் ஆங்கில உச்சரிப்பில் ஒலிப்பது கேட்டது.

"சீமாட்டி வாலஸிடம் எனக்கு மிகவும் மகிழ்ச்சி என்றும், இன்றிரவு அவரைச் சந்திக்கிறேன் என்றும் கூறுங்கள்" என்றார். அம்ரித்தின் தொற்றிக் கொள்ளும் சிரிப்பையும், காந்தியை நினைவூட்டும் அதிசயப்பட்டு பெரிதாய் விரியும் புன்னகையும் என் நினைவுக்கு வந்தன. அவருடைய நினைவு, என் கால்களை நடுங்கச் செய்து, அவற்றைப் பலவீனமாக்கியது. அனைவரும் செய்வதுபோல, என்னையே நான் சுதாரித்துக் கொண்டு தொடர்ந்து செயல்படலானேன்.

"ஒரு நிமிடம்" என்ற குரலுடன், மரத் தரையில் செருப்பு உரசும் ஓசையும், வேறு பல குரல்களும் கேட்டன. ஒரு கதவு அறைந்து மூடப்பட்டது. இப்பொழுது செயலாளர் குரல் மீண்டும் ஒலித்தது.

"நீங்கள் தங்க வேறு ஏற்பாடுகள் செய்யும் வரை, நீங்கள் இங்கு வந்து தங்கிக்கொள்ளலாம் என சுகாதார அமைச்சர் கூறச் சொன்னார்" என்றார்.

"அவர் கருணைக்கு நன்றி. தங்குவதற்கு எனக்கு வேறு இடம் உள்ளதென்று அவரிடம் கூறிவிடுங்கள்" என்றேன். நான் பொய்யாகத்தான் அவ்வாறு கூறினேன். பின் அந்த அழைப்பைத் துண்டித்து விட்டு இம்பீரியல் விடுதியில் அறையை எனக்காகப் பதிவு செய்து கொண்டேன்.

ஆக இது முடிந்து விட்டது. என் எதிர்காலம், சிறிதளவாவது சரிசெய்யப்பட்டு விட்டது. இப்பொழுது ஹரியிடமும் எட்வினாவிடமும் மட்டும் கூறவேண்டி இருந்தது. நான் ஹரியை தொலைபேசியில் அழைத்தேன். இரவின் நிழல்கள் எப்போதோ மறைந்து விட்டன. ஆனால் காலையின் கதிர்கள் அவற்றுடன் மீண்டும் புதியதாய் எழுந்த சந்தேகங்களை அழைத்து வந்தன. ஹரியும் நானும் எதிர்காலம் பற்றிய கருத்தை எப்பொழுதும் தவிர்த்துக் கொண்டே

வந்திருக்கிறோம். அது என் துயரச் சுமையாலும், எங்களுடைய முந்தைய திருமணங்கள் எங்கள் மேல் இன்னும் ஏற்படுத்தும் அழுத்தத்தினாலும் கூட இருக்கலாம். அல்லது எங்கள் இருவருக்கும் வயதானதாலும் கூட இருக்கலாம். ஏனெனில் வயதானவர்கள் காதலில் விழுந்து தங்கள் குறைகாலங்களை மகிழ்ச்சியாகக் கழித்த தில்லை. அல்லது, ஹரியின் குடும்பம் ஒரு ஆங்கிலேய வெள்ளைக் காரப் பெண்மணியாகிய என்னை வரவேற்காதோ என்ற காரண மாகக் கூட இருக்கலாம்.

நான் ஆழமாக மூச்சு விட்டுக் கொண்டு, அரசாங்க இல்லத்தில் கடைசி முறையாகத் தொலைபேசியைக் கையில் எடுத்து ஹரியின் பங்களாவிற்கு அழைப்பு விடுத்தேன். இப்போதும் எண்களைப் பார்த்து அழைக்க வேண்டிய தேவை இருக்கவில்லை. ஆனால் இம்முறை எவரும் தொலைபேசியை எடுக்கவில்லை. அதன் மணி ஒலித்துக் கொண்டே இருந்தது. அவ்வீட்டில் தொலைபேசி எங்கு உள்ளது என்று எனக்குத் தெரியும். வரவேற்பறைக்கும், உணவறைக் கும் நடுவே இருந்த மேசையொன்றில் அது இருந்தது. நோயாளிகள், உடன் பணியாற்றுபவர்கள், நண்பர்கள், அனைவரும் எப்பொழுது வேண்டுமானாலும் பகலிலும், இரவிலும் ஹரி ரதோரை அழைத்து உதவியும், ஆலோசனையும் பெறலாம். ஓர் அழைப்பு எடுக்கப்படாம லிருந்தது எனக்குத் தெரிந்தவரை நிகழ்ந்ததே இல்லை. மீண்டும் ஐந்து முறை ஒலித்தது. சந்தீப் தோட்டத்தில் இருக்கிறானோ, அவன் கால்கள் போலியோவினால் பாதிக்கப்பட்டிருந்ததால் அவனால் வேகமாக நடக்கவும், அதிலும் படிகளில் ஏறவும் முடியாது. இறுதி யில், வேண்டாவெறுப்பாய் இருப்பினும் சிறிது நிம்மதியுடன், தொலைபேசியின் ஒலிவாங்கியைப் பொருத்தினேன். இன்றிரவு பிரிவுபசார வரவேற்பு நிகழ்ச்சியில் ஹரியைச் சந்திப்போம் என எனக்கு நானே ஆறுதல் கூறிக் கொண்டேன்.

என் சந்தேகத்திலிருந்தும், நிச்சயமின்மையிலிருந்தும் என் மனதைத் திருப்ப என் மேசையைக் காலி செய்வதில் என் மனதைச் செலுத்தினேன். அந்த வேலைக்கு அதிக நேரம் செலவாகவில்லை. என் பவுண்டன் பேனா, ஒரு பாட்டில் மை, ஒரே ஒரு தாள் மீதமிருந்த வெளிநாட்டுக்குக் கடிதம் எழுதும் தாள்கள் இருந்த கட்டு, சிவப்பு நிற ரிப்பனால் கட்டப்பட்டு இருந்த, மார்கரெட்டிடமிருந்தும், ஃபிலிப்பிடமிருந்தும் வந்திருந்த ஒரு கட்டு கடிதங்கள், நேற்று கூட என் கடைசிக் குறிப்பெழுதிய என் தோலாலான நாட்குறிப்பேடுகள் இவைதான் இருந்தன. எலாஸ்டிக் பட்டையை நீக்கி, ஒரு காலத்தில் என் கணவரான சார்லஸ்ஸிற்கு எழுதிய கடிதங்களைப் புரட்டிப்

பார்த்தேன். இந்திய வெப்பத்தினாலும், ஈரப்பதத்தினாலும் அத்தாள் கள் சிறிது நைந்து மஞ்சள் நிறத்தில் இருந்தன. புராதன ஆவணங் களைப் போல் உடைந்து விடுவது போல் இருந்தன. என் நெற்றியி லிருந்து வியர்வையைத் துடைத்துக் கொண்டு என் சொந்த ஆவணங் களை என்ன செய்வது என்று யோசித்தேன். அவற்றை எரித்து விடுவதா அல்லது பாதுகாப்பாக வைக்கச் சொல்லி லண்டனில் உள்ள என் வழக்குரைஞரிடம் கொடுத்து விடுவதா? பின் எனக்குத் தேவையானவற்றை என் பெட்டியில் வைத்துக் கொண்டேன். அதை இறுதியாக மூடுவதற்கு முன், நடு இரவில், எட்வினாவிற்கு நான் எழுதிய கடிதத்தை வெளியில் எடுத்தேன். அதை என் மேசைமேல் வைத்து என் கைகளால் நீவி விட்டேன்.

ஆக ஒரு சாம்ராஜியத்தின் முடிவு இப்படித்தான் இருக்கும். காலியான அலுவலக அறை, தனியனான ஒரு விதவை மற்றும் ஒரு கடிதம். முடியும் தருணத்திற்கு வந்த பிறகு அனைத்தும், பள்ளியில் கோடைப்பருவத்தின் கடைசி நாள் போன்றோ, ஆக்ஸ்ஃபோர்டி லிருந்து புறப்படும் நாள் போன்றோ வினோதமாகத் தோன்றியது. அனைவரும் ஏறக்குறையச் சென்று விட்டனர். இந்த இடம் ஏறக்குறையக் கைவிடப்பட்டு விட்டது. சுதந்திரத்திற்குப் பிறகு பதவி உயர்வு அடைந்த மெய்க்காவலர்கள், இந்தியப் படையில் தங்கள் புதிய பதவிகளை ஏற்றுக் கொள்ளச் சென்றுவிட்டார்கள். பீட் ரீசும், ஃபீல்ட் மார்ஷல் ஆசின்லெக்கும் சென்ற வருடமே ஊர் திரும்பி விட்டனர். பிரிவினையால் மிகவும் மனம் நொந்த ஆசின்லெக் தனக்கு அளிக்கப்பட்ட “நைட்” வீரன் பட்டத்தைக் கூட மறுத்து விட்டார். ஆலன், ஃபே மற்றும் குழந்தைகள், இறுதி காட்சிகளின் பொழுது இருக்கமுடியவில்லையே என்ற மனக் குறையுடன் சென்ற வாரமே சென்றுவிட்டனர். மான்மவுத்ஷையரில் தன் தோட்டத்தைத் தோண்டிக் கொண்டிருக்கும் பீட்டையும், வேலை தேடியபடி வொயிட்ஹால் கதவுகளைத் தட்டிக் கொண்டு, அல்லது சட்ட சபையில் ஓர் இடத்திற்காகத் திட்டமிட்டுக் கொண்டிருக்கும் ஆலனைக் கற்பனை செய்து பார்த்தேன். இந்தியாவில் இருந்த பிறகு இங்கிலாந்து அவர்களுக்கு எப்படி சிறியதாகவும் முக்கியமற்றும் காட்சி அளிக்கக் கூடும் எனத் தோன்றியது.

கைகளை நீட்டியபடி நாற்காலியில் சாய்ந்து அமர்ந்தேன். நல்லதோ கெட்டதோ உண்மையாகவே அனைத்தும் முடிந்து விட்டது. பயமும் எதிர்பார்ப்பும் ஏமாற்றம் தரும் முடிவும் கலந்த விசித்திர உணர்வு மட்டுமே மிஞ்சியிருந்தது. மேலே மின் விசிறி விர், விர், விர், கிளிக் எனச் சுழல்வதைக் காண்பதைத் தவிர வேறு வேலை ஏதும் இல்லை. தன் அச்சில் தள்ளாடியபடி தான் இன்னும் சுழன்று கொண்டு

இருந்தது. ஒவ்வொரு நாலாவது சுற்றுக்கும் ஓர் ஒலியை ஏற்படுத்திக் கொண்டிருந்தது. அறையின் மூலையில் இருந்த கோப்புகளை வைக்கும் இரும்பாலான அலமாரியின் இழுப்பறைகள் அவசர அவசரமாகத் திறக்கப்பட்டு, அதன் உள் இருந்தவை எல்லாம் காலி செய்யப்பட்டது போல் திறந்தபடி இருந்தன. நான் அதனருகில் சென்று நன்கு ஆராய்ந்து பார்த்தேன். அதன் பின் காலியாக இருக்கும் இடங்களில் கையைச் செலுத்தி பின்புறம் ஏதாவது முக்கியமான ஆவணங்கள் விழுந்து விட்டனவா எனப் பார்த்தேன். ஒரு எட்டுக்கால் பூச்சியின் குடும்பம் ஏற்கனவே அங்கு குடியேறி மூன்று சிறிய வலைகளை அமைத்திருந்தன. மரியாதையுடன் நான் இழுப்பறைகளை மூடி அவற்றைத் தொல்லைப்படுத்தாமல் வந்து விட்டேன்.

எங்களுக்குப் பிறகு யார் வருவார்களோ? என யோசித்தேன். உன்னிப்பான இந்திய அதிகாரிகள், மீசை வைத்த இளைஞர்கள். கீழே சாலையில், குவிந்து கிடக்கும் பெட்டிகளில் சாய்ந்தபடி, ஏதோ வம்பு பேசிக்கொண்டோ, புகை பிடித்துக்கொண்டோ காத்துக் கொண்டிருக்கலாம். நாளை ராஜாஜி கவர்னர் ஜெனரலாகப் பதவி ஏற்ற பிறகு அவர்கள் இங்கு வரலாம். தொலைபேசிகள் ஒலிக்கத் தொடங்கும். தட்டச்சு இயந்திரங்கள் மீண்டும் இயங்க ஆரம்பிக்கும். பழைய பிரச்சனைகள், புதிய பிரச்சனைகள் அனைத்தும் ஏதோ ஓரளவிற்காவது மாறிவிடலாம்.

பின் வைஸ்ராய் இல்லத்திற்கும், அதன் பரந்த எஸ்டேட்டிற்கும், ஆயிரக்கணக்கான பணியாளர்களுக்கும் என்ன நேரிடும்? ஜவஹரின் அரசாங்கம் தலைநகரை தெற்குப் பகுதிக்கு மாற்றப் போகிறது எனக் கூறினார்கள். தில்லி மிகவும் தூரத்தில் வடக்கில் இருக்கிறது. பிரிட்டிஷ் ராஜ்ஜியத்தின் சின்னமான அரசாங்க இல்லம், பாழடைந்து கிடப்பதை எண்ணிப் பார்க்கிறேன். அதன் பெரிய கோபுரங்கள் இடிந்து விழுந்து, ஜன்னல்களில் எல்லாம் கொடிகள் படர்ந்து, பூக்களும், மரங்களும், சுவரின் இடிபாடுகளில் வளர்ந்து தர்பார் கூடத்தில் குரங்குகளின் ராஜ்ஜியம் நடந்து கொண்டு இருக்கும்.

பின் மெஹ்ரௌலியில் பயணம் செய்த நாட்களை நினைத்துக் கொண்டேன். பள்ளிவாசல்களும், கோயில்களும் அரண்மனைகளும் பொடிப்பொடியாகச் சிதைந்து மண்ணாகிப் போனதை நினைத் தேன். பள்ளியில் வாசித்த ஷெல்லியின் கவிதை நினைவுக்கு வந்தது.

"என் பெயர் ஓஸிமாண்டியஸ், அரசர்களுக்கெல்லாம் அரசனே
நான் செய்தவற்றைப் பார், ஓ! பலமுள்ளவனே

எதுவுமே மிஞ்சவில்லை
எல்லையில்லாத பாழ் சிதிலத்தைச் சுற்றி
கண்ணுக்குத் தெரியும் வரை
வெறும் மணலே பரவியிருக்கிறது.

எத்தனை நினைவுகள்! எத்தனை பயப்பிசாசுகள்! மெதுவாக வெளிநாட்டுக் கடிதம் எழுதும் கடைசித் தாளை எடுத்து என் பேனாவை கடைசி முறையாகத் திறந்தேன்.

நல்வரவு!

இல்லப் பராமரிப்பு பற்றிச் சில குறிப்புகள்.

1. மின்விசிறி உடனே செயல்படாது. அதன் கயிறை இருமுறை யாவது அழுத்தி இழுக்க வேண்டும்.

2. கோப்புகள் வைக்கும் அலமாரியின் சாவிகள் மேல் வலது பக்க இழுப்பறையில் உள்ளன.

3. தாழ்வாரத்தின் கீழ் இருக்கும் கழிவறையில் சென்ற மழை காலத்தில் பாம்பு புற்று இருந்தது. அதைப் பாம்பாட்டி எடுத்து விட்டான். கவனமாக இருக்கவும்.

அதிர்ஷ்டம் உங்கள் பக்கம் இருக்கட்டும்.

ஜெய் ஹிந்த்!

மென்று விழுங்கியபடி எட்வினாவின், இல்லத்து வாசலில் தயங்கி நின்றேன். நாங்கள் பள்ளிக் காலத்தில் நண்பர்களாய் இருந்ததால், ஒருவரை ஒருவர் நன்கு தெரிந்திருந்தாலும், இந்தியாவில் எஜமானி பணியாளர் என்ற இந்த உறவு கொஞ்சம் கடினமானதுதான். இம்மாதிரியான ஒரு நட்பை எளிதாக ஒதுக்கித் தள்ளிவிட முடியாது. கதவின் இரு பக்கங்களிலும், சுருட்டி வைக்கப்பட்டிருந்த இரண்டு கம்பளங்கள் காவலர்களைப் போல் நின்றிருந்தன. ஆறு மாதங்களுக்கு முன்பே எட்வினாவின் பிரியத்துக்குரிய வயதான நாயான மிஸ்ஸென் அடிக்கடி சிறுநீர் கழிக்க ஆரம்பித்ததும், அக்கம்பளங்களை அப்புறப்படுத்தும்படி கூறியிருந்தார். இப்பொழுது புதிய கவர்னர் ஜெனரலான ராஜாஜிக்காகப் பணியாளர்கள் அதைத் திருப்பி எடுத்துக்கொண்டு வந்திருக்க வேண்டும். தெளிவாக யோசிப்பதற்கு நான் பாடுபட்டேன். எட்வினாவிடம் நான் இங்கேயே தங்கிவிடப் போவதாக முடிவெடுத்ததை எவ்வாறு கூறப் போகிறேன்? அவரிடமிருந்து அதை ஊக்குவிக்கும் வார்த்தைகளை நான் இன்னும் எதிர்பார்க்கிறேன். எனக்காக அவர் மகிழ்வார் என்று எண்ணினேன். ஆனால், என்னுடைய முடிவைத் தனிப்பட்ட விதத்தில் அவருக்கு இழைக்கும் துரோகமாக அவர் எண்ணி விடுவாரோ என்றும் அஞ்சினேன்.

மூன்று முறை மென்மையாகக் கதவைத் தட்டினேன்.

‘உள்ளே வா’ என்ற அவர் குரல் மெலிதாகவும், கூர்மையாகவும் ஒலித்தது.

பர்மாவில் மௌண்ட்பேட்டனின் பெருமாட்டியும், இந்தியாவின் கடைசி ஆங்கிலேய கவர்னர் ஜெனரலின் மனைவியுமான எட்வினா, எந்த முகப்பூச்சும் அணிந்து கொள்ளாமல், முந்தைய இரவில் அணிந்த தன் பழுப்பு நிற முடியைச் சுருட்ட உபயோகிக்கும் சுருள்களுடன் காணப்பட்டார். தன் அலங்கார மேடையின் மேல் குனிந்து கொண்டு வேகமாக எழுதிக் கொண்டிருந்தார். அதே சமயம், அவர் தலை மேலிருந்த மின்விசிறி மெதுவாக அவருடைய பரபரப்பை எதிர்ப்பது போல் சுற்றிக் கொண்டிருந்தது. அவர் ஒரு

குழந்தை போல் பேனாவைப் பிடித்துக் கொண்டு, அன்றைய மாலை பிரிவுபசார வரவேற்பிற்கு வரும் விருந்தினர்களின் பட்டியலில் ஏதோ குறிப்புகளை எழுதிக் கொண்டிருந்தார். அவருடைய தடித்த கண்ணாடிகளின் வழியே, என்னைக் காண்பதற்கு முன், மேலும் ஏதோ சிலவற்றை அவசரமாக எழுதினார்.

'ஆ.. காலை வணக்கம் லெட்டி' என்றார். அவருடைய தாடைகள் இறுகியிருந்தன. முகம் வியர்வையால் கறைபட்டும் பளபளத்தும் இருந்தது. இந்தியாவில், இந்தப் பெயரால் என்னை விளிக்கும் ஒரே ஒருவர் இவர்தான். சென்ற ஜென்மத்தில் யாருக்கோ சொந்தமான பெயர்போல் எனக்குத் தோன்றியது. 'மற்றவர்கள் எல்லாம் எங்கே? முரியலைப் பார்த்தாயா?' என்று கேட்டார்.

'தாழ்வாரத்தில் அவளைக் கடந்து வந்தேன். அவள் இங்குதான் வந்து கொண்டிருக்கிறாள்' என்றபடி அங்கிருந்த காற்றைக் கவனமாகச் சுவாசித்தேன். வினோதமாக அதில் மாங்காய் வாசம் வீசியது.

தன் பணியாளர்கள் இப்படி மெதுவாகப் பணியாற்றுவதில் தனது அதிருப்தியை ஒரு ஒலி மூலம் வெளிக்காட்டிவிட்டு, தான் எழுதிக் கொண்டிருந்த மேசையிலிருந்து திரும்பி, அந்தத் தாளை என்னிடம் உயர்த்திக் காட்டினார். அதை நான் கையில் வாங்கிய பொழுது, அந்தப் பட்டியலில் மேலும் கீழுமாக பல அம்புக் குறிகளை இட்டிருப்பதைக் கண்டேன். இன்றிரவு நடக்கவிருக்கும் இரவு விருந்தில், அவர் அமரும் முறையை திருத்தியிருக்கிறார்.

'அம்ரித்துக்கும் இந்திராவுக்கும் நடுவே டிக்கி. அதற்குப் பிறகு ராஜாஜி. என்னை ஜவஹருக்கு அடுத்தபடி அமர வைக்கவேண்டும். மற்றபடி வேறு எவர் எங்கு அமர்ந்திருந்தாலும் எனக்குக் கவலையில்லை' என்ற அவர் குரல் தேய்ந்தது. பின் அவர் திரும்பி தன் முகத்தைக் கண்ணாடியில் நோக்கினார். அவர் கைகள் முந்தைய இரவில் தலையில் இடப்பட்டிருந்த சுருள்களைத் தானாகவே சென்று அகற்றி, அம்முடிச்சுருள்களை நெற்றியிலிருந்து விலக்கி பின்னுக்குத் தள்ளின. எப்பொழுதும் போல் அவருடைய நகங்கள் மிக அழகாக வெட்டப்பட்டு, சிவப்புப் பூச்சு இடப்பட்டிருந்தது. ஆனால், அவர் மாத்திரை பெட்டிகளுக்கு அருகிலிருந்த ஒரு மரப் பெட்டிக்குள் ஒன்றன் பின் ஒன்றாகச் சுருள்களை இடும்பொழுது அவருடைய கைகள் நடுங்குவதைக் கண்டேன்.

தாழ்வாரத்தில் எங்கோ ஒரு கதவு சத்தமாகச் சாத்தப்பட்டு, மிஸ்ஸெனைத் தொந்தரவு படுத்தியது. அது எட்வினாவின் படுக்கையின் ஒரு முனையில் இருந்த அதன் கூடையில் இருந்து நடுங்கியபடி எழுந்து தன் பின்னங்காலை இழுத்தபடி, எட்வினாவிடம் தவழ்ந்து சென்று அவரருகில் படுத்துக் கொண்டது.

'விருந்தின் ஆரம்பத்தில் உட்கொள்ளப் போகும் உணவை, டிக்கியும் நானுமே பரிமாறப் போகிறோம். மக்கள் அதைப் பாராட்டு வார்கள். நீ என்ன நினைக்கிறாய்?' என்றார்.

நான் தலையை ஆட்டினேன். லண்டன் வாழ் பெரியோரும் நல்லோரும், வெள்ளையர்கள் பழுப்பர்களுக்குப் பரிமாறுவதைப் பற்றி என்ன நினைப்பார்களோ என்று யோசித்தேன். அவர் திரும்பிச் செல்லும்பொழுது, விமர்சனங்களில் இருந்து அவர் தப்பிக்க முடியாது என்று உறுதியாக நம்பினேன். தன் மூக்குக் கண்ணாடியைக் கழற்றியபடி அவர் தன் அலங்கார மேசைக்கு அருகே இருந்த ஒரு பெட்டி மாம்பழத்தைச் சுட்டிக் காட்டினார். இதுவரை அது என் கவனத்தைக் கவரவில்லை.

'ஜவஹர் இவற்றைப் பிரிவுபசாரப் பரிசாக அனுப்பி இருக்கிறார். இவை லக்னோவில் இருந்து வந்தவை. மேலும் இதையும்' என்றார்.

அவர் தன் மடியில் ஜவஹரின் சுயசரிதையின் ஒரு பிரதியை வைத்துக் கொண்டிருப்பதை நான் கண்டேன். அட்டைப்படத்தில் ஜவஹர், தன்னுடைய அடையாளமான காந்தி குல்லாவிலும், கருப்பு நிற ஷெர்வானியையும் அணிந்து கொண்டு, எதையோ யோசித்துக் கொண்டிருப்பதைப் போல் காணப்பட்டார். அவர் புகைப்படத்திற்காக அமர்ந்திருந்த நாற்காலியின் கைகளின் மேல், அவருடைய விரல்கள் மென்மையாக வளைந்திருந்தன. கண்கள் சிறிது தாழ, ஒரு ஞானியைப் போல் அவர் தூரத்தை வெறித்து நோக்கிக் கொண்டிருந்தார்.

ஜவஹர் எட்வினாவிற்கு ஒரு பிரதியைக் கொடுத்திருக்கிறார் என நினைத்தேன். ஆனால், எட்வினா தன் கையை விரித்து அதனுள் இருந்த ஒரு சிறிய தங்கக்காசை என்னிடம் காண்பித்தார். அதை நன்றாகப் பார்ப்பதற்கு நான் முன்னே குனிந்ததும், அதைச் சட்டென்று, ஏதோ நான் அவரிடமிருந்து பறித்துவிடுவேன் என்பது போல பின்னால் இழுத்துக் கொண்டார்.

'இதை என் வளையலில் அணிந்து கொள்ளப் போகிறேன்' என்றார்.

ஏதோ பைத்தியக்காரத்தனம் போல், தன் தலையிலிருந்து சுருள்களைப் பிய்த்து எடுத்து தன் தலையின் இரு பக்கங்களிலும், பின்னங் கழுத்திலும், சுருள்களைப் பரவ விட்டுக் கொண்டார்.

ஜவஹரைப் பற்றிய இந்தப் பேச்சு என்னுடைய வேலையை மேலும் கடினமாக்கியது. இருந்தாலும் நான் கூறவேண்டியதைக் கூறியே ஆகவேண்டும்.

'ஜவஹருக்கு இதைத்தான் நான் பிரிவுபசாரப் பரிசாகக் கொடுக்கப் போகிறேன்' என்று இழுப்பறையிலிருந்து தங்க நிறப் பெட்டி

யொன்றையும், மரகத மோதிரம் ஒன்றையும் எடுத்தார். 'இது 18 ஆம் நூற்றாண்டுடையது. பிரான்ஸ் நாட்டின் வெர்சேல்ஸில் இருந்து வந்தது' என்றார்.

அவருடைய குரல் பேசும் பொழுது, உச்சத்தில் ஒலித்தது. ஏதோ அவர் என்னுடைய ஒப்புதலை வேண்டுவதைப் போல் இருந்தது. ஆனால், நான் அதைக் கொடுக்கத் தயங்கினேன்.

'இது சிறிது அதிகமாகத் தெரியவில்லையா? இதை வாங்கிக் கொள்ள அவர் சங்கடப்படலாம்' என்றேன்.

அவர் ஆச்சரியத்தில் தன் கண்களைச் சிமிட்டினார்.

'ஆமாம். நீ சொல்வது சரிதான். அவருக்கு எப்பொழுதாவது பணம் தேவைப்பட்டால், அதை விற்றுவிடலாம் என்று கூறுவேன்' என்றார்.

இந்தியாவின் பிரதம மந்திரி, தன் தேவைக்காக, தன் சொந்தப் பொருளை விற்பார் என்ற எண்ணம் எனக்கு வேடிக்கையாகப் பட்டது. ஆனால் என்னுடைய விஷயத்தைக் கூறுவதில் கவனமாக இருந்த நான், அதைப் பற்றி வேறு எதுவும் கூறத் துணியவில்லை.

'ஜவஹர் மிஸ்ஸெனைத் தூங்கச் செய்துவிடலாம் என்று கூறுகிறார்' என்றபடி, மிஸ்ஸெனைத் தன் தலையால் சுட்டிக் காட்டினார். 'அவனுடைய கஷ்டத்தில் இருந்து, அவனை விடுவிக்க வேண்டும் என்று கூறிய பொழுது, அவர் முகம் சுருங்கி, அவர் புருவங்களுக்கு இடையே நீண்ட பள்ளம் ஏற்பட்டது.'

'அது கருணையான ஒரு செயலாக இருக்கும் என்றுதான் பண்டிட்ஜி அதைக் கூறியிருப்பார்' என்றேன்.

எட்வினா தன் தலையலங்காரத்திற்குப் புதியதொரு கொண்டை ஊசியைப் போட்டுக் கொண்டு, தன் முகத்தில் பூச்சைப் பரபரப்பாகத் தேய்த்து விட்டுக் கொண்டார். அது தன் தோலில் இறங்குவதற்காகக் காத்துக் கொண்டிருக்கையில், அவர் தன் கண்களைக் கவனிக்கலானார். நீலமும், சாம்பல் நிறமும் கலந்த ஒரு கண் பூச்சை, இமைகளின் மேல் தடவிக் கொண்டார். இமைகளின் மேல் கருமை நிறத்தைப் பூசினார். அவருடைய பவுடர் பஞ்சை எடுக்கும்பொழுது, பவுடர் ஒரு மேகம் போல் பறந்தது. அதைத் தன் நெற்றியிலும், கன்னங்களிலும், மூக்கிலும், முகவாயிலும் தாராளமாக அப்பிக் கொண்டார். அவர் மிகவும் வெளுப்பாகத் தோன்றினார். அதனால் அவரைக் காணும் பொழுது, போருக்கு முன் லண்டனில், ஒரு ஓவியக்கூடத்தில் கண்ட முதலாம் எலிசபெத் ராணியின் உருவப் படம் என் நினைவிற்கு வந்தது. இறுதியாக ஒரு சிறிய கலத்திலிருந்து, இளஞ்சிவப்பு நிறப்பூச்சை மிகுந்த திறமையுடன், தன் கன்னங்களில்

இட்டுக் கொண்டார். நான் பேசுவதற்கு வாயைத் திறந்தேன். ஆனால் அவர் என்னை முந்திக் கொண்டார்.

'ஓ.. கடவுளே லெட்டி! என்னை யாரோ இரண்டாகக் கிழிப்பது போல் இருக்கிறது. நாம் இருவரும் நம் விருப்பத்திற்கு முன்பாக கடமையைத்தான் பிரதானமாக வரித்துக் கொள்ளவேண்டும் என்று உறுதியெடுத்துக் கொண்டிருக்கிறோம் அல்லவா?' என்றபடி, அவர் தன் மேசையிலிருந்து ஒரு கட்டுக் கடிதங்களை எடுத்துத் திருட்டுத் தனமாக ஒரு லஞ்சத்தைப் போல், அதை மட்டும் நான் வாங்கிக் கொண்டால், அனைத்தும் சரியாகிவிடும் என்பது போல் என்னிடம் நீட்டினார்.

'எனக்குத் தெரியும்' என்று கம்பீரமாக நான் கூறினேன்.

அவர் தோள் மேல் கைகளைப் போட்டு, நான் அவரைப் புரிந்து கொள்கிறேன் என்று கூற வேண்டும் போல் இருந்தது. ஆனால், சக்கரம் ஒரு முழுச்சுற்று சுற்றி வந்துவிட்டது. இப்பொழுது கருணை யுடன் இருப்பதோ, கடுமையாக இருப்பதோ என்னுடைய முறை.

'எட்வினா, இப்பொழுது இதைச் செய்வதற்கு என்னை மன்னி யுங்கள்' என்று பெட்டியிலிருந்து கடிதத்தை எடுத்தேன். 'உங்கள் பணியாளராக என்னை இந்தியாவிற்கு அழைத்து வந்ததற்கும், மற்ற எல்லாவற்றிற்கும், உங்களுக்கு நன்றி கூற விரும்புகிறேன். உங்களுடன் பணி புரிந்தது மிகப் பெரிய கௌரவம். என் மகன்கள், மற்ற அனைத் திற்குப் பிறகும்... சரி... நீங்கள் என் துயரத்தை உடைத்து வெளியே வர, என் வாழ்க்கையைத் தொடர ஒரு வாய்ப்புக் கொடுத்தீர்கள். அதற்காக உங்களுக்கும், டிக்கிக்கும், எப்பொழுதும் நன்றியுடைய வளாக இருப்பேன்' என்றேன்.

'இதெல்லாம் என்ன?' என்று கேட்டபடி என் கையிலிருந்து கடிதத்தை வாங்கினார். ஆனால் அதைப் பிரிப்பதற்கு எந்த முயற்சி யும் மேற்கொள்ளவில்லை.

'நான் நாளை உங்களுடன் திரும்பி வரப்போவதில்லை' என்றேன்.

நான் கூறியது அவர் காதில் விழாதது போல் என்னை வெறித்து நோக்கினார். பின் நம்ப மறுப்பவரைப் போல் தலையை ஆட்டினார்.

'நிச்சயம் நீ வருகிறாய். பைத்தியக்காரத்தனமாய் இருக்காதே! இது விளையாட்டென்றால், அந்த மனநிலை எனக்கு இப்பொழுது இல்லை' என்றார்.

'இல்லை. நிஜமாக இது உண்மைதான். இங்கு இந்தியாவில் எனக்கு ஒரு சிறிய வேலைக்கான வாய்ப்பு அளிக்கப்பட்டிருக்கிறது. அதை நான் ஒப்புக் கொள்ள முடிவு செய்துவிட்டேன்' என்றேன்.

'அது சரியான முடிவில்லை. உனக்கும் அது தெரியும். இருந்தாலும் உனக்கு ஹாங்காங்கில் ஒரு வேலை தயாராக உள்ளது. உண்மையில் லண்டனில் நிவாரணப் பணிகள் செய்வதற்கு என்னுடன் நீ இருப்பது தேவையென்றாலும், அந்த வேலை உனக்குக் கிடைப்பதற்காக, நான் எத்தனை முயற்சிகள் செய்திருக்கிறேன்.'

'நீங்கள் முயற்சி செய்தது எனக்குத் தெரியும். நான் அதற்காக நன்றிக்கடன் பட்டுள்ளேன். இருந்தாலும் இறுதி நேரத்தில்தான் இது நிகழ்ந்தது. சில நாட்களுக்கு முன்புதான், என்னை அவர்கள் அணுகினர். நேற்றிரவுதான் அந்த வேலையை ஒப்புக் கொள்ள நான் முடிவு செய்தேன். இதுதான் எனக்கு சிறந்த வழி' என்றேன்.

சென்ற குளிர்காலத்தின் பொழுது டிக்கியின் பிரான்ஸ் நாட்டு காதலி யோலா லெட்லியே, மென்மயிர் மேலங்கியால் தன்னைப் போர்த்திக் கொண்டு இங்கு வந்த பொழுது, எட்வினாவின் கண்கள் எப்படி குறுகினவோ, இறுகி அளவிடுவதாக ஆனதோ அதே போல் இப்போது ஆனது. மேலும் அவர் ஜவஹரைப் பற்றி மிகவும் உணர்ச்சிகரமாக இருந்து கொண்டிருக்கிறார். அவர் பொறாமைப் படுகிறார் என்பதை நான் உணர்ந்தேன். எங்கள் நட்பு, தொலைந்து போய்விடும் என்று நான் பயந்தேன்.

'ஓ, உனக்கு நல்லது!' என்றபடி, அழுக்கான காலணிகளை ஆய்வு செய்யும் ஒரு தலைமையாசிரியர் போல் என்னை மேலும் கீழும் பார்த்தார். அதே சமயம், என்னுடைய விதியைப் பற்றி மனதில் எண்ணிக் கொண்டிருந்தார்.

'அந்த மனிதனால்தானே! அதுதானே? ஜவஹரின் நண்பர். அவர் பெயரென்ன? மருத்துவர்... என்ன?' அவருக்கு நிச்சயம் ஹரியின் பெயர் தெரியும். எட்வினாவிற்குப் பெயரை ஞாபகம் வைத்துக் கொள்ளும் ஒரு திறன் இருந்தது. ஹரியை எட்வினா சந்தித்திருக்கிறார். பல நேரங்களில், அவருடன் நகைச்சுவையாகப் பேசியிருக்கிறார். 'இதனால் எந்த நன்மையும் நிகழப் போவதில்லை. நீ அவரோடு சேர்ந்துவிட்டால், உன்னை லண்டனில் எவரும் சேர்த்துக் கொள்ளமாட்டார்கள். அவர் குடும்பம் என்ன சொல்லுமோ? உன் நண்பர்கள் என்ன சொல்வார்களோ?' என்றார்.

தான் பலமாகத் தாக்கிவிட்டோம் என்பதையும், தான் ஜவஹருடன் கொண்டுள்ள உறவை மறந்து ஹரியுடனான என் உறவை கண்டிப்பதன் மூலம் தான் முரண்பட்டு நடந்துகொள்கிறோம், வெளிவேஷம் போடுகிறோம் என்பதையும் உணர்ந்தவராக தன் உதடுகளைக் கடித்துக் கொண்டார். இருந்தாலும் கோபத்தின் உச்சியில் அவர் இருந்தார். ஒரு கணம் தன் நாற்காலியில் இருந்து குதித்தெழுந்து, என்னை அறைந்து விடுவாரோ என்று கூட நான்

பயந்தேன். மிகுந்த களைப்பும், ஜவஹரின் மேல் அவருக்கு இருந்த உணர்வுகளும்தான், அவருடைய இந்தச் சிறுமைக்குக் காரணம் என்ற உண்மை புரிந்தும் கூட, அது என்னை எரிச்சலூட்டியது.

'நான் ஹரிக்காக இங்கு தங்கவில்லை' என்றேன். அவரிடம் உண்மையைச் சிறிது நேரம் கழித்துக் கூறலாம் என நினைத்திருந்தேன். இப்பொழுது நேராக, அது அவரைத் துன்புறுத்தினாலும் கூறி விடலாம் என்று முடிவு செய்தேன். 'இங்கு செயின்ட் ஜான்ஸ் ஆம்புலன்ஸிலும், செஞ்சிலுவைச் சங்கத்திலும், உங்கள் சேவையைப் பின் தொடர, ஒரு வேலை வாய்ப்பை அம்ரித் எனக்கு வழங்கியிருக்கிறார் என்று அவரைப் பெருமைப்படுத்தும் வார்த்தைகளைக் கூறினேன். ஆனால் அவை நான் நினைத்த அளவு அத்தனைச் சமாதானமாக இல்லை.

எட்வினா தன் வேலையிலும், ஜவஹரிலும், தன்னிலும் ஆழமாக மூழ்கியிருந்தபடியால், இதையெல்லாம் அவர் எதிர்பார்த்தே இருக்கவில்லை. அவர் முகம் ஏமாற்றத்தில் விழுந்ததைப் பயத்துடன் பார்த்துக் கொண்டிருந்தேன். மீண்டும் பேசுவதற்கு முன், அவர் பல முறை மென்று முழுங்க வேண்டியிருந்தது.

'ஓ! சரி.. சரி.. சரி. அப்படியென்றால் நீதான் அந்த குருட்டு அதிர்ஷ்டக்காரியா?' என்று கூறியபடி தன் எலிசபெத் ஆர்டன் உதட்டுப்பூச்சைப் பெரிய சிவப்புப் புள்ளிகளாய் தன் உதட்டிலிட்டு, தன் விரலால் அதைப் பரவவிட்டுக் கொண்டார். 'இந்த விஷயத்தை என்னிடம் கூறி, என் அபிப்ராயத்தைப் பெற்றுக் கொள்ளும் மரியாதையாவது உனக்கு இருந்திருக்கவேண்டும். உன்னிடம் இதை விட மேலாக எதிர்பார்த்தேன் லெட்டிசியா' என்றார். அவர் என்னை லெட்டி என்று அழைக்கவில்லை. கண்ணாடியில் என் உருவத்தைப் பார்த்துக் கோபத்தில் சீறினார்.

'எட்வினா இப்படி இருக்காதீர்கள். இந்த வேலையை நான் கேட்டுப் பெறவில்லை' என்றேன்.

'கேட்டுப் பெறவில்லையா? கேட்டுப் பெறவில்லையா?' என்று அடக்கமுடியாத கோபத்துடன் அவர் குரல் நடுங்கியது. 'நீ என் பின்னால், இதையெல்லாம் திட்டமிட்டிருக்கிறாய். இத்தனை நாள் எனக்குப் பின்னால், எனக்கு துரோகமிழைக்கத் திட்டமிட்டிருக்கிறாய்' என்று கூறித் தன்னை அமைதிப்படுத்திக் கொள்ள சில நொடிகள் எடுத்துக் கொண்டார். 'நீ ஹாங்காங்கிற்குச் செல்வதற்கு முன், லண்டனில் நீ என்னுடன் இருக்கவேண்டும் என்று நினைத்தேன். என் இந்திய ஆவணங்களை எல்லாம் வகைப்படுத்த உன்னைத்தான் நம்பிக் கொண்டிருந்தேன். இதுவரை உனக்கு நான் செய்த அனைத்திற்குப் பிறகும், நீ என்னை இப்படி நடத்துகிறாய்!' என்றார்.

நான் அதிர்ந்து போனேன். எட்வினா வருத்தப்படுவார் என்றும், பொறாமை கூடப் படுவார் என்றும் எனக்கும் தெரியும். ஆனால், இப்பொழுதுதான் நான் எத்தனைக் கோபத்தையும், துயரத்தையும் அவருக்கு அளித்திருக்கிறேன் என்பது எனக்குப் புரிந்தது. இந்தியா வில் எங்களுடைய முதல் மதியம் எனக்கு நினைவுக்கு வந்தது. குளியலறையைப் பூட்டிக் கொண்டு, அங்கு கோழிக்கறியைத் தின்று கொண்டிருந்தவரைச் சந்தித்தது ஞாபகத்தில் வந்தது. அன்று, ஒரு வைஸ்ரினாக இன்னல் நிறைந்த கடமையை அவர் ஆற்றும்போது என்னால் முடிந்த ஆதரவை அவருக்குத் தருவேன் என்று நான் என்னுள்ளே உறுதிமொழி எடுத்திருந்தேன். அது இப்படித்தானா எங்கள் இருவரிடையே முடிவுக்கு வரப்போகிறது?

'எட்வினா, நான் உங்களுக்கு துரோகம் இழைக்கவில்லை. நான் எப்பொழுதும் அவ்வாறு செய்யமாட்டேன். அம்ரித், சில நாட் களுக்கு முன்புதான் என்னிடம் வந்தார். இந்தக் கருத்தை அவர் சாதாரணமாகத்தான் என்னிடம் கூறினார். நான் அதைப் பற்றி யோசிக்கவேண்டும் என்று அவரிடம் கூறினேன். எனக்காக நீங்கள் சிறிது மகிழ்ச்சியாக இருக்கக் கூடாதா? என்னை அவர் இங்கேயே தங்கவேண்டுமென கூறியது உங்களுக்குத்தானே பெருமை?' என்றேன்.

அவர் மெதுவாக விறைப்பாக எழுந்து தன் பாவாடையை நீவிவிட்டுக் கொண்டார். தன் கழுத்துச் சங்கிலியை வேண்டுமென்றே நேரமெடுத்துச் சரி செய்து கொண்டார். தன் உதடுகளை இறுக்கிக் கொண்டு, ஜன்னலுக்கு அருகே இருந்த அலமாரிக்குச் சென்று, அங்கிருந்த பழுப்பு நிறக் கோப்பில் இருந்து சில தாள்களை வெளியே எடுத்தார்.

'இதை வாங்கிக் கொள். இவை அனைத்தையும் இன்று மாலை அம்ரித்திடம் நானே கொடுப்பதாக இருந்தேன். ஆனால் இறுதி முறையாக எனக்காக நீ இந்த வேலையைச் செய்' என்றபடி, ஏறக் குறைய அந்தக் கோப்பை என் மேல் தூக்கி எறிந்தார். அதைத் திறந்து பார்த்த பொழுது, அக்கோப்பில் செஞ்சிலுவைச் சங்கம், செயின்ட் ஜான்ஸ் ஆம்புலன்ஸ், மற்றும் அகதிகளின் நல்வாழ்விற்கான ஒருங் கிணைக்கப்பட்ட நிறுவனத்தின் செயற்குழுக் கூட்டங்களின் கூடுகை கள் பற்றிய குறிப்புகள், அறிக்கைகள், பட்டியல்கள் இவையனைத் தும் எட்வினாவின் கையெழுத்தில் காணப்பட்டன.

'இதில் உனக்குத் தேவைப்பட்ட வேலை இருக்கும். இனி நீ ஒரு பொழுதும், ஒரு பொழுதும்...' என்றபோது அவர் முகம் சிவப் பாக மாறியிருந்தது. கழுத்தில் கையை வைத்துக் கொண்டு, தன் செயின்ட் கிறிஸ்டோஃபர் பதக்கத்தை இறுக்கியபடி மூச்சுத் திணறி னார். 'என்னிடம் ஏதாவது வேண்டி இனி நீ வராதே!' என்றார்.

தன் தோள்களைப் பின்னால் நகர்த்தி, முழு உயரத்திற்கு தன்னை நிமிர்த்தி நின்றார். பகுத்தறிவோடு நடந்துகொள்ள அவர் போராடுவது எனக்குத் தெரிந்தது. அவரின் ஒருபகுதி நான் கூறியதைக் கேட்டு அது உண்மை என்பதை உணர்ந்திருக்கிறது. மற்றொரு பகுதியோ, என்னைச் சுக்குநூறாகக் கிழித்து நாய்களுக்கு உணவாக்க விரும்புகிறது. வரவேற்பு நிகழ்ச்சி ஒன்றில் வரிசையில் நிற்கும் ஒருவருக்கு கையை நீட்டுவது போல ஏளனத்துடன் தன் கையை நீட்டினார். கடைசி முறையாக நான் என் கால்களை மடித்து சிறிது குனிந்து அவர் கையைப் பற்றினேன்.

திரும்பி அங்கிருந்து செல்லத் துவங்கினேன். மீண்டும் செல்ல முடியாதபடி, என் பாதைகள் எரிந்து போய்விட்டன என்பது எனக்குத் தெரியும். அவருக்கு சில அறிவுரைகளும், உறுதிமொழியும் கூறவேண்டும் என்று எனக்குத் தோன்றியது.

‘எட்வினா, நாட்டை அடைந்ததும் நீங்கள் நன்கு ஓய்வெடுக்க வேண்டும். நீங்கள் அதிகமாக இங்கு உழைத்திருக்கிறீர்கள். இந்திய மக்களுக்கும், ஜவஹருக்கும், முக்கியமாக ஜவஹருக்கும் அது தெரியும். உண்மையில் நீங்கள் அவர்களால் விரும்பப்படுகிறீர்கள். நீங்கள் யாருக்கும் எதையும் நிரூபித்துக் காண்பிக்கத் தேவையில்லை’ என்றேன். இதை விட மேலும் கூற விரும்பினேன். ஆனால் எல்லாம் மிகவும் சிக்கலாகிப் போக வார்த்தைகளற்று நின்றேன்.

கடமையுணர்வு தவறாத நாயான மிஸ்ஸென் எழுந்து கதவு வரை என்னுடன் வந்தது. நான் குனிந்து அதன் தலையைத் தடவிக் கொடுத்து, ஒரு பாதிரியார் ஆசீர்வாதம் செய்வது போல், சிறிது நேரம் என் கையை அதன் தலையில் வைத்தேன். அந்நாய், தன் கவலை படிந்த பழுப்பு நிறக் கண்களால், இங்கு நடந்தவற்றைப் புரிந்து கொண்டது போல் நிமிர்ந்து என்னைப் பார்த்தது.

கதவை மூடும் பொழுது, எட்வினா வலியால் முகத்தைச் சுளிப்பதையும், தன் கையை தன் இடது இடுப்பில் வைத்துக் கொள்வதையும் பார்த்தேன். அவர் ஒரு துணியை எடுத்து, இறந்துகொண்டிருக்கும் நாய் பளிங்குத் தரையில் கழித்திருந்த இரத்தம் கலந்த சிறுநீரைத் துடைக்கும் பொழுது, ஒரு வயதான பெண்மணியைப் போல் தோன்றினார்.

அரசாங்க உணவறையில் பளிங்காலான தொங்கு விளக்குகளில் இருந்து வெளிச்சம் மென்மையான நீரூற்றைப் போல் சிதறிக் கொண்டிருந்தது. அது கடைசியாக ஓரிரவுக்கு மட்டும் விட்டு வைக்கப்பட்டிருந்த சில முந்தைய வைஸ்ராய்களின் முகத்திலும், பதக்கங்களிலும், மென்மயிர் மேலங்கியிலும், சிறு வானவில்களை ஏற்படுத்திக் கொண்டிருந்தது. நாளை இந்த கனவான்கள் அகற்றப் பட்டு, பாச்சை உருண்டை போடப்பட்டு, எஸ்டேட்டின் பின்பகுதி யில் இருக்கும் ஏதாவது இருட்டறைக்குள் தள்ளப்படுவார்கள் என்பதில் எனக்குச் சிறிது கூட சந்தேகமில்லை.

இது மிகவும் தேர்ந்தெடுக்கப்பட்ட ஒரு கூட்டம். டிக்கி, எட்வினா, ராஜாஜி, பிரதம மந்திரி மற்றும் அவருடைய அமைச்சர் கள், அவர்கள் குடும்பத்தைச் சேர்ந்த சிலர் மற்றும் மீதமிருந்த சில ஆங்கிலேயர்கள். இவர்களின் இறுதிப் பிரிவுபசார இரவு உணவில் கலந்து கொண்ட விருந்தினர்கள். என்னையும் அழைத்தது எனக்குப் பெருமை. நான் மேசையின் கடைசியில், புது பாதுகாப்பு அமைச்ச ரான பல்தேவ் சிங்கிற்கு அருகில் அமர்த்தப்பட்டேன். அவர் தன் இறுகியத் தலைப்பாகைக்குக் கீழ், வருத்தத்தோடு ஏதோ சிந்தித்துக் கொண்டிருந்தார். பாகிஸ்தானுடனான காஷ்மீரின் போரும், இன்னும் இந்தியாவுடன் சேராத ஹைதராபாத்தும், அவர் புருவங் களில் தீட்டப்பட்டிருந்தன. நாங்கள் அவருடைய குடும்பத்தைப் பற்றியும், மனைவி மற்றும் மகன்களைப் பற்றியும் உரையாடினோம். என் திட்டத்தைப் பற்றி, அவர் விசாரித்த பொழுது, நான் இங்கு தங்கப் போவதாகக் கூறினேன்.

'நல்லது' என்றார். காடு போலிருந்த அவருடைய தாடியின் பின்னால் அவருடைய உணர்ச்சிகள் மறைந்துவிட்டன. அவருடைய முகம், அவரது எதிரிலிருந்த பாத்திரத்தில் எதிரொலித்தது. 'எத்தனை உதவி கிடைக்கிறதோ, அத்தனையும் எமக்குத் தேவை' என பெருமூச்சு விட்டார். 'இதற்காக நாங்கள் நீண்ட நாட்கள் கடுமை யாகப் போராடியிருக்கிறோம். நாளை எங்கள் வீட்டிற்கு, நாங்களே எஜமானர்களாக ஆகிவிடுவோம். ஆனால் நீண்ட காலமாக நாங்கள்

எதிரணியாகத்தான் வந்திருக்கிறோம். இப்பொழுது எங்களுடைய சொந்தத் தவறுக்கானப் பொறுப்பை நாங்கள் ஏற்றுக் கொள்ள வேண்டும். அதற்கு நாங்கள் இன்னும் தயாராகவில்லை.

அறையில் உரையாடல்கள் அடக்கமாக நடைபெற்றது வினோத மாக இருந்தது. அவ்வப்போது எங்கோ சில மெல்லிய சிரிப்புச் சத்தம் கேட்டது. அனைவரின் கண்களும் மேசையின் நடுவே, அடுத்தடுத்து அமர்ந்திருந்த எட்வினா மற்றும் ஜவஹரின் மேல் இருந்தது.

இன்றிரவு, அவரின் கடைசி இரவில், எட்வினா மிகவும் அழகாகத் தோன்றினார். இந்திய வெய்யிலால் சிறிது பழுப்பேறிய அவருடைய தோல் அவர் அணிந்திருந்த வெள்ளை நிறப் பட்டு உடைக்கு மாறாகப் பளபளத்துக் கொண்டிருந்தது. அவர் கண்ணைப் பறிக்கும் வைரங்களும், மரகதங்களும் பதித்த நெக்லெஸ் ஒன்றை அணிந்திருந்தார். இருப்பினும் அவரும், ஜவஹரும் மிகவும் வருத்தத்துடன் இருந்தனர். கண்களைத் தாழ்த்தியபடி, தட்டில் இருந்த உணவை உண்ணாமல் அளைந்து கொண்டிருந்தனர். எட்வினா, தன் இடது கையையும், ஜவஹர் தன் வலது கையையும் உபயோகித்தனர். அப்படியென்றால் மற்றைய கையால் ஒருவரை யொருவர் பற்றிக் கொண்டிருந்தார்களா? எட்வினா என்னவொரு திறமையான நடிகை? மனதில் இருள் சூழ்ந்து கவலை நிறைந்திருந் தாலும், அழகான வசீகரிக்கும் ஒரு தோற்றத்தை அவரால் வெளியே காண்பிக்க முடியும். இருப்பினும் அவர் என்ன முயன்றாலும், இன்று மாலை அந்தத் தோற்றம் உடைந்துவிட்டது. அதை எங்கள் அனைவ ராலும் காணமுடிந்தது.

பரிசாரகர்கள், முக்கிய உணவு முடிந்ததும் தட்டுகளை அகற் றினர். இன்றிரவுதான் எனக்கும் கடைசி இரவு என்று அதிர்ச்சியுடன் நானும் உணர்ந்தேன். அரசாங்க இல்லத்தில் என் கடைசி உணவு. நாளை நான் தனியாக என் முடிவின் காரணமாக, இம்பீரியல் விடுதி யில் உறங்குவேன். ஆவலுடன் கூரையில் இருந்து தொங்கிக் கொண்டிருக்கும், பெரிய இந்திய மூவர்ணக் கொடியை நோக்கினேன். காவி, பச்சை மற்றும் வெள்ளையில் இருந்தது. இந்தியத் தேசியக் காங்கிரஸ் கட்சிக் கொடியின் நடுவிலிருந்த ராட்டை மாற்றப்பட்டு அதற்குப் பதில் 24 கோல்களைக் கொண்ட அசோகச் சக்கரம் காணப்பட்டது. இந்த அறையில்தான் நானும் ஹரியும் முதன் முதலில் சந்தித்தோம். அந்தக் கொடியின் நடுவிலிருந்து, சிரித்தபடியே அவர் என்னை நோக்கி நடந்து வருவது போல் கற்பனை செய்தேன். அவர் சிரித்துக் கொண்டிருந்தாரா அல்லது முகத்தைச் சுருக்கிக் கொண்டிருந்தாரா என்பது எனக்கு நினைவில்லை. என்னவொரு கனவான்? மிகுந்த சக்தியுடையவர். பெரிய மனிதர். அவர் நினைப் பில் நான் நெகிழ்ந்து போனேன்.

'சீமாட்டி வாலஸ் நீங்கள் சாப்பிடவில்லையா?' என்று கேட்ட படி பல்தேவ் சிங் தன் கரண்டியைப் பால்புட்டிங்கை நோக்கிக் காட்டினார். அதன் மேல் அரைத்த பிஸ்தா பருப்புகள் தூவப்பட்டி ருந்தன. சிறிய மாம்பழத் துண்டுகள், சூரியக் கதிர்களைப் போல் அவற்றின் மேலிருந்தன. உண்மை என்னவென்றால், என் வயிற்றின் ஆழத்தில் கலக்கமாய் இருந்தது. நான் இங்கு தங்கப் போகிறேன் என்று கூறினால் ஹரி என்ன கூறுவார்? மெதுவாக என் கரண்டியை எடுத்து உண்ண முயற்சி செய்தேன். பல்தேவ், தான் பஞ்சாப்பில் வளர்ந்தது பற்றியும், தன் குடும்பத்துக் குதிரைகள் பற்றியும் பேசினார். நான் என் சிறு வயதில், பெம்ப்ரோஷையரில் என் பாட்டனாருட னும், பாட்டியுடனும் விடுமுறை நாட்களைக் கழித்ததைக் கூறினேன். நீண்ட பொழுதுக்குப் பிறகு, உரைகளுக்கான நேரம் வந்தது. கைகுட்டைகள் படபடத்தன. நாற்காலிகள் பின் தள்ளப்பட்டன. அடுத்த கவர்னர் ஜெனரலாகப் போகும் ராஜாஜி எழுந்து நின்றார். அவர் மென்மையாக, கருணையாகச் சாதாரணமாக, ஒரு குடும்பச் சந்திப்பின் பொழுது ஒரு பாட்டனார் பேசுவதைப் போல பேசினார். அவர் டிக்கிக்கும், எட்வினாவிற்கும், அவர்களின் சேவைக்கு நன்றி கூறினார். வருங்கால மக்களுக்கும், இந்நிகழ்ச்சிகளுக்கு வெளியே நின்று கொண்டிருப்பவர்களுக்கும், இந்த அறையிலுள்ள மக்கள் எதைப் பிரதிநிதிப்படுத்துகிறார்கள் என்பது புரியப் போவதில்லை என்று திடீரென எனக்குத் தோன்றியது. இங்குக் குழுமியிக்கும் அருமையான குழு, சில நாட்களுக்கு முன்பு வரை ஒருவர் மேல் ஒருவர் பரஸ்பர வெறுப்புடன் இருந்தவர்கள். இருந்தாலும் எப்படியோ கொடுமையான கஷ்ட காலத்தினாலும், துயராலும், அனைத்துக்கும் மேலாக மாபெரும் கொள்கையின் மேல் அவர்கள் கொண்டிருந்த நம்பிக்கையாலும், நண்பர்களாக மாறிவிட்டிருந்தனர்.

அடுத்து டிக்கியின் முறை. அவர் ராஜாஜியைப் போலவே மகாத்மாவிற்கும், நேருவிற்கும் புகழாரம் சூட்டிப் பதிலளித்தார். விறைப்பாகவும் வெட்கத்துடனும் நேரு பேச எழும்பொழுது, அங்கிருந்த அனைவரும் மிகவும் உணர்ச்சிவசப்பட்டிருந்தனர். முதலில் தன் உரையை அவர் டிக்கியை நோக்கி நிகழ்த்தினார். ஏனெனில் 1947ஆம் ஆண்டின் வசந்த காலத்தில், புது வைஸ்ராய் நேர்கொண்ட சூழலின் கனத்தையும் சிக்கலையும் அறிந்த சிலரில் நேருவும் ஒருவர். அவர், நான் உள்பட பலருக்கும் தனித்தனியே நன்றி கூறினார். அதன் பின், தன் குறிப்புகளைக் கீழே வைத்துவிட்டு, எட்வினாவைப் பார்த்தார்.

'கடவுளோ அல்லது ஏதோ ஒரு நல்தேவதையோ உங்களுக்கு அழகையும், உயர்ந்த அறிவையும், நளினத்தையும், வசீகரத்தையும்,

சுறுசுறுப்பையும் பெரும் பரிசாகக் கொடுத்திருக்கிறது. அவை அனைத்தையும் வைத்திருக்கும் இவர் எங்கு சென்றாலும் பெரும் சீமாட்டியாகத் திகழ்வார். யாரிடம் அதிகம் உள்ளதோ அவர்களுக்கு மேலும் அதிகம் தரப்படும். அத்தேவதைகள் உங்களுக்கு இப்பரிசு களைவிட மிக உயர்ந்த ஒன்றைக் கொடுத்திருக்கின்றன. அதுதான் மனித நேயம். துன்பப்படுபவர்களுக்கு உதவும் உள்ளுணர்வு. இந்த குணங்களின் கலவை, ஒரு பிரகாசமான ஆளுமையாகவும், தொட்டாலே குணமாகிவிடும் அபூர்வசக்தியாகவும் ஆகிவிடுகிறது.'

அவர் சிறிது தயங்கி தன் முகவாயைக் கைகளால் தேய்த்துக் கொண்டார். முதலில் எட்வினாவை நோக்கிவிட்டு, பின் தன் கால் களைப் பார்த்துக் கொண்டார்.

'நீங்கள் எங்கெல்லாம் சென்றீர்களோ அங்கெல்லாம் அமை தியைக் கொண்டு சென்றீர்கள். நம்பிக்கையையும் ஊக்கத்தையும் அழைத்துச் சென்றீர்கள். இந்தியாவின் மக்கள் உங்களை நேசித்து அவர்களில் ஒருவராக உங்களை நினைத்ததால் உங்கள் பிரிவால் வருந்துகிறார்கள் என்பதில் ஆச்சரியமே இல்லை. ஆயிரக்கணக் கானோர் உங்களைப் பல முகாம்களிலும், மருத்துவமனைகளிலும், வேறு பல இடங்களிலும் நேரடியாகக் கண்டிருக்கின்றனர். ஆயிரக் கணக்கானோர் நீங்கள் சென்று விட்டீர்கள் என்ற செய்தி கேட்டதும் வருந்துவார்கள்' என்றார்.

யாராலும் அசையக் கூட முடியவில்லை. வெளியே இசைக்குழு கச்சேரிக்காகச் சுருதி சேர்த்துக் கொண்டிருந்தது. எக்காளம், 'ஓல்ட் லாங் சைன்' என்ற பாட்டின் சில வரிகளை இசைத்துப் பார்த்தது. ஜவஹர் இறுதியாகத் தன் உணர்ச்சிகளைக் கட்டுப்படுத்த முடியாமல் திரும்பி அறையை விட்டுச் சென்றுவிட்டார். எட்வினா அழத் தொடங்கினார்.

எத்தனை சீக்கிரம் முடியுமோ அத்தனை சீக்கிரம் மாடிக்குச் சென்றுவிட்டேன். கண்களைத் துடைத்துக் கொண்டு, இரவுக்காற்றை நன்கு சுவாசித்தேன். ஆனால் என் மனம் தெளிவாக, அந்தச் சூடான காற்று உதவவில்லை. விரக்தியுடன் என் கண்களை உயர்த்தி, நட்சத்திரங்களைப் பார்த்தேன். அவை எனக்கு ஏதாவது ஒரு அறி குறியைத் தராதா என்று ஏங்கினேன். ஆனால் எதற்கு என்பது எனக்கே தெரியவில்லை. விளையாட்டு வீரர்கள் நெருப்பில் விளையாடினார்கள். இசைக்குழு, இந்திய நாடோடி பாடல் ஒன்றை வாசித்தது. அதன் பெயரைத் தெரிந்து கொள்ளவேண்டுமென்று நினைத்தேன். மனிதர்கள் பளபளப்பாக, சிறு நட்சத்திரக் கூட்டங் களைப் போல், ஒருவரைஒருவர் சுற்றி வந்தனர். பரிசாரகர்களும், கையில் பானமும் திண்பண்டங்களையும் தட்டில் ஏந்திக் கொண்டு

சுற்றி வந்தனர். அவர்கள் வரிகள் போட்ட உடைகளுக்குப் பின், தங்களின் ஒரு கையைப் பின்னால் வைத்துக் கொண்டு பார்ப்பதற்கு அழகாகத் தோற்றமளித்தனர்.

ஒரு கூட்டத்தில் ஹரியைக் கண்டுபிடிப்பது அத்தனை கடினம் இல்லை. சாதாரணமனிதர்களை விட ஒரு படி உயரமாகத் தோற்ற மளித்த அவர், தான் எங்கு காத்துக்கொண்டிருப்பேன் என்று உறுதி யளித்தாரோ, அதே போல் சரியாக முதல் நீரூற்றின் இடது பக்க இருக்கையில் காத்துக் கொண்டிருந்தார். அவர் எப்பொழுதும் போல் மேற்கத்திய உடை அணிந்திருக்கவில்லை. அதற்குப் பதில், வெள்ளை நிற இந்திய பைஜாமாவும் குர்தாவும் அணிந்து, அதன் மேல் ஊதா நிற மேல்சட்டையை அணிந்து கொண்டிருந்தார். அது ஒரு வாத்தின் பின்புறத்தைப் போல், அங்கிருந்த விளக்குகளில் பளபளத்தது. அவருடைய உதடுகளின் அசைவில் இருந்தும், தலையசைப்பில் இருந்தும் அவர் ஹிந்துஸ்தானியில் பேசுகிறார் என்பது எனக்குப் புரிந்தது. நானும் சில பாடங்கள் கற்றிருந்தாலும், இம்மொழியில் எனது அறிவு வேகமாக வளர்ந்து விட்டிருந்தாலும், என்னால் சாதாரண ஆரம்ப நிலை உரையாடலை மட்டுமே மேற்கொள்ள முடிந்தது. உண்மை என்னவென்றால் எனக்குப் பயமாக இருந்தது. என் தலை மதுவினாலும், அச்சத்தாலும் சுழன்று கொண்டிருந்தது. என்னைப் பார்த்ததும் ஹரி பிறர் அறியாமல் தலையசைத்து, தன் உரையாடலை முடித்துக் கொண்டார். எங்களுக்கு இடையே இரண்டடி தூரமே இருந்தது. அவருடைய அடர்த்தியான கருத்த புருவங்கள், அவரைப் பிறர் பயப்படும்படியான தோற்றத்தைக் கொடுத்தது. நான் நின்றேன். ஆனால் கடைசி நிமிடத்தில் அவர் புன்னகைத்தார். அவர் அருகில் செல்ல எனக்குத் தைரியம் வந்தது. மக்கள் எங்களைக் கவனித்துக் கொண்டிருந்தனர். நண்பர்களும், தெரிந்தவர்களும், பல இடங்களில் என்னுடன் பணி புரிந்தவர்கள், எங்களை நோக்கி நகர்ந்து வந்து கொண்டிருந்தனர். நிச்சயம் என்னை வழியனுப்பத்தான் அவர்கள் வந்து கொண்டிருக்கவேண்டும்.

'உன்னுடன் பேசவேண்டும்' என்று ஹரி மெதுவாக முணு முணுத்தார். உறுதியாக என் முழங்கையைப் பற்றி, அந்தக் கூட்டத் தில் இருந்து விலக்கி அழைத்துச் சென்றார்.

அமைதியாக வெளிச்சத்தில் இருந்து தூரத்தே இருக்கும் ரோஜாத் தோட்டத்திற்கு நாங்கள் சென்றோம். அது மிக அமைதி யாக இருந்தது. இசையும், உரையாடலும், சிவப்பு நிறக்கற்களால் அமைக்கப்பட்டிருந்த சுவரால் தடுக்கப்பட்டிருந்தன. ஒருவரை ஒருவர் தொட்டுக் கொள்ளாமல், நாங்கள் மல்லிகையும் திராட்சை யும் படர்ந்திருந்த வேலிக்கு அருகே அமர்ந்தோம். அந்த அமைதியில், எங்கள் இருவருக்கும் இடையே இருந்த அழுத்தம் தாங்க முடியாத

தாக இருந்தது. இருவருக்கும் சொல்வதற்கு ஏதோ இருந்தது. அதே சமயம், ஒருவர் சொல்லப் போவது அடுத்தவர் கேட்க விரும்புவதாக இருக்கப் போகிறதா என்று என்னையே கேட்டுக் கொண்டேன். ஹரியின் மேல் எனக்குக் காதல் என்பது எனக்குத் தெரியும். அந்த உணர்ச்சியினால் கவரப்பட்டிருந்தாலும், பயந்து போயிருந்தாலும், அதே உணர்வு எனக்கு ஆறுதலையும் பாதுகாப்பையும் அளித்தது. குழப்பத்தில் நான் இன்னும் எதுவும் கூறவில்லை. இந்த அமைதியை எவ்வாறு உடைத்து அழுத்தத்தைக் குறைப்பது என்று வியந்தேன். நல்ல வேளையாக ஹரி அந்தக் காரியத்தைச் செய்தார். தன் தொண்டையைக் கனைத்துக் கொண்டு, வார்த்தைகளில் தயக்கத்தோடு பேசலானார்.

'இது முடியாதென்று எனக்குத் தெரியும். ஒருவேளை இது சரியானதாகக் கூட இல்லாமலிருக்கலாம். இந்தியா ஒரு கஷ்டமான இடம். இங்கிருப்பது எளிதான விஷயமில்லை. ஆம், சிலர் தங்கள் மூக்கை நுழைத்து இப்படியெல்லாம் செய்யக்கூடாது எனக் கூறலாம்...' என்று அவர் தன் கைகளை முறுக்கிக் கொண்டு என்னைப் பார்த்தார். பின் வேறெங்கோ பார்த்தார். என் கைகளை தன் கைகளுக்குள் எடுத்துக் கொண்டார். பின் விடுவித்தார்.

அங்கிருந்த பாதி வெளிச்சத்தில், நிழலில் அவருடைய முகத்தைக் காண முயன்றேன். ஆனால் எதற்காக அவ்வாறு காணவேண்டும்? நான் நூறு முறை இருட்டில், என் விரல்களால் அதைத் தடவிப் பார்த்திருக்கிறேன். மேல் உதட்டைவிடத் தடிமனாய், அவர் கவலையில் இருக்கும் பொழுது, ஏறக்குறைய தொங்கிக் கொண்டிருக்கும் கீழ் உதடுகளையும், அவர் சிரிக்கும் பொழுது அவர் முகவாயில் தோன்றும் அந்தச் சிறிய குழியையும், பலமுறை தடவிப் பார்த்திருக்கிறேன்.

அந்த நொடியில் எனக்கிருந்த அதே சந்தேகத்தினால்தான் அவரும் பீடிக்கப்பட்டிருக்கிறார் என்பதை நான் புரிந்து கொண்டேன். 'இறுதியாக உங்களிடம் ஒன்று கூறவேண்டும்' என்று கூறினேன்.

'அதை விடு பிப்பி. என்னைத் திருமணம் செய்து கொள்கிறாயா?' என்று கேட்டார்.

என்னால் மூச்சு விட முடியவில்லை. என்னால் பேச முடியவில்லை. ஆனால் என் தேடும் கரங்கள் அவர் முகத்தை அடைந்தவுடன், வார்த்தைகள் என் வாயிலிருந்து வெடித்துச் சிதறின.

'ஆம், ஆம், ஹரி. நிச்சயம் செய்து கொள்கிறேன்.'

'கடவுளே! உண்மையாகவா?'

'ஆம்' என்றேன்.

அவர் என்னைத் தன்னோடு இழுத்து, தன் முகத்தை என் முடியில் புதைத்துக் கொண்டார். தொடர்ந்து மூச்சை இழுத்து விடுகையில், என் மணத்தை அனுபவித்தார்.

'நான் மிகவும் அச்சத்துடன் இருந்தேன். நீ மாட்டேன் என்று சொல்லி விடுவாயோ? நான் மீண்டும் தனியனாகி விடுவேனோ என்று. நீண்ட வருடங்கள், மிக மிக நீண்ட வருடங்கள்... திடீரென்று ஒருநாள் காலை வைஸ்ராய் இல்லத்தில் மகாராஜாவைத் தேடிக் கொண்டு நீ வந்தாய்.'

நான் சிரித்தேன்.

'நான் வாழ்நாள் முழுவதும், உன்னைக் கண்டுபிடிக்கக் காத்தி ருந்தேன். இப்பொழுது உன்னை இழந்துவிட என்னால் முடியாது என்றபடி என் உச்சந்தலையில் முத்தமிட்டார். பின்னர் என் கண் களிலும், மூக்கிலும், கன்னத்திலும், வாயிலும் முத்தமிட்டார்.

'நான் நிச்சயமாக ஒரு முட்டாள். இத்தனை மாதங்கள் ஊசலாடிக் கொண்டே இருந்தேன். முடிவில் சப்னா தான், "தயவு செய்து இப்படிக் காதல் கொண்ட யானை போல் அலையாதீர்கள். அவரிடம் சென்று கேளுங்கள்" என்று என்னைத் தள்ளிவிட்டாள்' என்றார். 'உனக்கு வேண்டுமானால் நாம் லண்டனில் கூட சில காலம் வசிக்கலாம். இப்பொழுதெல்லாம் விமானம் இருப்பதால் சென்று வருவது சுலபமாகிவிட்டது. உனக்கு என்ன வேண்டுமோ அது' என்றார்.

வார்த்தைகள் இப்பொழுது சுலபமாக வந்தன. வேகமாகவும் அழுத்தமாகவும் வந்தன. ஹரி தன் ஆசைகளையும் திட்டங்களையும் எங்கள் வருங்காலத்திற்காக விவரிக்கும் பொழுது, மிக வேகமாக வந்து விழுந்தன.

'ஓ, ஹரி. உண்மையில் நான் தில்லியில் தான் இருக்கப் போகிறேன். அம்ரித் எனக்கு ஒரு வேலை வாய்ப்பை அளித்திருக் கிறார். அந்த வேலை கடைசி வரை இருக்கும் என்று எதிர்பார்க்க முடியாதுதான். இருந்தாலும் அது ஒரு ஆரம்பம்' என்றேன்.

அவர் என்னை அருகில் இழுத்தார். இழுத்து அழுத்தமாக அணைத்துக் கொண்டார். 'இனி நான் உன்னைப் போகவே விட மாட்டேன்' என்றார்.

'நான் இந்தியாவில் வசிக்க வேண்டுமானால், நீங்கள் பூக்களின் பெயர்களையும், மரங்களின் பெயர்களையும் எனக்குக் கற்றுத்தர வேண்டும்' என்றேன்.

'செய்தால் போயிற்று' என்று சிரித்தபடி கூறினார்.

‘எத்தனை சுலபமாக இருக்கிறது’ என்று நான் முணு முணுத்தேன்.

‘அப்படித்தான் உயிரே, அப்படித்தான்’ என்றார்.

கைகளைப் பற்றிக் கொண்டு, நாங்கள் வீட்டை, இசையை, வெளிச்சத்தை நோக்கி நடந்து, படிகளில் ஏறினோம். இசைக்குழு, கிளென் மில்லரின் “இன் தி மூட்” என்ற பாட்டை வாசித்துக் கொண்டிருந்தது. ஹரி தன் நெஞ்சை நிமிர்த்திக் கொண்டார்.

‘இப்பொழுது நான் அனைவரிடமும் கூறப் போகிறேன். உன்னைப் பற்றிப் பெருமையடித்துக் கொள்ள வேண்டும் போல் இருக்கிறது’ என்றார். நான் எட்வினாவையும், ஜவஹரையும், அவர் களுடைய துக்கத்தையும் எண்ணிக்கொண்டேன். ஆனால் என்னால் ஹரியை நிறுத்த முடியவில்லை. அகன்ற சிரிப்போடு, கண்கள் ஒளி சிந்த அவருடைய கைகள் என் முதுகின் கீழில் இருந்து தோளுக்கும், பின் முதுகின் கீழுக்கும் அலைந்தது. அவர் கட்டுக்கடங்காமல் மகிழ்ச்சி பொங்க, சக்தி மிகுந்த ஒரு இளைஞனாய் மாறிப் போனார். அதிர்ச்சியுடன் நான்தான் அதற்குக் காரணம் என்பதை உணர்ந்து கொண்டேன். அவர் அதை எனக்கும் திருப்பித் தந்திருக்கிறார். மிகவும் வினோதமாக இருந்தது. அடக்க முடியாமல் இருந்தது. நீண்ட நாட்களாக மறந்து போன, நான் மிகவும் பயந்திருந்த, மூழ்கப் பிடிவாதமாய் மறுத்த உணர்வுகள், இப்பொழுது வெள்ளமெனப் பொங்கின. மகிழ்ச்சி. அவர் சன்னி சிங்கிடமும், செர்ரியிடமும் முதலில் கூறினார். செர்ரி, ஒரு நடனமாடினார். அதன் பின் கை குலுக்கல்கள், அணைப்புகள், முத்தங்கள், நகைச்சுவைகள், வாழ்த்து கள் மற்றும் கொண்டாட்டங்கள் என்ற சுழலில் நான் அகப்பட்டுக் கொண்டேன்.

நடு இரவில் இசைக்குழு “அபைட் வித் மீ” என்ற பாடலை வாசித்தது. அது காந்தியின் விருப்பமான பாடலென்பதால் அனைவரும் அவர் நினைவில் மௌனமானோம். மூன்று மணிக்குப் பிறகு, என் அறைக்குச் சென்று, இம்பீரியல் விடுதிக்கு நான் எடுத்துச் செல்லத் தயாராக வைத்திருந்த பைகளை எடுத்துக் கொள்ளச் சென்றோம். ஆனால் ஹரி அதைக் காதில் போட்டுக் கொள்ளவே இல்லை. தன்னுடன் வீட்டிற்கு வருமாறு வற்புறுத்தினார்.

‘இத்தனைதானா?’ என்று என் பெட்டியையும், கைப்பெட்டி யையும், சிறிய பையையும் பார்த்துக் கேட்டார்.

நான் தலையை ஆட்டினேன். ‘ஒரு வருடம் இந்தியாவில் இருந்த தற்கு, குறைவாகத்தான் இருக்கிறது அல்லவா?’ என்றேன்.

'இருப்பினும் உனக்கு நான் இருக்கிறேன். அது ஒரு போனஸ் அல்லவா?' என்றார்.

இறுதிமுறையாக என் அறையின் கதவை மூடினேன். ஜமுரத்கான் மிகக் கஷ்டமான காலங்களில், தான் படுத்துக் கொள்வதாகக் கூறிய சிறிய இடம், இப்பொழுது காலியாகவும் தூசி படிந்தும் இருந்தது.

'என் பணியாளருக்கும், அவர் குடும்பத்திற்கும் ஏதாவது செய்யவேண்டும்' என்றேன். 'அரசாங்க விடுதியில் பணியாளர்களை வீட்டுக்கு அனுப்பிவிடுவார்கள். அவர் ஒரு இஸ்லாமியர். வயதானவர் கூட' என்றேன்.

ஹரி மென்மையாக என் கைகளைத் தொட்டார்.

'நிச்சயமாக. அதைப் பற்றி இப்பொழுது கவலைப்பட வேண்டாம்' என்றார்.

அரசாங்க இல்லத்தை விட்டு நாங்கள் செல்லும் பொழுது, நான் எட்வினாவின் அறையை நிமிர்ந்து பார்த்தேன். விளக்குகள் இன்னும் எரிந்து கொண்டிருந்தன. இப்பொழுது ஜவஹர் அவருடன் இருப்பாரா என்று எண்ணினேன். கடமையினாலும், விதியினாலும் கட்டுண்ட அவ்விருவரை எண்ணி என் மனம் கலங்கியது.

யார்க் சாலையில், நாங்கள் இருவரும் களைத்துப் போய்ப் பெரிய இரட்டைக் கட்டிலில் விழுந்தோம். கட்டையைப் போல் சில மணிகள் உறங்கினோம். விடிவதற்கு முன் எழுந்து குளித்து, உடையணிந்து வேகமாக காலையுணவு உண்டு, பின் பாலத்திற்கு விரைந்தோம். விமான நிலையத்தைச் சுற்றியிருந்த நிலம் தரிசாகப் பாலைவனத்தைப் போலிருந்தது. சூரியன் ஏற்கனவே அதிக வெப்பத்துடன் எரிந்து கொண்டிருந்தது. சிறு காற்று வீசி, புழுதியைக் கிளப்பியது. அணிவகுப்பும், அதைப் பார்வையிடுவதும், 21 துப்பாக்கிகளின் வணக்கமும், உரைகளும், விருந்துகளும் இனி கிடையாது. இச்சோக நிகழ்வில் முக்கியமான வீரர்கள் மட்டுமே பாக்கியிருந்தனர். சதுரங்க விளையாட்டில், இறுதி நகர்விற்காகத் தயாராகக் காத்துக் கொண்டிருக்கும் சதுரங்க வீரர்களைப் போல நின்று கொண்டிருந்தனர். ஹரியும், நானும் அந்த வரிசையில் இணைந்து கொண்டோம். எட்வினாவின் செயலாளராக நீண்ட நாள் அவதிப்பட்டுக்கொண்டிருக்கும் முரியலுக்கு பிரியாவிடை அளித்தேன். நாங்கள் இருவரும் மிகவும் நட்புடன் இருந்ததில்லை.

இருந்தாலும் எப்படியோ பொறுத்துக் கொண்டிருந்தோம். நாங்கள் ஒருவரை ஒருவர் கன்னங்களில் முத்தமிட்டுக் கொண்டோம். அவர் அடுத்த முறை நான் லண்டனில் இருக்கும் பொழுது, அவளுடன் தேநீர் அருந்த அழைப்பு விடுத்தாள். டிக்கி, எட்வினா மற்றும் பமீலா மெதுவாக வரிசையில் கை குலுக்கியபடி நடந்து வந்து கொண்டிருந்தனர். புகைப்படக்காரர்கள், அந்தரங்கக் கணங்களுக்காகக் காத்துக் கொண்டிருந்தனர். ஜவஹர், ஒரு தந்தையைப் போல் தன் கையைப் பமீலாவின் தோளில் சுற்றி இட்டு அவளை அணைத்துக் கொண்டார். எட்வினா ராஜாஜியை அணைத்துக்கொண்டிருந்தார். ஜவஹர் எட்வினாவின் கையை உயர்த்தி முத்தமிட்டார். ஆனால் டிக்கியும் எட்வினாவும் படிகளில் ஏறும்பொழுதே, ஊடகங்கள் நகரத் தொடங்கிவிட்டன. இந்தக்கதை பழங்கதை ஆகிவிட்டது. அவர்கள் தில்லிக்குச் சென்று ராஜாஜியின் பதவிப் பிரமாண நிகழ்ச்சியில் நல்ல இடம் கிடைப்பதற்காக விரைந்தனர். விமானத்தின் இன்ஜின் கள் உறுமத் தொடங்கின. கடைசி நிமிடத்தில், படிகளை நகர்த்தத் தொடங்கிய நேரத்தில், முரியல் விமானத்தின் கதவருகே தோன்றினார். அவசரமாக அவர் என் பெயரை உரக்கக் கூறி என்னை அழைத்தார். பந்தலின் கீழ் நான் ஓடி, படிகளில் ஏறிய பொழுது, காற்று என் பாவாடையைச் சுழற்றியது. நான் மேலே நான்கு அடி சென்றேன். அவள் கீழே இரண்டு அடி வந்தாள். என் கையில் வெதுவெதுப்பாக, சிறியதாக இருந்த ஏதோ ஒன்றைத் திணித்தாள்.

'இது சீமாட்டி லூயிஸிடமிருந்து பண்டிட்ஜிக்கானது' என்றாள்.

தங்கள் கண்களை கைகளால் மறைத்தபடி, நான் திரும்பி வந்து மெதுவாக ஜவஹரிடம் பேசுவதை அனைவரும் கவனித்தனர்.

'நீ போகவில்லையா பிப்பி' என்று ஜவஹர் கேட்டார்.

நான் தலையை ஆட்டினேன். இச்சமயம் அவரிடம் அனைத்து விவரங்களையும் கூறவேண்டாம் என நினைத்தேன்.

'எட்வினா இதை உங்களுக்காகக் கொடுத்திருக்கிறார்' என்றேன். விமானத்தில் தன் இருக்கையில் அமர்ந்து, கண்ணீர் பெருகியபடி அவருக்கு மிக விருப்பமான, நதியின் மேல் ஒரு குழந்தையைத் தூக்கிச் செல்லும், செயின்ட் கிறிஸ்டோஃபர் பதக்கம் இருந்த சங்கி லியைக் கழற்றுவதை என்னால் கற்பனை செய்து பார்க்க முடிந்தது.

எத்தனை இரகசியமாக என்னால் தர இயலுமா, அத்தனை இரகசியமாக அவரின் விரிந்த கைகளில் அந்தச் சிறிய தங்கச் சங்கிலியை வைத்தேன்.

அவர் கோணலாகச் சிரித்தார். 'இதை நான் அணிந்து கொள்ள வேண்டும் என அவர் எதிர்பார்க்க மாட்டார்தானே?' என்று கேட்டார்.

'இதை நீங்கள் வைத்திருக்க வேண்டும் என அவர் விரும்புகிறார். இது அவரது தந்தைக்குச் சொந்தமானது' என்றேன்.

டகோடா விமானம் பாதையில் மெதுவாக ஓடத் தொடங்கியது. மக்கள் திரும்பி நடக்க ஆரம்பித்தனர். ஆனால் ஜவஹர் நகரவே இல்லை. அதனால் மற்றவர்களும் நிற்க வேண்டியதாயிற்று. அவர்கள் அமைதியற்று நின்றனர். ஜவஹர் அசையவே இல்லை. இன்ஜின்கள் கர்ஜித்தன. இந்தியாவின் கடைசி வைஸ்ராயையும், வைஸ்ரினையும் ஏந்திக் கொண்டு, அந்த விமானம் வானத்தில் ஏறியது. ஜவஹர் தன் கையை உயர்த்தி ஆட்டினார். அந்த விமானம் மேற்கு திசை நோக்கிச் சுற்றி காலை நேரத்தைத் துரத்தத் தொடங்க ஆரம்பித்தபின்பும் கூட ஜவஹர் தன் கைகளை ஆட்டிக் கொண்டே இருந்தார்.

பகுதி V

சாமந்திப் பூக்கள்

புது தில்லி
22 பிப்ரவரி 1960

‘அதோ’ என்று தன் பருத்த ஆட்காட்டி விரலால் வரவேற்பறையின் மையத்தைச் சுட்டியவாறு இந்தியில் அச்சிறுவன் பதிலளித்தான். அவனிடம் நான் எங்கு இருக்கிறேன் என்று கேட்டவர், அதே மொழியில்தான் கேட்டிருக்கவேண்டும். வாசிக்கும் கண்ணாடியைக் கழட்டிவிட்டு கண்களைச் சுருக்கி நோக்கினேன். அவர்கள் காலை பனிமூட்டத்துடன் சேர்ந்து வந்தனர். அச்சிறுவன் தோட்டத்தில் அலைந்து கொண்டிருக்கும் பொழுது, அவனை அவர் கண்டிருக்க வேண்டும். இருவரும் கைகளைப் பற்றியபடி புது தில்லியின் பனிக்கால சூரியனைப் போல பிரெஞ்ச் ஜன்னலின் ஊடே எட்டிப் பார்த்தபடி நின்றனர். கையில் இன்ஜின் பொம்மையுடன் அச்சிறுவனும், தொப்பி அணியாமல் அவ்வயதானவரும் நின்று கொண்டிருந்தனர்.

அவர்கள் வருவது எனக்குக் கேட்கவில்லை. ஆனால் அன்று காலை, படுக்கையறைக்கு வெளியில் இருந்த மரத்தில் பறவைகளின் சேர்ந்திசையோ, அல்லது 83 வயதான சந்தீப் தன் தொண்டையைக் கனைக்கும் ஓசையோ அல்லது போலியோ தாக்கிய தன் கால்களினால் நடக்கும் ஒத்திசைவற்ற நடையின் ஒலியோ எதுவுமே என் காதில் விழவில்லை. தினமும் காலையில் அவர் நொண்டியபடி வந்து, திரைச்சீலையை விலக்கி, காற்று வருவதற்காகப் பங்களாவின் ஜன்னல்களைத் திறந்து வைப்பார். வெளியே சென்ற ஹரியின் கார் சத்தம்கூட எனக்குக் கேட்கவில்லை. என் மாணாக்கனின் கட்டுரைகள் எதுவும் திருத்தப்படாமல் ஒரு குவியலாகக் கிடந்தன. நேற்று மாலை செய்தி வந்தவுடன், நான் அவற்றையெல்லாம் விலக்கி வைத்துவிட்டேன். விடிவதற்கு முன்பு நான் எழுத முயற்சி செய்த, இரங்கல் கடிதம் முடிக்கப்படாமல் என் மேசை மேல் கிடந்தது.

முதலில் எனக்கு அவரை அடையாளம் தெரியவில்லை. அவருடைய வழக்கமான உடையின் மேல் ஒரு இங்கிலீஷ் கம்பளி மேலாடையை அணிந்து கொண்டு, அழுக்கான ஒரு துண்டைத் தன் கழுத்தையும், தாடையையும் சுற்றி அணிந்திருந்தார். கைகளால் கண்களை மறைத்துக் கொண்டு நான் பார்த்தபடியே இருந்தேன்.

'ஜவஹர்' என்றேன். இக்காலை வேளையில் எந்த முன்னறி விப்பும் இன்றி அவரைக் காண்பதே ஆச்சரியமும் அதிர்ச்சியுமாய் இருந்தது. அவருடைய முதல் பெயரிலேயே அவரை நான் விளித்தேன். 'என்னவாயிற்று?' என்று கேட்டேன். ஆனால் அதன் விடை எனக்குத் தெரிந்தே இருந்தது. குதித்து எழுந்தபடி அறையைக் கடந்து கைகளை விரித்து அவரை நோக்கிச் சென்றேன். கதவைத் தாண்டி அவர் ஒரு பச்சை நிறப் பெட்டியைக் கீழே வைத்துவிட்டு தன் காலணிகளைக் களைவதற்காகக் கீழே குனிந்தார். அந்தப் பெட்டியைக் கண்டவுடன் என் இதயம் துடித்தது. என் தலைக்குள் இரத்தம் பாய்ந்தது. இத்தனை வருடங்கள் ஆன பின்பும் அப்பெட்டி ஏதேதோ செய்தது.

'பண்டிட் ஜி, இதற்கெல்லாம் தேவையில்லை' என்றபடி நானும் குனிந்து அவர் தன் கருப்பு நிற செருப்பைக் கழற்றுவதைத் தடுத்தேன். அவர் கணுக்காலில் வார்ப்பட்டை சுற்றியிருந்தது. வீட்டில் பின்னப் பட்ட காலுறை ஒன்றைக் குளிருக்காக அவர் அணிந்திருந்தார். அவரு டைய இடது கால் கட்டைவிரலில் இருந்த கம்பளி நூல் பிய்ந்து கொண்டு வந்தது. விரைவில் அது சரி செய்யப்படவேண்டும்.

'வேண்டாம்' என்று அவர் பொறுமையாகக் கூறியபடி தன்னை நிலைப்படுத்திக் கொள்ள என் தோளில் மென்மையாகச் சாய்ந்தார். இச்செயல் எனக்கு பாபுவை நினைவுபடுத்தியது. 'ஜவஹர் என்றே கூப்பிடுங்கள். அதனால்தான் நான் இங்கு வந்திருக்கிறேன்' என்றார்.

அவர் கைகளை நீட்டினார். நாங்கள் ஒருவரை ஒருவர் அணைத்துக்கொண்ட பொழுது ஏதோ முணுமுணுத்தார். அவரை விட நான் உயரமாக இருந்தேன். அவருடைய முகவாயின் நுனி என் தோளில் பட்டது. அவரிடம் சிகரெட்டின் மணமும், சவர க்ரீமின் மணமும், பாக்கியிருந்த பனிக்காலத்தின் மணமும் வீசியது. நாங்கள் மௌனமாக நீண்ட நேரம் அவ்வாறே நின்றிருந்தோம். என் உள்ளங்கை அவருடைய தோளைப் பற்றியிருந்தது. அவருடைய குளிர்ந்த கை என் பின்னங்கழுத்தைத் தொட்டது. அச்சிறுவன் தான் அங்கு தங்கலாமா என்பது அறியாமல், ஏதோ சரியாக இல்லை என்பதை உணர்ந்து கொண்டு என் பாவாடையை இழுத்து, எங்கள் இருவருக்கும் இடையில் புகுந்தான். ஏன் என்று தெரியாமல் அவனுக்கும் ஆறுதல் தேவைப்பட்டிருந்தது.

நாங்கள் அணைப்பில் இருந்து மீண்டோம். நான் அதிர்ச்சியில் மூச்சு வாங்கினேன். அழகான, சுறுசுறுப்பான, பலரால் வியக்கப் பட்ட மாறா இளமையுடன் இருந்த, மனைவியை இழந்த, பதின் மூன்று வருடங்களுக்கு முன்பு நான் சந்தித்த அம்மனிதனுக்கு இப்பொழுது வயதாகிவிட்டது. மெலிந்து, மெல்லியக் கூனலுடன் நடக்கும் அவருடைய தலை மேல்புறம் முழுவதும் வழுக்கையாகி விட்டது. தலையின் பக்கவாட்டில் எஞ்சியிருந்த சில முடிகளும்

நரைத்திருந்தன. அவருடைய கன்னங்கள் இன்று மண்ணைப் போல் பழுப்பு நிறத்தில் இருந்தன. அவருடைய பழுப்பு நிறக் கண்கள் இடுங்கிப் போய், யாரோ தங்கள் முஷ்டியால் அடித்தது போல் ஒரு குழிக்குள் இருப்பது போலிருந்தன. கண்ணைச் சுற்றிலும் ஊதா நிறமாகவும் கருப்பாகவும் இருந்தது. இவ்வாறு அவரை நான் ஒருமுறை பார்த்தி ருக்கிறேன். ஆனால் இப்பொழுது காலம் கடந்து விட்டிருந்தது. அவரைச் சுற்றி மரணம் இருப்பதுபோல் தோன்றியது. இம்முறை அவரைக் காப்பாற்றவே முடியாது.

அவர் பேச முயற்சி செய்தார். ஆனால் வார்த்தைகள் ஏதும் வரவில்லை. இந்தப் பெரிய பேச்சாளரான, தன் அழகு மற்றும் வார்த் தைகளின் சக்தியாலும், கொள்கைகளாலும் மட்டுமின்றி தன் சொந்த தியாகத்தாலும் ஒரு பெரிய தேசத்தை விடுதலையை நோக்கி எடுத்துச் சென்ற ஒரு மனிதன், வார்த்தைகளற்று மீனைப் போல வாயை மூடி மூடித் திறந்தார். அந்தப் பையனைப் பார்த்து, அவனின் சுருட்டை முடியைக் கோதிவிட்டார். பின் தன் மேல் சட்டையில் இருந்து சுத்த மாக இஸ்திரி செய்யப்பட்ட ஒரு கைக்குட்டையை எடுத்துக் கவன மாகப் பிரித்து, அக்குழந்தையின் ஒழுகிக் கொண்டிருக்கும் மூக்கைத் துடைத்தார். இந்தச் சாதாரண செயல் அவருக்கு ஏதோ சக்தியைக் கொடுத்திருக்கும் போல! மீண்டும் தலையை உயர்த்திய பொழுது, வார்த்தைகள் வெளியே வந்தன.

'இனி யாருமே இல்லை' என்று நிறுத்தினார். நான் என் கையை அவர் கை மேல் வைத்தேன். 'அவளும் போய்விட்டாள். என்னை என் பெயரைக் கூறி அழைக்க இனி யாரும் கிடையாது' என்று கூறியபொழுது, முந்தைய நாள் இரவு இந்தியாவின் கடைசி பிரிட்டிஷ் வைஸ்ரினான எட்வினா மௌண்ட்பேட்டன் இறந்து விட்ட உண்மை, அவர் நெஞ்சை அடைத்தது. அது எங்கள் அனை வருக்கும் பெரிய அதிர்ச்சியாக இருந்தது. செஞ்சிலுவையுடனும், செயின்ட் ஜான்ஸ் ஆம்புலன்சுடன், போர்னியோவில் பயணம் செய்து கொண்டிருந்த பொழுது தூக்கத்திலேயே திடீரென இறந்துவிட்டார். தான் இன்னும் இருப்பதை உறுதி செய்து கொள்வதைப் போல, ஒரு மனமயக்கத்தில் தானே, 'ஜவஹர்' என்று கூறிக் கொண்டார். 'பிப்பி, நீயும் அவள் கூப்பிடுவது போலவே அழுத்தமில்லாமல் உற்சாகமாய்ப் பெயரின் கடைசி எழுத்தான 'ர்'ஐ உச்சரிக்காமல் கூப்பிடுகிறாய்' என்றார்.

அவர் ஏன் வந்தார் என்பது அப்பொழுது எனக்குப் புரிந்தது.

'ஏதாவது சாப்பிட்டீர்களா?' என்று கேட்டேன்.

அவர் தன் புருவத்தை உயர்த்தி லேசாகச் சிரிக்க முயற்சி செய் தார். முன்பொரு நாள் எல்லாம் தொடங்கிய காலை நேரம் அவருக்கு நினைவு வந்திருக்கலாம்.

'இல்லை' என்று கூறினார்.

'அப்படியென்றால் இங்கிருந்து என்னுடன் ஏதாவது சாப்பிட வேண்டும்' என்றேன்.

எங்கள் இருவரிடையே வழக்கம் போல எப்பொழுதும் இருக்கக் கூடிய பதில் அது.

இந்த உபசரிப்பு வந்ததும் அவர் அந்தப் பெட்டியைக் கையில் எடுத்துக் கொண்டார். அவரின் முழங்கையைப் பிடித்துக் கொண்டு, அறையின் நடுவில் இருந்த சோஃபாவிற்கு அழைத்துச் சென்றேன். மெதுவாக அவருடைய நைந்து போன, விசித்திரமாக அவர் அணிந்து கொண்டிருந்த பாச்சை உருண்டை வீச்சமடித்த இங்கிலீஷ் மேலங்கியைக் கழட்டினேன். அவர் கழுத்தில் சுற்றி இருந்த கம்பளியை, ஒரு குழந்தைக்கு உதவுவது போலக் கழற்ற உதவினேன். அதையும் மேலங்கியையும் மடித்து நாற்காலி மேல் வைத்தேன். இந்த மனிதனுக்குத் தனிமை என்பது மிக அரிது. அதனால் உடனே வீட்டுப் பணியாளரைக் கூப்பிடவில்லை. இருக்கையில் அமர்ந்து, மடியில் தன் பெட்டியை வைத்துக் கொண்டார். அவருடைய கை ஒரு ஸ்ஃபிங்க்ஸைப் போல் அதன் மேல் இருந்தது.

அவருடைய தனிமை பறிபோகும் என்று தெரிந்தும், காலையுணவு எடுத்துக் கொண்டு வருவதற்கான மணியை அடித்தேன். ஜவஹர் தன் காலின் கீழ், அக்குழந்தை விளையாடிக் கொண்டிருப்பதைப் பார்த்துக் கொண்டிருந்தார். அக்குழந்தையின் தந்தையான எங்களுடைய ஓட்டுநர், அவனுக்கு ஒரு மர புகைவண்டி செய்து கொடுத்திருந்தார். அப்பொம்மையின் இன்ஜினைத் திறந்து மூடக் கூடிய ஒரு பெட்டி போல் செய்திருந்தார். குழந்தை, குச்சி, கூழாங்கல், கீழே விழுந்த இலைகள், சிறகுகள் என பலவித பொக்கிஷங்களைச் சேகரித்து அவற்றினுள் வைத்திருந்தான். அதை மெல்லியச் சத்தத்துடன் திறந்து திறந்து மூடிக் கொண்டிருந்தான். அப்பெட்டியில் இருந்து ஒவ்வொரு முறையும், ஒரு பொருளை எடுத்து, எட்டி கையை நீட்டிக் கொண்டிருந்த வயதானவரின் கையில் வைத்தான். பிறகு அடைத்துக் கொண்டிருந்த மூக்கினால் வேகமாக மூச்சை விட்டுக் கொண்டு ஜவஹர் தன் பெட்டியின் மேல் அப்பொருட்களைக் கவனமாக வைத்து, கடைசி வைஸ்ராயின் தங்க நிற வர்ணம் அடித்திருந்த பெட்டியின் மேல் சில வடிவங்களை உருவாக்குவதைப் பார்த்துக் கொண்டிருந்தான்.

'இந்தக் கம்பளியை மாறுவேடம் போல் அணிந்து கொண்டு அவர்களை எல்லாம் ஏமாற்றிவிட்டு வந்துவிட்டேன்' என்று என்னை நோக்கியபடி ஜவஹர் கூறினார். ஆனால், அவர் என்னைப் பார்க்கவில்லை என்பது எனக்குத் தெரிந்தது. 'தீன்மூர்த்தி பவனில்

இருந்து ஒரே ஒரு பாதுகாவலருடன் நடந்து வந்தேன். பாதுகாவலருக்கு இது பிடிக்கவில்லை. அவர் பாவம், கேப்டனுக்கு இது பிடிக்காது என்று மீண்டும் மீண்டும் சொல்லிக் கொண்டிருந்தார். "இதனால் பெரும் கேடு விளையலாம். யாராவது உங்களை அடையாளம் கண்டுவிடுவார்கள்" என்று புலம்பியபடி இருந்தார்' என்றார்.

ஒரு பாவப்பட்ட காவலர் புது தில்லியில் நீண்ட சாலைகளில், ஒரு பெட்டியுடன் யார்க் சாலையிலுள்ள எங்கள் வீட்டிற்கு வரும் 72 வயதான பிரதம மந்திரியின் பின், தலையை ஆட்டிக் கொண்டே வருவதைக் கற்பனை செய்து பார்த்துக் கொண்ட எனக்கு லேசாகச் சிரிப்பு வந்தது.

'இந்தத் தவறு செய்தவனை அழைத்துச் செல்வதற்கு அவர்கள் விரைவில் இங்கு வந்துவிடுவார்கள் பார். அதற்குப் பின் என் பெண் என்னை இல்லத்திற்கு விரட்டுவாள்.' அவர் விரலை ஆட்டிக் கொண்டு, தன் மகளைப் போல பேசிக் காட்டினார். 'பப்பா, இத்தனை சுயநலத்துடன் நீங்கள் இருக்கக்கூடாது. உங்களுக்கு ஏதாவது ஒன்று ஆகிவிட்டால் எனக்கு என்னாகும்? சொல்லுங்கள். இந்தியா என்ன செய்யும்?' என்றார். 'அவள் எப்பொழுதுமே இப்படித்தான் கூறுவாள். நான் மறைந்துவிட்டால் என்னை என் நல்ல உடைக்குள் திணித்து என் சட்டைப் பொத்தான் ஓட்டையில் ஒரு சிவப்பு ரோஜா மலரைச் செருகி வாசலிலுள்ள பெஞ்சில் என்னைக் கிடத்திவிடு. யாரும் வர வர நான் கூறுவதைக் காது கொடுத்துக் கேட்பதில்லை. நான் சென்றுவிட்டால், இந்தியாவில் யாரும் கவலைப்படப்போவதில்லை என்று பதிலளிப்பேன்' என்றார். அவர் கண்களில் குறும்பு கொப்பளித்தது. ஒரு கணம், எந்தக் கூட்டத்திலும் அதன் உயிர்த்துடிப்பாக விளங்கிய பழைய, நகைச்சுவை உணர்வு பொருந்திய, ஜவஹர் என் கண் முன் தோன்றினார். ஆனால் இந்த நகைச்சுவை ஒரு சாக்கு. பேசவேண்டியதை ஒத்திப் போடுவதற்கு ஒரு வழி. ஆனால், அவரால் இவ்வாறு தொடர முடியவில்லை. அவர் இமைகள் கீழே நோக்கின. அடுத்த கணம் கூன் விழுந்த, எளிதில் உடையக் கூடிய முந்தைய ஒரு மனிதனின் வெறும் ஓடாக, அதிகாரம் மற்றும் அரசியலால் களைப்புற்று, நிஜத்திற்கும் அவருடைய கனவிற்கும் இடையேயான இடை வெளியாலும், எல்லாவற்றையும் மீறித் தன் நெருங்கிய தோழியாக இருந்த ஒருத்தியின் மரணத்தினாலும் நொந்து போய் இருந்தார். அந்தப் பெட்டியின் மேலிருந்த ஒரு கூழாங்கல்லைக் கையில் உருட்டிக் கொண்டே, அதிலிருந்த வைஸ்ராயின் கிரீடத்தில் அதை வைத்தார். பின் தான் கொடுத்ததை எல்லாம் திரும்பி வாங்கிக் கொள்ளத் தயாராக இருந்த அச்சிறுவனிடம் அதைக் கொடுத்தார்.

'எட்வினா போய்விட்டாள் என்பதை என்னால் நம்ப முடியவில்லை' என்று எட்வினா பெயரைக் கூறிய பொழுது அவர் தொண்டை அடைத்தது. அவரால் மேலும் பேசமுடியவில்லை.

எங்களுக்கும் அது பெருத்த அதிர்ச்சியாக இருந்தது. 'குழந்தையில் இருந்தே எட்வினாவும் நானும் நண்பர்கள்' என்றேன். இந்த விவரம் அவருக்குத் தெரியும் என்பது நான் அறிந்ததே. இருந்தாலும் எனக்கும் எட்வினாவிற்கும் உள்ள உறவை அங்கு ஏன் குறிப்பிட்டேன் என்று எனக்கே புரியவில்லை. அமைதியின் வலியை குறைக்கவோ அல்லது எட்வினா என் வாழ்க்கையில் பெரும் பகுதியில் அங்கம் வகித்திருக்கிறார் என்பதாலோ அல்லது என்னைப் போலவே அவருக்கு 58 வயதுதான் ஆகிறது என்பதாலோ அல்லது மரணிக்க அது மிகவும் சிறிய வயது என்பதாலோ இருக்கலாம். 'செய்தி கேட்டவுடன் நாங்கள் தீன்மூர்த்தி பவனுக்குத்தான் வந்தோம். ஆனால், நீங்கள் டோன்பீ பேருரைக்குச் சென்று விட்டதாகக் கூறினார்கள்' என்றேன்.

அவர் தலையை ஆட்டியபடியே, 'நான் முதலில் போயிருந்தால், அவள் தொடர்ந்து வாழ்ந்து இருப்பாள்' என்றார்.

'ஆம்' என்றேன். 'எட்வினா எப்பொழுதும் முன்னோக்கிச் சென்றபடியே இருப்பார். எப்பொழுது நிறுத்துவது என்பது அவருக்குத் தெரியாது. அதுவே அவருடைய பலமும் பலவீனமும்' என்றேன்.

சந்தீப்பின் கவனமான மேற்பார்வையில், வீட்டின் இளம் பணியாள் காலையுணவு தட்டை எடுத்துக் கொண்டு வந்தான். சந்தீப்பின் தலைப்பாகை வழக்கத்திற்கு மாறாக புருவம் வரை கீழிறங்கி, அவனுக்கு நெற்றியே இல்லாதது போல் தோற்றமளிக்கச் செய்தது. அசப்பில் அவனைப் பார்க்க, நியாண்டர்தால் மனிதனைப் போல் இருந்தது. எத்தனைதான் தெரிந்தவராக இருந்தாலும், எதிர்பாராமல் ஒரு விருந்தாளி வந்தது அவனுக்கு ஒப்புதல் இல்லாமல் இருந்தது, அவனுடைய இறுகிய வாயைச் சுற்றிக் கீழிறங்கிய வெள்ளை வெளேரென்ற மீசையினாலும் தாடியாலும் அது நன்றாகவே தெரிந்தது.

'ரொட்டி புதியதில்லை. இன்று காலையும், ரொட்டிக் கடை பையன் தாமதம். அவனை நம்பவே முடியாது. மன்னிக்கவும் பண்டிட்ஜி. மேடம், எனக்கு மட்டும் முன்பே தெரிந்திருந்தால்...'

'கவலைப்படாதே சந்தீப். எல்லாம் நன்றாகத்தான் இருக்கும்' என்றவாறு எட்வினா பாணியில் பெரிதாக வசீகரத்துடன் சிரித்தேன். ஆனால் என்னுடைய மனவேதனையில், அதைச் சரியாகச் செய்யமுடியவில்லை. அந்த வயதான பணியாள் தோளைக் குலுக்கிக் கொண்டு, அறையை விட்டு நொண்டிக் கொண்டே வெளியேறினான்.

உணவைப் பார்த்தவுடன், அச்சிறுவன் புகைவண்டியை நான் முழங்காலிட்டுக் கொண்டிருந்த காப்பி மேசை அருகே ஓரங்கட்டிவிட்டு என் காலருகே வந்து தின்பதற்கு ஏதாவது கிடைக்குமா என்பது

போல் நின்றான். அவனுக்கு நான் மிகவும் செல்லம் கொடுத்து வருகிறேன் என்பது எனக்குத் தெரியும். அவனுடைய தாயாருக்கு இப்பொழுதுதான் மற்றொரு குழந்தை பிறந்துள்ளது. இவனுக்கு அவளால் நேரம் ஒதுக்க முடியவில்லை என்பதால் என்னால் அவனுக்கு செல்லம் கொடுப்பதைத் தவிர்க்க முடியாமல் இருந்தது. வாட்டிய ரொட்டியில் வெண்ணெய் தடவ ஆரம்பித்தேன். பின் ஆரஞ்சு ஜாமை எடுத்தேன். கத்தி கரகரப்பான ரொட்டியின் மீது சத்தத்துடன் உராய்ந்தது. அதே சமயம் அறையின் மூலையில் இருந்த பெரிய கடிகாரம் எட்டு மணி ஆகப் பதினைந்து நிமிடம் இருப்பதாக ஒலியெழுப்பியது.

'சாப்பிடுங்கள்' என்று புகைவண்டியைப் பிரியாமல் இருக்கும் சிறுவனைப் போல், இன்னும் அந்தப் பெட்டியை விட்டு விலகாமல் இருக்கும் ஜவஹரிடம் கூறினேன். அவர் தன் தட்டை அப்பெட்டி யின் மேல் வைத்தார். ஆனால் சாப்பிடவில்லை. மற்ற இந்திய அரசியல் தலைவர்களைப் போல் அல்லாது பண்டிட்ஜி தன் உணர்வுகளை அப்படியே வெளிக்காட்டி விடுவார். இத்தனை வருடங்களில், அவருடைய முகத்தில் கடந்து செல்லும் உணர்வுகளை வாசிக்க எனக்குத் தெரிந்திருந்தது. சூரிய வெளிச்சத்தையும் இருளையும் எப்போதும் துரத்தியபடி இருக்கும் மழைமேகங்களும், உறைய வைக்கும் பனிப்புயல்களும், கடுமையான கோடை வெப்ப மும், ஒருபோதும் கணிக்க முடியாத இங்கிலாந்து வானிலை போல அவை வேகமாக மாறிக்கொண்டே இருக்கும். எப்போதாவது தென் றல் காற்று அவர் நெற்றியைச் சுருங்கி விரியச் செய்யும்.

சாப்பிடாமல் அமர்ந்திருந்த அவரை விரிந்த கண்களுடன் பார்த்துக் கொண்டு, அச்சிறுவன் சாப்பிடுவதில் மும்முரமாக இருந் தான். அவனுக்காக வாட்டிய ரொட்டியை நீளமாக வெட்டிக் கொடுத்ததை அவன் வாயில் அடைத்துக் கொண்டிருந்தான். வெண்ணெயும், ஆரஞ்சு ஜாமும், அவன் வாயோரங்களில் ஒட்டிக் கொண்டு பளபளத்தன.

'நான் இதை எதிர்பார்க்கவே இல்லை' என்றார் ஜவஹர். 'இரண்டு வாரங்களுக்கு முன் அவள் கையை என் கையால் பற்றிக் கொண்டிருந்தேன். குடியரசு தினத்தன்று முகலாயத் தோட்டத்தில் நடந்த வரவேற்பில் என்னருகில் அவள் இருந்தாள்' என்றார்.

என் மனக்கண்ணில், எட்வினா அன்றிரவு இருந்ததைப் படம் பிடித்துப் பார்த்தேன். அவரும் அவ்வாறு செய்கிறார் என்பது எனக்குத் தெரியும். எட்வினா நீண்ட இளஞ்சிவப்பு கவுனும், மிக அருமையாக வெட்டித் தைக்கப்பட்டிருந்த மேலாடையும் அணிந்திருந்தார். ஜவஹரின் கை எட்வினாவின் முதுகில் இருந்தது. ஜவஹர் ஏதோ அவரிடம் கூறும்பொழுது அவர் மிக நளினத்துடன் தலையைக்

குனிந்தார். எட்வினாவின் தலையில் அவர் அணிந்திருந்த மலர் மாலை ஒன்றிலிருந்து தப்பித்து வெளியே வந்த அவருடைய நரைத்த சுருள் முடியை ஜவஹர் காதின் பின் செருகினார். தங்கள் இருவருக்கும் தெரிந்த நண்பர் ஊடே அழைத்துச் சென்ற பொழுது வயதான ஒரு குருவைப் போல மிகத் திருப்தியுடன் புன்னகைத்துக் கொண்டிருந்தார்.

அரசியல்வாதிகள், ராணுவ அதிகாரிகள், தொழிலதிபர்கள், குடிமை அதிகாரிகள், காங்கிரஸ் கட்சியின் உயர்ந்த தலைவர்கள் அனைவரும், முன்பு வைஸ்ராய் இல்லமாக இருந்த ஜனாதிபதி மாளிகையின் பின்புறம் இருந்த மாடியில் குழுமி இருந்தனர். எட்வினா, இந்தியாவிற்கு அலுவலக நிமித்தமாக வந்திருந்த ரஷ்ய ஜனாதிபதி மார்ஷல் ஓரோஷிலோவுடன் கை குலுக்குவதைக் கண்டதும், திடீரென புகைப்படக்காரர்கள் வேகமாக முன்னே வந்தனர். என் அருகே இருந்த பிரிட்டிஷ் ஹை கமிஷனர் அதை மறுத்துப் பல்லைக் கடித்ததும் எனக்கு நினைவுக்கு வந்தது.

'பிப்பி, யாராவது சீமாட்டி மௌண்ட்பேட்டன் அருகில் சென்று, நம் நாட்டைப் பற்றிய உண்மைகளைக் கூறவேண்டும். இவர் இவ்வாறு செய்வதை லண்டன் வரவேற்காது' என்றார்.

அவர் கூறியதும் உண்மைதான். இந்தியா சுதந்திரமடைந்து 13 ஆண்டுகள் கடந்துவிட்டன. இந்தியாவின் இறுதி பிரிட்டிஷ் வைஸ்ரினின் இந்தியப் பயணமும், இந்தியப் பிரதமருடனான அவருடைய நெருங்கிய நட்பும் ஆங்கிலேயர்களுக்கு இப்பொழுது எந்தப் பொருட்டும் இல்லை. அதே போல் எட்வினாவும் மற்றவர்கள் என்ன நினைக்கிறார்கள் எனப் பொருட்படுத்தியதே இல்லை. அவர் நினைத்தபடியேதான் அவர் நடந்து கொள்வார்.

இந்த இரவும் அதற்கு விதிவிலக்கல்ல. முகலாயத் தோட்டத்தில் புன்னகைத்தபடியும் சிரித்தபடியும், விருந்தினர்கள் அனைவருடனும் கலந்து பழகிக் கொண்டிருந்தார். அவர் கையிலிருந்த தங்க வளையல், அவர் கைகளால் சைகைகள் செய்து பேசியபொழுது அவர் குரலுக்குத் தாளம் போட்டபடி இருந்தது. திடீரென வரிசையில் நான் காத்துக் கொண்டிருப்பதை அவர் பார்த்துவிட்டார். வெளியே யாரும் கவனித்துவிடாத அளவிற்கு அவர் உடல் சிறிது விறைத்தது. தலையை ஆட்டிக் கட்டாயமாக ஒரு புன்னகையைச் சிந்தி வேறு பக்கம் திரும்பி நோக்க ஆரம்பித்தார். நீரூற்றுகள் பளபளத்தன. மக்கள் கடந்த பல இரவுகளையும் விருந்துகளையும் நினைவில் நிறுத்திப் பேச ஆரம்பித்தனர். பார்ப்பதற்கு கண்கள் இருந்தவர்களுக்கு, இம்மனிதர்களுக்கு இடையே இருந்த இடைவெளியிலும், மதில்களின் நிழல்களிலும் ரோஜாப் புதர்களின் நிழல்களிலும் நின்று கொண்டிருந்த பாகிஸ்தானுக்குள் தொலைந்து பின் திரும்பியே வராத மனிதர்கள் கண்ணுக்குத் தென்பட்டிருப்பார்கள்.

தொலைபேசி இயக்குபவர், 'இங்கிலாந்தின் பிராட்லேண்ட்ஸில் இருந்து அழைப்பு என்று கூறினார்' என்று ஜவஹர் தொடர்ந்து பேசிக் கொண்டிருந்ததும் என் மனதை நிகழ்காலத்திற்கு இழுத்து வந்தேன். 'அவள் பேசுகிறாளோ என்று நினைத்தேன். அத்தனை தூரத்தில் இருந்து அவளுடைய வேகமான மகிழ்ச்சியான குரலைக் கேட்பது எனக்கு எப்பொழுதும் உற்சாகத்தை அளிக்கும் தெரியுமா? போர்னியோவில் இருந்து விரைவாகத் திரும்பி விட்டாள் போலும் என்று நினைத்தேன். ஆனால் தொலைபேசியில் டிக்கியின் குரல் கேட்டது. "இங்கு பாருங்கள் ஜவஹர்லால்.."

இம்முறை பண்டிட்ஜி டிக்கியைப் போலவே, தன் பெயரை முழுமையாகக் கூறுவதைப் பேசிக் காண்பித்ததும் நிஜமாகவே சிரிப்பு வந்தது. இத்தனை வருடங்களில் டிக்கி இவர் பெயரை முழுவதாகக் கூறியதே இல்லை. சில சமயங்களில் ஜாஹர்லால் என்றிருக்கும். சில சமயங்களில், அது நார்வால் என்றிருக்கும். ஆனால் ஒருமுறை எட்வினாவிடமும் என்னிடமும், ஜவஹர், டிக்கியிடம் இதைக் கூறிவிடாதீர்கள், பிறகு இதை நாம் அனுபவித்துச் சிரிக்க முடியாது என்று கூறியிருக்கிறார்.

'அதன் பின் டிக்கி என்னிடம், "ஒரு கெட்ட செய்தி. சுற்றி வளைத்துப் பேசுவதில் லாபமில்லை. முதலில் எங்கேயாவது அமர்ந்து கொள்ளுங்கள். என்னிடமிருந்து இச்செய்தி வருவதே நல்லது நண்பரே. இதை ஊடகங்களிடம் இருந்து நீங்கள் தெரிந்து கொள்வதை நான் விரும்பவில்லை. எட்வினா இறந்துவிட்டாள்" என்றார்.'

ஜவஹர் பேசப் பேச, என் கண்களில் கண்ணீர் திரண்டது. நான் வேகமாகத் தேநீரை ஊற்றச் சென்றேன். அழுது எதுவும் தீராது. நாங்களும் அழவில்லை. இப்படித்தான் அனைவரும் பிழைத்துக் கொண்டிருந்தோம். நாங்கள் மட்டும் அழ ஆரம்பித்திருந்தால் நிறுத்தியே இருக்கமுடியாது. தேநீர்ப் பாத்திரத்தை கையில் எடுத்த பொழுது, நான் இன்னும் இளமையானவள் அல்ல என்பது என் மனதிற்குப் புரிந்தது. என் கையிலுள்ள தோல் மிகவும் மெல்லியதாக, ஒளி புகுமளவிற்கு இருந்தது. சில இடங்களில் சிறிய தமனிகளில் இரத்தம் கட்டியிருந்தது. எட்வினா இறந்த சூழ்நிலை பற்றி மேலும் தகவல்களை ஜவஹரிடம் கேட்க எனக்கு ஆவல். எட்வினா இத்தனை திடீரென்றும் மர்மமாகவும் இறந்தது விசித்திரமாக இருந்தது. அவர் எப்போதும் நிலையான உள்ளம் கொண்டவராக இருக்கவில்லை. ஆனால் அதைப் பற்றிப் பேசுவதற்கு இது சமயம் இல்லை. அதனால் நான் எதுவும் கூறாமல் காத்துக் கொண்டிருந் தேன்.

'மாரடைப்பு என்று கூறுகிறார்கள். அவர் செயின்ட் ஜான்ஸ் ஆம்புலன்ஸின் வரவேற்பறைக்குச் சென்றிருக்கிறார். அவருக்கு

உடல்நிலை சரியில்லாமல் இருந்திருக்கிறது. முந்தைய இரவு 'எக்நாக்' உட்கொண்டிருக்கிறாள். காலையில் படுக்கையிலேயே இறந்து போய்விட்டதை அவர்கள் கண்டுபிடித்திருக்கிறார்கள்' என்று கூறிய படி மென்று விழுங்கினார். அவருடைய குரல்வளை மேலும் கீழும் ஏறி இறங்கியது. அவர் வேறு ஏதோ கூற முயற்சி செய்தார். ஆனால் அதை அவரால் கூற இயலவில்லை. ஏதோ சொல்லாமல் மறைக்கி றார் என்பது எனக்கு விளங்கியது.

அவரிடம் தேநீர்க் கோப்பையைக் கொடுத்துவிட்டு அவர் உண்ணாமல் வைத்திருந்த ரொட்டி தட்டை வாங்கிக் கொண்டேன். அக்கோப்பை அவர் கையில் நடுங்கியது. ஆனால் அதை உறிஞ்சு வதைக் கண்டு எனக்கு மனம் சிறிது நிம்மதியாயிற்று.

'அவர், எட்வினா என்னை விட்டு விலகிவிட்டார் தெரியுமா?' என்றேன். இன்று ரகசியங்களை எல்லாம் கூறிவிடவேண்டும் என்று ஜவஹர் மட்டும் எண்ணவில்லை. நானும் கூறத் தொடங்கினேன். 'உண்மையில் மிகவும் பொருளில்லாக் காரணம்தான். அதற்குத் தேவையே இல்லை. அவர் சமீப காலங்களில் இந்தியாவிற்கு வந்த பொழுது கொஞ்சம் சரியாக இருந்தது. இருந்தாலும் அந்தப் பிரச்சனையை முன்னதாகவே நாங்கள் தீர்த்துக் கொண்டிருக்கலாம்' என்றேன்.

தன் தேநீர்க் கோப்பையின் மேலாக அவர் என்னை நோக்கி னார். அவருடைய துக்கத்தின் சாயலை என்னிலும் அவர் கண்டு கொண்டார்.

'அவளால் இதைப் பொறுத்துக் கொள்ளவே முடியவில்லை' என்று தன் மற்றொரு கையால் சைகை செய்து அறையைச் சுற்றி நோக்கினார். சுதந்திரத்திற்குப் பிறகு, இந்தியாவில் என் வாழ்க்கையை அவர் குறிப்பிடுகிறார் என்பது எனக்குத் தெரியும். 'நம் நல்லெண் ணத்தை மீறி சில சமயம் சிறுமையாக நடந்து கொள்கிறோம். எனக்குக் கூட அவ்வப்பொழுது பொறாமையாகத்தான் இருக்கும்' என்றார்.

'அப்படியா ஜவஹர்?' என்று கேட்டேன். 'எனக்குத் தெரியவே தெரியாது. என்னை மன்னியுங்கள்' என்றேன்.

'பரவாயில்லை பிப்பி. மகிழ்ச்சியாக இருப்பது ஒரு குற்றமில்லை' என்றார்.

அவர் தன் தேநீரை அருந்தத் தொடங்கினார். அந்தச் சிறுவன் என் மடியில் இருந்து இறங்கி தன் இன்ஜினுக்குத் திரும்பிச் சென்று விட்டான். அதை ஒரு நாற்காலியின் காலில் ஓட்டத் தொடங் கினான். 'ஷூ.. ஷுக்.. ஷுக்.. ஷுக்..' என்று அவனுடைய சிறிய உதடுகள் பலவித ஓசைகளைச் செய்யத் தொடங்கின. அவன் வார்த்தைகள் சில சமயம் உருதுவாகவும், சில சமயம் இந்தியாகவும்,

சில சமயங்களில் பஞ்சாபியாகவும், சில சமயம் ஆங்கிலமாகவும், எங்கள் வீட்டில் புழங்கும் ஒரு கலவையான மொழியாக விளங்கும்.

தன் தேநீரை அருந்திவிட்டு, காலியான கோப்பையைக் காப்பி மேசையில் ஜவஹர் வைத்தார். பின் ரொட்டித் துண்டுகள் இருந்த தட்டைக் கையிலெடுத்துக் கொண்டார். முதல் முறை அந்தக் காலையில் அளவெடுப்பது போல் என்னைப் பார்த்ததைப் போலவே இப்பொழுதும் நீண்ட நேரம் ஆழமாக என்னை வெறித்து நோக்கி அவர் மனதில் நினைத்துக் கொண்டிருப்பதைப் போலவே, நான் மாறாமல் இருக்கிறேனா என்று பார்த்தார்.

'சிறிது கூட ஓய்வில்லை பிப்பி. என்னை அவர்கள் நிறுத்தவே விடுவதில்லை' என்றார். கடிகாரத்தின் டிக்.. டிக்.. ஒலி கேட்டது. சாப்பிட்டே ஆகவேண்டும் என்பதற்காக ருசித்துச் சாப்பிடாமல் கடமைக்கு அதைக் கொறித்தார். 'உண்மையில் பிப்பி, சில சமயம் நான் பிரிட்டிஷ் சிறைச்சாலையின் தனிமைக்காக ஏங்குகிறேன். அங்கு எனக்கு வாசிக்கவும் எழுதவும் யோசிக்கவும் நேரமிருந்தது' என்றார். கடிகாரம் மேலும் ஒலியெழுப்பிக் கொண்டே இருந்தது. 'என்னுடைய சொந்த குடும்பம் உட்பட அனைவருக்கும் நான் என் மூக்கை சாணைச் சக்கரத்தில் வைக்கவேண்டும் என்பதில் ஆவல் அதிகம். அவர்கள் அப்பெரிய சக்கரத்தின் கடையாணி நான்தான் என்று கூறுகிறார்கள். நானில்லாமல் அவர்கள் மிகக் கவனமாகப் பொருத்திய கம்பிகள் அனைத்தும் தங்கள் இடத்தை இழந்துவிடும்' என்றபடி பெருமூச்சு விட்டுக் கொண்டு, யார்க் சாலையில் இருந்த அவருடைய பழைய வீட்டைப் போலவே இருந்த எங்கள் பங்களா வின் வரவேற்பறையைச் சுற்றி நோக்கினார். 'உண்மையில் யார்க் சாலை வீட்டிற்காக நான் ஏங்குகிறேன் தெரியுமா? தீன்மூர்த்தி மிகவும் பெரியதாக இருக்கிறது' என்றார். அச்சாலை சுதந்திரத்திற்குப் பிறகு, மோதிலால் நேரு மார்க் என்று அவர் தந்தையின் பெயரால் அழைக்கப்பட்டாலும் அவர் இன்னும் அதை யார்க் சாலை என்றுதான் அழைக்கிறார். 'வாழ்க்கை அப்பொழுது மிகவும் எளிமை யாக இருந்தது. வாயிற்கதவுகள் இரவில் கூடத் திறந்திருந்தன. அதை யாரும் காத்துக் கொண்டு இருக்கவில்லை. மக்கள் வந்துகொண்டும், சென்றுகொண்டும் இருந்தனர். நீயும் ஹரியும் கூட சிறு வயது காதலர்களைப்போல வெட்கத்துடன் கையைப் பிடித்துக் கொண்டு வருவீர்கள். டிக்கியும் ஏன் படேலும் கூட வந்து போய்க் கொண்டி ருப்பார்கள். எட்வினாவின் பெயரைக் கூற ஜவஹரால் முடிய வில்லை. அதனால் அவர் சிறிது இளக்காரமாகத் தன் பழைய அரசியல் எதிரியின் பெயரைக் கூறித் தன் நினைவை மாற்றிக் கொண்டார். ரொட்டியைக் கல்லைத் தின்பதைப் போல மென்று விழுங்கினார்.

இக்கணத்தில்தான் நான் அவற்றைப் பார்த்தேன். இந்த வயதான, தனிமையில் வாடும் மனிதனை அவருடைய விதியுடன் கட்டிப் போடும் கண்ணுக்குத் தெரியாத கட்டுகளையும், இரும்புக் குண்டுகளையும், சங்கிலிகளையும் நான் பார்த்தேன். சிசிஃபஸைப் போல ஒவ்வொரு நாளும் தன் தோளில் இந்தியா என்ற சுமையைச் சுமக்கவேண்டும். ஒவ்வொரு நாளும் அதை மலை மேல் தூக்கிச் செல்லவேண்டும். வேறு வழியில்லாமல் அது மீண்டும் கீழே உருண்டுவிடும்போது அதை மீண்டும் எடுத்து உச்சிக்குக் கொண்டு செல்ல வேண்டும்.

அந்தப் பெட்டியின் மூடியை மெதுவாக அதனுள் இருந்து என்ன வருமோ என்ற பயத்துடன் திறந்த பொழுது, துருப்பிடித்த ஒரு கிளிக் ஒலி கேட்டது. எனக்குக் காண்பிப்பதற்காக அப் பெட்டியை மெதுவாகத் திருப்பி, அதனுள் இருந்தவற்றை என்னிடம் கொடுத்தார். நான் வேகமாகக் காப்பி மேசையின் மேலிருந்த உணவுத் தட்டை நகர்த்தி அப்பெட்டியை வைப்பதற்கு இடத்தை உருவாக்கினேன். அப்பெட்டி முழுவதும் கடிதங்கள் இருந்தன. பலவித வடிவங்களில் நூற்றுக்கணக்கானவை, அழகாக இருபது இருபதாகக் கயிறால் கட்டப்பட்டு இருந்தன. அவை என்னவென்று எனக்கு உடனே புரிந்துவிட்டது. அவர் எதுவும் கூறத் தேவையில்லை. அவருடைய வாக்குமூலம் இதுதான். அதற்காகத்தான் அவர் இங்கு வந்திருக்கிறார்.

'இத்தனை நாட்களா? இத்தனை வருடங்களாகவா பண்டிட்ஜி?' என நான் கேட்டேன். இவை எட்வினா அவருக்கு எழுதிய அத்தனை கடிதங்கள் என்று எனக்குத் தெரியும். இதே போல், மௌண்ட்பேட்டனின் நாடான இங்கிலாந்திலுள்ள பிராட்லேண்ட்ஸில் மற்றொரு பெட்டியில் இவரிடம் இருந்து சென்ற கடிதங்கள் இருக்கும்.

'ஆம்' என்று அவர் முணுமுணுத்தார். அவருடைய குரல் வயதானதால் சிறிது பெண்தன்மையுடன் ஒலித்தது. 'ஆரம்பத்தில் அவள் சென்ற பொழுது, ஒருநாளுக்கு இரண்டு கடிதங்கள். நாள் முழுவதும் நான் உழைப்பேன். பின் இரவில் அவளிடம் என் சுமையை இறக்கிவைப்பேன். அதன் பின் நாளொன்றுக்கு ஒரு கடிதம் என்றானது. பின் நாட்டின் பாரம் பாரம் கூடக் கூட, வாரத்திற்கு ஒன்றோ இரண்டோ என ஆகிவிட்டது. அதற்காக என்னை அவள் மிகவும் கோபித்துக் கொள்வாள்' எனக் கூறியபடிச் சிறிது தயங்கினார். இதுவரை வந்த பிறகு, மேலும் என்னை எந்த அளவு நம்பலாம் என்று அவருக்கு உறுதியாகத் தெரியவில்லை. 'எப்பொழுதும் இவை அலுவலகக் கடிதங்கள் உள்ள பையில் இருக்கும் அல்லது இரண்டு உறைகள் போடப்பட்டிருக்கும். வேண்டாதவர்களின் கையில்,

முக்கியமாகக் கம்யூனிஸ்ட்களின் கையில் அது கிடைத்துவிடுமோ என்ற பயத்தில் இருந்தோம். பார்' என்றபடி ஒரு கொத்து கடிதங் களைத் தெரிவு செய்து என் கையில் கொடுத்தார். 'அவள் என்னை ஒவ்வொன்றுக்கும் இலக்கமிடக் கூறியிருக்கிறாள். இவ்வாறு ஏதாவது ஒன்று காணாமல் போனால் அது எங்களுக்குத் தெரிந்துவிடும்.'

அதனுள் தலையிட எனக்கு விருப்பமில்லை. ஆனால் அவர் என்னைவிட வேகமாய் அக்கடிதங்களை நூலில் இருந்து கழற்றி என் மடியில் இட்டார். அவை, ஒரு மரத்தில் இருந்து மெதுவாகக் கரைந்து விழும் பனியைப் போன்ற மெல்லிய ஓசையுடன் என் மடி மீதும், என்னைச் சுற்றியும் விழுந்தன. இந்தச் சந்தர்ப்பத்தைப் பயன் படுத்திக் கொண்டு அச்சிறுவன் தன் புகைவண்டி பொம்மையை விட்டுவிட்டு வேகமாக வந்து அதைப் பொறுக்கத் தொடங்கினான். மிகக் கவனமாக அவன் ஒன்றை எனக்கும், மற்றொன்றை ஜவஹருக்கு மாக வினியோகிக்கத் தொடங்கினான்.

கண்களை அகலத் திறந்து கொண்டு, அச்சிறுவன் தலையை ஆட்டியபடி நீரோட்டம் இருந்த மெல்லியத் தாளை தன் விரலின் நுனியால் தடவினான். அவனிடமிருந்து அதை வாங்கிய நான், தன் சிலந்தி வலை போன்ற கையெழுத்தில் பிரதம மந்திரிக்கு என எட்வினா எழுதியிருப்பதைக் கண்டேன். மற்றொன்றில் 'அவருக்கு' என்று விலாசம் இருந்தது.

'நான் சிகரெட் பிடிக்கலாமா?' என்று ஜவஹர் கேட்டார். அவருக்கு எந்தத் தடையும் இல்லை என்றும், பலமுறை எங்கள் வீட்டில் அவர் சிகரெட் பிடித்திருக்கிறார் என்பதும் அவருக்குத் தெரியும். ஆனால் அனுமதி கேட்பது அம்மனிதனின் தனித்தன்மை. நான் சரி என்றேன். காப்பி மேசையின் இழுப்பறையில் இருந்து ஒரு நெருப்புப் பெட்டியை எடுத்து ஒரு தீக்குச்சியைக் கொளுத்தினேன். அவர் குனிந்து தன் கைகளை ஜ்வாலையின் இரு பக்கம் வைத்தார். அவர் மூச்சின் வெப்பத்தை என் கைகளிலும் முகத்திலும் உணர்ந்தேன். சோபாவில் சாய்ந்து கொண்டு, தன் கால்களை மேலே இழுத்து சம்மணமிட்டு அமர்ந்து கொண்டார். மூச்சை உள் வாங்கி யும், வெளிவிட்டும் சுருள் சுருளாகப் புகை மேலெழும்பி நடன மாடுவதைப் பார்த்துக் கொண்டிருந்தார். எப்படியாவது உயரமான மெல்லிய எட்வினாவின் உருவத்தை அங்கு உருவாக்கிவிட மாட்டோமா என அவர் நினைப்பது போலிருந்தது.

எங்கிருந்தோ ஒலிப்பது போல் மென்மையான குரலில், 'அவள் எனக்கு விடுதலை உணர்வை அளிப்பவளாக இருந்தது போலவே நானும் அவளுக்கு இருந்திருக்கிறேன் என்று நினைக்கிறேன். அவளுக்குக் கடிதம் எழுதுவதும், அவளோடு இருப்பதும் அனைத் தும் கனவைப் போல் இருந்தன. ஒரு பிரதம மந்திரி செய்யக்

கூடாதவை இவை’ என்று கூறியபடி மூச்சை வெளியேவிட்டார். ‘ஆனால் உண்மையில் பிப்பி, நான் எதேச்சையாகத்தான் பிரதம மந்திரியாக இருக்கிறேன்’ என்று கூறியபடி ஏதோ ஒரு கனவிற்குள் அவர் மூழ்கிக் கொண்டிருந்தார். அவரைப் பொறுத்தவரை நான் எதேச்சையாக அங்கு இருக்கிறேன் என்பதை உணர்ந்துகொண்டேன்.

‘அவளுக்கு நான் கவிதைகள் அனுப்புவேன். ஈட்ஸ், ஸ்வின் பர்ன், யூரிபிடிஸ், ஆடன், பிளேக், சாங் ஆஃப் சாலமன் கவிதை களையும் நான் சிரமப்பட்டு எழுதிய சில கவிதைகளையும் அனுப்பு வேன். புராணக் கதைகளிலும், தொன்மக் கதைகளிலும் நான் என்னையே மறந்துவிடுவேன். அஜந்தாவில் உள்ள பௌத்தக் குகை கள் பற்றியும், ஒரிசாவில் உள்ள சூரியக் கடவுளின் கோயிலைப் பற்றியும் எழுதுவேன். மறைப்பதற்கும், வெட்கப்படுவதற்கும் எதுவுமே இல்லை. பிப்பி, அஜந்தா குகையிலுள்ள சுவர்களில் போதிசத்துவர் களின் முகங்களை நீ பார்த்திருக்கவேண்டும். அவை ஆயிரம் வயதுள்ளவை. இருப்பினும் அவை உண்மையாக உயிருடன் இருக் கின்றன. என்னைக் கீழ் நோக்கிப் பார்க்கும் அவை ஒவ்வொன்றும் ஒரு பொக்கிஷம். பெண்கள் அத்தனை அழகுடனும் நளினத்துடனும் வரையப்பட்டிருக்கின்றனர். அதைக் காணும் பொழுது, நாம் பார்க்கும் வாழ்க்கையின் அநாகரீகமும் மலிவும் என்னை மிகவும் வருத்தமடையச் செய்கின்றன’ என்றபடி மீண்டும் ஒருமுறை பெரு மூச்சு விட்டு, தன் சிகரெட்டில் உள்ள சாம்பலைத் தட்டினார். அச்சிறுவன் விளையாடுவதை நிறுத்திவிட்டு நாங்கள் இருவரும் பேசுவதைக் கேட்டபடி பார்த்துக்கொண்டிருந்தான்.

பின் எதிர்பாராமல் ஜவஹர் சிரிக்கத் தொடங்கினார். உரக்கவும் நீளமாகவும் காரணமில்லாமல் சிறிது மனம் பிழன்றவர் போல் சிரித்தார். ‘கடவுள் என்னை மன்னிக்கட்டும். பிப்பி, காமன்வெல்த் மாநாடுகள் லண்டனில் நடக்காதா என்று நான் எண்ணுவேன். ஏன் தெரியுமா? வார இறுதியில் நான் பிராட்லேண்டிற்குத் தப்பித்து விடமுடியும். அங்கு அவள் எனக்காகக் காத்துக்கொண்டிருப்பாள். ஒரு பள்ளிச் சிறுமியைப் போல் மகிழ்ச்சியுடன் வாசற்படியில் நடனமாடிக் கொண்டிருப்பாள். நானும் ஏறக்குறைய அப்படித்தான் இருப்பேன். ஒவ்வொரு முறையும் எங்கோ உள்ளடங்கிய அந்த பிரிட்டிஷ் கிராமத்தில் கத்தரிக்கப்பட்ட புல்லின் மணம் மூக்கில் ஏற, அந்த இடம் என் சொந்த வீட்டைப் போல் தோன்றுவது எனக்கு ஆச்சரியத்தை அளிக்கும். தில்லி என்ற பைத்தியக்கார விடுதியில் இருந்து எவரும் என்னை இங்கு அடைத்து விடமுடியாது என்று தோன்றும்’ என்று கூறியபடி தன் இரு கைகளையும் மேலே உயர்த்தி, விரக்தியோடு கண்களை உருட்டினார். பல வருடங்களுக்கு முன், பிரிட்டிஷ் இந்தியாவின் வைஸ்ராயாக இருந்த மிகவும் தொந் தரவுக்குள்ளான வயோதிகரான வேவல் பிரபுவும் இந்தியாவை

பைத்தியக்கார விடுதி என்று கூறியிருந்தது என் நினைவுக்கு வந்தது. 'மேலும் பிப்பி, எட்வினாவிற்கும் எனக்கும் நதியின் வழியில் நடக்க, வயல்களின் ஊடே சவாரி செய்ய, சிரிக்க, அழ, ஒருவரை ஒருவர் பற்றிக்கொள்ள பின் விடாமல் பேசுவதற்கு முழுமையாக இரண்டு நாட்கள் கிடைக்கும். நாங்கள் எப்பொழுதும் அதிகம் பேசிக் கொள் வோம். அதிலுள்ள மகிழ்ச்சி என்னவென்றால் சிறிது நேரத்திற் காவது நாங்கள் சுதந்திரமாக இருப்போம். ஒன்றாக இருப்போம்' என்றார்.

இறுதியாகப் பெரிய கண்ணீர்த் துளிகள் அவர் கன்னத்தில் உருண்டோடி அவர் சட்டையின் மேல் முத்தைப் போல் விழுந்தன. இதில் அவருக்கு எந்த வெட்கமும் இல்லை. ஆனால் நான் உறுதி யற்று இருந்தேன். பிடிவாதமான ஆங்கிலேயத்தனம் இன்னும் என்னுள் ஊறியிருந்ததால் என்ன செய்வது என்று எனக்குத் தெரிய வில்லை. என் அசௌகரியம், மௌனத்தை அதன் போக்கிலேயே விட்டுவிட்டது. அந்த அமைதியில் முதல் முறையாக எது அவர்களை ஒன்றாக இணைத்தது என்று எனக்குப் புரிந்தது. மகாத்மா மற்றும் இந்தியாவின் மேல் உள்ள பிரியம் என்பது உறுதிதான், இருந்தாலும் அதை விட ஏதோ ஒன்று இருந்தது. ஜவஹர் எட்வினாவிற்குச் சில கதவுகளைத் திறந்துவிட்டு அவருக்கு வேறொரு உலகைக் காட்டி யிருக்கிறார். அன்புக்கு எட்வினா தகுதியானவர் என்பதைப் புரிய வைத்திருக்கிறார். அதற்குப் பிரதிபலனாக, எட்வினா அவரைத் தன் கைகளில் பற்றிக் கொண்டு அவரின் தலையைத் தடவிக் கொடுத்து, சித்ரவதையில் இருக்கும் இம்மனிதனுக்கு அமைதியின் ருசியை ஊட்டியிருக்கிறார்.

ஒரு மாபெரும் மனிதர் கண்ணீர் விடும்பொழுது என்ன செய்வது என்பது எனக்குத்தான் தெரியவில்லை. ஆனால் அந்தச் சிறுவனுக்குத் தெரிந்திருந்தது. அவன்தான் என் உதவிக்கு வந்தான். தன் மர புகைவண்டியைக் கையிலெடுத்துக் கொண்டு வயதானவரின் முன்னால் நின்று தன் சிறிய கையை ஜவஹரின் முழங்காலின் மேல் வைத்தான். அவனுடைய குழந்தை விரல்கள் சிறு முத்தங்கள் இடுவது போலிருந்தது. மெதுவாக அவன் மேலே எழும்பி தன் பொம்மையை அம்முதியவரின் மடியில் வைத்தான்.

'இது எனக்காகவா?' என்று அந்த வயதானவர் தன் கண்ணீ ருக்கு இடையே புன்னகைத்தபடியே கேட்டார். சிறுவன் தலையை ஆட்டினான்.

'அழ வேண்டாம்' என்று ஆங்கிலத்தில் அச்சிறுவன் கூறினான். அவன் பேசி நான் கேட்ட ஆங்கிலத்தில் பெரிய வாக்கியம் அது. அதன் பிறகு, ஓர் அதிசயம் நிகழ்ந்தது. அச்சிறுவன் வயதானவரின் மடியில் ஏறி பிரதம மந்திரியின் பையிலிருந்து கைக்குட்டையை

எடுத்து, கண்ணைத் துடைத்துக் கொள்வதற்கு அவரிடமே கொடுத் தான்.

கடிகாரம் ராஜாங்கக் கம்பீரத்துடன் எட்டு முறை அடித்தது.

'இந்தச் சிறுவன் யார்?' என்று ஜவஹர் கேட்டார்.

'ஜமுரத் கான்' என்று பதில் கூறினேன். 'வைஸ்ராய் இல்லத்தில் என் பணியாளராக இருந்தவனின் பேரன். வயதான ஜமுரத் கான் இவனுக்காகக் காத்துக் கொண்டிருந்தார். இந்தக் குழந்தை, இந்த பூமிக்கு வந்ததும் மறுநாள் இறந்துவிட்டார்' என்றபடி குழந்தையின் ஈர மூக்கினாலும் வயதானவரின் கண்ணீராலும் அழுக்காகிப் போயிருந்த கைக்குட்டையை வாங்கிக் கொள்ள விரைந்தேன்.

'ஜமுரத் கான் உனக்கு ஒரு கதை சொல்லவா?' என்று ஜவஹர் கேட்டார்.

சிறுவன் தலையாட்டியதும், ஒரு பழக்கமான திறமையான பாட்டனைப் போல் அம்மனிதர் தன் மடியில் அச்சிறுவனையும், புகைவண்டியையும் இருத்திக் கொண்டார். பின் அவர் புகைவண்டி யின் மூடியைத் திறந்து, கதையை அங்கு தேடுவது போல் உள்ளே வெறித்து நோக்கினார். தன் மனதில் அதை அவிழ்த்து வெளியே எடுத்தார்.

'நான் உனக்கு ஒரு கதை சொல்லப் போகிறேன். மிகப் பழைய கதை. அது இந்தியாவின் புராதன மொழியான சமஸ்கிருதத்தில் ஒரு அரசனால் எழுதப்பட்டது. அதற்குப் பெயர் 'சிறிய களிமண் வண்டி.' கதை கேட்கத் தயாரா?' என்று கேட்டார்.

'ஒரு காலத்தில் சாருதத்தா என்ற பெயருடைய ஒருவன், தன் மனைவி மற்றும் மகனுடன் வசித்துவந்தான். இந்த சாருதத்தா ஒரு நல்ல மனிதன். கருணையுள்ளவன். அவனுக்கு, மற்றவர்களுக்கு உதவப் பிடிக்கும். வெகுவிரைவில் அவனுடைய பணம் அத்தனை யையும் ஏழைகளுக்குக் கொடுத்துவிட்டான். ஆனால் அதே சமயம், அவனிடம் செல்வம் இல்லாததால் அவனுடைய பழைய நண்பர்கள் அவனுடன் நட்பு பாராட்டாமல் இருப்பது அவனுக்கு ஆச்சரியத் தையும் வருத்தத்தையும் தந்தது. யாருடைய செல்வம் றெக்கை கட்டிப் பறக்கிறதோ, அவனுடைய நெருங்கிய நண்பர்கள் அவனை விட்டு விலகிவிடுவர்.

ஒருநாள், சாருதத்தாவின் மகன் மிகவும் வருத்தத்துடன் இருந் தான். அவன் விரும்பிய சிறிய தங்க வண்டி ஒன்றை சாருதத்தா வால் வாங்கித் தர முடியவில்லை. அதற்குப் பதிலாக அவனுக்கு ஒரு களிமண் வண்டிதான் கிடைத்தது.

ஆனால் எல்லாமுமே இழந்து போகவில்லை. ஏனெனில் சாருதத்தாவிற்கு அவனை விரும்பும் ஒரு தோழி இருந்தாள். அவள்

பெயர் வசந்தசேனா. ஐமுரத், அவள் மிக அழகிய கருணையான பெண்மணி.

பின் ஓர் இரவு, மிகப் பெரிய புயல் ஒன்று அடித்தது. அதை முதன் முதலில் பார்த்தது மயில்கள்தான். அவை தங்கள் தலையைத் தூக்கி, தோகைகளை விரித்து அகவின. மேகங்கள் கருத்திருந்தன. மழை, திரை போல் கீழே விழுந்தது. மிகக் குளிர்ந்த காற்று அடித்தது.' ஜவஹர் காற்றின் ஒலியை தன் வாயால் எழுப்பினார். ஐமுரத் பாதுகாப்பிற்கு மேலும் அவரை ஒட்டி அமர்ந்து கொண்டான். 'இந்த மிகப் பெரிய புயல் கூட, சாருதத்தாவைத் தேடி வசந்தசேனா வருவதைத் தடுக்க முடியவில்லை. அவனுடைய சோகத்தில், அவளைக் கண்டதும் அவள் கருணையும் புரிதலும் அவனுடைய மனதை மகிழ்ச்சியால் பொங்கவைத்தது.'

முதியவர் கதையைத் தொடர, ஐமுரத் அதை உன்னிப்பாகக் கேட்டுக் கொண்டிருந்தான். அவர் அந்தச் சிறிய களிமண் வண்டியில் வைக்கப்பட்டிருந்த நாட்டிய மங்கையின் நகைகள் எவ்வாறு திருடுபோயின என்று கூறினார். அரசவையிலிருந்த அரைபைத்தியமான தீயவன் ஒருவன் வசந்தசேனாவைத் தன் வசமாக்க முயன்றதைப் பற்றியும், அவ்வாறு நடக்காதபோது அவளைக் கழுத்தை நெரித்துக் கொன்றதையும் கூறினார். படிப்படியாக உச்சக்கட்டத்தை நெருங்கிய ஜவஹர், குழந்தைக்கு ஏற்றார்போல் செவ்வியல் கதையைச் சுத்திகரித்து எளிமைப்படுத்தி கூறினார்.

மகிழ்ச்சியோடு வாழ்ந்தனர் எனக் கூறி முடித்த பிறகு, அவர்கள் இருவரையும் நான் பார்த்தேன். உலகத்தின் எல்லாச் செய்தித்தாள்களிலும் முதல் பக்கத்தில் முகம் வரும் ஒரு வயதான காஷ்மீர் பிராமணர், யாரென்று தெரியாத ஒரு முஸ்லீம் சிறுவனை மடியிலிட்டு ஆட்டிக் கொண்டிருக்கிறார். அக்குழந்தை இவருடைய குரலின் ஓசையினாலும், மடியின் வெப்பத்தினாலும் மெதுவாக உறங்க ஆரம்பிக்கிறான். குழந்தை தூங்கிவிட்டதும், வயதானவர் அதன் உச்சந்தலையில் முத்தமிட்டு, பின் தானும் கண்களை மூடிக் கொள்கிறார்.

“விதி நம்மை
கிணற்று வாளிகளைப் போல
வைத்து விளையாடுகிறது
ஒன்று நிரம்பும்போது மற்றொன்று காலியாக இருக்கிறது
ஒன்று மேலெழும்போது மற்றொன்று கீழே விழுகிறது”

காப்பி மேசையின் அருகிலிருந்து மெதுவாக எழுந்து சோபாவின் அருகிலிருந்த நாற்காலி ஒன்றின் மீது அமர்கிறேன். துக்கத்தின்

எடை தாங்க முடியாமல் இருக்கிறது. என் வாழ்க்கையில் மீண்டும் நான் என் சக்தி முழுவதையும் இழந்த ஒரு நிலைக்குத் தள்ளப்பட்டு இருக்கிறேன். தொடர்ந்து செல்வதில் என்ன அர்த்தம் இருக்கப் போகிறது? முடிவு எப்பொழுதும் ஒன்றுதான். எட்வினாவிற்காக மட்டும் நான் துக்கிக்கவில்லை. எங்கள் இளமையும், கொள்கையும் போனதற்கும், எங்களால் தடுக்க முடியாத தேவையற்ற மரணங்களுக் காகவும் அழிவுகளுக்காகவும், நாங்கள் காப்பாற்ற முயன்று முடி யாமல் போன மக்களுக்காகவும் நான் துக்கம் கொண்டாடினேன்.

அதன் பிறகு நாங்கள் உறங்கினோம். எத்தனை நேரம் என்று எங்களுக்குத் தெரியாது. சில விநாடிகள் இருக்கலாம். அல்லது நூறு வருடங்கள். இல்லை ஒரு மணி நேரம். இல்லையென்றால் ஒருநாள். நாங்கள் உறங்கினோம்.

வெளியில் கேட்ட ஓசை எங்களை எழுப்பியது. வாசலில் கார் கள் வந்து நின்றன. கதவுகள் வேகமாகத் திறக்கப்பட்டு பரபரப்பான ஆண்களின் குரல் உரக்கப் பேசியது. காலணிகள் சத்தமிட்டன.

கூடத்தின் கண்ணாடிக்கதவுகள் மூலம் பண்டிட்ஜியின் தலைமை மெய்க்காவலரின் உருவம் எனக்குத் தெரிந்தது. துப்பாக்கி அவர் கையில் வானோக்கி உயர்ந்து இருந்தது.

‘அவர் எங்கே? இங்கிருக்கிறாரா? அவரிடம் அழைத்துச் செல் லுங்கள்’ என்றார்.

‘ஆம். அவர் இங்குதான் இருக்கிறார். பண்டிட்ஜி எங்கள் வீட்டில் பாதுகாப்பாக இருக்கிறார்’ என்று சந்தீப் தன் வயதையும், உடல் பலவீனத்தையும் மீறிப் பதிலளித்தார். தன் கையிலுள்ள கம்பைச் சுழற்றியவாறே அக்காவற்காரனின் எதிரே சென்று நின்றார். ‘சோம்பேறிப் பயல்களே! உங்கள் தாயார்கள் கதவைத் தட்டிவிட்டு ஒரு வீட்டிற்குள் செல்லவேண்டும் என்று சொல்லித் தரவில்லையா? உங்கள் குணங்கள் எங்கே போனது?’ என்று கூறியபடி அவர்களின் காலணிகளைத் தன் கம்பினால் சுட்டிக் காட்டினார். ‘உங்களைப் போன்ற குண்டர்களின் தயவில் நம் இந்திய அன்னை பாதுகாப்பாக இருக்கவேண்டும் என்றால் கடவுள்தான் அவளைக் காப்பாற்ற வேண்டும்’ என்றார்.

என் கைகளை உயர்த்தி கண்ணாடிக் கதவின் மூலமாக எல் லாம் சரியாக உள்ளது எனச் சைகை செய்தேன். பிறகு எட்வினா வைப் போல, அந்தக் காவலன் உள்ளே வந்துவிடக் கூடாது என் பதை உணர்த்த வசீகரமாகப் புன்னகைத்தேன். அவர் தன் அடர்த்தி யான மீசைக்குக் கீழே முகத்தைச் சுளித்துக் கொண்டிருந்தார். பண்டிட்ஜி, என் வரவேற்பறையில்தான் இருக்கிறார் என்பதை உறுதி செய்துகொண்டதும் தன் துப்பாக்கியை அதன் உறையிலிட்டார்.

மெதுவாக ஜவஹர் தன் முகவாயை நெஞ்சிலிருந்து உயர்த்தி உறங்கிக் கொண்டிருந்த ஜமுரத்தை நகர்த்திவிடத் தொடங்கினார். கவனமாக அவனைச் சோபாவில் படுக்க வைத்து, பின் தன்னுடைய கழுத்துத் துண்டினாலே அவனுக்குப் போர்த்திவிட்டார். குழந்தை மெல்லியதாகக் குறட்டை விட்டுக் கொண்டு தன் வாயினால் உறிஞ்சும் சத்தத்தை ஏற்படுத்திக் கொண்டிருந்தது. அவன் உருண்டு கீழே விழுந்து விடாமல் இருக்க, நான் நாற்காலியைச் சோபாவின் அருகே கொண்டு போய் வைத்தேன். பனிக்கால ஜலதோஷத்தினால் அவன் மிகவும் துன்பப்பட்டுக் கொண்டிருந்தான். இந்தத் தூக்கம் அவனுக்கு நல்லது.

'சரி பிப்பி. சந்தீப்பும், ஹேண்டுவும் ஒருவரை ஒருவர் அடித்துக் கொள்வதற்குள் நான் செல்வது நல்லது என்று நினைக்கிறேன்.' ஜவஹர் மெலிதாகப் புன்னகைக்க முயன்றார். ஆனால் அவருடைய வாயைச் சுற்றித் தொங்கிய தோல் அவருக்கு ஒத்துழைக்க மறுத்தது.

'அதுதான் நல்லது பண்டிட்ஜி' என்றேன்.

நாங்கள் ஒருவரை ஒருவர் அணைத்துக் கொண்டோம். அவர் இப்பொழுது மென்மையாகக் கதகதப்பாக இருந்தார். அவருடைய தசைகள் தளர்ந்திருந்தன.

அந்தக் கேள்வி தேவையில்லை என்று எனக்குத் தெரிந்திருந்தும், 'உங்கள் துண்டையும் கைக்குட்டையையும் என்ன செய்வது?' என்று கேட்டேன்.

அவர் ஒரு கணம் சிரித்தார். ஒரு சிறுவனின் வேடிக்கை சிரிப்பின் நிழல் அவர் முகத்தில் அக்கணம் தெரிந்தது. பின் அது மறைந்து விட்டது.

'என் மேலங்கியை நான் எடுத்துக் கொள்கிறேன். மற்றவை இங்கேயே இருக்கட்டும் பிப்பி. அப்பொழுதுதான் அதை எடுத்துக் கொள்ள நான் மற்றொரு முறை இங்கு வரமுடியும்' என்றார்.

நான் புன்னகைத்தேன். இதுவும் ஒரு பழைய நகைச்சுவைதான். ஒரு காலத்தில் எங்கள் வாழ்க்கையில் நம்பிக்கையே இல்லாத சமயங்களில், இளவயதில், இளைஞர்களுக்கு நடுவே இருந்த வழக்கம் அது.

ஒன்றன் பின் ஒன்றாக நாங்கள் எட்வினாவின் கடிதங்களைச் சேகரித்தோம். அதை ஒன்றாகக் கட்டி மீண்டும் அதை அந்தப் பெட்டியிலேயே இட்டோம். பெட்டியைக் கையில் எடுத்துக் கொண்ட ஜவஹர், என் கைகளில் சாய்ந்து கொண்டார். கதவை நோக்கிச் சில அடிகள் எடுத்து வைத்தோம். திடீரென அவர் நின்றார்.

‘எட்வினாவைக் கடலில் புதைக்கப் போவதாக டிக்கி கூறினார். அப்படித்தான் அவள் விரும்பியிருக்கிறாள். ஏன் அந்த விருப்பம் அவளுக்கு?’ என்றார். அவர் மிக நுண்ணறிவும் கற்பனையும் கொண்ட ஒரு மனிதர். மதத்தை அவர் நம்பவில்லை, ஆனால் விஞ்ஞானத்தை நம்பினேன் என்று கூறினாலும், தான் அன்பு செலுத்திய ஒரு பெண்மணியை, இங்கிலீஷ் சேனலின் குளிர்ந்த கொடிய கல்லறைக்குள் தள்ளி விடப் போகிறார்கள் என்ற எண்ணத் தால் அவர் உருக்குலைந்திருந்தார்.

‘ராம்சே மடத்தில் இருக்கும் தங்கள் குடும்பக் கல்லறையில் அடைத்து வைக்கப்படுவதை எண்ணி அவர் மிகவும் அச்சப்பட்டார்’ என்று நான் கூறினேன்.

என்னுடைய விளக்கத்தை ஏற்று அவர் தலையசைத்தார்.

‘ஓர் இந்திய போர்க்கப்பலை அனுப்பி அந்த இறுதி ஊர்வலத் துடன் சென்று அலைகளில் சாமந்திப் பூவைத் தூவ ஏற்பாடு செய்ய லாம் என்று எண்ணுகிறேன்‘ என்றார் தன் முகவாயைத் தடவிய வாறே! அவருடைய முகம் கறுத்துப் போயிருந்தது. எட்வினாவின் அருகிலேயே தானும் மூழ்கப் போவதுபோல் இருந்தது அவர் முகம்.

‘நல்லது’ என்று கூறியபடி நான் ஒரு தாய் போலவும் அவர் என் மகனைப் போலவுமாக அவரது கையை தட்டிக் கொடுத்தேன். ‘அது மிகச் சரியானதாக இருக்கும். அவர் இந்தியாவை நேசித்தார். என்ன இருந்தாலும் எட்வினா கடைசி வைஸ்ரின் அல்லவா?’ என்றேன்.

அவர் தலையை மீண்டும் ஆட்டிக்கொண்டு, அதை நிகழ்த்த வேண்டுமென்று தனக்குத் தானே ஞாபகப்படுத்திக் கொண்டார். பின் நாங்கள் கூடத்திற்குச் சென்றோம். அங்கு ஒரு கூட்டமாகக் காவலர்கள் சிறு அவமானத்துடன் நின்று கொண்டிருந்தனர்.

‘பண்டிட்ஜி, நீங்கள் இவ்வாறு செய்வதை நான் எதிர்க்கிறேன்’ என்று தலைமைக் காவலர் கூறத் தொடங்கினார்.

‘ஆரம்பிக்காதே!’ என்று அவர் முகத்திற்கு அருகே சென்று ஒரு கரடியைப் போல் ஜவஹர் கர்ஜனை செய்தார். ஒரு கணம் பிரதம மந்திரியின் கெட்ட பெயர் வாங்கிய கை அவரின் மேலங்கி யில் இருந்து வெளிப்பட்டு, அந்தக் காவற்காரனின் முகத்தைத் தாக்கிவிடுமோ என எண்ணினேன். அந்நாட்களில் ஊடகங்களில், இளைய ஜவஹர் தன்னிலை இழந்து கோபத்தில் சண்டையில் இறங்கி விடுவதை நாசூக்காக, ‘பிரதம மந்திரியின் மாறிக்கொண்டே இருக்கும் குணம் இயல்பு நிலைக்குத் திரும்பியது’ எனக் குறிப்பிடு வார்கள்.

இறுதியாக வாசலில் இருந்த உயரமான வெள்ளை நிறத் தூண் களின் நிழலில் அவர் என்னை அணைத்துக் கொண்டார். அவரு டைய கன்னங்கள், என் கன்னங்களின் மேல் உரசின. முதலில் இடது கன்னமும், பின் வலது கன்னமும். மனமின்றி என்னை விடுவித்தார். அதன் பின் அவர் திரும்பிச் சென்றார். தலையைக் குனிந்தபடி தோள்கள் கூன்விழ அந்தப் பெரிய அமெரிக்கக் காரில் பின்புறத்தில் ஏறி அமர்ந்தார். காலையில் அவருடன் வந்த அந்த இளைய அதிகாரி சிவந்த முகத்துடன் காரின் கதவைத் திறந்து வைத்துக்கொண்டு நின் றார். குடியரசு இந்தியாவின் முதல் பிரதம மந்திரியான ஜவஹர் லால் நேரு தான் எடுத்து வைத்த ஒவ்வொரு அடியிலும் சிறிது சிறிதாக மரணித்தார். அதே போல், என்னுள்ளும் ஏதோ ஒன்று அவருடன் சேர்ந்து மரணித்தது.

●

ஒப்புகை

'கடைசி வைஸ்ராயின் மனைவி' என்ற இந்த நாவல், 1947லிருந்து 1948க்குள், இங்கிலாந்தில் இருந்து இந்தியாவிற்கு அதிகார மாற்றம் நடந்த சமயத்தில் நிகழ்ந்த சம்பவங்களைச் சுற்றியும், அதில் சம்பந்தப்பட்ட சில முக்கியமான சரித்திர ஆளுமைகள் பற்றியும் கற்பனை செய்து எழுதப்பட்ட ஒரு கதை.

பிப்பி, ஹரி, ஜமுரத் கான், கோல்டி, திருமதி பிரிச்சாட், தாரிக் அலி, ஜேன் ஓவிங்டன் மற்றும் அவர் குடும்பங்களும், அதனுடன் சம்பந்தப்பட்ட சிறிய கதாபாத்திரங்கள் அனைவரும் கற்பனைக் கதாபாத்திரங்களே. உயிருடன் இருப்பவர்களோ, இறந்தவர்களுடனோ ஏதோ சம்பந்தம் இருந்தால் அது தற்செயலானதுதான். இந்த நூலில் விவரிக்கப்பட்டிருக்கும் நன்கு அறியப்பட்ட சரித்திர ஆளுமைகள் அனைவரும் அந்தக் காலத்தின் முதற்கட்ட சரித்திரச் சான்றுகளில் இருந்தும், சுய சரிதத்தில் இருந்தும், வாழ்க்கைச் சரிதத்தில் இருந்தும் எளிதாகக் கிடைக்கும் சரித்திரச் சான்றுகளில் இருந்தும், நான் வாசித்தவற்றில் இருந்து உருவாக்கப்பட்ட கலை சார்ந்த விளக்கங்கள்தான். இப்பொழுது போதிய காலம் கடந்து விட்டதால், ஜவஹர்லால் நேருவுக்கும், எட்வினா மௌண்ட் பேட்டனுக்கும் இடையே இருந்த சிறந்த நட்பைக் கதை வடிவில் கூறுவது, தற்போது சாத்தியம் என்பது என் கருத்து.

இந்த நூலில் விவரிக்கப்பட்டுள்ள நிகழ்ச்சிகளைப் பற்றியும், மனிதர்கள் பற்றியும் ஆர்வமுள்ள வாசகர்களுக்காக நான் ஒரு பொதுவான நூல் அட்டவணையைக் கொடுத்திருக்கிறேன்.

இந்நாவலை எழுதும் பொழுது, என் ஆராய்ச்சிக்குப் பலவித அந்நாளையச் சாட்சியங்களின் கூற்றை பிற்சேர்க்கையாகச் சேர்த்துக் கொண்டுள்ளேன். ஆலம் கேம்பல் ஜான்சன் மற்றும் மார்கரெட் போர்க் வொயிட், இவர்களின் தகவல்களுக்கு நான் மிகவும் நன்றிக் கடன் பட்டுள்ளேன். அவர்கள் இருவருக்கும் தனியான கண்ணோட்டங்கள் இருந்தாலும், அவர்களின் நினைவுகள் மதிப்பிட முடியாதவை. அவற்றை இந்நூலில் பல இடங்களில் நான் சேர்த்திருக்கிறேன். முக்கியமாக வைஸ்ராயின் பதவிப் பிரமாண விழாவின் பொழுதும், கஹுதாவை வைஸ்ராய் சென்று பார்வையிட்ட பொழுதும்,

சிம்லாவில் அதிகார மாற்றத்தின் பொழுது நடந்த பேச்சுவார்த்தை களைப் பற்றியும், தில்லியில் நடந்த சுதந்திர நாள் கொண்டாட் டங்களைப் பற்றியும், வைஸ்ராய் இல்லத்தின் நடைமுறை வழக் கத்தைப் பற்றியும், ராஜதந்திர, அரசியல் மற்றும் சமூகச் சந்திப்புகள் பற்றியும், ஆலன் கேம்பல் ஜான்சனின் கோப்புகள் உதவியாக இருந்ததைத் தனியாகக் குறிப்பிடவேண்டும். போர்க் வொயிட்டும், கேம்பல் ஜான்சனும், இருவரும் ஆகாயத்தில் இருந்து, அகதிகள் வரிசையாக நடந்து வருவதை நேரடியாகக் கண்டிருக்கின்றனர். அவர்களின் குறிப்புகளின்படிதான் பெருந்திரளாக மக்கள் இடப் பெயர்ச்சி செய்ததைப் பற்றி எழுதியிருக்கிறேன். 1947ஆம் ஆண்டின் பனிக்காலத்தில் ஜெய்ப்பூரில் நடந்த வெள்ளிவிழாக் கொண்டாட்டத் தின் பொழுது, போர்க் வொயிட் அங்கு இருந்திருக்கிறார். அவர் நினைவிலிருந்த சில நிகழ்ச்சிகளும், முக்கியமாக மதம் பிடித்த யானை களின் விவரணைகளும், அவரது சொற்றொடரான, 'மதம் ஒரே மாதிரியாக உள்ளது என்பதை நான் கணிக்கத் தவறிவிட்டேன்' என்ற வரிகள் நூலில் உபயோகப்படுத்தப்பட்டுள்ளன. போர்க் வொயிட்டும், கேம்பல் ஜான்சனும், காந்தியின் படுகொலைக்குப் பின், பிர்லா இல்லத்தில் நடந்த சம்பவங்களை நேராகப் பார்த்திருக்கின்றனர். அவர்கள் இருவரும் எழுதியதில் இருந்து, நான் சிலவற்றை இதில் உபயோகப்படுத்தி இருக்கிறேன்.

செல்லப் பிராணியான கீரிப்பிள்ளை, சீமாட்டி பமீலா ஹிக்ஸின் சுய சரிதையான 'டாட்டர் ஆஃப் எம்பையர்: லைஃப் அஸ் எ மௌண்ட்பேட்டன்' என்ற நூலில் குறிப்பிடப்பட்டுள்ளது.

ஜவஹர்லால் நேரு கூறும் சிறிய களிமண் வண்டியின் கதைக்கு, ஆர்தர் வில்லியம் ரைடரின் 1905 ஆம் ஆண்டு மொழிபெயர்ப்பை உபயோகப்படுத்தி உள்ளேன்.

இந்நாவலை எழுதும் பொழுதும், சௌத்தாம்டன் பல்கலைக் கழகத்தில் இருக்கும் மௌண்ட்பேட்டன் காப்பகத்திலுள்ள பிரபு மௌண்ட்பேட்டன் மற்றும் பெருமாட்டிகளின் குறிப்புகளை நான் வாசித்தேன். அங்கிருந்த நூலகரான பேராசிரியர் அயன் டால் பார்ட்க்கும் மற்றும் சௌத்தாம்டன் ஊழியர்களுக்கும் அவர்களு டைய உதவிக்கும் அங்கிருந்த ஆவணங்களைப் படித்துப் பார்க்க அனுமதி கொடுத்ததற்கும் நன்றி கூறுகிறேன். இதை எழுதும் பொழுது, எட்வினா மௌண்ட்பேட்டனிற்கும் ஜவஹர்லால் நேருவுக்கும் இடையே நடந்த கடித பரிவர்த்தனைகள், இக்காப்பகத் தில் பார்வையாளர்களுக்கு தடைசெய்யப்பட்டிருந்தன. அதனால் இக்கடிதங்களின் உள்ளடக்கத்திற்கும் எழுதிய விதத்திற்கும் நான் ஜேனட் மார்கனின் 'எட்வினா மௌண்ட்பேட்டன்: எ லைஃப்

ஆஃப் ஹெர் ஓன்' என்ற நூலைச் சார்ந்து எழுதினேன். இக்கடிதங்களின் சில உள்ளடக்கங்கள் அவருடைய நூலில் ராஜீவ் காந்தியின் அனுமதியுடன் வெளியிடப்பட்டிருந்தன. ஜேனட் மார்கனின் நூலாக்கம், ஜவஹர் எட்வினாவின் கடிதங்கள், மௌண்ட் பேட்டனின் குடும்பக் காப்பகத்தில் இருந்த பொழுதே எழுதப்பட்டன. அதற்குப் பின்தான் அவை சௌத்தாம்டன் பல்கலைக் கழகத்தில் வைக்கப் பட்டு பார்வையாளர்களுக்குத் தடை செய்யப்பட்டன. மீதமுள்ள கடிதங்கள் அனைத்தும், இப்பொழுதும் காந்தி நேரு குடும்பத்தினரிடம் உள்ளன என்று எனக்குக் கூறப்பட்டன.

என் குடும்பத்தின் ஆதரவும் ஊக்கமும் இல்லாமல் இந்நூலை என்னால் எழுதியிருக்க முடியாது. என் தந்தையான எட்கர் ஜென்கின்ஸிற்கு, என் திறமைகளைப் பற்றிச் சிறிதும் மாறாத நம்பிக்கைக்காகவும், பொறுமையாக மெய்ப்புப் பார்த்ததற்கும், முதல் பிரதியின் மேல் அவருடைய மதிப்பிட முடியாத கருத்துகளுக்கும் சிறப்பாக நன்றி கூறவேண்டும். என் கணவர் ஸ்டீவ் ஸேங்கும், என் மகனும், எனக்கு எழுதுவதற்கான நேரத்தையும் வெளியையும் அளித்தனர். அவர்கள் ஒரு எழுத்தாளருக்கு எப்பொழுதும் போலிருக்கும் மன ஏற்ற இறக்கங்களைப் பொறுத்துக்கொண்டு, ஆராய்ச்சிக்காக இந்தியாவிற்கு என்னுடன் வந்தனர். இப்பயணத்தில் என் மகன் பலவற்றைப் பொறுத்துக் கொள்ள வேண்டியதாயிற்று. புதிய, சவாலான சூழ்நிலையில் இந்திய இரயில்களில் பயணம் செய்தபோதும், இரண்டு முறை டெல்லிபெல்லியால் பாதிக்கப்பட்ட பொழுதும் மிகவும் பொறுமையாக இருந்த அவனைக் குறித்து நான் மிகவும் பெருமைப்படுகிறேன். என் கருத்துகளைச் சோதனையாகப் பரிசோதிக்க அனுமதி தந்து, இந்நூலை எழுதும் பொழுது பல உரையாடல்களை நிகழ்த்தி, எழுதும் திட்டத்தைப் பலவிதங்களில் ஆதரித்து, முக்கியமாக இந்தியாவிற்கு ஆராய்ச்சிக்காகச் சென்ற பொழுது எனக்கு உதவியாக இருந்த பேராசிரியர் கேத்தரீன் அடனே, யஷ்வந்தி பாலகோபால், பிருத்வி சந்திரசேகர், ஜுல்ஃபிகார் ஹைதர் கான், கிளேர் கிட்மர், ராகுல் யாதவ் மற்றும் பல நண்பர் களுக்கு நான் நன்றி கூறவேண்டும். கடுமையான கருத்துகளுக்கும், தாராளமான ஊக்குவிப்பிற்கும் ஆதரவிற்கும் ஒரு பெரிய நன்றியை கேட் ஃபர்னிவல்லுக்குத் தெரிவிக்கவேண்டும். ஆனால் என் அருமையான பதிப்பாசிரியர் தாரினி உப்பலும் தில்லியிலுள்ள பெங்குயின் ரேண்டம் ஹவுஸின் கடின உழைப்பாளர் குழுவும் இல்லாவிட்டால் இந்நூலை இந்தியா மற்றும் பாகிஸ்தானின் 70ஆவது சுதந்திர ஆண்டுவிழாவின் பொழுது கொண்டு வந்திருக்க முடியாது. ஒரு கனவை நனவாக்கியதற்காக உங்கள் அனைவருக்கும் நன்றி.

●

குறிப்புகள்

கிருஷ்ண மேனனைப் பற்றி

Hall, Ian. "Mephistopheles in a Saville Row Suit": V.K.Krishna Menon and the West'. In Radicals and Reactionaries in Twentieth Century International Thought, edited by Ian Hall, PP. 191 - 216. Palgrave Macmillan History of Intellectual Thought, 2015.

சீக்கியர்களுக்கும், இஸ்லாமியர்களுக்கும் நடுவே புது தில்லியில் நடந்த கலவரத்தைப் பற்றி

Von Tunzelmann, Alex. Indian Summer: The Secret History of the End of an Empire, pp. 166-67. Great Britain: Simon and Schuster, 2007.

காந்திக்கும் மனுவுக்கும் உள்ள உறவைப் பற்றி

Alexander, Horace. Gandhi Through Western Eyes, P. 210. London: Asia Publishing House, 1969

அந்நாட்களில் முஸ்லிம்களின் நிலையைக் குறித்துக் கூறப்பட்ட கருத்து

Vicerine's report of her meeting with Fatima Jinnah, 24th April 1947. Papers of Countess Mountbatten of Burma MBI/Q38. In the archives at Southampton University, UK.

பாங்கி துப்புரவாளர்கள் காலனியில் ஆசிரமம் அமைப்பது பற்றி

Bourke - White, Margaret. Half Way to Freedom, A Report on the New India in the Words and Photographs of Margaret Bourke - White, P. 81. New York: Simon and Schuster, 1949.

காந்தியைப் பற்றிய கருத்துகள்

Bourke - White. Half Way to Freedom, P. 230.

Von Tunzelmann. Indian Summer, P. 174.

For a discussion on Gandhi bringing 'spiritual sensibilities' and religion into India politics, see: Von Tunzelmann. Indian Summer, P. 230.

On his glorification of poverty, see: Misra, R.P. Editor's forward to Rediscovering Gandhi, Vol. III, Satyagraha Gandhi's Approach to Conflict Resolution, edited by R.P.Misra. p. xxv. New Delhi: Concept Publishing, 2008.

On Mirabhen/Madeleine Slade's complex relationship with Gandhi, see: Grizutti Harrison, Barbara. Introduction to The Spirit's Pilgrimage, by Mirabhen. Arlington, Virginia: Great Ocean Publishers, 1984.

சர்தார் பட்டேலைப் பற்றி

Campbell-Johnson, Alan. Mission with Mountbatten, P. 190. Great Britain: Robert Hale and Co., 1951.

உதவிய நூல்கள்

Alexander, Horaace. Gandhi Through Western Eyes. London: Asia Publishing House, 1969.

Bourke-White, margaret. Half Way to Freedom, A Report on the New India in the Words and Photographs of Margaret Bourke-White. New York: Simon and Schuster, 1949.

Campbell-Johnson, Alan. Mission with Mountbatten. Great Britain: Robert Hale & Co., 1951.

Chester, Lucy P. Borders and Conflict in South Asia, The Radcliffe Boundary Commission and the Partition of Punjab. Manchester and New York: Manchester University Press, 2009.

Collins, Larry and Dominique Lapierre. Freedom at Midnight, The Epic Drama of India's Struggle for Independence. Great Britain: William Collins & Co. Ltd, 1975.

Evans, William. My Mountbatten Years, In the Service of Lord Louis. London: Headline Book Publishing PLC, 1989.

Goldberg. Vicki. Margaret Bourke-White, A Biography. London: Heinemann, 1987.

Hough, Richard. Edwina, Countess Mountbatten of Burma. London: Sphere Books Limited, 1983.

Mason, Philip. A Shaft of Sunlight, Memories of a Varied Life. New York: Charles Scribner's Sons, 1978.

Mason, Philip. The Men Who Ruled India. London: Pan Books Limited, 1987.

Moon, Penderel. Divide and Quit, an Eyewitness Account of the Partition of India. Oxford: Oxford University Press, 1998.

Morgan, Janet. Edwina Mountbatten, A Life of Her Own. London: Fontana, 1992.

Nehru, Jawaharlal. Jawaharlal Nehru, An Autobiography. London: Bodley Head, reprinted 1982 with forward by Mark Tully.

Nehru, Jawaharlal, Mahatma Gandhi. Calcutta: Signet Press, 1949.

Ryder, Arthur William (trans). The Little Clay Cart. Cambridge: Harvard University Press, 1905.

Sahgal Nayantara. Jawaharlal Nehru, Civilizing a Savage World. New delhi and London: Penguin Books, 2010.

Singh Sarila, Narendra. The Shadow of the Great Game, The Untold Story of India's Partition. London: Constable, 2006.

Symonds, Richard, In the Margins of Independence, A Relief Worker in India and Pakistan, 1942-1949. Oxford: Oxford University Press, 2001.

Von Tunzelmann, Alex, Indian Summer, The Secret History of the End of an Empire. London: Simon and Schuster, 2007.

Ziegler, Philip, Mountbatten. New York: Alfred A Knopf, 1985.